நரசிம்ம ராவ்

இந்தியாவை மாற்றியமைத்த சிற்பி

நரசிம்ம ராவ்

இந்தியாவை மாற்றியமைத்த சிற்பி

வினய் சீதாபதி

தமிழில்: ஜெ. ராம்கி

கிழக்கு

நரசிம்ம ராவ்: *இந்தியாவை மாற்றியமைத்த சிற்பி*
Narasimha Rao: *Indiavai Maatriamaitha Sirpi*
Vinay Sitapati ©

© First published in Tamil by New Horizon Media Private Limited in arrangement with *Penguin Random House India Private Limited.*
Originally Published in English as *"Half Lion: How P.V. Narasimha Rao Transformed India"* in Viking by Penguin Books India 2016.

First Edition: April 2017
456 Pages
Printed in India.

ISBN 978-81-8493-718-3
Kizhakku - 975

Kizhakku Pathippagam
177/103, First Floor, Ambal's Building, Lloyds Road,
Royapettah, Chennai 600 014.
Ph: + 91-44-4200-9603
Email : support@nhm.in | Website : www.nhm.in

kizhakkupathippagam
kizhakku_nhm

Cover Image © Indian Express
Author Photograph © Rohan Mishra Photography

Kizhakku Pathippagam is an imprint of New Horizon Media Private Limited.

This book is sold subject to the condition that it shall not, by way of trade or otherwise, be lent, resold, hired out, or otherwise circulated without the publisher's prior written consent in any form of binding or cover other than that in which it is published and without a similar condition including this the rights under copyright reserved above, no part of this publication may be reproduced, stored in or introduced into a retrieval system, or transmitted in any form or by any means (electronic, mechanical, photocopying, recording or otherwise), without the prior written permission of both the copyright owner and the above-mentioned publisher of this book.

ஒரு மன்னர், சிங்கம் போன்றும் நரி போன்றும் நடந்து கொள்ள வேண்டும். சிங்கத்தால் தனக்கு வைக்கப்படும் பொறிகளில் இருந்து தப்பிக்கமுடியாது. நரியால், ஓநாய்களிடமிருந்து தன்னைக் காப்பாற்றிக்கொள்ளமுடியாது. ஆகவே, ஒருவர் பொறிகளைக் கண்டுணர்வதில் நரியாகவும் ஓநாய்களை அச்சுறுத்துவதில் சிங்கமாகவும் செயல்படவேண்டும்.

- நிக்கோலோ மாக்கியவில்லி, தி பிரின்ஸ், கிபி 1513

அசுரர்களின் தலைவன் ஹிரண்யகசிபு சாகா வரம் கேட்டு தவமிருந்தான். அவனுக்கொரு வரம் கிடைத்தது. அவனது இறப்பு, பூமியிலோ ஆகாயத்திலோ, பகலிலோ இரவிலோ, வீட்டிலோ வெளியிலோ, மனிதர்களினாலோ மிருகங்களாலோ நிகழக்கூடாது என்பதே அந்த வரம். மரணத்திலிருந்து தப்பிவிட்டோம் என்ற இறுமாப்பில், தன்னையே கடவுளாக நினைத்துக்கொண்டு, அட்டூழியங்கள் செய்ய ஆரம்பித்தான். அவனது மகனான பிரஹலாதன், எங்கும் நிறைந்திருக்கும் விஷ்ணுமீது அபார பக்தியுள்ளவனாக இருந்தான். கோபமடைந்த ஹிரண்யகசிபு, தூணை காட்டி, உன்னுடைய விஷ்ணு இங்கும் இருப்பாரா என்று கேட்டபடி, தன்னிடமிருந்த கதாயுதத்தால் தூணைத் தாக்கினான். தூணைப் பிளந்தபடி வெளிய வந்தது, விஷ்ணுவின் வடிவமான நரசிம்மம். பாதி சிங்கம், பாதி மனிதன் என இரண்டும் கலந்த கலவையாக இருந்தது நரசிம்மம். காலையும் அல்ல இரவும் அல்ல... அந்தி நேரம் அது. வீட்டுக்கு உள்ளேயும் அல்ல வெளியேயும் அல்ல... நிலைப்படி அது. பூமியிலோ ஆகாயத்திலோ அல்லாமல் நரசிம்மத்தின் மடியில் வைத்து, வயிற்றைக் கிழித்துக் கொல்லப்பட்டான் ஹிரண்யகசிபு. முரண்பாடுகளை உள்ளடக்கிய உருவமாக பாதி சிங்கமாக இருந்ததால்தான் நரசிம்மத்தால் ஹிரண்யகசிபுவைக் கொல்ல முடிந்தது.

- நரசிம்ம அவதாரக் கதை, பாகவத புராணம், கிபி 900[1]

உள்ளே

1.	பாதி எரிந்த உடல்	....	09
2.	ஆந்திரத்தின் சோஷலிஸவாதி 1921-71	....	22
3.	பொம்மை முதல்வர் 1971-73	....	47
4.	ஓரங்கட்டப்பட்ட காலம் 1973-74	....	59
5.	தில்லி தர்பார் 1975-91	....	72
6.	துறவி அரசனான கதை	....	111
7.	பொருளாதாரத்தை மீட்டெடுத்தல் 1991-92	....	138
8.	பொருளாதாரத்தை வளர்த்தெடுத்தல் 1992-96	....	178
9.	மக்கள் நல அரசு?	....	214
10.	கட்சியையும் நாடாளுமன்றத்தையும் சமாளித்தல்	....	230
11.	சோனியாவைச் சமாளித்தல்	....	275
12.	பாபர் மசூதி வீழ்ந்தது	....	291
13.	கிழக்கே பார்... மேற்கே பார்...	....	330
14.	அணு ஆயுத வழி	....	358
15.	சிங்கம், நரி, எலி	....	379
	நன்றியுரை	....	407
	குறிப்புகள்	....	416

1

பாதி எரிந்த உடல்

23 டிசம்பர் 2004, மதியம் 2.30 மணி. 9 மோதிலால் நேரு மார்க், புது தில்லி.

வெள்ளை வேட்டியும் தங்க நிற குர்தாவும் அணிவிக்கப்பட்டிருந்தது அந்தச் சடலத்துக்கு.[1] 1991 முதல் 1996 வரை இந்தியாவின் பிரதமராக இருந்த பி.வி.நரசிம்ம ராவின் உடல் அது. காலை 11 மணியளவில் அகில இந்திய மருத்துவ விஞ்ஞானக்கழகத்தில் உயிர் நீத்திருந்தார். ராவின் உடலைப் பக்குவப்படுத்தி வீட்டுக்கு அனுப்பிவைக்க டாக்டர்களுக்கு இரண்டு மணி நேரம் எடுத்துக்கொண்டது.

முதலில் அஞ்சலி செலுத்தவந்தவர்களில் சந்திரா சாமியும் ஒருவர். 1971 தொடங்கி ராவுடன் நெருக்கமாக இருந்த குரு.[2] உறவினர்கள் குழுமியிருந்தார்கள். ராவின் மூன்று மகன்களும் ஐந்து பெண்களும் வந்திருந்தார்கள். அவர்களிடமிருந்து அவர் கொஞ்சம் விலகியே இருந்திருந்தார். அவர் நெருக்கமாக இருந்த பேரப்பிள்ளைகளும் இன்னும் சில உறவினர்களும் அங்கே இருந்தார்கள். கடைசிக்காலம் வரை ராவை வெளிப்படையாக விமர்சித்து, அவரோடு எப்போதும் சண்டையிட்டு வந்த, அவரது மூத்த மகனான ரங்காராவ் உடைந்து போய் அழுதுகொண்டிருந்தார். அவரை யாராலும் தேற்ற முடிய வில்லை.

அதற்குப் பின்னர் அரங்கேறத் தொடங்கியது அரசியல்.

உள்துறை அமைச்சராக இருந்த ஷிவ்ராஜ் பாட்டீல், ராவின் இளைய மகனான பிரபாகர் ராவிடம் பேசினார்: 'இறுதிச் சடங்கு

ஹைதராபாத்தில் நடத்தப்படவேண்டும்' என்றார். ஆனால் ராவ் குடும்பத்தாருக்கு தில்லியில் நடத்தவே விருப்பம் இருந்தது. அது மட்டுமல்ல, ஆந்திர பிரதேசத்தின் முதல்வராக ராவ் பதவி வகித்தது என்னவோ முப்பது ஆண்டுகளுக்கு முந்தைய விஷயம். பின்னர் அவர் காங்கிரஸ் கட்சியின் பொதுச் செயலாளராகவும், மத்திய அரசில் காபினட் அமைச்சராகவும் பல்வேறு பொறுப்புகளை வகித்துவிட்டு, இறுதியாக ஐந்தாண்டு காலம் இந்தியாவின் பிரதமராகவும் இருந்த தெல்லாமே தில்லியில்தான். இதையெல்லாம் பொறுமையாகக் கேட்டுக்கொண்ட ஷிவ்ராஜ் பாட்டீல் கடுகடுத்த குரலில், 'அதெல்லாம் சரி. ஆனால், தில்லியில் நடத்தினால் இறுதிச் சடங்குக்கு யாரும் வரமாட்டார்கள்' என்றார்.[3]

சோனியா காந்தியின் நெருங்கிய நண்பரும் காஷ்மீரைச் சேர்ந்த காங்கிரஸ் பிரமுகருமான குலாம் நபி ஆசாத் வந்தார். அவரும் இறுதிச் சடங்கை ஹைதராபாத்தில் வைத்துக்கொள்ளுமாறு குடும்பத்தாரிடம் கேட்டுக்கொண்டார். ஒரு மணி நேரம் கழித்து, பிரபாகர் ராவுக்கு ஒரு போன் வந்தது. மறுமுனையில் ஒய்.எஸ்.ராஜசேகர ரெட்டி; ஆந்திராவின் முதல்வர். காங்கிரஸ் கட்சிக்காரர்தான் எனினும் நரசிம்ம ராவின் நண்பர் அல்ல. 'இப்போதுதான் கேள்விப்பட்டேன். ஆனந்த்பூர் பக்கத்தில் இருக்கிறேன். மாலையே தில்லி வந்து விடுவேன். இறுதிச்சடங்கை ஹைதராபாத்தில் பெரிய அளவில் செய்துவிடலாம். எல்லாவற்றையும் நான் பார்த்துக்கொள்கிறேன்' என்றார்.

மாலை 6:30. சோனியா காந்தி வந்தார். கூடவே பிரதமர் மன்மோகன் சிங்கும் அவரைத் தொடர்ந்து மத்திய நிதியமைச்சர் பிரணாப் முகர்ஜியும் வந்தார்கள். அந்த நீண்ட வராந்தா வழியே நடந்து, கடைசி அறையில் வைக்கப்பட்டிருந்த ராவின் உடலுக்கு மலர் வளையம் வைத்து அஞ்சலி செலுத்தினார்கள். பிரபாகர் ராவிடம் பிரதமர் 'என்ன செய்யப்போகிறீர்கள்?' என்று கேட்டார். 'இவர்களெல்லாம் இறுதிச் சடங்கை ஹைதராபாத்தில் வைத்துக்கொள்ளவேண்டும் என்கிறார் கள். ஆனால், தில்லிதான் அவருக்கு கர்ம பூமி. நீங்கள்தான் உங்கள் அமைச்சர்களிடம் பேசி, சம்மதிக்க வைக்கவேண்டும்' என்றார் பிரபாகர் ராவ். அதைக் கேட்ட மன்மோகனும் மௌனமாகத் தலையசைத்தார். சோனியா காந்தியும் உடனிருந்தார். ஆனால் எதுவும் பேசவில்லை.

பத்திரிகையாளர் சஞ்சய் பாரு வந்தார். அறுபதுகள் தொடங்கி ராவ் உடன் அவரது தந்தைக்கு நல்ல பழக்கமுண்டு. சஞ்சய் வந்ததும், அவரை நெருங்கி வந்த சோனியாவின் அரசியல் உதவியாளரான அகமது படேல், அவரது தோள் மீது கைபோட்டபடி, தனியாக

அழைத்துச் சென்று, 'உங்களுக்கு ராவ் குடும்பம் நெருக்கம்தானே... உடலை ஹைதராபாத் எடுத்துச் சென்றாகவேண்டும். அதற்கு நீங்கள்தான் அவர்களிடம் பேசி எப்படியாவது சம்மதிக்க வைக்க வேண்டும்' என்றார்.[5]

அதைக் கேட்டபடியே நடந்துகொண்டிருந்த சஞ்சய், அழுகுரல் கேட்டுத் திரும்பினார். இடது பக்கத்தில் இருந்த தனியறையில் கல்யாணி சங்கர், பெருங்குரலெடுத்து அழுதுகொண்டிருந்தார்.[4] ராவின் நெருங்கிய நண்பர். இருபது ஆண்டுகளுக்கும் மேலான நட்பு.

இதற்குள் ஒய்.எஸ்.ராஜசேகர ரெட்டி தில்லி வந்துவிட்டிருந்தார். 'இது நம்முடைய ஆட்சி. கவலை வேண்டாம். நாம் ஹைதராபாத் போய்விடலாம். ராவ் நினைவாக ஒரு பெரிய நினைவு மண்டபமும் கட்டிவிடலாம்' என்றார். எங்களையெல்லாம் சமாதானப்படுத்தி, எப்படியாவது உடலை ஹைதராபாத் எடுத்துச் செல்வதில் ஒய்.எஸ். ஆர். வெகு கவனமாக இருந்தார் என்கிறார் ராவின் மகளான எஸ். வாணி தேவி.[5]

தில்லியிலேயே நரசிம்ம ராவ் நினைவாக ஒரு மண்டபம் அமைக்கப்படவேண்டும் என்பது குடும்பத்தாரின் கோரிக்கை. அங்கு கூடியிருந்த காங்கிரஸ் பிரமுகர்கள் உத்திரவாதம் அளித்தார்கள். ஆனால், உறவினர்கள் யாரும் அதை நம்பத் தயாராக இல்லை. அரசியலிலிருந்து ராவ் ஒதுங்கிய பின்பு, காங்கிரஸ் மேலிடம் அவரை நடத்தியவிதத்தை அவர்கள் நன்கு அறிவார்கள். எனவே, அந்த இரவு நேரத்திலும் வேறு வழியின்றி ஒருவரைச் சந்தித்து உதவி கேட்க முடிவு செய்தார்கள். கடைசிக்காலம் வரை ராவுக்கு உறுதுணையாக இருந்தவர் அவர்.

ரேஸ் கோர்ஸ் ரோடு. மன்மோகன் சிங், வெள்ளை நிற குர்தா பைஜாமா இரவு உடையில் இருந்தார். உடன் வந்திருந்த ஷிவ்ராஜ் பாட்டீல், ராவ் குடும்பத்தினரின் கோரிக்கையை பிரதமரிடம் எடுத்துச் சொன்னார். அதைக் கேட்ட பிரதமரும், 'நோ, ப்ராப்ளம், செய்து விடலாம்' என்றார்.[6]

'அன்றைய நிலைமையை எங்களால் நன்றாகவே புரிந்துகொள்ள முடிந்தது. ராவின் இறுதிச்சடங்கு தில்லியில் நடைபெறக்கூடாது. அவர் நினைவாக தில்லியில் எதுவும் இருக்கக்கூடாது என்று சோனியாஜி நினைத்தார். ஒரு தேசியத்தலைவராக ராவ் பார்க்கப் படுவதை சோனியா ஏனோ விரும்பவில்லை. எங்களால் நிலைமையைச் சமாளிக்க முடியவில்லை. வேறு வழியின்றி ஹைதராபாத் எடுத்துச் செல்வதற்கு ஒப்புக்கொண்டோம்' என்கிறார் பிரபாகர் ராவ்.

மறுநாள், 24 டிசம்பர் 2004. ஏராளமான அரசியல் தலைவர்கள், குறிப்பாக கம்யூனிஸ்ட் மற்றும் பாஜகவைச் சேர்ந்த ஏராளமான தலைவர்கள் அஞ்சலி செலுத்த வந்திருந்தார்கள்.[7] சரியாக காலை பத்து மணிக்கு, பூதவுடலின் மீது தேசியக்கொடி போர்த்தப்பட்டது. உடல், பூக்களால் அலங்கரிக்கப்பட்ட ராணுவ வண்டியில் ஏற்றப்பட்டது.[8] ராணுவ வீரர்கள் தலைமை தாங்க, ஊர்வலம் ஆரம்பமானது. விமான நிலையம் செல்லும் வழியில், கட்சி ஊழியர்கள் அஞ்சலி செலுத்துவதற்காக காங்கிரஸ் கட்சியின் தலைமையிடமான 24, அக்பர் ரோட்டில் நிறுத்தவும் திட்டமிருந்தது. எண்பதுகளின் ஆரம்பத்தில் 9, மோதிலால் நேரு மார்க் இருப்பிடத்தில் ராவ் குடியேறினார். அதன் பிறகு பலமுறை கட்சித் தலைமையகத்துக்கு இந்த வழியாகத்தான் சென்று வந்திருக்கிறார். இது அவருக்கு இறுதிப்பயணம்.

24 அக்பர் ரோட்டை அடைந்ததும் ஊர்வலம் மெதுவாகச் செல்ல ஆரம்பித்தது. கட்சித் தலைமையகத்தின் வாசல் கதவுகள் பூட்டப்பட்டிருப்பது தெரிந்தது. கட்சியின் மூத்த பிரமுகர்கள் நிறைய பேர் கூடியிருந்தார்கள். கூட்டத்தில் எந்தவித முணுமுணுப்பும் இல்லை.[9] எங்கும் மயான அமைதி. தலைமையகத்துக்கு வெளியே, ராவின் உடலைத் தாங்கி வந்த பீரங்கி வண்டி நிறுத்தப்பட்டது. சோனியா காந்தி உள்ளிட்டவர்கள் வெளியே வந்து ராவ் உடலுக்கு இறுதி மரியாதை செலுத்தினார்கள்.

கட்சித் தலைவர்கள் மறைந்தால், சாதாரண ஊழியர்கள் அஞ்சலி செலுத்த வசதியாக உடலைத் தலைமையகத்தில் பார்வைக்கு வைப்பது கட்சியில் நீண்ட காலமாக இருந்துவரும் பழக்கம். ராவ் விஷயத்தில் அது நடக்கவில்லை. குடும்பத்தினர் திகைத்தனர். ராவின் நெருங்கிய நண்பர், மூத்த காங்கிரஸ் பெண்மணியிடம் ஊழியரிடம் ராவ் உடலை உள்ளே எடுத்துச்செல்ல ஏற்பாடு செய்யுமாறு சொன்னபோது, 'கதவுகள் திறக்கப்படுவதில்லை' என்று மறுத்துவிட்டார். 'இது உண்மையல்ல. சில வருடங்களுக்கு முன்பாக, மாதவராவ் சிந்தியா இறந்தபோது, கட்சித் தலைமையகக் கதவுகள் திறக்கப்பட்டு, உடல் உள்ளே எடுத்து வர அனுமதிக்கப்பட்டது' என்று நினைவுகூர்ந்தார் அந்த நண்பர்.

பிரதமர் மன்மோகன் சிங்கின் இருப்பிடம், அக்பர் ரோட்டிலிருந்து சிறிது தொலைவில்தான் இருந்தது. கட்சித் தலைமையகத்தின் உள்ளே ராவ் உடல் ஏன் அனுமதிக்கப்படவில்லை என்று மன்மோகனிடம் பின்னர் கேட்டபோது, தனக்கு அது குறித்து எதுவும் தெரியாது என்றார்.[10]

மற்றொரு காங்கிரஸ் கட்சிக்காரரோ வெளிப்படையாகப் பேசினார். 'கதவுகள் திறக்கப்படும் என்றுதான் நாங்களும் எதிர்பார்த்திருந்தோம்.

ஆனால், உத்தரவு எதுவும் வரவில்லை. கதவைத் திறக்க, ஒரே ஒருவரால் மட்டுமே உத்திரவிட முடியும். ஆனால், அந்தப் பெண்மணி அதைச் செய்யவில்லை' என்றார்.

அடுத்து வந்த அரைமணி நேரமும் மறக்க முடியாதது.[11] ஒரு வழியாக ராவின் உடல், விமான நிலையம் எடுத்துச் செல்லப்பட்டு, இந்திய விமானப்படைக்குச் சொந்தமான ஏஎன்-32 தனி விமானத்தில் ஏற்றப்பட்டது. மாலை சரியாக 4:55 மணிக்கு ஹைதராபாத் சென்றடைந்தது.[12] ஆந்திர முதல்வர், கவர்னர், அமைச்சரவை சகாக்கள், அதிகாரிகள் ஆகியோர் காத்திருந்தார்கள். தேசியக்கொடி போர்த்தப்பட்ட சவப்பெட்டி, இந்திய ராணுவத்தின் கூர்கா ரெஜிமெண்ட் அதிகாரிகளால் பாதுகாப்புடன் கீழிறக்கப்பட்டது. பெட்டியை பீரங்கி வண்டியில் ஏற்றிவிட நினைத்தார்கள். ஆனால், முடியவில்லை. ரப்பர் ஷீட்டை, சவப்பெட்டியின் கீழே பரப்பி, நைலான கயிறுகளால் வண்டியோடு இணைத்துக் கட்டினார்கள்.[13] புதுப்புது முயற்சிகளுக்கு எப்போதும் ஆதரவளித்து வந்த, நரசிம்ம ராவ் இதையும் நிச்சயம் விரும்பியிருக்கக்கூடும்.

ராவின் உடல் தாங்கிய பீரங்கி வண்டி, ஹைதராபாத்தின் தெருக்களில் ஊர்ந்து வர ஆரம்பித்தது. சாலையின் இருபுறமும் ஏராளமானவர்கள் கூடி நின்று அஞ்சலி செலுத்தினார்கள். நகரின் மையப்பகுதியான ஜீப்ளி ஹாலில் ராவின் உடல் ஒரு நாள் முழுவதும் அங்கே வைக்கப்பட்டது. இறுதி மரியாதை செலுத்த ஏராளமானவர்கள் திரண்டுவந்தார்கள்.[14]

இதற்கிடையே ஆந்திர முதல்வர் கொடுத்த வாக்குக்கு ஏற்ப, ஹுசைன் சாகர் ஏரிக்கரையில் இருந்த நான்கு ஏக்கர் இடத்தில் இறுதிச் சடங்கைச் செய்வதற்கான ஏற்பாடுகளில் தீவிரமாக இருந்தார்.[15] இறுதிச்சடங்கு, மறுநாள் மதியம் ஒரு மணிக்கு நடந்தது. பிரதமர் மன்மோகன் சிங் மறக்காமல் கலந்துகொண்டார். தில்லியில் ராவின் உடலுக்குத் தரப்பட்ட இறுதி மரியாதையில் பிரதமருக்கு திருப்தி இல்லை என்று காங்கிரஸ் கட்சியின் மூத்த தலைவரான கே.நட்வர் சிங் நினைவுகூர்கிறார்.[16]

பிரதமர் தவிர, அவரது அமைச்சரவை சகாக்களில் பெரும் பாலானவர்கள் அங்கு வந்திருந்தார்கள். முன்னாள் பிரதமரான ஹெச்.டி.தேவ கௌடா வந்திருந்தார். 1996 தேர்தலுக்குப் பின்னர் தேடி வந்த பிரதமர் பதவியை மறுத்த (நரசிம்ம ராவால் ஹவாலா மோசடி வழக்கில் குற்றம்சாட்டப்பட்டதுகூட ஒரு காரணம்,[17]) அத்வானிகூட வந்திருந்தார். இது தவிர, இந்தியாவின் பல பாகங்களிலிருந்தும் வந்திருந்த சாமானியர்களின் எண்ணிக்கையோ

12 ஆயிரத்தைத் தாண்டும். அவர்களில் பெரும்பான்மையானவர்கள் ராவின் சொந்த கிராமமான வாங்கராவிலிருந்து வந்திருந்தனர்.

காங்கிரஸ் கட்சியின் தலைவியான சோனியா காந்தியால் ஏனோ வர முடியவில்லை.

சிதைக்குத் தீ மூட்டியதும், ரங்கா ராவ் உடைந்துபோய் அழ ஆரம்பித்தார். அவருடைய சகோதரர்கள் ஓடி வந்து தாங்கிக் கொண்டார்கள்.[18] எல்லாம் முடிந்து அரசியல் பிரமுகர்களெல்லாம் கிளம்பிய பின்னரும் பல மணி நேரத்துக்கு சிதை கொழுந்துவிட்டு எரிந்துகொண்டிருந்தது. அன்றிரவு தொலைக்காட்சி சானல்கள், சிதைக்குள் பாதி மட்டுமே எரிந்த உடலைக் காட்டினார்கள். நிராதரவாக விடப்பட்டிருந்த கபாலத்தை நன்கு பார்க்க முடிந்தது.[19] தெரு நாய்கள் சிதையைக் கிளறிக் கொண்டிருந்தன.

நரசிம்ம ராவின் நெருங்கிய நண்பரான, பி.வி.ஆர்.கே.பிரசாத், இறுதிச் சடங்கு குறித்து, உள்ளூர் தொலைக்காட்சியில் விவரித்துக் கொண்டிருந்தார். ராவின் பாதி உடல் மட்டுமே எரிக்கப்பட்டது என்று வந்த செய்திகளை மறுத்தார்.[20] ‘உடல் முழுவதுமாக எரிக்கப் பட்டிருந்தது. ஆனால் சாம்பல் குவியல்தான் உடல் இருப்பது போன்ற தோற்றத்தைத் தந்துகொண்டிருந்தது’. மேலும் அவர் சொல்கையில் ‘உடல் தில்லியிலிருந்து ஹைதராபாத்துக்கு வலுக் கட்டாயமாகக் கொண்டுவரப்பட்டதும், காங்கிரஸ் கட்சி அலுவலகத்துக்கு உள்ளேகூட அனுமதிக்கப்படவில்லை என்பதும் மக்கள் மனதில் அழுத்தமாகப் பதிந்திருந்தது’.

பேசிக்கொண்டே போகும் பிரசாத், நிறுத்தி நிதானமான குரலில் சொல்கிறார்.

‘ராவுக்கு நிகழ்ந்த அவமரியாதை, ஆந்திர மக்கள் மனதில் கோபமாக உருவெடுத்திருந்தது. பாதி உடல் எரியவில்லை என்று செய்தி பரப்பப்பட்டதற்கு அதுதான் காரணம்’.

•

நரசிம்ம ராவ் இறந்து, 12 ஆண்டுகள் ஆகிவிட்டன. ஆனாலும் கட்சியில் தொடர்ந்து அவரது பெயர் இருட்டடிப்பு செய்யப்படுகிறது. 2004 முதல் 2014 வரை, ஆந்திராவிலும் மத்தியிலும் காங்கிரஸ் கட்சியே தொடர்ந்து இரண்டு முறை பதவி வகித்திருக்கிறது. ஆனால், ராவுக்காக எந்தவொரு நினைவிடமும் கட்டப்படவில்லை. அவரது பிறந்தநாளைக்கூட அரசு அதிகாரப்பூர்வமாகக் கொண்டாடுவதில்லை.[21] இன்னமும் அரசு சாராத தனிப்பட்ட நிகழ்ச்சியாகவே ராவின்

பிறந்தநாள் தில்லியில் கொண்டாடப்பட்டுவருகிறது. முன்னாள் உதவியாளர், நெருங்கிய நண்பர்கள் கொண்ட குழுவால் முன்னெடுக்கப்பட்டு, தனிப்பட்ட முறையில் கொண்டாடப்பட்டு வருகிறது. ராவிடம் நெருங்கிப் பழகியதற்காகவே பஞ்சாபின் காங்கிரஸ் பிரமுகரான எம்.எஸ்.பிட்டா, கட்சியில் தனிமைப்படுத்தப் பட்டிருக்கிறார். ஒவ்வொரு ஆண்டும் பஞ்சாபிலிருந்து ஏழை விவசாயிகளை தில்லிக்குத் தன்னுடைய செலவில் அழைத்து வந்து ராவை நினைவுகூர்கிறார். அவர்கள் வருவதெல்லாம் பணம், சாப்பாடு, குடிக்காக மட்டும்தான். வருபவர்களுக்கு ராவ் பற்றி எதுவும் தெரியாது என்கிறார் அந்த நினைவுக்கூட்டங்களில் பங்கெடுக்கும் சஞ்சய் பாரு.[22]

பிறந்த நாள் விழாவில் தவறாமல் கலந்துகொள்ளும் காங்கிரஸ் பிரமுகர்களில் மன்மோகன் சிங்கும் ஒருவர். கட்சியின் எழுதப்படாத விதியை மீறுவது ஏன் என்று கேட்டபோது, பொருளாதார சீர்திருத்த விஷயங்களில் ராவ், தனக்கு முழு சுதந்தரம் கொடுத்ததை நினைவு கூர்கிறார். 'ஆண்டுக்கொருமுறை ராவ் பிறந்த நாள் கொண்டாட்டங் களில் பங்கெடுப்பது பெரிய விஷயமில்லை. அவரது நினைவுகளுக்கு நான் நன்றி சொல்லியாகவேண்டும்' என்கிறார் [23]

தெலங்கானா ராஷ்டிரா சமிதி கட்சியைச் சேர்ந்த கேப்டன் லட்சுமிகாந்தா, ராவுக்கு நெருங்கிய உறவினர். 2012 தேர்தலில் காங்கிரஸ் கட்சியுடன் கூட்டணியில் இருந்தபோது, வாரங்கலில் நரசிம்ம ராவின் சிலை நிறுவப்படவேண்டும் என்று கோரிக்கை விடுத்தார். ஆனால் உள்ளூர் காங்கிரஸ் கட்சிக்காரர்கள் ஒத்துழைக்க வில்லை. சிலை வைக்கப்படுவதைத் தடுக்கவே முயற்சி செய்தார்கள். 'சிலை நிறுவப்பட்டால், அதற்கு மரியாதை செலுத்தவேண்டும். அதை யாராவது போட்டோ எடுத்து, சோனியா மேடத்திடம் காட்டி விட்டால் என்னாவது... அதன் காரணமாகவே, ராவுக்கு சிலை வருவதை அவர்கள் விரும்பவில்லை' என்கிறார்.[24]

நரசிம்ம ராவை, சோனியாவுக்குப் பிடிக்காமல் போனதற்கு ஒரு அடிப்படைக் காரணமுண்டு. பிரதமராகிவிட்டிருக்கும் நிலையில் சோனியாவுக்குத் தான் கட்டுப்படத் தேவையில்லை என்பதைப் புரிந்துகொண்டிருந்தார். சோனியாவுக்கு அது பிடிக்கவில்லை' என்கிறார் கே. நட்வர் சிங்.[25] பரத்பூரின் உயர் குடி வகுப்பைச் சேர்ந்த நட்வர் சிங், பாட்டியாலா மகாராஜாவின் மகளை மணந்தவர். காங்கிரஸ் கட்சியில் சேர்வதற்கு முன்பாக தூதராகப் பணியாற்றியவர்; ராவுக்கு எதிராகச் செயல்பட்டவர். பின்னாளில் சோனியாவுக்கு

நெருக்கமாக இருந்தவர். ராவைப் போலவே நட்வர் சிங்கும் சோனியாவால் கைவிடப்பட்டு, கட்சிக்காரர்களால் ஒதுக்கிவைக்கப் பட்டு, அரசியலில் இருந்தே காணாமல் போனார்.

நுட்பமான ஓரங்கட்டல் மட்டுமல்லாமல் நரசிம்ம ராவின் சாதனை களை வெளிப்படையாகக் கிழித்தெறியும் வேலைகளும் நடந்தேறின. தாராளமயமாக்கலின் காரணகர்த்தாவாக ராஜிவ் காந்தியையும் அதைச் செய்து முடிந்தவராக மன்மோகன் சிங்கையும் தொடர்ந்து காங்கிரஸ் கட்சி முன்னிறுத்துகிறது. காங்கிரஸ் கட்சியின் 125 ஆண்டு கொண்டாட்டங்களில் கலந்துகொண்டு பேசிய சோனியா காந்தி இதையே முன்னிறுத்தினார்: 'ராஜிவ்ஜியின் கனவுகள், நனவாகும் நேரத்தில் அவர் நம்மோடு இல்லை, ஆனால் 1991 தேர்தல் வாக்குறுதியில் அவருடைய சிந்தனைகளின் தாக்கம் இருந்ததைப் புரிந்துகொள்ளமுடியும். அடுத்து வந்த ஐந்தாண்டுகளுக்குமான பொருளாதாரக் கொள்கைக்கு அதுவே அடிப்படையாக அமைந்திருந்தது'.[26]

டிசம்பர் 1992-ல் பாபர் மசூதி இடிக்கப்பட்டதற்கு ராவே முக்கியமான காரணம் என்கிற விமர்சனம் நீண்ட நாட்களாக இருந்து வருகிறது. '99 சதவீத காங்கிரஸ் கட்சியினர் பாபர் மசூதி இடிக்கப்பட்டது ராவின் திட்டமிட்ட சதி என்றே நினைக்கிறார்கள் என்கிறார் பிற விஷயங்களில் நரசிம்ம ராவின் ஆதரவாளரான காங்கிரஸ் பிரமுகர் ஜெய்ராம் ரமேஷ்.[27] எங்களது குடும்பம் ஆட்சியில் இருந்திருந்தால், பாபர் மசூதி இடிக்கப்பட்டிருக்காது என்று ராகுல் காந்தி வெளிப்படையாகவே பேசியிருக்கிறார்.[28] காங்கிரஸ் ஆட்சி காலத்தில் நடந்த மசூதி இடிப்புக்கு அந்தக் கட்சியே தன்னை விமர்சித்துக் கொண்டதால் மற்ற கட்சிகள் வேறு எதுவும் பேச முன்வரவில்லை.

அரசியல் செல்வாக்கு இல்லாத காரணத்தால், வேறு சில அரசியல் சர்ச்சைகளிலும் ராவே குற்றம்சாட்டப்பட்டார். போபால் விஷ வாயு கசிவு வழக்கில் சம்பந்தப்பட்டிருந்த யூனியன் கார்பைடு சேர்மன் வாரன் ஆண்டெர்சன் விடுவிக்கப்பட்டதற்கும்[29] 1984ல் இந்திரா காந்தி படுகொலையானதைத் தொடர்ந்து தில்லி முழுவதும் சீக்கியர்களுக்கு எதிராக நடத்தப்பட்ட வெறியாட்டத்தைத் தடுக்காமல் இருந்ததற்கும்[30] ராவ் மீது குற்றம் சுமத்தப்பட்டது உண்டு. காங்கிரஸ் தலைவரான சல்மான் குர்ஷித் சொல்கிறார், 'ராவ் துரதிஷ்டவசமான நபர். தவறாகப் போன விஷயங்களுக்கு எல்லாம் நினைவுகூரப்படுகிறார். நல்லபடியாக நடந்த எந்தவொன்றுக்கும் நினைவுகூரப்படுவதில்லை'.[31]

ராவின் சாதனைகளை மறைப்பதில் காங்கிரஸ் கட்சிக்கு இணையான பணியை இடதுசாரிக் கட்சிகளும் சில அறிவுஜீவிகளும் செய்திருக் கிறார்கள். ராவின் பொருளாதார சீர்திருத்தங்கள், பணக்காரர்களுக்கு சாதகமானது என்பது அவர்களது விமர்சனம். கம்யூனிஸ்ட் தலைவரான சோம்நாத் சட்டர்ஜியின் வார்த்தைகளில் சொல்லவேண்டு மானால், 'அவையெல்லாம் மக்களுக்குத் தாங்கமுடியாத துயரத்தைக் கொண்டுவந்தன'.[32] இந்த அறிவுஜீவிச் செயல்திட்டத்தின்படி பாபர் மசூதி பிரச்னைக்கும் ராவைக் குறை சொல்லவேண்டியது அவசிய மான விஷயம். ஏனென்றால், மதவாதமும் முதலாளித்துவமும் ஒரே நாணயத்தின் இருவேறு பக்கங்கள் என்பதே மார்க்சிஸ்ட்டுகளின் நம்பிக்கை.

எந்தவொரு அமைப்பின் ஆதரவும் ராவுக்கு கிடைக்காததால், ராவ் மீதான விமர்சனங்கள், பெரிய அளவில் சர்ச்சையாகி, மக்கள் மத்தியில் அவரது செல்வாக்கைச் சின்னாப்பின்னமாகிவிட்டன.

கடந்த சில ஆண்டுகளில் நிறைய மாற்றங்களைப் பார்க்கமுடிகிறது. ராவ் புகழ் பாட சில புதிய ஆதரவாளர்கள் கிடைத்திருக்கிறார்கள். ராவின் எதிரிகள் எந்த அளவுக்குக் கண்மூடித்தனமாக எதிர்க்கிறார்களோ அதுபோலவே இவர்களும் கண்மூடித்தனமான பக்தியை வெளிப்படுத்துகிறார்கள். இவர்கள் சமீப காலங்களில் ராவின் செல்வாக்கை மீட்டெடுக்க முயன்றுவருகிறார்கள்.

மண்ணின் மைந்தர்களைக் கௌரவப்படுத்தும் நோக்கில் தெலங்கானாவில் டி.ஆர்.எஸ் கட்சி களமிறங்கியுள்ளது. ராவை, தெலங்கானாவின் மைந்தராகப் பெருமையுடன் நினைவுகூர்கிறார்கள். 2014 முதல் ஒவ்வொரு ஆண்டும் நரசிம்ம ராவின் பிறந்தநாள் அரசு சார்பில் கொண்டாடப்பட்டுவருகிறது. ராவின் வாழ்க்கை வரலாறு, பள்ளிகளில் பாடமாக வைக்கப்படும் என்று அறிவிக்கப்பட்டிருக் கிறது.[33] தெலங்கானாவில் ஒரு மாவட்டத்துக்கும் பல்கலைக் கழகத்துக்கும் ராவின் பெயர் சூட்டப்பட்டுள்ளது.[34] 2015ல் மத்தியில் பாஜக ஆட்சிக்கு வந்ததும் தில்லியில் ராவ் நினைவாக ஒரு மண்டபம் கட்டப்பட்டுள்ளது. மத்திய நிதியமைச்சரான அருண் ஜெட்லி, 'காங்கிரஸ் கட்சியைச் சேர்ந்த மிகச் சிறந்த பிரதமர் நரசிம்ம ராவ். (நேரு) குடும்பத்தைச் சேராத ஒருவரும் காங்கிரஸ்காரராக இருக்க முடியும் என்பதை நிரூபித்திருக்கிறார்' என்கிறார் ஜெட்லி.[35]

இப்படியான அரசியல் மீட்டெடுப்புகளுக்குக் கொள்கை வழிப் பார்வைகளே காரணம். 'வலதுசாரி' சிந்தனைவாதிகளின் கருத்துருக் கள் சமூக வலைத்தளங்கள், டிவிகள் ஆகியவற்றில் உரத்தகுரலிலும் சில பல்கலைக்கழகங்கள், சிந்தனைமையங்களில் அமைதியாகவும்

முக்கிய இடத்தைப் பெற்றுவரும் இன்றைய காலகட்டத்தில் பொருளாதார சீர்திருத்தங்களுக்காக ராவ் பெருமையுடன் நினைவு கூரப்படுகிறார். நேருவின் சோஷலிசத்தை முடித்துவைத்து, இந்தியப் பொருளாதாரத்தின் புதிய அத்தியாயத்தை ஆரம்பித்துவைத்த கதாநாயகனாகப் போற்றப்படுகிறார். வலுப்பெற்றுவரும் இத்தகைய சிந்தனைப்போக்கின் முன்னணி முகமாக விளங்கும் சுப்ரமணியம் சுவாமி, நரசிம்ம ராவுக்கு பாரத ரத்னா வழங்கப்படவேண்டும் என்று வலியுறுத்துகிறார்.[36]

ராவின் முக்கியத்துவம், வரலாற்றில் அவரது பங்களிப்பு ஆகியவை பற்றிய விவாதங்கள் வலதுக்கும் இடதுக்கும் இடையிலும் காங்கிரஸுக்கும் அதன் எதிர் கட்சிகளுக்கும் இடையிலும் தொடர்ந்து நடத்தப்பட்டு வருகின்றன. இதையொட்டி சில முக்கியமான கேள்விகள் முன்வைக்கப்படுகின்றன. ஆழமான அலசலுக்குப் பின்னரே அதற்கான சரியான பதிலை நாம் கண்டடைய முடியும். தாராளமயமாக்கல் சீர்திருத்தங்களைக் கொண்டுவந்ததில் ராவின் பங்கு என்ன? தாராளமயமாக்கலால் இந்தியாவுக்கு வளர்ச்சியா வீழ்ச்சியா? ராவ் ஏன் பிரதமராகத் தேர்ந்தெடுக்கப்பட்டார்? பாபர் மசூதி இடிக்கப்படவேண்டும் என்று அவர் உள்ளூர விரும்பினாரா? சோனியாவுக்கும் நரசிம்ம ராவுக்கும் இடையில் ஏன் மிகப் பெரிய விரிசல் ஏற்பட்டது? எதிர்ப்பு பலமாக இருந்த நாடாளுமன்றத்தையும் கட்சியையும் சமாளித்து எப்படி ராவினால் முழுமையாக ஐந்தாண்டுகள் ஆட்சிபுரிய முடிந்தது? இந்தியாவின் வெளியுறவுக் கொள்கையில் அவர் புதிய பாதை வகுத்தது உண்மைதானா? அல்லது அந்த மாற்றம் தவிர்க்கமுடியாததாக இருந்ததா? ராவ் மீது சுமத்தப்பட்ட ஊழல் குற்றச்சாட்டுக்கள் உண்மைதானா? நேருவுக்கு அடுத்ததாக இந்தியாவை வெகுவாக மாற்றி அமைத்தவர் என்று நரசிம்ம ராவைச் சொல்லமுடியுமா? ஏராளமான கேள்விகள்.

•

ராவின் ஐந்தாண்டு கால ஆட்சி இந்தியாவை வெகுவாக மாற்றியமைத்தது என்பதை யாராலும் மறுக்கமுடியாது. 1991ல் அவர் பதவியேற்கும்போது, இந்தியப் பொருளாதாரம் முடங்கும் நிலையில் இருந்தது. 1996 ஆண்டுக்குள், இந்தியா 7.5 சதவீத வளர்ச்சியை எட்டியிருந்தது. செயல் திறன் குறைந்த, போதுமான நிதி ஆதாரங்கள் இல்லாத 'மக்கள் நல' அரசை நிர்வகிக்கும் பொறுப்பு ராவிடம் வந்து சேர்ந்திருந்தது. உணவுப் பாதுகாப்புத் திட்டம், ஊரக வேலை வாய்ப்பு உத்தரவாதத் திட்டம் போன்று இன்று அமலில் இருக்கும் பல திட்டங்கள் ராவின் ஆட்சியில்தான் ஆரம்பிக்கப் பட்டன. அவர் ஆட்சிக்கு வந்த காலத்தில் இந்தியாவின் முக்கிய

சர்வதேசக் கூட்டாளியான சோவியத் யூனியன் சிதைய ஆரம்பித்திருந்தது. அவர் பதவியை விட்டுக் கீழிறிங்கும்போது, அமெரிக்கா, இஸ்ரேல், சீனா மற்றும் கிழக்கு ஆசிய நாடுகளுடனான நல்லுறவில் இந்தியா பெரிய அளவில் முன்னேற்றம் கண்டிருந்தது.

1991 வரை இந்தியா தனது எல்லைப்பகுதிகளில் கடுமையான நெருக்கடியைச் சந்தித்துக் கொண்டிருந்தது. தமிழீழ விடுதலைப் புலிகள், ராஜிவ் காந்தியைப் படுகொலை செய்திருந்தார்கள். அமைதியை நிலைநாட்ட முடியாத காரணத்தால் காஷ்மீரிலும் பஞ்சாபிலும் பொதுத்தேர்தல் ஒத்திவைக்கப்பட்டிருந்தது. வடகிழக்கில் நடந்த கலகங்கள் தீருவதாக இல்லை. பதவியிலிருந்து ராவ் விலகும்போது, பஞ்சாப் அஸ்ஸாம் பகுதிகளில் அமைதி திரும்பி விட்டிருந்தது. காஷ்மீர் அமைதிப்பாதையில் திரும்பிக் கொண்டிருந்தது. மத்திய அரசின் செயல்பாட்டில் மட்டுமல்லாமல் கட்சியிலும் ஏராளமான மாற்றங்களைக் கொண்டுவந்திருந்தார். சின்னச் சின்ன விஷயங்களுக்கெல்லாம் நேரு குடும்பத்தைச் சார்ந்து இயங்கிக் கொண்டிருந்த காங்கிரஸ் கட்சியைச் சுயசார்பு உடையதாக மாற்றி அமைத்தார்.

ராவ் கொண்டு வந்த சீர்திருத்தங்கள், உலக அரங்கில் இந்தியாவின் முகத்தை மாற்றியமைத்தன. 1991ல் நடுத்தர குடும்பங்களின் எண்ணிக்கை 30 மில்லியனைத் தாண்டவில்லை.[37] ஆனால், 2013ல் நடுத்தர குடும்பங்களின் எண்ணிக்கை 300 மில்லியனைக் கடந்தது.[38] இந்தியாவில் சாலைகளின் நீளம் 2.3 மில்லியன் கிலோமீட்டர் மட்டும் இருந்தது. அதுவே 2012ல் இரண்டு மடங்காக மாறியது.[39] விமானப் பயணம் என்பது இந்திய குடிமக்களுக்கு எட்டாத விஷயம். இந்தியன் ஏர்லைன்ஸை விட்டால் வேறு வழியில்லை. 1991ல் பத்து மில்லியனுக்கும் குறைவானவர்களே விமானத்தில் பயணம் செய்தார்கள்.[40] 2014ல் ஏறக்குறைய 82 மில்லியன் மக்கள் விமானப் பயணம் செய்தனர்.[41]

ரயில் பயணம், சாமானிய மக்களுக்கு சாத்தியப்பட்டது. ஆனால் முன்பதிவு செய்வதற்கு மணிக்கணக்காக வரிசையில் நின்றாக வேண்டும். அப்படிக் காத்திருந்தாலும், தூங்கும் வசதி உள்ள இருக்கை கிடைப்பது அரிதான விஷயம். ஒவ்வொரு கிராமத்திலும் ஒரு தொலைபேசி இயக்ககம் என்பது ராஜிவ் காந்தியின் கனவு. ஆனால், 1991 வரை தொலைபேசி வைத்திருந்தவர்களின் எண்ணிக்கை வெறும் 5 மில்லியன் மட்டும்தான்.[42] பின்னர் நிலைமை மாறிவிட்டது. 2015ல் இந்தியாவில் ஒரு பில்லியன் தொலைபேசி சந்தாதாரர்கள் இருந்தார்கள்.[43]

ராவுக்கு முந்தைய காலத்தில் பொழுதுபோக்கு என்பது அரிது. ஒரே ஒரு சின்ன டிவியின் முன்னால் கூடி நின்று ராமாயணம், மகாபாரதம் பார்த்த காலமுண்டு. தூர்தர்ஷனைத் தவிர வேறு தொலைக்காட்சி சேனல்கள் இல்லாத நிலை. 2015ல் நாம் பார்த்து ரசிக்க 832 தொலைக்காட்சி சேனல்கள் உள்ளன.[44]

சமூகத்தில் மிகப் பெரிய மாற்றங்களைச் சாத்தியப்படுத்தியவர்கள் என்கிற வகையில் 21ம் நூற்றாண்டு சிற்பிகளான ஜவாஹர்லால் நேரு, சீனாவின் டெங் ஜியாபிங், அமெரிக்காவின் பிராங்க்ளின் ரூஸ்வெல்ட், ரொனால்டு ரீகன், பிரிட்டனின் மார்கரெட் தாட்சர், ஃபிரான்ஸின் சார்லஸ் தெ கால் வரிசையில் நரசிம்ம ராவையும் நாம் நிச்சயம் சேர்க்க முடியும்.

ஆனால், மேற்குறிப்பிட்ட தலைவர்களிடம் இருந்த சாதகமான விஷயங்கள் எதுவும் ராவிடம் இல்லை என்பது இங்கே முக்கியமான விஷயம்.

டெங் போல் அல்லாமல், நரசிம்ம ராவுக்கு குழப்பங்கள் மலிந்த ஜனநாயக நாட்டில் செயல்படவேண்டியிருந்தது. பல்வேறு விஷயங்கள் அவரது அதிகாரத்தைக் குறைத்தன. ரூஸ்வெல்ட், சார்லஸ் தெ கால் போல் வசீகரமோ மக்கள் செல்வாக்கோ ராவுக்கு இருந்ததில்லை. ரீகன், தாட்சர், நேருபோல் நாடாளுமன்றத்தைக் கட்டுப்படுத்தும் அதிகாரமோ கட்சியின் லகானோ அவரிடம் இருந்ததில்லை. கட்சிக்குள்ளேயே ராவுக்கு ஏராளமான அதிருப்தியாளர்கள் இருந்தார்கள். ஒவ்வொரு வாரமும் அவர்களைச் சமாளித்து, அரசு இயந்திரத்தை நகர்த்துவது சவாலாக இருந்தது. ராவ் தலைமையிலான அரசு, சிறுபான்மையாக இருந்தாலும் ஐந்தாண்டு ஆட்சியை நிறைவு செய்தது. ஐந்தாண்டுகள் முழுவதும் பிரதமராக இருந்து, பதவியில் தாக்குப்பிடித்ததே பெரிய சாதனைதான். அதையும் தாண்டி அவர் சாதித்தது ஆச்சரியமான விஷயம்.

ஏராளமான எதிர்ப்புகள் இருந்தாலும், அதையும் மீறி மகத்தான சாதனை புரிந்த தலைவர்கள் இந்திய மண்ணில் உண்டு. நேரு குடும்பத்தைச் சாராதவராக இருந்தும், லால் பகதூர் சாஸ்திரியால் பாகிஸ்தானுக்கு எதிரான யுத்தத்தில் ஜெயிக்கமுடிந்தது. சில தனியார் நிறுவனங்களை ஊக்கப்படுத்த முடிந்தது. பசுமைப் புரட்சியைக் கொண்டு வரமுடிந்தது.[45] ஆனால் சாஸ்திரிக்கு காங்கிரஸ் கட்சிக்காரர்களின் ஆதரவு கடைசிவரை இருந்தது. நாடாளுமன்றத்தில் அறுதிப் பெரும் பான்மை பெற்ற பிரதமராக இருந்தார். ஆனால் ராவுக்கு இதெல்லாம் வாய்க்கவில்லை. ஹெச்.டி.தேவ கௌடாவும் ராவைப் போல் பலவீனமான பிரதமராகவே இருந்தார். ஒரு சில மாற்றங்களை

முன்னெடுத்தார். ஆனால், நரசிம்ம ராவ் போல் அவரால் தாக்குப்பிடிக்க முடியவில்லை.

மிகக் குறைவான அரசியல் அதிகாரத்தைக் கையில் வைத்துக் கொண்டு, நரசிம்ம ராவால் எவ்வாறு பெரிய அளவில் சாதிக்க முடிந்தது என்ற புதிருக்கான விடையைத் தேடுவதே இந்தப் புத்தகத்தின் நோக்கம்.

அதற்கு முன்னர், ஒரு பிரதமராக பொருளாதாரம், மக்கள் நலத்திட்டங்கள், பாபர் மசூதி, வெளியுறவுக் கொள்கை, அணு ஆயுத உற்பத்தி, உள்நாட்டு பாதுகாப்பு போன்றவற்றில் நரசிம்ம ராவ் செய்த அரும்பணிகளை அறிந்துகொள்வது முக்கியம். கட்சி, நாடாளுமன்றம் மற்றும் சோனியா காந்தி என மூன்று வலுவான அதிகாரமையங் களைச் சமாளித்து ராவ் அதிகாரத்தைத் தக்கவைத்துக்கொண்டதையும் அலசவேண்டும்.

ராவின் இளமைப்பருவம், தெலங்கானா வாழ்க்கை, காங்கிரஸ் கட்சியில் சேர்ந்து பணியாற்றியது, நிஜாமுக்கு எதிராகப் போராடியது, ஆந்திர அரசியல் அனுபவம், சோஷலிஸ்ட் முதல்வராகப் பெற்ற தோல்விகர அனுபவம், அதை விடுத்து வெளியுறவுத்துறை பொறுப்பை ஏற்றுக்கொண்டு பணியாற்றியது, பின்னர் தில்லிக்குத் திரும்பி வந்து நம்பர் டூவாக மாறியது, 1991ல் ஓய்வுபெற்று ஒரு இந்து மடாலயத்துக்குக் கிட்டத்தட்ட தலைமை தாங்கும் அளவுக்குப் போனது என எத்தனையோ திருப்புமுனைகள்.

ஆரம்பகாலத்தில் ராவ் பயின்ற அரசியல் பாலபாடங்களும் தனிப்பட்ட வகையில் பெற்ற அனுபவங்களுமே பின்னாளில் அவர் பிரதமரான போது நிலைமையைச் சமாளிக்கக் கைகொடுத்தன. மரணப்படுக்கையில் அவர் இருந்தபோது கடைசியாக அவர் சொன்ன வார்த்தைகள், சொந்த ஊரிலிருந்த பண்ணை வீட்டில், பெற்றோருடன் இருந்த நினைவுகளை வெளிப்படுத்தின. இதில் ஆச்சரியம் எதுவு மில்லை.[46] நரசிம்ம ராவ் எப்படி இந்தியாவை மாற்றியமைத்தார் என்பதைப் புரிந்துகொள்ளவேண்டுமென்றால் அவரைப் போலவே வாங்கரா கிராமத்திலிருந்துதான் நாமும் ஆரம்பிக்கவேண்டும்.

2

ஆந்திரத்தின் சோஷலிஸவாதி : 1921-71

நரசிம்ம ராவுக்கு அவருடைய தாத்தாவின் பெயரே வைக்கப்பட்டது.[1] பம்முலபட்டி என்பது குடும்பப் பெயர். ஆந்திர சமூகத்தின் வழக்கப்படி, அதுவே அவரது முதல் பெயரானது. திருப்பதி வெங்கடாசலபதி நினைவாக வைக்கப்பட்ட, வெங்கட என்பது நடுப்பெயரானது. அவர் பிறந்தபோது தந்தையின் வீட்டு கதவைத் தட்டிய ஒரு சூஃபி, 'உங்களது மகன் ஒரு நாள் பாதுஷா ஆவான்' என்று சொன்னாராம்.[2]

பம்முலபட்டி வெங்கட நரசிம்ம ராவ், 1921 ஜூன் மாதம் 28ஆம் நாள் பிரிட்டிஷ் இந்தியாவில் பிறந்தார். தற்போதைய தெலங்கானாவின் கரீம் நகர் மாவட்டத்தின் பச்சைப்பசேல் வயல்வெளிகள் சூழ்ந்த வாங்கரா என்னும் கிராமத்தில் அவரது தந்தையார் வசித்து வந்தார். அவரது மனைவி, பிரசவத்துக்காக அருகில் இருந்த லக்கினபல்லி என்னும் தாய் வீட்டுக்குப் போயிருந்தார்.[3] ராவின் வார்த்தைகளில் சொல்வதென்றால், 'இரண்டு கிராமங்களும் வட இந்தியாவையும் தென்னிந்தியாவையும் இணைக்கும் பாலமாக இருந்தன'.[4] தெலுங்கு, மராத்தி, கன்னடம், ஒரியா, இந்தி பேசும் பகுதிகளோடு தொடர்பில் இருந்த காரணத்தால் கிராமவாசிகளுக்கு ஐந்து மொழிகளிலும் பரிச்சயம் உண்டு. அதுமட்டுமல்ல, ஹைதராபாத் சமஸ்தானத்தின் கீழ் இருந்ததால் ஆட்சி மொழியாக உருது இருந்தது. நீதிமன்ற நடைமுறைகளெல்லாம் பாரசீக மொழியில் இருந்தன. சிறு வயதிலேயே ராவுக்கு சகல மொழிகளும் பரிச்சயப்பட்டிருந்ததால், அவரால் பத்து மொழிகளிலும் பேச முடிந்தது.[5]

ராவின் பெற்றோர் பிராமணர்கள். தந்தை சீதாராம ராவுக்கு 200 ஏக்கர் வறண்ட நிலம் சொந்தமாக இருந்தது. அந்த கிராமத்தில் இருந்த இன்னொரு பிராமணக் குடும்பம் ராவ் குடும்பத்துடன் மூன்று வகையில் தொடர்புகொண்டிருந்தது. ஒன்று ரத்த உறவு; இன்னொன்று இருவர் வீடுகளுக்கும் நடுவில் பொதுச் சுவர் இருந்தது; மூன்றாவதாக இரு குடும்பத்தின் அன்றாடப் பணிகளும் ஒன்றே. அந்த இன்னொரு குடும்பத்துக்கோ 1200 ஏக்கர் விவசாய நிலமும் மாந்தோப்பும் இருந்தன. அந்த கிராமத்தின் பெரிய பண்ணைக்காரர்களாக அந்தக் குடும்பத்தினரே இருந்தனர். இது ராவுக்கு கவனத்தை ஈர்த்த விஷயமாக இருந்தது. பின்னாளில் ராவ், அந்தக் குடும்பத்தைத் தனதாக்கிக்கொண்டார்.

வாங்கரா, ஹைதராபாத் நிஜாம் கட்டுப்பாட்டில் இருந்தது. அதன் காரணமாகவே மைய அரசியல் நீரோட்டத்தில் கலக்காமல் தனிமைப்பட்டிருந்தது. ராவ் போன்ற இளைய தலைமுறையின் மனதில் இதுவொரு பெரிய தாக்கத்தை ஏற்படுத்தியிருந்தது.

பிரிட்டிஷ் இந்தியாவின் நிலப்பகுதிக்குள் இருந்த குட்டி சமஸ்தானங்களின் உலகம் வேறாக இருந்தது. 20 ஆம் நூற்றாண்டு தொடக்கத்தில் ஏறக்குறைய 500 சமஸ்தானங்கள்[6] இந்தியாவெங்கும் நிறைந்து இருந்தன.[7] சில சமஸ்தானங்கள், கையடக்கமுள்ள கிராமங்கள் அளவே இருந்தன. ஹைதராபாத் சமஸ்தானத்தின் ஆட்சிக்குட்பட்ட இடம், கிட்டத்தட்ட வேல்ஸ், இங்கிலாந்து, ஸ்காட்லாந்து மூன்றும் சேர்ந்தால் வருவதைவிடப் பெரிது. ஏழாம் ஆசஃப் ஜா நிஜாம் என்னும் முஸ்லிம் ஆட்சியாளரின் கட்டுப்பாட்டில் இருந்த ஹைதராபாத் சமஸ்தானத்தில் இருந்தவர்களில் ஏறக்குறைய 85 சதவீதம் பேர் இந்துக்கள்.[8]

இந்த மத சமநிலையின்மை நீங்கலாக வர்க்க இடைவெளியும் பெரிதாக இருந்தது. நிலவுடமை என்பது காலனிய இந்திய அளவுகோல்களின்படிப் பார்த்தாலும் சிக்கலானதாகவே இருந்தது. ‘மத்திய கால இஸ்லாமிய அரசின் சமூக, அரசியல் அமைப்புகள் கிட்டத்தட்ட அப்படியே தக்கவைக்கப்படும்’ என்று பிரிட்டிஷார் நிஜாமுக்கு உத்தரவாதம் தந்திருந்தனர்.[9] இது நிஜாமுக்கும் நிலத்தை உழுது பயிரிட்டவர்களுக்கும் நடுவே பல ஆதிக்க சக்திகள் தொடர்ந்து இருந்திட வாய்ப்பளித்தது. நிலங்களின் பெயரளவிலான உரிமைகள் ஜாகீர்தாரிகள்வசம் இருந்தன. ஆனால், நிலத்தைப் பயிரிட்டவர்கள், குத்தகைதாரர்கள் ஆகியோர் மீதான உண்மையான அதிகாரம் தேஷ்முக் அல்லது தோரா என்னும் கிராமத்துக் கங்காணி களின் வசம் இருந்தது. நிஜாம், தோராக்களுடன் நேரடி தொடர்பில்

இருந்தார். தோராக்களும் நிஜாமுக்கு தவறாமல் கப்பம் கட்டினார்கள். நிஜாம், பிரிட்டிஷாருக்கு கப்பம் கட்டினார்.

தோராக்களில் பெரும்பாலானவர்கள் இந்துக்களாகக் குறிப்பாக, ரெட்டி, வேலாம, பிராமண குடும்பத்தைச் சேர்ந்தவர்களாக இருந்தார்கள்.[10] ரெட்டிகளும், வேலாம இனத்தவர்களும் கிராம நிர்வாகத்தைக் கவனித்தார்கள். பிராமணர்கள், நில வருவாய் வசூலைக் கவனித்துக்கொண்டார்கள்.[11] நரசிம்ம ராவின் முன்னோர்கள் தெலங்கானா பிராமணர்களாக தோராவாக[12] இருந்தார்கள். அப்படியாக அவருடைய குடும்பம் இந்தச் சுரண்டல் அமைப்பின் அங்கமாக இருந்தது.

1921 வாக்கில் எழுந்த தேசியவாதம் இத்தகைய சமூக அநீதிகளுக்கு எதிராக நாடு தழுவிய அளவில் போராடத் தொடங்கியிருந்தது. பிரிட்டிஷாருக்கு எதிராக ஒத்துழையாமை இயக்கத்தை ஆரம்பித்த மகாத்மா காந்தியடிகள், காங்கிரஸ் பேரியக்கத்தில் பல மாற்றங் களைக் கொண்டு வந்தார். அதுவரை மேட்டுக்குடியினர் கூடிக் கலந்து பேசும் குழுவாக மட்டுமே செயல்பட்டு வந்த கட்சி, மக்கள் செல்வாக்கு பெற்ற பெரிய அரசியல் இயக்கமாக மாறியது. மிரண்டுபோன நிஜாம், அரசியல் காங்கிரஸ் கட்சிக்கூட்டங்களுக்குத் தடை போட்டார். அனுமதியின்றி சமஸ்தானத்துக்குள் நுழையவும் தடை விதிக்கப் பட்டது.[13] மக்கள் இயக்கம் வலுப்பெறத் தொடங்கிய காலகட்டம் அது. ஆட்சியாளர்களின் அடக்குமுறை அதிகரிக்கத் தொடங்கிய காலமும்கூட. இப்படியான காலகட்டத்தில்தான் ராவ் பிறந்தார்.

இந்தச் சூழ்நிலைகள் ராவின் இளமைப் பருவத்தை வெகுவாக வடிவமைத்தன. ஆனால், அவருடைய குழந்தைப் பருவம் இந்தத் தாக்கம் எதுவுமின்றிக் கழிந்தன. யாதவ், கௌடா, ரெட்டி, தலித் என மற்ற சமூகத்தவர்களோடு அரச ஆதரவுபெற்ற சில முஸ்லிம் குடும்பத்தினரும் வாங்கராவில் வசித்து வந்தார்கள். ராவ் கிராமத்தில் அனைத்து சாதிச் சிறுவர்களுடன் ஓடிப் பிடித்து விளையாடினார். அதில் முஸ்லிம் நண்பர்களும் உண்டு. பச்சைப்பசேல் வயல்வெளிக்கு நடுவே செம்மண் பாதையைத் தாண்டிய பிறகுதான் வாங்கரா கிராமத்துக்குள் நுழைய முடியும்.[14] அதுவே ஒற்றையடிப் பாதையாக நீண்டு ஒரு சிறிய குளத்தில் முடியும். சிறுவயதில் ராவ் இங்குதான் குளிப்பார். குதித்து விளையாடுவார். வெய்யிலில் ஓடியபடி உடலைக் காயவைத்துக்கொள்வார்.

சிறுவயதில் மகாபாரதமும் ராமாயணக்கதைகளும் ராவுக்கு பரிச்சயமுண்டு. ஹனுமனைப் போல் ராவும் தன் வீட்டில் ஒரு மேஜையில் இருந்து இன்னொரு மேஜைக்குத் தாவி 'இலங்கைக்குத்

தீ வைப்பார்'.[15] வேத முழக்கம், சமஸ்கிருத ஸ்லோக உச்சாடனம், இந்து பண்டிகைகளைக் கொண்டாடுவது ஆகியவை நிஜாமால் அனுமதிக்கப்பட்டதோடு ஆதரிக்கவும்பட்டன.[16] இவையெல்லாம் மதச்சார்பின்மை என்பதோடு, நமது கலாசாரத்தின் அங்கம் என்கிற புரிதலும், அதை அழியாமல் காப்பாற்றுவது கடமையாகவும் உணரப்பட்ட காலம். 'அரசியல் சுதந்தரம் அனுமதிக்கப்படாத சூழலில், கலாசார அம்சங்கள் செல்வாக்கு பெற்று விளங்கின' என்று பின்னாளில் ராவ் எழுதியிருந்தார்.[17]

நான்கு வயது நிறைவடைந்த நேரத்தில் நரசிம்ம ராவ், தத்தெடுக்கப் பட்டார். குழந்தை இல்லாத காரணத்தால் பக்கத்து வீட்டு பங்காளி குடும்பத்தினர் ராவைத் தத்தெடுத்துக்கொண்டார்கள். வாரிசு இல்லாததால் தங்களுடைய சொத்துக்களை, நிஜாம் அரசு பறிமுதல் செய்துவிடும் என்கிற பயம் காரணமாக இருந்தது.[18] தத்தெடுத்த பின்னர் இரு குடும்பத்தாரும் ஒன்றாக இணைந்துவிட்ட காரணத்தால், ராவ் குடும்பம் வாங்கராவிலேயே பெரிய பணக்காரக் குடும்பமானது. ஆனால், அந்தத் தத்துக்கொடுத்தல் என்பது சட்டத்துக்காகச் செய்யப்பட்ட கண்துடைப்பு ஏற்பாடுதான். ராவ் சொந்தப் பெற்றோரால்தான் வளர்க்கப்பட்டார்.[19] 'தத்துப் பிள்ளை யாகிவிட்டோம் என்பதற்காகப் பிறந்த குடும்பத்தை ஒதுக்கிவிடக் கூடாது. உன்னுடைய அம்மாவையும் கூடப் பிறந்தவர்களையும் பத்திரமாகப் பார்த்துக்கொள்' என்று அடிக்கடி அவரது தந்தையார் சொல்வாராம்.[20] கடைசிவரை, ராவ் அதை மறக்கவில்லை. இரண்டு குடும்பங்களையும் ஒன்றாகவே நடத்தினார்.

புதிய குடும்பத்திடமிருந்து 'தோரா'க்களின் மேட்டிமைத்தனத்தை மட்டும் அவர் ஸ்வீகரிக்கவில்லை. தன்னை எப்போதும் 'நடுத்தர வர்க்க'த்தைச் சேர்ந்தவராகவே நினைத்தார். பின்னாளில் நில உச்ச வரம்பு சட்டத்தை மதித்து, தன்னுடைய வசமிருந்த சொத்துகளை வெகுவாகக் குறைத்துக்கொண்டார்.

பூர்விகச் சொத்துகள் கைவிட்டுப் போகாமல் இருக்க தத்தெடுத்துக் கொள்வது வழக்கமான விஷயம்தான். ஆனால், நரசிம்ம ராவை மற்றவர்களிடமிருந்து வித்தியாசப்படுத்தியது அவரது படிப்புதான். எழுத, படிக்கக் கற்றுக்கொண்டதும் அவரது அபாரமான நினை வாற்றலும் ஆச்சரியப்படவைத்தன. தென்னிந்திய பிராமணர்களில் பலர் மத வழிக் கல்விப் பாரம்பரியத்தில் இருந்து நகர்ந்து நவீனக் கல்வி கற்று கிழக்கிந்திய கம்பெனியின் குமாஸ்தாவாகவும் காலனிய அதிகாரி களாகவும் ஆகியிருந்தனர். ஆனால், ஹைதராபாத் சமஸ்தானத்தில் இதெல்லாம் சாத்தியமில்லை. அரசு பணிகள் என்பது முஸ்லிம் களுக்கு மட்டுமேயானதாக இருந்தது. நன்றாகப் படித்தாலும்,

சமஸ்தானத்தில் வேலை கிடைக்கும் வாய்ப்பும் இல்லை என்பதால் ராவுக்கு கல்விக்கான உந்துதல் தரும்படியாக எதுவும் இருந்திருக்க வில்லை. அதோடு அவருடைய குடும்பமும் நிலத்துடன் பிணைக்கப் பட்டதாக இருந்தது; கோவிலுடன் அல்ல.

வைரங்கள், இயல்பாகவே ஜொலிப்பதுண்டு. பட்டை தீட்டப்படும் போது இன்னும் ஜொலிக்க ஆரம்பிக்கின்றன. சிறு வயதிலேயே ராவ், தான் ஒரு வைரம் என்பதை நிரூபித்தார். நெஞ்சோடு கட்டியணைத்துக் கொண்டு, அவரது தந்தை பகவத் கீதை ஸ்லோகங்களைச் சொல்லித் தருவார். ஒரு சில வாரங்களில் அவற்றை நினைவில் நிறுத்தி, சரியாகச் சொல்லிவிடுவார் ராவ்.[21] முறையான படிப்பில்லாத சீதாராம ராவுக்குத் தன்னுடைய பிள்ளைகள், பள்ளிக்கூடத்தில் சேர்ந்து முறைப்படிப் படிக்கவேண்டும் என்கிற ஆசை இருந்தது. தன்னுடைய மூத்த மகனான ராவ், கிராமத்தில் இருந்த ஒரே ஒரு ஆசிரியரின் அறிவையும் விஞ்சி நின்றபோது, பெருமிதம் கொண்டார். பக்கத்து கிராமத்திலிருந்த பெரிய பள்ளிக்கூடத்தில் ராவைச் சேர்த்துவிட்டார்.

•

ராவ் தன் 7வயதிலேயே படிப்புக்காகப் பெற்றோரை விட்டுப் பிரிய நேர்ந்தது. அந்தப் பிரிவுத்துயர், வாழ்க்கை முழுவதும் அவரைத் துரத்தியது. பல தலைமுறைகளாக வயல்வெளியே கதியென்று கிடந்த ஒரு குடும்பத்திலிருந்து முறைப்படியான பள்ளிப்படிப்புக்காக வெளியூருக்குச் சென்றது அதுவே முதல் முறை. பெரிய பணக் காரராக, பண்ணையாளராக இருந்தாலும் படிப்பு, அவரைச் சொந்தக் காலில் நிற்க வைத்தது. ஐந்து மாதங்களுக்கு ஒரு முறை மட்டும் ஊருக்கு வந்து பெற்றோரைச் சந்திக்க முடியும். படிப்புதான் அவரை கிராமத்திலிருந்து, நகரத்துக்குக் கொண்டு வந்து சேர்த்தது. அங்கிருந்து அரசியலுக்கும் பின்னர் அதிகாரத்தை நோக்கிய நகர்வுக்கும் காரணமாக இருந்தது. பின்னாளில் அதுவே அவர் பிரதமராகவும் காரணமானது. இன்னொரு பக்கம், படிப்புதான் அவரைத் தனிமைப்படுத்தியது. சொந்தங்களிடமிருந்தும் சமூகத்தி லிருந்தும் அவர் விலகியிருக்கக் காரணமாகவும் இருந்தது. தனது எண்ணங்களையும் கருத்துகளையும் மற்றவர்களிடம் பகிர்ந்து கொள்ளத் தடையாக இருந்ததும் படிப்புதான். தன்னுடைய குழந்தை களிடமிருந்து ராவ் விலகியிருந்தார்; மூத்த மகனான ரங்காவால் கடுமையாக விமர்சிக்கப்படவும் நேர்ந்தது.

சிறுவயதில் படிப்புக்காகப் பெற்றோரைப் பிரிந்த விஷயம், 76 வயதில் தில்லி மருத்துவமனையில் மரணப்படுக்கையில் இருந்த போதுகூட அவருக்குப் பெரிய மனத்தாங்கலாக இருந்திருக்கும்.

மரணப்படுக்கையில், நினைவுகள் தடுமாறும் நேரத்தில், தன்னுடைய சொந்த ஊரில், வயல் வரப்புகளுக்கு நடுவே நடந்துகொண்டிருப்பதாக அடிக்கடிச் சொல்வாராம்: 'வெள்ளைச் சட்டையணிந்து வயல்வரப்பில் அப்பா நின்றுகொண்டிருக்கிறார். என்னைப் பார்த்துவிட்டார். கையசைத்து அருகில் வரும்படி சொல்கிறார். நான் போகவேண்டும். எப்படியாவது போகவேண்டும். என்னைப் போக விடுங்கள்'.[22]

1931. ராவுக்குத் திருமணமானபோது அவருக்கு வயது 10. அவருடைய மனைவியாக வந்த சத்யம்மா, ராவைத் தத்தெடுத்த அன்னைக்கு உறவினர். பூர்விகச் சொத்து, எந்த வகையிலும் கைவிட்டு போய் விடக்கூடாது என்பதுதான் அவர்களுடைய கணக்கு.[23] ராவ் உடனான திருமண வாழ்க்கையில் எட்டு குழந்தைகளைப் பெற்று, வாங்கராவில் இருந்து விவசாயத்தைக் கவனித்துக்கொண்டார் சத்யம்மா. ராவின் அரசியல் வாழ்க்கையில் கடைசிவரை அவர் தலையிடவேயில்லை. வாழ்க்கையில் பின்னர் நடந்த பல விஷயங்களைப் போலவே அந்தச் சிறு வயதுத் திருமணமும் ராவை மீறியே நடந்திருந்தது. ராவுக்கு 'திருமண வாழ்க்கை, ஏமாற்றமாக இருந்தது; ஆனால் அதிர்ச்சியடையவில்லை. அந்தராத்மா எல்லாவற்றிலிருந்தும் விலகியே இருந்தது'.[24]

சிறுவயதில் தத்துப்பிள்ளையானது, நெருங்கிய உறவுகளை விட்டுப் பிரிந்து நின்றது, பத்து வயதுக்குள்ளாகவே திருமணம் என அடுத்தடுத்த திருப்பங்கள். ராவின் சம்மதம் இல்லாமலேயே அனைத்தும் நடந்து முடிந்துவிட்டன. தன்னால் எதையும் செய்ய முடியாதபோது, மௌனத்தைக் கடைப்பிடிப்பது வழக்கமாக இருந்தது. 'ஒரு சில சந்தர்ப்பங்களில் மட்டுமே மனசாட்சியின் குரலைக் கவனமாகக் கேட்டு, தவறாமல் செயல்படுத்தினேன்' என்று பின்னாளில் ராவ் எழுதியிருந்தார்.[25]

1937ல் ராவ் தன்னுடைய பள்ளி உயர் படிப்பை முடித்திருந்தார். ஹைதராபாத் சமஸ்தானத்தில் முதல் மாணவனாகத் தேறியிருந்தார்[26]. அதுவொரு பெரிய சாதனை. மேற்படிப்பைத் தொடர, அதுதான் குடும்பத்தினரைச் சம்மதிக்க வைத்தது.

1937. ஹைதராபாத்தில் அரசியல் குழப்ப நிலை ஏற்பட்டிருந்த நேரம். பிரிட்டிஷ் அரசின் நேரடி ஆட்சிக்கு உட்பட்ட மாகாணங்களில் நடத்தப்பட்ட தேர்தல்களில் காங்கிரஸ் ஆட்சிக்கு வந்திருந்தது. குறிப்பாக மதராஸ், பம்பாய் மாகாணங்களில் பிரிட்டிஷ் மேற்பார்வையில் காங்கிரஸ் ஆட்சி. இரண்டுமே ஹைதராபாத் மாகாணத்தை எல்லைகளாகக் கொண்ட பிரசிடன்ஸிகள். தேர்தல் முடிவுகள், நிஜாமுக்கு எதிராக மக்கள் மத்தியில் ஒரு சலசலப்பை ஏற்படுத்தின.

ஒரு புரட்சிக்கான, அடித்தளம் அமைக்கப்பட்டது. மராத்தி, தெலுங்கு, கன்னட பிராந்திய அமைப்புகள், தங்களது தாய்மொழியை முன்னிலைப்படுத்தி ஒன்று திரண்டார்கள். நிஜாம் தலைமையிலான முஸ்லிம் ஆட்சியை முடிவுக்குக் கொண்டு வரப் பழமைவாதக் கருத்துகள் கொண்ட இந்து மகாசபையும், சீர்திருத்தக் கொள்கைகள் கொண்ட ஆர்ய சமாஜமும் ஓரணியில் இணைந்தன. ஹைதராபாத்தில் காங்கிரஸ் கமிட்டி ஆரம்பிக்கப்பட்டது. நிஜாமின் வழிகாட்டுதலோடு, ஹைதராபாத்தில் ஒரு பொறுப்பான, சுதந்தரமான மாநில அரசு அமையவேண்டும் என்பதே அதன் குறிக்கோளாக இருந்தது.[27] அடுத்த ஆண்டே, மாநில காங்கிரஸ் கமிட்டி சார்பாக சத்தியாகிரகம் ஆரம்பிக்கப்பட்டது. அதே நாளில் ஆர்ய சமாஜமும் இந்து மகா சபையும் வேறொரு போராட்டத்தை அறிவித்தன. போராட்டம், இரும்புக்கரம் கொண்டு அடக்கப்பட்டது. நிஜாம் தன்னுடைய அதிகாரத்தைத் தக்க வைத்துக்கொள்ள எதையும் செய்யத் தயாராக இருந்தார். பெரும்பாலான இந்துக்களால் முன்னெடுக்கப்பட்ட இந்திய தேசிய சுதந்தரப் போராட்டத்திலிருந்து தன்னுடைய முஸ்லிம் ஆட்சியைப் பாதுகாக்க நினைத்தார்.

வந்தே மாதரம் பாடல், போராட்டத்தை அடுத்த கட்டத்துக்கு இட்டுச் சென்றது. 1882ல் வங்காளத்து கவிஞர் பங்கிம் சந்திர சட்டர்ஜியால் எழுதப்பட்ட வந்தே மாதரம், இந்தியாவை ஒரு பெண் கடவுளாக உருவகப்படுத்தியது. அடிப்படைவாத முஸ்லிம்களுக்கு இதில் உடன்பாடில்லை. உருவ வழிபாடு, அவர்களுக்கு எந்நாளும் ஏற்புடையதாக இருந்ததில்லை. சமய நல்லிணக்க உணர்வுடன் இந்தப் பாடலை காங்கிரஸ் ஏற்றுக்கொண்டது. முஸ்லிம் ஆட்சியில் இருந்த ஹைதராபாத் சமஸ்தானத்தில், வந்தே மாதரம் பாடுவது தடை செய்யப்பட்டது.

1938. நரசிம்ம ராவின் அரசியல் வாழ்க்கை ஆரம்பமானது. காங்கிரஸ் நடத்திய சத்தியாகிரகத்தில் பங்கேற்றபோது அவருக்கு வயது 17. வாரங்கலில் இருந்த கல்லூரி வளாகத்தில் சக மாணவர்களுடன் வந்தே மாதரம் பாடி, போராட்டம் நடத்தினார்கள். நிஜாம் சமஸ்தானத்து அதிகாரிகள், தடை செய்தார்கள். தடையை மீறி நடத்தப்பட்ட போராட்டத்தைத் தொடர்ந்து மாணவர்கள் மீது நடவடிக்கை எடுக்கப் பட்டது. ராவ் உட்பட 300 மாணவர்கள் கல்லூரியிலிருந்து உடனடி யாக நீக்கப்பட்டார்கள்.[28] அரசு வேலைக்காக ராவ் அனுப்பியிருந்த விண்ணப்பம், வந்தே மாதரம் பாடலால் நிராகரிக்கப்பட்டது.

கல்லூரியிலிருந்து நீக்கப்பட்ட மாணவர்கள், வேறு கல்லூரிகளில் படிப்பைத் தொடரமுடியுமா என்று முயற்சி செய்தார்கள். நாக்பூர் பல்கலைக்கழகத்தின் துணைவேந்தர் ஒரு தேசியவாதி. நீக்கப்பட்ட

அனைத்து மாணவர்களும் தன்னுடைய பல்கலைக்கழகத்தில் படிப்பைத் தொடர அனுமதியளித்தார். ராவும் படிப்பைத் தொடர நாக்பூருக்குப் பயணமானார்.

ராவ் அங்கு தங்கியிருந்த காலம் நாக்பூரோடு நீண்ட நெடிய தொடர்பை வைத்திருக்க ஒரு அடித்தளமாக அமைந்தது. தன்னுடைய மராத்தி மொழித்திறமையை மேம்படுத்திக்கொண்டார். வகுப்புகள் ஆரம்பமானபோது, மராத்தியைத் தாய்மொழியாகக் கொண்டவர் போல் மற்றவர்களிடம் சரளமாக உரையாட ஆரம்பித்தார்.[29] மராத்தி, அடுத்து வந்த 46 ஆண்டுகளுக்கும் ராவுக்கு உதவியாக இருந்தது. பின்னாளில் ஆந்திராவை விட்டு மகாராஷ்டிராவின் ராம்தேக் தொகுதியில் போட்டியிட்டபோது மராத்தி மொழிப்புலமை அவருக்குப் பெரிதும் கைகொடுத்தது.

பட்டப் படிப்பு முடிந்ததும், தொடர்ந்து வானியல் குறித்துப் படிப்பதற்காக புனேவுக்குச் சென்றார். புனே, மராத்தி மொழி பேசும் இன்னொரு மகாராஷ்டிரா நகரம். மராத்தியப் பேச்சாளர்கள், பெரும் சிந்தனையாளர்களாகவும் அறிவுஜீவிகளாகவும் அறியப்பட்டிருந்த காலம் அது. அவர்களைப் பற்றி அறியவும், அவர்களோடு பழகவும் ராவுக்கு ஒரு வாய்ப்புக் கிடைத்தது. வி.டி. சாவர்க்கர் உள்ளிட்ட அடிப்படை இந்து தேசியவாதிகளின் எழுத்துகளைப் படிக்க ஆரம்பித்தார். இந்திய விவசாயிகளின் பிரச்னைகளுக்கு கார்ல் மார்க்ஸ் முன்வைத்த தீர்வுகள் பற்றி பி.சி.ஜோஷி எழுதி வந்தார். அவரது கட்டுரைத்தொடர், இடதுசாரி வாரப்பத்திரிக்கையான நியூ ஏஜ் பத்திரிக்கையில் வெளியானது. ராவ் அவற்றையும் தொடர்ந்து வாசித்து வந்தார்.[30] வலதுசாரி, இடதுசாரிகளின் எழுத்துகள் ராவுக்குப் பிடித்தாலும், அவரது கவனத்தை வெகுவாக ஈர்த்தது சுதந்தரப் போராட்டம்தான். காங்கிரஸ் கட்சி முன்னின்று நடத்திய சுதந்தரப் போராட்டம், வெகுஜன மக்களின் ஆதரவைப் பெற்றிருந்தது. ஆகவே, காங்கிரஸ் கட்சியின் மீது ஈடுபாடு ஏற்பட்டது. ராவ், மிதவாத காங்கிரஸின் முகமான கோபால கிருஷ்ண கோகலேவைப் படித்தார். கூடவே காங்கிரஸின் தீவிர முகமான பால கங்காதர திலகர் குறித்தும் படித்தார்.

1938. குஜராத், ஹரிபுராவில் நடைபெற்ற இந்திய தேசிய காங்கிரஸ் மாநாட்டில் ராவ் கலந்துகொண்டார். சமஸ்தானங்களுடனான உறவு குறித்த காங்கிரஸின் நிலைப்பாடு பற்றிய புரிதலுக்கு அது உதவி செய்தது. சமஸ்தான பகுதிகளையும் உள்ளடக்கிய ஒட்டு மொத்த இந்தியாவுக்கு, பூரண சுயராஜ்ஜியம் பெற்றுத் தருவதே கட்சியின் லட்சியம் என்பதை காங்கிரஸ் மேலிடம் தெளிவுபடுத்தியது.[31] காங்கிரஸ் கட்சிக்குள் இருந்த 'இடதுசாரியினர்' குறிப்பாக

ஜவாஹர்லால் நேரு உள்ளிட்ட தலைவர்கள், சுதந்தரப் போராட்டத்தை சமஸ்தானங்களிலும் விரிவுபடுத்த ஆர்வம் கொண்டிருந்தார்கள். பூரண சுயராஜ்ஜியத்தை முன்வைத்து சமஸ்தானத்தின் தலைநகரங்களில் தொடர் போராட்டங்களை நடத்துவது என்பதிலும் தீவிரமாக இருந்தார்கள். ஆனால், மிதவாதப் போக்குள்ள மகாத்மா காந்தி, சுதந்தரப் போராட்டத்தை சமஸ்தானங்களிலும் நீட்டிப்பது கட்சிக்குப் பின்னடைவைத் தரும் என்று கவலைப்பட்டார். சமஸ்தானங்களைக் கையாளுவது குறித்து, ஒரு தெளிவான தீர்மானம் இயற்றப்பட வேண்டும் என்று விரும்பினார். 'சமஸ்தானங்களுக்கு எதிரான சுதந்தரப் போராட்டம் என்பது குழப்பத்தை ஏற்படுத்தும். பிரிட்டிஷார் சம்பந்தப்படாத இடத்தில், போராட்டத்தை நம்மால் திறமையாகக் கையாளவும் இயலாது. ஆகவே, இப்போதைக்கு போராட்டத்தை சமஸ்தானங்களுக்கு நீட்டிக்க இயலாது' என்கிற தீர்மானம் முன்மொழியப்பட்டது.[32]

ஹரிபுரா மாநாடு தொடர்பாக நரசிம்ம ராவின் நினைவுகளில் எஞ்சி நின்றது நேருவின் பேச்சுதான். தன்னம்பிக்கை தந்த அவரது பேச்சு, அதை அவர் வெளிப்படுத்தியவிதமும் 'ஆற்றில் கரைபுரண்டு வரும் வெள்ள நீரை வேடிக்கை பார்ப்பது போல், உற்சாகமாக இருந்தது' என்று எழுதியிருக்கிறார் ராவ்.[33]

குட்டி நாடுகள் போன்று செயல்படும் சமஸ்தானங்களுக்கு எதிராக ஒரு ராணுவ நடவடிக்கை தேவை என்று நேரு பேசியது, பதின்ம வயதில் இருந்த ராவைக் கவர்ந்திருக்கவேண்டும். கட்சியின் இடது சாரிப் பிரிவைத் தன்னுடைய மனதுக்கு நெருக்கமானதாக உணர்ந்தார் என்று சொல்லலாம்.

1940. ராவின் மனைவி, சத்யம்மா முதல் மகனான ரங்காவைப் பெற்றெடுத்தார். அதைத் தொடர்ந்து இரண்டு மகன்களும், ஐந்து மகள்களும் பிறந்தார்கள். சத்யம்மாவுக்கு ஓரளவுதான் படிக்கவோ எழுதவோ தெரியும்.[34]

படித்த நரசிம்ம ராவிடம் இருந்திராத ஒரு குணம் சத்யம்மாவிடம் இருந்தது. தன்னுடைய பிள்ளைகளையும் சொத்துக்களையும் கவனித்துக்கொள்வதுதான் அவரது முழுநேர வேலையாக இருந்தது. 1970ல் அவர் இறக்கும்வரை, குடும்பத்தினரின் நலனுக்காக மட்டுமே வாழ்ந்து வந்தார். இதனால் குடும்ப கவலைகளிலிருந்து ராவ் விலகியிருக்க முடிந்தது. குடும்பத்தார்களிடமிருந்து தன்னைத் தனிமைப்படுத்திக்கொண்டதால், முழுக் கவனத்தை அரசியலில் செலுத்தி, தன்னுடைய கனவுகளை நனவாக்கி, பல உச்சங்களைத் தொட முடிந்தது.

புனேவில் தன்னுடைய பட்டப்படிப்பை முடித்த ராவ், அதிலும் முதல் வகுப்பில் தேறியிருந்தார். சட்டம் தொடர்பாக மேற்படிப்பு படிப்பதில் ஆர்வம் பிறந்திருந்தது. அதே நேரத்தில் இங்கிலாந்து சென்று வானியல் பற்றி மேற்படிப்பு படிக்கும் ஆசையும் இருந்தது. பின்னாளில் அரசியலில் பின்னடைவைச் சந்தித்தபோது, தன்னுடைய இளைய மகனிடம் பேசும்போது, நான் அரசியல்வாதியாகவேண்டும் என்று எந்நாளும் நினைத்ததில்லை. ஆக்ஸ்ஃபோர்டு அல்லது கேம்பிரிட்ஜ் பல்கலைக்கழகத்தில் பேராசிரியராகப் பணியாற்றி விட்டு, அங்கேயே இருந்துவிடவே நினைத்திருந்தேன் என்று சொல்லியிருக்கிறார்.[35] சொந்த ஊருக்குத் திரும்பி வந்து, மனைவியுடன் இணைந்து பூர்விக சொத்துக்களைக் கவனித்துக் கொள்ளவேண்டும் என்கிற குடும்பத்தாரின் நெருக்கடியும் அவருக்கு இருந்திருக்கிறது.

தனிப்பட்ட வாழ்க்கையை, தன்னுடைய விருப்பத்துக்கு ஏற்ப அமைத்துக்கொள்வதில் நரசிம்ம ராவுக்கு உள்ள சவால்களை, அவர் ஏற்கனவே பலமுறை சந்தித்தது உண்டு. ஐந்தடி உயர மனிதருக்கு, எந்தப் பாதையைத் தேர்ந்தெடுப்பது என்பதில் இப்போதும் குழப்பம். உடனடியாகப் பணிக்குச் செல்வதா படிப்பைத் தொடர்வதா என்கிற குழப்பம். இறுதியில் வெற்றி, அவரது தொலை நோக்குப் பார்வைக்குக் கிடைத்தது. நாக்பூரில், சட்ட மேற்படிப்பைத் தொடர முடிவு செய்தார்.

மேற்படிப்பு படிப்பதற்குப் பொருளாதார உதவி தேவைப்பட்டது. உதவி கேட்டு யாரையும் கஷ்டப்படுத்தக்கூடாது என்று நினைத்தார். வாங்கராவின் பெரிய பண்ணையாரான ராவ், பகுதி நேர வேலைக்குச் சென்றார். சத்துணவு ஆய்வாளராகப் பணியாற்றியதால், மாதம் ஐம்பது ரூபாய் வருமானம் கிடைத்தது. அவரது படிப்புக்கு அது போதுமானதாக இருந்தது.[36] சட்ட மேற்படிப்பு, அவருக்கு முற்றிலும் ஒரு புதிய உலகை அறிமுகப்படுத்தியது. கறுப்பு கோட், வெள்ளை டை, பிரிட்டிஷ் ஏகாதிபத்தியத்துக்கு எதிரான உடையாகவே ஆன காலம் அது. இந்திய சுதந்தரப் போராட்ட களத்தில் ஏராளமான வழக்கறிஞர்கள் இணைந்திருந்தார்கள். காந்தி, நேரு, படேல், அம்பேத்கர், ஜின்னா என முன்னணியில் நின்ற மூத்த தலைவர்களெல்லாம் அடிப்படையில் சட்டம் பயின்றவர்கள். சட்ட மேற்படிப்பிலும் முதல் வகுப்பில் தேர்ச்சி பெற்று, ஹைதராபாத் திரும்பினார். பர்குல ராமகிருஷ்ண ராவ் என்னும் பிராமண வழக்கறிஞரிடம் ஜூனியராகச் சேர்ந்துகொண்டார். வழக்கறிஞர் தொழிலில் குருவாக இருந்த பர்குல ராமகிருஷ்ண ராவ், பின்னாளில் ஆந்திர முதல்வராக ஆனார் என்பது குறிப்பிடத்தக்கது.

இரண்டாம் உலகப்போருக்குப் பின்னர் இந்தியாவிலிருந்து வெளியேற பிரிட்டிஷார் முடிவு செய்திருந்தார்கள். அவர்கள் முன் இரண்டு முக்கியமான கேள்விகள் இருந்தன. பிரிட்டிஷ் ஆட்சியின் போது இந்தியப் பகுதிகளில் தன்னாட்சி பெற்றிருந்த சமஸ்தானங்களை என்ன செய்வது? தனி நாடு வேண்டும் என்னும் முஸ்லிம் அரசியல் தலைவர்களின் கோரிக்கையை எப்படி அணுகுவது? ஹைதராபாத் சமஸ்தானத்தைப் பொறுத்தவரை, மேற்குறிப்பிட்ட இரண்டு கேள்விகளுக்கான பதிலில்தான் அதன் ஒட்டுமொத்த எதிர்காலம் அடங்கியிருந்தது. இந்தியப் பகுதிக்குள் இருந்ததிலேயே பெரிய சமஸ்தானம் அது. தனி முத்திரை, தனி ராணுவம், காவல், வான்படை என சமஸ்தானத்துக்கென்று அனைத்தும் தனியாகச் செயல்பட்டு வந்தன.

இந்துக்கள் பெரும்பான்மையாக இருந்தாலும், முஸ்லிம் நிஜாம் தனக்கான உரிமைகள் பாதுகாக்கப்படவேண்டும் என்று எதிர்பார்த்திருந்தார். 1947, ஜூன் 3ல் பிரிவினை அறிவிக்கப்பட்ட உடனே, ஹைதராபாத் சமஸ்தானத்துக்கு சுதந்தரம் வேண்டும் கோரிக்கை விடுத்தார்.[37] சமஸ்தான பகுதிகளில் இருந்த மக்களில் பெரும்பான்மையானவர்கள் இந்துக்கள் என்பதையும், நான்கு புறமும் இந்தியப் பகுதிகள் இருப்பதையும் நிஜாம் கருத்தில் கொள்ளவில்லை. ஆகஸ்ட் 1947ல் இந்தியா விடுதலையடைந்த போது, ஹைதராபாத்தை இந்தியாவுடன் இணைப்பது குறித்த விஷயத்தில் எந்த முன்னேற்றமுமில்லை.

நிஜாமுக்கு எதிரான போராட்டம் தேவைப்பட்டது. அது சேரவே மாட்டார்கள் என்று நம்பப்பட்ட பலரை ஒன்று சேர வைத்தது. நிஜாமின் ஆட்சியை அகற்றி, ஹைதராபாத் சமஸ்தானத்தை இந்தியாவுடன் இணைத்து, மதச்சார்பற்ற, ஜனநாயக இந்தியாவின் ஒரு பகுதியாக்கவேண்டும் என்று இந்திய தேசிய காங்கிரஸ் கட்சி விரும்பியது. இந்து அடிப்படை அமைப்புகளான இந்து மகாசபா, ஆர்யசமாஜம் போன்றவை முஸ்லிம் என்பதால் நிஜாமின் ஆட்சியை வெறுத்தன. தெலங்கானா பகுதிகளில் பண்ணையார்களுக்கு எதிரான எழுச்சி, ஒரு மாபெரும் கம்யூனிஸப் புரட்சியாக மாறியது. அப்படியாக நிஜாமுக்கு எதிரான போராட்டம் ஒரே நேரத்தில் மதச்சார்பற்றதாகவும் இருந்தது, மதம் சார்ந்ததாகவும் இருந்தது, புரட்சிகரமானதாகவும் இருந்தது!

இந்த மூன்று அம்சங்களும் ஒருங்கே கொண்ட ஒருவர் அந்த இயக்கத்துக்குத் தலைமை தாங்கினார். காவியுடை, காந்தக் கண்கள், வழுக்கைத்தலை, சவரம் செய்யப்பட்ட முகம்... நிஜாமுக்கு எதிரான போராட்டத்தை முன்னெடுத்துச் சென்ற முக்கியமான தலைவர்,

சுவாமி ராமானந்த தீர்த்தர். பாதி ஆன்மிகவாதியாகவும், மீதி அரசியல் வாதியாகவும் இருந்தவர். தேசிய அளவில் காந்தி வெற்றிகரமாக முன்னெடுத்த அரசியலின் ஆந்திர பிரதிநிதியாக இருந்தார். பல மொழி வித்தகராகவும் இருந்தார். ஒடுக்கப்பட்ட பகுதியான தெலங்கானாவைச் சேர்ந்தவர். ஹைதராபாத் மாகாண காங்கிரஸ் கமிட்டியில் தலைவராகவும் இருந்திருக்கிறார்.[38] நிஜாமுக்கு எதிரான போராட்டத்தை மக்கள் இயக்கமாக மாற்ற முயன்றார். உழுபவனுக்கே நிலம் சொந்தம் என்கிற வாதத்தை முன்னிறுத்தியதால், சாமானியர் களின் ஆதரவைப் பெற்றிருந்தார். மகாத்மா காந்திக்கு மட்டுமல்ல, மாகாணத்தின் மாபெரும் காங்கிரஸ் கட்சித்தலைவராக இருந்த பர்குல ராமகிருஷ்ண ராவுக்கும் இதில் உடன்பாடு இருந்ததில்லை. ஆன்மிகமும் சமூக சேவையையும் உள்ளடக்கியது தீர்த்தாவின் பார்வை. அது நரசிம்ம ராவை வெகுவாக ஈர்த்தது.

அந்தக் காவி உடையானது, சிவப்பாக மாறிச் சிலரைப் பயமுறுத்திய துண்டு என்று பின்னாளில் ராமானந்த தீர்த்தா பற்றி ராவ் குறிப்பிடு கிறார்.[39] ராவுடன் அரசியல் தொடர்பு வைத்திருந்த ஆன்மிகத் தலைவர்களின் பட்டியல் பெரியது. அதில் முதல் தலைவர் இவராகத்தான் இருக்கமுடியும். சந்திரா சுவாமியைப் போலவோ அல்லது என். கே. சர்மாவைப்போலவோ வெறும் அதிகாரத் தரகராக மட்டும் இருந்துவிடவில்லை. வழிகாட்டும் குருவாக இருந்தார். கர்நாடகாவின் வீரேந்திர பாட்டீல், மகாராஷ்டிராவின் எஸ்.பி சவான், ஆந்திராவின் நரசிம்ம ராவ் என மூன்று முதலமைச்சர்களுக்கு வழிகாட்டியாக இருந்திருக்கிறார்.[40] ஆனால் ராவைப்போல் வேறு யாரும் நன்றியுணர்வுடன் இருந்ததில்லை. ஒவ்வொரு சந்திப்புக்கு முன்பும் ராவ், தன்னுடைய வாயைக் கொப்பளித்து, வெற்றிலைக் கறை எதுவுமில்லை என்பதை உறுதிசெய்து கொண்ட பின்னரே அவரைச் சந்திக்கச் செல்வாராம்.[41] பின்னாளில் ராவ் தன்னுடைய குரு நினைவாக ஒரு மண்டபம் கட்டுவதற்காகத் திட்டமிட்டிருந்தார். 2004ல் ராவ் இறந்த பின்னர், அவருக்குப் பிடித்தமான புத்தகங்கள் அங்கே காட்சிக்காக வைக்கப்பட இருந்தன.

ராமானந்த தீர்த்தாவின் சிந்தனைகள், ராவின் மீது பெரிய தாக்கத்தை ஏற்படுத்தியிருந்தன. 1970-களில் ராவ், ஆந்திர முதல்வராக இருந்த போது அறிமுகப்படுத்திய நிலச்சீர்திருத்தங்களுக்கும் 1990களில் பாஜக உள்ளிட்ட இந்து தேசியவாதிகளுடன் அவர் நல்லுறவைப் பேணுவதற்கும் அவையே காரணமாக இருந்தன.

1947 ஆகஸ்ட் தொடங்கி 1948 செப்டெம்பர் வரையிலான கால கட்டத்தில் நரசிம்ம ராவ், ராமானந்த தீர்த்தாவுடன் இணைந்து பணியாற்றினார். காந்தியின் மிதவாதப் போக்கையும் ஆயுதமேந்திய

போராட்டத்தையும் தீர்த்தா ஒரே நேரத்தில் முன்னெடுத்தார். போராட்டத்தின் ஒரு பகுதியாக, மகாராஷ்டிராவில் சந்தா என்னுமிடத்தில் தங்கியிருந்து, நிஜாம் ஆட்சிக்கு எதிரான ஆயுதப் போராட்டத்துக்காக ஆயுதங்களை ராவ் வழங்கிக்கொண்டிருந்தார்.

ஒரு பக்கம் நிஜாம், இன்னொரு பக்கம் முஸ்லிம் ராணுவப்படையான ரசாக்கர்கள். இரு தரப்பு எதிர்ப்பையும் சமாளிக்க வேண்டியிருந்தது. இந்துக்களுக்கு எதிராக ரசாக்கர்கள் மேற்கொண்ட அதிரடி தாக்குதல் குறித்த தகவல்கள் இந்திய நாளேடுகளில் வெளிவந்து பரபரப்பை ஏற்படுத்தியிருந்தது. நிஜாம் அரசு மீதான ராணுவ நடவடிக்கை தவிர்க்க முடியாதது என்கிற முடிவுக்கு அனைவரும் வந்திருந்தார்கள்.[42] ஹைதராபாத்தை இந்தியாவுடன் இணைப்பதற்காக 1948 செப்டெம்பர் மாதம், மத்திய உள்துறை அமைச்சராக இருந்த வல்லபாய் படேல் ஒரு படையை அனுப்பிவைத்தார். அந்தக் 'காவல் படைச் செயல்பாடு'களின் மூலம் 224 ஆண்டுகள் ஆட்சிப்பொறுப்பிலிருந்த நிஜாம் ஆட்சிக்கு ஒரே நாளில் முடிவு கட்டப்பட்டது. அது மேற்கொண்ட போர்க்கால நடவடிக்கை, முஸ்லிம்களின் மீதான பதிலடி தாக்குதலாகவும் முடிந்தது. அப்போது பிரதமராக இருந்த ஜவாஹர்லால் நேரு சமர்ப்பித்த அறிக்கையின்படி ஹைதராபாத்தை மீட்ட பின்னர் நடந்த கலவரத்தில் 27000 முதல் 40000 முஸ்லிம்கள் வரை கொல்லப்பட்டிருக்கலாம் என்று தெரிவிக்கப்பட்டது.[43] இந்திய ராணுவம் கை கட்டி நின்றது. சில இடங்களில் ராணுவம் தாக்குதலில் ஈடுபடவும் செய்தது.

நிஜாமுக்கு எதிரான போராட்டத்தில் ஈடுபட்டிருந்தவர்கள் 1948 செப்டெம்பருக்குப் பின்னர் புதிய பாதையைத் தேடியாகவேண்டிய நிலை ஏற்பட்டது. ஆழ்மன ஆசையின்படி நடப்பதா... வெளிப்புறச் சூழலுக்கு ஏற்ப நடந்துகொள்வதா... எந்தப் பாதையைத் தேர்ந்தெடுப்பது என்கிற சவாலை ராவ், இன்னொரு முறை எதிர் கொள்ள வேண்டியிருந்தது. அரசியலில் இறங்குவது அவருடைய விருப்பமாக இருந்ததில்லை. ஆனால், மற்ற வழிகளில் அவருக்கு உடன்பாடில்லை. வேறு வழியின்றி அரசியலைத் தேர்ந்தெடுத்தார். அவரே சொல்வதுபோல், 'அவர் எதிலும் முழுவதுமாகப் பொருந்தாதவராக இருந்தார். மந்தமான சாதாரண வாழ்க்கை பைத்தியம் பிடிக்கச் செய்திருக்கும்'.[44] அரசியல்தான் அவருடைய துறையாக இருந்தது.

1948 ஆண்டு முடிவதற்குள் காங்கிரஸ் கட்சி முற்றிலும் மாறிவிட்டது. ஒரு சுதந்தரப் போராட்டத்தை முன்னின்று நடத்திய கட்சி என்கிற நிலையிலிருந்து முழுமையான அரசியல் கட்சியாகவே மாறி

விட்டது. மாற்றுக்கட்சிகளின் எதிர்ப்புக்குரல்களில் வலு இல்லை. கட்சிக்குள்ளிருந்தே ஏராளமான கலகக்குரல்கள் வந்த வண்ணம் இருந்தன. இந்தியாவின் அடிப்படை வேறுபாடுகளான ஜாதி, மதம், பிராந்தியம் (மொழி), தனி மனித ஆளுமைகள் போன்றவை ஒவ்வொன்றும் தனித்தனி பிரதிநிதித்துவத்துடன் காங்கிரஸ் கட்சிக்குளேயே வெளிப்படத் தொடங்கின. அரசியல் ஆய்வாளர் ரஜினி கோத்தாரி சொல்வது போல், 'காங்கிரஸ் கட்சியின் உள்ளார்ந்த அமைப்பு 'உட்கட்சி ஜனநாயகத்தை' ஊக்கப்படுத்துவதாக இருந்தது'.[45] ஹைதராபாத்தைப் பொறுத்தவரை கட்சியின் அதிகாரத்தைக் கைப்பற்றுவதில் பிராமணர்களுக்கு இணையாக ரெட்டி, வேலாம இனத்தவர்களிடையேயும் கடுமையான போட்டி இருந்தது. பிராமணர்களுக்கிடையே போட்டியும் பொறாமையும் இருந்தது. ராவின் சீனியரும், மிதவாதப் போக்குள்ள பர்குல ராமகிருஷ்ண ராவ், தீவிரவாத முகம் கொண்ட ராமானந்த தீர்த்தர் மற்றும் அவரது ஆதரவாளர்களுக்கு எதிரான அரசியல் சக்தியாக உருவெடுத்தார்.

முன்னாள் ஆசிரியர், இந்நாள் வழிகாட்டி என இருவேறு துருவங்களாகப் பிரிந்து நின்றவர்களிடமிருந்து ஏதாவது ஒரு தரப்பைத் தேர்ந்தெடுத்து ஆதரிக்க வேண்டிய கட்டாயத்தில் இருந்தார் ராவ். ஆனால் கெட்டிக்கார ராவ், யாரையும் வெளிப்படையாக ஆதரிக்கவில்லை. இரு தரப்பிடமும் நெருக்கமாக இருந்தார். நெருக்கத்தை வெளிக்காட்டிக்கொள்ளாமல், கடைசிவரை ரகசியமாகவே வைத்திருந்தார். அரசியலில் பல உச்சங்களைத் தொட்ட போதும், அவருக்கே உரிய இந்தக் குணத்தைக் கைவிடவில்லை. 'அவர் ஒரு அஜாதசத்ரு' என்கிறார் அவரது மகளான எஸ்.வாணி தேவி.[46] அதாவது அவரை வெல்ல யாரும் பிறந்திருக்கவில்லை என்று அர்த்தம்.

காங்கிரஸ் கட்சியோடு இணைந்து செயல்பட்டதற்கு நன்றிக்கடனாக ராவ், கரீம்நகர் மாவட்ட காங்கிரஸ் கமிட்டி தலைவராக்கப்பட்டார். சுதந்தர இந்தியாவின் முதல் பொதுத் தேர்தலில் காங்கிரஸ் சார்பில் போட்டியிட வாய்ப்பு வந்தது.

1951 இறுதி மற்றும் 1952 ஆரம்ப நாட்களில் தேர்தலுக்கான நாள் குறிக்கப்பட்டது. இந்திய சமூக வரலாற்றில் முக்கியமான கட்டம் அது. 'கிட்டத்தட்ட ஒரு புனித மதச் செயல்பாடுபோல் தேர்தல் நடைபெற்றது' என்கிறார் வரலாற்றாய்வாளரான ராமசந்திர குஹா.[47] அதற்குக் காரணமுண்டு. வாக்களிக்கும் உரிமை பெற்றிருந்த சுமார் 17 கோடி இந்தியர்களில் 85 சதவீதப் பேருக்கு எழுதவோ படிக்கவோ தெரியாது. நாடெங்கிலும் இருந்த 2,24,000 வாக்குமையங்களில்

தங்களது வாக்கைச் செலுத்தி 500 நாடாளுமன்ற உறுப்பினர்களையும், 4000 மேலவை உறுப்பினர்களையும் தேர்ந்தெடுத்தார்கள். தேர்தலைக் கண்காணிப்பதற்காக 56,000 அதிகாரிகளும், 2,80,000 உதவியாளர்களும், 2,24,000 காவல்துறையினரும் தேர்தல் பணிகளில் இருந்தார்கள்.[48] அப்படியொரு திருவிழாவை இந்திய சமூகம் சந்தித்ததேயில்லை. வரலாற்றில் இதற்கு இணையாக எங்கும் எப்போதும் எதுவும் நடந்ததுமில்லை.

ஹைதராபாத் நாடாளுமன்றத் தொகுதியில் போட்டியிட்டார் ராவ். நாடு முழுவதும் 489 தொகுதிகளில் போட்டியிட்ட காங்கிரஸ் கட்சி, 364 தொகுதிகளில் வென்று, 74 சதவீத இடங்களைக் கைப்பற்றியது. ஆனால் ஹைதராபாத்தில் கட்சிக்குப் பெரிய பின்னடைவு. 56 சதவீத இடங்களே கிடைத்தது.[49] ராவ், கம்யூனிஸ்ட் கட்சி வேட்பாளரிடம் தோற்றுப்போனார். 30 வயது நரசிம்ம ராவால் தேர்தல் முடிவுகளைப் புரிந்துகொள்ள முடியவில்லை. அதிர்ச்சியில் உறைந்தது குடும்பம். கட்சியும் அவரைப் பதவி இறக்கம் செய்தது.

தன்னுடைய வழிகாட்டியையும் ராவ் இழந்துவிட்டார். தேர்தலுக்குப் பின்னர் ராமானந்த தீர்த்தர், மாநிலத்தின் முதல்வராக வர முயற்சி செய்தார். ஆனால் பர்குல ராமகிருஷ்ண ராவ், அவரது முயற்சிகளைத் தோற்கடித்துவிட்டார். ஓநாய்களை விரட்டியடிக்கும் சிங்கமாக தீர்த்தா இருந்திருந்தாலும், பொறிகளில் இருந்து தப்பிக்க முடிந்த நரியாக இருக்கமுடியவில்லை. அடுத்த ஆண்டே அரசியலிலிருந்தும் விலகிவிட்டார்.[50]

1957. இம்முறை சட்டமன்ற தேர்தலில் போட்டியிட ராவுக்கு வாய்ப்புக் கிடைத்தது. மந்தானி தொகுதி, அவருடைய சொந்த ஊரிலிருந்து வெகு தொலைவில் இருந்தது. ஜெயிப்பதற்கான வாய்ப்புக் குறைவு என்றே எல்லோரும் நினைத்திருந்தார்கள். ஆனால் ராவ் நம்பிக்கை இழக்கவில்லை. கடுமையான பிரசாரத்தை மேற்கொண்டார். ஆலிவ் பச்சை நிற ராணுவ ஜீப்பில், இந்துஸ்தானி பாடல்களை முணுமுணுத்தபடியே ஒவ்வொரு கிராமமாகப் பயணம் செய்து, மக்களை நேரில் சந்தித்தார்.[51] அவரது நம்பிக்கை வீண் போகவில்லை. தேர்தலில் எளிதாக வெற்றிபெற்றார். அடுத்து வந்த 20 ஆண்டுகளுக்கு, அவர் தொகுதியை விட்டுக்கொடுக்கவில்லை. தேர்தல்களில் தோற்றுப் போனதுமில்லை. மக்களோடு மக்களாகக் கலந்து இருப்பார். எந்தவொரு பிரச்னையையும் நேரடியாக அணுகுவார். பிரச்னைகளுக்குத் தீர்வுகளையும் அவரே சொல்வார். 'பாலம் கட்ட வேண்டியதன் அவசியத்தைப் பேசுவார். மக்கள் கவனத்துடன் கேட்டுக்கொண்டிருப்பார்கள். தேர்தலுக்குப் பின்னர் பாலம் கட்டுவதற்காகப் பணிகள் ஆரம்பமாகிவிடும்' என்கிறார் பல

தேர்தல் பிரசாரங்களை வடிவமைத்த அவரது மூத்த மருகனான வெங்கட் கிருஷ்ண ராவ்.[52]

லஞ்சமாக சூட்கேஸ் நிறைய பணம் கொடுத்த சர்ச்சை, பின்னாளில் ராவின் பிம்பத்தைப் பாதிப்புக்குள்ளாக்கியது. ஆனால், ஆரம்ப காலத்து நரசிம்ம ராவ் நேர்மைக்குப் பேர்போனவர். பொதுவாக, தேர்தல் பிரசாரத்தில் பயன்படுத்துவதற்காக சென்னையில் இருந்து ஏராளமான மஹிந்திரா ஜீப்கள் ஆந்திராவுக்கு வரவழைக்கப்படும். தேர்தல் முடிந்த பின்னர் ஒரு சில ஜீப் மட்டுமே திருப்பி அனுப்பி வைக்கப்படும். வரவேண்டிய ஜீப் பற்றிய கணக்கு வழக்கை யெல்லாம் சென்னை நிறுவனம் கண்டுகொள்ளாது. இதுவொரு வழக்கமான நடைமுறையாகவே இருந்துவந்தது. ஒருமுறை தேர்தல் பிரசாரத்துக்காக ராவ், சென்னையிலிருந்து 200 ஜீப்களை வரவழைத்தார். தேர்தல் முடிந்ததும், அனைத்தையும் பத்திரமாகத் திருப்பி அனுப்பிவைத்தார். சென்னை நிறுவன உரிமையாளருக்கோ ஆச்சரியம். எந்தவொரு அரசியல்வாதியும் இப்படிச் செய்ததில்லை என்பதால் அவரால் நம்பவேமுடியவில்லை.[53]

ராவின் அரசியல் வாழ்க்கை ஏறுமுகத்தில் இருந்தபோது குடும்பத்தினரையும் உறவினர்களையும் சந்திப்பது வெகுவாகக் குறைந்துவிட்டது. மாதத்துக்கு ஒருமுறை என்றிருந்த சந்திப்பு, படிப்படியாக ஆறுமாதத்துக்கு ஒரு முறை என்று குறைந்துவிட்டது.[54] பொதுவாழ்வில் உள்ளவர்கள், தனிப்பட்ட வாழ்க்கையை விட்டுக் கொடுக்கத்தான் வேண்டியிருக்கிறது.

முதல் முதலாகத் தேர்தலில் வெற்றி பெற்றதும், வாங்கராவுக்கு வந்த ராவ், குடும்பத்தினர் அனைவரையும் சந்தித்தார். ஒரு மாலை நேரத்தில் தன்னுடைய மாந்தோப்பில் நடந்து சென்றுகொண்டிருந்த போது கிணற்றுத் தண்ணீரை இறைப்பதற்காக வாங்கப்பட்ட கிர்லோஸ்கர் மோட்டார் பழுதாகியிருந்ததைக் கவனித்தார். மறுநாள் காலை, சூரிய வெளிச்சம் வந்ததும் முதல் வேலையாக மோட்டாரைப் பழுது பார்க்க ஆரம்பித்துவிட்டார். உள்ளிருந்த இரும்பானது இறுகிப் போய், விசிறியைச் சுழலவிடாமல் தடுத்தது. அதைக் கழற்றி, கெரசினில் மூழ்கியெடுத்ததும் மோட்டார் நன்றாக இயங்கியது. சம்பந்தப்பட்ட நிறுவனத்துக்கு, பிரச்னையை விளக்கிக் கடிதம் எழுதியவர், அதற்கான தீர்வையும் எழுதி, நிரந்தரமாகச் சரிசெய்யவும் பரிந்துரை செய்தார். அதன்படியே செய்யப்பட்டது.[55]

●

1956. ஒரு நீண்ட நெடிய போராட்டத்துக்குப் பின்னர் ஹைதராபாத் மாநிலம், ஆந்திரப் பிரதேசம் என்னும் மொழிவாரி மாநிலமானது.

ஹைதராபாத் வசமிருந்த மராத்திமொழி பேசப்படும் பகுதிகள் மகாராஷ்டிராவுடனும், கன்னடமொழி பேசப்படும் பகுதிகள் கர்நாடகாவுடனும் இணைக்கப்பட்டன. எஞ்சியிருந்த தெலங்கானா பகுதிகள், தெலுங்குமொழி பேசப்படும் ஆந்திரப்பிரதேசத்தோடு இணைக்கப்பட்டன. அதோடு சென்னை மாகாணத்தின் வசமிருந்த ஆந்திராவின் கடற்கரையோரப் பகுதிகள் மற்றும் ராயலசீமா பகுதிகளும் ஆந்திரப் பிரதேசத்தோடு இணைக்கப்பட்டன.[56]

பிரிந்து கிடந்த பகுதிகள், தாய்மொழியின் பெயரால் ஒன்று சேர்க்கப்படும்போது, உயர்வுக்கு வழிவகுக்கும் என்கிற நம்பிக்கை இருந்தது. ஆனால் தெலங்கானா பகுதியின் நிலைமை வேறாக இருந்தது. பின்தங்கியிருந்த தெலங்கானா பகுதியினர் கடலோரப் பகுதிகளைச் சேர்ந்த பண்ணையார்கள் தம்மீது செலுத்தும் ஆதிக்கத்தை எதிர்த்துத் தனி மாநிலம் கோரினார்கள். தெலங்கானா மக்களின் குறைகளை ஆந்திரப்பிரதேசம் கண்டுகொள்ளவில்லை. இதுவே நரசிம்ம ராவின் அரசியல் வாழ்க்கைக்கு அடித்தளத்தை ஏற்படுத்திக் கொடுத்தது. ஒரு பண்ணையாராக, பிராமணராக, சோசலிஸ்டாக, அறிஞராக இருந்த நரசிம்ம ராவுக்கு இன்னொரு அடையாளமும் வந்து சேர்ந்தது: ஒடுக்கப்பட்ட, புறக்கணிக்கப்பட்ட, பின்தங்கிய பகுதியான தெலுங் கானாவிலிருந்து வந்த தலைவர் என்கிற அடையாளம்தான் அது.

தெலங்கானாவோடு தன்னை அடையாளப்படுத்திக்கொண்ட இன்னொரு அரசியல்வாதி, லட்சுமி காந்தம்மா. அரசியல் வாழ்க்கையில் ராவுக்கு உறுதுணையாக இருந்தவர்.

காட்டிலாகா அதிகாரியின் மனைவியான லட்சுமி, கம்மா வகுப்பைச் சேர்ந்தவர். கம்மா வகுப்பைச் சேர்ந்தவர்கள் அரசியலில் ஒரு அடையாளத்தைப் பெறுவதற்காக, ஒருங்கிணைந்து அரசியலில் முன்னுக்கு வந்துகொண்டிருந்தார்கள். 1957ல் காங்கிரஸ் கட்சியில் சேர்ந்து, கட்சிக்காகப் பணியாற்றிய லட்சுமி, சட்டசபை உறுப்பினராக முயற்சி செய்தார். 'கறுப்பாக இருந்தாலும், ஆடம்பரமில்லாமல் அனைவரையும் கவர்ந்து இழுக்கும் தோற்றத்தைக் கொண்டிருந்தார்' என்று அவருடனான முதல் சந்திப்பை ராவ் பின்னாளில் நினைவுகூர்ந்து எழுதியிருக்கிறார்.[57]

லட்சுமியும் தன்னைப்போலவே சிந்திப்பவர் என்பதை ராவ் புரிந்துகொண்டார். ஒடுக்கப்பட்ட பகுதியிலிருந்து வந்து, பட்டப்படிப்பை முடித்தவர்களுக்கு அடுத்து என்ன செய்யவேண்டும் என்பதில் தெளிவு இருப்பதில்லை. படிப்பை முடித்த பின்னர், தாங்கள் வளர்ந்து வந்த நிலவுடைமை, கல்வியறிவற்ற சமூகச்

சூழ்நிலையிலிருந்து வெளியேறிவிடுகிறார்கள். லட்சுமியும் அப்படித் தான் என்கிறார் ராவ்.[58] தன்னுடைய நிலையும் அதுதான் என்றுகூட ராவ் சொல்ல விரும்பியிருக்கலாம்.

ராவைப்போல் லட்சுமிக்கும் பொதுவுடைமை சித்தாந்தங்களில் ஈர்ப்பு இருந்தது. ராவைப்போல் அவரும் ஒரு எழுத்தாளராகவும், சமஸ்கிருத பண்டிதராகவும் இருந்தார். பின்னாளில் ராவ், ஒரு இந்து சாமியாராகிவிடும் முடிவில் இருந்தபோது லட்சுமியும் அரசியலை விட்டு விலகி ஆன்மிகத்தில் ஈடுபட ஆரம்பித்தார். இருவருக்கும் இடையே நிறைய விஷயங்களில் ஒற்றுமை இருந்தாலும், நிறைய வித்தியாசங்களும் இருந்தன. லட்சுமி, கலகலப்பாகப் பேசக் கூடியவர்; ராவ், வார்த்தைகளை அளந்து பேசக்கூடியவர். லட்சுமி பிறருடைய அங்கீகாரத்தை எதிர்பார்க்கக்கூடியவர்; ராவோ மிகவும் உள்ளொடுங்கியவர்.

1962. லட்சுமி காந்தம்மா, நாடாளுமன்ற உறுப்பினரானார். 41 வயது நிரம்பிய ராவ், அமைச்சரானார். ஆரம்பத்தில் அமைச்சரவை பட்டியலில் அவரது இடம் பெற்றிருக்கவில்லை. பிற்படுத்தப்பட்ட தெலங்கானாவைச் சேர்ந்த ஒருவருக்கு இடம் ஒதுக்கவேண்டும் என்று இறுதியில் முடிவு செய்யப்பட்டு ராவுக்கு அந்தப் பதவி தரப்பட்டது.[59] சத்யம்மாவும் அவரது எட்டு குழந்தைகளும் ஹைதராபாத்தில் இருந்த அரசு பங்களாவுக்கு இடம்பெயர்ந்தார்கள்.[60]

மாநில அமைச்சராக ராவ் இருந்த எட்டு ஆண்டுகளும், துருப்பிடித்த இந்திய சமூகத்தை மாற்றியமைப்பதற்கான முயற்சியில் இருந்தார் என்பது குறிப்பிடத்தக்கது. ராமனந்த தீர்த்தரும் ஜவாஹர்லால் நேருவும் முன்வைத்த சோஷலிச பாணியிலான நவீனமயமாதல் கொள்கையை ஒட்டியே ராவின் செயல்பாடுகளும் அமைந்திருந்தன. அந்த சோஷலிசக் கோட்பாட்டின்படி 'நவீனமயமாதல்' என்றால் தனியார் நிறுவனங்களை ஒதுக்கிவைத்தல், சமூக மாற்றத்துக்கான கருவியாக நவீன அரசின் மீது நம்பிக்கை வைத்தல் என்பதே.

சட்டம் மற்றும் தகவல் தொடர்புத் துறை என இரண்டு முக்கிய அமைச்சகங்களின் பொறுப்பில் இருந்தார். 1964ல் இந்து அறநிலையத்துறை பொறுப்பும் கூடுதலாகத் தரப்பட்டது. அறநிலையத் துறையின் கட்டுப்பாட்டில் இருந்த திருக்கோயில்கள் சரியான முறையில் நிர்வகிக்கப்படவில்லை. முறைகேடான ஆக்கிரமிப்புகள். கோயிலுக்கு வரவேண்டிய வருமானமும் வசூலிக்கப்படவில்லை. கோயில் பூசாரிகள்கூட முறையாக நடந்துகொள்ளவில்லை. அற நிலையத்துறை அமைச்சராக ராவ் களத்தில் இறங்கினார்.

‘கோயில்களுக்கு வரவேண்டிய வருமானத்தை மீட்டு, வசூல் முறைகளை மாற்றியமைத்து, அனைத்தையும் முறைப்படுத்தினார்’ என்கிறார் ராவின் நெருங்கிய நண்பர் .[61]

அமைச்சராகி மூன்று ஆண்டுகள் கடந்த பின்னர், 1967ல் ராவுக்கு சுகாதாரத்துறை பொறுப்பு வழங்கப்பட்டது. அரசு மருத்துவமனை களுக்கு திடீர் வருகை மேற்கொண்டு அனைவரையும் ஆச்சரியப் படுத்தினார். அரசு மருத்துவர்கள் வேலைநேரத்தில் தனியார் கிளினிக் நடத்துவதைத் தடை செய்தார்.[62] 1968ல் ராவ், கல்வித்துறை அமைச்சரானார். மாநிலத்தில் தனியார் கல்லூரிகளுக்கு தடைவிதித்தார். அரசுப்பள்ளிகளில் தெலுங்கு மொழி வழிக்கல்வியைக் கட்டாய மாக்கினார்.[63] தாய்மொழி வழிக்கல்வி, பொதுமக்களின் ஏகோபித்த ஆதரவைப் பெற்றாலும், தனியார் பள்ளிகளில் ஆங்கிலமொழி வழியில் படிக்கும் வசதி படைத்த குடும்பத்தைச் சேர்ந்த பிள்ளைகளோடு போட்டியிடமுடியாமல் ஏழைக்குழந்தைகள் பின்னடைவைச் சந்தித்தார்கள்.

அமைச்சராக இருந்த காலத்தில், மாநில அளவில் ஓர் அரசாங்கம் எப்படி இயங்குகிறது என்பதை ராவ் அனுபவரீதியாகத் தெரிந்து கொண்டார். பின்னாளில் மத்திய அமைச்சராகவும் பிரதமராகவும் பதவி வகித்தபோது அந்த அனுபவம் கைகொடுத்தது. ராவுக்குள் இருந்த நேருவிய சோஷலிச சித்தாந்தவாதி, மக்கள் நல அரசுதான் இந்தியாவை 21வது நூற்றாண்டுக்கு வழிநடத்தும் என்று உறுதியாக நம்பினார்.

தன்னுடைய மனைவியும் குடும்பத்தினர்களும் அரசியலை விட்டு எப்போதும் விலகியிருக்கவேண்டும் என்பதே ராவின் விருப்பமாக இருந்தது. மூத்த மகனான ரங்கா ராவுக்கு இதில் அதிருப்தி. அவருக்கு அரசியல் மீது ஆர்வமிருந்தது. தன்னை உற்சாகப்படுத்தி, முன்னுக்குக் கொண்டுவர ராவ் தயக்கம் காட்டுவதை அவர் சந்தேகத்துடன் நோக்கினார். ராவின் அரசியல் வாழ்க்கையால் குடும்பத்தினர்கள் பலனடையவில்லை. ஆனால் லட்சுமி காந்தம்மா பலனடைந்தார் என்கிற கோபம் அவருக்கு இருந்தது.[64]

ஆந்திரப் பிரதேச மாநில காங்கிரஸ் கமிட்டியின் தலைமை, ரெட்டிகளின் வசமிருந்தது. கம்மா நாயுடுகள் அதைக் கைப்பற்ற நினைத்தார்கள். லட்சுமியை முன்னிலைப்படுத்த ஆரம்பித்தார்கள். அந்த சமயத்தில் லஞ்சம் வாங்கியதாகக் குற்றம்சாட்டப்பட்ட நீர்ப்பாசனத்துறை பொறியாளர் ஒருவர், அமைச்சரால் பதவி நீக்கம் செய்யப்பட்டார். கம்மா இனத்தவர் சம்பந்தப்பட்ட அனைத்து விஷயங்களும் என்னுடைய கவனத்துக்கு வரவேண்டும் என்று

சொல்லி, பதவி நீக்க உத்தரவை நிறுத்திவைத்தார் லட்சுமி.⁶⁵ ஆணாதிக்க அரசியல் உலகில், ஒரு பெண்ணாக லட்சுமியால் எதிர்த்து நின்று எத்தகைய அரசியலையும் செய்ய முடிந்தது. இதனால் பலரது கிண்டல், கேலிக்கு ஆளானார். அவதூறுகள், வதந்திகள், கிசுகிசுக்கள் தொடர்ந்தன. லட்சுமி எதைப்பற்றியும் கவலைப்படவில்லை. ஆனால், அந்தக் கிசுகிசுக்களால் ராவ் வருத்தத்தில் ஆழ்ந்தார். அவருக்கு ஓய்வு தேவைப்பட்டது.

1968. ராவ், சென்னைக்கு விடுமுறைக்காக வந்தார். தென்னிந்தியாவின் ஒரே பெருநகரமாக இருந்த சென்னை, விடுமுறைக்கு ஏற்ற இடமாக இருந்தது. மூத்த அரசியல்வாதியாக மட்டுமல்ல, தெலுங்கு அகாடமியின் தலைவராகவும் ராவ் இருந்த காரணத்தால், உள்ளூர் தெலுங்கு அமைப்புகள் அவரை கௌரவிக்க விரும்பின. மாமல்ல புரத்தில் ஒரு நிகழ்ச்சியை ஏற்பாடு செய்திருந்தார்கள். கூட்டத்தில் ராவைப் பாராட்டிப் பேசியவர்கள், முதலில் தெலுங்கில் பேச ஆரம்பித்தாலும், பின்னர் தமிழிலேயே பேச்சைத் தொடர்ந்தார்கள். தனிப்பட்ட முறையில் பேசியவர்களும் பெரும்பாலும் தமிழிலேயே பேசினார்கள். தனக்கான பாராட்டு விழாவிலேயே தான் அந்நியமாக உணர நேர்ந்ததைக் குறித்து ராவ் வருத்தப்பட்டார். சென்னையில் இருந்த தனது தற்காலிக இல்லத்துக்குத் திரும்பியதும் தமிழ் இலக்கணப் புத்தகங்களைத் தேடிப்பிடித்து வாங்கிப் படித்தார். தெருவில் இறங்கி நடந்து, பேருந்து மற்றும் தெருப்பெயர் கொண்ட அறிவிப்புப் பலகைகளை எழுத்துக்கூட்டிப் படிக்க ஆரம்பித்தார். ஹைதராபாத் திரும்பி வருவதற்குள், தமிழில் பேசவும் பேசுவதைப் புரிந்துகொள்ளவும் தேர்ச்சி பெற்றுவிட்டார்!⁶⁶

ஆந்திராவுக்குத் திரும்பி வந்த ராவ், அரசியல் போக்கை மாற்றியமைக்கும் பணிகளை ஆரம்பித்தார். 1969ல் உலகமே, சிவப்பாக மாறியிருந்தது. வியட்நாம் போரில் அமெரிக்காவின் செயல்பாட்டை எதிர்த்து, அமெரிக்கக் கல்லூரி மாணவர்கள் தெருவில் இறங்கிப் போராடினார்கள். பிரான்ஸ், போராட்டங்களால் நிலைகுலைந்தது. இந்தியாவில் எழுந்த எதிர்ப்புகளை, இந்திரா காந்தி தனக்கேயுரிய பாணியில் அடக்கிக்கொண்டிருந்தார்.

1966ல் பிரதமராக இருந்த லால் பகதூர் சாஸ்திரியின் திடீர் மறைவுக்குப் பின்னர் இந்திரா காந்தி ஆட்சிக்கு வந்திருந்தார். கட்சியை நிர்வகித்து வந்த மாநிலத் தலைவர்களைக் கொண்ட 'அதிகாரக்குழு'வுக்கு, மக்களைக் கவரும் வகையில் தேசிய அளவில் ஒரு வசீகரமான பெயர் தேவைப்பட்டது. இந்திரா நேரு காந்தி என்னும் பெயர், எல்லாவிதங் களிலும் பொருத்தமாக இருந்தது. அடுத்த ஆண்டு நடைபெற்ற தேர்தலில் அவருடைய பெயரின் நடுவில் இருந்த நேரு என்னும்

பெயர், எந்தவொரு மாயத்தையும் நிகழ்த்தவில்லை. பிற்படுத்தப் பட்ட, தாழ்த்தப்பட்ட மக்கள், காங்கிரஸைத் தொடர்ந்து ஆதரிக்கத் தயாராக இல்லை.

சோஷலிசமே, இந்திரா காந்தியின் தீர்வாக இருந்தது. துணிச்சல் இல்லாதவர், ஊமை பொம்மை[67] என்றெல்லாம் எதிர்க்கட்சிகளால் கிண்டலடிக்கப்பட்ட இந்திரா காந்தி, ஏழைப் பங்காளர் ஆனார். கட்சிக்குள் தன்னை எதிர்த்தவர்களைப் பழமைவாதிகள், வலதுசாரிகள் என்று விமர்சித்தார். ஒடுக்கப்பட்டவர்களையும் ஏழைகளையும் ரட்சிக்க வந்த நவீன யுகத்தின் தூதுவராகத் தன்னைக் காட்டிக்கொண்டு, கட்சியை இரண்டாகப் பிளந்தார். இந்திராவை அகற்றுவோம் என்று எதிர்க்கட்சிகள் முன்வைத்த கோஷத்துக்குப் பதிலடியாக வறுமையை அகற்றுவோம் என்கிற கோஷத்தை இந்திரா காந்தி பிரபலப்படுத்தினார். வங்கிகள் தேசியமயமாக்கப்பட்டன. மன்னர் மானியங்கள் நிறுத்தப் பட்டன. தனிப் பெரும் தலைவராக உருவெடுத்து, மத்திய அரசைத் தன்னுடைய முழுக் கட்டுப்பாட்டில் வைத்துக்கொண்டார்.

ஒரு பிரதமராகத் தன்னுடைய அதிகாரத்தைப் பயன்படுத்தி, பொருளாதார சோஷலிச நடவடிக்கைகளை இந்திரா காந்தி முன்னெடுத்தார். இந்திய அளவில் அதன் அர்த்தம் என்னவென்றால், பொருளாதாரத்தின் மீது அரசின் முழுக்கட்டுப்பாடு, தனியார் முதலாளிகளைக் கட்டுக்குள் வைத்திருத்தல், உலகச் சந்தையில் இருந்து இந்தியாவைத் தனிமைப்படுத்துதல்! கடுமையான கட்டுப்பாடு களைக் கொண்ட லைசென்ஸ் ராஜ் முறையின் வேர்களைப் பற்றித் தெரிந்துகொள்வது மிகவும் அவசியம். ஏனென்றால், பின்னாளில் **1991**ல் பிரதமராகப் பதவிக்கு வந்த ராவ், இம்முறையை முற்றிலுமாக ஒழித்துக்கட்டினார்.

●

நேருவே கடுமையான பொருளாதாரக் கட்டுப்பாடுகளை விதித்தார் என்பதுதான் பொதுவான நம்பிக்கை. ஆனால், உண்மையில் இந்திராவே தன் தந்தையைவிட அதிகக்கெடுபிடிகளை அமல் படுத்தினார்.[68] ஏழை இந்தியாவை அதிவேகமாகத் தொழில்மயமாக்க வேண்டும் என்பதே நேருவின் முன்முடிவு. 1950களில் அவர் கைக்கு அதிகாரம் வந்தபோது எந்தவகை பொருளாதாரத்தைப் பின்பற்ற என்று பார்த்தார். சோவியத்யூனியனில் அரசுக் கட்டுப்பாட்டில் இயங்கிய பொருளாதாரம் அவருக்கான இயல்பான முன்னுதாரண மாகத் திகழ்ந்தது. நாற்பதுகளிலும் ஐம்பதுகளிலும் நேருவின் பொருளாதாரக்கொள்கைகளில் 'மென்மையான இடதுசாரிச் சாய்வு' இருந்ததை மேற்கத்தியப் பொருளாதார வல்லுநர்கள் ஒப்புக் கொள்கிறார்கள்.[69]

1965-ல் உலக நாடுகள் ஒரு புதிய பொருளாதார வழிமுறையைத் தேடிக்கொண்டிருந்தன. கிழக்கு ஆசியாவின் பொருளாதார வரலாற்றில், இதை வெளிப்படையாகப் பார்க்க முடியும். தாய்லாந்து, சிங்கப்பூர், மலேசியா, தென்கொரியா போன்ற சர்வாதிகார கிழக்காசிய நாடுகள் ஏற்றுமதியை அதிகரித்து, அதன் மூலம் பெருமளவு வளர்ச்சியை எட்டினார்கள்.[70] அதேபோல், இந்தியாவிலும் பொருளாதாரக் கட்டுப்பாடுகளைத் தளர்த்தி, உள்நாட்டு தொழில் முனைவோர்களை ஊக்கப்படுத்தி, ஏற்றுமதியை அதிகரிக்கச் செய்திருக்கவேண்டும். அரசியல் நெருக்கடியின் காரணமாக இந்திரா அதைச் செய்யத் தவறிவிட்டார்.

இந்தியாவில் பொருளாதாரக் கட்டுப்பாடுகள், மூன்று வழிகளில் செயல்படுத்தப்பட்டன. பொதுத்துறை நிறுவனங்களின் ஆதிக்கம், இந்திய பொருளாதாரத்தைத் தீர்மானிப்பதில் முக்கியமான இடத்தைப் பெற்றிருந்தது. தனியார் தொழில்முனைவோர், ஒரு சில துறைகளில் மட்டுமே இயங்குவதற்கு அனுமதிக்கப்பட்டார்கள். கைக்கடிகார உற்பத்தி, அதில் முக்கியமான ஒன்று. உள்ளூர் கைக்கடிகார உற்பத்தியாளர்களுக்கு ஏராளமான கட்டுப்பாடுகள் விதிக்கப்பட்டிருந்தன. ஸ்விஸ் நாட்டிலிருந்து கைக்கடிகாரங்கள் இறக்குமதி செய்யவும் தடை இருந்தது.

உள்நாட்டுத் தேவைகளைச் சமாளிக்க, மத்திய அரசின் சார்பில் இந்துஸ்தான் மெஷின் டூல்ஸ் என்னும் ஹெச்எம்டி நிறுவனம் தொடங்கப்பட்டு, கைக்கடிகாரத் தயாரிப்பில் இறங்கியது. இந்தியாவில் உற்பத்தி செய்யப்பட்ட மற்ற பொருட்கள்போல், அரசுக்குக் கிடைத்த லாபமும் வரவேற்பும் சொல்லிக்கொள்ளும்படி அமையவில்லை. அறுபதுகளிலும் எழுபதுகளிலும் கைக்கடிகாரங்கள் தயாரிப்பின் ஏகபோக உரிமை ஹெச்எம்டியிடம் இருந்தது. இந்தியாவில் தயாரிக்கப்பட்ட 10 கைக்கடிகாரங்களில் 8, ஹெச்எம்டி தயாரிப்பாக இருந்தது.[71] இவையெல்லாவற்றையுமே 1956ல் நேரு கொண்டுவந்த தொழிற்கொள்கையின் நீட்சியாகவே எடுத்துக் கொள்ளவேண்டும். ஆனாலும், தனியார் துறை மீது மக்கள் கொண்டிருந்த சந்தேகத்தையும் பயத்தையும் தீராத வெறுப்பாக மாற்றியது என்னவோ இந்திரா காந்திதான்.

தொழிற்சாலைகளிலும் வணிக நிறுவனங்களிலும் பணி நேரத்தைக் குறைக்கும் அடுத்தகட்ட வேலை ஆரம்பமானது. தொழிற்சாலை வளாகங்களில், தொழிற்துறை அமைப்புகளுக்கு மத்தியில் காங்கிரஸ் கட்சியின் ஆதிக்கத்தை நிலைநிறுத்துவதற்காக இப்படியொரு முடிவை அரசு எடுத்திருந்தது. பணி நேரத்தைக் குறைப்பதன் மூலம் அனைத்து விஷயங்களையும் தன்னுடைய கட்டுப்பாட்டுக்குள்

வைத்திருக்கலாம் என்று அரசு நினைத்தது. லைசென்ஸ் வழங்குவது, ஏகபோகத்துக்கு எதிரான சட்டங்கள், தொழிலாளர் நலச் சட்டங்கள், வங்கிகள் தேசியமயமாக்கல் போன்ற நடைமுறைகளால் இவற்றை வெற்றிகரமாகச் செய்யமுடிந்தது. லைசென்ஸ் கட்டாயமாக்கப் பட்டதன் மூலம், சம்பந்தப்பட்ட தனியார் நிறுவனங்களைக் கட்டுப் பாட்டில் வைத்திருக்க முடிந்தது.

எவ்வளவு மூலதனம், எங்கே முதலீடு செய்வது, என்ன விலைக்கு விற்பது போன்ற தொழில் சம்பந்தப்பட்ட முடிவுகளில்கூட எங்கேயோ தில்லியில் உட்கார்ந்திருக்கும் அதிகாரியால் தலையிட முடிந்தது. லைசென்ஸ் முறை, தொழில்முனைவோர்களை இயங்க விடாமல் முடக்கியது என்றே சொல்லலாம். 1966-68 காலகட்டத்தில் மட்டும், பிர்லா குழுமம் 325 லைசென்ஸ் கேட்டு விண்ணப்பித்திருந்தது.[72] இந்திரா காந்தி, ஏகபோகமுறையை எதிர்க்கும் சட்டங்களை (antimonopoly) கொண்டு வந்திருந்தார். இதன் மூலம் நிறுவனங் களின் அதிகாரம் குறைக்கப்பட்டிருந்தது. இது தவிர, வங்கிகளும் தேசியமயமாக்கப்பட்டிருந்தன. அது கிராமப்புறக் கடன் நிலுவை களைச் சீர்படுத்துவது என்கிற எண்ணத்தோடு நடைமுறைப்படுத்தப் பட்டது. ஆனால், நிறுவனங்களின் இருப்பிலும் முதலீட்டிலும் பற்றாக்குறையை ஏற்படுத்திவிட்டது. தொழிலாளர் நலனுக்காகக் கொண்டுவரப்பட்ட சட்டங்களோ, அதற்கு நேர்மாறான விளைவு களை ஏற்படுத்திவிட்டன. நிறுவனங்கள், ஆட்களை வேலைக்கு எடுப்பது குறைந்துவிட்டது.

இந்திராவின் சோசலிசப் பொருளாதாரத்தின் மூன்றாவது வழிமுறை யாக, உலகச் சந்தையோடு எந்தத் தொடர்பும் கொள்ளமுடியாத அளவுக்கு இந்தியா தனித்துவிடப்பட்டது. வெளியுலகப் போட்டியைத் தவிர்ப்பது என்பது சுயசார்பை வலியுறுத்தும் இந்தியப் பொருளாதாரக் கொள்கையின் முக்கிய அம்சமாக இருந்தது. வெளிநாட்டுப் பணம், வெளிநாட்டு நிறுவனங்கள், வெளிநாட்டு பொருட்கள் அனைத்தும் இந்தியாவுக்குள் கொண்டு வருவது தடுக்கப் பட்டது. இறக்குமதி செய்வதிலும் ஏகப்பட்ட கட்டுப்பாடுகள் விதிக்கப்பட்டன. இதனால், இந்தியத் தொழில் நிறுவனங்களுக்குத் தேவையான மூலப்பொருட்களும் சரியான தொழில்நுட்பமும் உடனுக்குடன் கிடைப்பதில் சிக்கல் எழுந்தது. ரூபாய் மதிப்பு சரிவரக் கணிக்கப்படாததால் ஏற்றுமதியில் லாபம் கிடைக்காத அபாயகரமான நிலை ஏற்பட்டது. இப்படியாக, சுயசார்பு என்று சொல்லி எடுக்கப் பட்ட நடவடிக்கைகள் பொருளாதார நிபுணரான ஐ. ஜி. பட்டேல் சொல்வதுபோல், 'நமது மா பாதகச் செயல்'.[73] உலகின் மற்ற பகுதிகளிலிருந்து கிடைக்கும் தரமான பொருட்கள், இந்திய

சமூகத்துக்கு மறுக்கப்பட்டு இரண்டாம்நிலைப் பொருட்களையே பயன்படுத்தவேண்டிய சூழல் இருந்தது.

இந்தியப் பொருளாதாரத்தின் அசைக்கமுடியாத, முப்பெரும் தூண்களாக இருந்த லைசென்ஸ், அனுமதி, ஒதுக்கீடு மூன்றும் இந்தியப் பொருளாதாரத்தில் ஆதிக்கம் செலுத்தின. அரசினால் நிர்வகிக்கப்படும் எந்தவொரு நிறுவனமும் திறமை மிக்கதாகவோ லாபம் ஈட்டித் தருவதாகவோ இருந்ததில்லை. உலகம் முழுவதுமே இத்தகைய நிலையைக் காணமுடியும். குறிப்பாக, இந்தியாவின் பொதுத்துறை நிறுவனங்களில் போதுமான திறமை இல்லாமலும் லஞ்சம், ஊழல் போன்றவை மலிந்தும் காணப்பட்டன. மன்மோகன் சிங் சொன்னதுபோல், 'பொதுத்துறை நிறுவனங்களுக்குச் செய்த முதலீடுகள் தொடர்ந்து நஷ்டத்தையே தந்தன.[74] வாங்குவதற்கு வேறு வாய்ப்புகள் இருந்திருந்தால் ஹெச்எம்டி கைக்கடிகாரங்கள் போன்ற அரசுத் தயாரிப்புகளை யாரும் வாங்கியிருக்கவேமாட்டார்கள்'. இத்தகைய கட்டுப்பாடுகளின் விளைவாக 'இந்து ரேட் ஆப் குரோத்' தான் சாத்தியமானது[75]. 1960 - 1979 காலகட்டத்தில் ஒரு சாதாரண சிறிய நாடான மலாவி கூட 2.9 சதவித வளர்ச்சியைக் கண்டபோது, உலகிலேயே மிகப்பெரும் ஜனநாயக நாடான இந்தியாவோ, வெறும் 1.4 சதவீத வளர்ச்சியையே எட்ட முடிந்தது.[76]

ஏழைகளின் நலன் காக்கும் புதிய பொருளாதாரக் கொள்கை என்று கொண்டாடப்பட்டதன் உண்மையான முகம் அதிர்ச்சிகரமாக இருந்தது. அரசுக்கு நியாயமாக வரவேண்டிய வருமானம்கூடக் குறைந்துபோயிருந்தது. அரசு அறிவித்த சமூக நலத்திட்டங்களினால் வறுமையைப் போக்க முடிந்திருக்கவில்லை.[77] இந்தியாவின் சோஷலிச கொள்கை என்பதில் சத்தம் பெரிதாக இருந்ததே தவிர சத்து இருந்திருக்கவே இல்லை

•

ஆந்திர அமைச்சராக இருந்த நரசிம்ம ராவ், கொள்கைரீதியாக இந்திரா காந்தியின் இடது சாய்வு நடவடிக்கைகளுக்குத் துணை நின்றார். பின்னாளில் பிரதமராகி லைசென்ஸ் ராஜ் முறையை ஒழித்துக் கட்டிய அதே ராவ், இந்திரா காந்தி காலத்தில் அமலில் இருந்த பொருளாதாரக் கட்டுப்பாடுகளுக்கு ஆதரவாகத்தான் இருந்தார். பிற்பட்ட வர்க்கத்தினரின் நலன் குறித்த ஒரு மாநில மாநாட்டில் கலந்து கொண்ட ராவ், 'பெரு முதலாளிகளை எந்தவிதத்திலும் சகித்துக்கொள்ள முடியாது, அவர்கள் ஹரிஜன்களாக (தலித்களாக) இருந்தாலும்கூட' என்று பேசினார்.[78]

சோஷலிசப் பொருளாதாரத்துக்கான நரசிம்ம ராவின் ஆதரவிலிருந்து அவரது இரட்டை ஆளுமையைப் புரிந்துகொள்ளமுடிகிறது. ஒரு

கோணத்தில் குள்ள உருவம் கொண்ட ராவ், உள்ளொடுங்கிய வராகவும் எச்சரிக்கை மிகுந்தவராகவும் இருந்திருக்கிறார். சிறுவயதில் தத்துக் கொடுக்கப்பட்டது, படிப்புக்காக வீட்டை விட்டு வெளியேற வேண்டிய நிலை, சிறுவயது திருமணம் போன்றவை மனதளவில் அவரைத் தனிமைப்படுத்தியிருந்தது. மனைவியுடனோ சொந்த ஊருடனோ நெருக்கமாகத் தன்னை அடையாளப்படுத்திக்கொள்ள முடியவில்லை. ராவின் மொத்தப் படிப்பும் புதுப்புது விஷயங்களைக் கற்றுக்கொள்ளும் இயல்பும் மற்றவர்களிடமிருந்து குறிப்பாகக் குடும்பத்தினர் மற்றும் நண்பர்களிடமிருந்து அவரை எப்போதும் விலக்கியே வைத்திருந்தது. தனிமையை விரும்பும் அவரது மனம், ஒரு வகையில் அரசியல் வாழ்க்கையின் வெற்றிக்குக் கைகொடுத்தது என்று கூடச் சொல்லலாம். எந்தவொரு தனிநபரையும் போற்றிப் புகழ்ந்தோ அல்லது எந்தவொரு கோஷ்டி அரசியலிலும் மாட்டிக்கொள்ளாமலோ முடிந்தவரை தனித்தே செயல்பட்டிருக்கிறார். இதனால் அவருக்கு நண்பர்களும் ஆதரவாளர்களும் குறைவாகவே இருந்தார்கள். அதுபோல் எதிரிகளும் குறைவாகவே இருந்தார்கள். இப்படியான உ இ மனநிலை காரணமாகவே அவர் மிகுந்த எச்சரிக்கை உணர்வு மிகுந்த கொள்கை வடிவமைப்பாளராக ஆகியிருக்கக்கூடும். நீண்டகால லட்சியங்களோ எதிர்பார்ப்புகளோ இல்லாத ஒரு நிலையை அதுவே தோற்றுவித்திருக்கக்கூடும்.

அதுவொரு முரண்பாடான நிலை. ஒரு மாநில அமைச்சராகக் கல்வி, ஆரோக்கியம், சட்டம் மற்றும் இந்து அறநிலையத்துறை போன்ற முக்கிய துறைகளின் பொறுப்பில் இருந்தபோது சிங்கமாகச் செயல்பட்டார். சிறுவயதில் அவருக்குத் தெரியவந்திருந்த பண்ணை அடிமை முறையும், நிஜாமின் கொடுங்கோல் ஆட்சிக்கால அனுபவமும், ஏற்றத்தாழ்வு கொண்ட இந்திய சமூகத்தினரைப் பற்றிய புரிதலை அவருக்குக் கொடுத்திருந்தன. படிப்படியான மாற்றங்களின் போதாமைகளைப் பற்றி ராமானந்த தீர்த்தர், நேரு போன்ற ஆளுமைகளின் தாக்கத்தின் மூலமாக அறிந்திருந்தார். ஏனைய இடது சாய்வு கொண்ட காங்கிரஸ் தலைவர்களைப்போல், நிலப்பிரபுத்துவத்துக்கும் நேர்மையற்ற முதலாளித்துவத்துக்கு எதிரான வர்க்கப் போராட்டங்களுக்கும் தன்னுடைய ஆதரவைத் தொடர்ந்து அளித்து வந்தார்.

இந்திரா காந்தியின் அரசியல் கணக்குகளையும் நரசிம்ம ராவின் நம்பிக்கைகளையும் ஒரே புள்ளியில் இணைத்த இன்னொரு சோஷலிசக் கொள்கையும் இருந்தது. 1970களில் நாடு முழுவதும் பல அதிர்வுகளை ஏற்படுத்திய நில உச்ச வரம்புச்சட்டம்தான் அது. அதற்காக நரசிம்ம ராவ் தன் அரசியல் வாழ்க்கையையே இழக்கத் தயாராக இருந்தார்.

3

பொம்மை முதல்வர் : 1971-73

இந்தியா சுதந்தரமடைந்தபோது, 40 சதவீத விளைநிலங்கள் நிலச்சுவான்தார்கள் என்னும் பண்ணையார்களிடமோ நிலத்துக்கான குத்தகை உரிமை பெற்றிருந்த ஜாகிர்தார்களிடமோ இருந்தன.[1] இந்திய சுதந்தரப் போராட்டம், மக்கள் இயக்கமாக உருவெடுத்திருந்ததால், அதிகாரம் படைத்தவர்களின் செல்வாக்கை வீழ்த்திவிட்டது. 1966 ஆண்டுக்குள் ஆக்ரமிக்கப்பட்டிருந்த விவசாய நிலங்கள் விடுவிக்கப்பட்டதோடு, பண்ணையாளர்களுக்கு அடிமை களாக இருந்த 20 கோடி விவசாயக்கூலியாட்கள் இந்திய அரசுடன் நேரடியாகத் தொடர்புகொள்ள வழிசெய்யப்பட்டது.[2] விவசாய நிலங்கள், அடுத்த நிலையில் இருந்த அதிகாரமட்டத்தினரிடம் ஒப்படைக்கப்பட்டன. புதிதாக வந்தவர்கள், தோரா அல்லது தேஷ்முக் என்னும் கிராமக் கங்காணிகளாக இருந்தவர்கள். நிலவுடைமை சமூகத்தோடு அவர்கள் பழக்கப்பட்டிருந்ததால், தங்களுக்கு சொந்தமான விவசாய நிலங்களைத் தங்களின் முழுமை யான கட்டுப்பாட்டின் கீழ் கொண்டுவந்தார்கள். விவசாயக் கூலிகளை வேலைக்கு அமர்த்தி, பயிரிடுவதைத் தொடர்ந்தார்கள். பல மாநில அரசுகள் உழுபவர்களுக்கும் நிலமற்றவர்களுக்கு நிலம் கொடுக்கப் பல முயற்சிகள் எடுத்தன.

ஆனால், நிலச் சீர்திருத்தம் தோல்வியடைந்ததற்குப் புதிய பண்ணை யாளர்கள் ஆதிக்க ஜாதியினராக இருந்ததும், அவர்களில் பெரும் பாலானவர்கள் காங்கிரஸ் கட்சியின் தலைமைப் பொறுப்பிலும் கட்சியின் முதுகெலும்பாகவும் இருந்ததுதான் காரணம்.[3]

தெலங்கானாவில் நில உரிமை குறிப்பிட்ட பிரிவினர் வசமே குவிந்துகிடந்தது. நிஜாம் ஆட்சியின் விளைவு அது. நிலச்சீர்திருத்த முதல் கட்ட சட்டங்கள் அமலுக்கு வந்த பின்னரும் சமூகத்தில் அந்த ஏற்றத்தாழ்வுகள் தொடரத்தான் செய்தன. 'ரெட்டி இனத்தவர்கள்தான் அதிகமாகப் பலனடைந்தார்கள். தலித் இனத்தவர்களுக்கு பொது மேய்ச்சல் நிலமும் தரிசு நிலமும் மட்டுமே கிடைத்தன'.[4] இந்திரா காந்தி கொண்டு வந்த நிலச் சீர்திருத்தம் என்பது ஏழைகள் மற்றும் ஒடுக்கப்பட்டவர்களைத் தன்னுடைய கட்சிக்குள் மீண்டும் கொண்டுவருவதற்காகப் போடப்பட்ட தூண்டில்தான்.

•

நரசிம்ம ராவ், தில்லியின் முடிவுகளுக்குத் தலைவணங்கினார். தன்னுடைய அரசியல் குருவான, ராமானந்த தீர்த்தாவைப்போல் நிலச்சீர்திருத்தத்துக்கு ஆதரவாகவே எப்போதும் பேசிவந்திருக்கிறார். அதற்கு இன்னொரு காரணமும் முளைத்தது. 1969 முதல் தெலங்கானா பகுதிகளில் தனி மாநிலக் கோரிக்கை வலுத்து வந்தது. நிலமில்லாத கூலிகள் சொந்தமாக நிலம் கிடைக்கும் என்ற எதிர்பார்ப்புடன்தான் அந்தப் போராட்டத்தில் இறங்கியிருப்பதாக நரசிம்ம ராவ் நினைத்தார்.

தெலங்கானாவில் விவசாயக் கூலிகளின் எழுச்சி உச்சத்தில் இருந்த போது கேப்டன் வி.லட்சுமிகாந்தா நரசிம்ம ராவைச் சந்திக்க அவரது சொந்த ஊருக்குச் சென்றிருந்தார். நாள் முழுவதும் ஊர் சுற்றிவிட்டு, அழுக்கான உடையோடு வீடு திரும்பிய ராவ், கைகால்களைத் தண்ணீரால் அலம்பிவிட்டு, வீட்டுக்குள் வந்து உட்கார்ந்தபடியே சொன்னாராம், 'நில உச்ச வரம்புச் சட்டத்தை எப்படியாவது கொண்டுவந்தாகவேண்டும்; இல்லாவிட்டால் ரத்தக்களறி நிச்சயம்'.[5]

நிலச்சீர்திருத்தம் தொடர்பான இந்திரா காந்தியின் திட்டத்துக்கு இன்னொரு பின்னணியும் உண்டு. 1971 பொது தேர்தலின் போது காங்கிரஸ் கட்சி பல தொகுதிகளில் தோற்றுப்போனதற்குத் தனி தெலங்கானா ஆதரவாளர்கள் காரணமாக இருந்தார்கள்.[6] நிலச்சீர்திருத்தம் கொண்டுவரப்படும் பட்சத்தில் உடனடியாகக் கட்சிக்கு, மூன்று பலன்கள் இருந்தன. பண்ணையாளர்களின் அதிகாரத்தைக் குறைக்க முடியும், தனி தெலங்கானா கோரி நடைபெறும் போராட்டங்களின் வேகத்தைக் குறைக்க முடியும். தேர்தலில் இழந்த தொகுதிகளைக் கட்சி திரும்பப் பெறமுடியும்.

அப்போது ஆந்திராவின் முதல்வராக இருந்தவர், கே. பிரம்மானந்த ரெட்டி. ஆந்திர மாநில காங்கிரஸ் கட்சியில் பெரும் செல்வாக்குடன் விளங்கினார்; கடலோர ஆந்திராவிலிருந்து வந்தவர்; பெரிய

பண்ணைக்காரர். பிரதமர் இந்திரா காந்தியின் பார்வையில் அந்த மூன்றுமே அவருக்கு எதிராக இருந்தன.

தான் தேடுபவர் தெலங்கானா போன்ற பிற்படுத்தப்பட்ட பகுதியிலிருந்து வந்தவராக இருக்கவேண்டும். நிலமில்லாத ஏழைகள், பிற்படுத்தப்பட்ட வகுப்பினரைக் கவரக்கூடியவராக இருக்கவேண்டும். எல்லாவற்றுக்கும் மேலாக, தில்லி மேலிடம் சொல்வதை, செவ்வனே செய்து முடிக்கும் திறமை கொண்ட, பணிவானவராக இருக்கவேண்டும். அப்படியொருவரைத் தேடிப் பிடித்து 'நியமன' முதல்வராக ஆக்கவேண்டும் என்று இந்திரா காந்தி முடிவு செய்திருந்தார். இந்த 'நியமன' முதலமைச்சர் பற்றி, பின்னாளில் நரசிம்ம ராவ் லண்டனைச் சேர்ந்த ஸ்கூல் ஆப் ஓரியண்டல் & ஆப்ரிக்கன் ஸ்டடீஸ் ஸ்கூலில் உரையாற்றியிருக்கிறார்.[7] 'தில்லி மேலிடத்தால் நியமிக்கப்படும் முதல்வருக்கு, மாநிலத்தில் தனிப்பட்ட செல்வாக்கு எதுவும் இருக்காது. இதனால் தில்லிக்கும் அதன் சோஷலிசத்துக்கும் விசுவாசமாக இருப்பார். அப்படியாக இந்திராவின் புகழை மட்டுமே பாடக்கூடிய ஒரு பக்தரை, இந்திரா தேடிக்கொண்டிருந்தார்'.

முன்னாள் முதல்வரும் தலித் இனத்தைச் சேர்ந்தவருமான டி. சஞ்சீவய்யாவை முதல்வராக நியமிக்கலாமா என்று பிரம்மானந்த ரெட்டியிடமே ஆலோசனை கேட்டார் இந்திரா. ஆனால், ரெட்டி 'கடுமையாக எதிர்த்தார்'. தன்னுடைய கட்டுப்பாட்டிலிருந்து கட்சி கைவிட்டுபோவதை அவர் விரும்பவில்லை. எந்தவித எதிர்காலத் திட்டங்களோ, பதவி ஆசையோ இல்லாமல் இருந்த கல்வித்துறை அமைச்சரான நரசிம்ம ராவைத் தனக்குப் பதிலாக முதல்வராக நியமிக்கவும் பரிந்துரை செய்தார்.[8] அப்போது ராவுக்கு வலுவான அரசியல் செல்வாக்கு இருந்திருக்கவில்லை. நிலச் சீர்திருத்தங்களுக்கு ஆதரவாகப் பேசி வந்ததாலும் பின்தங்கிய தெலங்கானா பகுதியிலிருந்து வந்திருந்ததாலும் இந்திரா காந்தியின் கவனத்தை ஈர்த்திருந்தார்.

நரசிம்ம ராவ் பிராமணராக இருந்ததும் அவருக்கு சாதகமாக இருந்தது. அப்போது ஆந்திர மாநில காங்கிரஸ் கமிட்டித் தலைவராக இருந்த நர்சா ரெட்டி இதுபற்றிச் சொல்லும்போது[9], தென்னிந்தியாவில் பிராமணர்கள் சொற்ப எண்ணிக்கையிலேயே இருந்தார்கள். அரசியல் ரீதியாக பலவீனமான சாதிகளில் ஒன்றாகவே பிராமண சாதி பார்க்கப்பட்டது என்கிறார். இது தவிர, இந்திரா காந்தி, மத்திய அரசின் உள்துறை அமைச்சராக இருந்த உமா சங்கர் தீட்சித் என கட்சியின் தேசியத் தலைமை வட இந்திய பிராமணர்களிடம் இருந்தது.

ராவ் முதல்வரானதற்குத் தானும் காரணம் என்று இன்னொருவரும் உரிமை கொண்டாடினார். அவர்தான் லட்சுமி காந்தம்மா! அப்போது மக்களவை உறுப்பினராக இருந்த லட்சுமி காந்தம்மா ஆந்திர முதல்வராக ராவ் வருவதற்கு தில்லியில் லாபி செய்ததாகக் கூறியிருக்கிறார். [10]

1971, செப்டெம்பர். ஆந்திரப்பிரதேச முதல்வராக நரசிம்ம ராவ் பொறுப்பேற்றுக்கொண்டார். பின்னாளில் பல ஆண்டுகள் கழித்து, 2010-ல் காங்கிரஸ் கட்சியின் தலைவர் சோனியா காந்தி, தனி தெலங்கானா கோரி எழுந்த போராட்டத்தைச் சமாளிக்க, ஆந்திராவைச் சேர்ந்த ஒருவரை முதல்வராக நியமித்தார்.[11] 1971 போலல்லாமல் தில்லியின் மனதில் தெலங்கானா குறித்து இப்போது வேறு திட்டம் இருந்தது.

●

சாதுவான, வளைந்து கொடுக்கக்கூடியவராக புது தில்லியின் முதல் எதிர்பார்ப்பைப் பூர்த்தி செய்யக்கூடியவராகவே ராவ் இருந்தார். தன்னுடைய குடும்பத்தினரை முன்னுக்குக் கொண்டுவர விரும்ப வில்லை. கட்சிக்குள் இருந்த கோஷ்டி அரசியலைச் சமாளிக்க, 29 சட்டமன்ற உறுப்பினர்களை அமைச்சராக்கினார். ஆந்திர அரசியல் வரலாற்றிலேயே மிக அதிக எண்ணிக்கையிலான அமைச்சர்கள் பதவியேற்றுக்கொண்டார்கள்.[12]

நரசிம்ம ராவ், தினமும் காலை ஏழு மணிக்குத் தனது வீட்டின் முதல் மாடியில் இருந்து கீழே இறங்கிவந்து பார்வையாளர்களைச் சந்திப்பார். அமைச்சர்கள் எந்நேரமும் அவரது இருப்பிடத்துக்கு வந்து சந்திக்கலாம். சாரை சாரையாக மக்கள் வந்துபோவார்கள். அறைக்குள் போனால் வெளியில் அவரைச் சந்திக்கக் காத்திருக்கும் அதே அளவுபேர் உள்ளேயும் காத்திருப்பார்கள் என்கிறார் ராவின் தனிச்செயலரான பி.வி.ஆர்.கே. பிரசாத். [13] ராவ், எவரையும் சந்திக்க மறுக்கமாட்டார். அனைவரையும் சந்திக்கக்கூடியவர்.[14] சொல்வதை0 யெல்லாம் காதில் வாங்கிக்கொள்வார். அதே நேரத்தில் எதையும் வெளிப்படையாக ஏற்றுக்கொண்டு, ஒப்புதல் தந்துவிடமாட்டார். புன்னகையோ கோபத்தையோ எதையும் வெளிக்காட்டாமல் அமைதியாக இருக்கும் நரசிம்ம ராவை நிறைய புகைப்படங்களில் பார்க்க முடியும். 'நரசிம்ம ராவிடம் பேசுவது, சுவரோடு பேசுவதற்கு சமம். சுவர்கள், பதில் பேசுவதில்லையே. ராவும் அப்படித்தான்' என்கிறார் நர்சா ரெட்டி. [15]

'நரசிம்ம ராவை ஏதேனும் ஒரு முடிவெடுக்க வைக்க, அவருடைய உதவியாளர் ஒரு வழியைப் பின்பற்றுவார். முதல்வர் ஒரு ஃபைலைத்

திறந்து வைத்து உட்கார்ந்துகொண்டிருக்கும்போது உதவியாளர் அறைக்குள் மெதுவாக நுழைவார். கோப்பில் இருக்கும் விஷயங்களை மீண்டும் எடுத்துச் சொல்வார். ராவ் என்ன முடிவெடுக்கவேண்டும் என்று தீர்மானித்துவிட்ட பிறகும் ஏதேனும் விடுபட்டிருக்கிறதா என்று தயங்கிக்கொண்டிருப்பார். நம்பிக்கைக்குரியவர்கள் யாரேனும் சரியான நேரத்தில் அந்த முடிவை ஆதரித்துச் சொன்னால்தான் அவர் அதை எடுப்பார்' என்கிறார் அவரது செயலாளராக இருந்த பிரசாத்.[16]

ஒரு முதல்வராக அவரையே அவர் நம்பவில்லை. அவருக்கு ஆலோசகர்கள், வழிகாட்டிகளின் உதவி தேவைப்பட்டது. நடுநிலை யோடு அவரால் முடிவுகள் எடுக்கமுடியும் என்றாலும், தன்னுடைய நம்பகமான வட்டாரங்கள் மூலம் சரியான தகவல்களைச் சேகரித்து, அதைப் பரிசீலித்த பின்னரே எந்தவொரு முடிவையும் எடுத்தார்.

1973 ஜனவரியில் அவரது குருவான ராமானந்த தீர்த்தர் இறந்தபோது, மனதளவில் தளர்ந்துபோனார். அவரை யாராலும் தேற்ற முடியவில்லை. ஆந்திர மாநில அரசு மரியாதையோடு உடல் தகனம் நடந்தது. இறுதி அஞ்சலியின்போது, 'நான் இன்று யாராக இருக்கிறேனோ அதற்கு முழுக் காரணமும் அவரே' என்றார்.[17] ராவுக்கு புதிய கண்களும் காதுகளும் தேவைப்பட்டன.

லட்சுமி காந்தம்மாவால் அதைப் பூர்த்தி செய்யமுடிந்தது. நரசிம்ம ராவ் ஆந்திர மாநில முதல்வராவதற்கு முன்பே அவரது மனைவி இறந்துவிட்டார். சர்க்கரை வியாதியும் ரத்த அழுத்தமும் அவரை மரணமடையச் செய்திருந்தன. இறுதிவரை ஓய்வில்லாமல் செய்துவந்த வீட்டு வேலைகளும் தன் பங்குக்கு அவரை ஒடுக்கியிருந்தன.[18] 40 ஆண்டுகால திருமண வாழ்க்கையில் கணவர் தனது அரசியல் லட்சியங்களைப் பின் தொடர்ந்து செல்ல, நில புலன் நிர்வாகம், குழந்தைகள் பராமரிப்பு போன்ற வீட்டு வேலைகளை எந்தவித முகச் சுளிப்புமின்றி சத்யம்மா கவனித்து வந்தார்.

மனைவியைச் சரிவரக் கவனிக்காதது குறித்து நரசிம்ம ராவுக்கு குற்றவுணர்ச்சி இருந்தது. லட்சுமியுடனான நட்பைத் துண்டிக்கவும் முடிவு செய்தார். சத்யம்மா மறைவுக்குப் பின்னர் ராவைச் சந்தித்து இரங்கல் தெரிவிக்க, பத்திரிகையாளர் பி.பி.ஆர் விட்டல் வந்தபோது அவரிடம், 'முற்றிலும் ஒரு புதிய மனிதனை நீங்கள் பார்ப்பீர்கள்' என்றாராம்.[19]

ஆனால், ராவ் கடைசிவரை மாறவேயில்லை. பெரும்பாலான நாட்களில் லட்சுமியுடன் மதிய உணவு அருந்தினார். 'லட்சுமி வந்த பின்னரே மதிய உணவுக்குச் செல்வார். சில சமயம் லட்சுமிக்காகக் காத்திருந்ததும் உண்டு' என்கிறார் அவரது தனிச்செயலர் பிரசாத்.[20]

நேர்மையான கணவனாக நடந்துகொள்ள ராவ் தவறியிருக்கலாம். ஆனால், ஒருநாளும் போலித்தனமாக இருந்ததில்லை. லட்சுமியுடனான நெருக்கமான நட்புறவை அவர் ஒருபோதும் மறைக்க முயன்றதில்லை. நடப்பு அரசியல் பற்றி லட்சுமியுடனான அரசியல் அரட்டைகள் ஒரு முதல்வராக அவருக்குப் பெரிதும் உதவியாக இருந்திருக்கின்றன. ஆனால், இருவருக்கும் இடையே இருந்த நெருக்கம், அவப்பெயரையே பெற்றுத் தந்தது. காங்கிரஸ் கட்சியின் செயலாளராக இருந்த எம். நாராயண் ரெட்டி, முதல்வர் அலுவலகத்தில் நடந்த ஒரு முக்கியமான சம்பவத்தை நினைவு கூர்கிறார்.

'ஏறக்குறைய 150 பேர், அன்று முதல்வரைச் சந்திக்கக் காத்திருந்தார்கள். ஆந்திர சினிமாவுலகின் உச்ச நட்சத்திரமான என்.டி.ராமா ராவ், தன்னுடைய மகனின் திருமணத்தில் முதல்வர் கலந்து கொள்வதற்காக, நேரில் சந்தித்து அழைப்புவிடுக்க வந்திருந்தார். ஒரு மணி நேரத்துக்கும் மேல் அவர் காத்திருக்க வேண்டியிருந்தது. ஒரு கட்டத்தில் அவர் தூங்கியே போய்விட்டார். உள்ளே என்னதான் நடக்கிறது என்று முதல்வரின் அறைக்குள் சென்று பார்த்தேன். அங்கே லட்சுமி காந்தம்மா பேசுவதைக் கேட்டு, ராவ் தலையாட்டிக் கொண்டிருந்தார். உப்புச்சப்பில்லாத அரட்டை! லட்சுமியிடம் சென்று, இரண்டு கைகளையும் குவித்து, தயவு செய்து முதல்வரை மக்கள் சந்திப்பதற்கு அனுமதியுங்கள் என்றேன். கோபத்தோடு இருக்கையை விட்டு எழுந்த லட்சுமி, ஒன்றும் சொல்லாமல் வெளியேறிவிட்டார்.'[21]

முதல்வருக்கு நெருக்கமாக இருந்து, அவரது ஆலோசகர்களாகச் செயல்பட்டவர்களில் இன்னொரு முக்கியமானவர் சந்திரா சாமி. இந்திய அரசியல்வாதிகளுக்கு நெருக்கமாக இருக்கக்கூடிய ஜோதிடர்கள், எதிர்காலத்தைக் கணித்துச் சொல்பவர்கள் ஆகியோரிலேயே மிகவும் வித்தியாசமானவர். நேமி சந்த் ஜெயின் என்ற இயற்பெயர் பெற்றிருந்த சந்திரா சாமி, ஹைதராபாத்தைச் சேர்ந்தவர். ஆந்திர அரசியல்வாதிகள் அனைவருடனும் அவருக்கு நெருக்கமான தொடர்பு உண்டு. வட்டவடிவ முகம், நீண்ட முடி, முகம் முழுவதுமான அடர்த்தியான தாடி, இவையெல்லாம் நிச்சயம் நம்மைக் கவனிக்க வைக்கும். தில்லியின் இதயப்பகுதியில் மர வேலைப்பாடுகள் மிகுந்த ஆடம்பர பங்களாவில் வசிக்கும் அவரை இப்போது பார்த்தாலும் மதச் சார்பற்றவர்கள் என்றால் அவருடைய 'வசீகரம்' பற்றிப் பேசுவார்கள். மத நம்பிக்கை கொண்டவர்கள் அந்தத் தோற்றத்தை 'தெய்விகம்' என்பார்கள்.[22]

தற்போது மோசடி வழக்குகளில் சிக்கி, வாழ்க்கையைத் தொலைத்துக் கொண்டிருந்தாலும் சந்திரா சாமி, எழுபதுகளில் பிரபலமானவர்.

பீகாரின் அடர்த்தியான காடுகளில், ஐந்து ஆண்டுகள் கடும் தவமிருந்து, விசேஷ சக்தி பெற்றதாகத் தன்னைப் பற்றிச் சொல்லிக் கொள்கிறார்.[23] எதிர்காலத்தைக் கணித்துச் சொன்னதால், அரசியல் வாதிகளின் கவனத்தைப் பெற்றார். பின்னர் சம்பந்தப்பட்டவர் களுக்கு அரசியல் தொடர்புகளைப் பெற்றுத் தருவது இவரது முக்கிய மான வேலையானது. பிரிட்டனின் மார்கரெட் தாட்சர் முதல் சவூதியின் ஆயுதத் தரகரான அத்நான் காஷோகி வரை இவருக்கு ஏராளமான தொடர்புகள் உண்டு. அதிகாரத்தில் இருப்பவர்களின் பாதுகாப்பற்ற நிலையை நன்கு உணர்ந்த சந்திரா சாமி, அரசியல் வாதியோ, அதிகாரியோ எவராக இருந்தாலும் அவருடைய பிரச்னை என்னவென்பதை ஐந்து நிமிடப் பேச்சில் புரிந்துகொண்டுவிடுவார். அந்த நபர் தன் வாழ்நாளில் சந்தித்தாகவேண்டும் என்று நினைக்கும் நபரை - அது முக்கிய கட்சியின் மூத்த தலைவர்களாக இருக்கலாம், பெரிய அதிகாரியாக இருக்கலாம் - யாராக இருந்தாலும் உடனே சந்திக்க ஏற்பாடு செய்து தருவார். அந்த நபருக்கு சொர்க்கத்துக்கே போனதுபோல் இருக்கும். லௌகிக உலகப் பயன்களும் நிச்சயம் உண்டு!

1971ல் யாகம் வளர்க்க, திருப்பதி வந்தபோது, நரசிம்ம ராவுக்குப் பழக்கமானார்.[24] வழக்கம்போல் தன்னிடமிருந்த தில்லி மற்றும் அயல்நாட்டுத் தொடர்புகள் மூலம் ராவின் நட்பு வட்டாரத்தை விரிவுபடுத்தி, அவரது அரசியல் செல்வாக்கை உயர்த்தினார். ஆந்திராவைச் சேர்ந்த அரசியல்வாதிகளில் ஏராளமானவர்கள் சந்திரா சாமியின் பக்தர்கள் என்பதால் மாநில கோஷ்டி அரசியல், நாட்டு நடப்பு அனைத்தும் அவருக்குத் தெரிய வந்தது. நரசிம்ம ராவும் சந்திரா சாமியும் நல்ல தொடர்பில் இருந்தார்கள். சந்திரா சாமிக்கு இந்திரா காந்தியுடனும் தில்லியில் அதிகார மையத்துடனும் நல்ல பரிச்சயம் இருந்தது. அது ராவுக்கு, தனது அரசியல் எஜமானைத் திருப்திப்படுத்த விசேஷமான மாற்று வழி ஒன்றையும் ஏற்படுத்தித் தந்தது.

சந்திரா சாமி மற்றும் லட்சுமி காந்தம்மா போன்ற தனிநபர்களை ராவ் நம்பியிருந்தது, பின்னாளில் அவர் பிரதமரான பின்பும் தொடர்ந்தது. எந்தவொரு தலைவரும் தன்னுடைய அரசியல் செல்வாக்கையும், உண்மையான பலம், பலவீனத்தையும் சரியாகக் கணிப்பதற்காக நம்பிக்கையான கூட்டத்தை வைத்திருக்க வேண்டியிருக்கிறது. அரசியல் சதுரங்கத்தில், சரியான நேரத்தில் சரியான தகவல்களை அளிப்பதற்கு நம்பிக்கையான உளவாளிகள் தேவைப்படுகிறார்கள். அந்தவகையில் எப்போதுமே அவருக்குக் கூடுதல் காதுகள் தேவைப்படும்.

•

எல்லாவற்றிலும் அனுசரித்துப் போகக்கூடிய முதல்வராகத்தான் இருந்தார். என்றாலும் இந்திரா காந்தியின் 'நியமன' முதல்வர் என்ற பதவி சில நெருக்கடிகளைக் கொடுத்தன. தனிப்பட்ட வகையில் மாநிலத்தில் அரசியல் செல்வாக்கு இல்லையென்பதுதான் அவருடைய தேர்வுக்குக் காரணம். ஆனால், மாநிலத்தில் ஒரு முதல்வராக, இந்திரா காந்தி விரும்பியவற்றையெல்லாம் நிறைவேற்ற, தன்னுடைய அமைச்சரவை சகாக்களைக் கட்டுப்பாட்டுக்குள் வைத்திருக்க, அதிகாரமும் துணிச்சலும் தேவைப்பட்டன. இந்தச் சிக்கல்தான் 2004-ல் பிரதமரான மன்மோகன் சிங்கை வீழ்த்தியது. மன்மோகன் சிங்குக்குத் தனியாக அதிகாரச் செல்வாக்கு கிடையாது என்பதால்தான் சோனியா அவரை பிரதமராகத் தேர்ந்தெடுத்தார். ஆனால், சோனியாவின் எண்ணங்களை அமல்படுத்த மன்மோகன் சிங்குக்கு அதிகாரம் தேவைப்பட்டது.

இந்த முரண்பாடான நிலையே 1991ல் பிரதமராக இருந்த நரசிம்ம ராவுக்கும் சவாலாக இருந்தது. அவருடைய பணிவான குணம்தான் அவரை பிரதமராக்கியது. ஆனால், அன்று இந்தியாவை முற்றுகையிட்டிருந்த பிரச்னைகள் அவரைத் துணிந்து முடிவெடுக்க வேண்டிய தேவையை ஏற்படுத்தின. பிரதமராக இருந்தபோது இந்த முரண்பாட்டை அவர் வெகு அழகாகச் சமாளித்தார். எதுவுமே செய்யாதவர்போல் மவுனமாக இருந்துகொண்டே இந்திய பொருளாதாரம், அயல் உறவுக் கொள்கை போன்றவற்றை அடியோடு மாற்றினார். ஆனால் இளம் முதலமைச்சராக இருந்த ராவ், நிறைய கற்றுக்கொள்ள வேண்டியிருந்தது. நிறைய சவால்களை எதிர்கொள்ள வேண்டியிருந்தது.

நிலச்சீர்திருத்தத்தை உடனே செய்து காட்டி இந்திரா காந்தி, தன் மீது வைத்திருக்கும் நம்பிக்கைகளைக் காப்பாற்றவேண்டும். அதற்காக ராவ், எதுவேண்டுமானாலும் செய்யத் தயாராக இருந்தார். வழக்கத்துக்கு மாறாக, எதையும் நிறைய முறை யோசித்து, அதீத எச்சரிக்கையுடன் செய்யும் வழக்கத்தை முதலில் கைவிட்டார். தடுமாறும் ஹாம்லெட் போல் அல்லாமல் துணிவுடன் செயல்பட்ட டான் குவிக்ஸெட்டாக குறுகிய காலத்தில் மாறிப்போனார். அவரது வார்த்தைகளில் சொல்வதென்றால், நினைத்ததைச் செய்து முடிக்க, 'முரட்டு காட்டுப்பன்றி'யாக மாறினார்.[25]

நரசிம்ம ராவுக்கே உரிய அமைதியான சுபாவம் மாறிப்போனது. அவருடைய நண்பர்கள் சொல்வதுபோல், சிறுவயதிலேயே தான் முதல்வராகியிருப்பதை உணர்ந்துகொண்டு, சுறுசுறுப்பானவராக இருக்கவேண்டியதன் அவசியத்தைப் புரிந்துகொண்டு, தன்னுடைய சுபாவத்தை மாற்றிக்கொண்டார்.[26] ஆளுங்கட்சியான காங்கிரஸ்

உறுப்பினர்கள் மட்டுமல்ல எதிர்க்கட்சியாக இருந்த இடதுசாரி தோழர்களும் முதல்வர் ராவின் நிலச்சீர்திருத்தங்களை ஆதரித்தார்கள்.²⁷ தில்லி மேலிடமும், ராவை ஆதரித்தது. ஏழைகள், ஒடுக்கப் பட்டவர்களின் ஆதரவு தேர்தலின்போது நமது பக்கம் திரும்பும் என்பது கட்சி மேலிடத்தின் நம்பிக்கையாக இருந்தது. ஆகவே, அந்த 'முரட்டு காட்டுப் பன்றி'யை யாராலும் தடுக்க முடியவில்லை.

நில உச்சவரம்புச் சட்டம், ஆந்திராவில் வெற்றிகரமாக நிறைவேற்றப் பட்டது. நிலம் வைத்திருப்போரில் 30 முதல் 34 ஏக்கர் தரிசு நிலங்களை மட்டுமே தங்களது பெயரில் வைத்திருக்க முடியும். 12 முதல் 27 ஏக்கர் வரையிலான விவசாய நிலங்கள் மட்டுமே வைத்துக் கொள்ளமுடியும்.²⁸ இதையும் மீறி வைத்திருந்தால், நிலங்கள் பறிமுதல் செய்யப்பட்டு, நிலமில்லாதவர்களிடம் ஒப்படைக்கப் படும். அரசு நிர்ணயித்த வரம்பு, உண்மையில் மிக மிகக் குறைவாக இருந்தது. ராவ் பெயரில் மட்டுமே அவரது சொந்த ஊரில் 1,200 ஏக்கர் நிலம் இருந்தது. அவரது அமைச்சரவை சகாக்களிடம் இதைவிட அதிகமாக இருந்தது. அதோடு ராவ் சட்டத்தில் இருந்த ஓட்டைகளை யெல்லாம் ஒவ்வொன்றாக அடைக்க ஆரம்பித்தார். அது, இன்னொரு ஆபத்தைக் கொண்டுவந்தது.

நில உச்ச வரம்பு அறிவிக்கப்பட்டதுமே, நிலம் சம்பந்தப்பட்ட ஆவணங்களைத் திருத்தி எழுதுவது அதிகமாகிவிட்டது. கிராம நிர்வாக அதிகாரிகளும், வருவாய் அதிகாரிகளும் பண்ணையாளர் களுடன் கூட்டு சேர்ந்துவிட்டார்கள் என்று ராவ் அடிக்கடி சொல்வார் என்கிறார் காங்கிரஸ் பிரமுகரும், ராவுக்கு உறுதுணையாக இருந்தவருமான நாராயண் ரெட்டி.²⁹ குளறுபடிகளையும் சட்டத்தில் இருந்த ஓட்டைகளையும் களைய, ராவ் இன்னொரு புதிய சட்டத்திருத்தத்தை சட்டமன்றத்தில் அறிமுகப்படுத்தினார். அதை அவர் ஒரு நாடகம்போல் செய்து காட்டினார். அந்தச் சட்டத்தை அறிமுகம் செய்ததும் தனது இருக்கையில் இருந்து எழுந்து வாசல் பக்கம் போய் நின்றுகொண்டார்: 'நிலச் சீர்திருத்தத்துக்கு ஆதரவானவர்கள் மட்டும் அவையில் இருந்தால் போதும்; மற்றவர்கள் வெளியே செல்லலாம்' என்று கர்ஜித்தார்.³⁰

நரசிம்ம ராவின் அதிரடி நடவடிக்கைகளால் அதிருப்தியுற்ற பண்ணையாளர்களும் அரசியல்வாதிகளும் தங்கள் நேரத்துக்காகக் காத்திருந்தனர். பெரும்பாலானவர்கள் இந்திரா காந்திக்கு பயந்து, கசப்பை வெளிக்காட்டாமல் அமைதியாக இருந்தார்கள்.³¹ ஆனால் காற்று மாறி வீசத் தொடங்கியது. எந்த மனிதர், நரசிம்ம ராவ் முதல்வராக வருவதற்கு ஆதரவளித்தாரோ, அவரே இப்போது கடுமையாக எதிர்க்க ஆரம்பித்தார். முன்னாள் முதல்வரான

பிரம்மானந்த ரெட்டி, நரசிம்ம ராவ் முதல்வர் பதவியை உடனே ராஜினாமா செய்யவேண்டும் என்று கோரிக்கை விடுத்தார்.[32] பிரதமர் நரசிம்ம ராவாக இருந்திருந்தால் ஒரே நேரத்தில் ஏகப்பட்ட எதிரிகளைச் சமாளிக்கத் துணிந்திருக்கமாட்டார். ஆனால், சீர்திருத்தவாத இளம் முதல்வர் நரசிம்ம ராவ், எதையும் பொருட் படுத்தவில்லை. கட்சியினரின் மௌனத்தை, சம்மதமென்று தவறாக நினைத்துத் தொடர்ந்து தீவிரமாக இயங்கினார்.

ஆந்திரா அரசியலில் ரெட்டி இனத்தவர்களின் வருகைக்கு முன்னர் பிராமணர்களின் தாக்கம் அதிகமாக இருந்தது. பல ஆண்டுகளுக்கு பின்னர் இப்போது காலம் திரும்பியது. பிராமணரான நரசிம்ம ராவ், அடுத்த சுழற்சியில் ஆட்சிக்கு வந்திருந்தார். ரெட்டி இனத்தைச் சேர்ந்தவர்கள் உள்ளிட்ட முன்னேறிய இனத்தவர்களைத் தன்னுடைய அமைச்சரவையிலிருந்து நீக்கினார். அமைச்சரவையில் தாழ்த்தப் பட்ட, பிற்படுத்தப்பட்ட, சிறுபான்மை இனத்தவரின் எண்ணிக்கை 25 முதல் 40 ஆக அதிகரித்தது.[33] ஆந்திர அமைச்சரவையில் பழங்குடி இனத்தவரைச் சேர்த்துக்கொண்ட முதல் முதலமைச்சராகவும் ஆகிவிட்டார்.[34] முன்னேறிய சமூகத்தினர் தங்களது நிலங்களை இழந்ததுடன், அவர்களின் அரசியல் செல்வாக்குக்கும் பெரிய பின்னடைவு ஏற்பட்டுவிட்டது.

எரியும் நெருப்பில் எண்ணெய் வார்த்ததுபோல், ராவின் பேச்சுகளும் சர்ச்சைக்குரியதாக அமைந்தன. கரீம் நகரில் இளைஞர்களிடம் பேசும்போது, 'நிலங்கள் பற்றிய விபரங்களை வெளிக்காட்டாமல் ஒளித்து வைத்திருக்கும் பெரு நில உடமையாளர்களை நீங்கள்தான் அடையாளம் காட்டவேண்டும்' என்றார்.[35] நில உச்சவரம்புச் சட்டத்தை மதிக்காதவர்களைக் கண்டறிந்து, பொதுவெளியில் வெளிப்படுத்த வேண்டியது அவசியம் என்கிற அறைகூவலாக அது ஆந்திரா முழுவதும் ஒலித்தது. 1972 மே மாதம். என்ன நடந்தாலும் சரி, நில உச்சவரம்புச் சட்டத்தை மாநிலம் முழுவதும் அமல் படுத்துவேன் என்று ராவ் உறுதியெடுத்துக்கொண்டார்.[36] அவரது இன்னொரு மேடைப்பேச்சில் வன்முறையைத் தூண்டக்கூடிய வாசகங்களும் இருந்தன. 'பெரிய பண்ணைக்காரர்களெல்லாம் ஆலமரமாக வளர்ந்துவிட்டார்கள். அவர்களின் கீழ் வேறு எந்த மரமும் வளரமுடியாது. இத்தகைய பெரிய மரங்களை வெட்டிச் சாய்த்துவிட்டு, சின்ன மரங்கள் வளருவதற்கு வழி செய்யப் போகிறேன்' என்றார்.[37]

உணர்ச்சிவசப்பட்ட பேச்சு, ஒரு சில இனத்தவர்களை நேரடியாகக் குறிப்பிட்டுப் பேசியது, ஒரே நேரத்தில் நிறைய எதிர்ப்புகளைச் சந்தித்தது. மவுனமான பிரதமராக இருந்த நரசிம்ம ராவ், இருபது ஆண்டுகளுக்கு முன்னர் ஆவேசமாக இருந்தார் என்று சொன்னால்

நம்புவதற்குச் சிரமமாக இருக்கும். ஆனால் முதலமைச்சர் நரசிம்ம ராவ், தன் மீது மண்ணெண்ணெயை உற்சாகமாக ஊற்றிக்கொண்டார். ஒரே ஒரு தீக்குச்சி மட்டும்தான் தேவைப்பட்டது.

1972 அக்டோபர் 3ல் வெளியான நீதிமன்றத் தீர்ப்பு தீக்குச்சியாக வந்தது.[38] ஹைதராபாத் சமஸ்தானத்தில் நிஜாம் ஆட்சியிலிருந்த காலத்தில் நடைமுறையிலிருந்த 'முல்கி' முறை பற்றிய தீர்ப்பு அது. அரசு வேலையில் தெலங்கானா பகுதியைச் சேர்ந்தவர்களுக்கு தரப்பட்டிருந்த விசேஷ இட ஒதுக்கீடான முல்கியை மீண்டும் உறுதி செய்தது தீர்ப்பு. சமூகப் படிநிலைகளில் மேலே செல்வதற்கு அரசு வேலை மிகவும் உதவிகரமாக இருந்தது. முல்கி, தெலங்கானா பகுதியிலிருந்தவர்களுக்குச் சாதகமாக இருந்ததால் ஆந்திராவின் பிற பகுதியில் இருந்தவர்கள் அதை எதிர்த்தனர். முல்கி விதி செல்லுபடியாகும் என்பதை நீதிமன்றத் தீர்ப்பு உறுதி செய்ததும், மாநிலம் முழுவதும் அசாதாரண நிலை நிலவியது. தில்லியிலிருந்து ஹைதராபாத் திரும்பிக்கொண்டிருந்த ராவை, பத்திரிகையாளர்கள் சுற்றி வளைத்துக் கேள்வி எழுப்பினார்கள். உச்ச நீதிமன்றத் தீர்ப்பு 'இந்தப் பிரச்னைக்கு ஒரு முற்றுப்புள்ளிவைக்கும். தீர்ப்பை அமல்படுத்துவேன்' என்று வெளிப்படையாக பதில் சொன்னார்.[39] தெலங்கானாவைச் சேர்ந்த முதல்வர், தன்னுடைய பகுதிக்குச் சாதகமாக நடந்துகொள்வதாக அவரது கருத்து புரிந்து கொள்ளப் பட்டது. மாநிலம் முழுவதும் போராட்டங்கள் வெடித்தன.

இத்தகைய அரசியல் சூழ்நிலைக்குத்தான் எதிரிகளும் காத்துக் கொண்டிருந்தார்கள். ராவை வெளிப்படையாக எதிர்க்கத் தயங்கிக் கொண்டிருந்த பண்ணையாளர்களும் இப்போது களத்தில் இறங்கினார்கள். தெலங்கானா தவிர்த்த மாநிலத்தின் மற்ற பகுதிகள் போர்க்கோலம் பூண்டன. தனி தெலங்கானா போல் தனி ஆந்திரா வேண்டும் என்று கூடக் கோரிக்கை விடுத்தார்கள். எட்டு அமைச்சர்கள், ராவின் அமைச்சரவையிலிருந்து ராஜினாமா செய்தார்கள்.[40] ராவ் அரசு, தள்ளாடியது.

அரசு இயந்திரம் முடக்கப்பட்டது. நிர்வாகத்தை இயல்பு நிலைக்குக் கொண்டுவர, ஆலோசனைக் கூட்டம் நடந்தது. உடனடியாக கைது செய்யப்படவேண்டிய 100 தலைவர்களைப் பட்டியலிட்டுக் கொடுத்தார்கள், முதல்வருக்கு நெருக்கமான அதிகாரிகள்.[41] நரசிம்ம ராவால் எந்தவொரு முடிவுக்கும் வரமுடியவில்லை. தனிச் செயலர் நினைவூட்டியபோது, 'என்னால் என்ன செய்ய முடியும்? தினமும் மணிக்கொரு முறை தில்லியிடம் பேசிக்கொண்டுதான் இருக்கிறேன். இதுவரை பதில் இல்லை. எப்போதாவதுதான் 'கிரேட் லேடி'யிடம் பேசுவதற்கு வாய்ப்பு கிடைக்கிறது. இது முக்கியமான அரசியல்

பிரச்னை என்பதால், தில்லியிலிருந்து சரியான வழிமுறை வரும்வரை காத்திருக்க வேண்டியதைத் தவிர வேறு வழியில்லை' என்றாராம்.[42]

'கிரேட் லேடி' சோஷலிசம் பற்றி மறு பரிசீலனை செய்ய ஆரம்பித்திருந்தார். குறைந்தபட்சம் ஆந்திராவுக்காவது வேறு மாற்று வழி கண்டாகவேண்டும். நரசிம்ம ராவுக்கு எதிரான எதிர்ப்புகள், இந்திரா காந்திக்கு எதிரானதாக மாறின. கட்சிக்குள்ளேயே இந்திராவை எதிர்த்து, நிறைய பேர் போர்க்கொடி உயர்த்தினார்கள். கட்சியிலிருந்து வெளியேறப்போவதாகச் சிலர் மிரட்ட ஆரம்பித்தார்கள். முதல்வராக நரசிம்ம ராவை பரிந்துரை செய்த மத்திய அமைச்சர் உமா சங்கர் தீட்சித், இப்போது அவரைப் பதவியிலிருந்து அகற்றுமாறு கோரிக்கை விடுத்தார். சோஷலிசம் என்பது இந்திராவுக்கு அதிகாரத்தைக் கைப்பற்றுவதற்கான வழிமுறை. ஆனால் ஆந்திராவில் சோஷலிசம், அவரது தனிப்பட்ட செல்வாக்கைச் சீரழித்துக் கொண்டிருந்தது. கொள்கைக்கும் சந்தர்ப்பவாதத்துக்கும் நடுவே கடுமையான யுத்தம். இறுதியில் சந்தர்ப்பவாதமே வெற்றி பெற்றது.

நரசிம்ம ராவை வெளியேற்றிவிட்டு, ஆந்திராவில் ஜனாதிபதி ஆட்சியைக் கொண்டுவர இந்திரா காந்தி முடிவு செய்தார். நரசிம்ம ராவின் கணிப்புகள் தோற்றுப்போயின. 'அதிகாரம் இல்லாதவராகவும் அதிகாரம் இருப்பவராகவும்- இருந்து இந்திராவின் எண்ணங்களைச் செயலாக்கும் விஷயத்தில் அவருக்கு வெற்றி கிடைக்கவில்லை. 1973 ஜனவரி 16. நரசிம்ம ராவ் உடனே 'அவசர ஆலோசனைக்கு' தில்லிக்கு வருமாறு அழைக்கப்பட்டார். மாநிலத்தில் ஜனாதிபதி ஆட்சியைக் கொண்டு வர, காங்கிரஸ் தலைமை பரிசீலித்து வருவதாக காங்கிரஸ் கட்சியின் தலைவர், ஷங்கர் தயாள் சர்மா தெரிவித்தார்.[43] மேலிடத்தின் முடிவில் ராவுக்கு ஒப்புதல் இல்லை. ஆனால், எதிர்க்கவில்லை.

மறுநாள் ஹைதராபாத்தில் தன்னுடைய ராஜினாமா கடிதத்தை ஆளுநரிடம் சமர்ப்பித்துவிட்டு, அவசர அவசரமாக வெளியேறியவர், காரில் ஏறி உட்கார்ந்தார். ஒரு நீண்ட பெருமூச்சு அவரிடமிருந்து வந்தது. இரு கைககளாலும் தலையைப் பிடித்துக்கொண்டு சொன்னாராம், 'ஆண்டவனுக்கு நன்றி... இந்த முதலமைச்சர் தொல்லைகளில் இருந்து கடவுள் என்னைக் காப்பாற்றிவிட்டார்'.[44]

நரசிம்ம ராவ், இரண்டு ஆண்டுகள் ஆந்திராவின் முதல்வராக இருந்திருக்கிறார். மாநில அமைச்சராக, தொடர்ந்து ஒன்பது ஆண்டுகள் வெவ்வேறு முக்கியமான துறைகளில் பதவி வகித்திருக்கிறார். 16 ஆண்டுகள் ஆந்திர சட்டமன்றத்துக்கும் தேர்ந்தெடுக்கப்பட்டிருக் கிறார். இப்போது எந்தப் பதவியும் இல்லாமல் வெளியேற்றப் பட்டிருக்கிறார்.

4

ஓரங்கட்டப்பட்ட காலம் : 1973-74

1973-ல் நரசிம்ம ராவ் அரசியலிலிருந்து ஓரங்கட்டப்பட்ட அதே காலகட்டத்தில்தான் சீனாவின் டெங் ஜியாபிங், தனது அரசியல் வாழ்க்கையின் மறு பிரவேசத்தை நிகழ்த்திக்கொண்டிருந்தார். 1960களின் இறுதியில் டெங் கொண்டு வந்த சீர்திருத்தங்களால் அதிருப்தியடைந்திருந்த இடதுசாரி கட்சியின் தலைவரான மா சே துங், டெங்கைப் பதவியிலிருந்து நீக்கியிருந்தார். 1969ல் சின்ஜியாங் கவுண்டி டிராக்டர் தொழிற்சாலையில் ஒரு சாதாரணத் தொழிலாளியாகப் பணியாற்ற அனுப்பிவைக்கப்பட்டார்.[1] தினமும் அதிகாலை ஆறரைக்கு எழுந்தாகவேண்டும். முதல் வேலையாக மாவோவின் எழுத்துகளைப் படித்தாகவேண்டும். பின்னர் மனைவியோடு, ஒரு சாதாரணத் தொழிலாளியாகத் தொழிற்சாலை பணிக்குச் செல்லவேண்டும். இது அன்றாட நடவடிக்கையானது.

டெங்குக்கு நான்கு ஆண்டுகள் இந்தக் கொடுமையில் உழல வேண்டியிருந்தது; மா சே துங்குக்கு அதன் பிறகே டெங் மீது கரிசனம் தோன்றியது. இந்தத் தொழிற்சாலை வாசம் டெங்குக்கு மாவோயிசத்தின் குறைகளைப் புரிந்துகொள்ளத் தேவையான கால அவகாசத்தையும் இடைவெளியையும் தந்தது. எத்தகைய மாற்றங்கள் நிலைத்து நிற்கும் என்பதைப் பற்றிய ஒரு புரிதலையும் அவருக்குக் கொடுத்தது. டெங்கின் வாழ்க்கை வரலாறு குறித்த கம்பீரமான நூலை எழுதிய ஹார்வோர்டு வரலாற்று ஆய்வராளரான ஈஸ்ரா இது குறித்து விரிவாகப் பதிவு செய்திருக்கிறார். வோகல், சர்ச்சில், டி காலே, லிங்கன் போன்ற தேசியத் தலைவர்களுக்கு அதுவரை தாங்கள் வகித்து

வந்த உயர் பதவியிலிருந்து சில காலத்துக்கு விலக நேர்ந்தது. அந்த அரசியல் வனவாச காலமானது தங்களுடைய முக்கியமான நீண்ட கால இலக்குகள் என்ன என்பதைத் தீர்மானித்துக்கொள்ள அவர்களுக்கு அவகாசத்தைத் தந்தது. அது போலவே டெங்குக்கும் இந்த நான்காண்டு கால கட்டாய அரசியல் 'ஓய்வு காலம்' உதவிகரமாக இருந்தது.[2]

ஜனவரி 1973-ல் நரசிம்ம ராவ் பதவி விலகியதும், சில மாதங்களில் நிலைமை சீராகிவிடும் என்றுதான் நம்பியிருந்தார். ஏனென்றால் மக்களால் தேர்ந்தெடுக்கப்பட்ட உறுப்பினர்களைக் கொண்ட சட்டமன்றம் கலைக்கப்படவில்லை. அரசியல் குழப்பத்தின் காரணமாக, ஜனாதிபதியின் நேரடி ஆட்சி மட்டுமே அமலில் இருந்தது. 1972 சட்டமன்றத் தேர்தலில் நரசிம்ம ராவ், காங்கிரஸ் கட்சியை வழிநடத்தி மாநிலம் முழுவதும் வெற்றி பெற்றிருந்தார். அவரால் தேர்தலில் நிறுத்தப்பட்டு, வெற்றி பெற்று, சட்டமன்ற உறுப்பினரானவர்கள் தொடர்ந்து அவர் மீது நம்பிக்கை வைத்திருந்தார்கள். அரசியல் நிலைமை சீரானதும், தன்னால் மறுபடியும் முதல்வராக வரமுடியும் என்று ராவும் நினைத்திருந்தார். சட்டமன்ற உறுப்பினர்கள், அவரது இருப்பிடத்துக்கு வந்து ராவைச் சந்திப்பதும் உண்டு.[3] 40 சட்டமன்ற உறுப்பினர்கள் ஓரணியாகச் சென்று இந்திரா காந்தியைச் சந்தித்து, ராவை மறுபடியும் முதல்வராக்கவும் கோரிக்கை விடுத்தார்கள். 'நலிவடைந்தவர்'களைப் பிரதிநிதித்துவப்படுத்தும் அமைச்சரவை அவர் தலைமையில் நடக்கவேண்டும் என்பதே அவர்களது கோரிக்கையாக இருந்தது.[4] மேலிடத்தின் மௌனத்தைக் கண்டு, ஆவேசப்பட்ட ஒரு சிலர் நரசிம்ம ராவ் கட்சியிலிருந்து வெளியேறி, தனிக்கட்சி ஆரம்பிக்கவேண்டும் என்றார்கள். 'உங்களுக்கெல்லாம் பிரதமரின் அதிகாரம் பற்றித் தெரியாது. அப்படியெல்லாம் நம்மால் செய்துவிட முடியாது' என்று கூறி, அவர்களை அமைதிப்படுத்தினார் ராவ்.[5]

ஜெ.வெங்கலராவ், கட்சியில் நரசிம்ம ராவுக்கு போட்டியாளராக இருந்தார். 'நல்லபடியாகப் பணியாற்றுவார் என்றுதான் நரசிம்ம ராவை முதல்வராக்கினேன். ஆனால், அந்த நம்பிக்கையை அவர் காப்பாற்றவில்லை. லட்சுமி காந்தம்மா மீது அவர் அதீத அக்கறை செலுத்துகிறார். அவர் உட்கார் என்று சொன்னால் உட்காருகிறார், நிற்கச் சொன்னால் நிற்கிறார். அவருடைய மூத்த மகன் ரங்கா ராவ் என்னை வந்து சந்தித்தார். லட்சுமி காந்தம்மாதான் அத்தனை பிரச்னைகளுக்கும் மூலகாரணம்' என்று பிரதமர் இந்திரா காந்தி தன்னிடம் சொன்னதாக வெங்கலராவ் தன்னுடைய சுயசரிதையில் குறிப்பிட்டிருக்கிறார்.[6] இந்திரா காந்தி உயிரோடு இல்லை யென்பதால், வெங்கலராவ் என்னும் கோழை புழுதி வாரித் தூற்றுகிறார் என்று லட்சுமி கருத்து தெரிவித்திருந்தார்.[7]

1973 டிசம்பர். ஆந்திராவில் ஜனாதிபதி ஆட்சி விலக்கிக்கொள்ளப் பட்டது. வெங்கல ராவ் தலைமையிலான புதிய அமைச்சரவை பொறுப்பேற்றுக்கொண்டது. நரசிம்ம ராவைக் கைவிட்டு வெங்கல ராவை இந்திரா காந்தி தேர்ந்தெடுக்க வலுவான காரணம் இருந்தது. ஆந்திர கடற்கரையோர மாவட்டங்களைச் சேர்ந்தவராக இருந்தாலும் தெலங்கானாவில் வசிப்பவர் வெங்கல ராவ். இருதரப்பிலும் நன்கு அறிமுகமான முகம் என்பதால், எல்லோரையும் அவரால் அனுசரித்துக்கொள்ள முடியும், சட்டம் ஒழுங்கு பிரச்னை ஏற்படாமல் சமாளிக்கமுடியும் என்பதே இந்திராவின் நம்பிக்கையாக இருந்தது.[8] வேலாம இனத்தைச் சேர்ந்த வெங்கல ராவ் முதல்வரானதால் நிலச் சீர்திருத்தங்களும் அதோடு முடிவுக்கு வந்தன.

மேய்ப்பனின் மனநிலையை மந்தை ஆடுகள் புரிந்துகொண்டு நடந்து கொள்வதுபோல் காங்கிரஸ் மேலிடத்தின் செய்தி, அடுத்தகட்டத்தில் இருந்தவர்களுக்கு நன்கு புரிந்தது. சொந்தத் தேவைகளை நிறைவேற்றிக்கொள்ள ராவ் வீட்டில் மூச்சு விடக்கூட இடம் இல்லாத அளவுக்கு எப்போதும் நிறைந்திருந்த அரசியல் கூட்டம் இப்போது காணாமல்போனது. அவரது வீடு வெறுமையை சுவாசிக்கத் தொடங்கியது. அந்த வறண்ட காலகட்டத்தில் தெலுங்கு எழுத்தாளர்கள் மட்டுமே இலக்கிய சந்திப்புகளுக்காக அவர் வீட்டுக்கு வந்துபோனார்கள்.

தோல்வியின் வலி நரசிம்ம ராவுக்குப் புரிந்தது. அதுவொரு தீர்க்கமான பார்வையைத் தந்தது என்கிறார் அவரது மகன் ராஜேஷ்வர ராவ். 'பதவியிலிருந்து விலக்கப்பட்டதும், மக்கள் யாரையும் கண்டுகொள்வதில்லை. யாருக்கும் அக்கறை இருப்பதில்லை. அப்பா, எல்லாவற்றையும் அனுபவித்தார்'.[9] 53 வயதான ராவுக்கு பார்வைத் திறனில் பிரச்னை வந்தது. கூடவே பல்வலியும் வந்தது.[10] சர்க்கரைவியாதி, ஆரம்பக்கட்டத்தில் இருந்ததால் உணவுக் கட்டுப்பாட்டில் இருக்க வேண்டியிருந்தது.[11]

ராவ், திரும்பவும் தில்லிக்குச் சென்றார். ஆந்திரா விருந்தினர் மாளிகையில் தங்கிக்கொண்டார்.[12] தரைத்தளத்தில் உள்ள உணவு விடுதியில் பசியுடன் வரும் உள்ளூர் மக்கள் கூட்டம் விருந்துச் சாப்பாடுகளை வளைத்துக் கட்டிச் சாப்பிட்டபோது, அதே கட்டடத்தின் மேல்தளத்தில் தங்கியிருந்த ராவ், பத்திய உணவை வரவழைத்து சாப்பிட்டு வந்தார். தேசியத் தலைவர்கள், அங்கிருந்து சில கி.மீ தூரத்தில் இருந்தாலும் யாரும் ராவைக் கண்டுகொள்ள வில்லை. ஆந்திராவிலிருந்து தில்லிக்கு வரும் அரசியல்வாதிகள், ஆந்திர பவன் வரும்போது மரியாதை நிமித்தமாகக் கூட அவரைச் சந்திக்க வருவதில்லை. தில்லியில் நாடாளுமன்ற உறுப்பினராக

இருந்த லட்சுமி காண்டம்மா, ஆந்திர பவனுக்கு வந்து நடு இரவு வரை சீட்டாடுவாராம். தன்னுடைய அரசியல் எதிரிகளுடன் லட்சுமி, சீட்டு விளையாடி முடிக்கும்வரை பக்கத்தில் உள்ள அறையில் ராவ் காத்திருப்பார். ஆட்டத்தை சீக்கிரமாக முடிக்கும்படி ராவ் சொன்னால், 'பி.வி.காரு... இங்க பேசாம உட்காரு' என்பாராம்.[13]

தனது அரசியல் ஆளுமைக்கு கட்டாய ஓய்வு அளிக்கப்பட்டதால் உள்ளொடுங்கிய நபர் எழுத்திலும் வாசிப்பிலும் தஞ்சம் புகுந்தார். மெல்லிய பருத்தி குர்தாவும், நீலம் அல்லது பச்சை நிற 'மெட்ராஸ் கட்டம்' போட்ட கைலியும் அணிந்து புத்தகங்களுக்கு நடுவே உட்கார்ந்திருப்பார். அவர் இல்லாத நேரத்தில், ஏதாவது புத்தகத்தை நகர்த்தி, சரிப்படுத்தி வைத்தால்கூட, பதறிப்போய்விடுவார். 'வேண்டாம்... அதில் சில குறிப்புகள் எழுதி வைத்திருக்கிறேன், கலைத்துவிடாதீர்கள்' என்று சொல்வார் என்கிறார் அவரது மகளான வாணி தேவி.[14]

புத்தகங்களும், குறிப்புகளும் மேஜையில் மலைபோல் அடுக்கி வைக்கப்பட்டிருக்கும். அதன் நடுவே ஐந்து அடிக்கு சற்றே அதிகமான ராவ் உட்கார்ந்து படித்துக்கொண்டிருப்பது வெளியிலிருந்து பார்த்தால் எவருக்கும் தெரியாது. சேகரித்து வைத்திருந்த புத்தகங்களிலிருந்து அவருக்கு விருப்பமானதை நம்மால் புரிந்து கொள்ளமுடியும். அரசு அறிக்கையில் ஆரம்பித்து, தெலுங்கு, இந்தி மற்றும் மராத்திய இலக்கியங்களும் அவரிடம் இருக்கும். புத்தகங்களுக்கு நடுநடுவே சிவப்பு நிறத்தில் அவரது குறிப்புகளும் இருக்கும்.

ராவ், ஒரு நாவல் எழுதும் முயற்சிகளில் ஈடுபட்டிருந்தார். உணர்ச்சிவசப்பட்ட ஒரு சிறுவன், கிராமத்தை விட்டு ஓடிப்போய், நிஜாமுக்கு எதிரான போராட்டத்தில் கலந்து கொண்டு, அரசியலில் இறங்கி, ஆப்ரசாபாத் என்னும் கற்பனை மாநிலத்தின் முதல்வராகவும் பொறுப்பேற்கிறான். பணம், அதிகாரம், கோஷ்டி சண்டைகளால் வந்த சவால்களை கதாநாயகன் எவ்வாறு எதிர்கொள்கிறான் என்பதுதான் கதை. பெயர்களும் இடங்களும் மாற்றப்பட்டுள்ளன என்றாலும், ராவின் வாழ்க்கையோடு எளிதில் அதைத் தொடர்புபடுத்திக்கொள்ளமுடியும்.

முழுவதும் புனைவாகவும் இல்லாமல் உண்மையாகவும் இருந்திராத வாழ்க்கை வரலாறுபோல் எழுதப்பட்ட அந்த நாவலின் கரு அவருடைய ஆளுமையை வெளிப்படுத்துவதாக இருந்தது. உண்மையை நேரடியாக எழுதக் கூச்சப்படுபவராக ராவ் இருந்தார். ஆனால், அவற்றையெல்லாம் மறைத்துவிடவேண்டுமென்பதில் நிச்சயம் நேர்மையாக இருந்திருக்கிறார். தான் போலித்தன்மை

மிகுந்தவர் என்பது தொடர்பாக அவருக்குப் பெருமையாக இருந்தது என்கிறார் மேற்கு வங்கத்தின் ஆளுநராக இருந்த கோபாலகிருஷ்ண காந்தி.[15]

பதவியிலிருந்து விலக்கப்பட்ட நாளிலிருந்து நரசிம்ம ராவை அலைக்கழித்த ஒரு கேள்வியுடன் அந்த நாவல் முடிவடைந்தது. தலைமைக்கு விசுவாசமாகவும் துர்க்கா தேவியின் அன்புக்குப் பாத்திரமாகவும் இருந்த ஒரு முதல்வர் மேலிடத்தின் ஆணை ஒன்றை நிறைவேற்ற முயன்றதற்காக ஏன் பலிகடா ஆக்கப்பட்டார்? இந்தக் கேள்விக்கான விடையை தில்லி, ஹைதராபாத், வாங்காரா என அனைத்து இடங்களிலும் தேடிக்கொண்டிருந்தார். அதற்கான பதில்தான், பின்னாளில் நரசிம்ம ராவ் பிரதமரானதும் திறமையோடும் துணிச்சலோடும் சீர்திருத்த அரசியலைச் சமாளிக்க உதவியது.

தன்னால் நியமிக்கப்படும் எந்தவொரு முதல்வரும், அதிகாரத்துக்குப் பணிபவராகவும் அதிகாரம் மிகுந்தவராகவும் ஒரே நேரத்தில் இருக்க வேண்டும் என்று இந்திரா காந்தி நினைத்திருந்தார். இது நடைமுறையில் சாத்தியமே இல்லை. நியமன முதல்வர்கள் எதிர்கொள்ளும் சிக்கல் என்னவென்றால், எந்தக் காரணத்துக்காக தில்லி தலைமையினால் நியமிக்கப்படுகிறார்களோ அதனாலேயே பல பிரச்னைகளை எதிர்கொள்ள நேரிடும். நியமன முதல்வர்களால் எதையுமே செய்யமுடியாமல்தான் இருக்கும். அதற்காகவே அவர்கள் மேலிடத்தால் அதன் பிறகு நீக்கவும்படுவார்கள். எனவே, இப்படியான முதல்வர்கள் அதிக காலம் ஆட்சியில் இருக்கவே முடியாது என்றார் ராவ்.[16] பின்னாளில் நினைவுகளை மீட்டியபடி எம். நாராயணன் ரெட்டியிடம் பேசிக் கொண்டிருந்தபோது அவர் சொன்னது: 'அவர்கள் சொன்ன எல்லாவற்றையும் செய்தேன். ஆனாலும், மேடம் காந்தி என்னை மிக மோசமாக நடத்தினார்'.[17]

நிலச்சீர்திருத்தம் தோல்வியில் முடிந்தது குறித்துப் பேசும்போது, பண்ணையாளர்களின் எதிர்ப்பு, கடுமையாக இருக்கும் என்று நான் எதிர்பார்த்திருக்கவில்லை என்றாராம். பின்னாளில் 42 ஆண்டுகள் கழித்தும் அதை நினைவுகூர்கிறார் ரெட்டி. ரெட்டி, கம்மா இனத்தவர் களுக்கு எதிரான மனநிலை கொண்டவராக நரசிம்ம ராவ் இருந்தார். அது வெளிப்படையாக எல்லோருக்கும் தெரிந்த விஷயம். சம்பந்தப் பட்ட இனத்தவர்களிடம் நல்லதொரு உறவை வளர்த்திருந்தால், நிச்சயம் முதல்வராகத் தொடர்ந்திருப்பார் என்கிறார்.[18]

ஒரே சமயத்தில் பல எதிரிகளைத் தூண்டிவிட்டார் ராவ். நிலச்சீர்திருத்தம் பற்றிப் பேசியதால், உயர் ஜாதியினரின் வெறுப்பைச் சம்பாதித்தார். தெலங்கானா பகுதி மக்களுக்கான சலுகைகளை

ஆதரித்ததால் ஆந்திராவின் மற்ற பகுதியைச் சேர்ந்தவர்களிடமிருந்து எதிர்ப்பு வந்தது. அரசியல் எதிரிகளெல்லாம் ஒன்றுகூடிவிட்ட பின்னர், அவர்களுக்கு எதிராக நரசிம்ம ராவால் எதையும் செய்ய முடியவில்லை.

எந்தவொரு சீர்திருத்தமும் அமலுக்குக் கொண்டுவரப்படும்போது கடுமையான சவால்களை எதிர்கொள்ள வேண்டியிருக்கும். பலருடைய சுயவிருப்பு வெறுப்புகளைத் தாண்டி வரவேண்டும். எந்தளவுக்கு எதிர்ப்பு இருக்கும் என்பதை முன்கூட்டியே உணராததுதான் ராவின் மிகப் பெரிய தவறு.

நரசிம்ம ராவுக்குத் தன்னுடைய தவறு புரிந்திருந்தது. எங்கே தவறு, என்ன செய்திருக்கலாம், அதைச் செய்ய முடியாமல் போனது ஏன் என்பதை விளக்கி எழுபதுகளின் இறுதியில் ஒரு கட்டுரை எழுதியிருக்கிறார். இந்திய அளவில் முதல்வர்களின் பங்கு என்ன என்பதையும் சீர்திருத்தங்களை மேற்கொள்ளும்போது வரும் இடையூறுகளையும் பற்றிய கட்டுரை அது. 'கண்ணுக்குப் புலப்படாத, அந்தக் காலகட்டத்தின் பிரச்னைகள்', 'சுயநலம் சார்ந்த எதிர்ப்புக் குரல்கள்', 'தெருமுனை அரசியல்' என அவற்றைக் குறிப்பிடுகிறார்.[19] ஒரு முதல்வரைப் பதவியிலிருந்து அகற்றிவிடத் தெருவில் இறங்கிப் போராடுகிறார்கள். அசம்பாவிதம் நடைபெறாமல் தடுக்க, அரசு இயந்திரத்தை முடுக்கிவிட்டால், அதைப் போராட்டத்துக்கு எதிரான அடக்குமுறை என்கிறார்கள். அதைச் செய்யாவிட்டால், செயல்படாத முதல்வர் என்றும் பழிக்கிறார்கள் என்று அன்றைய அரசியல் மனநிலையைக் கண்டித்திருக்கிறார்.[20] காட்டுப் பன்றி போல் தாக்கி, காரியத்தைச் சாதிக்கவேண்டும் என்றால், காலடித்தடம் கூட யாருக்கும் தெரியக் கூடாது என்பதே அன்றைய நிலையில் அவர் கற்றுக் கொண்ட பாடம்.

நரசிம்ம ராவின் பிற தவறுகள் அவரது வாய் வார்த்தைகளாக இருந்தன. அனல் பறக்கும், வன்முறையைத் தூண்டும் பேச்சுகள், பண்ணையார்களுக்கு எதிரான பேச்சுகள் என அவை அமைந்திருந்தன. முல்கி பற்றிய உச்ச நீதிமன்றத் தீர்ப்பு வந்தபோதும், ஒரு முதல்வர் என்கிற வகையில் நிதானமாகத்தான் பேசியிருந்தார். ஆனால் அவரது பேச்சு திரிக்கப்பட்டு, தெலங்கானாவுக்கு ஆதரவான கருத்தாகப் புரிந்து கொள்ளப்பட்டது. இப்படியான சர்ச்சைகளுக்குப் பிறகு, ராவ் பேசுவதை வெகுவாகக் குறைத்துக்கொண்டார். பின்னாளில் பிரதமரானபோது, அவரது மௌனம் விமர்சிக்கப் பட்டது. செயலற்ற நிலை வரும்வரை சிந்தனையில் திளைப்பவர், சந்தேகமாக இருந்தால் சத்தமின்றி இருந்துவிடுவார் என்றெல்லாம் கிண்டலடிக்கப்பட்டார். ஆனால், முதல்வர் பதவியிலிருந்து

விலக்கப்பட்டு அரசியல் தனிமையில் வாழ்ந்த ராவ், அதிரடிச் செயல்பாடுகளில் இருந்து கவனத்தை திசை திருப்ப மௌனம்தான் சிறந்த வழி என்று கண்டுபிடித்திருந்தார்.

1974 ஆரம்பத்தில், அரசியலால் காயம்பட்ட மனதை ஆற்றிக் கொண்டிருந்த ராவை, குடும்பப் பொறுப்புகள் விரும்பி அழைத்தன. அமெரிக்காவில் வசித்து வந்த அவரது மகளான கே. சரஸ்வதி, கர்ப்பமாக இருந்தார். ஆரம்பம் முதலே ராவ், தன்னுடைய பிள்ளை களோடு எந்நாளும் நெருக்கமாக இருந்ததில்லை. வாங்கரா கிராமத்தில் அவர்கள் வளர்க்கப்பட்டபோது, பரபரப்பான அரசியல் வாதியான ராவின் அண்மை அவர்களுக்குக் கிடைத்திருக்கவில்லை. குடும்பத்தினர்கள், அரசியலிலிருந்து முற்றிலுமாக விலகியிருக்க வேண்டும் என்று ராவ் விரும்பியிருந்தார். அவரது மூத்த மகனான ரங்காராவுக்கு இதில் அதிருப்தி இருந்தது. 1974 வாக்கில் தந்தையும் மகனும் ஒருவரையொருவர் சந்தித்துப் பேசாத நிலை இருந்தது. ஆனாலும் ராவ், தன்னுடைய மகள்களுடன் தொடர்பில் இருந்தார். அரசியலிலிருந்து ஓய்வு கிடைத்ததால் பேரக் குழந்தையைப் பார்க்க உற்சாகத்துடன் நியூயார்க் கிளம்பினார். இந்தியாவை விட்டு அவர் வெளிநாட்டுக்குப் போனது அதுவே முதல்முறை.

அமெரிக்காவில் அனுமதிக்கப்பட்ட ஏராளமான முதல் கட்ட இந்திய தொழில் சார் வல்லுநர்களில் மருத்துவரான சரஸ்வதியும் ஒருவர். குடியுரிமை மற்றும் புலம் பெயர் சட்டம் 1965, மாற்றியமைக்கப்பட்டு (அதாவது இன ரீதியிலான கெடுபிடிகள் நீக்கப்பட்டு) வெளிநாட்டு வல்லுநர்கள் அமெரிக்கா வருவதை அனுமதித்தது.[21] வியட்நாம் போரில் ஈடுபட்டுக் கடுமையான காயங்களோடு, அமெரிக்கா திரும்பிக்கொண்டிருந்தவர்களுக்கு மருத்துவம் பார்க்க, ஏராளமான மருத்துவர்கள் தேவைப்பட்டார்கள். எழுபதுகளின் மத்தியில், சரஸ்வதி போன்ற இந்திய மருத்துவர்களுக்கு நல்ல வரவேற்பு இருந்தது.

நியூயார்க் வந்திறங்கிய ராவ், சரஸ்வதியின் வீட்டுக்குச் சென்றார். பேரக்குழந்தை பிறந்ததும், ஊருக்குத் தகவல் தெரிவித்து, அனைவரையும் குசலம் விசாரித்து ஒரு கடிதம் எழுதினார். அதுதான் முதல்முதலாக எங்களுக்கு அவர் எழுதிய கடிதம். சரஸ்வதிக்கு ஆண் குழந்தை பிறந்திருக்கிறது. தாயும் சேயும் நலம் என்று எழுதியிருந்தார் என்கிறார் ராஜேஸ்வரராவ்.[22]

அமெரிக்காவில் இருந்தபோது ராவ், உள்ளூர் நாளேடுகளை வாசிப்பதில் நாட்களைச் செலவிட்டார். நியூயார்க் டைம்ஸ், அவருக்குப் பிடித்தமான நாளேடு. அமெரிக்க அரசியல் பற்றிய விஷயங்களையும் டிவி பார்த்துத் தெரிந்துகொண்டார். அமெரிக்க

அரசியலும் சமூகமும் மாறியிருப்பதை அவரால் புரிந்துகொள்ள முடிந்தது. அமெரிக்க லிபரலிசம் மாறிப்போய், குடியரசுக் கட்சியின் நிக்சன் பதவிக்கு வந்திருந்தார். பனிப்போரின் உக்கிரம் குறைய ஆரம்பித்திருந்தது. இந்தியாவை எல்லைப் பிரச்னையில் தோற்கடித்த சீனாவுடன் நிக்சன் நட்பு பாராட்டினார். சோவியத் யூனியனுடன் ஆயுதக் குறைப்பு உள்ளிட்ட ஒப்பந்தங்களிலும் கையெழுத்திட்டார். அமெரிக்காவுக்கும் வியட்நாமுக்கும் இடையேயான பேச்சு வார்த்தைகளும் ஓர் அமைதி உடன்பாட்டை எட்டி, பத்துவருடக் கெடு சாகசம் முடிவுக்கு வந்தது. சுதந்தர இந்தியாவின் அயலுறவுக் கொள்கை சார்ந்த நேருவின் சித்தாந்தங்களில் உலகளாவிய அளவில் மாற்றங்கள் நிகழ்ந்து வருவதையும் ராவ், அப்போது கண்டுகொண்டார். பின்னாளில் அயலுறவு அமைச்சராக ஆகவிருந்த ராவ் அந்த மாற்றங்களை அவை நிகழும்போதே நேரடியாகப் பார்த்தார்.

அமெரிக்காவில் அவர் இருந்த மூன்று மாதங்களும், அமெரிக்க அரசியலைப் புரிந்து கொள்வதிலேயே செலவிட்டார். எப்போதாவது தெருக்களில் இறங்கி நடப்பார். ஒருநாள், மன்ஹாட்டன் பகுதியில் உணவகங்களில் சைவ உணவு கிடைக்கிறதா என்று தேடிக் கொண்டிருந்தார். உணவு பரிமாறுபவருக்கு சைவம் பற்றித் தெரிய வில்லை. மாமிசம் இல்லாத உணவு என்று அவருக்குப் புரிய வைத்தார். தலையாட்டிக்கொண்டு உள்ளே போனவர், பச்சையான மக்காச் சோளக்கருதை எடுத்துவந்து தந்திருக்கிறார். இந்தியா திரும்பி வந்ததும் இந்தச் சம்பவத்தைத் தன்னுடைய பேரக் குழந்தைகளிடம் சொல்லிச் சிரித்தாராம் ராவ்.[23]

நியூயார்க் தவிர, மேடிசனில் இருந்து விஸ்கான்சின் பல்கலைக் கழகத்துக்கும் ராவ் வருகை தந்திருக்கிறார்.[24] சீஸ் தொழிற்சாலை களுக்கு நடுவே மிட் வெஸ்டில் இருந்த அந்தப் பல்கலைக்கழகத்தில் இந்தியவியல் சிந்தனையாளர்கள் நிறைய இருந்தனர். இப்போதைய தெலுங்கு இலக்கியத்தின் முக்கியமான ஆளுமையும், தென்னிந்திய வரலாற்று அறிஞருமான வேல்செரு நாராயண ராவ், அன்று அந்தப் பல்கலைக்கழகத்தில் இளம் விரிவுரையாளராக இருந்தார். 1974ல் நரசிம்ம ராவை பல்கலைக்கழக வளாகத்தில் சந்தித்ததை நினைவு கூர்கிறார்.[25]

இலக்கியம் குறித்து நிறைய பேசினோம். அவரிடம் புதிய சிந்தனைகள் இருந்தன. பல்கலைக்கழகத்தில் விரிவுரையாளராகப் பணியாற்ற வேண்டியவர் என்று என் மனதில் அப்போதே அவரைப் பற்றித் தோன்றியது நினைவுக்கு வருகிறது. தெலுங்கு உரைநடை அவருக்குப் பிடித்தமானதாக இருந்தது. இந்தியாவின் மாபெரும் காப்பியங்களான ராமாயணத்தையும் மகாபாரதத்தையும் ஒன்றாகச்

சேர்த்து, ஒரு வடிவில் தந்த படைப்பான 'ராகவ பாண்டவீயம்' பற்றி அதிக ஆர்வத்துடன் பேசினார். ஒரே சொல் தொகுப்பு, ராமாயணம், மகாபாரதம் என இரு பொருள் தரும்படியான உரைநடை வடிவம் அது. ஒரே சொல் இரண்டு வேறு அர்த்தங்களைத் தருவது பற்றி வியந்து வெகு நேரம் பேசிக்கொண்டிருந்தார் என்கிறார்.

இந்தியவியல் சிந்தனையாளர்களிடம் ராவ் பேசிக்கொண்டிருந்த போது, ஒருவர் ஆந்திராவின் சாதிய அடுக்குமுறை பற்றிக் கேள்வி எழுப்பினார். 'இந்தியா மறந்துபோன விஷயங்களை, ஞாபகம் வைத்துக்கொண்டு நீங்கள் பேசிக் கொண்டிருக்கிறீர்கள்' என்று நகைச்சுவையாகப் பதிலளித்தாராம். இந்தியா குறித்து அமெரிக்கர்களின் புரிதல் தவறு என்பதைச் சுட்டிக்காட்ட அப்படிச் சொன்னார் என்று நாராயணராவ் நினைவுகூர்கிறார். அன்றிரவு நாராயணராவும், அவரது மனைவியும் மாடிசனில் இருந்த அவர்களது சின்ன அப்பார்ட்மெண்டில் விருந்து ஒன்றை ஏற்பாடு செய்திருந்தார்கள். காரசாரமான தெலுங்கு உணவுவகைகளைப் பார்த்து ராவ் ஆச்சரியப்பட்டாராம். இதெல்லாம் வடஇந்தியாவில் கூடக் கிடைக்காது. அமெரிக்காவின் சிறிய ஊரில்கூட இதெல்லாம் எப்படிக் கிடைக்கிறது என்று ஆச்சரியப் பட்டாராம்.[26]

அமெரிக்காவின் தொழில்நுட்ப சாதனைகளைப் பார்த்து வியந்த படியே இந்தியா திரும்பினார். அமெரிக்காவிலிருந்து எலெக்ட்ரானிக் பொருட்களை வாங்கி வந்தார். அப்படி எலக்ட்ரானிக் பொருட்கள் வாங்கும் பழக்கம் வாழ்நாள் முழுவதும் அவரிடம் நீடித்தது. அவரது இளைய மகனான பிரபாகர் ராவ், அப்போது பொறியியல் படித்துக் கொண்டிருந்தார். அவருக்காக டெக்சாஸ் இன்ஸ்ட்ரூமெண்ட்ஸ் நிறுவனம் தயாரித்த கால்குலேட்டர் வாங்கி வந்தாராம்.[27] அமெரிக்காவில் இருந்து திரும்பிய தமது தலைவரைப் பார்க்க அவருடைய பணியாளர்கள் ஆர்வத்துடன் வந்தபோது இந்த கால்குலேட்டரைப் பெருமையுடன் எடுத்துக் காண்பித்தாராம்.

அமெரிக்காவில் இருந்த காலத்தில், ராவ் மூன்று இடங்களில் தெலுங்கில் உரை நிகழ்த்தியிருக்கிறார். அமெரிக்க நிறுவனங்களின் அசாத்திய வளர்ச்சி குறித்து அவரது பேச்சுகள் இருந்தன. 1979ல் சரஸ்வதிக்கு இரண்டாவது குழந்தை பிறந்த நேரத்தில், இன்னொரு முறை அமெரிக்கா சென்று திரும்பினார். அமெரிக்க வாழ்க்கை குறித்து 'நல்ல பரிச்சயம்' பெற்றுவிட்டிருந்த ராவ் இம்முறை தன்னுடன் வந்த தன் மூத்த மகளுக்கு அமெரிக்க வீட்டில் இருந்த மிக்ஸி, டிஷ் வாஷர் ஆகியவை செயல்படும்விதத்தை உற்சாகத்துடன் விளக்கிச் சொல்லியிருக்கிறார்.[28]

மேற்கத்திய கல்வி பயின்று, பிரிட்டிஷ்காரராகவே ஆகிவிட்ட நேருவுக்கு இந்தியாவைத் 'தேடிக் கண்டுபிடிக்க'வேண்டியிருந்தது. இந்தியா குறித்த அவருடைய புரிதல் இந்தப் பின்னோக்கிய பயணத்தில் இருந்து கிடைத்த ஒன்று. ஆனால், நரசிம்ம ராவின் பயணம் நேர் வழியில் இருந்தது. நட்வர் சிங் சொல்வது போல், 'நரசிம்ம ராவின் வேர்கள், பரந்து விரிந்த இந்தியாவின் ஆன்மிக, கலாசாரத்தில் ஆழமாகப் புதைந்து கிடந்தன. இந்தியாவை அவர் தேடிக் கண்டுபிடிக்க வேண்டியிருந்ததில்லை'.[29] 53 வயதில், நரசிம்ம ராவ் மேற்கத்திய உலகைப் பார்க்கத் தொடங்கினார். தான் பார்த்ததை அவர் முழுவதுமாக விரும்பினார்.

பெரும்பாலான இந்திய சுதந்தரப் போராட்ட காலத் தலைவர்கள், ஐரோப்பாவில் படித்து வளர்ந்தவர்கள். ஃபேபியன் சோஷியலிசம் அவர்கள் மீது தாக்கத்தை ஏற்படுத்தியிருந்தது. இந்த வளர் பருவ சிந்தனைத் தாக்கம் சோவியத் யூனியன் மீதும் அரசிடம் அதிகாரத்தைக் குவித்துவைக்கும் அணுகுமுறை மீதும் அவர்களுக்கு ஒருவித வசீகரத்தை ஏற்படுத்தியிருந்தது. மாநில முதல்வராகவும் முக்கியமான துறையின் அமைச்சராகவும் அனுபவம் பெற்றிருந்த ராவ், பழமைப் பிடிப்புள்ள ஒரு சமூகத்தை நவீனத்துவத்துக்குக் கொண்டு செல்ல நேருவியம் மட்டுமே ஒரே வழி என்ற நம்பிக்கை கொண்டிருந்தார். 1974ல் நிகழ்ந்த அவருடைய அமெரிக்க வருகை, அவரது சிந்தனைகளில் நுட்பமான மாற்றங்களைக்கொண்டுவந்தன.

இந்தியாவிலிருந்து அமெரிக்காவில் குடியேறிய தெலுங்கு பேசும் மக்கள், பிறந்த நாட்டுக்கும் பணி புரிந்த நாட்டுக்கும் இடையிலான உறவைக் காலப்போக்கில் மாற்றினார்கள். 2015 ஆண்டின் இறுதிக்குள், அமெரிக்க குடியுரிமை வாங்கிய இந்தியர்களில், தனிப் பெரும்பான்மையினராக தெலுங்கர்களே இருந்தார்கள்.[30] அமெரிக்க வாழ்க்கை தொடர்பாக தெலுங்கு சமூகம் பெற்றிருந்த 'அனுபவம் சார்ந்த புரிதலையே' அது காட்டுகிறது என்கிறார் புலம் பெயர்ந்தவர்கள் பற்றி ஆய்வு செய்யும் தேவேஷ் கபூர்.[31] அமெரிக்காவிலிருந்த தனது குடும்பத்தினருடனான (அவருடைய 2வது மகளும் அடுத்த பத்தாண்டுக்குள் அமெரிக்காவில் குடியேறி விட்டார்) பரிமாற்றங்கள் அமெரிக்க முதலாளித்துவம் தொடர்பான மரியாதையை ராவ் மனதில் உயர்த்தின.

மாண்டேக் சிங் அலுவாலியா (அவரே வாஷிங்டனால் உருவாக்கப் பட்ட பொருளாதார வல்லுனர்தான்) பெட்ரோல் விலை உயர்வு தொடர்பான உரையாடலில் ராவ் நடந்துகொண்டவிதத்தை நினைவு கூர்ந்தார்: ராவ் தன்னுடைய உதவியாளரை அழைத்து நியூயார்க்கில் இருந்த ஏதோ ஒரு 'திருவாளர் ராவு'க்கு போன் போடச் சொன்னார்.

பின்னர் மாண்டேக் பக்கம் திரும்பி, 'அவரை எனக்கு நன்கு தெரியும். எண்ணெய் விவகாரம் பற்றி அவருக்கு நன்கு தெரியும் என்றாராம்.[32]

●

இம்முறை அமெரிக்காவிலிருந்து திரும்பியவர் ஹைதராபாத்தில் எந்தவித வரவேற்பும் கிடைக்காமல் வாங்கரா கிராமத்துக்கு வந்து விட்டார். உடல்நிலை சரியில்லாத தன்னுடைய தாயை உடனிருந்து கவனித்துக்கொண்டார்.[33] கூடவே புத்தகம் தொடர்பான வேலைகளிலும் ஈடுபட்டார். சிறுவயதில் தான் வளர்ந்த வீட்டிலேயே தங்கிக்கொண்டார். இந்து சாஸ்திரப்படிக் கட்டப்பட்ட பழைய வீடு, முன்னாள் முதலமைச்சரும் அமெரிக்கா சென்றுவந்தவருமான அவருக்கு வசதியாக இல்லை. மண்ணால் ஆன வீட்டை செங்கல், சிமெண்ட் கொண்டு மாற்றியமைக்க நினைத்தார்.[34] ஓலைக்கூரையை காங்க்ரீட் டைல்ஸ் தளமாக மாற்ற விரும்பினார். தான் வளர்ந்த வீட்டை முற்றிலுமாக இடித்துவிட்டு, ஒரு புதிய வீட்டையே அவர் கட்டியிருக்கமுடியும். ஆனால், வீட்டின் அமைப்பு முறையில் எந்த மாற்றத்தையும் செய்யாமல், சுவர்களை ஒரு அங்குலம் கூட நகர்த்தாமல் வெளிப்புறத் தோற்றத்தை மட்டும் மாற்றியமைக்க திட்டமிட்டார். நவீனத்துக்கு மாறினாலும், முடிந்த அளவுக்குப் பழமையைப் பின்பற்றவேண்டும் என்பது அவரது கொள்கை.

வாங்கரா கிராமத்தில், வயல்வெளிக்கு நடுவே நடந்தபடியே கிராமவாசிகளிடம் பேசுவது ராவுக்கு பிடித்தமான விஷயம்.[35] அந்தக் கிராமத்திலேயே மிகப் பெரிய பண்ணையாராக இருந்த ராவ், நில உச்ச வரம்புச் சட்டத்தை அமல்படுத்திய பின்னர், தன்னிடமிருந்த அளவுக்கு மீறிய நிலங்களை அரசிடம் சமர்ப்பித்துவிட்டார். அவரிடமிருந்த 1200 ஏக்கர் நிலங்களில், ஏறக்குறைய 1000 ஏக்கர் நிலம் நிலமற்றவர்களுக்குப் பகிர்ந்து வழங்கப்பட்டிருந்தன. கிட்டத்தட்ட வாங்கராவைச் சேர்ந்த அனைவருக்கும் குறைந்தபட்சம் இரண்டு ஏக்கராவது கிடைத்தது. முன்பு பண்ணையாருக்கு முன் பணிந்து நின்று பழகியவர்கள் இப்போது தமது பாதுகாவலரை நேசிக்கக் கற்று கொண்டுவிட்டிருந்தனர்.

உழுவதற்கு நிலங்கள் இருந்தன. ஆனாலும், ஏதோ ஒன்று தடையாக இருப்பதை ராவ் உணர்ந்தார். கிராமவாசிகள் தங்களுக்குக் கொடுக்கப் பட்ட நிலத்தில் அரிசி சாகுபடி செய்தார்கள். அதற்கான சந்தை மதிப்பு பெரிய அளவில் இல்லை. இரண்டு ஏக்கர் நிலம் என்பது ஒரு ஏழை விவசாயக் குடும்பத்துக்கு ஒரு வருடத்துக்குத் தேவையான உணவைத் தரப் போதுமானதுதான். ஆனால், அதைத் தாண்டி அதில் இருந்து எந்த வருமானமும் கிடைக்காது. நிலச் சீர்திருத்தங்களால்

சமூகத்தில் அந்தஸ்து கிடைத்திருந்தாலும் அவர்களது தனிநபர் வருமானம் உயரவில்லை.[36]

நெல் சாகுபடியை நிறுத்திவிட்டு, அதிக வருமானம் தரும் பணப்பயிர்களைப் பயிரிடலாமே என்று ஆலோசனை சொன்னார் ராவ். சொன்னதுடன் இல்லாமல் குஜராத்திலிருந்து பருத்தியை வரவழைத்து, அதைத் தன்னுடைய நிலத்திலும் பயிரிட்டுக் காட்டினார். பருத்தி பயிரிடுவதிலும் சில சிக்கல்கள் இருந்தன. பருத்தியில் ஆண், பெண் இனப்பெருக்கப் பகுதிகள் ஒரே செடியில் இருந்ததால், தன் மகரந்தச் சேர்க்கைக்கு வாய்ப்பு இருந்தது. இதனால் பலவீனமான செடிகள் உருவாகின. பருத்தி பயிரிடுபவர்களுக்கு இது இழப்பைத் தந்தது. எந்தவித உதவித் தொகையோ பயிர் காப்பீட்டுப் பாதுகாப்போ இல்லாத ஏழை விவசாயிகளுக்கு இது பெரிய அச்சுறுத்தலாக இருந்தது. பருத்தி சாகுபடியில், சில மாற்றங்களைச் செய்வதன் மூலம் பிரச்னையைத் தவிர்க்கலாம் என்று ராவ் முடிவு செய்தார்.

ஒவ்வொரு பருத்திச்செடியின் முகத்துவாரத்திலும் வைக்கோலைப் பொருத்தி, ஒரு செடியின் மகரந்தமானது இன்னொரு பருத்திச் செடிக்குச் செல்லும்படி அமைத்தார். இதனால், தன் மகரந்தச் சேர்க்கை தவிர்க்கப்பட்டது.[37]

பருத்திச்செடியைப் பாதுகாக்கும் ராவின் புதிய வழிமுறை, கிராமவாசிகள் மத்தியில் வரவேற்பைப் பெற்றது. இரண்டு ஏக்கர் நிலம் பெற்று, ராவின் பண்ணை வீட்டுக்கு அருகே வசிக்கும் மல்லையாவும் தனக்குக் கிடைத்த நிலத்தில் பருத்தியைப் பயிரிட்டார். ராவின் வழிமுறையையும் மேற்கொண்டார். நெல் சாகுபடியில் கிடைத்த வருமானத்தைவிட மூன்று மடங்கு வருமானம், பருத்தி உற்பத்தியால் கிடைத்தது.[38]

ஒரு சோஷலிசவாதியாக, நிலச்சீர்திருத்தத்தை முன்மொழிந்து அதனால் பதவியை இழந்த ராவுக்கு இந்த சம்பவம் புதிய கண் திறப்பாக இருந்தது. இலவசங்களால், ஏழைகளின் பிரச்னை தீர்ந்து விடுவதில்லை. சந்தையோடு எந்த அளவு அவர்கள் தொடர்பில் இருக்கிறார்கள் என்பதில்தான் உண்மையான வெற்றி இருக்கமுடியும் என்பது அவருக்குப் புரிந்தது.

●

1974 இறுதிகளில் அரசியல் சூழ்நிலையின் இறுக்கம் தளர்ந்து, நிலைமை ராவுக்கு சாதகமானது. ராவ் முதல்வராகவும் பின்னர்

முதல்வர் பதவியிலிருந்து விலக்கப்படுவதற்கும் ஆதரவாக இருந்த மத்திய அமைச்சரான உமா ஷங்கர் தீட்சித், அவரை தேசிய அரசியலுக்கு அழைத்து வருவதில் ஆர்வம் காட்டினார்.

அரசியல் எதிர்கால நலன் கருதி, தன்னுடைய எழுத்துப்பணியைப் பாதியிலேயே நிறுத்திவைத்தார். லட்சுமி காந்தம்மாவும் தன்னுடைய அரசியல் வாழ்க்கை பாதிக்கப்பட்டிருப்பதை உணர்ந்திருந்தார். 12 ஆண்டுகள் தில்லியில் தொடர்ந்து நாடாளுமன்ற உறுப்பினராக இருந்தும், அவரால் மத்திய அமைச்சராக முடியவில்லை. பிரதமர் இந்திரா காந்தி, தன்னைத் தொடர்ந்து ஒதுக்குவதாக வெளிப்படையாக விமர்சனம் செய்தார். பின்னர் காங்கிரஸிலிருந்து விலகி, ஜனதா கட்சியில் இணைந்துகொண்டார். அது காங்கிரஸின் முக்கியமான எதிர்க்கட்சி என்பதால் ராவுடனான லட்சுமியின் நெருக்கம் குறைந்தது.

இந்தக் காலகட்டத்தில், ராவ் ஓர் இளம் நிருபரை ஹைதராபாத்தில் சந்தித்தார்.[39] இனிமையாகப் பேசக்கூடியவரான கல்யாணி, தன்னை நம்பி செய்திகளைப் பகிர்ந்துகொள்பவர்களை ஒருபோதும் ஏமாற்றியதில்லை. அவரது கணவர், ஒரு தேசிய வங்கியில் பதவியில் இருந்தார்.[40] 'கல்யாணி, முற்றிலும் விசுவாசமானவராக, நம்பத்தகுந்தவராக இருந்தார். எந்தவொரு ரகசியமும் அவரிடம் பத்திரமாக இருக்கும்' என்கிறார் நட்வர் சிங்.[41] ராவின் நெருங்கிய நண்பராக கல்யாணி, கடைசிவரை இருந்தார்.

1974, அக்டோபர். காலம் மாறியது. நரசிம்ம ராவின் அரசியல் தலைவிதி மாற்றியமைக்கப்பட்டது. மேலிடத்தால் தில்லிக்கு அழைக்கப்பட்டார். காங்கிரஸ் கட்சியின் தேசியப் பொதுச் செயலாளரானார். 1973-ல் டெங் போல், 1974-ல் புதிய மனிதனாக மாறியிருந்த நரசிம்ம ராவை தேசிய அரசியல் அரவணைத்துக் கொண்டது. இந்த மாற்றங்களின் தாக்கம் அவர்கள் தங்கள் சுய ஆளுமையைப் பின்னாளில் வெளிப்படுத்த ஆரம்பித்தபோதே உலகுக்குத் தெரியவந்தன.

5

தில்லி தர்பார் : 1975-91

தில்லி தலைநகரமாகவே பெரும்பாலான காலங்களில் இருந்து வந்திருக்கிறது. கடந்த சில நூற்றாண்டுகளில் ஏராளமான ஆட்சியாளர்களைக் கண்டிருக்கிறது. தில்லிவாலாக்கள் அரசுகளின் ஆதரவுக்கும் அச்சுறுத்தலுக்கும் பழகிப்போயிருக்கிறார்கள். அந்த அன்பும் மிரட்டலும் தில்லியின் அஸ்திவாரத்தில் ஊறிப்போயிருக்கின்றன. அச்சுறுத்தல், பொய்யுரைகள், அதிகாரப் படிநிலைகள் இவை எல்லாவற்றுக்கும் மேலாகப் பேரதிகாரம் இவையே தில்லியின் தூண்களாக இருந்தன.

ஐம்பதுகளின் ஆரம்பம் தொடங்கி, தில்லியில் நிறைய மாற்றங்கள் தென்பட்டன. புதிதாக உருவாக்கப்பட்ட இந்தியக் குடியரசு, ஜனநாயக மாண்புகளின் மீது நம்பிக்கை வைத்தது. புதிய பிரதமரும் மாற்றங்களுக்குத் துணை நின்றார். சர்வாதிகார தில்லி தர்பாரின் ஆயுள் முடிந்துவிட்டதாகவே தோன்றியது.

ஆனால், பழைய நகரங்களின் சுபாவங்கள் எளிதில் மறைவதில்லை. தனது தந்தையால் ஓரங்கட்டப்பட்ட சர்வாதிகார ஆட்சிமுறையைத் தேடியெடுத்து மீட்டார் இந்திரா காந்தி. 1974 இறுதிக்குள் காங்கிரஸ் கட்சியையும் நாடாளுமன்றத்தையும் தன்னுடைய முழுக்கட்டுப் பாட்டுக்குள் கொண்டு வந்து, நாடறிந்த தலைவர் என்பதையும் தாண்டி, இந்தியாவின் மகாராணியாக மாறியிருந்தார்.

பழைய தில்லி மீட்கப்பட்டது. இந்தியாவைப் பிரதிநிதிப்படுத்து வதற்குப் பதிலாக, தில்லி தன்னையும், தன்னுடைய பாரம்பரிய

வரலாற்றையும் முன்னிலைப்படுத்திக்கொண்டது. அமைச்சர்கள், பாராட்டு மழையில் நனைய வைத்தார்கள். அதிகார வட்டத்துக்குள் தரகர்கள் அனுமதிக்கப்பட்டார்கள். தேசத்தில் மகாராணியை எதிர்க்க ஆட்கள் இல்லாத நிலை ஏற்பட்டது. 1974 அக்டோபர் மாதம், காங்கிரஸ் கட்சியின் தேசியச் செயலாளராக நரசிம்ம ராவ் நியமிக்கப் பட்டபோது, இத்தகைய பழைய-புது தில்லியில்தான் காலடிவைத்தார்.

1975, ஜூன் 26. புது தில்லி. அந்தக் காலை நேரத்தில் ரேடியோ கேட்டுக்கொண்டிருந்தார் ராவ். திடீரென்று நிகழ்ச்சி தடைப்பட்டது. இறுக்கமான குரலில் ஓர் அவசர அறிவிப்பு வெளியானது: எமர்ஜென்ஸி! 'அதுவரை யாருக்கும் பழக்கமில்லாத எமர்ஜென்ஸி என்னும் வார்த்தை முதல் முதலாக அன்று பயன்படுத்தப்பட்டது' என்று இதுவரை வெளிவராத அவருடைய டைரியில் எழுதி வைத்திருக்கிறார்.

அறிவிப்பைக் கேட்டதும், ராவுக்கு 'பெரிய குழப்பம். அரசியல் சாசனப் பிரிவு 352ன் படி நெருக்கடி நிலை பிரகடனம் செய்யுமளவுக்கு எந்தவொரு காரணமும் இருப்பதாகத் தெரியவில்லை'.[1] அமைச்சரவைக் கூட்டம் நடைபெறும் இடத்துக்கு விரைந்தார். அது இந்திரா காந்தியின் தர்பாராக இல்லாமல் சஞ்சய் காந்தியின் தர்பாராக இருந்தது. மிகுந்த கோபத்துடனும், தாங்க முடியாத ஆற்றாமையுடனும் சஞ்சய் காந்தி கேள்வி மேல் கேள்வி கேட்டுக் கொண்டிருந்தார். சுற்றி இருந்தவர்கள், பணிவாகப் பதில் சொல்லிக் கொண்டிருந்தார்கள். 'வெளிறிய முகத்தோடு, நடப்பதை எதுவும் தட்டிக்கேட்க முடியாமல் இளவரசர் கேட்கும் கேள்விகளுக் கெல்லாம் தயங்கித் தயங்கி பதில் சொல்லிக் கொண்டிருந்த இந்திரா காந்தியைக் கண்டதும் நரசிம்ம ராவுக்குப் பெரிய அதிர்ச்சி ஏற்பட்டிருந்தது. காளி துர்க்கைக்கு இது அதிகப்படியான அவமானகர மான நிலைதான்.

எமர்ஜென்ஸி திடீரென்று அறிவிக்கப்பட்டாலும், நீண்ட நாட்களாகவே அது திட்டமிடப்பட்டு வந்திருந்தது. பொறுப்புள்ள பிரதமராக இல்லாமல், முற்றிலும் செயல்படாதவராகவே இந்திரா காந்தி அறியப்பட்டிருந்தார். வறுமையை ஒழிப்போம் என்கிற கோஷத்தை இந்திரா முன்னிறுத்தினாலும், கிராமங்களில் வறுமைக் கோட்டுக்குக் கீழான மக்களின் எண்ணிக்கை 33 சதவீதத்திலிருந்து 40 சதவீதம் உயர்ந்திருந்தது. நகரங்களில் வறுமைக்கோட்டுக்குக் கீழ் வாழ்பவர்களின் எண்ணிக்கை 49 சதவீதத்திலிருந்து 50 சதவீத மாகியிருந்தது.[2]

பிஹார், குஜராத் மாநில முதல்வர்களை எதிர்த்து, மாணவர்கள் போராட்டத்தில் இறங்கினார்கள். போராட்டம் உச்சத்தை அடைந்து,

அதுவே பிரதமருக்கும் அவரது மகனுக்கும் எதிரான போராட்டமாகத் திரும்பியது. பணிச் சூழல் மாற்றத்தினால் அதிருப்தியில் இருந்த அரசு ஊழியர்களும் போராட்டத்தில் இறங்கினார்கள். 71 வயது நிரம்பிய சுதந்தர போராட்டத் தியாகியான ஜெயப்பிரகாஷ் நாராயண் தலைமையில் மாணவர்கள் போராட்டம், 1974ன் ஆரம்ப மாதங்களில் பெரிதாக உருவெடுத்தது. போராட்டத்துக்கு ஆதரவளித்த பல்வேறு இயக்கங்களில் இந்து தேசியவாத இயக்கமான ஆர்.எஸ்.எஸ்.ஸும் இருந்தது. அந்த அம்சத்தைத் தனக்கு சாதகமாகப் பயன்படுத்திக் கொள்ள விரும்பிய இந்திரா காந்தி ஒட்டுமொத்த மாணவர்கள் போராட்டமும் வலதுசாரிகளின் திட்டமிட்ட சதி என்று சித்திரித்தார்.

1974 இறுதியில் இடதுசாரி சிந்தனையுள்ள தலைவர்களை, கட்சியின் முக்கியப் பதவிகளில் நியமித்தார் இந்திரா. அரசுக்கு எதிரான எதிர்க்கட்சிகளின் போராட்டம், வலதுசாரி சிந்தனையின் வெளிப்பாடு என்பதை வலியுறுத்த, இத்தகைய நடவடிக்கைகள் அவசியம் என்று நினைத்திருந்தார்.[3] நரசிம்ம ராவுக்கும் முக்கிய பதவி கிடைத்ததற்கு இரண்டு காரணங்கள் இருந்தன. முதல்வராக இருந்தபோது, முழுமையான சோஷலிஸ்டாக இருந்திருந்தார். அரசியல் சுழலில் சிக்கியிருந்த இந்திரா காந்திக்கு அப்படியானதொரு மீட்சி இலைதான் அப்போது தேவையாக இருந்தது. இரண்டாவதாக, கொள்கையை விட, தனிப்பட்ட வகையில் மேலிடத்தின் மீது விசுவாசத்தோடு நடந்துகொள்பவர் என்பதையும் ஏற்கனவே ராவ் நிரூபித்திருந்தார். இந்திரா காந்தி, ராவைப் பதவியிலிருந்து விலக்கியபோது, எதிர்க்க வில்லை. கோபத்தில் கட்சியை விட்டு வெளியேறிவிடவுமில்லை.[4]

காங்கிரஸ் கட்சியின் நான்கு தேசியச் செயலாளர்களில் ஒருவராக நரசிம்ம ராவும் நியமிக்கப்பட்டார். அவரது விசுவாசத்துக்குக் கிடைத்த பரிசு அது.[5] திடீரென்று அவரைத் தேடி வந்த பதவி, நரசிம்ம ராவை ஆச்சரியப்படுத்தியது. 'முதல்வர் பதவியிலிருந்து விலகிய பின்னர், எனக்குப் பிடித்தமான எழுத்து சம்பந்தப்பட்ட விஷயங்களில் இறங்கியிருந்தேன். ஆனால் மேலிடத்தின் முடிவோ வேறுவிதமாக அமைந்துவிட்டது' என்றார்.[6]

சர்வாதிகார மகாராணி, ஜனநாயகவாதியாகத் தன்னைக் காட்டிக் கொள்ளச் செய்த இந்த முக மாற்ற அறுவை சிகிச்சையால் எந்தப் பலனும் கிடைக்கவில்லை. இந்திராவுக்கு எதிரான எதிர்க்கட்சிகளின் போராட்டம், தீவிரமடையத் தொடங்கியது. 1975 ஜூன் 12. அலகாபாத் உயர்நீதிமன்றம், ஒரு சிறிய தவறைக் காரணம் காட்டி, நாடாளுமன்றத் தேர்தலில் இந்திரா காந்தி தேர்ந்தெடுக்கப்பட்டது செல்லாது என்று அறிவித்தது. நாடாளுமன்றப் பதவியை ரத்து செய்ததுடன், 20 நாட்களுக்குள் பிரதமர் பதவியிலிருந்து இந்திரா

காந்தி விலகவும் கெடு விதித்தது. தீர்ப்பை எதிர்த்து உச்சநீதிமன்றத்தில் மனு தாக்கல் செய்தார் இந்திரா. உச்ச நீதிமன்றம், இந்திராவுக்கு எதிரான தீர்ப்பை நிறுத்தி வைத்தது. ஆனால், இந்திராவால் வாக்கெடுப்பில் பங்கேற்க முடியாத நிலை. இந்திரா பதவி விலகிவிட வேண்டும் என்று அவருடைய கட்சியினர் சிலரே நினைத்தார்கள்.

மறுநாள். 25 ஜூன் 1975. ஜெயப்பிரகாஷ் நாராயண், தில்லியின் ராம் லீலா மைதானத்தில் கணிசமான பேர் கலந்துகொண்ட பேரணியை நடத்தினார். நீதிமன்றத் தீர்ப்புக்குப் பின்னரும் இந்திரா பதவியில் நீடிப்பது, சட்டவிரோதமான செயல் என்று அறிவித்தார். அதோடு நிறுத்தாமல், எல்லைமீறிப் பேசவும் செய்தார்: காவல்துறையும் ராணுவமும் சட்டவிரோதமான இந்திராவுக்கு அடிபணிய வேண்டியதில்லை; அவரது உத்தரவுகளைக் கேட்டு நடக்க வேண்டிய தேவையில்லை என்றார். அன்றிரவே, இந்திரா காந்தி நெருக்கடி நிலை பிரகடனம் செய்தார். அடிப்படை உரிமைகள் மறுக்கப்பட்டன. உலகின் மிகப் பெரிய ஜனநாயக நாட்டில், ஒரே இரவில் சட்டபூர்வ சர்வாதிகார ஆட்சி கொண்டுவரப்பட்டது.

எமர்ஜென்ஸி அமலுக்கு வந்த ஆரம்ப நாட்களில் முழு அதிகாரமும் இந்திராவின் இளைய மகனான சஞ்சய் காந்தியின் வசம் இருந்தது என்பது ராவின் கருத்து. மூத்த மகனான ராஜிவ், அரசியலிலிருந்து விலகியதொரு கூட்டுக்குள் இருந்தார். கேம்ப்ரிட்ஜில் படிக்கும் போது, தான் சந்தித்த, இத்தாலியைச் சேர்ந்த ஒரு பெண்ணை 1968ல் மணந்து கொண்டார். அந்தப் பெண்மணியின் பெயர் சோனியா மெய்னோ. திருமணத்துக்குப் பின்னர், தம்பதிகள் தில்லியில் வசித்து வந்தார்கள். குழப்பங்களும் வன்முறைகளும் நிறைந்த நெருக்கடி கால பூமிக்கு மேலாகப் பறந்துகொண்டிருந்த இந்தியன் ஏர்லைன்ஸில் ராஜிவ் பைலட்டாகப் பணியாற்றிவந்தார்.

ராவ் நண்பர்களுடன் தனிப்பட்ட முறையில் பேசும்போது, எமர்ஜென்ஸி குறித்த தன்னுடைய அதிருப்தியை வெளிக்காட்டி யிருக்கிறார். குறிப்பாக கர்நாடக மாநிலத்தைச் சேர்ந்த அரசியல்வாதி சச்சிதானந்த சாமியுடன் பேசும்போதும் எமர்ஜென்ஸி பற்றிய வருத்தத்தை வெளிப்படுத்தியிருக்கிறார்.[7] ஆனால், பொதுவெளியில் ராவ் வாய் திறக்காமல் இருந்திருக்கிறார்.

இரட்டை நிலைப்பாடு அவருக்கு எப்போதும் கைகொடுத்தது. எமர்ஜென்ஸி, நரசிம்ம ராவுக்கு நல்லதொரு அரசியல் வாழ்க்கையை ஆரம்பித்துக் கொடுத்தது. மாநில அளவில் நிலச் சீர்திருத்தங்களை வெற்றிகரமாக செயல்பாட்டுக்குக் கொண்டுவந்தவர் என்பதால், தில்லி வட்டாரத்தில் இப்போது முக்கியமான தலைவராகக்

கருதப்பட்டார். நெருக்கடி நிலையால் கிடைத்த சிறப்பு அதிகாரங்களைப் பயன்படுத்தி, இந்தியா முழுவதும் நிலச் சீர்திருத்தங்களை அமலுக்குக் கொண்டுவந்துவிடலாம் என்று இந்திரா நம்பிக்கை கொண்டிருந்தார். இது குறித்த ஆலோசனையின்போது ஆந்திராவைச் சேர்ந்த நர்ஸா ரெட்டி, 'பொதுச் செயலர் நரசிம்ம ராவ்தான் நிலச் சீர்திருத்த சட்டத்தின் பிரதான சிற்பி. பெரும் பண்ணையாரான அவரே கொண்டுவந்திருக்கும் திட்ட வரைவு என்பதால் அந்தச் சட்டத்தில் தவறு இருக்க வாய்ப்பில்லை' என்றார்.[8] இந்திராவின் பக்தர்களில் முதல் வரிசையில் இருந்த டி.கே. பரூவாவை மாற்றிவிட்டு நரசிம்ம ராவைக் கட்சித் தலைவராக்கிவிடலாம் என்றுகூட ஆலோசனை நடந்ததாகச் சொல்லப்பட்டது.

கட்சியில் இருந்து ஓரங்கட்டப்பட்டவர் கட்சியின் தேசியச் செயலாளராகப் பொறுப்பேற்றுக்கொண்டது நிச்சயமாக மிகப் பெரிய சாதனையாக இருந்திருக்கமுடியும். ஆனால், ராவ் மாறவேயில்லை. அறுபதுகளில் நேருவின் பள்ளியில் படித்த ஒரு மாநில அரசியல் தலைவராகவே இருந்தார். எழுபதுகளில் தில்லி தர்பாரில் நிலவிய புதிய நடைமுறைகளை அவர் சரிவரப் புரிந்து கொள்ளவில்லை. வெளிப்படையான லட்சியத்தோடு அரசியலில் தீவிரமாகச் செயல்படும் எவருக்கும் வீழ்ச்சி நிச்சயமானது. தில்லி அரசியலில் ஆழம் தெரியாத ராவ், கட்சித்தலைவர் பதவிக்குத் தன்னை சிபாரிசு செய்யச் சொல்லி ஆதரவாளர்களை அணுகினார். அதன் காரணமாக, வெகு விரைவிலேயே பின்னடைவைச் சந்திக்க நேரிட்டது.

பரூவாவின் ஆதரவாளர்கள், நரசிம்ம ராவைப் பற்றி வதந்தி பரப்பினார்கள். 'சிறைப் பிடிப்புகளைவிடப் பேச்சு வார்த்தைகளே பலன் தரும்' என்று ராவ் முன்பு சாதாரணமாகப் பேசியிருந்ததைப் பிடித்துக்கொண்டார்கள்.[9] இந்திரா காந்தியின் அரசியல் எதிரியாக மாறிவிட்ட லட்சுமி காந்தம்மாவுடன், ராவ் நெருங்கிய நட்புடன் இருப்பதாகவும் பிரதமரிடம் சொல்லப்பட்டது.[10] உண்மையில், லட்சுமி, கட்சியை விட்டு வெளியேறிய பின்னர் எப்போதாவதுதான் ராவ் சந்தித்து வந்திருந்தார். ஆனால், அந்த வதந்தி மன மயக்கங்களால் பீடிக்கப்பட்ட காதுகளில் போய் விழுந்தது. 1976ல் கட்சியின் தேசியத் தலைவராக ஆகியிருக்க வேண்டிய நரசிம்ம ராவ், தேசியச் செயலாளர் பதவியிலிருந்து நீக்கப்பட்டார்.

ராவ், ஆந்திராவுக்குத் திரும்பி வந்தார். நின்று போயிருந்த எழுத்து வேலைகளைத் திரும்பவும் ஆரம்பித்தார். வெளிநாடுகளுக்கு உரையாற்றச் சென்றார். இதற்கிடையே எமர்ஜென்ஸியின் தாக்கம், நாடு முழுவதும் பரவியிருந்தது. ரயில்கள் குறித்த நேரத்துக்கு வந்தன; அரசு ஊழியர்களும் குறித்த நேரத்தில் பணிக்கு வந்தார்கள்

என்பதெல்லாம் உண்மைதான். என்றாலும் அவையெல்லாம் கொடூர அச்சுறுத்தலின் மூலம் நடந்தேறியவை. 'மிசா சட்டத்தின்படி, நாடுமுழுவதும் ஆயிரக்கணக்கானவர்கள் விசாரணை இன்றி, கைது செய்யப்பட்டு, சிறையில் அடைக்கப்பட்டார்கள். மெயிண்டனன்ஸ் ஆப் இண்டர்னல் செக்யூரிட்டி ஆக்ட் என்ற மிஸா சட்டம் (MISA) மெயிண்டனன்ஸ் ஆப் இந்திரா&சஞ்சய் ஆக்ட் என்றே அதனால் பாதிக்கப்பட்டவர்களால் கருதப்பட்டது' என்கிறார் வரலாற்று ஆய்வாளர் ராமச்சந்திர குஹா.[11] பத்திரிக்கை சுதந்தரம் மறுக்கப்பட்டது. ஏராளமான மனித உரிமை மீறல்கள் நடந்தன. எட்டவே முடியாத இலக்கை அடைவதற்காக, கடுமையான மன அழுத்தத்தில் அரசு அதிகாரிகளும் ஊழியர்களும் பணி செய்ய வேண்டியிருந்தது. 'குடும்பக் கட்டுப்பாடு' என்ற பெயரால் ஆண்களுக்கு கட்டாய அறுவை சிகிச்சை செய்யப்பட்டது. இது தேசத்தையே காயடிக்கும் சர்வாதிகாரச் செயல் என்று மக்கள் மனதில் ஆழமான தாக்கத்தை ஏற்படுத்தியது.

இந்திரா காந்தியின் பொதுத்தேர்தல் அறிவிப்பைத் தொடர்ந்து, எமர்ஜென்ஸி முடிவுக்கு கொண்டு வரப்பட்டது. 1977 மார்ச் மாதம் நடைபெற்ற தேர்தலில், ஜனதா கூட்டணிக் கட்சிகளால் ஆளுங்கட்சி தோற்கடிக்கப்பட்டது. காங்கிரஸ் கட்சிக்கு 34.5 சதவீத வாக்குகளே கிடைத்தன. நாடு முழுவதும் 543 தொகுதிகளில் போட்டியிட்டும் 153 தொகுதிகளில் மட்டுமே வெற்றி பெற முடிந்தது.[12] தேர்தலில் இந்திரா காந்தியே தோற்றுப்போயிருந்தார்.

இந்தியாவின் வடக்கு மற்றும் மத்திய பகுதியைச் சேர்ந்த மாநிலங்களில் காங்கிரஸ் கட்சி படுதோல்வி அடைந்திருந்தாலும், தென்னிந்தியாவில் குறிப்பாக ஆந்திரப் பிரதேசத்தில் கணிசமான தொகுதிகளில் வெற்றி பெற்றிருந்தது. எமர்ஜென்ஸியின் தாக்கம், தென்னிந்தியாவில் இல்லாததுதான் முக்கியமான காரணம். இன்னொரு காரணமும் இருந்தது. வட இந்தியர்கள் கட்டுப்பாட்டில் இருந்த ஜனதா கட்சி, இந்தியா முழுவதும் இந்தி மட்டுமே ஆட்சிமொழி என்று அறிவித்துவிடுமோ என்கிற கவலையும் தென்னிந்தியர்களுக்கு இருந்தது.[13]

நரசிம்ம ராவ், தெலங்கானா பகுதியைச் சேர்ந்த ஹனம்கொண்டா தொகுதியில் போட்டியிட்டார். 1952 மக்களவைத் தேர்தலில் போட்டியிட்டுத் தோல்வியடைந்த பின்னர், நீண்ட இடைவெளிக்குப் பின்னர் நாடாளுமன்றத் தேர்தலில் போட்டியிட்டிருந்தார். நாடு முழுவதும் இந்திராவுக்கு எதிராக அலை வீசினாலும், ஆந்திராவின் பிற தொகுதிகளைப் போலவே, ஹனம்கொண்டா தொகுதியிலும் பாதிப்பு எதுவுமில்லை. 59.3 சதவீத வாக்குகளைப் பெற்று ராவ்

எளிதாக வென்றார்.[14] அதற்குப் பிந்தைய வெற்றிகளையும் சேர்த்து மொத்தம் ஆறு முறை வெற்றிக்கனியைக் கைப்பற்றியிருக்கிறார். ஏற்கனவே நான்கு முறை சட்டமன்றத்தேர்தலில் போட்டியிட்டு, தொடர்ந்து வெற்றிகளைப் பெற்றிருக்கிறார். கட்சி அரசியலில், நரசிம்ம ராவுக்கு ஏற்ற, இறக்கங்கள் உண்டு. ஆனால், தேர்தல்களில் அவர் தோற்றதில்லை.

காங்கிரஸ் கட்சி சார்பில், எதிர்க்கட்சி உறுப்பினராக 1977ல் நாடாளுமன்றத்தில் அடியெடுத்துவைத்தார் ராவ். ஜனதா அரசாங்கத்தில், அரசின் செலவினங்களைக் கண்காணிக்கும் பொது கணக்குக் குழுவின் தலைவரானார். பின்னாளில் மன்மோகன் பிரதமரானபோது, பொது கணக்குக் குழு அவருடைய ஆட்சியைக் கண்ணில் விரலை விட்டு ஆட்டியது. எழுபதுகளில் அது உறங்கிக் கொண்டிருந்த நாயாக இருந்தது. நரசிம்ம ராவும் அதை அப்படியே இருக்க அனுமதித்தார். அவரது முழுக் கவனமும் இந்திராவுக்கு அந்த நேரத்தில் மிகவும் தேவைப்பட்ட ஆதரவைத் தருவதிலேயே இருந்தது. எமர்ஜென்ஸி காலகட்டத்தின்போது நடந்த மனித உரிமை மீறல்களை விசாரிப்பதற்காக ஏராளமான விசாரணை கமிஷன்கள் அமைக்கப்பட்டன. அதுவரை இந்திராவின் பக்தர்களாக இருந்தவர்கள் திடீரென சீர்திருத்தவாதிகளாக அவதாரம் எடுத்துக் கட்சியைவிட்டு வெளியேறியதோடு தமது 'மதத்தை' முன்னெடுக்கவும் ஆரம்பித்தனர். ஆனால், பாதி சிங்கமான ராவ், இந்திராவுக்கு விசுவாசமாக இருக்கவேண்டும் என்பதில் உறுதியாக இருந்தார்.

இதற்கிடையே தில்லி ஜவாஹர்லால் நேரு பல்கலைக்கழகத்தில் ஸ்பானிஷ் வகுப்புகளும் எடுக்க ஆரம்பித்திருந்தார். பல்கலைக்கழக வளாகத்தில் தன்னுடைய காரை நிறுத்திவிட்டு, மொழி வளர்ச்சித்துறை கட்டடம் வரை, தன்னந்தனியாக நடந்து சென்று வகுப்புகள் எடுத்ததைப் பலர் பார்த்திருக்கிறார்கள்.[15] நிறைய அரசியல்வாதிகளுக்கு, அரசியலில் இருந்து எப்படி இடைவெளி எடுத்துக்கொள்வது என்பது தெரிவதில்லை. நிறையே பேர் தமது அதிகாரம் கைவிட்டுப் போன பிறகும் அதே நினைப்பில் உழல்வார்கள். இத்தகைய அரசியல்வாதிகளுக்கு மத்தியில் ராவ் ஒரு விதிவிலக்கு. அவருடைய தாமரை இலை தண்ணீர் போன்ற விலகிய மனநிலை அதிகாரம் எப்படி இயங்கும் என்பதை அவருக்குப் புரியவைத்திருந்தது. எனவே, அவரால் தனி மரமாகவும் இருக்க முடிந்தது. காட்டுக்குள்ளும் இருக்க முடிந்தது.

1980. மத்தியில் ஆட்சியில் இருந்த ஜனதா கூட்டணி அரசு கவிழ்ந்தது. பல்வேறு முரண்பாடுகள் கொண்ட கட்சிகளை இந்திரா காந்தி மீதான வெறுப்பு என்ற ஒற்றை இழை நீண்ட காலம் பிணைத்துவைத்திருக்க

முடியவில்லை. நாடாளுமன்றம் கலைக்கப்பட்டு, பொதுத்தேர்தல் அறிவிக்கப்பட்டது. மீண்டும் ஹனம்கொண்டா தொகுதியில் போட்டியிட்டு, நாடாளுமன்றத்துக்குத் தேர்ந்தெடுக்கப்பட்டார் ராவ். இம்முறை காங்கிரஸ் கட்சியும் வெற்றி பெற்றது. போட்டியிட்ட 520 இடங்களில் 362 இடங்களில் வெற்றிக்கனி பறித்தது. 1977 தேர்தல் முடிவோடு ஒப்பிடும்போது 208 இடங்களைக் கூடுதலாகப் பெற்று, ஆட்சியைப் பிடித்திருந்தது.[16] இந்திரா காந்தி, மீண்டும் பிரதமரானார். சோதனையான காலகட்டத்தில் துணை நின்ற மனிதருக்கு, இந்திரா காந்தி நன்றி செலுத்த வேண்டிய நேரமும் வந்தது.

●

வெளியுறவுத்துறை அமைச்சர் பதவியில் நரசிம்ம ராவ் நியமிக்கப் பட்டார். பிரதமர் அலுவலகத்துக்குப் பின்னால் இருந்த ரைசீனியா கட்டடத்தில் வெளியுறவுத்துறை அமைச்சகத்தின் தலைமை அலுவலகம் இருந்தது. 7 ஆண்டுக்கு முன் ஓரங்கட்டப்பட்டிருந்த ராவ் இப்போது இந்திராவின் நெருங்கிய வட்டத்துக்குள் வந்து விட்டிருக்கிறார். மாநில அமைச்சராக இருந்தபோது கல்வி, சுகாதாரம் என முக்கியமான துறைகளைக் கவனித்திருக்கிறார். ஆனால், வெளியுறவுத்துறையில் அவருக்குப் போதிய அனுபவம் இருந்ததில்லை. வெளியுறவுத்துறை தனக்குக் கிடைத்ததில் அதிருப்தி இல்லை. ஆனால், தயக்கம் இருந்தது.[17]

ராவின் இளைய மகன் பிரபாகர், தில்லியில் அப்போது ராவ் உடன் இருந்தார். இந்திரா காந்தியின் உதவியாளரான ஆர்.கே.தவானைத் தொடர்பு கொண்டு, பிரதமரைச் சந்திக்க ராவ் நேரம் கேட்டதை பிரபாகர் நினைவுகூர்கிறார். சந்திப்புக்கு முன்னரே, விஷயத்தை இந்திராவிடம் சொல்லியிருந்தார் தவான். சுற்றிவளைக்காமல் நேரடியாகவே விஷயத்துக்கு வந்தார் இந்திரா. 'மிஸ்டர். ராவ், உங்களுக்கு வெளியுறவுத்துறை பிடிக்கவில்லையா' என்று கேட்டவுடன், 'ஆம். வேறு ஏதாவது கிடைத்திருந்தால் நன்றாக இருந்திருக்கும்' என்றார். 'அப்படியென்றால், உங்களுக்குப் பதிலாக யார் வெளியுறவுத்துறை அமைச்சராக வரவேண்டும் என்பதையும் நீங்களே முடிவு செய்து, இரண்டு நாளில் எனக்குச் சொல்லுங்கள்' என்றார் இந்திரா.[18]

இரவு முழுவதும் யோசனையில் ஆழ்ந்த ராவ், மறுநாள் காலை வெளியுறவுத்துறையையே ஏற்பதாகச் செய்தி அனுப்பிவிட்டார். 'என்மீது நம்பிக்கை வைத்து மேலிடம் எனக்கொரு முக்கியமான பொறுப்பைக் கொடுத்திருக்கிறது. அவர்களை ஏமாற்ற விரும்பவில்லை' என்றாராம்.[19]

வெளியுறவுத்துறையில் ஆரம்ப கட்ட அனுபவங்கள், பின்னாளில் பிரதமரானபோது ராவுக்குப் பெரிதும் கைகொடுத்தன. பனிப்போர் விஷயத்தில் இந்தியா தன்னுடைய நிலையை மறுபரிசீலனை செய்து கொண்டிருந்தது. 1969ல் இருந்த இந்திரா காந்தி வேறு; 1980ல் இருந்த இந்திரா காந்தி வேறு. 1977 முதல் 1980 வரையிலான காலகட்டத்தில் சோவியத் யூனியன், இந்திரா காந்தியை ஒதுக்கிவிட்டு ஜனதா அரசாங்கத்துடன் நெருக்கமாக இருந்தது. திரும்பவும் இந்திரா, பிரதமராவார் என்பதில் அவர்களுக்கு நம்பிக்கை இல்லை. 'சோவியத், தன்னுடைய ஆவணப் புத்தகத்தில் இருந்து இந்திரா காந்தியை அகற்றியேவிட்டது' என்று ரோனென் சென் (பின்னாளில் ரஷ்யாவுக்குத் தூதராகப் பணிபுரிந்தார்) குறிப்பிட்டார்.[20] அதிருப்தியில் இருந்த இந்திரா காந்தியும் மீண்டும் ஆட்சிக்கு வந்தவுடன், மாஸ்கோவுக்குச் செல்லும் முன்னர், அமெரிக்காவுக்குப் பயணமானார்.

இந்தியாவுடன் 3500 கி.மீ தொலைவிலான எல்லைப்பகுதியைப் பகிர்ந்து கொள்ளும் சீனாவிலும் ஏராளமான மாற்றங்களைக் கண்டார் ராவ்.[21] 1976ல் மாவோ மறைந்ததும், கடுமையான அரசியல் போட்டி களுக்கிடையே வெற்றிபெற்றார் டெங். 1978 இறுதியில் சீனாவின் இரும்புக் கதவுகள், வெளியுலகத்துக்காகத் திறக்கப்பட்டன. உள்நாட்டு மற்றும் வெளிநாட்டு தனியார் நிறுவனங்களைத் தொழில் தொடங்க சீனா அரசு ஊக்கப்படுத்தியது. மாவோவின் கொள்கைகளை உதட்டளவில் பேசியபடியே மாவோயிஸத்தைக் கைவிட்டு சந்தைப் பொருளாதாரத்துக்கு சீனா நகர்ந்ததை ராவ் கூர்ந்து கவனித்தார். பழகிய பாதையில் தொடர்ந்து செல்வதாக ஒரு தோற்றத்தை ஏற்படுத்தியபடியே புதிய பாதையில் பயணத்தை முன்னெடுத்த டெங்கின் திறமை, நரசிம்ம ராவுக்குள் பெரிய தாக்கத்தை ஏற்படுத்தியிருந்தது.

பின்னாளில் ஒரு பேட்டியில் இதுபற்றிச் சொன்னபோது, 'சீனாவின் அரசியல் சித்தாந்தத்தைப் புதிய திசைக்கு நகர்த்தியதில் டெங்கின் பங்கு மகத்தானது. முந்தைய சித்தாந்தத்தின் மேல் பூச்சுகளை அப்படியே தக்கவைத்தபடியே அவர் அதைச் செய்திருந்தார். அது இந்து தர்மத்தின் சட்ட திட்டங்களை எனக்கு நினைவுக்குக் கொண்டுவந்தது. ஒரு குறிப்பிட்ட சடங்காசாரங்கள், செயல்பாடுகளுக்கு உகந்த அர்த்தத்தைத் தரும் ஒரு சூத்திரம் வேறொரு உரையாசிரியரால் வேறொருவிதமாக அர்த்தப்படுத்த முடிந்ததாக இருக்கும். அப்படியான வேறுபட்ட அர்த்தங்களைப் பார்க்க விரும்புபவர்களுக்கு டெங் செய்து காட்டியிருக்கும் சாதனை மிக முக்கியமான பாடம்'.[22]

1991ல் நரசிம்ம ராவ் பிரதமரானபோது, தான் டெங்கின் மாணவன் என்பதை நிரூபித்தார். ஒரு பக்கம் நேரு, இந்திரா காந்தி போற்றிய

சோஷலிசத்தைப் புகழ்ந்தபடியே, இன்னொரு பக்கம் அவற்றை யெல்லாம் கைவிட்டு விலகியிருந்தார்.

ஆரம்பத்தில் வெளியுறவுத்துறையை ஏற்றுக்கொள்வதில் சில தயக்கங்கள் இருந்தாலும், காலப்போக்கில் ராவ் நிறைய கற்றுக் கொண்டார். எந்தவொரு விஷயத்தையும் உணர்வுப்பூர்வமாக அணுகாமல், நிதானமாக கையாள வேண்டியதன் அவசியத்தைப் புரிந்துகொண்டார். உண்மை நிலவரம் என்னவென்று தெரிந்த, அடக்கமான வெளியுறவுத் தூதராக இருந்தார். 1982 இறுதிக்குள், இந்திராவின் நெருக்கமான ஆலோசகர்களாக இருந்த பிரணாப் முகர்ஜி, ஆர்.வெங்கட்ராமன் போல், நரசிம்ம ராவும் உள்வட்டத்துக்குள் வந்துவிட்டார். கட்சி அறிக்கை முதல், அமைச்சகங்களின் முக்கியமான கோப்புகள்வரை நரசிம்ம ராவின் கவனத்துக்கு வந்தன. [23] கட்சியின் கோஷ்டி அரசியலுக்கு நடுவே, எந்தவொரு வம்பு தும்புக்கும் போகாத ராவின் குணம் அவரை இந்திராவின் நெருங்கிய ஆலோசகராகவே தொடர்ந்து வைத்திருந்தது. ராவ் பிரதமரானபோது, அரசியலிலிருந்து ஒதுங்கியிருந்த பிரணாப், மீண்டும் அரசியலில் முன்னுக்கு வந்துகொண்டிருந்தார். 'பஞ்சாப், அசாம், ஸ்ரீலங்கா என எந்தப் பிரச்னையாக இருந்தாலும் நரசிம்ம ராவை இந்திரா காந்தி பெரிதும் நம்பியிருந்தார். அவரிடமே முதலில் ஆலோசனை கேட்டார். அனைத்துப் பணிகளையும் அவரிடமே ஒப்படைத்தார்' என்கிறார் பிரணாப். [24]

ஓர் இளம் அதிகாரியைத் தன்னுடைய உதவியாளராக வைத்துக் கொண்டார் ராவ். சுதந்தரப் போராட்ட தியாகியின் மகனான ராம தாமோதரன், பின்னாளில் ஐ.நா சபைக்காக நியூயார்க்கில் பணிபுரிந்தவர். வெளியுறவுத்துறை அமைச்சராகவும், உள்நாட்டில் அரசியல் பிரச்னைகளைத் தீர்க்கும் ஆலோசகராகவும் இருந்த நரசிம்ம ராவுக்கு, இவர்தான் பெரிதும் உதவியாக இருந்தார்.

இப்படி இரண்டு பணிகளை ராவ் பார்த்தது ஒருமுறை வேடிக்கை யான குழப்பத்தை ஏற்படுத்தியது. அதுபற்றி தாமோதரன் சொன்னது: 'வெளியுறவுத்துறை அதிகாரிகள் ஒவ்வொருவரையும் தனிப்பட்ட முறையில் சந்தித்து, 15 நிமிடங்கள் பேசுங்கள் என்று நரசிம்ம ராவுக்கு ஆலோசனை சொல்லியிருந்தேன். அவரும் ஒப்புக்கொண்டார். டைரியில் அதற்கான நேரம் குறிக்கப்பட்டது. இந்நேரத்தில் பிரதமர் அலுவலகத்தைச் சேர்ந்த யாரோ ஒரு துக்கடா அதிகாரி ராவைத் தொடர்புகொண்டு பஞ்சாப் பிரச்னை குறித்துக் கட்சித் தலைவர் களைச் சந்திக்கவேண்டும் என்று கூறியிருந்தார். வெளியுறவுத்துறை அதிகாரிகளைச் சந்திக்கவிருந்த அதே நேரத்தில் இந்தச் சந்திப்புக்கான

நேரமும் தவறாக ஒதுக்கப்பட்டுவிட்டது. இது குறித்து வெளியுறவுத்துறை அதிகாரிகளுக்கும் தகவல் தெரிவிக்கப்படவில்லை.

அதிகாரிகளுடனான ராவின் சந்திப்பு ஆரம்பமானது. முதல் அதிகாரி, ராவு சந்திக்க வந்ததும் ராவ் பஞ்சாய் மாநிலம், இந்திய யூனியனில் தொடர்ந்து இருக்க வேண்டியதன் அவசியம் குறித்துப் பேசிக் கொண்டே போனார். அதிகாரியும் இடையே குறுக்கிடவில்லை. குழம்பிப்போன அந்த அதிகாரி சென்றதும், இன்னொரு அதிகாரி உள்ளே வந்தார். அவரிடம் வன்முறையில்லாத வாழ்வின் அவசியம் பற்றி ராவ் விரிவாகப் பேசினார். மூன்றாவதாக இன்னொரு அதிகாரியும் அறைக்குள் வந்த பின்னர்தான், ராவுக்கு எங்கோ குழப்பம் நடந்துவிட்டது புரிந்தது.'

நரசிம்ம ராவ் மீது இந்திரா காந்தி முழு நம்பிக்கை வைத்திருந்தார். குடியரசுத் தலைவர் பதவிக்கு ராவை முன்மொழியவும் இந்திரா தயாராக இருந்தார். குடியரசுத் தலைவர் பதவிக்கான பட்டியலில் ஜெயில் சிங் மற்றும் நரசிம்ம ராவ் பெயர் இருந்ததாக இந்திரா காந்தியின் முதன்மைச் செயலாளராக இருந்த பி.சி.அலெக்ஸாண்டர் நினைவு கூர்கிறார்.[26] இம்முறையும் நரசிம்ம ராவுக்கு நிலைமை சாதகமாக இல்லை. தென்னிந்தியாவைச் சேர்ந்த அரசியல்வாதிகள், குறிப்பாக தமிழ்நாட்டைச் சேர்ந்த திராவிடக்கட்சியினர் பிராமணர், குடியரசுத் தலைவராக வருவதைவிட ஒரு சீக்கியர் குடியரசுத் தலைவராக வருவதையே ஆதரித்தார்கள். ஆகவே, ஜெயில் சிங், குடியரசுத் தலைவரானார். நரசிம்ம ராவ், தன்னுடைய ஏமாற்றத்தை வெளிக்காட்டிக்கொள்ளவில்லை. அரசியல் வாழ்க்கையில் ஏராளமான திருப்புமுனைகள் இருந்தாலும், ஏமாற்றங்களை வெளிக்காட்டாமல், தொடர்ந்து இந்திராவின் நம்பிக்கைக்குரிய ஆலோசகராக இருந்தார்.

நரசிம்ம ராவால் தீர்க்க முடியாமல் இருந்த ஒரே பிரச்னை பஞ்சாப் பிரச்னைதான். 1984ல் மாநிலத்தில் ஏராளமான அசம்பாவிதங்கள் நடந்து, சட்டம் ஒழுங்கு கை மீறிவிட்டது. சீக்கியப் பிரிவினை வாதிகள், ஜர்னெயில் சிங் பிந்தரன்வாலே தலைமையில் ஒன்று திரண்டார்கள். அமிர்தசரஸ் நகரிலிருந்த பொற்கோயில், பிந்தரன்வாலே ஆதரவாளர்களால் ஆக்ரமிக்கப்பட்டது. மாநிலம் முழுவதும் வன்முறை தலைவிரித்தாடியது. மாநிலத்தின் சட்டம், ஒழுங்கு பிரச்னையைக் கட்டுக்குள் கொண்டுவர ராணுவத்தை இந்திரா காந்தி அனுப்பிவைத்தார். 3, ஜுன் 1984 அன்று பொற்கோயிலுக்குள் நுழைந்து தாக்குதலை ஆரம்பித்தது இந்திய ராணுவம். ஐந்து நாட்கள் தொடர்ந்த தாக்குதலின் முடிவில், பிந்தரன்வாலேயும் அவரது ஆதரவாளர்களும் சுட்டுக்

கொல்லப்பட்டார்கள். ராணுவத் தரப்பில் 700 பேரும் 2000க்கும் மேற்பட்ட சீக்கியர்களும் கொல்லப்பட்டார்கள்.[27] பொற்கோயிலும் துப்பாக்கி தோட்டாக்களால் துளைக்கப்பட்டு எரிக்கவும்பட்டது.

ஆபரேஷன் ப்ளூ ஸ்டார் நடவடிக்கை நேரத்தில் நரசிம்ம ராவும் கே. நட்வர்சிங்கும் அரசுமுறைப் பயணமாக ஜகார்த்தா சென்றிருந்தார்கள். பொற்கோயிலுக்குள் ராணுவம் நுழைந்து தாக்குதல் நடத்தியது பற்றியும், உயிரிழப்பு மற்றும் சேதாரங்களைப் பற்றியும் கேள்விப் பட்டதும் எரிச்சலடைந்தார். பஞ்சப் மாநில பிரச்னை குறித்து ஏராளமான சீக்கியத் தலைவர்களிடம் ராவ் தொடர்ந்து பேச்சுவார்த்தையில் ஈடுபட்டிருந்த நேரத்தில் இதுவொரு பின்னடைவாக இருந்தது.[28]

மத உணர்வுகளைப் பாதிக்கும் விஷயங்களிலும், மாநிலங்களின் உரிமை சம்பந்தப்பட்ட விஷயங்களிலும் மத்திய அரசு, சிங்கம் போல் சிலிர்த்தெழாமல் நரி போல் புத்திசாலித்தனமாக நடந்துகொள்ள வேண்டும் என்பது ராவின் எதிர்பார்ப்பு. ஆனால், 'மாமன்னர் எப்போதும் தவறு செய்வதில்லை' என்னும் தில்லி தர்பாரின் முதல் விதியை நரசிம்ம ராவ் நன்றாகப் புரிந்து வைத்திருந்தார்.

'இதுவொரு பெரிய தவறு. தவிர்த்திருக்கலாம். சீக்கியர்கள் இதை மறக்கவும் மாட்டார்கள், நம்மை மன்னிக்கவும் மாட்டார்கள்' என்று கோபமாகச் சொன்ன நட்வர்சிங், நரசிம்ம ராவ் எதுவும் சொல்லாம லேயே எல்லாவற்றையும் சொல்லிவிட்டார் என்று நினைவுகூர்கிறார்: 'ஆழ்ந்த சிந்தனையில் இறங்கிய அவருடைய மவுனமே சொல்ல வேண்டியதைச் சொல்லிவிட்டது'.[29]

•

உள்துறை மற்றும் பாதுகாப்பு அமைச்சகம், பிரதமரின் நேரடி கட்டுப்பாட்டில் இருந்தது. ப்ளூ ஸ்டார் நடவடிக்கைக்குப் பின்னர், சிக்கலான உள்துறை அமைச்சகப் பொறுப்பைத் தன்னுடைய நம்பிக்கைக்குரிய அமைச்சரிடம் ஒப்படைக்க முடிவு செய்தார் இந்திரா. இந்தியாவுக்குள்ளிருந்து வரும் எதிர்ப்புகளைச் சமாளித்து, தேசத்தைக் காப்பாற்ற வேண்டிய பொறுப்பு நரசிம்ம ராவுக்கு வந்து சேர்ந்தது.

31 அக்டோபர் 1984. நரசிம்ம ராவ், உள்துறை அமைச்சராகப் பொறுப் பேற்று மூன்று மாதங்களே ஆகியிருந்தது. ஆந்திர பிரதேசத்திலிருந்த வாரங்கலுக்கு சுற்றுப்பயணமாக வந்திருந்தார் ராவ். காலை 10:15 மணிக்கு இந்திரா காந்தி சுடப்பட்ட செய்தி, அவருக்குத் தெரிவிக்கப் பட்டது.[30] ஒரு தொலைக்காட்சி பேட்டிக்காகப் புறப்பட்டபோது பாதுகாப்பு மிகுந்திருந்த தனது வீட்டுக்குளேயே, சீக்கியப் பாதுகாவலர்களின் துப்பாக்கிகள் அவர் மீது குண்டுமழையைப்

பொழிந்தன. சரிந்து விழுந்த இந்திரா, அவருடைய மருமகளான சோனியாவால் மருத்துவமனையில் அனுமதிக்கப்பட்டார். ஆனாலும் பலனில்லை. விஷயத்தைக் கேள்விப்பட்டதும், வாரங்கலில் இருந்து சிறப்பு விமானத்தில் தில்லிக்குப் புறப்பட்டார் ராவ். மாலை ஐந்து மணிக்கு தில்லியை அடைந்ததும் நேராக ஏஐஎம்ஸ் மருத்துவமனைக்குச் சென்றார்.[31]

மனைவியின் எதிர்ப்பையும் மீறி, ராஜிவ் காந்தி பிரதமராக அன்று மாலை பொறுப்பேற்றுக்கொண்டார். சஞ்சய் காந்தி எதிர்பாராத விதமாக மறைந்தவுடன், மூத்த மகனான ராஜிவ், இந்திராவின் வாரிசாக அறியப்பட்டிருந்தார். இருட்ட ஆரம்பித்தது. இந்திராவின் உடல் வைக்கப்பட்டிருந்த மருத்துவமனையிலிருந்து வெளியே வந்த ஆயுதம் தரித்த காங்கிரஸ்காரர்கள், தமது ஆதரவாளர்களைச் சந்தித்தார்கள். அருவாள், கத்தி மற்றும் கெரசின் வழங்கப்பட்டது. எங்கெல்லாம் சீக்கியக் குடும்பங்கள் வசிக்கின்றன என்பதை அடையாளங்காட்டும் வாக்காளர் பட்டியலும் உடன் தரப்பட்டது. ஒரு இனப் படுகொலைக்கான திட்டம் தீட்டப்பட்டது.

தில்லி, அப்போது யூனியன் பிரதேசமாக இருந்தது. காவல்துறைத் தலைவர், உள்துறை அமைச்சரின் நேரடி கட்டுப்பாட்டில் இருந்தார். சீக்கியர்கள் தாக்கப்படுவதாக அன்று மாலை முதல் செய்திகள் வர ஆரம்பித்துவிட்டன. நார்த் பிளாக்கில் இருந்த தன்னுடைய உள்துறை அமைச்சக அலுவலகத்தில் தீவிர ஆலோசனையில் இருந்தார் ராவ். அன்று ராவுடன் உடனிருந்த உள்துறை அமைச்சக அதிகாரி, என்ன நடந்தது என்பதை விவரிக்கிறார். தனது வேலை போய்விடும் என்ற பயத்தில் அவர் இதுபற்றி இதற்கு முன் பேசியிருக்கவில்லை. அவரது சாட்சியத்திலிருந்து, சீக்கியர்கள் படுகொலை செய்யப்பட்ட நேரத்தில், ராவ் எப்படியாக இக்கட்டான நிலையில் இருந்தார் என்பதைப் புரிந்துகொள்ளமுடியும்.

'மாலை ஆறு மணிக்கு தொலைபேசி அழைப்பு வந்தது. மறுமுனையில் இருந்தவர், ராஜிவ் காந்திக்கு நெருக்கமான காங்கிரஸ் பிரமுகர். தில்லி முழுவதும் சீக்கியர்களுக்கு எதிராக நடைபெறும் தாக்குதலை விவரித்தவர், 'வன்முறைக்கு எதிராக அரசின் நடவடிக்கைகள் ஒருங்கிணைந்ததாக ஒற்றை அதிகாரமையத்தால் வழிநடத்தப்படவேண்டும்' என்றார். இனி தில்லியில் எங்கு வன்முறை நடந்தாலும், அது குறித்து பிரதமர் அலுவலகத்துக்கு உடனே தெரிவிக்கவேண்டும்' என்றார். தில்லி கலவரத்தைச் சமாளிக்கும் நடவடிக்கைகளை மேற்பார்வையிட பிரதமர் அலுவலகம் விரும்பியது. ஆனால், நடந்தது என்னவென்றால், உள்துறை அமைச்சர் ஓரங்கட்டப்பட்டார். உள்ளூர் காவல்துறை அலுவலகங்களிலிருந்து

பெறப்படும் தகவல்கள், நேரடியாக பிரதமர் அலுவலுகத்துக்கு அனுப்பிவைக்கப்பட்டன.

தாக்குதல்கள் தொடங்கிய ஓரிரு மணி நேரங்களிலேயே, ராவ் முழுவதுமாக ஓரங்கட்டப்பட்டார். வழக்கறிஞர் ராம் ஜெத்மலானி, நரசிம்ம ராவைச் சந்திக்க வந்திருந்தார். தில்லியில் உள்ள சீக்கிய மக்களைப் பாதுகாக்க உடனடியாக ராணுவத்தை வரவழைக்க வேண்டும் என்று கோரிக்கை விடுத்தார். ராவ் மனதில் ஏதோ கவலை இருந்ததையும் ஜெத்மலானிக்கு புரிந்தது. அரை மணி நேர சந்திப்பில், ராவ் எந்தவொரு காவல்துறைத் தலைவரோடும் நேரடியாகவோ, தொலைபேசியிலோ தொடர்பில் இல்லை என்பதும் தெரிந்தது.³² பிரதமர் அலுவலகத்தின் நேரடி மேற்பார்வையில் காவல்துறை செயல்பட ஆரம்பித்ததால், உள்துறை அமைச்சராக தான் செய்வதற்கு எதுவுமில்லை என்பதை நரசிம்ம ராவ் புரிந்துகொண்டார்.

மறுநாள் காலை முதல் பலியானோர் பற்றிய விபரங்கள் வெளிவர ஆரம்பித்தன. நான்கு நாட்கள் தொடர்ந்த கலவரத்தில் அரசின் கணக்கின்படி 2,733 எண்ணிக்கையிலான சீக்கியர்கள் அடித்தோ, கத்தியால் குத்தப்பட்டோ உயிருடன் எரிக்கப்பட்டோ கொல்லப் பட்டார்கள். சீக்கிய குடும்பங்களுக்கு எதிராக நடைபெற்ற வெறியாட்டங்களில் ஏராளமான கடைகளும், வீடுகளும் அடித்து நொறுக்கப்பட்டன. முன்னாள் சட்ட அமைச்சர் சாந்தி பூஷன், நரசிம்ம ராவைச் சந்திக்க வந்திருந்தார். சீக்கியர்களுக்கு எதிரான வன்முறையைத் தடுத்து நிறுத்துவதற்கு உதவி செய்யுமாறு கேட்டுக் கொண்டார். உள்துறை அமைச்சரும் தொலைபேசியில் யாருடனோ பேசி, நடவடிக்கை எடுக்கவேண்டியது அவசியம் என்று எதிர்முனைக்குச் சொல்லிப் புரியவைக்க முயன்றதை நினைவு கூர்கிறார்.³³ 'மேலிடத்தைச் சேர்ந்தவர்களில் யாரோ, எந்தவொரு நடவடிக்கையும் எடுக்கவேண்டாம் என்று காவல்துறைக்குக் கட்டளையிட்டிருந்தது அதிலிருந்து தெரிந்தது' என்கிறார் பூஷன்.

அடுத்து வந்த இரு நாட்களும், உள்துறை அமைச்சகத்தின் வேறு பணிகளிலும், இறுதி மரியாதை செலுத்த வந்திருந்த வெளிநாட்டுத் தலைவர்களை வரவேற்பதிலும் தன்னை ஈடுபடுத்திக்கொண்டார். அன்றைய ராவின் நடவடிக்கைகள் முதல் நூற்றாண்டு ரோமானிய வரலாற்றாசிரியர் டாசிடஸ் சொன்னதை நினைவுபடுத்துவதாக இருந்தது: ஒரு மனிதர் எந்த அளவுக்கு அதிகாரப் படிநிலைகளில் உயர்கிறாரோ அந்த அளவுக்கு அவருடைய போலித்தனம் அதிகரிக்கும். ஒரு மன்னரின் மரணத்தையொட்டி மனதுக்குள் எழும் சந்தோஷத்தையும் இன்னொரு மன்னரின் வளர்ச்சியைக் கண்டு

மனதில் எழும் சோகத்தையும் வெளிக்காட்டிக்கொள்ளாமல் தனது மகிழ்ச்சியையும் வருத்தத்தையும் பொய்யான புகழுரைகளால் மறைத்துக்கொள்வார். [34]

காங்கிரஸ் கட்சியைச் சேர்ந்த குண்டர் படையினர், தில்லி தெருக்களில் வெறிகொண்டு அலைந்தபடி, தலைப்பாகை அணிந்த சீக்கியர்களைத் தேடிப்பிடித்து, கொன்று குவித்துக் கொண்டிருந்தார்கள். சீக்கியர்களின் கடைகளையும் வீடுகளையும் கொள்ளையடித்து, இறுதியில் தீ வைத்துக் கொளுத்துவதை யெல்லாம் காவல்துறை கைகட்டி வேடிக்கை பார்த்துக் கொண்டிருந்தது. நவம்பர் 3 அன்று, நரசிம்ம ராவ் தலைமையில் இந்திராவின் இறுதி ஊர்வலம் ஆரம்பமானது.[35] வன்முறை வெறியாட்டம் படிப்படியாகத் தணிந்துவிட்டிருந்தது. காங்கிரஸ் கட்சியின் களங்கம் படிப்படியாக வெளியே தெரிய ஆரம்பித்தது.

படுகொலை சம்பவங்கள் அரங்கேறத் தொடங்குவதற்கு முன்பாக, 31 அக்டோபர் அன்று மாலை, பிரதமராக ராஜிவ் பொறுப்பேற்றார். ராஜிவ் காந்தியின் ஒரே ஒரு அறிக்கை, வன்முறையை முடிவுக்குக் கொண்டு வந்திருக்கும். நடந்த தாக்குதல் சம்பவங்களுக்கு அவரே நேரடியாகக் காரணமாக இருந்தார் என்று கூறுவதற்கில்லை. அதற்கான ஆதாரமும் இல்லை. ஆனால், அவரது கள்ள மௌனம், காங்கிரஸ் கட்சியினர் சட்டத்தைக் கையிலெடுக்கக் காரணமாக இருந்தது மறுக்க முடியாத உண்மை. சீக்கியப் படுகொலைகளை ஆராய்ந்த நானாவதி கமிஷன், ஒரு சில காங்கிரஸ் பிரமுகர்கள் மீது நேரடியாகக் குற்றம்சாட்டியது. அவர்களோ தொடர்ந்து கட்சிப் பதவிகளில் நீடித்தார்கள். [36]

இரண்டு வாரங்களுக்குப் பின்னர், சீக்கியர்களுக்கு எதிரான கலவரங்கள் குறித்துக் கருத்துத் தெரிவித்த ராஜிவ் காந்தி, ‘ஒரு பெரிய மரம் சரிந்து விழும்போது, அதைச் சுற்றியிருக்கும் பூமி லேசாக அதிர்வது இயல்பான விஷயம்’ என்று கூறியிருந்தார்.[37]

சீக்கியர்களின் மீதான தாக்குதல் குறித்து விசாரிக்க ஏராளமான விசாரணை கமிஷன் அமைக்கப்பட்டன. விசாரணை நடத்தப்பட்டு அறிக்கைகளும் வெளிவந்தன. நடந்த வன்முறைச் சம்பவங்களில் நரசிம்ம ராவுக்கு எந்தத் தொடர்பும் இல்லை என்பதை எல்லா கமிஷன் அறிக்கைகளும் தெளிவுபடுத்தின. உள்துறை அமைச்சராக இருந்தும், பிரதமர் அலுவலகத்தின் நேரடி உத்தரவால் அவரது கைகள் கட்டப்பட்டிருந்தன. ஆனால், ஒரு உள்துறை அமைச்சராக அவர் கண்டிப்புடன் நடந்து கொண்டிருக்கலாம். பிரதமரின் எடுபிடிகள் சொன்னதை அலட்சியப்படுத்தியிருக்கலாம். ஒதுங்கி

இருந்துவிடாமல், களத்தில் இறங்கி, காவல்துறையை வழிநடத்தி, தகுந்த நடவடிக்கைகளை எடுக்குமாறு உத்தரவிட்டிருக்கலாம்.

31 அக்டோபர் அன்று மாலையே, ராணுவத்தை உதவிக்கு அழைத்திருக்கலாம். தில்லியில் சட்டம், ஒழுங்கு சீர்கெட்டிருக்கிறது என்று பகிரங்கமாக ஒரே ஒரு அறிக்கைவிட்டிருந்தால்கூட நிலைமை சீரடைந்திருக்கும். அதையொரு அவமானமாக எடுத்துக்கொண்டு, ராஜிவ் காந்தியே நேரடியாகத் தலையிட்டு, சரியான நடவடிக்கை எடுக்க சம்பந்தப்பட்டவர்களுக்கு உத்தரவிட்டிருக்கவும்கூடும். தில்லியின் சட்டம், ஒழுங்கு மோசமான நிலையில் இருந்தபோது, நரசிம்ம ராவ் மனம் திறந்து பேசியிருக்கலாம். கட்சி மேலிடத்துக்கு எதிரான வெளிப்படையான அந்த நிலைப்பாடு, மேலிடத்தின் நம்பிக்கைக்குரிய நம்பர் டூவாக இருக்கும் கலையில் தேறிவிட்டிருந்த நரசிம்ம ராவின் அரசியல் வாழ்க்கையை அஸ்தமிக்கச் செய்திருக்கும். ஆனால், கள்ள மௌனம் சாதித்த மற்றவர்களிடமிருந்த தன்னை வேறுபடுத்திக் காட்டிக்கொள்ளக் கிடைத்த சந்தர்ப்பத்தை ராவ் இழந்துவிட்டார் என்றுதான் சொல்லவேண்டும். ராவுப் பொறுத்தவரை அந்த நான்கு நாட்களும் 'மறக்கவே முடியாத படுபயங்கரமான நாட்கள்'.

சீக்கியப் படுகொலை நிகழ்ந்த ஒரே மாதத்துக்குள், போபாலில் இன்னொரு கோரமான விபத்து நடந்தது. வெளிநாட்டு நிறுவனமான யூனியன் கார்பைடு தொழிற்சாலையில், ஊழியர்களின் கவனக் குறைவால் 30 டன் மீதைல் ஐசோசைனேட் வெளியேறியது. விஷ வாயு கசிந்ததால், மூச்சுத் திணறி 5,000 பேர் பலியானார்கள். 6 லட்சம் பேர் பாதிக்கப்பட்டார்கள்.[38] உலக அளவில் நிகழ்ந்த தொழிற்சாலை விபத்துகளில் இதுவே மோசமானதாகக் கருதப்படுகிறது.[39] பெரும் லாபம் ஈட்டுவதற்காக மூன்றாம் உலக நாடுகளைப் பலிகடாவாக்கும் மேற்கத்திய பன்னாட்டு நிறுவனங்களுக்கு எதிராக உலக அளவில் பல்வேறு இயக்கங்கள் தோன்ற இதுவொரு முக்கிய காரணமாக இருந்தது.

பேரழிவு ஏற்பட்டு, நான்கு நாட்களுக்குப் பிறகு பிரதமர் ராஜிவ் காந்தி போபாலுக்கு வருகை தந்தார். அப்போது மத்தியப்பிரதேச முதல்வராக இருந்த அர்ஜுன் சிங்கிடம் விபத்து குறித்தும், எடுக்க வேண்டிய நடவடிக்கைகள் குறித்தும் விரிவாகப் பேசினார். 'அவர் என்ன பேசினார் என்பதை இப்போதும் என்னால் வெளிப்படையாகச் சொல்லமுடியாது. அதுவொரு பரம ரகசியம். அந்த ரகசியம், என்னுடைய கல்லறையோடு புதைந்து போய்விடும்' என்று தன்னுடைய சுயசரிதை புத்தகத்தில் அர்ஜுன் சிங் எழுதியிருக்கிறார்.[40]

யூனியன் கார்பைடு நிறுவனத்தின் சேர்மனும் தலைமை செயல் நிர்வாகியுமான வாரன் ஆண்டர்சன், மறுநாள் போபாலுக்கு வந்து சேர்ந்தவுடன் கைது செய்யப்பட்டார். பின்னர் அவர் விடுவிக்கப் பட்டு, அமெரிக்கா திரும்பவும் அனுமதிக்கப்பட்டார். அமெரிக்கா சென்ற ஆண்டர்சன், இறுதிவரை இந்தியாவுக்குத் திரும்பி வரவேயில்லை. ஆண்டர்சன் மீது வழக்கு நிலுவையில் இருந்தும், அமெரிக்கா செல்வதற்கு அனுமதிக்கப்பட்ட விஷயம், இன்றுவரை சர்ச்சைக்குரியதாகவே இருந்துவருகிறது.

ஆண்டர்சனை விடுவிப்பது சம்பந்தமான உத்தரவு, நரசிம்ம ராவ் தலைமையிலான உள்துறை அமைச்சகத்திடமிருந்து வந்தது என்கிறார் அர்ஜுன் சிங்.[41] பின்னாளில் ராவ் பிரதமரானபோது அவரைத் தொடர்ந்து எதிர்த்துக் கொண்டிருந்தவர் அர்ஜுன் சிங். ராவ் மீதான அர்ஜுன் சிங்கின் தாக்குதலை, அரசியல் காழ்ப்புணர்ச்சி என்றே எடுத்துக் கொள்ளவேண்டியிருக்கிறது. ராவைப் பொறுத்தவரை அப்போதைய எஜமானரான பிரதமரின் உத்தரவின் பேரிலேயே அப்படி நடந்துகொண்டிருப்பார் என்பது மட்டும் நிச்சயம்.

அதே மாதத்தின் இறுதியில் பொதுத் தேர்தல் நடைபெறவிருந்தது. காங்கிரஸ் கட்சியின் தேர்தல் பிரசாரம், நேரடியாக இல்லாவிட்டாலும் மறைமுகமாக சீக்கிய இனத்தவர்களுக்கு எதிரானதாகவே இருந்தது. இந்தியாவில் மாநிலங்கள், ஒன்றிணைந்து இருக்கவேண்டுமா அல்லது சுயாட்சி பெறவேண்டுமா என்பதை உங்களது வாக்கு தீர்மானிக்கும் என்கிற வாசகத்தோடு ராஜிவ் முகம் தாங்கிய சுவரொட்டிகள் ஒட்டப்பட்டன.[42] நரசிம்ம ராவ், இரண்டு தொகுதிகளில் போட்டியிட்டார். தன்னுடைய முந்தைய தொகுதி யான ஹனம்கொண்டா தவிர மகாராஷ்டிரா மாநிலத்தின் கிழக்குப் பகுதியில் இருந்த ராம்தேக் தொகுதியிலும் போட்டியிட்டார். இது, முன்னரே திட்டமிடப்பட்ட விஷயம்தான். இந்திரா இறப்பதற்குச் சில காலம் முன்பாக நரசிம்ம ராவிடம் பேசிக் கொண்டிருந்தபோது, எனக்குக் கிடைத்த தகவல்களின்படி ஹனம்கொண்டாவில் உங்களால் நிச்சயமாக வெற்றி பெறமுடியாது. ஆகவே, ராம்தேக் தொகுதியிலும் போட்டியிடுங்கள்' என்று அறிவுறுத்தினாராம்.[43] தெலுங்கு, மராத்தி என இரு விதமான மொழி பேசும் மக்களின் நம்பிக்கையை ராவ் பெற வேண்டியிருந்தது. பன்மொழி வித்தகரான ராவ், நம்பிக்கையுடன் பிரசாரத்தில் இறங்கினார். மாலையிடப்பட்ட பிரம்மாண்டமான இந்திரா காந்தி படமிருக்கும் மேடைகளில், ராவ் சுறுசுறுப்பாகப் பேசி, பிரசாரம் செய்தார்.[44]

நாடாளுமன்றத் தேர்தல் முடிவுகள், காங்கிரஸ் கட்சியினருக்கே ஆச்சரியத்தை அளித்தன. கட்சிக்கு ஆதரவான வாக்குகள், 49 சதவீதம்

அதிகரித்திருந்தன. போட்டியிட்ட 543 இடங்களில் 404 இடங்களில் காங்கிரஸ் வெற்றி பெற்றிருந்தது. இந்திரா காந்தி படுகொலை செய்யப்பட்ட அனுதாப அலையின் காரணமாக ராஜிவ் காந்தி, நிறைய தொகுதிகளில் வென்றிருந்தார். இந்திய சுதந்தரத்துக்குப் பின்னர் நடைபெற்ற தேர்தல்களில் தன்னுடைய தாயை விட, ஏன் தாத்தாவை விட அதிகமான தொகுதிகளைப் பெற்றிருந்தார். 1980ல் தொடங்கப்பட்ட பாரதிய ஜனதா கட்சி, இரண்டு இடங்களில் மட்டும் வெற்றி பெற்றிருந்தது.

ராஜிவ் என்னும் இளைஞர் பிரதமராவது குறித்து, அனைத்துத் தரப்பிலும் ஏராளமான எதிர்பார்ப்புகள் இருந்தன. நவீன முகமும் நேர்மையான நடத்தையும் கொண்ட ஒரு தலைவரால் இந்தியாவை ஒரு புதிய உலகத்துக்கு அழைத்துச் செல்லமுடியும் என்று பெரும் பாலான இந்தியர்கள் நம்பிக்கை தெரிவித்திருந்தார்கள். நரசிம்ம ராவ், ராம்தேக் தொகுதியில் வெற்றி பெற்றிருந்தார். ஹனம்கொண்டாவில் தோற்றுப்போனார். இறுதி நாட்களை நெருங்கிக் கொண்டிருந்த இருந்த இந்திரா காந்தி பின்னால் நடக்கப் போவதைத் தெரிந்துகொள்ளும் ஞானியாகிவிட்டிருந்தாரா?

ராஜிவ் காந்தியின் தலைமையிலான புதிய அமைச்சரவை பதவியேற்றுக் கொண்டது. பழைய அமைச்சரவையில் உள்துறை அமைச்சராக இருந்த நரசிம்ம ராவ், ராணுவத்துக்கு மாற்றப்பட்டார். நுட்பமான பதவியிறக்கம் என்பதை லுட்யன்ஸ் அதிகாரவர்க்கத்தினர் புரிந்துகொண்டார்கள். இந்திரா காந்திக்கு ஆலோசகர்களாக இருந்த மூத்தவர்களை ஒதுக்கிவிட்டு, புதிதாக இளம் ஆலோசகர்களை ராஜிவ் நியமிக்கப்போவதாக செய்தி வந்தது. ராஜிவ் காந்தி தன்னைச் சுற்றிலும் ஆங்கிலமயமானவர்களை வைத்துக்கொண்டார். அர்ஜுன் சிங், ஆக்ஸ்பிரிட்ஜில் படித்த மணி சங்கர் ஐயர் போன்ற மேட்டுக் குடியினர் அவருடைய ஆலோசகர் வட்டாரத்தில் இருந்தார்கள். இந்தியன் ஏர்லைன்ஸில் ராஜிவ் உடன் சக பைலட்டாகப் பணிபுரிந்த சதீஷ் சர்மா, ராஜிவ் வட்டாரத்துக்குப் புது வரவு. சர்மாவின் மனைவி, ஐரோப்பாவைச் சேர்ந்தவர். இந்த உயர் மட்டக் குழு தில்லியின் அறைகளில் சகஜமாகக் கலந்துரையாடின. பழைய மரபுகளோடு உலா வந்த நரசிம்ம ராவை விட்டு உலகம் வேறு எங்கோ போய்விட்டது. 63 வயதில், பிரதமரை விட 23 ஆண்டுகள் மூத்தவராக இருந்தார். இந்திராவுக்காகச் சிந்தித்து, செயல்பட்டவர். தன்னுடைய புதிய தலைமையின் மனதைப் படித்து முடித்திருக்கவில்-லை.

சில மாதங்கள் கழித்து நடந்த ஒரு சம்பவம். ராஜிவ் காந்தி தன்னுடைய நண்பருடன் பேசிக் கொண்டிருந்தபோது, நரசிம்ம ராவும்

உடனிருந்தார். எலெக்ட்ரானிக்ஸ், கம்ப்யூட்டர் சாதனங்களை இந்தியாவில் இறக்குமதி செய்து அனைவருக்கும் கிடைக்கச் செய்யலாம் என்று நினைக்கிறேன். ஆனால், கட்சியில் உள்ள பழைய ஆட்கள் இதைப் புரிந்துகொள்ளமாட்டார்கள் என்றாராம். நரசிம்ம ராவ் காதில் படும்படியாகவே ராஜிவ் பேசியிருந்தார். பதிலுக்கு ராவ் எதுவும் பேசவில்லை.

அன்று மாலை தன்னுடைய இன்ஜினியர் மகன் பிரபாகர் ராவை தொலைபேசியில் அழைத்த ராவ், ரொம்ப நாளாகவே நீ கம்ப்யூட்டர் என்ற ஒன்றைப்பற்றிப் பேசிக் கொண்டிருக்கிறாயே... என்ன அது? எனக்கும் ஒன்று அனுப்பி வை என்றாராம்.[45] கணினி பயன்பாடு, எழுபதுகளின் இறுதியில்தான் ஆரம்பமானது. இந்தியாவில் கிடைத்திராத விஷயம். அமெரிக்காவில் கூட கணினி என்பது புதுமையான விஷயமாகக் கருதப்பட்டு வந்த காலம். மறு நாளே ஒரு கணினியை அனுப்பி வைத்த பிரபாகர் ராவ், அதை இயக்குவதற்கும், கணினி பற்றிப் பாடம் எடுப்பதற்கும் ஒருவரையும் உடன் அனுப்பிவைத்தாராம். கணினியுடன் வந்த கையேடுகளைப் படித்துப் பார்த்த ராவ், 15 நாட்களிலேயே கணினியை இயக்கக் கற்றுக் கொண்டாராம். சில மாதங்களிலேயே கோபால், பேசிக் எல்லாம் அவருக்குப் பிடிபட ஆரம்பித்துவிட்டன. யூனிக்ஸ் மெயின்பிரேம் கணினியில் நிரல்கள் எழுதவும் ஆரம்பித்துவிட்டார். இயல்பாகவே புது விஷயங்களைக் கற்றுத் தேர்வதில் ராவுக்கு இருந்த ஆர்வம், அவர் அரசியலில் தாக்குப் பிடிப்பதற்கும் பயனுள்ளாக அமைந்து விட்டது.

முற்றிலும் புதிய மனிதனாகத் தன்னை மாற்றிக்கொண்டு, அரசியல் யுத்தத்தில் கடைசிவரை தாக்குப்பிடித்தார். இந்திராவின் ஆலோசகராக இருந்தவர், ராஜிவ் காந்தி முன்வைத்த நவீனமயமாக்கலை தொழில் நுட்ப வளர்ச்சிகளைப் புரிந்துகொண்டு ஆதரிக்கவும் தயாராகி விட்டார். தான் ஒரு இன்றியமையாத தலைவர் என்பதை நரசிம்ம ராவ் அவ்வப்போது நிரூபித்துக்கொண்டிருந்தார். ராஜிவ் காந்தி, புதிய அமைச்சரவையை உருவாக்கியபோது புதியவர்களுக்கு இடம் கொடுக்க நினைத்தார். ஆனாலும் ராவை விட்டுக் கொடுக்கவில்லை. ராவ் இல்லாவிட்டால் அமைச்சரவையே இல்லை என்பதைப் புரிந்துவைத்திருந்தார்.

'அமைச்சரவையில் தன்னுடைய இருப்பைத் தக்கவைத்துக்கொண்ட தோடு, அமைச்சரவையில் தவிர்க்க முடியாத சக்தியாகவும் இருந்தார்' என்கிறார் பிரணாப் முகர்ஜி.[46] அமைச்சரவைக் கூட்டங்களில் ராவ், எப்போதும் ராஜிவ் காந்தியின் இடது புறம் அமர்ந்திருப்பார்.[47] இந்திராவின் ஆலோசகர்களாக அறியப்பட்ட பி.சி அலெக்ஸாண்டர்

எளிதாக வெளியேற்றப்பட்டார். பிரணாப், தனிக்கட்சி ஆரம்பித்தார். ஆனால், ராவ் தனிப்பெரும் சக்தியாக முன்னர் இருந்ததைப் போலவே அதே செல்வாக்குடன் அமைச்சரவையில் பங்கு வகித்தார்.

இந்தியாவின் அணுக்கரு மற்றும் ரகசிய தொழில்நுட்பம் சார்ந்த சோதனைகளுக்கு டாக்டர் வி.எஸ். அருணாச்சலம் தலைவராக இருந்தார். பிரதமரைச் சந்தித்த அருணாச்சலம், இஸ்ரேலுடன் தொடர்புகொண்டு, பாகிஸ்தானுக்கு விற்கப்பட்ட எப் 16 ரக விமானங்கள் பற்றியும் அமெரிக்க தொழில்நுட்ப சங்கதிகளைப் பற்றியும் தெரிந்துகொள்ள உதவி செய்யுமாறு கேட்டுக் கொண்டாராம். அந்தக் காலகட்டத்தில் இந்தியாவுக்கு இஸ்ரேலுடன் முழுமையான அயலுறவுத் தொடர்புகள் இருந்திருக்கவில்லை. இடைமறித்த ராஜிவ், ராணுவ அமைச்சரான நரசிம்ம ராவிடம் இது குறித்துப் பேசினீர்களா என்று கேட்டாராம். ஏற்கனவே பேசியிருப்பதாக அருணாச்சலம் சொன்னவுடன், அவரது கோரிக்கையை நிறைவேற்றுவதாக உறுதியளித்தாராம்.[48] 1988-89ல் அருணாச்சலம் மற்றும் நரேஷ் சந்திராவிடம் அணு ஆயுதம் தயாரிப்பது குறித்த ரகசிய நடவடிக்கைக்கு ராஜிவ் காந்தி ஒப்புதல் அளித்தபோது, அவருடன் குடியரசுத்தலைவர் ஆர்.வெங்கட்ராமன் தவிர உடனிருந்த ஒரே அரசியல்வாதி நரசிம்ம ராவ் மட்டுமே என்பது குறிப்பிடத்தக்கது. முக்கியமான வரலாற்றுத் தருணத்தில் நரசிம்ம ராவ் உடனிருப்பது நல்லது என்று ராஜிவ் நினைத்திருந்தார்.

இந்தியாவின் புதிய பிரதமர், கல்விக்கொள்கையில் மாற்றங்கள் செய்து, இந்தியக் கல்வியின் தரத்தை உயர்த்திட நினைத்தார். 1985 செப்டெம்பர் மாதம், கல்வித்துறை அமைச்சகம் நரசிம்ம ராவின் கீழ் வரவேண்டும் என்று ராஜிவ் காந்தி விருப்பப்படுவதாகச் சொல்லப் பட்டது. கல்வித்துறை அமைச்சகம், மனித வளத்துறை அமைச்சக மாகப் பெயர் மாற்றப்பட்டது. அப்போது ராவின் தனிச்செயலராக இருந்தவர் ராமு தாமோதரன். ராணுவ அமைச்சகத்தின் கோப்புகள் ஏதாவது நிலுவையில் இருக்கிறதா என்றும் கூடவே எல்லா அமைச்சகங்களின் பட்டியலையும் கேட்டதை நினைவுகூர்கிறார். இரவு முழுவதும் கோப்புகளைச் சரிபார்த்த ராவ், மறுநாள் காலை கோப்புகளை ஸ்டீல்பெட்டியில் வைத்துத் திருப்பி அனுப்பினாராம். கோப்புகளுக்கு நடுவே ராவ் கையால் எழுதிய ஒரு குறிப்பு இருந்தது. கவனக்குறைவால் குறிப்பைத் தவற விட்டிருப்பார் என்று எடுத்து பத்திரப்படுத்திவைத்தாராம். அதில் ராவுக்கு பிடித்தமான ஒரு பொன்மொழி எழுதப்பட்டிருந்தது. ஆண்டோனி தெ செயிண்ட் எக்ஸ்பரி: ஒரு பாறைக் குவியலில் தேவாலயம் கட்ட ஒருவர் முடிவெடுக்கும் தருணத்திலேயே பாறைக் குவியலின் இருப்பு முடிவுக்கு வந்துவிடும்.[49]

அதற்குக் கீழ், பெண்கள் மற்றும் குழந்தைகள் நலம்; ஆரோக்கியம்; இளைஞர் நலன்; விளையாட்டு; கலாசாரம்; தொழிலாளர்? என்று அமைச்சகங்களின் பட்டியல் எழுதப்பட்டிருந்தது. அந்தக் குறிப்பு ராவுக்கு அனுப்பி வைக்கப்பட்டது. அதை வாங்கி, மடித்துத் தன்னுடைய குர்தாவில் வைத்துக்கொண்ட ராவ், பின்னர் பிரதமரை சந்திக்கக் கிளம்பினார். பிரதமரைச் சந்தித்து கல்விக்கொள்கை பற்றியும், மனித வளம் பற்றியும் பேசிக்கொண்டிருந்தவர், நம் கண் முன்னே ஒழுங்கில்லாத, முறைப்படுத்தப்படாத ஏராளமான மனித வளம் பாறைக்குவியல் போல் கொட்டிக்கிடக்கிறது. நீங்கள் அவற்றைக் கொண்டு ஒரு தேவாலயத்தைக் கட்டியெழுப்ப முடிவு செய்திருக்கிறீர்கள். நிச்சயம் நம்மால் அதைச் செய்துமுடிக்கமுடியும். ஆனால், அதற்கு கல்வித்துறையை நவீனப்படுத்துவதோடு நின்று விடாமல் எல்லா துறைகளையும் விரிவுபடுத்தியாக வேண்டும் என்றாராம்.

பண்பாடு, இளைஞர் நலன், விளையாட்டு, பெண்கள் மற்றும் குழந்தைகள் மேம்பாடு என்றெல்லாம் பிரிந்து கிடந்த துறைகளைக் கல்வியோடு இணைத்து, மனித வளத்துறை அமைச்சகம் என்கிற பெயரில் கொண்டு வர, நரசிம்ம ராவ் ராஜிவைச் சம்மதிக்க வைத்தார்.[50] தொழிலாளர் நலனுக்கான துறையை இத்துடன் சேர்ப்பதை ராவ் விரும்பவில்லை. உதவியாளர் ஒருவர் அதற்கான காரணமாகச் சொன்னது: 'ஏனென்றால் அந்தத் துறை புதிய தொழிலாளர்களை உருவாக்குவதில் கவனம் செலுத்துவதைவிட இருக்கும் தொழிலாளர்களின் உரிமை சம்பந்தப்பட்ட விஷயங்களில் மட்டுமே கவனம் செலுத்துகிறது'.

வெளியுறவுத்துறை, உள்துறை பின்னர் ராணுவம் என முக்கிய அமைச்சகங்களில் பணியாற்றிய எந்தவொரு மூத்த அமைச்சரும் புதிய அமைச்சகத்துக்குத் தலைமை வகிப்பதைத் தண்டனையாகவே நினைப்பார்கள். ஆனால், நரசிம்ம ராவ் மற்றவர்களிடமிருந்து வித்தியாசமானவராக இருந்தார். மாநில அளவில் கல்வித்துறை மற்றும் சுகாதாரத்துறை அமைச்சராக ஏற்கனவே அனுபவம் பெற்றிருந்ததால், புதிய பொறுப்பு அவருக்குப் பெரும் மகிழ்ச்சியையே தந்தது. பின்னாளில் பிரதமராக, மக்கள் நலன் சார்ந்த கொள்கை முடிவுகளை எடுக்க வேண்டியிருந்தபோதும், இத்தகைய அனுபவங்களே அவருக்குக் கைகொடுத்தன.

1986 மே. புதிய கல்விக் கொள்கைக்கான வரைவு ஒன்றை ராவ் தயாரித்தார்.[51] கொள்கையளவில் நின்றுவிடாமல் நாடு முழுவதும் நடைமுறைக்கும் கொண்டுவரப்பட்டது.[52] இந்தியாவில் ஆரம்பக் கல்வி சந்திக்க வேண்டியிருந்த சவால்களைக் கல்வித்துறை வல்லுநரான அக்ஷய் மங்களா பட்டியலிடுகிறார். தேசியஅளவில்

மேற்கொள்ளப்பட்ட கருத்துக்கணிப்பின்படி, 40 சதவீத ஆரம்பப் பள்ளிகளில் கரும்பலகை இல்லை; ஏறக்குறைய மூன்றில் இரண்டு மடங்கு பள்ளிகளில் சரியான வகுப்பறைகள் இல்லை. ஒன்றாம் வகுப்பு முதல் ஐந்தாம் வகுப்பு வரையிலான வகுப்புகள் அனைத்தும் ஒரே இடத்தில் நடைபெற்றன. பெரும்பாலான பள்ளிகளில் ஒரே ஒரு ஆசிரியர் மட்டுமே இருந்தார்.[53] நரசிம்ம ராவ் கொண்டு வந்த புதிய கல்விக்கொள்கை, ஒவ்வொரு பள்ளியிலும் குறைந்தபட்சம் இரண்டு வகுப்பறையாவது இருந்தாகவேண்டும் என்பதை உறுதி செய்தது. குறைந்தது இரண்டு ஆசிரியர்களும், கற்பிப்பதற்கான அடிப்படை சாதனங்களும் ஏற்பாடு செய்து தர உறுதி மேற்கொள்ளப்பட்டது.

நாடு முழுவதும் நவோதயா பள்ளிகளும் ஆரம்பிக்கப்பட்டன. ஒவ்வொரு மாவட்டத்திலும் தங்கிப் படிக்கும் பள்ளியை அமைப்பதன் மூலம், கிராமப்புற மாணவர்களுக்கும் தரமான கல்வியைப் பெற்றுத் தரமுடியும் என்று ராஜீவ் நினைத்தார்.[54] கடந்த காலங்களைப் போல், அவையெல்லாம் வெறும் ஆலோசனைகளாகவே இருந்துவிடாமல், நடைமுறைக்குக் கொண்டுவரப் பெரிதும் பாடுபட்டார்கள். பின்னாளில் பிரதமரானபோதும், ஏழைக் குழந்தைகளின் வாழ்க்கைத்தரத்தை உயர்த்தும் கல்விக்கொள்கையைப் பின்பற்றுவதற்கு ராவ் முக்கியத்துவம் தந்தார்.

இக்காலக்கட்டத்தில் பண்பாடு, கலாசாரத்துறை அமைச்சராகவும் இருந்தார் ராவ். கல்வித்துறையைப் போலவே அதிகக் கவனம் பெறாமல் இருந்த துறை அது. கலாசாரத்துறைக்கும் ராவ் பொருத்தமானவராகவே அறியப்பட்டார். ராவின் ஆளுமைத்திறன், அதிகாரிகளின் திறனின்மைக்குத் துணை போனதில்லை என்பதை நிரூபிக்க ஏராளமான சம்பவங்களைக் குறிப்பிடலாம்.

1987. இந்தியாவில் கொண்டாடப்படும் திருவிழாக்கள் குறித்த திரைப்படம் மாஸ்கோ நகரத்தில் ஒரு விழாவில் வெளியிடப்பட இருந்தது. அர்த்தநாரீஸ்வரர் என்னும் படத்தை இயக்கியிருந்தவர் கேரளத்தைச் சேர்ந்த ஜி. அரவிந்தன். சிவனாகவும், பார்வதியாகவும் சந்திரலேகா என்னும் நாட்டியக்கலைஞர் நடித்திருந்தார். அமைச்சகத்தைச் சேர்ந்த அதிகாரிகள், படத்தைத் திரையிடுவதில் தயக்கம் காட்டினார்கள். 'ஸ்த்ரீ : இந்தியாவில் பெண்கள்' என்ற அந்தப் படத்தில் சித்திரிக்கப்படும் பாலினம் சார்ந்த காட்சிகள், உலக அரங்கில் இந்தியப் பண்பாடு பற்றிய எதிர்மறையான எண்ணங்களை ஏற்படுத்திவிடும் என்பதே அவர்களது தயக்கத்துக்குக் காரணமாக இருந்தது. கலாசார அமைச்சர் அந்தப் படத்தைப் பார்த்துவிட்டு அனுமதி தரவேண்டும் என்று கேட்டுக்கொள்ளப்பட்டதாக அந்தப்

படத்தில் பணியாற்றியவரும் திரை விமர்சகருமான சதானந்த மேனன் நினைவுகூர்கிறார்.[55]

நரசிம்ம ராவுக்கு படம் பிடித்திருந்தது. 'வெய்யி பாடகாலு' என்னும் தெலுங்கு நூலை, 1968ல் இந்திக்கு மொழியாக்கம் செய்திருக்கிறார் ராவ். அதில் வரும் ஒரு புராணக் காட்சியில் அர்த்த நாரீஸ்வரராக நடிப்பவருக்கு முகத்தின் ஒரு பாதியை சிவனாகவும், இன்னொரு பாதியை பார்வதியாகவும் அலங்கரித்திருப்பார்கள். ஒரே சொல், இரு பொருள்படும்படியான சொற்றொடர்களும் நூலில் இடம் பெற்றிருந்தது. அர்த்தநாரீஸ்வரா திரைப்படத்தைப் பார்த்தபோது ராவுக்கு தன்னுடைய புத்தகம் நினைவுக்கு வந்திருக்கலாம். அவரிடமிருந்த இரு மனம் கொண்ட ஆளுமையும், அதன் மூலம் அவர் படித்த வாழ்க்கைப் பாடங்களும் கூட நினைவுக்கு வந்திருக்கலாம். படத்தை முழுமையாக ரசித்துப் பார்த்த ராவ், படம் குறித்து மகிழ்ச்சி தெரிவித்ததுடன், ஒவ்வொரு பள்ளிக்கூடத்திலும் படத்தைத் திரையிட்டு மாணவர்கள் மத்தியில் விழிப்புணர்வை ஏற்படுத்தவேண்டும் என்று பாராட்டியதாக சாதானந்த மேனன் நினைவு கூர்கிறார்.[56]

மாஸ்கோவில் அர்த்தநாரீஸ்வரர் படம் திரையிடப்படவேண்டும் என்பதில் ராவ் உறுதியாக இருந்தார். பதற்றத்தில் இருந்த அதிகாரிகளோ, அதற்குப் பதிலாக இந்திரா காந்தியின் புகழ்பாடும் ஒரு டாக்குமெண்டரியைத் திரையிட்டுவிட்டார்கள். ஆனால், அரங்கத்துக்கு வெளியே வைக்கப்பட்ட அர்த்தநாரீஸ்வரர் பட அறிவிப்புப் பலகையை அகற்ற மறந்துவிட்டார்கள். அப்படியாகப் பாதி ஆணாகவும் பாதி பெண்ணாகவும் இருந்த ஒரு இந்து கடவுளைப் பற்றியபடம் பார்க்க வந்திருந்த பார்வையாளர்களுக்கு இந்திராவின் டாக்குமெண்டரி காட்டப்பட்டது.

•

1987, ஏப்ரல் 16. ஸ்வீடன் நாட்டு ரேடியோ ஒலிபரப்பு நிறுவனம், இந்திய அரசியலின் முகத்தை மாற்றியமைத்தது. இந்திய ராணுவத்துக்காக போபர்ஸ் பீரங்கிகள் வாங்கியதில் முறைகேடு நடந்ததாக செய்தி வெளியிட்டது. பேரத்தின் மூலம் ஏராளமான பணம் லஞ்சமாக இந்திய அரசியல்வாதிகளுக்கும், இந்திய ராணுவ உயரதிகாரிகளுக்கும் தரப்பட்டது என்று அறிவித்தது. சந்தேகத்தின் நிழல், பிரதமரின் மீது விழுந்தது. நாளடைவில் அவரது செல்வாக்குக்குப் பெரிய களங்கத்தைக் கொண்டு வந்து சேர்த்தது.

போபர்ஸ் ஊழல், ராஜிவ் காந்தி செய்த பல தவறுகளில் மாபெரும் தவறாக ஏராளமான இந்தியர்கள் மத்தியில் எந்நாளும் பேசப்பட்டு

வந்தது. இனியும் பேசப்படும். காங்கிரஸ் கட்சிக்கே உரிய முஸ்லிம் வாக்கு வாங்கி, காங்கிரஸை விட்டு விலகி மாநிலக்கட்சிகளுக்கு சாதகமாகிவருவதாக நினைத்து ஒரு பரபரப்பான வழக்கில் அளிக்கப்பட்ட உச்ச நீதிமன்றத்தின் தீர்ப்பை ராஜிவ் காந்தி உதாசீனப் படுத்தினார். விவாகரத்து பெற்ற முஸ்லிம் பெண்மணிகளின் உரிமைகளைப் பாதுகாக்கும் தீர்ப்பை அமல்படுத்தத் தவறினார். இது முஸ்லிம் மதத் தலைவர்களை மகிழ்ச்சிப்படுத்தியது. ஆனால், முஸ்லிம் அடிப்படைவாதிகளுக்கு ஆதரவாக பிரதமர் செயல்படுவதாக பாஜக குற்றம்சாட்டியது. ஆகவே, இந்து வாக்கு வங்கியைக் காப்பாற்றிக்கொள்ள ராஜிவ் முடிவெடுத்தார். அயோத்தியில் சர்ச்சைக்குரிய பாபர் மசூதி, இந்துக்களின் வழிபாட்டுக்காக 1986 முதல் அனுமதிக்கப்பட்டது. இது முஸ்லிம்களைப் புண்படுத்தியது.

அதிருப்தியிலிருந்த முஸ்லிம்களைச் சமாளிக்க, ராஜிவ் இன்னொரு அதிரடி நடவடிக்கையை மேற்கொண்டார். 1988ல் முஸ்லிம் சமூகத்தின் பழக்க வழக்கங்களைக் கடுமையாக விமர்சித்து எழுதப்பட்ட சல்மான் ருஷ்டியின் 'சாத்தானின் வேதங்கள்' என்னும் நூல் தடை செய்யப்பட்டது. உலகில் வேறு எந்தவொரு நாடும் செய்யாத செயல் அது. மூன்றாண்டுகள் கழித்து, இந்து வாக்கு வங்கியைக் கவருவதற்காக, அயோத்தியில் சர்ச்சைக்குரிய இடத்தில் ராமர் கோயில் கட்டுவதற்கான பூமி பூஜைக்கு அனுமதியளித்தார். இதன் காரணமாக முஸ்லிம்கள் கோபத்தின் உச்சிக்கே போனார்கள். இப்படியாகப் போட்டி போட்டு மதவாதச் செயல்களைச் செய்ததன் மூலம் காங்கிரஸ் உண்மையான மதச்சார்பற்ற கட்சி அல்ல; மதத்தை வைத்து அரசியல் செய்யும் கட்சி என்ற குற்றச்சாட்டு வலுப்பட்டது.

ராஜிவ் காந்தியின் அரசியலை மறுத்து, இதெல்லாம் ஏற்புடைய விஷயமல்ல என்று நரசிம்ம ராவ் ஆலோசனை கூறியதாக எந்தவொரு ஆதாரமும் இல்லை. ஆனால், தனது பெயரில் அல்லாமல் தான் எழுதிய கட்டுரைகளில் ராவ் அனைத்தையும் விமர்சனத்துக்கு உள்ளாக்கியிருக்கிறார். அயோத்தி விஷயத்தில் ராஜிவ் கள யதார்த்தத்தைப் புரிந்துகொள்ளாமல் நடந்துகொண்டதாக ஒரு கட்டுரையில் குறிப்பிட்டிருக்கிறார். அதே சமயம், அயோத்தி பற்றித் தன் பெயரில் எழுதிய புத்தகத்தில் (இது அவருடைய மறைவுக்குப் பின் வெளியானது) ராஜிவ் காந்தியின் அரசியல் நிலைப்பாட்டில் எந்தவொரு தவறுமில்லை என்று எழுதியிருக்கிறார்.[57] ராவின் ஆழ்மனம் என்னதான் நினைத்திருந்தாலும் பொதுவெளியில் நேரு, காந்தி குடும்பத்தைப் புகழ்ந்து மட்டுமே எழுதினார்.

வெளிப்படையாக மறுத்துப் பேசாவிட்டாலும், நரசிம்ம ராவ் சரியாகப் புரிந்து வைத்திருந்த இன்னொரு விஷயம் இலங்கைப்

பிரச்னை. விடுதலைப்புலிகளுக்கும், சிங்கள அரசுக்கும் இடையே உள்நாட்டுப் போர் மூண்டபோது, வெளியுறவுத்துறை அமைச்சராக ராவ், பிரச்னையை எச்சரிக்கையுடன் அணுகினார். அண்டை நாடுகளின் உள்நாட்டு பிரச்னைகளில் இந்தியா தலையிடுவதை, தனிப்பட்ட முறையில் அவர் எதிர்த்தார். 1987 ஜூலை மாதம் கையெழுத்திடப்பட்ட இந்திய-இலங்கை ஒப்பந்தம் குறித்துக் கேள்வியெழுப்பியதோடு, இலங்கைக்கு இந்திய ராணுவத்தை அனுப்பும் ராஜிவ் காந்தியின் முடிவையும் விமர்சித்திருக்கிறார்.[58] ஆனால், வழக்கம்போல் 'வெளிப்படையாக பிரதமரிடம் முரண்பட்டு நிற்பதில் அவருக்கு உடன்பாடு இருந்ததில்லை' என்கிறார் நட்வர் சிங்.[59]

1989 இறுதியில், 43,000 ராணுவ வீரர்களை இந்தியா திரும்ப அழைத்துக்கொள்ள வேண்டியிருந்தது. அதற்கு முன்னதாக இந்திய அமைதி காக்கும் படையாக இலங்கைக்கு அனுப்பி வைக்கப்பட்ட வீரர்களில் ஆயிரத்துக்கும் அதிகமானோர் பலியாகியிருந்தார்கள். 3000 பேர் காயமடைந்தார்கள். முன்னாள் பிரதமர் கூடிய சீக்கிரம் படுகொலை செய்யப்படவிருந்தார்.[60]

அயோத்தி மற்றும் இலங்கை பிரச்னைகளில் நரசிம்ம ராவுக்கு எது சரியான அணுகுமுறை, எது தவறானது என்பது நன்றாகவே தெரியும். ஆனாலும், தன்னுடைய எண்ணங்களைத் தனக்குள்ளேயே பூட்டிக் கொண்டார். பொருளாதார விஷயங்களை எடுத்துக்கொண்டால், உள்நாட்டுத் தொழில்களைக் காப்பாற்றுவதில் பிரதமரைவிடக் கூடுதல் அக்கறை கொண்டவர். 1985ல் ராஜிவ் காந்தி ஆரம்பித்து வைத்த, தாராளமயமாக்கலுக்கான அடிப்படை விஷயங்கள் இரண்டே ஆண்டுகளில் பின்னடைவைச் சந்தித்தபோது, ராவ் தன் எஜமானரின் கருத்தைப் பலப்படுத்தவேண்டுமென்று நினைத்திருக்கவில்லை. புதிய பொருளாதாரக் கொள்கையைக் கொண்டுவருவதில் ராஜிவ் ஏன் தோற்றுப்போனார் என்பதற்கான காரணங்களை அலச வேண்டியது அவசியமாகிறது. பின்னாளில் ராவ், அந்தப் பணியை எவ்வாறு வெற்றிகரமாக செய்தார் என்பதை அறிந்து கொள்ள உதவியாக இருக்கும்.

●

ராஜிவ் காந்தி, சரியான புரிதலோடுதான் ஆரம்பித்தார். அரசின் கட்டுப்பாடுகளால்தான் இந்தியப் பொருளாதாரம் சீர்கேடு அடைந்திருந்தது. அந்தக் கட்டுப்பாடுகளைத் தளர்த்துவதுதான் ராஜிவின் முக்கியமான திட்டமாக இருந்தது. இதுவொன்றும் புதியதல்ல. ஏற்கனவே பல ஆண்டுகளுக்கு முன்னர், அரசிடம் முன்

வைக்கப்பட்ட யோசனைதான். 1970ல், பொருளாதார வல்லுநர்களான ஜெகதீஷ் பகவதி, பத்மா தேசாய் போன்றவர்கள் இந்தியப் பொருளாதாரத்தின் சீர்கேடான நிலைக்குக் காரணமான லைசென்ஸ் ராஜ் முறையை நீக்கும்படிக் கோரியிருக்கிறார்கள்.[61] பொதுத்துறை நிறுவனங்கள், தொழில் வளர்ச்சியைத் தடுக்கும் மத்திய அரசின் கட்டுப்பாடுகள், உலகப் பொருளாதாரத்திலிருந்து இந்தியா விலகி நிற்பது ஆகிய மூன்றும் லைசென்ஸ் ராஜ் முறையின் அசைக்க முடியாத மூன்று தூண்களாக நிற்பதையும் விமர்சித்திருக்கிறார்கள்.

எண்பதுகள் தொடங்கி, அரசிடம் சமர்ப்பிக்கப்பட்ட வெவ்வேறு அறிக்கைகளும் சிறிய அளவிலாது சீர்திருத்தங்கள் கொண்டுவரப்பட வேண்டும் என்பதைக் கோரிக்கையாக முன்வைத்தன.[62] தாராளமயமாக்கலுக்கு ஆதரவான அதிகாரிகள் குறிப்பாக எல்.கே. ஜா, அபித் ஹுசேன், மன்மோகன் சிங், மாண்டேக் சிங் அலுவாலியா ஆகியோர் அரசியல்ரீதியான ஆதரவு கிடைக்கும் பட்சத்தில் இந்தியாவின் பொருளாதாரக் கொள்கைகளில் மாற்றங்களைக் கொண்டு வரமுடியும் என்று நம்பினார்கள். பின்னாளில் நரசிம்ம ராவும் மன்மோகன் சிங்கும் கொண்டு வந்த பல மாற்றங்களுக்கான அடிப்படையான விஷயங்கள், இக்காலகட்டத்தில்தான் ஆரம்பித்து வைக்கப்பட்டன. எண்பதுகளின் மத்தியில் பொருளாதாரச் சிந்தனையாளர்கள், தாராளமயமாக்கல் மிகவும் தேவை என்பதை வலியுறுத்தி, ஆட்சியாளர்களை ஒப்புக்கொள்ள வைக்கும் முயற்சிகளை மேற்கொண்டார்கள். மாற்றங்களை முன்வைப்பதுடன், தொடர்ந்து ஆதரவாகச் செயல்பட, ஓர் அரசியல் தளம் தேவைப் பட்டது. பொருளாதாரச் சீர்திருத்தங்களைத் துணிச்சலுடன் அமல்படுத்த, செல்வாக்குடன் கூடிய ஒரு அரசியல் தலைமை தேவைப்பட்டது.

எண்பதுகளில் இந்திராவால் ஓரளவுக்கு மட்டுமே அதைச் செய்ய முடிந்தது.[63] ஆனால், நவீன முகமாக அறிமுகமான ராஜிவ் காந்தி அதை முழுமூச்சுடன் முன்னெடுத்துச் சென்றார். இளைஞர், வெளிநாட்டில் படித்தவர் என்பதோடு ராஜிவுக்கு ஏராளமான தொழில்முனைவோர் நண்பர்களாகவும் இருந்தார்கள். அவரது நெருங்கிய ஆலோசகர்களாக இருந்த அருண் நேருவும், அருண் சிங்கும் பன்னாட்டு நிறுவனங்களில் உயரதிகாரிகளாக இருந்தவர்கள்.[64]

முதலாண்டு ஆட்சியின் முடிவில், பொருளாதார மாற்றங்களைச் சோதித்துப் பார்க்க முடிவு செய்தார் ராஜிவ். 1985 மார்ச் மாதம், மக்களவையில் தாக்கல் செய்யப்பட்ட நிதி அறிக்கையில் ஒரு இடத்தில்கூட சோஷலிசம் என்னும் வார்த்தை இடம்பெறவில்லை.[65] தொழில் நிறுவனங்களுக்கும் நடுத்தர வர்க்கத்தினருக்கும் ஏராளமான வரிச்சலுகைகள் அளிக்கப்பட்டன. இறக்குமதி கட்டுப்பாடுகள்

தளர்த்தப்பட்டன. தொழில்முனைவோர், வெளிநாடுகளிலிருந்து நவீன இயந்திரங்களை இறக்குமதி செய்யவும், மூலப்பொருட்களைப் பெறவும் வழிவகை செய்யப்பட்டது. ஏகபோக நிறுவனங்களுக்கு எதிராக இருந்த சில விதிகள் தளர்த்தப்பட்டன. ரிலையன்ஸ் போன்ற நிறுவனங்களுக்கு இது சாதகமாக அமைந்தது. பொதுத்துறை நிறுவனங்கள் மட்டுமே புழங்கி வந்த சில துறைகளில் தனியார் நிறுவனங்களும் அடியெடுத்து வைத்தன.

கைக்கடிகாரத் தயாரிப்பில் இறங்குவதற்காக, நீண்ட காலமாகக் காத்திருந்த டாட்டா குழுமம் களத்தில் இறங்கியது. டைட்டன் என்னும் பெயரில் கைக்கடிகாரங்களைத் தயாரித்து, இந்தியச் சந்தைகளில் அறிமுகப்படுத்தியது. 'இந்தியாவில் கைக்கடிகாரத் தயாரிப்பு என்பது கண்ணுக்குப் புலப்படாத பல அதிகார மட்டங்களின் சவாலை எதிர்கொள்ள வேண்டியிருந்தது. பெரிய தொழில் நிறுவனங் களுக்கு எதிரானவர்கள், கடத்தல் தொழில் செய்பவர்கள், ஹெச்எம்டி-யைச் சார்ந்து இருப்பவர்கள், மத்திய அரசு அதிகாரிகள் என ஏராளமானவர்களை எதிர்கொள்ள வேண்டியிருந்தது. ராஜிவ் காந்தி பிரதமரான பின்னரே, நிலைமை மாறியது. 'எங்களாலும் தயாரிப்பில் இறங்க முடிந்தது' என்கிறார் தேசாய்.[66]

ராஜிவ் கொண்டு வந்த பொருளாதாரச் சீர்திருத்தங்கள், குழந்தை போல் தவழ மட்டுமே செய்தன. புதிய தொழில்முனைவுகளைவிட ஏற்கனவே வளர்ச்சி பெற்றிருந்த தனியார் தொழில் நிறுவனங் களுக்கே சாதகமாக இருந்தன.[67] இந்தியப் பொருளாதாரம் மிக மோசமான நிலையில் இருந்ததால், சிறிய அளவிலான மாற்றங்கள் கூடப் பெரிய அளவில் வளர்ச்சியைத் தரக்கூடியதாக இருந்தன. உள்நாட்டு இறக்குமதி கணிசமாக அதிகரித்தது. ஏற்றுமதிக்கான வளர்ச்சியும் நிலையாக இருந்தது. தொழில் வளர்ச்சி, 1985-86 காலகட்டத்தில் 4.5 சதவீதமாக இருந்தது. நான்கே ஆண்டுகளில் 10.5 சதவீதமாக உயர்ந்தது.[68]

ஏற்றுமதியைவிட இறக்குமதியின் அளவு பெரிய அளவில் இருந்ததால் இன்னொரு பிரச்னை உருவெடுத்தது. அந்நேரத்தில் இந்தியாவின் கையிருப்பும் அந்நிய முதலீடும் குறைவாக இருந்தன. இதன் விளைவு, பற்றாக்குறையில் போய் நின்றது. முதலீட்டுக்கும் இறக்குமதிக்கும் வெளிநாடுகளிலிருந்து கடன் வாங்க வேண்டியிருந்தது.[69]

நீண்டகால நோக்கில் பார்க்கும்போது, சில அடிப்படையான மாற்றங் களைச் செய்ய வேண்டியிருந்தது. ரூபாயின் மதிப்பைச் சரிக்கட்டுவது, மிகவும் சிக்கலானதாகவும் தவறானதாகவும் இருந்த லைசென்ஸ்

மற்றும் பர்மிட் விதிகளை அகற்றுவது அல்லது காலத்துக்கு ஏற்ப மாற்றுவது, ஏகபோக உரிமைக்கு எதிரான விதிகளைத் தளர்த்துவது ஆகியவற்றை உடனடியாக அமல்படுத்த வேண்டியது அவசியமானது. ஆனால், இதன் மூலம் எழுந்த எதிர்ப்புகளை ராஜிவ் காந்தியால் சமாளிக்க முடியவில்லை. அரசுக் கட்டுப்பாட்டில் இருந்த பொருளாதாரத்தின் மூலம் பெரும் பலனை அடைந்துவந்த தொழிலதிபர்கள் ராஜிவின் முயற்சிகளுக்கு முட்டுக்கட்டையாக இருந்தனர். எதிர்க்கட்சி வரிசையில் இருந்த இடதுசாரிகளும், இன்ன பிற கட்சியினரும் ராஜிவின் மாற்றங்களை, முதலாளித்துவத்துக்கு ஆதரவான நடவடிக்கையாக மக்கள் மத்தியில் சித்திரிக்க ஆரம்பித்தனர்.[70] மோசமான எதிர்ப்பு காங்கிரஸ் கட்சிக்குள்ளிருந்தே வந்தது. தலைவர் கொண்டுவர விரும்பிய பொருளாதாரச் சீர்திருத்தங்களைக் கட்சி எப்படி தடுத்தது என்பதற்கான ஒரு நல்ல உதாரணத்தைச் சொல்கிறேன்.

பிரதமரானதும், புதிய பொருளாதாரம் பற்றிய தனது பார்வையை வெளியிட ராஜிவ் முடிவு செய்தார். 1985, டிசம்பர் மாதம் காங்கிரஸ் கட்சியின் தேசிய மாநாடு பம்பாயில் நடந்தது. அதில் தன்னுடைய புதிய பொருளாதாரக் கொள்கை பற்றிய பார்வையை முன்வைக்க ராஜிவ் நினைத்திருந்தார். திட்டத்துக்கான வரைவு, காங்கிரஸ் காரிய கமிட்டியின் ஒப்புதலுக்கு அனுப்பிவைக்கப்பட்டது. கமிட்டி உறுப்பினர்கள் பலர் எதிர்ப்புத் தெரிவித்ததால் வரைவை ராஜிவ் திரும்பப் பெற்றுக்கொண்டார்.[71] மாநாட்டின் முடிவில், கட்சியினர் மத்தியில் ராஜிவ் பேசும்போது, கட்சிக்குள் இருந்தபடியே மேலிடத்துக்கு எதிராகச் செயல்படும் 'அதிகாரத் தரகர்களை' கடுமையாக விமர்சித்தார். ஆனால், பொருளாதார சோஷலிசம் பற்றி விமர்சிக்கும் துணிச்சல் அவரிடம் இல்லை.

நடப்பு அரசியலில் ராஜிவுக்கு சாமர்த்தியம் இல்லாமல் போனதுவேறு பொருளாதார சீர்திருத்தத்தில் வெற்றிபெற முடியாமல் செய்துவிட்டது. இந்திய அரசியல் வரலாற்றிலேயே அதிகப் பெரும்பான்மை பெற்று ஆட்சிக்கு வந்திருந்தார். ஆனால், அடுத்தடுத்து வந்த மாநிலத் தேர்தல்கள், ஊழல் குற்றச்சாட்டுகள், உள்கட்சி பூசல் போன்ற பல பிரச்னைகள் பிரதமரைச் சுற்றி வட்டமிட்டன. இவையெல்லாம் எல்லா பிரதமர்களும் சந்தித்தவை தான் என்றாலும், ராஜிவ் காந்தியைப் பொறுத்தவரை இந்தப் பிரச்னைகளினால் துணிச்சலான முடிவுகளை எடுக்கும் உத்வேகத்தை அவர் சீக்கிரமே இழந்துவிட்டார்.

1987ல் போபர்ஸ் முறைகேடுகள் பற்றிய செய்திகள் வெளியானதும், பிரதமரின் செல்வாக்கு கேள்விக்குறியானது. 1987 மே மாதம்,

தாராளமயமாக்கலில் தனியார் நிறுவனங்களை முக்கியப் பங்கு வகிக்கக் கேட்டுக்கொள்ளும் திட்டக்குழுவின் வரைவு, வெளியிடப் படாமலே முடக்கப்பட்டது. அரசியல் ரீதியான ஆதரவு கிடைக்காததால் ராஜிவ் காந்தியால் அதை நிறைவேற்ற முடியவில்லை.[72] நரசிம்ம ராவ் போன்ற நீண்டகால அனுபவமுள்ளவர்களிடம் ஆலோசித்திருந்தால் ஒருவேளை நிறைவேற்ற முடிந்திருக்கும். ஆனால், ராஜிவ் தன்னுடைய நெருங்கி நண்பர்களையே பெரும்பாலும் நம்பியிருந்தார். அவரது நண்பர்களும் அனுபவமில்லாத, மெத்தப் படித்த, கேம்லெட் சபையின் ஆலோசகர்களாகவே இருந்தார்கள். 1987 இறுதியில் இன்னும் சில சீர்திருத்தங்கள் பற்றிப் புதிதாகப் பேசப்பட்டது. ஏற்கனவே பேசப்பட்டவையெல்லாம் நடைமுறைக்கு வராமலேயே காலாவதியாகிவிட்டன. நிதியமைச்சகம், வெளிநாடுகளிலிருந்து கடன் வாங்கி நாட்களைக் கழித்துக் கொண்டிருந்தது. பின்னாளில் நிலைமை மோசமடைந்து, அந்நியச் செலாவணி நெருக்கடியையும் உண்டாக்கிவிட்டது.

ராஜிவ் காந்தி முன்வைத்த ஆரம்பகட்டப் பொருளாதாரச் சீர்திருத்தங் களிலோ, பின்னர் திரும்பப் பெறப்பட்ட விஷயங்களிலோ நரசிம்ம ராவ் சம்பந்தப்பட்டிருக்கவில்லை. நிதித்துறை அமைச்சகத்திலோ வர்த்தகம் மற்றும் தொழில்துறை அமைச்சகங்களிலோ நரசிம்ம ராவ் பொறுப்பு வகிக்கவில்லை. 1974ல் ராவ் அமெரிக்கா சென்றிருந்த போது, சோஷலிசம் பற்றிய கேள்விகள் அவருக்குள் எழுந்தன. ஆனால், முதலாளித்துவத்துக்கு ஆதரவானதொரு நிலைப்பாட்டை அவர் எடுத்துவிடவில்லை. அமெரிக்காவிலிருந்து திரும்பி வந்தபின்பு, தன்னுடைய கிராமத்தில் பருத்தி சாகுபடிக்கான புதிய முயற்சிகளை மேற்கொண்டபோதும் தெளிவாகவே இருந்தார். ஏழைகளுக்கு இலவசங்களை அள்ளித் தருவதைவிட புதிய தொழில் நுட்பங்கள் மூலம் சந்தையிடம் அவர்களுக்கு நேரடியான தொடர்பை ஏற்படுத்திக் கொடுக்க வேண்டியது அவசியம் என்று நினைத்திருந்தார். ஆனாலும், இந்தியச் சந்தை குறித்து அப்போது அவருக்குப் பெரிதாக எதுவும் தெரிந்திருக்கவில்லை.

லைசென்ஸ் ராஜ் முறையில் இருந்த குறைபாடுகளை அவரது மகன் பிரபாகர ராவ் மூலமாக அறிந்திருந்தார். அலுமினியக் கடத்திகளின் உற்பத்தியைச் சில நிறுவனங்கள் எப்படி முறைகேடாக ஏகபோகமாக மாற்றிவைத்திருந்தார்கள் என்பதை அவர் விளக்கினார்.[73] ஏற்கனவே உரிமம் பெற்றிருந்தவர்கள், வேறு யாரும் உரிமம் பெற்றுவிடக் கூடாது என்பதற்காக வேறு பல பெயரில் உரிமங்கள் வாங்கி, அதைப் பயன்படுத்தாமல் வைத்திருந்தார்கள். மத்திய அரசின் உரிம ஒதுக்கீட்டின்படி உற்பத்தி நிகழாமல் இருந்ததால் பொருட்களின்

விலையும் அதிகரித்தது. அரசு விதிகள் எப்படியெல்லாம் மீறப்படுகின்றன என்பதை அறிந்து, ராவ் அதிர்ச்சியடைந்தாலும் உரிமம் என்கிற பெயரில் நடைபெறும் கட்டுப்பாடுகள் கூண்டோடு அகற்றப்படவேண்டும் என்பதை அவர் புரிந்துகொண்டிருக்கவில்லை. 'எந்தவொரு முடிவையும் தள்ளிப்போடுவது, காலம் கடத்துவது, நிலுவையில் வைத்திருப்பது என்பதன் உருவகமாகவே ராவ் இருந்தார்' என்கிறார் இந்தக் காலகட்டத்தில் ராவுடன் நெருங்கிப் பழகிய ஜெய்ராம் ரமேஷ்.[74]

எண்பதுகளில் இறுதியில், மத்திய அமைச்சராக ராவ் லண்டனுக்குப் பயணம் மேற்கொண்டபோது, டாக்டர் மன்மோகன் சிங்கைச் சந்தித்திருக்கிறார். ரிசர்வ் வங்கியின் கவர்னராகப் பதவி வகித்திருந்த மன்மோகன் சிங், அப்போது சவுத் கமிஷனின் தலைமைச் செயலாளராக இருந்தார். ராவைச் சந்திப்பதற்காக ஜெனீவாவிலிருந்து வந்திருந்தார். 30 ஆண்டுகள் கழித்து, ராவுடனான சந்திப்பை நினைவு கூறும் மன்மோகன் சிங், 'அவரைப் பற்றி நான் ஏற்கனவே கேள்விப்பட்டிருந்ததால், தாராளமயமாக்கலுக்கு சாதகமாக இருக்க மாட்டார் என்றுதான் நினைத்திருந்தேன்' என்கிறார். மன்மோகன் சிங், சுட்டிக்காட்டுவது ஒரு முக்கியமான விஷயம். எண்பதுகளின் இறுதிவரை, நரசிம்ம ராவ் பொருளாதாரச் சீர்திருத்தவாதியாக அறியப்பட்டவரல்ல.

1990. எதிர்கட்சி வரிசையில் இருந்தபோது, வர்த்தகத்துறை அமைச்சரான சுப்ரமணிய சுவாமிக்கு ஒரு கடிதம் எழுதியிருந்தார் ராவ். எலெக்ட்ரோலைடிக் மாங்கனீசு தாது, வெளிநாடுகளிலிருந்து எந்தவிதக் கட்டுப்பாடும் இன்றி, சாதாரண உரிமத்தின் அடிப்படையில் இறக்குமதியாகிறது. இதனால் உள்நாட்டு உற்பத்தியாளர்களுக்கு பெரும் பாதிப்பு ஏற்பட்டிருக்கிறது என்பதே ராவின் அங்கலாய்ப்பு.[75] இந்தியாவின் உள்நாட்டு பொருளாதாரத்தைப் பாதுகாப்பது என்கிற நோக்கத்தில் இருந்தது அவரது கடிதம். வெளியுறவுக்கொள்கையைப் பொறுத்தவரை, வெற்றுப் பேச்சு வார்த்தைகள் பழைய கதையாகிவிட்டன. அர்த்தமுள்ள புதிய அணுகுமுறை அவசியம் என்பதில் தெளிவாக இருந்தார்.[76] ஆனால், பொருளாதாரத்தைப் பொறுத்தவரை யதார்த்தத்தைப் புரிந்துகொள்ள வெகுகாலமானது. 1991 ஜுன் மாதத்தின் போது வெளிநாட்டுக்கடன்களால் இந்தியப் பொருளாதாரம் தத்தளித்தபோதுதான் நிலைமையின் தீவிரம் புரிந்தது.

1987 இறுதியில் ராஜிவின் செல்வாக்கு, சோதனைக்குள்ளானபோது நரசிம்ம ராவ் ஏற்றத்தில் இருந்தார். கட்சியில் இரண்டாம் இடத்தில் இருப்பவர்; எந்தக் கோஷ்டியிலும் இடம் பெறாமல், மேலிடத்துடன் நெருக்கம் காட்டும் ஒரே தலைவர்; வேறு யாருக்கும் இல்லாத

அளவுக்கு அனுபவம் மிகுந்தவர். 9 ஆண்டுகள் மாநில அமைச்சராக இருந்திருக்கிறார். முதல்வராகவும் இரண்டு முறை இருந்திருக்கிறார். தில்லி அரசியல் வட்டாரத்தில் முக்கியமான பொறுப்புகளில் இருந்திருக்கிறார். அமெரிக்கா உள்ளிட்ட நாடுகளுடனான வெளியுறவுக் கொள்கையை வடிவமைப்பதில் முக்கிய பங்கு வகித்திருக்கிறார். உள்துறை அமைச்சராக, அயோத்தி, காஷ்மீர், பஞ்சாப் மற்றும் இலங்கை பிரச்னைகளில் பங்கெடுத்திருக்கிறார். கவனிப்பாரற்றுக் கிடந்த கல்வித்துறை, சுகாதாரம் போன்ற அமைச்சகங்களைத் தன்னுடைய காலத்தில் முன்னுக்குக் கொண்டு வந்திருக்கிறார்.

எங்கெல்லாம் அரசியல் குறுக்கீடு இல்லாமல், சுதந்தரமாகச் செயல் பட முடிந்திருக்கிறதோ அங்கெல்லாம் பெரும் மாற்றங்களை ஏற்படுத்தியிருக்கிறார். பஞ்சாப் மற்றும் இலங்கை விவகாரங்களில் தன்னுடைய ஆலோசனைகள் ஏற்கப்படாவிட்டாலும், மேலிடத்தின் முடிவுகளுக்குக் கட்டுப்பட்டு, அவற்றைச் செயல்படுத்துவதில் முன்னிலையில் இருந்திருக்கிறார். வெளிப்படையாக ராஜிவ் காந்தியைக் குறை கூறி, கடிந்து கொண்டதில்லை. பொருளாதாரம் போன்ற சில விஷயங்களில் தன்னுடைய உள்ளுணர்வு தவறாக இருந்தபோது, எவருக்கும் ஆலோசனை கூறியதில்லை. யாரும் அவரிடம் ஆலோசனை கேட்டதுமில்லை. மொத்தத்தில், எப்போது செயல்படவேண்டும், எப்போது அமைதி காக்கவேண்டும், எப்போது தாக்கவேண்டும் என்பதைத் தெளிவாகப் புரிந்துகொண்டு தில்லி தர்பாரை அலங்கரித்தார்.

வெளிப்படையாகப் பிறரை விமர்சித்தால் தனது தவறுகளும் பதிலுக்கு விமர்சிக்கப்படும் என்று பயந்து வெளிப்படையாகப் பேசுவதைத் தவிர்த்து வந்தார். ஆனால், தன்னுடைய மனதுக்குத் தோன்றியவற்றை வார்த்தைகளில் வடித்து, கணினியில் டிஜிட்டல் டைரியாகப் பதிவு செய்ய மறக்கவில்லை. ராவின் உண்மையான முகத்தை வெளிப்படுத்தும், அவரது டைரிக் குறிப்புகள் வெளியிடப் படாமல் பத்திரமாகப் பாதுகாக்கப்பட்டு வருகின்றன. ‘‘மேலிடத்துக்கு நெருக்கமான நம்பர் டூவாக இருந்திருக்கிறேன். என்னைக் கெட்டிக்காரன் என்கிறார்கள். சில நேரங்களில் மக்கள் நல்ல விஷயங்களுக்கு என்னைக் காரணமாக்குகிறார்கள். மோசமான விஷயங்களுக்கு வேறு யாரையாவது பழிக்கிறார்கள். எல்லா நேரங்களிலும் இதுவே உண்மையல்ல. நான் என்னுடைய மனசாட்சிப்படியே நடந்து கொண்டிருக்கிறேன். பெரும்பாலும் அவை சரியானவையாகவே அமைந்துவிட்டன. நானாக எடுத்த முடிவுகள் சரியாகவே இருந்திருக்கின்றன. என் கருத்துக்கு மாறாக

எடுக்கப்பட்ட விஷயங்கள் தவறாகிவிட்டிருக்கின்றன. பெரும் கெடுதலையும் விளைவித்திருக்கின்றன. இதை என்னால் மனப்பூர்வமாகச் சொல்லமுடியும். ஆனால், தேவையில்லாத சர்ச்சைகளைத் தவிர்ப்பதற்காகவே வெளிப்படையாக எதையும் சொன்னதில்லை' என்கிறார் ராவ்.[77]

குடியரசுத் தலைவராக இருந்த ஜெயில் சிங்கின் பதவிக்காலம் 1987ல் முடிவுக்கு வந்தது. கட்சியில் தனக்கிருந்த செல்வாக்கை மனதில் கொண்டு, குடியரசுத் தலைவர் பதவி தனக்கு நிச்சயம் கிடைக்கும் என்று நம்பினார். தனக்கென எந்தவொரு குறிக்கோளையும் வைத்துக் கொள்ளாமல் அரசியலில் முன்னேறிக் கொண்டிருந்த ராவ், மீண்டும் தவறிழைத்தார். ஒன்றுபட்ட ஆந்திரப் பிரதேச மாநிலத்தின் கடைசி முதல்வராக இருந்த கிரண் குமார் ரெட்டி, ஆந்திர சட்டமன்ற உறுப்பினர்கள் மத்தியில் தனக்காக பிரசாரம் செய்யுமாறு ராவ் கேட்டுக்கொண்டதை நினைவுகூர்கிறார்.[78] ராஜிவின் தேர்வு, வேறாக இருந்தது. குடியரசுத்தலைவர் பதவிக்கு ஆர். வெங்கட்ராமன் பெயர் அறிவிக்கப்பட்டது. ஆதரவு தேடி மேற்கொண்ட அனைத்து நடவடிக்கைகளையும் ராவ் நிறுத்திக்கொண்டார். புதிதாகத் தேர்ந்தெடுக்கபட்ட ஆர். வெங்கட்ராமன், முன்னர் துணை குடியரசுத் தலைவராக இருந்தவர் என்பதோடு ராவின் நெருங்கிய நண்பராகவும் இருந்தார்.

இனிமேலும் ஒரு அங்கீகாரம் வாழ்நாளில் சாத்தியமில்லை என்கிற முடிவுக்கு ராவ் வந்திருந்தார். அரசியல் வாழ்க்கையின் உச்சத்தில் இருந்தவருக்கு, அதனினும் மேலான ஒரு பதவியை ராஜிவ் காந்தி தந்துவிடப்போவதில்லை என்பது நிச்சயமானது. அந்த நேரத்தில்தான் ஒரு திருப்புமுனை நிகழ்ந்தது. மார்கெரட் தாட்சர்[79] உள்ளிட்ட தலைவர்களின் அரசியல் எதிர்காலத்தைக் கணித்துச் சொல்லும் சந்திரா சாமி சாமியார், ராவைச் சந்திக்க வந்திருந்தார். என்றாவது ஒருநாள் ராவ் பிரதமராகியே தீருவார் என்று அருள்வாக்கு சொன்னார்.[80] நரசிம்ம ராவுக்கு நம்பிக்கை இல்லை.

அரசியலிலிருந்து தன்னுடைய கவனத்தை எழுத்துலகுக்குத் திருப்பினார். அறுபதுகளில் சிறுகதை எழுத்தாளராகவும், மொழி பெயர்ப்பாளராகவும் அறியப்பட்டவர் ராவ். மராத்தியிலிருந்து தெலுங்குக்கும், தெலுங்கிலிருந்து மராத்திக்கும் ஏராளமான நூல்களை மொழிபெயர்த்திருக்கிறார். தன்னுடைய நெருங்கிய நண்பரும், இடதுசாரி இயக்கத்தைச் சேர்ந்தவருமான நிகில் சக்ரவர்த்தியின் பொறுப்பில் இருந்த மெயின் ஸ்ட்ரீம் பத்திரிகையில் தன்னுடைய பெயரைக் குறிப்பிடாமல் நிறைய கட்டுரைகளை எழுதியிருக்கிறார் 1984ல் மறுசீரமைப்பு என்னும் பெயரில் கட்சி விவகாரங்களை

முன்வைத்து ஒரு கட்டுரை எழுதியிருக்கிறார். யார் எழுதியது என்பது தெரிய வந்திருந்தால் அவரது பதவி நிச்சயம் பறிக்கப்பட்டிருக்கும். மறுபாதி அல்லது அநாமதேயன் (anonymous) என்னும் புனைப் பெயரில் தன்னுடைய அனைத்துக் கட்டுரைகளையும் எழுதியிருக்கிறார். 1987 அக்டோபர் மாதம் வெளியான மெயின் ஸ்ட்ரீம் பத்திரிக்கையில் ஈ.எம்.எஸ். நம்பூதிரிபாட் மற்றும் எல்.கே. அத்வானி குறித்து விமர்சித்து, அநாமதேயன் என்னும் பெயரில் எழுதியிருந்தார். பின்னாளில் அந்தக் கட்டுரை, அவரது நாவலான, இன்சைடரில் இடம்பெற்றிருந்தது.

தில்லியில் மோதிலால் நேரு மார்க்கில் அரசுக்குச் சொந்தமான இருப்பிடத்தில் தனிமையில் இருந்த ராவ், ஓய்வு நேரங்களில் தேவ் ஆனந்த் படங்களைப் பார்த்து ரசிப்பதுண்டு. பிஸ்மில்லா கானின் ஷெனாய் இசையை ரசித்துக் கேட்பார். பொதுவாழ்க்கையில் ஓய்வு கிடைக்கும்போதெல்லாம் அவர் அவராகவே இருந்துவிட இசையும் எழுத்துமே துணையாக இருந்தன.

•

1988 ஜூன். நரசிம்ம ராவ், மீண்டும் வெளியுறவுத்துறை அமைச்சரானார். எட்டு ஆண்டுகளுக்கு முன்னர், அவரது பணிகளைப் பாராட்டி இந்திரா காந்தியால் அளிக்கப்பட்ட முதல் பரிசு அது. இப்போது அவரது மகனால், அதே வெளியுறவுத்துறை ஆறுதல் பரிசாக அளிக்கப்பட்டது.

முன்பை விட ஏராளமான மாறுதல்களை வெளியுறவுத்துறை அமைச்சகம் சந்தித்திருந்தது. அமெரிக்க ஆதரவு நிலைப்பாட்டை இந்திரா காந்தி ஆரம்பித்து வைத்தாலும், ராஜிவ் காந்தி அதை அடுத்த கட்டத்துக்கு எடுத்துச் சென்றிருந்தார். வரலாற்று ஆய்வாளரான ஸ்ரீநாத் ராகவன் குறிப்பிடுவதுபோல், இந்திய பிரதமர்களில் அமெரிக்காவுக்கு அனுசரணையாக நடந்து கொண்ட ஒரே பிரதமராக ராஜிவ் காந்தி இருந்தார்.[81] மிகெய்ல் கொர்பச்சேவ், சோவியத் யூனியனின் அதிபராகியிருந்தார். கிளாஸ்நோஸ்ட், பெரிஷ்ட்ரோய்க்கா ஆகிய கொள்கைகளின் காரணமாக சோவியத் பல மாற்றங்களைச் சந்தித்துக் கொண்டிருந்தது. 1962 சீனாவுடனான யுத்தத்துக்குப் பின்னர், 1988 முதல் முறையாக ஒரு இந்திய பிரதமர் சீனாவுக்குப் பயணம் செய்து, பழைய கசப்புகளை மாற்றினார்.

பத்தாண்டுகளில் சீனாவின் முகத்தை முற்றிலுமாக மாற்றியமைத் திருந்த டெங் ஜியாபிங்கை சீனப் பயணத்தின்போது சந்திக்க வேண்டும் என்று ராவ் நினைத்திருந்தார். வெளியுறவுத்துறை

அமைச்சரான ராவ் மற்றும் அமைச்சகத்தின் செயலாளரான கே.பி.எஸ் மேனனைத் தவிர்த்துவிட்டு, தனிப்பட்ட முறையில் ராஜிவ் டெங்கைச் சந்தித்தால் ராவுக்கு அதிருப்தி. ராஜிவின் நெருக்கமான வட்டாரத்துக்குள் ராவ் இல்லையென்பதை வெளியுலகுக்கு அறிவிக்கும் இன்னொரு சமிக்ஞையாகவே புரிந்துகொள்ளப்பட்டது. பின்னாளில் பிரதமரான பின்னர் சீனாவுடனான நல்லுறவில் தனி அக்கறை செலுத்தினார். 1993ல் அவர் பிரதமராக இருந்தபோது இந்திய/சீனா உறவுகள் மேம்பட்டன. எனினும் 1988ல் தன்னை சீன அதிபருடன் சந்திக்கவிடாமல் தடுத்த உளவுத்துறை அதிகாரியை மறக்காமல் கடிந்துகொண்டார்.

1989ல் ராவ், வெளியுறவுத்துறை அமைச்சராக சிங்கப்பூருக்கு பயணம் செய்தார். திரும்பி வந்ததும், பயண அனுபவம் பற்றி பேரக்குழந்தைகளிடம் பகிர்ந்துகொண்டாராம். செண்டோசா என்னும் தீம் பார்க், சிங்கப்பூரில் உண்டு. அங்கே ஒலி, ஒளி காட்சிகளெல்லாம் உண்டு. இசையோடு, ஒளியையும் இணைக்கும் புதிய தொழில்நுட்பத்தை ரசித்துப் பார்க்கலாம். இரவு நேரத்தில் பீச்சில் நடத்தப்படும் இன்னொரு ஒளி வண்ணக் காட்சியும் உண்டு' என்று ராவ் சொன்னதை நினைவுகூர்கிறார் அவரது பேரனான ஷ்ரவன்.[82]

சிங்கப்பூர் பயணத்தின்போது, இந்தியாவைச் சேர்ந்த ஒரு வியாபாரியுடன் ஒரு நாள் முழுவதையும் செலவிட்டு, லாப்டாப் வாங்கி வந்தாராம்.[83] கிழக்கு ஆசியாவில் ராவ் மேற்கொண்ட சுற்றுப்பயண அனுபவங்களே பின்னாளில் 'லுக் ஈஸ்ட்' என்னும் புதிய வெளியுறவுக் கொள்கையை வடிவமைக்க ஆதாரமாக அமைந்தன. புதிய தொழில்நுட்பங்களை இந்தியாவுக்கு இறக்குமதி செய்வதில் இருந்த கெடுபிடிகளை நேரிடையாகவே பார்த்தார். சிங்கப்பூரிலிருந்து அவர் கொண்டு வந்திருந்த லாப்டாப் மற்றும் பிற எலெக்ட்ரானிக் சாதனங்களுக்கு விதிக்கப்பட்ட அதிகமான உள்ளூர் சுங்கவரி அவரை அதிருப்திக்குள்ளாக்கியது. மிகுந்த கோபத்துடன் தான் விமான நிலையத்திலிருந்து வெளியேறினார்.

அமைச்சகப் பணிகள் இல்லாத நேரத்தில், லேப்டாப்பில் தட்டச்சு செய்வதில் நேரத்தைச் செலவழித்தார். 1974ல் அமெரிக்க பயணத்தின் போது, விஸ்கோன்ஸின் பல்கலைக்கழகத்தில் நரசிம்ம ராவைச் சந்தித்த, தெலுங்கு அறிஞரான வேல்செரு நாராயண ராவ் இந்தியா வந்திருந்தார். "இரவு விருந்துக்குப் பின்னர் ஒரு மணி நேரம் பேசிக் கொண்டிருந்தோம். உலக நடப்புகளில் ஆரம்பித்து, பேச்சு அமெரிக்க அரசியலின் பக்கம் திரும்பியது. அமெரிக்க அரசுச் செயலாளராக இருந்த ஹென்றி கிஸ்ஸிங்கர் பற்றி நான் குறிப்பிட்ட விஷயத்தை

யெல்லாம் அவர் ஏற்கனவே அறிந்திருந்தார். உலக அளவில் என்ன நடக்கிறது என்பதைத் தொடர்ந்து கவனித்து வருகிறார் என்பதை அன்று தெரிந்துகொண்டேன்' என்கிறார்.[84]

1989 நவம்பர். ஒன்பதாவது பொதுத் தேர்தலுக்கான ஏற்பாடுகள் ஆரம்பமாயின. அதிகப் பெரும்பான்மை பெற்று ஆட்சிக்கு வந்திருந்தாலும், ராஜிவ் அதை வீணடித்திருந்தார். கட்சியைக் கூட அவரால் முழுமையான கட்டுப்பாட்டுக்குள் வைத்திருக்க முடியவில்லை. தன் மீதான குற்றச்சாட்டுகளை எதிர்கொண்டு, நாடாளுமன்றத்திலும், பொது வாழ்க்கையிலும் செல்வாக்கைத் தக்கவைத்துக்கொள்ள முடியவில்லை. மீடியா மற்றும் அறிவுஜீவிகளைக் கவருமளவுக்கு அவரிடம் அரசியல் சாமர்த்தியமும் இருந்திருக்கவில்லை. 1989 பொதுத்தேர்தலின் போது காங்கிரஸ் கட்சி வெளியிட்ட தேர்தல் அறிக்கையில் எந்தளவுக்கு கட்சியானது முந்தைய தேர்தல் அறிக்கையிலிருந்து விலகியிருக்கிறது என்பது தெளிவாகத் தெரிந்தது.

உரிமம் ஒதுக்கீடு செய்வதில் உள்ள கட்டுப்பாடுகளை விலக்கி, பொருளாதாரத்தைச் சீர்படுத்தி, தொழில்முனைவோர் வளர்ச்சிக்குப் பாடுபடப் போவதாக புதிய தேர்தல் அறிக்கையும் வாக்களித்திருந்தது.[85] ஆனால், எவ்வாறு அதைச் செய்து முடிப்போம் என்பது குறித்த விளக்கங்கள் எதுவுமில்லை. தாராளமயமாக்கல், ரூபாயின் மதிப்பைச் சரிக்கட்டுவது, உரிமங்களை ரத்து செய்வது, ஏகபோகத்தை ஒழிப்பது என்று ராஜிவின் நெருங்கிய வட்டாரம் தந்திருந்த விரிவான ஆலோசனைகள் அறிக்கையில் இடம் பெற்றிருக்கவில்லை.

தேர்தல் முடிவுகள் வெளியானது. மக்கள் மத்தியில் காங்கிரஸ் கட்சிக்கு இருந்த அதிருப்தி வெட்ட வெளிச்சமானது. 197 இடங்களில் வெற்றி பெற்றிருந்தாலும், ஆட்சியமைக்கத் தேவையான இலக்கத்தைக் கட்சியால் எட்ட முடியவில்லை. தேசிய முன்னணி என்னும் பெயரால் பல்வேறு மாநிலக் கட்சிகளையும், ஒரு சில தேசியக்கட்சிகளையும் உள்ளடக்கிய ஒரு கூட்டணி உருவாகியிருந்தது. ராஜிவின் நண்பராக இருந்து எதிரியாகிவிட்டிருந்த விஸ்வநாத் பிரதாப் சிங் பிரதமரானார். இரண்டு இடங்களை மட்டுமே பெற்றிருந்த பாஜக, இம்முறை 85 இடங்களைப் பெற்று, தேசிய அளவில் முக்கியமான கட்சியாக வளர்ச்சி பெற்றிருந்தது.

ஏராளமான உலகத்தலைவர்கள் ராவைத் தொடர்பு கொண்டு, ஆறுதல் கூறினார்கள். அது அவருடைய அரசியல் முக்கியத்துவத்தைக் காட்டுவதாக இருந்தது. 1989, டிசம்பர் 6 அன்று ஆஸ்திரேலியாவின்

வெளியுறவுத்துறை அமைச்சர் எழுதியிருந்த கடிதத்தில், 'நண்பரும், உடன் பணியாற்றியவருமான உங்களைப் போன்றோர் அரசியல் சுழலில் சிக்கி வீழ்வது வருத்தமான விஷயம். ஆனாலும், நீங்கள் போட்டியிட்ட தொகுதியின் மக்கள் உங்களுக்கு நியாயம் செய்தது குறித்து மகிழ்ச்சியடைகிறேன்' என்று குறிப்பிட்டிருந்தார்.[86] அமெரிக்க வெளியுறவுத்துறைச் செயலரான ஜேம்ஸ் பெக்கர், பிரச்னைகளைப் பற்றிய உங்களது புரிதலைக் கண்டு பலமுறை வியந்திருக்கிறேன். நாடாளுமன்றத்தில் எதிர்க்கட்சி வரிசையில் அமரப்போகும் உங்களுக்கு எனது வாழ்த்தையும் தெரிவித்துக் கொள்கிறேன் என்று எழுதியிருந்தார். தனக்கு வந்த கடிதங்களைப் பத்திரப்படுத்தியதோடு, மறக்காமல் நன்றி கடிதமும் எழுதியிருக்கிறார் ராவ்.[87]

பதவிக்காலத்தோடு, அரசியல் வாழ்க்கையும் முடியப் போகிறது என்பதைத் தெரிந்துகொண்ட நரசிம்ம ராவ், ஒரு மூத்த அரசியல் வாதியாக நடந்துகொண்டார். 1990, டிசம்பர் 12 அன்று மகாராஷ்டிரா முதல்வராக பதவியேற்ற சரத் பவாருக்குப் பிறந்தநாள் வாழ்த்துச் செய்தி அனுப்பினார். 'சரத் பவாரின் மூத்த தலைமுறையைச் சேர்ந்தவன் என்பதால் அவரோடு நெருங்கிப் பழகும் வாய்ப்பு கிடைக்கவில்லை என்றாலும், அவரது சுறுசுறுப்பான கட்சிப்பணி களையும், மற்றவர்களுக்கு அவர் தரும் முக்கியத்துவத்தையும் கண்டு வியந்திருக்கிறேன்' என்று குறிப்பிட்டார்.[88]

கட்சியின் தோல்விக்கான காரணம் பற்றி, தனிப்பட்ட முறையில் ஆராய்ந்து தெரிந்துகொண்டார். தான் கண்டறிந்த உண்மைகளை, அவரே கைப்படக் கடிதமாக எழுதி வைத்திருக்கிறார். 'பதவியில் இருப்பதால் புனிதத்தன்மை அடைந்திருப்பதாகவோ, இல்லா விட்டால் அனைத்தையும் இழந்துவிட்டதாகவோ நான் நினைப்பதில்லை. 1989 தேர்தல் முடிவுகளின் மூலம் நாம் கற்றுக் கொள்வது என்னவென்றால், ஒட்டுமொத்தமாக நிர்வாகச் சீர்குலைவு நடந்துவிட அனுமதிக்கக்கூடாது. இதனால் இந்தியாவின் அரசியலமைப்பில் சரிசெய்யமுடியாத, நிரந்தரமான பாதிப்பு ஏற்பட்டுவிடும். இந்நேரத்தில் இந்த விஷயத்தை அனைவரும் நினைவில் வைத்துக்கொண்டு செயல்படவேண்டும்.'[89]

தன்னுடைய டைரியில்கூட, தான் சொல்ல நினைத்ததை நேரடியாகச் சொன்னதில்லை ராவ். ராஜீவ் காந்தி, பேரழிவை ஏற்படுத்தினார் என்பதை நேரடியாகக் குறிப்பிட அவர் விரும்பவில்லை. நரசிம்ம ராவுக்கு உரிய மரியாதையைத் தந்து, பக்கத்தில் வைத்திருந்தாலும் ராஜீவுக்கென்று தனியொரு உலகம் இருந்தது. நரசிம்ம ராவ், மண்ணின் மைந்தன். ஆங்கிலம் கற்றுக்கொள்வதற்கு முன்பே

அவருக்கு ஐந்து மொழிகளில் சரளமாகப் பேசத் தெரியும். ராவ், வெளிநாட்டில் படித்தவரில்லை. 53 வயதில்தான் முதல் முறையாக வெளிநாட்டுக்குப் பயணம் மேற்கொள்கிறார்.

ராஜிவ் காந்திக்கோ ஆங்கிலம்தான் பிரதான மொழி. மேட்டுக் குடியினர் படிக்கும் பள்ளியில்தான் அவரது இளமைக்காலம் ஆரம்பமானது. பின்னர் கேம்ப்ரிட்ஜ் பல்கலைக்கழகத்தில் பயின்று, இத்தாலியைச் சேர்ந்த பெண்ணை மணந்து, தில்லியில் வசதியான வாழ்க்கை வாழ்ந்துகொண்டிருந்தவர்.

சமூக அந்தஸ்து, வளர்ந்த சூழல் சம்பந்தமான வேறுபாடுகள், இருவருக்கும் இடையே இருந்தது உண்டு. ஒருமுறை நரசிம்ம ராவ், ராஜிவ் காந்தி தன்னுடைய நெருங்கிய பள்ளி நண்பருடன் இருந்த போது சந்திக்க நேர்ந்தது. வேட்டியும், குர்தாவும், தோல் செருப்பும் அணிந்து, சந்திக்க வந்திருந்தார் ராவ். பேச்சின் நடுவே, சாவகாசமாக உட்கார்ந்தபடியே ஒரு கால் மீது இன்னொரு காலை மடித்து, கால் விரல்களை நீவிவிட்டுக்கொண்டிருந்தாராம். இது போன்ற காட்சிகளெல்லாம் இந்தியக் கிராமங்களில் சர்வசாதாரணமாக நாம் பார்க்க முடியும். ஆனால், மேற்கத்திய கலாசாரத்தில் இது அருவெறுப்பாகப் பார்க்கப்பட்டது. உடனிருந்த நண்பர், முணுமுணுக்கவே ராஜிவின் புருவம் உயர்ந்தது. எழுந்துகொண்டு ராவின் காலை கீழிறக்கவைத்தார். 68 வயதை நிரம்பிய நரசிம்ம ராவுக்கு, மறக்கமுடியாத பாடம் ஒன்று கற்பிக்கப்பட்டது.[90]

மனிதன் பாதி, மிருகம் பாதியுமாக இருந்த ராவ், பழி தீர்த்துக் கொண்டார். 1990 ஜனவரி மாதம், பெயரைக் குறிப்பிடாமல் மெயின்ஸ்ட்ரீமில் எழுதிய கட்டுரையில்[91] தான் ஒரு காங்கிரஸ் கட்சிக்காரன் என்றும், அயோத்தி விஷயத்தில் ராஜிவ் காந்தி கள யதார்த்தம் புரியாமல் நடந்து கொண்டதாகவும் விமர்சனம் செய்திருந்தார். போபர்ஸ் மோசடியில் ராஜிவ் காந்தி பணம் பெற்றிருக்க வாய்ப்பில்லை. ஆனால், அவர் எதையோ மறைக்கிறார் அல்லது யாரையோ காப்பாற்ற நினைக்கிறார் என்றும் எழுதியிருந்தார். 1984 தேர்தலில் பெற்ற பிரம்மாண்டமான வெற்றிக்குப் பின்னர், மனம் போன போக்கில் நடந்துகொண்டார். ராஜிவ் என்ன சொன்னாலும் எது செய்தாலும் அது சரியானதாகவே அவரது ஆதரவாளர்களால் மிகையாக பாராட்டப்பட்டது. புகழுரைகளுக்கு எல்லையே இல்லாமல் போனது. அவர் தினந்தோறும் கேட்க நேர்ந்ததெல்லாம் அவரது நண்பர்களின் புகழுரைகள்தான். பாராட்டுகளுக்கு, அவர் படிப்படியாகப் பழகிவிட்டார். கட்சியின் மூத்த நிர்வாகிகளும் என்ன செய்வதென்று தெரியாமல் கூட்டத்தோடு கூட்டமாக கோஷ்டி

கானத்தில் இணைந்துகொண்டார்கள் அல்லது தள்ளி நின்று வேடிக்கை பார்த்தனர் என்று கடுமையாக விமர்சித்திருக்கிறார்.[92]

அதிகப் பெரும்பான்மை பெற்று ஆட்சிக்கு வந்த ஒரு தலைவர், செல்வாக்கை முற்றிலுமாக இழந்து, பலவீனமானதற்கான சரியான காரணத்தையும் ராவ் அறிந்து வைத்திருந்தார். நாளை, தான் பிரதமராக வந்தாலும் தனக்கும் இதுவே நேரும் என்பதையும் புரிந்து வைத்திருந்தார். ராஜிவ் காந்தியின் வீழ்ச்சிக்கு, உறுதியான மனநிலை இல்லாததுதான் காரணம் என்கிறார்: 'பிரதமராக இருந்த காலத்தில் பணிவுடன் நடந்து கொண்டிருக்கலாம். எதிரியாக நினைத்தவர் களைத் தள்ளி வைத்து கட்சிக்குள் சகஜமான நிலையைத் தக்கவைத்திருக்கவேண்டும்'.

1990 ஜூன். ராஜிவ் காந்தி குறித்து ராவ் விமர்சித்த கட்டுரை வெளியான சில நாட்களிலேயே இதய நோய் நிபுணரான கே. ஸ்ரீநாத் ரெட்டிக்கு போன் வந்தது. மறுமுனையில் கல்யாணி சங்கர் பேசினார். நரசிம்ம ராவுக்கு உடல்நிலை சரியில்லை, நீங்கள் கொஞ்சம் வரமுடியுமா என்று கேட்டுக்கொண்டார். திரிபுரா மாநில கவர்னராக இருந்த ஸ்ரீநாத் ரெட்டியின் தந்தைக்கு, ராவ் ஆந்திராவில் இருந்த காலம் முதல் நல்ல பழக்கமுண்டு. பதறிப்போன ஸ்ரீநாத் ரெட்டி, அவசர அவசரமாகக் கிளம்பி, மோதிலால் நேரு மார்க்கில் இருந்த ராவின் இருப்பிடத்துக்குச் சென்றார். அங்கே, பச்சை நிற லுங்கி, பருத்தி பனியன் அணிந்தபடி லேப்டாப்பில் எதையோ தட்டச்சு செய்துகொண்டிருந்தார்.[93]

ஸ்ரீ நாத் ரெட்டியைக் கண்டதும், தனக்கு நெஞ்சு வலி இருப்பதாக ராவ் சொல்லியிருக்கிறார். சாதாரண நெஞ்சு வலி என்றாலும், கவனக்குறைவாக இருந்துவிட்டால் மாரடைப்பு வரும் அபாயம் இருப்பதை ரெட்டி விவரித்தார். ஏஐஎம்எஸ் மருத்துவமனைக்கு அழைத்துச் சென்று, மேற்கொண்டு சிகிச்சைக்காக அனுமதித்தார். மறுநாள் சந்திக்க வந்தபோது, ராவ் தன்னுடைய படுக்கையில் உட்கார்ந்தபடி, சாப்பிடுவதற்காக வைக்கப்பட்டிருந்த டேபிள் மீது லேப் டாப்பை வைத்து, மும்முரமாக தட்டச்சு செய்து கொண்டிருந்தாராம்.

அதற்குப் பின்னர், இதய அறுவை சிகிச்சைக்காக அமெரிக்காவின் ஹஸ்டன் நகரத்துக்குச் சென்றிருந்தார் ராவ். அறுவை சிகிச்சை முடிந்து, மார்பைச் சுற்றி கட்டுகள் போடப்பட்டிருந்த சமயத்திலும் நியூ யார்க் டைம்ஸ் படித்துக் கொண்டிருந்தாராம். பரிசோதிக்க வந்த டாக்டர் அதுபற்றிக் கேட்டதும், 'நீங்கள் உங்கள் கடமையைச் செய்யுங்கள். நான் எனது கடமையைச் செய்கிறேன்' என்று பதிலளித்தாராம்.[94]

40 ஆண்டுகால அரசியல் வாழ்க்கை ஒரு முடிவுக்கு வந்து விட்டதாகவே ராவ் நினைத்திருந்தார். 1990 ஆம் ஆண்டு இறுதியில் அவர் இந்தியா திரும்பியபோது, அவருக்கு வந்திருந்த கடிதம், அவரது ஆன்மாவைத் தட்டி எழுப்பியது.

1936ல் தமிழ்நாட்டின் குற்றாலம் அருகே தோற்றுவிக்கப்பட்ட சித்தேஸ்வரி பீடம், ஒரு இந்து மடாலயம். அதன் நிறுவனரான மௌன குரு சாமிகள் எட்டாம் நூற்றாண்டைச் சேர்ந்த ஆன்மிக குருவான ஆதி சங்கரர் செய்ததுபோல், மதக் கல்வி நிறுவனம் ஒன்றை நிறுவ விரும்பினார்.⁹⁵ நீண்ட காலமாகவே மடத்துடன் தொடர்பில் இருந்த நரசிம்ம ராவ், அவ்வப்போது குற்றாலமும் சென்று, குரு பீடத்தைச் சந்தித்து, ஆசி பெறுவதை வழக்கமாக வைத்திருந்தார். ஆன்மிக நடவடிக்கைகள் மட்டுமல்லாமல் சமூக நலன் சார்ந்த நடவடிக்கைகளிலும் மடம் ஈடுபட்டிருந்தது. மடத்தின் பணிகளில் தன்னையும் ஈடுபடுத்திக்கொண்டிருந்தார் ராவ்.

1990 இறுதியில், சித்தேஸ்வரி பீடத்துக்கு ஒரு புதிய தலைமை தேவைப்பட்டது. மடத்தின் பிரபலமான முகமாக, நரசிம்ம ராவ் இருந்தார். சமஸ்கிருதம் தெரிந்தவராகவும் ஆன்மிக விஷயங்களில் தேர்ச்சி பெற்றவராகவும் இருந்தார். ராவுக்கு, ஆன்மிக பதவி தர மடத்தில் முடிவு செய்யப்பட்டது.⁹⁶ அதே நேரத்தில், லட்சுமி காந்தம்மாவும் அரசியலிலிருந்து விலகி, ஆன்மிகத்தில் இறங்கியிருந்தார். அரசியலையும் உலக பந்தங்களையும் விட்டு விலகி, குற்றாலம் வந்து மடத்தின் பொறுப்பை ஏற்றுக்கொள்ளுமாறு ராவுக்கு அழைப்பு விடப்பட்டது.

ராவ், அந்த வாய்ப்பை ஏற்றுக் கொள்ளவுமில்லை. அதே நேரத்தில் வேண்டாமென்று மறுத்துவிடவும் இல்லை.

6

துறவி அரசனான கதை

1991, ஏப்ரல் 2. அக்பர் ரோடும் ஜன்பத் ரோடும் சந்திக்கும் இடத்தில் இருந்தது அந்த பிரம்மாண்டமான பங்களா. காரில் வந்து, வாசல் முன் இறங்கினார் ராவ். உள்ளே பொதுத் தேர்தலுக்கான வேட்பாளர் தேர்வு, காங்கிரஸ் கட்சியின் பரம்பரை எஜமானரான ராஜீவ் தலைமையில் நடைபெற்றுக் கொண்டிருந்தது. ராவ், சற்று பதற்றத்தில் இருந்தார்.

இம்முறை முற்றிலும் புதியவர்களை உள்ளடக்கிய அமைச்சரவையை அமைக்க ராஜீவ் முடிவெடுத்திருப்பதாக தில்லி வட்டாரங்களில் பேச்சு அடிபட்டது.[1] ராவும் அரசியல் போதும் என்ற நிலையை எட்டியிருந்தார். எட்டு தேர்தல்களில் தொடர்ந்து வெற்றி பெற்றிருந்தார். கூழைக் கும்பிடு போட முடியாத அளவுக்கு அவருக்கு 69 வயதாகிவிட்டிருந்தது. 1989 தேர்தலில் ராம்தேக் தொகுதியில் வெற்றி பெற்ற பின்னர், தன்னுடைய பால்ய நண்பருக்கு, ஒரு கடிதம் எழுதியிருந்தார். 'ரொம்பவும் சிரமமாக இருக்கிறது... கடைசி கட்டப் பிரசாரம் வாட்டியெடுத்துவிட்டது. ஓய்வின்றி அலைந்ததால் ரத்தம் அழுத்தம் அதிகமாகி, உடல்நிலை மோசமாகிவிட்டது. இன்னும் சில மாதங்களாவது நான் ஓய்வெடுத்தாகவேண்டும். என்ன செய்வதென்றே தெரியவில்லை' என்று எழுதியிருந்தார்.[2] அதிகாரத்தில் இல்லாதபோதெல்லாம் மோசமாகும் அவருடைய உடல்நிலை இப்போது படு மோசமாகி விட்டிருந்தது. 1990ல் இதய அறுவை சிகிச்சை முடிந்ததும், இளைய மகனிடம் சொன்னாராம், 'ஆண்டவன் அருளால் இன்று நான் மறுஜென்மம் எடுத்திருக்கிறேன்'.[3]

அரசியலில் உயரத்துக்குச் செல்ல சரியான நேரம் அமையவேண்டியது முக்கியம் என்பதை ராவ் உணர்ந்துகொண்டார். அவருக்கான நேரம், கிட்டத்தட்ட முடிந்துவிட்டதாகவே நினைத்தார்.

‘அரசியல் வாழ்க்கையில் உச்சம் என்பது அவரவர் விதிப்படியே நடக்கும். என்னுடைய விஷயத்தைப் பொறுத்தவரை இந்திராஜி காலத்திலும் ராஜிவ் காலத்திலும் மத்திய அமைச்சர் என்பதுதான் உச்சபட்சப் பதவி. காங்கிரஸ் கட்சித்தலைவர், குடியரசுத்தலைவர், குடியரசு துணைத்தலைவர் பதவிகளுக்கான பட்டியல்களில் என்னுடைய பெயர் பலமுறை அடிபட்டிருக்கிறது. ஒவ்வொரு முறையும் கை நழுவியிருக்கிறது. அதைப் பற்றி நான் என்றும் கவலைப்பட்டதில்லை. ‘லட்சிய வெறி இல்லாதவன்’ என்ற நிலையில்தான் இன்றும் இருந்துகொண்டிருக்கிறேன்’ என்று தன்னுடைய டைரியில் எழுதியிருக்கிறார்.[4]

ராஜிவைச் சந்திக்கச் செல்வதற்கு முன்னர் இதைப் பற்றியெல்லாம் ராவ் நிச்சயம் சிந்தித்திருப்பார். ராஜிவை அவரது அறையில் சந்தித்த போது, பிரசாரத்துக்குச் செல்லக்கூட இயலாத அளவுக்கு உடல்நிலை மோசமாக இருப்பதால், தன்னுடைய தொகுதியில் வேறு யாரையாவது போட்டியிடச் செய்யுமாறு கேட்டுக்கொண்டார் என்று உடனிருந்த உளவுத்துறை அதிகாரிகள் தெரிவிக்கிறார்கள். ராஜிவைச் சந்திக்க வந்தபோது, பக்கத்து அறையில் காத்திருந்த அவரது இரு மகன்களும் ‘முதன்மைக் குடும்பத்தின்’ விசுவாசியும் இதையேதான் சொன்னார்கள்.

ஆனால், சந்திப்பின்போது உடனிருந்த அப்போதைய கேபினெட் அமைச்சர் சுப்ரமணியம் சுவாமி சொல்வது வேறுவிதமாக இருக்கிறது.[5] ‘நான், ராஜிவுடன் பேசிக் கொண்டிருந்தபோது, அவரது உதவியாளர் வின்செண்ட் ஜார்ஜ் உள்ளே வந்து, ராஜிவைச் சந்திக்க ராவ் நீண்ட நேரமாகக் காத்திருப்பதாகத் தெரிவித்தார். அழைத்ததும் உள்ளே வந்த ராவிடம், மிஸ்டர் ராவ், உங்களுக்கு வயதாகிவிட்டது. உங்களால் நாடாளுமன்றத் தேர்தலில் போட்டியிட முடியுமென்று எனக்குத் தோன்றவில்லை. வேண்டுமென்றால்... ராஜ்ய சபா சீட் தருகிறேன்’ என்று ராஜிவ் சொன்னதாக சுப்ரமணியம் சுவாமி தெரிவிக்கிறார்.

மகாராஷ்டிராவைச் சேர்ந்த என்.கே.பி சால்வேவின் ராஜ்யசபா பதவி முடிவடைய இருந்தது. அந்தப் பதவியை ராவ் கேட்டதும், ராஜிவ் மறுத்துவிட்டார் என்கிறார் ராவின் நெருங்கிய நண்பரான கல்யாணி சங்கர்.[6] ராஜிவ் மெள்ள ராவை தாஜா செய்தார். தேர்தலுக்கான கட்சியின் கொள்கை விளக்க அறிக்கையைத் தயாரிக்கும் பொறுப்பை

ராவிடம் தந்தார். அது அவமானத்தை மறக்கடிக்கச் செய்யும் ஒருவகையான சமாளிப்பு வேலைதான். தேர்தல் அறிக்கைகள், சாமானிய மக்களால் படிக்கப்படுவது இல்லை. இவ்வளவு ஏன் கட்சி உறுப்பினர்கள்கூட அதைப் படித்துப் பார்ப்பதில்லை.

ராஜிவைச் சந்தித்துவிட்டு வீடு திரும்பியவர், உடை மாற்றிவிட்டு ஓய்வெடுக்கச் சென்றுவிட்டார். ராவின் நீண்ட நெடிய அரசியல் வாழ்க்கை, ஒரு முடிவுக்கு வந்துவிட்டதாகவே தில்லி வட்டாரத்தில் பேசப்பட்டது. வெளியுறவுத்துறை அமைச்சராக ராவ் இருந்தபோது, அவருக்கு அறிமுகமானவர் ரோனென் சென். பின்னாளில் ராவ் பிரதமரானபோது, இவர் மாஸ்கோவுக்கான தூதராக இருந்தார்.

ரோனென் சென் காதுகளுக்குச் செய்தி எட்டியதும், ராவைச் சந்திக்க நேரில் வந்துவிட்டார்.[7] மோதிலால் மார்க், அன்று வெறிச்சோடி யிருந்தது. வாசலில் பாதுகாவலர்கூட இல்லை. மரியாதை நிமித்தமாக சந்திக்கத்தான் ரோனென் சென் வந்திருந்தார். தனிமையில் இருந்த ராவ், சென்னிடம் மனம் திறந்து மணிக்கணக்கில் பேச ஆரம்பித்துவிட்டார். தன்னுடைய இளமைக்கால அரசியல் வாழ்க்கையில் ஆரம்பித்து, நிஜாமுக்கு எதிரான போராட்டங்கள், ஹைதராபாத் அரசியல் வாழ்க்கை எனப் பேச்சு முழுவதும் ஆந்திராவையே மையமாகக் கொண்டிருந்தது. ஆந்திராவில் எங்கெல்லாம் வடை நன்றாக இருக்கும் என்றெல்லாம் உற்சாகமாகப் பேசிக்கொண்டிருந்தாராம்.

அன்றைய ராவின் பேச்சில், சோர்வோ மனத்தாங்கலோ இருக்கவில்லை. முழுக்க முழுக்கப் பழைய அனுபவங்களைக் கோர்த்த பெரும் உரையாடலாகவே இருந்தது. அன்று காலையில் நிகழ்ந்த ராஜிவுடனான சந்திப்பு பற்றி ராவ் எதுவும் குறிப்பிடவில்லை. மெக்ஸிக்கன் அயலுறவுத்துறை அதிகாரி ஜோர்ஜ் காஸ்டனேடா அல்வெரஸுக்குக் காரம் அதிகம் பிடிக்கும் என்றும் ஆந்திரத்து ராவுக்கும் அவருக்கும் இடையில் யார் அதிக மிளகாயைச் சாப்பிடுவார்கள் என்று போட்டியெல்லாம் நடக்கும் என்றும் பேசிக் கொண்டே சென்றார். சென், அங்கிருந்து கிளம்பும்போது, அந்தி சாய்ந்துவிட்டது. முதியவர் சூழவிருந்த இருளைத் தனியாக எதிர்கொள்ளத் தயாரானார்.

எது எப்படியோ, அரசியலைக் கடந்து, தனிப்பட்ட வாழ்க்கைக்கு முக்கியத்துவம் கொடுக்கவேண்டியது பற்றி யோசிக்க ஆரம்பித்திருந்தார். தில்லியின் பரபரப்பை மறந்து, எங்கேயாவது போய்விடவேண்டும். ஒருவேளை திரும்ப தில்லிக்கு வர நேர்ந்தால் தங்குவதற்கு இடமில்லாமல் போய்விடுமே என்கிற கவலையும்

அவருக்கு இருந்தது. தில்லியின் இதயப்பகுதியில் இருந்த இந்தியா இண்டர்நேஷனல் சென்டர் என்னும் முதியோர் நல்வாழ்வு மையத்தில் உறுப்பினராகச் சேர்ந்திருந்தார். தன்னுடைய இறுதிக் காலங்களில் அங்கேயே தங்கிவிடும் முடிவிலும் இருந்தார்.[8] அந்த 'அதிர்ஷ்டக்காரக் குழு'வில் இடம் கிடைத்ததும் இந்தியாவின் முன்னாள் ராணுவ, உள்துறை, கலாசார, சுகாதார, நிதி, கல்வித்துறை அமைச்சர், ஆந்திராவின் முன்னாள் முதலமைச்சர் என அவருக்குள் இருந்த அனைவருமே சந்தோஷத்தில் ஆழ்ந்தனர்.

அடுத்து வந்த மூன்று வாரங்களும், கட்சிக்கான தேர்தல் அறிக்கையைத் தயார் செய்வது குறித்துப் பல்வேறு கூட்டங்களில் ஈடுபட்டிருந்தார்.[9] வேறு பலர் அவரிடம் ஆலோசனைகள் கேட்க வந்ததாகவும் அவருடைய பார்வையாளர் சந்திப்புப் புத்தகம் தெரிவிக்கிறது. ஏப்ரல் 16 அன்று மாலை 4 மணிக்கு, ராஜிவ் காந்தியைச் சந்தித்துப் பேசினார். அடுத்த ஒரு மணிநேரத்தில், தேர்தல் அறிக்கை வெளியானது. நாடு முழுவதும் காங்கிரஸ் கட்சி சார்பில் போட்டியிடுபவர்கள் மனு தாக்கல் செய்ய ஆரம்பித்திருந்தார்கள். தேர்தலில் போட்டியிடப்போவதில்லை என்பது முடிவாகி விட்டாலும், தன்னுடைய ஏமாற்றத்தை டைரியில் எழுதிவைத் திருக்கிறார். '34 ஆண்டுகால அரசியல் வாழ்க்கையில் முதல் முறையாக ஓர் இடைவெளி ஏற்பட்டிருக்கிறது. உண்மையில் மிகவும் தளர்வாக உணர்கிறேன்'.[10]

மே மாதம் ஆரம்பத்தில், தில்லியை விட்டுப் பெட்டி, படுக்கைகளோடு கிளம்புவதற்குத் தயாராகிவிட்டார். வீட்டைக் காலி செய்யும் பொறுப்பை 'ரோஜர் ரிமூவல்ஸ்' நிறுவனத்திடம் ஒப்படைத்திருந்தார். லுட்யன்ஸ் தில்லியின் மேட்டுக்குடியினர் வருமானத்துக்கு அதிகமாகச் சேர்த்த சொத்துப் பத்துக்களை மூட்டைகட்டி எடுத்துச் செல்லும் பணியில் தேர்ந்தவர்களான அந்த நிறுவனத்தினர், இந்த முதியவர் அப்படி எடுத்துச் செல்ல எதுவும் இல்லை என்று சொன்னதைக் கேட்டு மிகவும் மகிழ்ச்சியடைந்தனர். அவரது கவலையெல்லாம் ஆயிரக்கணக்கான புத்தகங்களைப் பத்திரமாக எடுத்துச்செல்வது எப்படி என்பதில்தான் இருந்தது. ஒவ்வொரு பெட்டியையும் திறந்து, புத்தகங்கள் சரியான முறையில் அடுக்கப்பட்டிருக்கிறதா என்பதை மேற்பார்வை செய்து கொண்டிருந்தாராம்.[11] ஏழு ஆண்டுகளாக உடனிருந்த கம்ப்யூட்டர், பிரிண்டரைக் கவனமாகக் கட்டி, புத்தகங்களையெல்லாம் 45 அட்டைப்பெட்டிகளில் வரிசைக்கிரமமாக வைத்து,[12] 1500 கி.மீ தொலைவில் உள்ள அவருடைய இரண்டாவது மகனின் ஹைதராபாத் வீட்டுப் பரணுக்குப் பத்திரமாக அனுப்பிவைத்தார். நெடுநாள்

நண்பர்கள்போல் அவருடன் உடன் இருந்த புத்தகங்களைப் பிரிந்தது, அவருக்குப் பெரிதும் வருத்தத்தைத் தந்தது. அவருடைய நெருக்கமான நண்பரும், ஜோதிடத்தில் நம்பிக்கையுள்ளவருமான ஒருவர் உற்சாகப்படுத்தும் தொனியில் சொன்னார்: இவையெல்லாம் இங்கேயே இருக்கட்டும். நீங்கள் சீக்கிரமே திரும்பிவர வேண்டியிருக்கும் என்று எனக்குத் தோன்றுகிறது![13]

புத்தக வாசிப்புதான், ராவின் ஓய்வுகாலத் திட்டமாக இருந்தது. ஹைதராபாத்தில் இருந்த அந்த நாட்களில் புத்தகங்கள் படிப்பதும், கம்ப்யூட்டரில் தட்டச்சு செய்வதிலும் பொழுது கழிந்தது. 1973ல் ஆரம்பித்த நாவலுக்கு ஒரு இறுதி வடிவம் கொடுக்கும் முயற்சியில் இருந்தார். 1974ல் தேசிய அரசியல் அழைத்தபோது, நாவலைப் பாதியில் நிறுத்திவிட்டு தில்லி சென்றவர், சாம்பலிலிருந்து மீண்டெழுந்தது போல மறுபடியும் எழுத ஆரம்பித்தார்.

பம்பாயில் ஒரு அபார்ட்மெண்டை வாடகைக்கு எடுத்திருந்தார். ராஜ்யசபைக்குத் தேர்ந்தெடுக்கப்பட வேண்டுமென்றால், மகாராஷ்டிராவைச் சேர்ந்தவர் என்பதை நிரூபிக்க, இருப்பிடச் சான்று சமர்ப்பித்தாக வேண்டும். அதற்காகத்தான் ஒரு வீட்டை வாடகைக்கு ஒப்பந்தம் செய்திருந்தார். தில்லியிலிருந்து வந்த அட்டைப் பெட்டிகளில் 15 பெட்டிகளை பம்பாயில் இருந்த தன்னுடைய புதிய இருப்பிடத்துக்கு அனுப்பிவைத்தார்.[14]

ராவின் அரசியல் வாழ்க்கை மங்கிக்கொண்டிருந்த நேரத்தில், அவரது ஈடுபாடு ஆன்மிகத்தின் பக்கம் திரும்பியது. சித்தேஸ்வரி மடத்தின் குரு, மடத்தின் தலைவர் பதவியை ஏற்குமாறு அழைத்தபோது மறுத்துவிட்ட ராவ், இப்போது முடிவை மாற்றிக்கொண்டார்.[15] அரசியல் அதிகாரமெல்லாம் இல்லாத இந்நேரத்தில் ஒரு ஆன்மிக மடத்துக்குத் தன்னால் தகுதியானவராக இருக்கமுடியும் என்கிற முடிவுக்கு வந்திருந்தார். உடனே மடத்துக்குக் கடிதம் எழுதி, பொறுப்பை ஏற்கத் தயாராக இருப்பதாகவும் தெரிவித்தார்.

மே 20 வரை, தில்லியிலும், அதற்கு வெளியேயும் ஏராளமான தேர்தல் பிரசாரக் கூட்டங்களில் கலந்துகொண்டார். மே 11 அன்று, தில்லியில் காங்கிரஸ் கட்சி சம்பந்தப்பட்ட ஒரு ரேடியோ ஒலிப்பதிவில் இருந்ததாக டைரியில் எழுதியிருக்கிறார்.[16] அவரது பிரசாரப் பேச்சுகள் வெற்று சடங்குகள் போல், சுவாரசியமில்லாமல் இருந்தன. பொருளாதார நெருக்கடி பற்றியோ சோவியத் யூனியன் உடனான உறவு குறித்தோ அவர் பேசவில்லை. வழக்கமான சோஷலிச வெற்றுரைகளாக இருந்தன. ஆட்சிக்கு வந்தால், எட்டாவது ஐந்தாண்டுத் திட்டம் கொண்டு வரப்படும். விவசாயிகள், விவசாயக்

கூலிகள், தொழிலாளர்கள் நலனுக்காகவும் அவர்களது உரிமைகளுக்காகவும் தொடர்ந்து பாடுபடுவோம் என்று பேசியிருந்தார். மே 16 அன்று தில்லியிலிருந்து ஹைதராபாத் செல்லும் இந்தியன் ஏர்லைன்ஸ் விமானத்தில் நரசிம்ம ராவ் கிளம்பினார். மாலையில் புறப்பட்ட அந்த விமானம் மெள்ள அஸ்தமன வானத்தில் பறக்கத் தொடங்கியது.

•

இந்தியாவில் நடைபெறும் ஒவ்வொரு பொதுத்தேர்தலும் சரித்திரத்தில் இடம்பெற வேண்டிய நிகழ்வு என்பதில் சந்தேகமில்லை. இந்தியா என்னும் மிகப் பெரிய நாட்டில் வெற்றிகரமாகக் கொண்டாடப்படும் ஒரே ஜனநாயகத் திருவிழா அது. 1991 தேர்தலும் அப்படித்தான் அமைந்திருந்தது. சுமார் 26 கோடி ஆண்களும், 23 கோடிப் பெண்களும் வாக்களிக்கத் தயாராக இருந்தார்கள். 58 சதவீதத்தினர் நாடெங்கும் உள்ள 5,76,353 வாக்குச்சாவடிகளில் தங்களது கடமையை ஏற்கனவே நிறைவேற்றியிருந்தார்கள்.[17] இந்தியா போன்ற பெரிய தேசத்தில் ஒரே நாளில் தேர்தல் நடத்துவது இயலாத காரியம். நடைமுறைச் சிக்கல் காரணமாகவும், தேர்தல் நியாயமான முறையில் பாதுகாப்பாக நடைபெறுவதை உறுதி செய்ய வேண்டியும் தேர்தல் மூன்று கட்டங்களாக ஏற்பாடு செய்யப்பட்டிருந்தது. எனினும் வன்முறைச் சம்பவங்கள் நிறைந்த தேர்தலாகவே இருந்தது. இந்திய ராணுவத்தின் கட்டுப்பாட்டில் இருந்த காஷ்மீர் மற்றும் பஞ்சாப் மாநிலப் பகுதிகளில் தொடர் வன்முறை காரணமாக வாக்குப்பதிவு ஒத்திவைக்கப்பட்டது.

முதல்கட்ட வாக்குப்பதிவின்போது, ஒரு நாள் காலையில் நரசிம்ம ராவ் தன்னுடைய பழைய தொகுதியான மகாராஷ்டிராவின் ராம்தேக் தொகுதிக்குக் கிளம்பினார். தனக்குப் பதிலாகப் போட்டியிடும் வேட்பாளருக்காக பிரசாரம் செய்யவேண்டிய பணி, அவருக்காகக் காத்திருந்தது.

மறுநாள், 21 மே 1991. பிரபாகர் காம்ப்ளே என்னும் நண்பரின் இருப்பிடத்தில் இருந்து கிளம்பிய ராவ், பார்பானி, மன்சர் ஆகிய பகுதிகளில் நடந்த பிரசாரங்களில் கலந்துகொண்டார். ஒரு இன்ஜினியரிங் கல்லூரியில் மதிய உணவை முடித்தவர், உள்ளூர் நாளேட்டுக்கு மராத்தியில் சரளமாகப் பேட்டியளித்தார். மாலையில் சில பொதுக்கூட்டங்களிலும் கலந்துகொண்டார்.[18] இரவு ஒன்பது மணிக்கு, நாக்பூரில் இருந்த நண்பரின் வீட்டில் இரவு விருந்துக்குப் பின்னர் அன்றிரவு தங்குவதற்காக காங்கிரஸ் பிரமுகர் என்.கே.பி சால்வேயின் இருப்பிடத்துக்கு வந்துகொண்டிருந்தார். தேர்தல்

பிரசாரம் செய்யுமளவுக்கு உடல் ஒத்துழைக்காது என்பதால்தான் தேர்தலில் போட்டியிடுவதைத் தவிர்த்திருந்தார். ஆனால், ஓய்வெடுக்க முடியாமல் மற்றவர்களுக்காக பிரசாரம் செய்யவேண்டியிருந்தது!

நாக்பூரில் இரவு விருந்தை முடித்துவிட்டு நரசிம்ம ராவ் கிளம்பிக் கொண்டிருந்த அதே நேரத்தில் பிரசாரத்துக்காக, 1162 கிமீ தொலைவில், சென்னையிலிருந்து ஸ்ரீபெரும்புதூர் நோக்கி விரைந்து கொண்டிருந்தார் ராஜிவ் காந்தி. பிரிவினைவாதிகளால் கொல்லப் பட்டிருந்தார் அவருடைய அம்மா; எனினும் ராஜிவுக்கு சொற்பக் காவலர்களே பாதுகாப்புக்கு இருந்தனர். 10.21 வாக்கில் ஓர் இளம் இலங்கைத் தமிழ்ப் பெண் ராஜிவைச் சுற்றிக் குழுமியிருந்த காங்கிரஸ் ஆதரவாளர்கள் கூட்டத்துக்குள் நுழைந்துவிட்டிருந்தாள்.[19] அவள் விடுதலைப் புலிகள் இயக்கத்தைச் சேர்ந்தவள். ராஜிவ் மீண்டும் பிரதமராகிவிட்டால், இலங்கையின் வடக்குப் பகுதிக்கு இந்திய ராணுவத்தை மீண்டும் அனுப்பிவிடுவார் என்று அந்த இயக்கம் அஞ்சியது. தன் தாத்தா, அம்மா மட்டுமல்லாமல் தானுமே பிரதமராக இருந்த ராஜிவ் அருகே வந்ததும், அந்தப் பெண் அவருடைய காலைத் தொட்டு வணங்குவதுபோல் கீழே குனிந்து, தன்னுடைய இடுப்போடு கட்டப்பட்டிருந்த வெடிகுண்டை வெடிக்கச் செய்தாள்.

நரசிம்ம ராவ், அப்போதுதான் தூங்க ஆரம்பித்திருந்தார். அவரை எழுப்பி, தகவல் தெரிவித்தார்கள். குண்டுவெடிப்பில் ராஜிவ் காந்தியும் அவரோடு இருந்த 14 பேரும் கொல்லப்பட்டிருந்தார்கள். நாலாபுறமும் சிதறியடிக்கப்பட்ட ராஜிவின் உடலை ஒன்று சேர்ப்பதே சிரமமாக இருந்தது. அன்றைய இரவு குறித்து ராவ் ரத்தினச் சுருக்கமாக எழுதப்பட்ட தன்னுடைய டைரியில் குறிப்பிட்டிருக்கிறார்: ‘இரவு, ஓய்வெடுக்கத் தயாராகிக் கொண்டிருந்த நேரத்தில் இப்படியொரு அதிர்ச்சியான செய்தி கிடைத்தது. சுற்றியிருந்தவர்களுக்கு என்னுடைய உடல்நிலை மோசமானதுபோல் தோன்றியதோ என்னவோ மருத்துவரை அழைத்துப் பரிசோதித்தார்கள். ஆனால், என்னுடைய உடல்நிலையில் பிரச்னை எதுவுமில்லை. அந்த அதிர்ச்சியை என்னால் தாங்கிக்கொள்ள முடிந்தது. இரவு முழுக்கத் தூங்குவதற்கு முயற்சி செய்தேன். ஆனால், இரண்டு மணி நேரம் மட்டுமே தூங்க முடிந்தது’.[20]

அந்த அதிகாலை நேரத்தில் தில்லியிலிருந்த கோபாலகிருஷ்ண காந்திக்கு தொலைபேசி அழைப்புவந்தது. மறுமுனையில் நாக்பூர் விமான நிலையத்திலிருந்து ராவ் பேசினார்.[21] மகாத்மா காந்தி மற்றும் ராஜாஜியின் பேரனான கோபால கிருஷ்ண காந்தி, அப்போது குடியரசுத்தலைவராக இருந்த ஆர்.வெங்கட்ராமனிடம் இணைச்

செயலராகப் பணியாற்றி வந்தார். 'கோபால், என்ன நடந்தது' என்று ராவ் கேட்டதும், 'சரித்திரம், தன் போக்கைத் தானே மாற்றிக்கொண்டு விட்டிருக்கிறது' என்றாராம் இந்தியில். அது சரிதான் என்று சொன்ன ராவ், 'தில்லிக்கு வருகிறேன். ஜனாதிபதியுடனான சந்திப்புக்கு நேரம் ஒதுக்குங்கள்' என்று கேட்டுக்கொண்டார்.

இரு மாபெரும் ஆளுமைகளின் பேரனான கோபால கிருஷ்ண காந்தி தன்னுடைய கனம் என்ன என்பதை நன்கு புரிந்துகொண்டிருப்பவர். எப்போதும் நிதானமாக, ஒவ்வொரு வார்த்தையையும் கவனமாகத் தேர்ந்தெடுத்துப் பயன்படுத்துவார். அந்த அதிகாலை தொலைபேசி அழைப்புபற்றிச் சொல்லும்போது, 'தில்லிக்கு வருகிறேன் என்று ராவ் சொன்னது வெறும் அரசியல் சம்பிரதாயச் சொற்கள் அல்ல' என்கிறார். சிதறிக்கிடந்த ராஜிவின் உடலைக் கஷ்டப்பட்டு சேகரித்து, முடிந்த வரை உடம்புபோல் ஆக்கப்பட்டது. அப்போதிலிருந்தே ராஜிவின் இடத்தை நிரப்புவதற்கான ஆட்டமும் தொடங்கியது.

ராஜிவின் சடலத்தைச் சுமந்தபடி, ராணுவப்படை விமானம் ஒன்று தில்லி விமான நிலையத்தில் இறங்கியது. ராஜிவின் இருப்பிடமான 10 ஜன்பத்துக்கு உடல் கொண்டு வரப்பட்டது. ராவ் வந்த விமானம் காலை பத்தரைக்கு தில்லியில் தரையிறங்கியது. இறங்கியதும் ராவ், நேராக அஞ்சலி செலுத்த வந்துவிட்டார். அது முழுமையான சடலம் என்று சொல்வதைவிடக் கிடைத்த உடல் பாகங்களை அடுக்கி வைத்திருந்த சவப்பெட்டியாக இருந்தது. 'சேதமடைந்திருந்த உடலை அடையாளங்காண முடியவில்லை' என்று டைரியில் எழுதியிருக்கிறார்.[22] 'ராஜிவின் இருப்பிடத்தில் சவப்பெட்டியை அஞ்சலிக்குத் தயார் செய்துவைத்துவிட்டு, காங்கிரஸ் தலைவர்களெல்லாம் பரபரப்பாக இருந்தபோது, 'பிரணாப், என்னைத் தனியே அழைத்தார். காங்கிரஸ் கட்சியின் தலைவராக நான் தேர்ந்தெடுக்கப்படுவதாகவும், உள்கட்சி மோதல்கள் மற்றும் வதந்திகளைத் தவிர்க்க இன்றே முடிவெடுப்பது நல்லது என்றும் கூறினார்.'[23]

ராவுக்கு மகிழ்ச்சியாக இருந்தது. நாற்பது ஆண்டுகளுக்கும் மேலாக அரசியல் எனும் பாம்புப் பேழையில் வாழப் பழகியிருந்தவருக்குத் தன்னுடைய ஆசைகளை மறைக்கவும் தெரிந்திருந்தது. 'அவர் சொன்ன விஷயம், உண்மையாக இருக்க வாய்ப்பில்லை எனக்குத் தெரியும். அவர் பிரதமராக விரும்பியிருக்கலாம். அல்லது வேறு யாரையோ ஆக்க என்னிடம் அப்படி ஆசைகாட்டி மாட்டிவிடப் பார்க்கிறார். இதுபோன்ற வேலையை அவர் இதற்கு முன்னும் செய்தவர்தான். குறிப்பாக, இந்திராகாந்தி நெருக்கடிகளில் இருந்த போது இதுபோல் பல முயற்சிகள் செய்துபார்த்திருக்கிறார். அவர் தலைமையேற்க முன்வருமாறு சொன்னவுடன் நான் பதில் ஏதும்

சொல்லவில்லை. என்னுடைய மோசமான உடல்நிலையைச் சொல்லிக்காட்டி, பெரிய பொறுப்பை ஏற்றுக்கொள்ளத் தயக்கம் இருப்பதாகச் சொன்னேன். என்.டி.திவாரி பெயரைப் பரிந்துரைத்தேன். அதேநேரம் நான் பிரதமர் பதவியை மறுக்கவில்லையென்றும் பொதுக்குழு கூடித் தேர்ந்தெடுக்கப்பட்டால் நல்லது என்றும் சொல்லத் தவறவில்லை. திரைமறைவில் நடக்கும் திட்டங்களில் எனக்கு இருக்கும் அளவுக்கு அல்லது என்னைவிட என்.டி.திவாரிக்கும் எதிர்ப்பு இருக்கும் என்பது எனக்குத் தெரியும்.'[24]

மகிழ்ச்சியை வெளிக்காட்டிக்கொள்ளாமல், எச்சரிக்கையுடன் செயல் பட்டார் ராவ். பிரணாப் செய்த தவறைச் செய்துவிடாமல் கவனமாக இருக்க முடிவு செய்திருந்தார். ஏழு ஆண்டுகளுக்கு முன்னர், இந்திரா காந்தி மறைந்த நேரத்தில் வரிசையை மீறி, தன்னை இந்திராவுக்கு மாற்றாக முன்னிலைப்படுத்திக்கொண்டார் பிரணாப் முகர்ஜி. ஆனால், பரம்பரை உரிமையை சாமானியர் ஒருவர் கேட்பது எவ்வளவு தவறு என்பது அவருக்குப் புரிந்திருக்கவில்லை. வரிசையில் பின்னுக்குத் தள்ளப்பட்டார். பிரணாபுக்கு இப்போதுதான் உள்ளே வரவே அனுமதி கிடைத்திருக்கிறது. இப்போது மீண்டும் வாரிசு உரிமைக் குரல்கள் கேட்கத் தொடங்கியிருந்தன. காங்கிரஸ் கட்சித்தலைவராக சோனியாக காந்தியே வரவேண்டும் என்று கோரிக்கைகளும், கோஷங்களும் தில்லித் தெருக்களில் கேட்க ஆரம்பித்துவிட்டன. தான் ஓரங்கட்டப்படுவதை ராவ் உணர்ந்து கொண்டார். 'முழுச் சித்திரமும் எனக்குப் புரிந்துவிட்டது'.

தன்னுடைய இருப்பிடத்துக்குத் திரும்பி வந்தார் ராவ். 'வீட்டுக்குத் திரும்பி வந்ததும், 'கே'வைத் தொடர்பு கொண்டேன். மதிய உணவுக்கு வருவதாகச் சொன்னார். காங்கிரஸ் கட்சித்தலைவராக நான்தான் வரப்போவதாக நிறைய செய்திகள் வருவதாகவும் அதைத் தான் நம்புவதாகவும் சொன்னார். அதையெல்லாம் என்னிடம் சொல்வதில் அவருக்கு எந்தத் தயக்கமுமில்லை. நானும் எதுவும் சொல்லவில்லை. ஒரு சில மணிநேரத்தில், சாக்கில் இருந்து பூனை வெளியே வரப்போகிறது, அப்போது வெளியுலகுக்குத் தெரியத்தான் போகிறது.'

மாலை சரியாக 4.15. போபால் விபத்து நடந்தபோது மத்தியப் பிரதேச முதல்வராக இருந்த அர்ஜுன் சிங்கும் காங்கிரஸ் தலைவர் எம். எல் போத்தெரும் ராவை சந்திக்க வந்திருந்தார்கள். 'தேர்தல் இன்னும் முழுமையாக நடந்து முடிந்திராத நிலையில், சோனியா காந்தியை காங்கிரஸ் தலைவராக்குவதன் மூலம் பொதுமக்கள்

மத்தியில் ஒரு அனுதாப அலை உருவாகும். அது கட்சிக்குச் சாதகமாக அமையும்' என்று சொன்னார்கள்.

ராவுக்கு அந்த யோசனை சுத்தமாகப் பிடிக்கவில்லை. ஆனால், அவர் எதுவும் மறுத்துச் சொல்லவில்லை என்று டைரிக்குறிப்பில் எழுதப்பட்டிருக்கிறது.

'சோனியாவைக் கட்சித் தலைவராக ஆக்குவதுதான் சரியாக இருக்கும் என்று சொன்னதும், ராவ் கோபத்தில் எரிந்து விழுந்தார். நேரு குடும்பத்திலிருந்து வருபவர்களை என்ஜினாக வைத்துத்தான் காங்கிரஸ் கட்சி என்னும் ரயிலை ஓட்டவேண்டுமா. நமக்கு வேறு தலைவர்களே கிடைக்கமாட்டார்களா' என்று ராவ் ஆத்திரத்தில் கத்தியதாக ராவ் மீது வெறுப்புக் கொண்ட அர்ஜுன் சிங் தனது புத்தகத்தில் குறிப்பிடுகிறார்.[25] ராவ் சொல்லாத நிலையிலும் அப்படிச் சொன்னதாக அர்ஜுன் சிங் சொல்லியிருப்பது, உண்மையில் ராவ் மனதுக்குள் நினைத்திருந்ததுதான்.

ஒரு மணி நேரம் கழித்து, காங்கிரஸ் கட்சியின் செயற்குழு அவசரக் கூட்டம் கூட்டப்பட்டது. ராஜீவ் மறைவை ஒட்டி இரங்கல் தீர்மானம் வாசிக்கப்பட்டது. காங்கிரஸ் கட்சியின் தலைவராக சோனியா காந்தி பொறுப்பேற்றுக்கொள்ளவேண்டும் என்று அர்ஜுன் சிங் பேசினார். சோனியா வருவதை ராவ் மட்டுமல்ல, பிரதமர் கனவுகள் கொண்ட சரத் பவாரும் எதிர்த்தார். கட்சியிலும், வெளியிலும் அபரிமிதமான செல்வாக்கு பெற்றிருந்த மகாராஷ்டிரா முதல்வர் சரத் பவார், ஒரு விஷயத்தில் உறுதியாக இருந்தார். காங்கிரஸ் கட்சியின் தலைவராகத் தேர்ந்தெடுக்கப்படுபவரும், பிரதமராக வரக்கூடியவரும் வேறு வேறாக இருக்கவேண்டும் என்பது அவரது வாதம். அவருடைய கருத்து ஏற்றுக்கொள்ளவேண்டியது, அது வெளிப்படையாகவும் இருந்தது என்கிறார் ராவ், தன்னுடைய டைரிக்குறிப்பில். ஆனால், அந்த அறையில் இருந்தவர்கள் எல்லோரும் சோனியாவின் பெயரையே உச்சாடனம் செய்தார்கள். கட்சித்தலைவராக மட்டுமல்ல; பிரதமராகவும் அவரே வரவேண்டும். இருக்கவே இருக்கிறது குடும்பத்தின் கோட்டையான அமேதி தொகுதி என்று கோரிக்கை விடுத்தார்கள். ராஜீவ் விசுவாசியான சீதாராம் கேசரி, சோனியாதான் பிரதமராக வரவேண்டும் என்று பேசினார். சரத் பவாரும், சீதாராம் கேசரியும் அவரவர் கருத்தை வெளிப்படையாகப் பேசியபோது, ராவ் எதுவும் பேசவில்லை.

தனக்கான கிரீடம், தன் கண் முன்னே வேறொருவரின் தலையில் வைக்கப்படப்போவதை ராவ் புரிந்துகொண்டுவிட்டார். சோனியாவுக்கென தீவிர ஆதரவாளர் குழு உள்ளிருந்து செயல்

படுவதைக் கண்டார். அவருடைய ஒப்புதல் இல்லாமல் இப்படி யெல்லாம் பேசப்படுவதற்கு வாய்ப்பில்லை என்று ராவ் நினைத்தார். தான் திட்டமிட்டு ஏமாற்றப்பட்டதையும் பிரணாப் முகர்ஜியின் ஆதரவும் அதற்கு இருந்ததையும் ராவ் புரிந்துகொண்டார்.

ராவ் சந்தேகப்பட்ட விஷயங்கள் உண்மையும்கூட. சோனியா ஆதரவாளர் குழு, தீவிரமாகச் செயல்பட ஆரம்பித்தது. 1969ல் இந்திரா காந்தி, கட்சியின் அமைப்புரீதியான விஷயங்களைச் சிதைத்தார். நேரு குடும்பத்தைச் சேர்ந்தவர்கள், சர்வாதிகாரத்துடன் மையத்தில் இடம்பெற்றார்கள். மாநிலத் தலைவர்கள் வாக்கு சேகரித்துத் தரும் தளபதிகளாக்கப்பட்டார்கள். எம்.எல் பொத்தேதர் போன்ற மக்களால் தேர்ந்தெடுக்கப்படமுடியாத ஆலோசகர்களும் இந்திராவின் சுருக்கெழுத்து உதவியாளர் ஆர்.கே தவான் போன்றவர்களும் இடையில் இடம்பெற்றார்கள். இவர்கள் மக்கள் ஆதரவை நம்பியிராமல் மையக் குடும்பத்தின் ஆதரவின் மூலம் அதிகாரம் பெறுபவர்களாக இருந்தனர். எனவே, நடுவில் இருந்து கொண்டு இவர்கள் தொடர்ந்து அதிகாரம் செலுத்திவரவேண்டு மென்றால் அதற்கு நேரு குடும்பம் தலைமையில் இருந்தாக வேண்டியது அவசியம்.

வெற்றியை வெகு அருகில் தவறவிட்ட ராவ், தீவிர சிந்தனையில் ஆழ்ந்தார். உறங்கச் செல்லும் முன், அன்றைய தினம் நடந்த நிகழ்வுகளை டைரியில் குறிப்பிட்டார். கசப்பாக இருந்தாலும், தான் செய்த தவறுகளை அவரால் அலச முடிந்தது. உண்மையில் நேரு குடும்பத்துக்கு ஆதரவானவர்களின் எண்ணிக்கையையும் அவர்களது செல்வாக்கையும் குறைத்து மதிப்பிட்டிருந்தார். 'கட்சியின் மூத்த தலைவராக, மேலிடத்தோடு நேரிடையான தொடர்பில் இருந்ததால் வேறு போட்டிகளில் ஈடுபடத் தேவை இருந்ததில்லை' என்று டைரியில் எழுதியிருக்கும் ராவ், சோனியாவின் ஆதரவுத் தளம் குறித்துக் கூறியிருப்பதும் கவனிக்கத்தக்கது. 'குடும்ப அரசியல் என்பது அருவெறுப்பானதாகவும், ஏற்றுக்கொள்ளமுடியாததாகவும் இருப்பதோடு, தேர்தலில் அதனால் வாங்குகளைப் பெற்றுத் தரமுடியுமா என்றும் ஆச்சரியப்பட்டு எழுதியிருக்கிறார்.[26]

ராவ் தனக்கு பிரதமர் பதவியில் நாட்டம் இல்லாததுபோல் காட்டிக் கொண்டது சரிதான் என்றாலும் சோனியாவின் மீது தவறாகச் சந்தேகப்பட்டுவிட்டார். சோனியாவுக்கு ஆதரவாக எழுந்த கோஷங்கள் அவருடைய ஆதரவாளர்கள் தாமாகவே எழுப்பியவை. ஆரம்பித்திலிருந்தே சோனியா, அரசியலிலிருந்து விலகியே இருந்திருக்கிறார். 1984ல் இந்திரா படுகொலைக்குப் பின்னர், ராஜிவ் பிரதமராக பொறுப்பேற்க வேண்டிய சூழல் வந்தபோது, வேண்டா

மென்று தடுத்தவர். இப்போதும் ஆதரவாளர்களின் கோரிக்கைக்கு செவி சாய்க்கவில்லை. காங்கிரஸ் செயற்குழுவின் தீர்மானத்தை நிராகரித்தவர், கட்சித்தலைவராக மட்டுமல்ல பொதுவாழ்க்கையில் இருந்தே ஒதுங்கியிருக்க விரும்பினார். ராஜிவ் குடும்பத்துக்கு நெருக்கமானவர்களும் குறிப்பாக அமிதாப் பச்சன் போன்ற பிரபலங்களும் இதையே வலியுறுத்தியதாகச் சொல்லப்பட்டது. ராஜிவின் இறுதி சடங்குகூட செய்யப்படாத நிலையில், காங்கிரஸ் செயற்குழுவின் தீர்மானம் சிறுபிள்ளைத்தனமானது; முற்றிலும் தேவையற்றது என்று குடும்பத்துக்கு நெருக்கமானவர்கள் கோபப்பட்டார்கள்.[27]

சோனியாவின் மறுப்பு, அடுத்த கட்ட அரசியல் விளையாட்டை ஆரம்பித்து வைத்தது. 23 மே 1991 அன்று தன்னைச் சந்திக்க வருமாறு பி.சி அலெக்ஸாண்டருக்கு ராவ் ஒரு செய்தி அனுப்பினார்.[28]

பி.சி. அலெக்ஸாண்டர் தில்லி அரசியல் வட்டாரத்தில் முக்கியமான புள்ளி. அரசியல்வாதிகளுக்கு மத்தியில் அதிகாரியாகவும், அதிகாரிகளுக்கு மத்தியில் அரசியல்வாதியாகவும் நடந்து கொள்பவர். கேரளாவைச் சேர்ந்த ஐ.ஏ.எஸ் அதிகாரியான இவர், இந்திரா காந்திக்கும் ராஜிவ் காந்திக்கும் தலைமைச் செயலாளராக இருந்தவர். 1982ல் குடியரசுத் தலைவர் பதவிக்கு நரசிம்ம ராவின் பெயர் பரிசீலிக்கப்பட்டு, பின்னர் இந்திராவால் நிராகரிக்கப்பட்டபோது பிரதமர் அலுவலகத்தில் முதன்மைச் செயலாளராக இருந்தவர். காங்கிரஸ் கட்சியின் அத்தனை மாயச்சுழல் பாதைகளையும் அறிந்தவர். 1976 தொடங்கி ராவுடனான நட்பு உண்டு. ராவின் அரசியல் ஆலோசகராகச் செயல்பட்டிருந்தார்.

அன்றிரவு, தீன் மூர்த்தி பவனில் வைக்கப்பட்டிருந்த ராஜிவின் உடலுக்கு அஞ்சலி செலுத்திவிட்டு நேராக ராவின் இருப்பிடத்துக்கு வந்தார் அலெக்சாண்டர். கட்சித் தலைவராக விருப்பமில்லை என்று சோனியா சொல்லிவிட்டதால், தன்னைத் தலைவராகும்படிப் பலர் கேட்டிருக்கிறார்கள் என்று தன்னிடம் சொன்னதாக அலெக்சாண்டர் குறிப்பிடுகிறார்.[29] தில்லியில் தங்கியிருந்து, தனக்கு ஆதரவாக காங்கிரஸ் கட்சித்தலைவர்களிடம் பேசும்படி ராவ் கேட்டுக் கொண்டாராம்.

மறுநாள், ராஜிவ் உடலுக்கு இறுதிச் சடங்கு நடந்தது. ஏறக்குறைய ஒரு லட்சம் பேர் இறுதி யாத்திரையில் பங்கேற்றார்கள்.[30] பாகிஸ்தானின் பெனசிர் பூட்டோ (16 ஆண்டுகள் கழித்து அவரும் பொதுக்கூட்டமொன்றில் படுகொலை செய்யப்பட்டார்) உட்பட 64 நாடுகளிலிருந்து தலைவர்கள் வந்திருந்தார்கள்.[31] 20 வயதான ராகுல், சந்தனக் கட்டைகளின் நடுவே வைக்கப்பட்டிருந்த ராஜிவின் உடல்

மீது கங்கை நீரைத் தெளித்து, ஏழு முறை வலம் வந்த பின்பு சிதைக்குத் தீ மூட்டினார். [32]

மறுநாள், கட்சித்தலைவராக யார் வரவேண்டும் என்பதை சோனியா முடிவு செய்யுமாறு கேட்டுக்கொள்ளப்பட்டது. இரண்டு கட்டத் தேர்தல்கள் எஞ்சியிருந்தநிலையில், அனுதாப அலையில் காங்கிரஸ் கட்சி நிச்சயம் கரைசேர்ந்துவிடும் என்று நம்பிக்கையோடு இருந்தார்கள். மீள முடியாத துக்கத்தில் இருந்தாலும், தேசத்தின் அடுத்த தலைவரைத் தேர்ந்தெடுக்க வேண்டிய கட்டாயமும் தனக்கு இருப்பதை சோனியா உணர்ந்திருந்தார்.

யாரெல்லாம் போட்டியில் இருக்கிறார்கள் என்பதும் சோனியாவுக்குத் தெரியும். மகாராஷ்டிரா முதல்வர் சரத் பவார், இளைஞர், கட்சிக்குள் செல்வாக்கு மிக்கவர். பம்பாய் தொழிலதிபர்களுடன் நெருங்கிய உறவில் இருப்பவர். ஆனால், நேரு குடும்பத்துக்கு விசுவாசமான ஆள் என்று சொல்வதற்கில்லை. 1978ல் முதல்வராக வரவேண்டும் என்பதற்காக மகாராஷ்டிரா மாநில காங்கிரஸ் கட்சியை இரண்டாக உடைத்தவர்.

என்.டி.திவாரி, பிரச்னையில்லாத தேர்வு. உத்திரப் பிரதேசத்தின் முன்னாள் முதல்வர். வட இந்திய காங்கிரஸ் கட்சியின் பிராமண முகம். ஆனால், ராவ் நினைத்தது போலவே, என்.டி.திவாரி 'ஏற்றுக்கொள்ளத் தகுந்தவரல்ல'. ராஜிவ் வேண்டாமென்று அறிவுறுத்தியும் தேர்தலில் போட்டியிட்டிருந்தார் (இதைவிடக் கொடுமை, அந்தத் தேர்தலில் அவர் தோற்றுப்போகவிருந்தார்).[33]

அர்ஜுன் சிங்கும் மாதவராவ் சிந்தியாவும் மத்தியப்பிரதேசத்திலிருந்து வந்த அரச பரம்பரையினர். இரு தரப்பினருக்கும் இடையே கடுமையான போட்டி இருந்தது. ஒவ்வொரு மாநிலத் தலைவர்களும் கட்சியைப் பிளந்து, சோனியாவை ஓரங்கட்டிவிட்டு, அதிகாரத்தைக் கையிலெடுக்கத் தயாராக இருந்தார்கள்.

உண்மையில் என்னதான் நடந்தது? இந்தக் கேள்விக்கான பதில், வெவ்வேறுவிதமாகப் பலரால் விவரிக்கப்பட்டிருக்கிறது. சோனியாவின் நெருங்கிய நண்பராக இருந்த கே.நட்வர்சிங் சொல்வது, நம்பத்தகுந்ததாக இருப்பதாக ராவின் குடும்பத்தினர், சோனியா காந்தியின் பேச்சுகளை வடிவமைத்த ஜெய்ராம் ரமேஷ் மற்றும் இன்னொரு முக்கியமான காங்கிரஸ் பிரமுகர் அனைவரும் கருதுகிறார்கள். சோனியாவின் விருப்பத்தையே நட்வர் சிங் வெளிப்படுத்துகிறார் என்றுதான் எல்லாராலும் நம்பப்பட்டது.

இறுதிச் சடங்கு முடிந்த மறுநாள், நட்வர் சிங்கை அழைத்த சோனியா, யார் கட்சித்தலைவராக வரவேண்டும் என்பது பற்றி ஆலோசித்தாராம்.[34] இந்திரா காந்தியிடம் முதன்மைச் செயலராகப் பணியாற்றிய பி.என்.ஹக்சரிடம் கருத்துக் கேட்கலாம் என்று நட்வார்சிங் ஆலோசனை சொல்லியிருக்கிறார். 77 வயதான ஹக்சர், சோனியாவின் இருப்பிடத்துக்கு வந்திருக்கிறார். அப்போது துணை குடியரசுத் தலைவராக இருந்த சங்கர் தயாள் சர்மா, அவரது முதல் தேர்வாக இருந்தார். மத்தியப் பிரதேச மாநிலத்தைச் சேர்ந்த சர்மா, காங்கிரஸ் கட்சியின் மூத்த தலைவர். காங்கிரஸின் முன்னணி தலைவர்களிலேயே வயதிலும் அனுபவத்திலும் மூத்தவர். 1952ல் அப்போது இருந்த போபால் மாநிலத்தின் முதல்வராக இருந்திருக்கிறார். கட்சியில் எல்லோராலும் விரும்பப்படுபவர். எந்த சர்ச்சையிலும் சிக்காத சர்மாவே சரியான தேர்வாக இருக்கமுடியும் என்பது ஹக்சரின் கருத்து. நட்வர்சிங்கும் அருணா ஆசாப் அலியும் சர்மாவைச் சந்திக்கக் கிளம்பினார்கள்.

சங்கர் தயாள் சர்மா, உலகின் மிகப் பெரிய ஜனநாயக நாட்டின் பிரதமராவதில் தனக்கு விருப்பமில்லை என்று நேரடியாகச் சொன்னது ஆச்சரியத்தைக் கொடுத்தது. பிரதமர் பதவி முழு நேரமும் ஓய்வின்றிச் செயல்படவேண்டிய பணி. என்னுடைய வயது, உடல்நிலையைக் கருத்தில்கொண்டால், இந்தப் பணிக்குச் சரியான தேர்வாக நான் இருக்கமுடியாது. ஆகவே, ஏற்றுக்கொள்ள இயலாத நிலையில் இருக்கிறேன் என்று சோனியா-ஜியிடம் சொல்லி விடுங்கள் என்றாராம்.[35] குடியரத்தலைவர் போன்ற சம்பிரதாயமான பதவி மீதுதான் அவருக்கு விருப்பம் என்று அவருக்கு நெருக்கமான அதிகாரி ஒருவர் தெரிவித்தார். பின்னாளில் சங்கர் தயாள் சர்மா, 1992-ல் குடியரசுத் தலைவரானார்.

நட்வர்சிங்கும் அருணாவும் வெறுங்கையோடு திரும்பினார்கள். ஹக்சர் மீண்டும் அழைக்கப்பட்டார். இம்முறை, பம்முலபத்ரி வெங்கட நரசிம்ம ராவின் பெயரை முன்மொழிந்தார். ‘இருபது ஆண்டுகளுக்கும் மேலாக கட்சியில் இருக்கிறார். மத்தியிலும் மாநிலத்திலும் அமைச்சராக இருந்த அனுபவமும் உண்டு. கெட்டிக்காரர், கட்சிக்குள் எதிர்ப்புகளும் இருக்கப்போவதில்லை. மற்றவர்களைத் தேர்ந்தெடுத்தால் கட்சியில் பிளவை உண்டாக்கி விடுவார்கள். இவரால் கட்சியினரைச் சமாளித்து, ஒற்றுமையாக வைத்திருக்கமுடியும்’ என்று ராவுக்காகப் பேசினார். சோனியா எதுவும் சொல்லவில்லை. ராவ், மேலிடத்தோடு கருத்து வேறுபாடு கொண்டிருந்தவர் அல்ல. ராஜிவின் பிரியத்துக்குரியவராக நெருக்கமான ஆதரவாளராக அறியப்பட்டவர் இல்லையென்றாலும், ராவிடம்

தனித்தன்மை இருந்தது. தேர்தல் நெருங்கிக்கொண்டிருந்த நேரத்தில், பல்வேறு அதிகாரச் சமன்பாடுகளைச் சமன் செய்ய வேண்டிய தேவை இருந்தது. ராவைத் தவிர வேறு யாரும் இதைச் செய்துவிட முடியாத நிலை இருந்தது உண்மைதான்.

இருபது ஆண்டுகளுக்கு முன்னர், இது போன்றதொரு அரசியல் நிகழ்வு நடந்தேறியது. யாரும் எதிர்பாராதவிதமாக ராவ், மாநில முதல்வரானார். மிகச் சிறியதாக, மாநில அதிகாரத்தை எட்ட முடியாத நிலையில் இருந்த தென்னிந்திய பிராமண குடும்பத்தில் இருந்து வந்திருந்தார். தன்னுடைய அரசியல் வாழ்க்கை முழுவதும், எதிரிகளே இல்லாத அஜாத சத்ருவாக இருந்தார். கட்சிக்குள் எந்தப் பிரிவையும் சேர்ந்தவராகவும் இருந்திருக்கவில்லை. அவருக்கென்று ஆதரவாகப் பேச யாரும் இல்லை. அதேநேரம் எதிராகப் பேசவும் யாரும் இருந்திருக்கவில்லை. இன, ஜாதி ரீதியிலான கோஷ்டிகளும் போட்டிகளும் நிறைந்த அரசியல் களத்தில், தனிமைப்பட்டு நின்றதே அவரது பெரிய பலம்.

மறுநாள், சதீஷ் சர்மாவுக்கு தொலை பேசி அழைப்பு வந்தது. இன்று மாலை உங்களுடன் தேநீர் அருந்த, உங்கள் பண்ணை வீட்டுக்கு வரலாமா என்று ராவ் கேட்டிருந்தார். கட்சித்தலைவர் போட்டியில் ராவின் பெயர், சோனியா வட்டாரத்தில் பரிசீலனைக்கு இருப்பது சதீஷுக்குத் தெரியாது. பொதுவாக நரசிம்ம ராவ் அப்படிப் பட்டவரில்லை. அவரே என்னைத் தொலைபேசியில் தொடர்பு கொண்டு, என்னுடைய இருப்பிடம் வரட்டுமா என்று கேட்டது ஆச்சரியமாக இருந்தது என்கிறார் சதீஷ் சர்மா.[36]

அன்று மதியம், சோனியாவைச் சந்தித்தார் சதீஷ். ராவ் தன்னை வந்து சந்திக்க இருப்பதையும் தெரிவித்திருக்கிறார். 'போட்டியில் சரத் பவாரும், அர்ஜுன் சிங்கும் இருக்கிறார்கள். என்னுடைய ஆதரவு, நரசிம்ம ராவுக்குத்தான். ஆந்திராவில் முதல்வராக இருந்திருக்கிறார். இந்திராஜியின் அமைச்சரவையில் கேபினட் அமைச்சராக இருந்திருக்கிறார். ராஜிவின் அமைச்சரவையிலும் கேபினட் அமைச்சராக இருந்திருக்கிறார். படித்தவர், நேர்மையானவர். இன்று மாலை அவர் வரும்போது, அவரிடம் தலைவராக விருப்பமா என்று கேட்கவா என்றதும், சோனியா காந்தியும் தலையாட்டியபடியே ஒப்புக்கொண்டார்.'[37]

சதீஷ் சர்மா கிளம்பியதும், இன்னொரு நபர் சந்திக்க வந்திருந்தார். தற்போது காங்கிரஸ் கட்சியின் முக்கியப் பொறுப்பில் உள்ளார். தன் பெயர் வெளியே தெரியவே கூடாது என்று உத்தரவாதம் வாங்கிக் கொண்டு அவர் சொன்னது: 'சோனியாவை நான் சந்தித்தபோது,

நரசிம்ம ராவ் பற்றிப் பேச்சுவந்தது. சோனியா ஒரே ஒரு விஷயம் குறித்துத்தான் மிகவும் கவலைப்பட்டார். அதுதான் போபர்ஸ். 1989 தேர்தலில் போபர்ஸ் பற்றிய செய்திகள்தான் கட்சி தோல்வியடையக் காரணமாக இருந்தன. பதவியில் இல்லாத காரணத்தால் எழுந்த பாதுகாப்புக் குளறுபடிகளால்தான் ராஜிவை இழக்க வேண்டியிருந்தது என்று கவலைப்பட்டார். உண்மைக்கு மாறாக எதையும் செய்ய சோனியா காந்தி நினைக்கவில்லை என்று வேகமாகச் சொன்னவர், 'சோனியா காந்தி, தன்னுடைய கணவர் குற்றம் செய்யவில்லை என்றே நம்பினார். போபார்ஸ் ஊழல் குறித்த விசாரணைகளை ராவ் எவ்வளவு திறமையுடன் கையாளுவார் என்பதைப் பொறுத்தே பதவியில் நீடிக்கமுடியும் என்று நரசிம்ம ராவிடம் சொல்லிவிடவேண்டும் என்று சோனியா விரும்பினார்' என்றார்.

அன்று மாலை, தில்லிக்கு வெளியே இருந்த தன்னுடைய பண்ணைக்கு காரோட்டிக்கொண்டு சென்றார் சதீஷ் சர்மா. அங்கே முன்னதாகவே வந்திருந்த ராவ், சதீஷின் தாயுடன் தெலுங்கில் பேசிக் கொண்டிருந்தார். அவரது தாயார் ஹைதராபாத்தில் இருந்திருக்கிறார். ராவுடன் கூடவே இன்னொருவரும் இருப்பதை சதீஷ் கவனித்தார்,. காவியுடையுடன், நெற்றியில் மூன்றாவது கண் போல் பெரிய குங்குமத்தோடு அங்கு தென்பட்டவர், சந்திராசாமி. ராவ், பிரதமராக வருவதற்கு சந்திரா சாமி பெரிதும் உதவினார் என்பது வெளிப்படை யாகத் தெரிந்தது என்கிறார் சதீஷ் சர்மா. அரசியல்வாதிகள்போல் சுற்றி வளைத்துப் பேசாமல், போயிங் பைலட் போல் சட்டென்று குறுக்கே நுழைந்தார் சதீஷ். அப்படியாக தில்லியின் புற நகர்பகுதியில் இருந்த அந்தப் பண்ணை வீட்டில் வைத்து 'கட்சித் தலைவராவதில் உங்களுக்கு விருப்பமுள்ளதா' என்று கேட்கப்பட்டது. பிரதமர் பதவிக்கான முன்னோட்டம். ராவ் தன்னுடைய சம்மதத்தை உடனே தெரிவித்துவிட்டார்.[38]

மே 29. 105 ஆண்டுகால பாரம்பரியமிக்க காங்கிரஸ் கட்சியின் தலைவராக நரசிம்ம ராவ் ஒருமனதாக, அதாவது, சோனியா ஒரு முடிவெடுத்ததும் அனைவராலும் வழிமொழியப்பட்டுத் தேர்ந் தெடுக்கப்பட்டார். இது தற்காலிக ஏற்பாடுதான். இதய நோயாளி யான ராவ், தற்காலிகமாகத்தான் அந்தப் பதவியில் இருப்பார் என்றே அனைவரும் பேசிக்கொண்டார்கள். 1992ல் குடியரசுத் தலைவர் தேர்தல் நடக்கவிருந்தது. அப்போது, ராவ் அதிகாரமற்ற பதவிக்கு உயர்த்தப்படுவார். சோனியா பிரதமராவார் என்று நம்பப்பட்டது. 'ராவுக்கு எழுபது வயதாகிவிட்டது, பதவியை ஏற்றுக்கொள்ள சோனியா முன்வரும்வரை நாற்காலியைத் துடைத்துவைத்திருக்க ராவ் அனுமதிக்கப்பட்டிருக்கிறார் என்றுதான் எல்லாரும்

நினைத்திருந்தார்கள்' என்கிறார் கல்யாணி சங்கர்.[39] சுப்ரமணிய சாமி நேரடியாகவே விஷயத்தைப் போட்டு உடைக்கிறார். 'நரசிம்ம ராவ் விரைவில் இறந்துவிடுவார் என்பது சோனியாவுக்குத் தெரியும், பின்னர் தாமே பிரதமராகிவிடலாம் என்று அவர் நினைத்திருந்தார்'.[40]

அரசியல் சம்பிரதாயங்கள் தொடர்ந்தன. பல்வேறு கட்சியைச் சேர்ந்தவர்கள் ராவுக்கு வாழ்த்து தெரிவித்தார்கள். முன்னாள் துணைப் பிரதமர் தேவிலாலிடமிருந்து கடிதம் வந்திருந்தது: 'இது உங்கள் கட்சி சம்பந்தப்பட்ட விஷயம் என்றாலும், ஒரு முன்னாள் காங்கிரஸ்காரனாக இதை எழுதுகிறேன். ராஜிவ் காந்தியின் அகால மரணத்தைத் தொடர்ந்து அடுத்த தலைவர் எந்தவிதச் சண்டைகளும் இல்லாமல் சரியாக சுமுகமாகத் தேர்தெடுக்கப்படவேண்டுமே என்று உண்மையிலேயே அக்கறைகொண்டிருந்தேன்' என்று அந்தக் கடிதம் ஆரம்பித்திருந்தது. ஒரு சில வாரங்கள் கழித்து வேறொரு முக்கியமான அரசியல்வாதியிடமிருந்து வாழ்த்துக் கடிதம் வந்தது. சோவியத் தலைவர் மிகெயில் கொர்பசேவ், ராவை வாழ்த்தி அனுப்பிய கடிதம் அது. அந்தக் கடிதத்தின் முக்கியத்துவத்தை நன்கு புரிந்துகொண்டிருந்த ராவ், 'இந்திய சோவியத் உறவை வலுப்படுத்துவோம்' என்று பதில் கடிதமும் எழுதினார்.[41]

ஒத்திவைக்கப்பட்டிருந்த இரண்டு கட்டத் தேர்தல்களுக்கும் நாள் குறிக்கப்பட்டது. ஜூன் 12 மற்றும் ஜூன் 15 தேதிகளில் வாக்குப்பதிவு நடைபெற ஏற்பாடு செய்யப்பட்டிருந்தது. ஒற்றைத் தொகுதியில்கூட பிரசாரம் செய்யமுடியாத நிலையில் இருந்த ராவ், தற்போது கட்சித்தலைவராக நூற்றுக்கணக்கான தொகுதிகளுக்கு பிரசாரம் செய்ய வேண்டியிருந்தது. அவரிடம் அப்போது போதுமான பணமுமில்லை.[42] கட்சியின் நிதி நிலை, கட்சி செலவுக்கான பணம் எங்கிருந்து வருகிறது என்பது பற்றியெல்லாம் ராவ் அறிந்திருக்கவில்லை. கட்சி நிர்வாக விவகாரங்களிலிருந்து விலகி இருந்திருந்தார். கட்சியின் பொருளாளராக இருந்த சீதாராம் கேசரி, ராவின் பயணச் செலவுகளைக் கவனிக்க வேண்டியிருந்தது'.

கவர்ச்சிகரமான தோற்றமில்லாத தலைவராக இருந்ததுதான் ராவின் பெரிய பலவீனம். ஜெய்ராம் ரமேஷ் சொல்வது போல், 'இறந்த மீன் போன்று இருந்தார்'.[43] எழுத்தில் அல்லது அறிவுஜீவிகளுடனான கூட்டங்கள் ஆகியவற்றில் சாதகமான அம்சமாக இருந்த ராவின் அறிவுஜீவித்தன்மைகள் எல்லாம் பிரமாண்டமான மக்கள் கூட்டத்தின் முன் செல்லாததாகிப் போனது. அரச பாரம்பரியமும் ஜான் எஃப்.கென்னடி போன்ற வசீகரமும் கொண்டிருந்த ராஜிவுக்கு மாற்றாக வந்த நரசிம்ம ராவ் முற்றிலும் நேரெதிராக இருந்தார்.

சல்மான் குர்ஷித், இளம் அரசியல்வாதி. ஆக்ஸ்ஃபோர்டில் படித்தவர். உத்திரப்பிரதேச மாநிலம் பரூக்காபாத் தொகுதியில் போட்டியிட்டார். தேர்தல் பிரசாரத்தின்போது ராஜிவை அழைத்து வந்து, திறந்த வெளியில் பிரமாண்ட பொதுக்கூட்டம் நடத்தத் திட்ட மிட்டிருந்தார். ராஜிவ் மறைந்ததால், அவர் இடத்துக்கு வந்திருந்த நரசிம்ம ராவை பிரச்சாரத்துக்கு அழைத்திருந்தார். சிடுமூஞ்சியான ராவைப் பார்க்க மக்கள் வரவில்லை. அவரது பிரசாரக்கூட்டத்தில் கலந்து கொள்வதற்காக 500 பேரைக் கஷ்டப்பட்டு ஓட்டிக்கொண்டு வந்து மூடிய அரங்கத்தில் கட்டிப்போட்டு உட்காரவைக்க வேண்டியிருந்தது.[44]

•

ஜூன் 15. கடைசி வாக்குப்பதிவும் முடிந்தது. தேர்தல் முடிவுகள் வருவதற்கு மூன்று நாட்கள் இருந்தநிலையில் அரசியல் காட்சிகள் விறுவிறுப்பாக அரங்கேறின. காங்கிரஸ் கட்சி, வெற்றி பெறுவது உறுதியாகியிருந்து. கட்சித்தலைவரே பிரதமராகவும் முன்மொழியப்பட வேண்டும். ஆனால், ஒரு மாதத்துக்கு முன்பு சரத் பவார், கட்சித் தலைவர் என்பது வேறு, பிரதமர் வேறு என்கிற ரீதியில் பேசியிருந்தார். அதே கருத்தை முன்வைத்து, அரசியல் சதுரங்கத்தில் அடுத்தடுத்து காய்களை நகர்த்த ஆரம்பித்தார்.

பவாரின் படை, தில்லியை முற்றுகையிட்டது. பண்டோரா ரோட்டிலிருந்து பன்னீர் டிக்காவும், பொறித்த கோழிக் குஞ்சும் அவரது ஆதரவாளர்களுக்குத் தொடர்ந்து தருவிக்கப்பட்டது.[45] ஜூன் 18 அன்று தேர்தல் முடிவுகள் வெளியானபோது, அதிகமான காங்கிரஸ் எம்.பிக்கள் மகாராஷ்டிராவிலிருந்து தேர்ந்தெடுக்கப்பட்டிருந்தார்கள்.[46] இது அரசியல் சூழலை மேலும் பரபரப்பாக்கியது. சரத் பவார் ஜனநாயக வழியில் நின்றார். தேர்ந்தெடுக்கப்பட்ட எம்.பிக்களுக்கு மத்தியில் ஓட்டெடுப்பு நடத்தி பிரதமரைத் தேர்ந்தெடுப்பது என்பதில் உறுதியாக இருந்தார். அது மேலிடத்தின் ஆதரவோடு, பின்வாசல் வழியாக உள்ளே நுழைந்து பிரதமர் பதவிக்குப் போட்டியிட நினைத்தவர்களுக்கு பெரிய பின்னடைவைத் தந்தது.

'சரத் பவார், ஒரு ரகசிய வாக்கெடுப்பு நடத்தப்படவேண்டும் என்பதில் உறுதியாக இருப்பதாகத் தெரிகிறது. உடனடியாக சில வேலைகளைச் செய்தாகவேண்டும். காங்கிரஸ் முதல்வர்கள், மாநில காங்கிரஸ் தலைவர்கள், செயற்குழு உறுப்பினர்கள் எனக் கட்சியின் முக்கியமான நிர்வாகிகளை உடனே தொடர்பு கொள்ளவேண்டும். காங்கிரஸ் கட்சியின் நாடாளுமன்றக் குழு தலைவராக ராவ் தேர்ந்தெடுக்கப்படவேண்டும் என்று ஒருமித்த அளவில் ஒரு

கோரிக்கையைத் தயார் செய்து மேலிடத்துக்கு அனுப்பி வைக்கப்பட வேண்டும்' என்று ஒரு கடிதம் அவருடைய தனிப்பட்ட ஆவணச் சேகரிப்பில் இருந்தது. அதில் சிபிபி என்று தலைப்பிட்டிருந்தது.

அந்தக் கடிதத்தில் இருந்த விஷயத்தை ராவ் தீவிரமாக நடைமுறைப் படுத்த முயன்றார். பி.சி அலெக்ஸாண்டரைச் சந்தித்தார். தினமும் இரண்டு அல்லது மூன்று முறையாவது இருவரும் சந்தித்துக் கொண்டிருந்தார்கள்.[47] இப்போது அவர் ராவின் தலைமை ஆலோசகராகிவிட்டிருந்தார். ராவுக்கு ஆதரவாக, சுப்ரமணியசாமியும் களத்தில் இறங்கியிருந்தார். 'தேர்தல் முடிவுகள் அறிவிக்கப் படுவதற்கு முன்னர், சரத் பவாரை ஒரு இரவு விருந்தில் தற்செயலாகப் பார்த்தேன். 'பிரதமர் போட்டியிலிருந்து விலகிவிடுமாறு தெளிவாகச் சொன்னேன். அவரைப் பற்றிய ரகசிய ஆவணங்கள் என்னிடம் இருக்கின்றன' என்றார் சுப்ரமணியம் சுவாமி.[48] சரத் பவாருக்கு எதிராகச் சில குற்றச்சாட்டுகளையும் சாமி ஊடகங்களில் முன்வைத்தார்.

மூளையாகச் செயல்பட்ட ராவின் கண்ணாகவும் காதாகவும் இருந்த பிரபல ஜோதிடரும் ராவின் எதிர்காலத்தைக் கணித்தவருமான என். கே.சர்மா,[49] சரத் பவாரைச் சமாளிப்பதற்காக ராவின் குரலாகவும் அனுப்பப்பட்டார்.

பவாரைச் சமாளிக்கச் சாட்டையைக் கையில் எடுத்த ராவ், அர்ஜுன் சிங்கைச் சமாளிக்க புல்லுக்கட்டை எடுத்தார். அபரிமிதமான உள்கட்சி செல்வாக்கைப் பெற்றிருந்த இரண்டு தலைவர்களும் ஒன்றாக இணைந்து தங்களுக்குள் ஒரு உடன்பாட்டை எட்டி விட்டால், ராவின் பாடு திண்டாட்டமாகிவிடும். ஆகவே, அர்ஜுன் சிங்கைச் சரிக்கட்ட அலெக்ஸாண்டர் அனுப்பிவைக்கப்பட்டார்.

கட்சியின் அதிகாரமட்டங்களுக்கு இடையேயான போட்டியில் சிக்கிக்கொள்ள விரும்பாதவர்களுக்கு ராவை ஆதரிப்பதைத் தவிர வேறு வழியில்லை. தேர்தல் முடிவுகள் வெளியாவதற்கு ஒரு நாள் முன்னதாகவே, இது வெளிப்படையாகத் தெரிந்துவிட்டது. பெரும் பாலான காங்கிரஸ் கட்சித் தலைவர்கள், நரசிம்ம ராவின் தில்லி இருப்பிடத்தில் கூடியிருந்தார்கள். மதியம் அர்ஜுன் சிங், குலாம் நபி, ப்ரணாப் முகர்ஜி ஆகியோர் சந்திக்க வந்திருந்தார்கள். மாலை நான்கரை முதல் இரவு எழு மணிவரை, கட்சியின் மூத்த தலைவர்களை ராவ் தனித்தனியாகச் சந்தித்தார்.[50.]

மறுநாள் தேர்தல் முடிவுகள் அறிவிக்கப்பட்டன. போட்டியிட்ட 521 இடங்களில் 232 இடங்களை வென்று, தனிப் பெரும் கட்சியாக காங்கிரஸ் வெற்றி பெற்றிருந்தது. நாடாளுமன்றத்தில் தனிப் பெரும் பான்மை பெற, காங்கிரஸ் மற்றும் அதன் கூட்டணி கட்சிகளுக்கு 18

இடங்கள் தேவைப்பட்டன. 120 இடங்களில் பாஜக வெற்றி பெற்றிருந்தது. 1989 தேர்தலில் 11 சதவீதமாக இருந்த பாஜகவின் வாக்கு சதவீதம், இம்முறை 20 சதவீதம் உயர்ந்திருந்தது.[51] வி.பி. சிங்கின் ஜனதா தள் உள்பட பல்வேறு பிராந்திய கட்சிகளின் கூட்டணியாக, தேசிய முன்னணி என்னும் பெயரில் போட்டியிட்ட அணி, மூன்றாமிடத்தைப் பெற்றது.

காங்கிரஸ்காரர்தான் பிரதமர் என்பது நிச்சயமானது. சரத் பவாரை காங்கிரஸ் கட்சி முன்னிறுத்தாது என்பதும் நிச்சயமானது. சோனியாவைத் தொடர்ந்து கட்சியின் முக்கியத் தலைவர்கள் மட்டுமல்லாமல் பெரும்பாலான எம்.பிக்களும் ராவை ஆதரித்தார்கள். ராவ், பவார் என இரு தரப்புக்கும் நெருக்கமான ஆர்.டி.பிரதான், இருவருக்குமிடையே ஒரு சந்திப்பை ஏற்பாடு செய்தார்.[52] தன்னை துணைப் பிரதமராக அறிவித்தால், போட்டியிலிருந்து விலகிவிடுவதாக பவார் உறுதியளித்தார்.[53] பவாரின் யோசனையை ராவ் மறுத்துவிட்டார். ஆனால், 'முக்கியமான' காபினெட் பதவியளிப்பதாக உறுதியளித்தார். இறுதியாக ஒரு சரணாகதி உடன்பாடு எட்டப்பட்டது.

பிரதமர் பதவிக்கான போட்டி முடிவுக்கு வரவில்லை என்று வெளியுலகத்தினர் நினைத்துக்கொண்டிருந்தார்கள். மறுநாள் காலை, டைம்ஸ் ஆப் இந்தியா நாளேட்டில் வெளியாகியிருந்த கட்டுரை, பிரதமர் பதவிக்கான போட்டியில் சரத் பவார் முந்துவதாகவும் காங்கிரஸ் தலைவர்கள் கூடி அவரை பிரதமர் பதவிக்கு தேர்ந் தெடுக்கப்போவதாகவும் செய்தி வெளியிட்டிருந்தது.[54] செய்தியைப் படித்ததும், எகானாமிக் டைம்ஸ் நாளேட்டின் ஆசிரியராக இருந்த சஞ்சய் பாரு, ராவின் இருப்பிடத்துக்கு விரைந்தார். வாசல் கதவு திறந்து இருந்தது. காவலாளி யாருமில்லை. தன்னுடைய காரை உள்ளே செலுத்திய சஞ்சய், அவசர அவசரமாக இறங்கி, வீட்டினுள் நுழைந்தார்.

அங்கே வெள்ளை வேஷ்டி, வெள்ளை பனியன், வெள்ளை செருப்பணிந்து ஹாலில் உட்கார்ந்தபடி, ஒரு விருந்தினரிடம் பேசிக் கொண்டிருந்தார் ராவ்.

இன்றைய டைம்ஸ் ஆப் இந்தியா செய்தியைப் பார்த்தீர்களா? அது பற்றி என்ன நினைக்கிறீர்கள் என்று கேட்டார்.

இந்தக் கேள்வியை உங்களது மராட்டிய ஆசிரியர் அல்லது மராட்டிய மேலிடத்தைத்தான் கேட்கவேண்டும் என்று ராவ் பதிலளித்தாராம்.

இருவரும் சத்தமாகச் சிரித்துக்கொண்டார்கள். டைம்ஸ் ஆப் இந்தியாவின் ஆசிரியரான திலீப் படஹோங்கரும், நிர்வாகக்குழு அதிகாரியாக இருந்த சுபாஷ் கிர்பேக்கரும், சரத் பவாரைப் போலவே மகாராஷ்டிராவைச் சேர்ந்தவர்கள். அன்றைய தினம் என்ன வெல்லாம் நடக்கப்போகிறது என்பது தெரியாமலேயே ராவிடமிருந்து விடைபெற்றுக்கொண்டார் சஞ்சய்.

அன்றைய தினம் காலை, போட்டியிலிருந்து விலகுவதாக சரத் பவார் அறிவித்தார். ஒரு சில மணி நேரங்களில் கட்சியின் நாடாளுமன்ற உறுப்பினர்கள் கூட்டம் நடைபெற்றது. இதெல்லாம் வெறும் சம்பிரதாயம்தான். யார் தேர்ந்தெடுக்கப்படவேண்டும் என்பது ஏற்கனவே தீர்மானிக்கப்பட்டுவிட்டது. காங்கிரஸின் பாரம்பரியப்படி 'ஏகமனதாகத் தேர்ந்தெடுக்கப்பட்ட' ராவ் பெயரை அவருடைய எதிரியான அர்ஜுன் சிங் முன்மொழிந்தார்.⁵⁵ நிறைய பேர் வழிமொழிந்தார்கள். பி.வி நரசிம்ம ராவ், நாடாளுமன்ற காங்கிரஸ் கட்சித்தலைவராக ஒருமனதாகத் தேர்ந்தெடுக்கப்பட்டார். ஆட்சியை அமைக்கும் உரிமையையும் பெற்றார். மறுநாள் பிரதமரும் அவரது அமைச்சரவை சகாக்களும் பதவியேற்பார்கள் என்று அறிவிக்கப்பட்டது.

அன்றிரவு சஞ்சய் பாரு, மீண்டும் ராவின் இருப்பிடத்துக்கு வந்தார். வழியெங்கும் வெளிச்சம். வாசலில் புதிய காவலாளி தென்பட்டார். நரசிம்ம ராவ் கீ ஜே என்னும் கோஷம் வெளியே ஒலித்துக் கொண்டிருந்தது.

•

சஞ்சய் காந்தி நினைவு டிரஸ்ட், 12 வில்லிங்டன் கிரெசெண்ட் வீட்டில் செயல்பட்டுக்கொண்டிருந்தது. சஞ்சய் காந்தியுடன் ராவுக்கு நெருங்கிய பழக்கம் இல்லையென்றாலும், அவரது நினைவாக நடத்தப்படும் டிரஸ்டில் உறுப்பினராக இருந்தார். தில்லியின் இதயப்பகுதியில் இருந்த அந்த நினைவு இல்லத்தில் ராவ் தீவிர ஆலோசனையில் இருந்தார். உடனிருந்தவர், பி.சி அலெக்ஸாண்டர். யாருக்கு, என்னென்ன அமைச்சகம் என்பதைப் பற்றிய விவாதம் நடைபெற்றுக்கொண்டிருந்து.

பெரும்பாலான பெயர்களை அவர்களே முடிவுசெய்திருந்தார்கள். கட்சியின் முக்கியத் தலைவர்கள், அரசியல் எதிரிகள் உள்ளிட்ட அனைத்து செல்வாக்கான தலைவர்களுக்கும் அமைச்சர் பதவி தந்தாக வேண்டியிருந்தது. இருபெரும் செல்வாக்கு மிக்க தலைவர்களான சரத் பவாருக்கும் அர்ஜுன் சிங்குக்கும் சரியான அமைச்சகத்தைத் தேர்ந்தெடுத்தாக வேண்டும். தனிப்பட்ட வகையில் ராவுக்கு இரு விருப்பங்கள் மட்டுமே இருந்தன. தன்னுடைய நெருங்கிய நண்பரும்

ஸ்வாமி ராமனாந்த தீர்த்தரின் சிஷ்யருமான எஸ்.பி.சவானுக்கு வாய்ப்பு தரவேண்டும். தன்னுடைய நம்பிக்கைக்கு உரியவர்களில் ஒருவராவது அமைச்சரவையில் இருக்கவேண்டும் என்று நினைத்தார். அடுத்ததாக நிதியமைச்சர். மேற்கு நாடுகளுடன் இணைந்து பணியாற்றத் தயாராக உள்ள, ஒரு திறமையான நிதியமைச்சரைத் தேர்ந்தெடுக்குமாறு அலெக்சாண்டரைக் கேட்டிருந்தார் ராவ். 'உலகளவில் பிரசித்தி பெற்ற, நம்பத்தகுந்தவராக இருக்கவேண்டும்' என்று அலெக்ஸாண்டரிடம் சொன்னார் ராவ்.[56]

'நீங்கள் அதலபாதாளத்தில் இருக்கிறீர்கள், எல்லாவற்றையும் சமாளிக்கத் தெரிந்த திறமைசாலிதான் வேண்டும்' என்றார் அலெக்சாண்டர்.[57] லண்டன் ஸ்கூல் ஆப் எகனாமிக்ஸ் கல்வி நிறுவனத்தின் இயக்குநரான ஐ.ஜி.படேல் மற்றும் பொருளாதார வல்லுநர் மன்மோகன் சிங் என இரண்டு பேரைப் பரிந்துரை செய்தார். ஏற்கனவே நிதியமைச்சராக அனுபவம் பெற்றிருந்த தன்னுடைய நண்பரும் அப்போதைய குடியரசுத்தலைவருமான ஆர். வெங்கட்ராமனை உடனே ராவ் தொடர்புகொண்டார். 'உலகளவில் செயல்படும் நிதித்துறை நிறுவனங்களைப் பற்றிய ஆழ்ந்த அறிவும் அவற்றைத் திறமையாகக் கையாளவும் தெரிந்த ஒருவரைத் தேர்ந்தெடுக்கப் போவதாகக்' கூறினாராம்.[58] இரண்டு தேர்வுகளும் பொருத்தமானதாகவே இருப்பதாக வெங்கட்ராமனும் நினைத்தார்.

வழக்கமான நிதியமைச்சர்களிலிருந்து வித்தியாசமானவராக இருக்க வேண்டும் என்பது ராவின் முடிவு. அது பற்றியெல்லாம் அவர் முன்னரே ஆழமாக யோசித்திருக்கவில்லை. சட்டென்று எடுத்த முடிவுதான். இருபது ஆண்டுகால அரசியல் வாழ்க்கையில், நிதித்துறை பொறுப்புகளில் அவர் இருந்ததேயில்லை. பொருளாதாரம் பற்றியும் அவர் கருத்துத் தெரிவித்ததில்லை. ஜூன் 5 முதல் 18 வரையிலான காலகட்டத்தில் தானும் பிரணாப் முகர்ஜியும் மூன்று முறை சந்தித்துப் பொருளாதார நிலை குறித்து நரசிம்ம ராவிடம் எடுத்துக் கூறியதாக ஜெய்ராம் ரமேஷ் தெரிவிக்கிறார்.[59] தன்னுடைய பலவீனம் குறித்து ராவுக்கு நன்றாகவே தெரியும். 'எனக்குப் பொருளாதாரம் எப்போதும் புரிந்ததில்லை. பிரணாபும் நீங்களும்தான் எனக்குப் புரியவைக்கவேண்டும்' என்றாராம்.[60]

20 ஜூன் அன்று நிதியமைச்சரைத் தேர்ந்தெடுக்க வேண்டிய நிலையில் இருந்தபோது அவர் ஒதுங்கியிருக்கவில்லை. கேபினட் செயலாளர் நரேஷ் சந்திரா, முந்தைய அரசில் மூத்த பொறுப்பில் இருந்த அதிகாரிகள் தயாரித்திருந்த எட்டு பக்க அறிக்கையைக் கொண்டு வந்தார். இந்தியப் பொருளாதாரம் எத்தகையதொரு மோசமான நிலையில் இருக்கிறது என்பதை விவரித்திருந்தது அந்த அறிக்கை.

முதலில் அறிக்கையை எடுத்து ஓரமாகவைத்துவிட்டார் ராவ். பேரழிவின் விளிம்பில் இருக்கிறோம் என்று சந்திரா சொன்னதும் படிக்க ஆரம்பித்தார்.

ஒரு மணி நேரத்தில் முழுதையும் படித்து முடித்தார். திரும்பவும் படித்தார். இம்முறை நிதானமாக, ஒவ்வொன்றையும் உள்வாங்கிக் கொண்டபடியே ஆழ்ந்து படித்தார்.

நிதிக் கட்டுப்பாடு, இறக்குமதிக் கட்டுப்பாடுகளை நீக்குவது, லைசென்ஸ் முறையை நீக்குவது, வெளிநாட்டு முதலீடுகளை அனுமதிப்பது, உள்நாட்டு தொழில் முனைவோருக்கு ஆதரவான சூழலை உண்டாக்குவது என ஏராளமான விஷயங்கள் அறிக்கையில் குறிப்பிடப்பட்டிருந்தன.[61] அடுத்து வரும் மாதங்களில், உடனே செய்யப்படவேண்டிய பணிகள் பற்றிய அடிப்படையான புரிதலைக் கொடுத்தது. இந்த வழிகாட்டிக் குறிப்புகள், தேர்தலுக்கு முன்னரே மன்மோகன் சிங், நிதியமைச்சராவதற்கு முன்பே தயாராக இருந்தது.

அறிக்கையைப் படித்து, புரிந்துகொள்வதற்குள் ராவ் மனதுக்குள் ஏகப்பட்ட மாற்றங்கள் ஏற்பட்டிருந்தன. அரசுக் கட்டுப்பாட்டு பொருளாதாரத்தை ஆதரித்துவந்த ராவ் யதார்த்தத்தைப் புரிந்து கொள்ளும் மனிதராக மாறியிருந்தார். மேற்கு உலகம் ஒப்புக் கொள்ளும் ஒரு திறமையான நிதியமைச்சரைத் தேர்ந்தெடுப்பதுதான் உடனடித் தேவையாக இருந்தது.

ஐ.ஜி படேல் வேண்டாமென்று மறுத்ததும், அன்றிரவே மன்மோகன் சிங்கைத் தொடர்புகொண்டார் அலெக்சாண்டர். அலெக்சாண்டருடனான பேச்சுக்குப் பின்னரும் மன்மோகன் சிங்குக்கு நம்பிக்கை வரவில்லை. அரசியல்வாதிகள் தரும் வாக்குறுதிகள் மீது அவருக்கு நம்பிக்கை இருந்ததில்லை.[62]

மறுநாள் காலை, 21 ஜூன் 1991, பல்கலைக்கழக மானியக்குழு அலுவலகத்தில் இருந்தார் மன்மோகன் சிங். குழுவின் தலைவராகப் பணியாற்றிக்கொண்டிருந்தார். தொலைபேசி ஒலித்தது. மறுமுனையில் இருந்த ராவ், நிதியமைச்சராகப் பணியாற்றுமாறு மன்மோகனுக்கு முறைப்படி அழைப்புவிடுத்தார். பதவியேற்பு விழா, அன்று மதியமே ஏற்பாடு செய்யப்பட்டிருந்தது.[63] பதவியேற்பு விழாவுக்கு முன்னர், பொருளாதார நிலை குறித்த ஒரு ஆலோசனைக் கூட்டத்துக்கும் மன்மோகன் அழைக்கப்பட்டிருந்தார். அலுவலகத்தி லிருந்து வீடு திரும்பிய மன்மோகன், உடைகளை மாற்றிக்கொண்டு நார்த் பிளாக் வந்தார்.

ஒரு நீண்ட மேஜையின் நடுநாயகமாக ராவ் உட்கார்ந்திருந்தார். இந்தியப் பொருளாதாரத்தை நிர்ணயிக்கும் அதிகாரிகள் இருபுறமும்

அமர்ந்திருந்தார்கள். ராவ், பதவியேற்பதற்குச் சற்று முன்னர் ஏற்பாடு செய்யப்பட்டிருந்த கூட்டம் என்பதிலிருந்தே கூட்டத்தின் முக்கியத்துவத்தைப் புரிந்துகொள்ளலாம்.

உலக வங்கியில் பணிபுரிந்த பின்னர், இந்திய அரசில் வர்த்தகத் துறை செயலாளராகப் பணியாற்றிக்கொண்டிருந்த மான்டேக் சிங் அலுவாலியாவும் கூட்டத்தில் இருந்தார். புதிய பிரதமரின் நெருங்கிய வட்டாரத்துக்குள் நானும் இருந்ததைப் பெருமிதமாக நினைக்கிறேன் என்கிறார்.[64] அரசின் பொருளாதாரச் சீர்திருத்தங்களுக்கு ஒரு கருவியாக இருந்தவர் அலுவாலியா. 'கூட்டத்துக்கு மன்மோகன் அழைக்கப்பட்டதிலிருந்து, புதிய அரசு செல்ல நினைத்த பாதை குறித்த ஒரு சமிக்ஞை தெரிந்தது. உண்மையான பொருளாதார நிலை குறித்து ராவ் புரிந்துவைத்திருந்ததையும், பொருளாதாரக் கொள்கைகள் மாற்றியமைக்கப்படவேண்டும் என்பதிலும் ராவ் உறுதியாக இருந்ததையும் அன்று தெரிந்துகொண்டேன். மன்மோகன் சிங், நிதியமைச்சராக இருப்பார் என்பதும் தெரிந்துவிட்டது. இல்லாவிடில், அவர் ஏன் கூட்டத்துக்கு வரவேண்டும்?' என்கிறார் அலுவாலியா.[65]

சில மணி நேரங்கள் கழித்து, சரியாக 12.53 மணிக்கு[66] பி.வி நரசிம்ம ராவ், இந்தியாவின் பத்தாவது பிரதமராகப் பதவியேற்றுக் கொண்டார். குடியரசுத் தலைவர் ஆர். வெங்கட்ராமன், அவருக்குப் பதவிப் பிரமாணம் செய்து வைத்தார். குடியரசுத்தலைவர் மாளிகையில் இருந்த அசோகா ஹாலில் பதவியேற்பு நிகழ்ச்சி ஏற்பாடு செய்யப்பட்டிருந்தது. பிரிட்டிஷாரால் கட்டப்பட்ட அந்த ஹாலின் மேற்கூரையில் 19 ஆம் நூற்றாண்டைச் சேர்ந்த பாரசீக ஓவியங்களைக் காண முடியும். பதவியேற்ற ராவும் அவரது அமைச்சரவை சகாக்களும் 19 ஆம் நூற்றாண்டைச் சேர்ந்தவர்களாகவே தென்பட்டார்கள். இளைய முகங்களையே பார்க்க முடியவில்லை. ஒட்டுமொத்த அமைச்சரவையையும் பழைய பஞ்சாங்கம் என்றொரு பத்திரிக்கை கிண்டலடித்தது.[67] பழைய மொந்தையில் பழைய கள் என்று ஒரு எதிர்க்கட்சித் தலைவர் விமர்சித்திருந்தார்.[68] பதவியேற்பு நிகழ்ச்சியில் கலந்து கொள்வதற்காக குடியரசுத் தலைவர் மாளிகையின் வாசல் வரை காரில் வந்து இறங்கியிருந்தார் ராவ். அவருக்கு இருந்த பார்வைக் குறைபாடு பிரச்னையால், கார் வாசல் வரை அனுமதிக்கப் பட்டிருந்தது. ஒரு மாதத்துக்கு முன்பு அரசியலிலிருந்தே ஓய்வெடுத்து எழுத்திலும் தியானத்திலும் வாழ்க்கையைக் கழிக்க ஆயத்தமாகியிருந்தவர், வாகனங்கள் அணிவகுக்க, அதன் நடுவே ஒரு பேரரசரைப்போல் இறங்கிவந்தார்.

•

உண்மையில் அந்தக் கிரீடம், பிளாஸ்டிக்கால் செய்யப்பட்டிருந்தது. இந்தியாவின் பிரதமர் என்று சொல்லிக்கொண்டாலும், ராவின் கைவசமிருந்த அதிகாரம் மிகக் குறைவு. கட்சியினரின் நல்லெண்ணத்தைப் பொறுத்தே அவர் தாக்குப்பிடித்தார். நேரு குடும்பத்துக்கு சொந்தமான அதிகாரபீடத்தை அபகரிக்க வந்தவராகவே நினைத்தார்கள். தனக்கென்று அரசியல் செல்வாக்கு இல்லாத காரணத்தால், தன்னை எதிர்க்கக் காத்திருப்பவரிடமே ஆதரவைத் தேட வேண்டியிருந்தது.

காங்கிரஸ் கட்சியின் செல்வாக்கிலும் ஏராளமான மாற்றங்கள் தெரிந்தன. சுதந்தரப் போராட்டத்தின் மூலம் அதிகாரம் பெற்ற கட்சி மெள்ள வீழ்ச்சிடைந்துகொண்டிருந்தது. அறுதிப் பெரும்பான்மை பெற்றுப் பல முறை ஆட்சிக்கு வந்திருந்த காங்கிரஸின் செல்வாக்கு, நாடாளுமன்றத்தில் குறைந்திருந்தது. எதிர்க்கட்சிகள் ஒன்று சேர்ந்தால், ஒரே ஒரு வாக்கு வித்தியாசத்தில்கூட ஆட்சி கவிழுமளவுக்கு ராவின் நிலை ஊசலாட்டத்தில் இருந்து. மாநிலங்களில் தலைமைப் பொறுப்பில் இருந்தவர்கள் திறமையில்லாதவர்களாக இருந்தார்கள். செல்வாக்கு மிக்க தலைவர்களை ஒருங்கிணைக்கும் எந்தவொரு முயற்சியும் இல்லை. ஆட் பற்றாக்குறை, திவாலாகும் நிலை, உற்பத்திக் குறைவு தொடங்கி அரசு எந்திரம்கூட துருப்பிடித்துக் கிடந்தது. இந்திய சமூகம் மாற்றமடைய, நேருவிய சோஷலிச அரசு பயனளிக்கப்போவதில்லை என்பது உறுதியாகிவிட்டிருந்தது. புதிதாகப் பணிக்கு அமர்த்தப்பட்டிருந்த ஓட்டுநருக்குக் கால் வைக்கப் போதிய இடம் இல்லை; காரும் ஓட முடியாத நிலையில் இருந்தது. அனைத்துக்கும் மேலாக, கார் செல்ல வேண்டிய பாதைகூடச் சீர்கெட்டிருந்தது.

மாபெரும் தலைவராக உருவெடுத்திருந்த ராஜீவ் காந்தி, மனித வெடிகுண்டாக வந்த ஒரு பெண்ணின் தாக்குதலால் படுகொலை செய்யப்பட்டிருந்தார். அஸ்ஸாம், காஷ்மீர், பஞ்சாப் போன்ற மாநிலங்களில் தொடர்ந்த வன்முறை சம்பவங்கள் நாட்டை உலுக்கிக்கொண்டிருந்தன. ஆதரவு சக்தியான சோவியத் யூனியன் சிதைய ஆரம்பித்ததால், உலக அரங்கில் இந்தியா தனிமைப்பட ஆரம்பித்திருந்தது. பாதுகாப்பு விஷயத்திலும் அச்சுறுத்தல்கள் ஆரம்பமாகின. சரியான ராணுவத் தளவாடங்கள் இல்லாமல் ராணுவம் தடுமாறியது. சோவியத் யூனியனிடமிருந்து உதிரி பாகங்கள் கிடைக்காததால், வாங்கப்பட்ட ஏர்கிராஃப்ட்கள் இயங்கவில்லை. மண்டல் கமிஷனும் மந்திர் சர்ச்சைகளும் பெரும் சவாலாக இருந்தன. இட ஒதுக்கீட்டுக்கு எதிரான எதிர்ப்புகள், தொடர்ந்து கனன்று கொண்டிருந்தன. அயோத்தியில் ராமர் கோயில் கட்டும் முயற்சிகள், நாடு முழுவதும் வன்முறையைத் தூண்டக் காரணமாக இருந்தன.

இவை எல்லாவற்றையும்விட முக்கியமான விஷயம், வெளிநாட்டுக் கடன்களை இந்தியா திருப்பிச் செலுத்துவதற்கு ஒரு சில வாரங்களே கெடு விதிக்கப்பட்டிருந்தது.

வெளிநாடு செல்ல வசதியுள்ளவர்கள், இந்தியாவை விட்டுக் கிளம்பினார்கள். முடியாதவர்கள், விதியை நொந்தபடியே இரண்டாந்தரப் பொருட்களுடன் வசிக்கத் தயாராகினார். அந்த மனநிலைக்கான சிறந்த குறியீட்டு உதாரணம் அம்பாஸடர் கார். தொழில் போட்டி அனுமதிக்கப்படாததால் 1950களில் பிரிட்டிஷார்கள் மத்தியில் பிரபலமாக இருந்த ஆக்ஸ்ஃபோர்டு மாரிஸ் காரின் நகலான அம்பாஸடர் கார், 1990கள்வரை இந்தியத் தெருக்களில் பிரபலமாக ஓடின. காலாவதியான அம்பாஸடர் கண்ணில் கண்ட இடமெல்லாம் இருந்ததென்பது பழமை வாய்ந்த பாரம்பரியம் நவீன உலகில் அதற்குரிய இடத்தை எட்டிப் பிடித்துவிட்டிருந்தது என்ற பொய்யான கருத்தாக்கத்தை உடைத்தெறிந்தது. உண்மையில் இந்தியா கடந்த காலத்தில் உறைந்துகிடந்தது.

பதவியேற்புக்கு மறுநாள், பிரதமர் நாட்டு மக்களுக்கு உரையாற்றினார். அவரது முதல் பேச்சில் நிறைய சோர்வு தெரிந்தது. பஞ்சாப், அஸ்ஸாம், காஷ்மீர் மாநிலங்களில் தொடரும் வன்முறைகள், இந்தியாவின் அமைதிக்கு அச்சுறுத்தலாக இருப்பது குறித்தும் சமூக நலத் திட்டங்கள் அடைந்து வரும் தோல்விகள் குறித்தும் கவலை தெரிவித்தார். உடனடியாகத் தீர்க்கவேண்டிய பொருளாதாரப் பிரச்னைகள் குறித்துக் கூடுதல் பேசினார். வெளிநாட்டுக் கடன் குறித்தும், கடனைத் திரும்பச் செலுத்த முடியாத நிலை, உலக வங்கி மற்றும் மற்ற நிதி நிறுவனங்களிடம் கடன் வாங்க முடியாமல் திவாலாகும் நிலையில் இருப்பது குறித்தும், மோசமான பொருளாதார நிலையால் உலக அரங்கில் தலைகுனிந்து நிற்கப் போவது குறித்தும் பேசினார்.

'இனி இழப்பதற்கு நேரமில்லை. அரசும் தேசமும் இப்படியொரு சீரழிவான நிலையைத் தொடர அனுமதிக்கக்கூடாது. இனியும் பொறுமை காக்கமுடியாது. இந்தியாவை, உலக அரங்கில் உயர்த்தியாக வேண்டும். சர்வதேசப் போட்டிகளை எதிர்கொள்வோம். பொருளாதாரத்தைச் சிறைப்பிடித்திருக்கும் அரசுக் கட்டுப்பாடுகளை அகற்றுவோம். தொழிற்கொள்கையை மாற்றங்களுக்கு உட்படுத்தி, புதிய திட்டங்களை அறிமுகப்படுத்துவோம்' என்று நம்பிக்கையோடு பேசினார்.

அதுவரை யாரும் நினைத்துப் பார்த்திராத விஷயங்களும் அவரது பேச்சில் இடம்பெற்றன. 'வெளிநாட்டு நேரடி முதலீடுகளை

வரவேற்போம். அது நம்முடைய வளர்ச்சியைத் துரிதப்படுத்தி, தொழில்நுட்பத்தை மேம்படுத்தும். ஏற்றுமதியை அதிகரிக்கவும் உதவி செய்யும்' என்றார்.[69]

அந்த உரையை அவரே வடிவமைத்திருந்தார். முந்தைய ஆட்சியில் இருந்தபோது அதிகாரிகள் சேகரித்த தகவல்களை ஆதாரமாக எடுத்துக்கொண்டார்.[70] மன்மோகன் பதவியேற்று ஒரு நாள்தான் ஆகியிருந்தது. நிதியமைச்சகத்தின் செயல்பாடு பற்றிப் புரிந்துகொள்ள வேண்டியிருந்தது. அந்த உரை முழுக்கவும் ராவுடையது. ராவுடையது மட்டுமே.

இந்தியர்கள், மேடைப் பேச்சில் வல்லவர்கள். திட்ட வரைவுக் காகிதங்கள் அந்த அறையைத் தாண்டியே வராமல் முடங்கிக் கிடக்கும். பொருளாதாரச் சீர்திருத்தங்களும், கொள்கை மாற்றங்களும் அரசியல்வாதிகளாலும் அதிகாரிகளாலும் முன்பும் பேசப்பட்டுவந்திருக்கின்றன. 1985ல் ராஜிவ் காந்திகூட ஏராளமான வாக்குறுதிகள் தந்தார். ஒரு சில அடிகள் எடுத்துவைத்த பிறகு எல்லாமே முடங்கித்தான் போயிருக்கின்றன. லைசன்ஸைக் கையகப் படுத்திய வர்த்தகர்கள், பெர்மிட்களைக் கையகப்படுத்திய அதிகார வர்க்கம், மார்க்ஸிய சித்தாந்தத்தை மேற்கோள் காட்டும் இடதுசாரி அறிவுஜீவிகள், வாக்கு வங்கியைப் பற்றி மட்டுமே சிந்திக்கும் அரசியல்வாதிகள், தொழிலாளர் அமைப்புகள் முன்னெடுக்கும் கதவடைப்புகள் என ஏராளமான விஷயங்கள் வளர்ச்சிக்கு முட்டுக் கட்டையாக இருந்துவந்திருக்கின்றன. குறைவான அதிகாரங் களுடன், வேறு ஏராளமான பிரச்னைகளை சமாளிக்க வேண்டிய நிலையில் இருந்த நரசிம்ம ராவால் முன்பு கொண்டுவரப்பட சீர்திருத்தங்களை முடக்கிய சக்திகளை எப்படி சமாளிக்கமுடியும்? ராவ், என்னதான் செய்யப்போகிறார்?

7

பொருளாதாரத்தை மீட்டெடுத்தல் : 1991-92

நரசிம்ம ராவ் பிரதமராகி இரண்டு வாரங்கள் கடந்திருந்தன. மும்பையின் தெற்குப் பகுதியிலிருந்த கிடங்கிலிருந்து வாகனங்கள் ஒன்றன் பின் ஒன்றாகக் கிளம்பின. நாட்டின் தலைவருக்குத் தரப்படுவதுபோல் ஆயுதம் தாங்கிய ராணுவத்தின் பலத்த பாதுகாப்புடன் நகரை விட்டு அந்த வாகனங்கள் வெளியேறின. ஏனென்றால், அந்த வாகனங்களுக்குள் இந்தியாவின் கௌரவம், பத்திரமாக வைக்கப்பட்டிருந்தது. அத்தனையும் தங்கக்கட்டிகள்! 21 டன் தூய தங்கம். மும்பையின் சாஹர் விமானநிலையத்திலிருந்து 35 கி.மீ தொலைவில் கன எடையைத் தாங்கும் ஒரு கார்கோ ஏர்லைன்ஸ் விமானம் காத்திருந்தது.[1] தங்கத்தை ஏற்றிக்கொண்ட விமானம், மேற்கு திசையை நோக்கிப் பறக்க ஆரம்பித்தது. விமானத்தில் ஏற்றிச் செல்லப்பட்ட மொத்த தங்கக்கட்டிகளும், லண்டனில் இருந்த பேங்க் ஆப் இங்கிலாந்தின் கிட்டங்கியில் அடகு வைக்கப்பட்டன; கூடவே, இந்தியாவின் கௌரவமும்.

தங்கத்துக்குப் பதிலாக இந்திய அரசுக்கு, டாலர்கள் கிடைத்தன. டாலர்களைக் கொடுத்து, நிலுவையில் இருந்த கடன்களைத் திருப்பி அடைக்க முடிந்தது. ஒட்டுமொத்த விஷயமும் வெளியேவந்தபோது, இந்திய மக்கள் அவமானகரமாக உணர்ந்தனர்.[2] இதற்குக் காரணமுண்டு. தங்கம் என்பது இந்தியர்களின் உணர்வோடு சம்பந்தப்பட்ட விஷயம். கடனை அடைப்பதற்காகக் குடும்ப நகைகளை அடகு வைக்கவேண்டிய அவலநிலை, மக்களைக் கவலைக்குள்ளாக்கியது.

1991ல் ஏற்பட்ட பொருளாதார மந்தநிலை, இந்தியாவை அழிவுப் பாதைக்கு அழைத்துச் சென்றிருந்தது. மந்த நிலை ஆரம்பிப்பதற்கு முன்பே, புதிய பிரதமர் கைவசம் கிடைத்த இந்தியாவின் பொருளாதாரம் சீர்கெட்டுத்தான் இருந்தது. நான்கு புறமும் பரந்து விரிந்து கிடக்கும் ஒரு தேசத்தின் பொருளாதாரத்தை, ஒரு சின்ன இடத்தில் இருந்தபடி சிக்கலான முறையில் மத்திய அரசு நிர்வகித்து வந்தது. அரசின் கெடுபிடியால் தனியார் தொழில் முனைவோர் நசுக்கப்பட்டிருந்தார்கள். உலக அரங்கில், பொருளாதார விஷயங்களில் இந்தியா முற்றிலுமாகத் தனிமைப்பட்டிருந்தது. குறைவான வளர்ச்சி, ஏழ்மையின் கோரப்பிடி, சொற்ப எண்ணிக்கையில் நடுத்தர வர்க்கம், முற்றிலுமாகச் சிதைந்து போயிருந்த உள் கட்டமைப்புகள், நுகர்வுக்குக் குறைவான தேர்வுகளே இருந்த நிலை எனப் பல பிரச்னைகளால் இந்தியா முடங்கிப்போயிருந்தது. உறுதியான நிலைப்பாடோ புதிய பரீட்சார்த்தங்களுக்கோ வழியில்லாத நிலை. நிலையில்லாத அரசாங்கத்தாலும் நம்பிக்கையில்லாத அதிகாரிகளாலும் அரசு எந்திரம் தள்ளாடியது. பொருளாதார மந்த நிலை, நமக்குப் புதிதல்ல. 1965-67, 1973-75, 1979-81 என மூன்று முறை சந்தித்திருக்கிறோம்.³ ஆனால், 1991 போன்ற மோசமான நிலையை நாம் அதுவரை சந்தித்ததில்லை என்றுதான் சொல்லவேண்டும்.

ஜூன் 1991 வரையிலான காலகட்டத்தில் இந்தியாவிடம் அந்நியச் செலாவணி கையிருப்பு, இரண்டு வாரங்களுக்கு மட்டுமே தாக்குப் பிடிக்கும்படி இருந்தது.⁴ பொதுவாக மூன்று மாத இறக்குமதி தீர்வை செலுத்தும் வகையில் கையிருப்பு இருந்திருக்கவேண்டும். அதாவது, குறைந்தபட்சம், அப்போதைய கையிருப்பைவிட ஆறு மடங்கு அதிக அளவாவது இருந்திருக்க வேண்டும். பன்னாட்டு வர்த்தக உறவுகளில் வல்லுநரான மன்மோகன் சிங்குக்கு, நம்மைச் சுற்றிப் படர்ந்திருந்த புதிய ஆபத்தைப் புரிந்துகொள்ள முடிந்தது.

1982ல் வாங்கிய வெளிநாட்டுக் கடன்களைத் தீர்க்கமுடியாமல் மெக்ஸிகோ நாடு திவாலானது. அடுத்து வந்த ஆறு ஆண்டுகளும் அந்நிய செலாவணிக் கையிருப்பைக் காப்பாற்றுவது, பணவீக்கம் மற்றும் வேலையில்லாத் திண்டாட்டம் போன்ற பிரச்னைகளை எதிர்கொள்வது என மெக்ஸிகோ மக்கள் கடுமையான சோதனைகளைச் சந்திக்க வேண்டியிருந்தது. ஒரு வழியாக 1989ல் பொருளாதார மந்த நிலை முடிவுக்கு வந்தபோது, மெக்ஸிகோவில் சம்பளங்கள் பாதியாகக் குறைந்திருந்தன.⁵

இந்தியாவின் டாலர் கையிருப்பு குறைந்ததற்கு மூன்று காரணங்கள் இருந்தன. 1990ல் நிகழ்ந்த வளைகுடா யுத்தம், எண்ணெய் விலையை

உயர்த்திவிட்டது. யுத்த நெருக்கடியால் எண்ணெயின் விலை, திடீரென்று மூன்று மடங்காகிவிட்டது. இது தவிர, வளைகுடா நாடுகளில் பணியாற்றிக்கொண்டிருந்த இந்தியர்களின் வருவாய், முதலீடாக இந்தியாவுக்குள் வருவதும் குறைந்திருந்தது. ஆட்சி மாற்றங்களால் நடைபெற்ற அரசியல் குளறுபடிகளின் விளைவாக 1991 ஏப்ரல் முதல் ஜூன் வரையிலான காலகட்டத்தில், இந்திய வங்கிகளில் முதலீடு செய்யப்பட்டிருந்த 900 மில்லியன் டாலர்கள் திரும்பப் பெறப்பட்டிருந்தன.[6] அந்நியச் செலாவணி கையிருப்பு, நெருக்கடிக்கு உள்ளானதற்கு ராஜீவ் ஆட்சியில் இருந்தபோது அளவுக்கதிகமாக வாங்கப்பட்ட கடன்களும் முக்கிய காரணம். இவையனைத்தும் குறைந்தகாலக் கடன்கள். குறிப்பாக 1991 ஆண்டுக்குள் வட்டியோடு திருப்பிச் செலுத்தப்படவேண்டியவை.

இந்தியாவின் நிதிநிலை மோசமாக இருந்தது. திவாலாவதைத் தடுப்பதற்காக ஏற்கனவே ஒரு முயற்சி நடந்திருந்தது. ராவ் பிரதமராவதற்கு முன்னர் ஆட்சிப்பொறுப்பில் இருந்த சந்திரசேகர் தலைமையிலான அரசு, நெருக்கடியைச் சமாளிக்க, ஐஎம்எப் இடமிருந்து கடன் வாங்க முடிவு செய்தது. இந்தியாவால் கடனைத் திருப்பிச் செலுத்திவிடமுடியும் என்கிற நம்பிக்கை ஐஎம்எப்பிடம் இல்லை. கையிருப்பாக இருந்த தங்கத்தை அடகு வைக்க ஐஎம்எப் நிர்பந்தப்படுத்தியது. சந்திரசேகர் அரசும் அந்த நிபந்தனைக்கு ஒப்புக்கொண்டு கடனைப் பெற்றுக்கொண்டது. அந்தக் கடன் மூலம் கிடைத்த பண உதவிகள், பொருளாதார நெருக்கடியை முற்றிலுமாகத் தீர்த்துவைத்திட இயலவில்லை.

1991 மத்தியில் மறுபடியும் ஒரு நிதிநெருக்கடி ஏற்பட்டது. இம்முறை ஐஎம்எப் உதவியளிக்க மறுத்துவிட்டது. 'ஏப்ரல் 1991ல் உலக வங்கியுடனும் ஐஎம்எப் உடனும் பலகட்டப் பேச்சுவார்த்தைகள் நடந்திருந்தன. அடிப்படையான பொருளாதாரச் சீர்திருத்தங்களைச் செயல்படுத்தாதவரை, கடன் விஷயத்தில் எந்தவொரு உறுதியும் அளிக்கப்படமாட்டாது என்று அரசிடம் உறுதியாகத் தெரிவிக்கப்பட்டது.[7] 'வாங்கிய கடனை இந்தியா திருப்பிச் செலுத்தும் என்கிற நம்பிக்கை அதலபாதளத்துக்குச் சென்றுவிட்டது' என்று ஐஎம்எப்பின் அதிகாரியான கோபி அரோரா, ஜெய்ராம் ரமேஷிடம் சொன்னாராம்.[8]

வளைகுடா யுத்தம், இந்தியாவிலிருந்து திரும்பப் பெறப்பட்ட வெளிநாட்டு முதலீடுகள், குறுகிய காலக்கடன்கள் ஆகியவையே பொருளாதார நெருக்கடிக்கான உடனடிக் காரணங்கள். ஆனால், நிதிப்பிரச்னை நீண்டகாலமாகவே இந்தியாவில் இருந்து வந்தது. வலுவில்லாத இந்தியப் பொருளாதாரக் கட்டமைப்பும் அதன் செயல்பாடுகளும் அவ்வப்போது பல ஆபத்துகளைச் சந்தித்து,

தப்பித்துக்கொண்டிருந்தன. மத்திய அரசின் நேரடியான, முழுமையான கட்டுப்பட்டில் கீழ் இருந்த பொருளாதாரம், நம்மைத் திறமையாகச் செயல்பட முடியாமல் தடுத்தது. மிகக் குறைவான அந்நிய முதலீடுகளையே நம்மால் பெறமுடிந்தது.[9]

சுணங்கிய தொழில் வளர்ச்சி, குறைவான ஏற்றுமதி, அதிகமான பணவீக்கம் போன்றவை பொருளாதார நெருக்கடி என்னும் உடல் சோர்வுக்கான அறிகுறிகள். இதனால் குறைவான வரி வசூல், கஞ்சத் தனமான பொது நலச் செலவழிப்புகள் என நடந்துவந்தன. அடுத்த அத்தியாயத்தில் இது குறித்து நாம் விரிவாகப் பார்க்கப்போகிறோம். இதில் கவனிக்க வேண்டிய விஷயம் என்னவென்றால், இந்திய சோஷலிச சமூகத்தில் கல்வி, மருத்துவம், ஏழைகளுக்கான அன்றாட உணவு போன்ற அடிப்படையான விஷயங்களுக்கு மிகக் குறைவான தொகையே செலவிடப்பட்டது.

இந்தியப் பொருளாதாரத்தின் மீதான மத்திய அரசின் கட்டுப்பாடுகள் குறைக்கப்படவேண்டும். இந்த வாதத்தில் இருந்த நியாயத்தைப் புரிந்துகொள்ள முன்னாள் சோஷலிசவாதியான ராவுக்கு 1991 ஜூன் மாதத்தில் ஒரே ஒரு நாள் போதுமானதாக இருந்தது. ஏறக்குறைய 10 ஆண்டுகளுக்கும் மேலாகத் தொடர்ந்து இருந்து வந்த விவாதம். ஆனாலும், அதற்கான முழுமுயற்சிகள் தொடங்கப்படவில்லை. லைசென்ஸ் ராஜ் முறைக்கு ஆதரவான சக்திகளால் இந்திரா காந்தி மட்டுமல்ல, அவருக்குப் பின்னர் வந்த மூன்று பிரதமர்களின் சிறு அளவிலான முயற்சிகள்கூட முறியடிக்கப்பட்டன. கொள்கை அளவிலான மாற்றம், இந்தியப் பொருளாதாரத்துக்கு அவசியம் என்பதை நரசிம்ம ராவ் புரிந்துகொண்டார். பல்வேறு தடைகளைத் தாண்டி அவற்றை வெற்றிகரமாகச் செய்துமுடிப்பது எப்படி என்பதைப் பற்றித்தான் சிந்தித்துக்கொண்டிருந்தார்.

•

நாடாளுமன்றத்தில் காங்கிரஸ் கட்சிக்கு அறுதிப் பெரும்பான்மை இல்லை. அது முதல் தடைக்கல்லாக இருந்தது. 1980ல் இந்திரா காந்திக்குக் கிடைத்தது போன்றோ 1984ல் ராஜிவ் காந்திக்குக் கிடைத்தது போன்ற பலமான ஆதரவுடன் ராவ் ஆட்சிக்கு வந்திருக்க வில்லை. தலைக்குமேல் எப்போதும் கத்தி! எதிர்க்கட்சியான பாஜகவும், தேசிய முன்னணியும் கைகோர்த்து நம்பிக்கையில்லாத் தீர்மானம் கொண்டுவராதவரை ஆட்சிக்கு ஆபத்தில்லை. தேசிய முன்னணியின் ஒருங்கிணைப்பாளராக இருந்த வி.பி. சிங், ராஜிவ் அமைச்சரவையில் நிதியமைச்சராக இருந்தவர். 1985ல் தனியார் மயமாக்கலுக்கான அடிப்படை சீர்திருத்தங்கள் அறிமுகப்படுத்தப்

பட்டபோது, நிதியமைச்சராக இருந்திருக்கிறார். வலது சாரி இயக்க மான பாஜக, கணிசமான வட இந்திய வணிகர்களின் ஆதரவைப் பெற்றிருந்தது. அவர்களில் பலர், மைய அரசு சுமத்தியிருக்கும் சுமைகள் தமது தோளில் இருந்து இறங்கவேண்டும் என்ற விருப்பம் கொண்டிருந்தார்கள்.

சோவியத் யூனியனில் பெரீஸ்ட்ராய்கா கொள்கை அமலுக்கு வந்திருந்ததால், அதுபோன்ற மாற்றங்கள் இந்தியாவிலும் கொண்டுவரப்படவேண்டும் என்று எதிர்பார்க்கப்பட்டது. பிரச்னை என்னவென்றால், 1991ல் பிறப்படுத்தப்பட்ட மக்களின் காவலராக, மண்டல் சிங்காக மாறியிருந்த வி.பி.சிங் 1985-ல் இருந்த பொருளாதார சீர்திருத்தவாதியாக இருந்திருக்கவில்லை. வெளிநாட்டு நிறுவனங்களுடன் போட்டியிட பாஜகவைச் சேர்ந்த உள்நாட்டு வணிகர்களுக்கும் சிறுதொழில் முனைவோர்களுக்கும் விருப்பமில்லை. 1991 தேர்தலில் 49 இடங்களில் வெற்றி பெற்றிருந்த இடதுசாரிகள், சந்தைக்கு ஆதரவான அரசின் செயல்பாடு, ஏழைகளுக்கு விரோதமான நடவடிக்கை என்று நம்பினார்கள்.

உலக அளவில் பொருளாதாரச் சீர்திருத்தங்களை அறிமுகப்படுத்திய தலைவர்களுள் நரசிம்ம ராவ் அரசியல் பலம் குறைந்தவராகத் தெரிந்தார். நாடாளுமன்றத்தில் வலுவான ஆதரவுத்தளமும், மக்கள் செல்வாக்கும் அவருக்கு இல்லை. டெங் ஜியாபிங் சீனக் கம்யூனிஸ்ட் கட்சியின் தலைவராக இருந்தபோது, அவரது அதிகாரத்தைக் கேள்விக்குட்படுத்த யாரும் இருந்ததில்லை. தெற்காசியாவின் இரும்பு மனிதரான, சிங்கப்பூரின் லீ க்வான் யூ முதல் தென் கொரியாவின் பார்க் செங் ஹி வரை பல தலைவர்களுக்கும் இது பொருந்தும். மார்கரெட் தாட்சரும், ரொனால்டு ரீகனும் ஜனநாயக முறையிலான நடைமுறைகளுக்கு ஆட்படவேண்டியிருந்தது. என்றாலும் அறுதிப் பெரும்பான்மையோடு ஆட்சிக்கு வந்திருந்தனர். எல்லாவற்றையும் எதிர்க்கும் எதிர்க்கட்சிகளைக் கொண்ட உடைந்து போன ஜனநாயகத்தில் ஒரு சிறுபான்மை அரசைத் தலைமையேற்று நடத்திக்கொண்டிருந்த நரசிம்ம ராவுக்கு, மேலே சொன்னவர்களின் சாதகமான விஷயங்கள் எதுவுமில்லை.

அடுத்த தடைக்கல், மும்பையில் இருந்தது. 'பாம்பே கிளப்' எனப்படும் பெரும் வர்த்தகர்களின் குழு, பொருளாதாரச் சீர்திருத்தங் களைத் தீர்மானிக்கும் சக்தியாக இருந்தது. செல்வாக்கு படைத்த வணிகர்கள், அந்த அமைப்பில் அங்கத்தினராக இருந்தார்கள். லைசென்ஸ் ராஜ் முறை இவர்களுக்கு சாதகமாக இருந்தது. அதன் மூலமாக வளர்ச்சி பெற்று வந்தார்கள். மத்திய அரசின் கட்டுப்பாடுகள் தளர்த்தப்படவேண்டும் என்று ஒரு சிலர் நினைத்தாலும், வெளிநாட்டு

நிறுவனங்களுடன் போட்டியிட வேண்டியிருக்கும் என்பதால் அச்சப்பட்டனர்.

'தகுதி, தரம், திறமை இல்லாவிட்டால் போட்டியைச் சமாளிக்க முடியாது. வெளிச்சந்தையைத் திறந்துவிடுவதால் வெளிநாட்டு நிறுவனங்களின் போட்டியைச் சந்திக்க வேண்டியிருக்கும் என்பது உண்மைதான். இதனால் ஒரு சில மக்களும், ஒரு சில நிறுவனங்களும் பாதிக்கப்படத்தான்செய்வார்கள்' என்கிறார் மன்மோகன் சிங்.[10] தொழில்துறை அமைப்புகள், ஒரு விஷயத்தை மட்டும் தொடர்ந்து வலியுறுத்திவந்தன என்கிறார் மான்டேக் சிங் அலுவாலியா: உள்நாட்டுச் சந்தையில் முதலில் தாராளமயமாக்கலை அறிமுகப் படுத்தலாம். வெளிச்சந்தையைப் பின்னர் பார்த்துக்கொள்ளலாம் என்பது தான் அது.[11]

இடதுசாரி அறிவுஜீவிகளும் மீடியாவில் செல்வாக்கு படைத்தவர்களும் சந்தைக்கு ஆதரவான கொள்கைகளை அமல் படுத்துவதற்கு எப்போதும் தடையாக இருந்தார்கள். 1966ல் இந்திரா காந்தி அரசு, ரூபாயின் நாணய மதிப்பைக் குறைத்தபோது எழுந்த இடதுசாரிகளின் எதிர்ப்பால் ஆளுங்கட்சி கிடுகிடுத்துப்போனது. நாடாளுமன்றத்திலும் காங்கிரஸ் கட்சிக்குள்ளேயும் இடதுசாரிகளுக்கு நல்ல செல்வாக்கு இருந்தது. இடதுசாரிகளைப் பொறுத்தவரையில் ராவ் எச்சரிக்கையாகவே அணுகினார். அவருக்கு நெருக்கமான இடதுசாரி கட்சிகளைச் சேர்ந்த நண்பர்களும் எந்தவிதமான தாராளமய மாக்கலுக்கும் எதிராகவே இருந்தார்கள். குறிப்பாக 'மெயின்ஸ்ட்ரீம்' ஆசிரியரான நிகில் சக்ரவர்த்தி உட்பட பலர் இதில் அடக்கம்.

இது தவிர, சமூக அமைப்பு சார்ந்த, உள்ளார்ந்த அழுத்தங்களும் இருக்கத்தான் செய்தன. 1991, தனிப்பட்ட வகையில் மோசமான அனுபவத்தைத் தந்த ஆண்டு என்கிறார் மன்மோகன் சிங்கின் மகளான தாமன் சிங். ஒரு தனியார் தொண்டு நிறுவனத்தில் பணிபுரிந்து வந்த தாமன் சிங், சக ஊழியர்களின் கோபத்துக்கு ஆளானார். மன்மோகன் சிங்கின் தாராளமயமாக்கச் சீர்திருத்தங்கள் பற்றிய வதந்திகளும் புரளிகளும்தான் காரணமாக இருந்தன. அலுவலகத்துக்கு உள்ளேயும் வெளியேயும் தன்னோடு பேசுவதைப் பலர் தவிர்த்துவிட்டார்கள் என்கிறார்.[12]

மிகப்பெரிய தடைக்கல்லாக இருந்தது காங்கிரஸ் கட்சிக்குள்ளிருந்து வந்த எதிர்ப்புகள்தான். இந்தியப் பொருளாதாரத்தை வெளியுலகி லிருந்து மூடிவைத்த நேரு காந்தி குடும்பம் வகுத்துக்கொடுத்த கொள்கைகளை ஆதாரமாகக் கொண்டிருந்த கட்சி அது. இதுவரை பேசிவந்த சோஷலிசக் கொள்கைகளைக் கைவிட அது விரும்ப வில்லை.[13] 1991 தேர்தலுக்கு முன்னர் காங்கிரஸ் கட்சி வெளியிட்ட

தேர்தல் அறிக்கையில் பொருளாதாரச் சீர்திருத்தங்கள் பற்றிய அம்சங்கள் குறிப்பிடப்படவில்லை. ராஜிவ் காந்தி பிரதமரானால் 'லாபம் ஈட்டும் பொதுத்துறை நிறுவனங்களை' மையமாகக்கொண்ட பொருளாதாரத்தை முன்னெடுப்போம் என்றுதான் குறிப்பிடப் பட்டிருந்தது. [14] வரிகளைக் குறைப்போம், ஏற்றுமதியை அதிகரிப் போம், வாங்கிய கடன்களைத் திறம்படப் பயன்படுத்துவோம், தேசியமயமாக்கப்பட்ட வங்கிகளை மேம்படுத்துவோம் என்றுதான் உறுதியளித்திருந்தது.[15] இவையெல்லாம் லைசென்ஸ் ராஜ் முறையைச் சீர்திருத்துவதற்கான வழிகளே தவிர, ஒரேயடியாக நீக்குவதற்கான வழியல்ல.

சந்தைக்கு ஆதரவான நிலைப்பாட்டுக்கு கட்சியின் மற்ற தலைவர்க ளெல்லாம் எதிராகத்தான் இருந்தார்கள். மேற்குலக நாடுகளுக்கு எதிரான பழைய பாணியிலான சோஷலிச ஆதரவாளர்களாக அர்ஜுன் சிங்கும், என். டி. திவாரியும் இருந்தார்கள். சரத் பவார், மற்றவர் களிடமிருந்து வித்தியாசப்பட்டிருந்தார். ஆனால், பம்பாய் வர்த்தகர் களிடம் சரத் பவார் நெருக்கம் காட்டினார். அவர்கள் உண்மையான தாராளமயமாக்கலுக்கு பதிலாக ஒரு சிலரின் கட்டுப்பாட்டில் இருக்கும் முதலாளித்துவத்தையே விரும்பினார்கள்.

தாராளமயமாக்கல் முற்றிலுமாகச் சாத்தியப்பட வேண்டுமானால் பழைய விஷயங்களில் ஊறிப்போய்க் கிடக்கும் காங்கிரஸ் கட்சி, பிளவுபட்ட நாடாளுமன்றம், அச்சத்திலிருந்த தொழிலதிபர்கள், ஊடகங்களில் உரத்து ஒலிக்கும் அறிவுஜீவிகள் எனப் பல தடைகளைத் தாண்டியாகவேண்டும். லைசென்ஸ் ராஜ் முறையால் வளம் பெற்றிருந்தவர்களும் ஏராளமானோர் இருந்தார்கள். உயர்குடி வர்த்தகர்கள், செல்வாக்கு படைத்த விவசாயிகள், தொழிலாளர் அமைப்புகள், வர்த்தக நிறுவனங்கள், ஊழலில் திளைத்திருக்கும் அரசியல்வாதிகள் மற்றும் அதிகாரிகள் ஆகியோர் லைசென்ஸ் ராஜை நம்பியிருந்தார்கள். அவர்களும் தாராளமயமாக்கலை எதிர்த்தார்கள்.

'பலருக்கு நன்மை தரும் ஒரு விஷயத்தை ஒரு சிலர் முடக்கிவிட முடியும்' என்று சமூக விஞ்ஞானி மான்கர் ஆல்சன் இதைத்தான் சொன்னார்.[16] தாராளமயமாக்கல் மூலமாக நன்மைகள் எதிர்காலத்தில் இனிமேல்தான் கிடைக்கும் என்பதால் அதைப் புரிந்துகொண்டு ஆதரவு தர மக்கள் தயாராகியிருக்கவில்லை. உண்மையில் அதனால் பலனடையப் போகிறவர்கள் பிறந்திருக்கவே இல்லை. இதற்கு நேர்மாறாக, லைசென்ஸ் ராஜ் முறையால் கிடைத்த பலன்களை அனுபவித்தவர்கள் குறுகிய பார்வையும் தெளிவான இலக்கும் கொண்டவர்களாக அமைப்புரீதியாக வலுவாகவும், யாராலும் அசைக்க முடியாதவர்களாகவும் இருந்தனர். முந்தைய பிரதமர்கள் போலவே

சீர்திருத்தக் கடலில் பயணிக்கும்போது இந்தப் பாறைகளில் மோதி, சுழலில் சிக்கி மூழ்கிப்போவாரா? அவர் அதிகாரத்தை ஏற்றுக் கொண்ட முதல் மாதங்கள் அதற்கான பதிலைத் தந்தன.

19 ஜூன் 1991. பதவியேற்பதற்கு இரண்டு நாட்களுக்கு முன்னர்தான் பொருளாதார நெருக்கடி ராவின் கவனத்துக்கு வந்திருந்தது. கேபினெட் செயலாளர் நரேஷ் சந்திரா கொடுத்திருந்த எட்டுப் பக்க அறிக்கை, ஏராளமான விஷயங்களைத் தெளிவாக்கியிருந்தது என்பதை ஏற்கெனவே பார்த்தோம்.[17] அன்றிரவு மோதிலால் மார்க் இருப்பிடத்துக்குத் திரும்பும்போது, கையோடு ஒரு குறிப்பையும் எடுத்து வந்தார் ராவ். ஹார்வேர்டு பல்கலைக்கழக பேராசிரியரும், முந்தைய அரசில் கேபினெட் அமைச்சராக இருந்தவருமான சுப்ரமணிய சாமி, அன்று மாலை ராவ் தன்னைத் தொடர்பு கொண்டதாகக் கூறுகிறார். 'ஒரு வர்த்தகத்துறை அமைச்சராக நீங்கள் செய்த பணிகளைப் பற்றிக் கேள்விப்பட்டிருக்கிறேன். என்னென்ன சீர்திருத்தங்கள் மேற்கொள்ளப்பட்டன, அது சம்பந்தமான குறிப்புகள் ஏதாவது இருந்தால் அனுப்பி வைக்கமுடியுமா என்று கேட்டார். கேபினெட் குறிப்பு பத்திரமாக உள்ளது. ஒரு சில தட்டச்சு செய்யப் பட்ட பக்கங்களும் உள்ளன. உங்களுக்கு நிச்சயம் அனுப்புகிறேன் என்று சொன்னேன். பதவியேற்றவுடன் பொருளாதார விஷயங்களில் முதல் கவனம் செலுத்துங்கள் என்று குறிப்பிட்டதாக சுப்ரமணியசாமி கூறுகிறார்.[18]

மறுநாள் காலை, நரசிம்ம ராவ் காங்கிரஸ் கட்சியின் நாடாளுமன்றத் தலைவராகத் தேர்ந்தெடுக்கப்பட்டார். நிதியமைச்சராக யாரைத் தேர்ந்தெடுக்கிறோமோ அதுவே மேற்குலகுக்குத் தன்னுடைய இலக்குகளைப் புரியவைக்கும் என்கிற முடிவுக்கும் வந்திருந்தார்.

•

அந்த நெருக்கடியான நேரத்தில் செய்ய வேண்டியது என்ன என்பதை ஒரே நாளில் ராவ் புரிந்துகொண்டதற்கு அவரிடமிருந்த பொருளாதார உள்ளொளியே காரணம் என்று சொல்லிவிடமுடியாது. ஏனென்றால் அது அவரிடம் இருந்திருக்கவில்லை. நீண்ட காலம் அரசியலில் உழன்று வந்திருந்ததன் மூலம் கிடைத்த அனுபவ அறிவு என்றுதான் அதைச் சொல்லவேண்டும். இக்கட்டான தருணத்தில், துணிச்சலான முடிவை எடுத்ததிலிருந்து என்ன தெரிகிறதென்றால், தாராளமய மாக்கலைப் போல் ஒரு சரியான செயல் அரசியல் ரீதியாக நியாயப் படுத்த முடிந்ததாகவும் இருந்தால் அவர் உடனடியாகச் செயல் படுவார். அவர் முன்பு முடிவெடுக்கத் தயங்கியதற்குக் காரணம் அந்த விஷயங்கள் சரியான செயலா தவறானதா என்று தீர்மானிக்க

முடியாததாக இருந்திருக்கும். அப்படியே சரியானதாக இருந்தாலும் அரசியல்ரீதியாகச் சரியானதாக இருந்திருக்காது.

முதல் வேலையாக நிதி அமைச்சர் பதவிக்குப் போட்டியிட்ட காங்கிரஸ்காரர்களை ஓரங்கட்டினார். 1982 முதல் 1984 வரை பிரணாப் முகர்ஜி, நிதியமைச்சராக இருந்திருக்கிறார். சலுகைசார் முதலாளித்துவத்துக்குச் சாதகமான காலகட்டம் அது. இம்முறை நரசிம்ம ராவ் பிரதமராவதை பிரணாப் ஆதரித்த காரணத்தால், இன்னொரு முறை நிதியமைச்சராக அவரே நியமிக்கப்படுவார் என்றே எதிர்பார்க்கப்பட்டது. 20 ஜூன் 1991 அன்று ராவ் காங்கிரஸ் கட்சியின் தலைவராக அறிவிக்கப்பட்ட சில மணிநேரங்களில் ஜெய்ராம் ரமேஷைத் தொடர்புகொண்ட பிரணாப் முகர்ஜி, 'ஜெய்ராம், நீங்கள் என்னுடன் நார்த் பிளாக்கில் இருப்பீர்கள் அல்லது பி.வியுடன் சவுத் பிளாக்கில் இருப்பீர்கள்' என்று சொன்னாராம்.[19]

நரசிம்ம ராவின் திட்டம் வேறுவிதமாக இருந்தது. அன்றைய மதியம், உளவுத்துறையை அழைத்து ராவ் பேசியதாகக் கூறப்படுகிறது. ஒரு சில மணி நேரங்களில் பிரணாப் முகர்ஜி சம்பந்தப்பட்ட ஒரு முக்கியமான கோப்புடன் அதிகாரிகள் வரவழைக்கப்பட்டார்கள்.[20] சம்பந்தப்பட்ட கோப்பில் பிரணாபுக்கு எதிரான விஷயங்கள் இருந்தனவா... ராவ் அதை அவருக்கு எதிராகப் பயன்படுத்தினாரா... இவற்றுக்கெல்லாம் எந்த ஆதாரமும் இல்லை. ஆனால், ஒரு விஷயம் மட்டும் உறுதியானது. அன்று மாலைக்குள்ளாகவே நிதி அமைச்சர் பட்டியலில் இருந்து பிரணாப் முகர்ஜியின் பெயர் நீக்கப்பட்டு விட்டது.

ஐ.ஜி பட்டேல் மறுத்ததும் அன்றிரவே மன்மோகனைத் தொடர்பு கொண்டார் அலெக்ஸாண்ர். மறுநாள் காலை ராவ், மன்மோகனைத் தொடர்புகொண்டு, முறைப்படி அழைப்புவிடுத்தார். 25 ஆண்டுகள் கழித்து, சம்பவத்தை நினைவுகூர்கிறார் மன்மோகன் சிங். 'உங்களுடைய முழு ஆதரவு இருந்தால் மட்டுமே என்னால் இந்தப் பொறுப்பை ஏற்றுக்கொள்ளமுடியும் என்றேன். நீங்கள் சுதந்தரமாக, எந்தத் தலையீடும் இன்றி செயல்படலாம். எல்லாம் வெற்றிகரமாக முடிந்தால், அதற்கான நற்பெயரை நாங்கள் தட்டிச் செல்வோம். தோல்வியில் முடிந்தால், நீங்கள் கிளம்ப வேண்டியிருக்கும் என்று சிரித்தபடியே சென்னார்' என்கிறார்.[21]

கேம்ப்ரிட்ஜில் பயின்று, ஜெனீவாவில் இருந்த சவுத் கமிஷன் தலைமைச் செயலாளராகப் பணியாற்றிக் கொண்டிருந்த மன்மோகன், உலக அளவில் தெரிந்த முகமாக இருந்தார். ராவ், தேடிக்கொண்டிருந்தது அப்படியொரு சர்வதேச அளவில்

பிரபலமான திறமையான பொருளாதார வல்லுநரைத்தான். பஞ்சாப் பல்கலைக்கழகத்தின் முன்னாள் பேராசிரியராக இருந்து, பின்னர் நிதித்துறை செயலாளராகவும் ரிசர்வ் வங்கியின் கவர்னராகவும் இருந்திருக்கிறார் மன்மோகன். 1987ல் பத்ம விபூஷன் விருதின் மூலமாகக் கௌரவிக்கப்பட்டிருந்தார். நரசிம்ம ராவைப் போலவே, சீர்திருத்தவாதியாகவும் கடமை தவறாத விசுவாசியாகவும் இருந்தவர். லைசென்ஸ் ராஜ் முறையை விமர்சித்து வந்திருக்கிறார். ஆனால், கடுமையான விமர்சனங்களின் மூலம் அரசியல் தலைவர்களை சங்கடத்தில் ஆழ்த்தியதில்லை.

1972-ல் ஜெகதீஷ் பகவதியும் பத்ம தேசாயும் எழுதியிருந்த இந்தியா : தாராளமயமாக்கலுக்கான திட்டம் என்னும் மைல்கல் புத்தகத்தை விமர்சனம் செய்து எழுதியிருக்கிறார். இந்தியாவில் அமலில் இருந்த அரசுப் பொருளாதாரக் கட்டுப்பாடுகளை விரிவாக விமர்சிக்கும் முதல் புத்தகம் என்று சொல்லலாம். 'தொழில்முனைவோர்களை விட அரசுத்துறை அதிகாரிகள் சந்தை மற்றும் வர்த்தகத்துறை குறித்த விஷயம் தெரிந்தவர்கள் என்று சொல்வதற்கில்லை' என்கிறார். அதே நேரத்தில் 'நவீன மரபு சார்ந்த பொருளாதாரக் கொள்கைகள், அனைத்து பிரச்னைகளுக்கும் தீர்வாக அமைந்துவிடும் என்று சொல்வதும் அதீத நம்பிக்கை' என்கிறார்.[22] இப்படி இரண்டு பக்கமும் பேசும் குணம் 1980களிலும் அவரிடம் இருந்தது. 1987ல் சவுத் கமிஷனின் தலைமைச் செயலாளராக இருந்தபோது, தீவிர சோஷலிச கொள்கைகள் கொண்ட அறிக்கை ஒன்றைத் தயாரிக்க உதவியிருக்கிறார்.[23] அதே மன்மோகன் தில்லி திரும்பியதும், சுதந்தரமான, கட்டுப்பாடில்லாத நபராக, சுதந்தரச் சந்தை குறித்துப் பேசத் தொடங்கினார். [24]

மன்மோகன் சிங்கை ராவ் பலமுறை சந்தித்ததுண்டு. 1984ல் ராணுவத்துறை அமைச்சராக இருந்தபோது, திட்ட கமிஷனின் துணைத்தலைவராகவும் இருந்திருக்கிறார் ராவ். பிரதமர் ராஜிவ் காந்தியைச் சந்தித்து, திட்டகமிஷன் பதவியிலிருந்து தன்னை விடுவிக்குமாறு கேட்டுக்கொண்டார். ராவுக்கு பதிலாக நியமிப்பதற்காக ஒரு சில அரசியல்வாதிகளின் பெயரைப் பரிசீலனை செய்தாராம் ராஜிவ். உடனே மறுத்துவிட்ட ராவ், திட்ட கமிஷனின் தலைவர் பதவிக்கு வருபவர் நிபுணராக இருக்கவேண்டும் என்றவர், அப்போது ரிசர்வ் வங்கியின் கவர்னராக இருந்த மன்மோகன் சிங்கைப் பரிந்துரை செய்திருக்கிறார். ராவின் ஆலோசனையை ராஜிவும் ஏற்றுக்கொண்டார். [25]

ஆறு ஆண்டுகள் கழித்து, அதே மனிதரை ராவ் தேர்ந்தெடுக்க வேண்டியிருந்தது. தன்னைப்போலவே முரண்பாடுகளைக்

கொண்டிருந்தவர் என்பதால் ராவுக்கு மன்மோகன் சிங்கைப் பிடித்திருக்கவேண்டும். மேற்குலகம் நம்பும்படியான வெளிப்படை யான ஒரு சீர்திருத்தவாதி நிதியமைச்சராக வேண்டும் என்று நினைத்துத்தான் ராவ் மன்மோகனைத் தேர்ந்தெடுத்தார். அதேநேரம் ஒரு நம்பிக்கையான விசுவாசியாகவும், உள்நாட்டு அரசியல் விமர்சனங்களிலிருந்து பிரதமரைக் காப்பாற்றக்கூடியவராகவும் இருக்கவேண்டும் என்றும் எதிர்பார்த்தார். சரியான தேர்வு என்பதை மன்மோகன் சிங்கும் நிரூபித்தார்.

•

மன்மோகன் சிங்கைப்போல் வேறு சிலரையும் தன் அருகில் வைத்துக்கொண்டார் ராவ். தாராளமயமாக்கல் விஷயங்கள் குறித்து ஆலோசனை வழங்க ஒரு தலைமைச் செயலாளர், பிரதமர் அலுவலகத்தில் சார்பாகச் செயல்படவேண்டும் என்று நினைத்தார். ஜி.வி. ராமகிருஷ்ணாவின் பெயரை பி.சி அலெக்ஸாண்டர் பரிந்துரைத்தார். ஏற்கனவே நிதியமைச்சகத்தில் பணியாற்றிய அனுபவமுள்ள ராமகிருஷ்ணா, இந்திய முதலீட்டுச் சந்தையை முறைப்படுத்தும் கமிட்டியின் தலைமைச் செயலராக இருந்தார். ஆனால், நரசிம்ம ராவ் கவனமாக, அவரது பெயரை நிராகரித்து விட்டார். ஆந்திராவில் முதல்வராக இருந்தபோது, ஜாதி அரசியலே அவரது பதவியைக் காவு வாங்கியிருந்ததை மறக்கவில்லை. பிரதமரும், அவருடைய தலைமைச் செயலாளரும் தென்னிந்திய பிராமணர்களாக இருந்துவிட்டால் அது வேறுவிதமாகப் புரிந்து கொள்ளப்படும் என்பதால் மறுத்துவிட்டார்.[26]

எந்தவிதத்திலும் அரசியல் சர்ச்சையில் சிக்கிக்கொள்ளாமல், அதே நேரத்தில் பொருத்தமான ஒருவரைத் தேடினார். உத்திரப்பிரதேச மாநிலத்தின் காயஸ்தா இனத்தைச் சேர்ந்த அமர்நாத் வர்மா, தேர்ந்தெடுக்கப்பட்டார். நரசிம்ம ராவ் கொண்டு வந்த தாராளமாயமாக்கல் சீர்திருத்தங்களில் மன்மோகன் சிங் ஆற்றிய பங்கிற்கு இணையான பங்கு, அமர்நாத் வர்மாவுக்கும் உண்டு. தொழில்துறை அமைச்சகத்தின் செயலாளராக இருந்து, திட்டக் குழுவின் தலைவராகப் பணியாற்றிக்கொண்டிருந்த வர்மா, கண்டிப்பானவர் என்று பெயர் பெற்றிருந்தார். எத்தகைய பிரச்னையாக இருந்தாலும், எதிர்ப்புகளைப்பற்றி அஞ்சாமல் நேருக்கு நேராகச் சந்திக்கக்கூடியவர். தில்லி வட்டாரத்தில் அவரைச் சந்திக்கச் செல்வதை 'அமர்நாத் யாத்திரை' என்றே கிண்டலடிப்பார்கள். ஒருமுறை தொழிலதிபர் ஒருவர் வர்மாவை அவரது அறையில் சந்திக்க வந்திருந்தார். கோப்புகளில் மூழ்கியிருந்த வர்மா, நிமிர்ந்து பார்க்காமல் 'என்ன விஷயம்' என்று கேட்டாராம். வந்தவரும், ஒரு

தொழிற்சாலை ஆரம்பிக்க விரும்புவதாகவும், அதற்கு ஒப்புதல் வேண்டி விண்ணப்பித்திருப்பதாகவும் கூறினார். 'நாளைக்குள் தேவையான அனுமதி வழங்கப்பட்டுவிடும்' என்று குனிந்தபடியே பதிலளித்தார் வர்மா. வந்தவரோ, நரசிம்ம ராவுக்கும் தனக்கும் உள்ள நெருங்கிய நட்பைப் பற்றி விவரிக்க ஆரம்பித்துவிட்டார். இடைமறித்த வர்மா, தலை அப்படியே குனிந்திருக்கக் கண்களை மட்டும் மேலே உயர்த்தி அவரைப் பார்த்து, 'நான்தான் ஏற்கனவே சொல்லிவிட்டேனே. நாளைக்குள் அனுமதி கிடைத்துவிடும். நீங்கள் கிளம்பலாம்' என்று சொன்னாராம். மறுநாளே, அனுமதியும் வழங்கப்பட்டுவிட்டது.

ராவின் நம்பிக்கைக்கு உரியவராக இருந்த இன்னொருவர் கேபினெட் செயலாளரான நரேஷ் சந்திரா. முந்தைய அரசால் நியமிக்கப்பட்ட சந்திரா, ஒரு மூத்த, பழுத்த அனுபவமுள்ள அதிகாரி. மனதில் நினைப்பதை யாரையும் காயப்படுத்தாமல் சொல்லக்கூடிய திறம் படைத்தவர். கம்பீரத்தில் மட்டுமல்ல பருமனிலும் ஹென்றி கிஸ்ஸிங்கருக்கு இணையானவர். சந்திரசேகர் பிரதமராக இருந்த போது, கொண்டுவரப்பட்ட புதிய பொருளாதாரச் சீர்திருத்தங்களை மேற்பார்வை செய்தவர். ஒரு பிரம்மச்சாரியாக இருந்த சந்திரா, தன்னுடைய பணியையே மணமுடித்திருந்தார். அரசாங்க நடைமுறைகளில் அபார விஷய ஞானம் உண்டு. லைசென்ஸ் ராஜ் முறையை விலக்கிக்கொள்வதால் வந்த நிர்வாகச் சிக்கல்களைத் திறம்படச் சமாளித்து, பிரச்னைகள் வராமல் பார்த்துக்கொண்டார்.

சந்திரா மீது ராவுக்கு எப்போதும் நல்ல அபிப்பிராயம் உண்டு. 1991 ஆரம்பத்தில் எதிர்க்கட்சி உறுப்பினராக ராவ் இருந்தபோது, நாடாளு மன்றத்தில் அவர் கண்ட காட்சி ஆச்சரியமூட்டியது. அப்போது வர்த்தகத்துறை செயலாளராக இருந்த மான்டெக் சிங் அலுவாலியா, கேபினெட் செயலாளரான நரேஷ் சந்திராவுடன் வளாகத்தினுள் நுழைந்துகொண்டிருந்தார். அப்போது வாசலில் இருந்த காவலர்கள், அலுவாலியாவை மட்டும் தனியாக அழைத்துப் பாதுகாப்புச் சோதனைகளை மேற்கொண்டார்கள். உடனே காவலர்களைப் பார்த்து சமிக்ஞை செய்த சந்திரா, தன்னையும் பரிசோதிக்கும்படிச் சொன்னார். தனக்கு மட்டும் ஏன் பாதுகாப்புச் சோதனை நடத்தப் பட்டது என்று அலுவாலியா வருத்தப்பட்டுவிடக்கூடாதே என்பதற்காகவே அப்படிச் செய்தார் சந்திரா. இதுவொரு எளிய கண்ணியமான செயல்தான். ஆனால், ராவ் மனதில் மறக்கமுடியாத சம்பவமாகப் பதிந்துவிட்டது.

ராவின் நெருக்கமான வட்டாரத்தில் இருந்த இன்னொரு அதிகாரி, மான்டெக் சிங் அலுவாலியா.[27] ரோட்ஸ் பட்டம் பெற்றவர்,

வாஷிங்டனில் உள்ள உலக வங்கியில் பணிபுரிந்த பின்னர், நிதியமைச்ச ஆலோசகராக 1979ல் இந்திய அரசுப்பணியில் இணைந்தவர். அலுவாலியாவின் குடும்ப நண்பரும், அப்போது நிதியமைச்சகச் செயலாளருமாக இருந்த மன்மோகன் சிங்கின் ஆதரவோடு பல்வேறு நிதியமைச்சகப் பொறுப்புகளை வகித்திருக்கிறார். மன்மோகனுக்குப் பிடித்தமான நீல நிறத் தலைப்பாகையோடு எப்போதும் இருப்பவர். பொதுவெளியில் அதிகம் பிரபலமில்லாத முகம் என்றாலும் அமைச்சகங்களின் மூடிய அறைகளுக்குள் பொருளாதாரச் சீர்திருத்தங்களுக்கு உயிரூட்டக்கூடியவராக இருந்தார். அதனால்தான் ராவுக்கு வழிகாட்டியாக இருந்ததுடன் அடுத்தடுத்த வந்த ஆட்சியிலும் பொருளாதாரச் சீர்திருத்தத்தின் ஒளி விளக்கை ஏந்தியபடி அவரால் வெற்றிநடை போடமுடிந்தது.

1998ல் பாஜக ஆட்சிக்கு வந்தபோது நிதியமைச்சரான யஷ்வந்த் சின்ஹா, அமெரிக்காவுக்குப் பயணம் மேற்கொண்டார். தில்லியில் நடந்த ஆட்சி மாற்றத்தினால் நரசிம்ம ராவ் முன்வைத்த தாராளமயமாக்கல் கொள்கைகளில் ஏதேனும் மாற்றங்கள் வந்துவிடுமோ என்று வெளிநாட்டு முதலீட்டாளர்கள் கவலைப்பட்ட நேரம். முதலீட்டாளர்கள் மத்தியில் பேசிய சின்ஹா, 'நான் மட்டும்தான் மாறியிருக்கிறேன். மாண்டேக் முந்தைய அரசின் சீர்திருத்தங்களை அப்படியே தொடருவார். எங்கள் அமைப்பு அப்படித்தான் இயங்கும்' என்றாராம்.[28]

சிறப்பு அதிகாரியாக ஜெய்ராம் ரமேஷை ராவ் தேர்ந்தெடுத்திருந்தார். ரமேஷ், ஒரு கடுமையான உழைப்பாளி. தாராளமயமாக்கலின் ஆதரவாளரான அவர் பின்னாளில் 2004ல் ஐக்கிய முற்போக்குக் கூட்டணி ஆட்சிக்கு வந்தபோது, தடம் மாறி அந்த அரசின் இடது சார்புடனான செயல்பாடுகளை வடிவமைத்தார். 1991ல் பொருளாதார விஷயங்களில் ராஜிவ் காந்தியின் கனவுகளை முன்னெடுத்தார். 'ராவின் ஆட்சியில் ராஜிவின் கொள்கைக் கொடியை ஏந்திச் சென்றவர் ஜெய்ராம்' என்கிறார் பொருளாதார வல்லுநரான ராகேஷ் மோகன்.[29]

வர்த்தகத்துறை அமைச்சராக ராவ், ப.சிதம்பரத்தைத் தேர்ந்தெடுத்திருந்தார். தமிழகத்திலிருந்து தேர்ந்தெடுக்கப்பட்ட இளம் வக்கீல். நிதி மற்றும் வர்த்தக விஷயங்களில் சிதம்பரம் திறமையானவர். எப்போதும் இறுமாப்புடன் இருக்கக்கூடியவர். தாராளமயமாக்கலுக்கு ஆதரவாக வெளிப்படையாகப் பேசி வந்த கட்சிப் பிரமுகர். மன்மோகன் சிங்குடன் இணைத்து, வர்த்தகத்துறையில் சில ஆரம்பகட்ட சீர்திருத்தங்களை ஆரம்பித்து வைத்தவர். ஆனால், ராவ் மீது சிதம்பரத்துக்குக் கோபம் இருந்தது. வர்த்தகத்துறை

அமைச்சகராக இருந்தாலும் கேபினெட் அந்தஸ்து கொடுக்கப்பட வில்லை. சிதம்பரம் கொண்டிருந்த அதிருப்தியை ஜெய்ராம் ரமேஷ் பிரதமரின் கவனத்துக்குக் கொண்டு வந்தார். 'மிஸ்டர் சிதம்பரத்திடம் சொல்லுங்கள், அவரது திறமைக்கு உரிய பதவி நிச்சயம் கூடிவரும்' என்றாராம் ராவ்.[30]

காங்கிரஸ் தவிர மற்ற கட்சிகளில் இருந்த ஒருமித்த சிந்தனையாளர் களையும் தன் பக்கம் இழுக்க ராவ் முயற்சி செய்தார். சுப்ரமணிய சாமிக்கு, கேபினட் அமைச்சர் பதவி தரத் தயாராக இருந்தார். ஆனால், காங்கிரஸ் கட்சியில் சேர சாமி மறுத்துவிட்டாராம். 'கேபினட்டுக்கு இணையான' அதிகாரமுள்ள பதவி தந்தார். முன்னர் நிதியமைச் சராகவும் சுப்பிரமணிய சாமியின் எதிரியுமான யஷ்வந்த் சின்ஹாவையும் தன் பக்கம் இழுக்க முயற்சி செய்யப்பட்டது. ஆனால், சில சந்திப்புகளுக்கு பின்னர் எந்த முடிவும் எடுக்கப்படவில்லை.[31]

நிதி, வர்த்தகம் போன்ற அமைச்சகங்களின் முக்கியமான உயர் பதவிகளைத் தாராளமயமாக்கலுக்கு ஆதரவான நிலைப்பாடு கொண்டிருந்தவர்களுக்குத் தர முடிவு செய்யப்பட்டிருந்தது. தன்னுடைய நோக்கத்தில் தெளிவாக இருப்பதை உறுதிப்படுத்த, தொழில்துறையைத் தன் வசம் வைத்திருந்தார் ராவ். தொழில்துறை அமைச்சராக இல்லாவிட்டால், தொழில் கொள்கைகளில் மாற்றங் களை ஏற்படுத்த முடியாது என்று அறிவுறுத்தப்பட்டிருந்தார்.[32]

அனைத்து உயர் பதவிகளுக்கான நியமனங்களும் ராவின் நேரடி மேற்பார்வையில் செய்து முடிக்கப்பட்டுவிட்டன. இனி, துரிதமாகச் செயல்படவேண்டியதுதான்.

●

24 ஜுன் 1991. மன்மோகன் சிங் நிதியமைச்சராகப் பதவியேற்று நான்கு நாட்கள் ஆகியிருந்தன. நிதியமைச்சகத்தில் அதிகாரிகளின் கூட்டம் ஒன்று ஏற்பாடு செய்யப்பட்டிருந்தது. ஒரு சிறிய அறையில் 12 மூத்த அதிகாரிகள் மத்தியில் கூட்டம் நடைபெற்றது. அவர்களில் பலருக்கு தாராளமயமாக்கலில் விருப்பம் கிடையாது. ஆனால், அதிகாரிகளின் புதிய பணி என்ன, எப்படிச் செய்யவேண்டும் என்பதை மன்மோகன் எந்த சந்தேகத்துக்கும் இடமின்றி விளக்கினார். 'பிரதமர், என் மீது நம்பிக்கை வைத்து, ஒரு பெரிய பொறுப்பை ஒப்படைத்திருக்கிறார். எவருக்காவது பிரச்னை, கஷ்டம் என்றால் இப்போதே என்னிடம் தெரிவித்துவிடுங்கள். அதற்கு ஏற்றாற்போல் உங்களுக்கு வேறு பணி கிடைக்க வழிசெய்கிறேன்' என்றாராம் மன்மோகன்.[33]

அதே நாள், எதிர்க்கட்சித் தலைவர்களை பிரதமர் தனித்தனியாக சந்தித்துப் பேசினார். முன்னாள் பிரதமர் சந்திர சேகரை, ராவ் தானே நேரில் சென்று சந்தித்தார்.[34] மறுநாள் தேசிய முன்னணியின் அமைப்பாளரும் எதிர்க்கட்சித் தலைவருமான வி.பி.சிங் மற்றும் பாஜகவின் ஜஸ்வந்த் சிங்குடன் ஒரு சந்திப்பு ஏற்பாடு செய்யப்பட்டது. சந்திப்பின்போது பொருளாதார நெருக்கடி குறித்து மன்மோகன் சிங் விளக்கமாகப் பேசினார். ராவும் உடனிருந்தார் என்றாலும், எதுவும் பேசவில்லை. 'நிதிப் பற்றாக்குறையைச் சமாளிக்க வேண்டிய நிர்பந்தம் பற்றியும், தொழிற்கொள்கையில் செய்யவேண்டிய மாற்றங்கள், புதிய பொருளாதாரக் கொள்கைகள் குறித்தும் பேசினேன்' என்கிறார் மன்மோகன்.[35] எதிர்க்கட்சியினர் உறைந்து போனார்கள். பொருளாதார நெருக்கடி இந்த அளவுக்கு முற்றிப்போயிருந்ததை அவர்கள் உணர்ந்திருக்கவில்லை.[36]

எதிர்க்கட்சிகளின் மீது நம்பிக்கை வைப்பது, பரந்த மனப்பான்மையை மட்டுமல்ல அரசின் புத்திசாலித்தனத்தையும் வெளிக்காட்டியது. நாடாளுமன்றத்தில் அறுதிப் பெரும்பான்மை பெற்றிராத ராவ், முக்கியமான பிரச்னைகளில் எதிர்க்கட்சிகளோடு இணைந்து செயல் படவேண்டியது அவசியமாக இருந்தது. ஆனாலும், எதிர்க்கட்சி களிடம் இரண்டு விஷயங்களை மறைத்துவிடுவது என்று ராவ் முடிவெடுத்திருந்தார். ரூபாயின் மதிப்பைக் குறைப்பது, தங்கத்தை அடகு வைப்பதன் மூலம் வெளிநாட்டுக்கடன்களை அடைப்பது என்னும் இரண்டு முக்கியமான விஷயங்களும் முன்னரே தெரிவிக்கப் படவில்லை. ஒருவேளை சொல்லியிருந்தால், எப்பாடுபட்டாவது அதைச் செய்யவிடாமல் தடுத்திருப்பார்கள். அதே நேரத்தில், ஒரு முக்கியமான அரசு ரகசியத்தை வெளிப்படுத்துவதும் சரியானதல்ல. பின்னாளில் இது குறித்துக் கருத்துத் தெரிவித்த ராவ், 'அந்நேரத்தில் அத்தகையதொரு முடிவை வெளிப்படையாக்குவது சரியானதல்ல' என்று எழுதியிருக்கிறார்.[37]

•

அரசியல்ரீதியான சாதகமான சூழல் ஏற்படுத்தப்பட்டதும் அடுத்த அடியை எடுத்துவைக்கும்முன் பிரதமர் நிறையவே யோசித்தார். டாலருக்கு எதிரான இந்திய ரூபாயின் மதிப்பு, செயற்கையாக அதிகமாக நிர்ணயிக்கப்பட்டிருந்தது. இது வெளிநாட்டு முதலீட்டாளர் களையும், ஏற்றுமதியாளர்களையும் அதிருப்திக்குள்ளாக்கியது. உலக வங்கி வேறு கடன்களைத் தருவதற்கு முன், இந்திய அரசு பொருளாதார சீர்திருத்தங்களைத் தீவிரமாக அமல்படுத்த

விரும்புகிறது என்பதைச் சுட்டிக்காட்டும் வகையில் ரூபாயின் மதிப்பைக் குறைக்கவேண்டும் என்று விரும்பியது. ரூபாயின் மதிப்பு, நம்முடைய கௌரவம் சம்பந்தப்பட்ட விஷயம் என்பதால் எதிர்வினைகள் நிச்சயம் வரும் என்று ராவுக்குத் தெரியும். ரூபாய் மதிப்பைக் குறைப்பது, ஏற்றுமதியை மட்டுமல்லாமல் அந்நியச் செலாவணியையும் பாதிக்கும். 1966ல் இந்திரா காந்தி, ரூபாயின் மதிப்பைக் குறைத்தபோது எழுந்த கடும் எதிர்ப்பையும் அவர் மறக்கவில்லை. ராவ் அரசு ரூபாய் மதிப்பைக் குறைக்கவேண்டும் என்று சொன்னதைத் தொடர்ந்து அமெரிக்காவிடம் இந்திய அரசு விலைபோய்விட்டதாக நாடாளுமன்றத்திலும் ஊடகங்களிலும் கடும் குற்றசாட்டுகள் முன்வைக்கப்பட்டன. அதோடு உலக வங்கி சொன்ன தொகையைத் தரவும் இல்லை.[38]

ரூபாய் நாணய மதிப்பைக் குறைக்கக்கூடாது என்று இடதுசாரிகளும் அழுத்தம் கொடுத்தார்கள். ராவின் நண்பரான நிகில் சக்கரவர்த்தி, அதைச் செய்யவேண்டாம் என்று அறிவுறுத்தினார்.[39] ஆனால், ரூபாய் மதிப்பு குறைக்கப்படவேண்டும் என்பதில் மன்மோகன் உறுதியாக இருந்தார். இறுதியில் பிரதமரும், மன்மோகனை ஆதரிக்க முடிவு செய்துவிட்டார். அறிவித்துவிட்டு, செயல்படுத்துவதைவிடச் செய்து விட்டு அறிவிப்பது என்று முடிவெடுத்தார்கள். அமைச்சரவையைக் கூடக் கலந்து ஆலோசிக்காமல், நாணயக் குறைப்பை இரண்டு கட்டங்களாக மேற்கொள்வது என்றும் முடிவெடுத்தார்கள்.

1 ஜூலை 1991. இந்திய ரூபாயின் மதிப்பு குறைக்கப்பட்டது. டாலருக்கு எதிராக 7 அல்லது 9 சதவீதம்தான் குறைக்கப்பட்டது. 1966ல் இந்திரா காந்தி அரசு, பாதிக்கும் மேலாக அதாவது 57.4 சதவீதம் குறைந்திருந்தது. எதிர்பார்த்ததுபோலவே, எதிர்ப்புகளும் களைகட்டின. மறுநாள், மன்மோகனிடமிருந்து ராவுக்கு ஒரு பச்சை நிறத் தாளில் ஒரு குறிப்பு வந்திருந்தது. ரூபாய் மதிப்புக் குறைப்பை இயல்பான சாதாரண நடவடிக்கைபோல் தந்திரமாக முன்வைக்கும் படி அதில் எழுதப்பட்டிருந்தது.

'இன்றைய உலகில் நாணய மதிப்பு ஏறி இறங்கிக் கொண்டிருக்கிறது. உலகச் சந்தையில் பெரும்பாலான நாட்டு நாணயங்களின் மதிப்பு தினந்தோறும் ஏறி இறங்குகின்றன. சில நாட்கள் மதிப்பு ஏறும், மறுநாள் குறைய நேரிடலாம். இந்தியாவும் இதற்கு விதிவிலக்கல்ல. நம்முடைய பொருளாதாரத்தை வலுப்படுத்தவும் நிலுவையில் உள்ள கடன்களை அடைக்கவும் தேவையான அனைத்து நடவடிக்கை களையும் நாம் எடுத்தாகவேண்டும்' என்று முடித்திருந்தார் மன்மோகன்.[40]

இந்தத் தந்திரம் ஓரளவுக்குத்தான் பலனளித்தது. ஊடகங்கள் மன்மோகனைப் புகழ்ந்தபோது, எதிர்க்கட்சிகள் கடுங்கோபம் அடைந்தார்கள். ரூபாய் மதிப்புக் குறைப்பு, 'மிகவும் ஆபத்தான முன்னுதாரணம்' என்று மார்க்சிஸ்ட் கம்யூனிஸ்ட் கட்சியினர் கருத்துத் தெரிவித்தார்கள். பாஜகவின் அதிகாரப்பூர்வமான பேச்சாளரான கே.ஆர் மகாணி, ஏற்கனவே சிரமத்தில் உள்ள பொருளாதாரச் சுமையை இது அதிகரித்துவிடும் என்றார்.[41] இதுவொரு கடுமையான நடவடிக்கை, முன்கூட்டியே தெரிவித்து மக்களின் நம்பிக்கையைப் பெற முயற்சித்திருக்கவேண்டும் என்று அடல் பிகாரி வாஜ்பாய் கருத்துத் தெரிவித்திருந்தார்.[42] தங்களிடம்கூடச் சொல்லவில்லையென்பதால் காங்கிரஸ் அமைச்சர்களும் அதிருப்தியில் இருந்தார்கள்.

கட்சிக்குள் ஏற்பட்டிருந்த சலசலப்பைச் சமாளிக்க, நிதியமைச்சரை அறிக்கை சமர்ப்பிக்குமாறு பிரதமர் கேட்டிருந்தார். அமைச்சரவை யினருக்கு ரத்தினச் சுருக்கமாக ஒரு விளக்கம் கொடுக்கலாம் என்று நினைத்தார். பொருளாதார விஷயங்களுக்கான தலைமை ஆலோசக ரான தீபக் நய்யார் அவருக்கொரு குறிப்பு அனுப்பி வைத்தார். 'இப்படியொரு நடவடிக்கை எடுக்கப்படாவிட்டால், ஜூலை மாத மத்தியில் நாம் திவாலாகிவிடுவோம்' என்று அதில் குறிப்பிடப் பட்டிருந்தது.[43]

பிரதமர் யாரிடமும் சொல்லவில்லையென்றாலும், இன்னொரு முறை ரூபாய் மதிப்பு குறைக்கப்படக்கூடும் என்கிற வதந்தி தில்லி வட்டாரத்தில் பரவ ஆரம்பித்தது. தனது திறமைக்கான உண்மையான சவால் அது என்பது மன்மோகனுக்கும் புரிந்தது. ராவ், கடுமையான அரசியல் நெருக்கடியில் இருந்தார். மன்மோகனோ தளரவில்லை. அடுத்தகட்ட அதிரடிக்கு ஆயத்தமானார். ஜூலை 1 அன்று செய்யப் பட்ட நாணய மதிப்பிறக்கம் குறைந்த அளவே இருந்தது. இரண்டாவது கட்டமாக ஜூலை 3 அன்று திரும்பவும் அதே பணியைச் செய்வது என்று நாள் குறிக்கப்பட்டது. ஒட்டுமொத்தமாக 20 சதவீதம் வரையிலான ரூபாய் மதிப்புக் குறைவு ஏற்படவேண்டும் என்று கணக்கிடப்பட்டது.

மறுநாள் காலை, மன்மோகனை அவசர அவசரமாக அழைத்த ராவ், தயவுசெய்து அதை இப்போது செய்யவேண்டாம் என்று கேட்டுக் கொண்டார்.[44] ஆனால், விஷயம் கைமீறிவிட்டது. ரிசர்வ் வங்கி துணை கவர்னர் சி.ரங்கராஜனை உடனடியாக அழைத்த மன்மோகன், அறிவிப்பை வெளியிடவேண்டாம் என்று கேட்டுக்கொண்டபோது, 'எல்லாம் முடிந்துவிட்டது, இது குறித்து ஏற்கனவே அறிவித்து விட்டேனே' என்றார் ரங்கராஜன். தடுமாறிப்போன மன்மோகன்,

எல்லாவற்றுக்கும் தானே பொறுப்பு என்று ராஜினாமா கடிதத்தை எழுத ஆரம்பித்துவிட்டார். ராவ், தன்னுடைய நிதியமைச்சரை பலிகடாவாக்க நினைத்தது உண்மைதான். ஆனால், இவ்வளவு சீக்கிரமாக மன்மோகனை விட்டுக்கொடுக்க அவர் தயாராக இல்லை. 'நரசிம்ம ராவ் என்னை ஆதரித்தார்' என்கிறார் மன்மோகன் சிங்.[45]

நிதியமைச்சரான மன்மோகன், இந்த ஆதரவைப் பயன்படுத்திக் கொண்டு சீர்திருத்தங்களுக்கு ஆதரவாகத் தன்னுடைய உள் வட்டாரத்தைப் பலப்படுத்திக்கொண்டார். திட்டக்குழு தலைவராக சி. ரங்கராஜனைப் பரிந்துரைசெய்து ஒரு குறிப்பு அனுப்பினார்.[46] உற்சாகம் மிகுந்த அசோக் வி தேசாய் போன்றவர்களையும் நிதியமைச்சகத்தில் தன்னுடன் இணைத்துக்கொண்டார். அறுபது களில் கேம்பிரிட்ஜில் மன்மோகனுடன் படித்தவர் தேசாய். தாராள மயமாக்கலுக்கு ஆதரவான நிலைப்பாடுகொண்டவர். வெளிப்படை யாகப் பேசக்கூடியவர். லைசென்ஸ் ராஜ் முறையை முற்றிலுமாக ஒழித்துக்கட்ட ஆக்கப்பூர்வமான ஆலோசனைகளை மன்மோகன் சிங்கிடம் எடுத்துரைத்தவர் இவர்.[47]

அது பின்னர் அமலானது. 3 ஜூலை அன்று மதியம், மன்மோகன் மான்டேக் சிங் அலுவாலியாவைச் சந்தித்தார். ஏற்றுமதி மானியங் களை ஒழிப்பது குறித்து வர்த்தகத்துறை அமைச்சரான ப.சிதம்பரத்துடன் பேசும்படிக் கேட்டுக்கொண்டார். நிதியமைச் சகத்தைவிட வர்த்தக அமைச்சகம் சுறுசுறுப்பாக இயங்கவேண்டியது அவசியமானது.

முன்பு ரூபாயின் மதிப்பு உயர்ந்து இருந்ததால், வெளிச்சந்தையில் விற்பது இந்தியாவைச் சேர்ந்த வணிகர்களுக்கு சிரமமாக இருந்தது. அதற்காக மத்திய அரசு ஒரு நலத் திட்டத்தைக் கொண்டு வந்திருந்தது. சிசிஎஸ் எனப்படும் அந்தத் திட்டம் ஏற்றுமதியாளர்களுக்கு ஏற்படும் பண இழப்பை ஈடுகட்டும் திட்டம். சுருக்கமாகச் சொன்னால் இதுவும் ஒரு மானியம் போன்றதுதான். ஒரு தவறு இன்னொரு தவறுக்கு வழிவகுப்பதற்கான சிறந்த உதாரணம் அது. முதலில் அரசு சந்தையில் குறுக்கிட்டு அதைச் சிதைத்தது. பிறகு அதை ஈடுகட்டு கிறேன் என்ற பெயரில் வேறொரு தவறைச் செய்தது. இப்போது ரூபாயின் மதிப்பு, அதன் உண்மையான மதிப்புக்கு வெகு நெருக்கமாக வந்துவிட்டதால், ஏற்றுமதி மானியம் அவசியமில்லை. ஆகவே, மானியங்களை விலக்கிக்கொள்ள இதுதான் சரியான நேரம் என்று மன்மோகன் நினைத்தார்.[48]

மான்டெக் அலுவாலியா, வர்த்தக அமைச்சரான சிதம்பரத்தைச் சந்தித்து செய்ய வேண்டிய விஷயங்கள் குறித்து மாலைவரை

ஆலோசனையில் ஈடுபட்டார். ஏற்றுமதியை ஊக்கப்படுத்தவேண்டிய பொறுப்பில் உள்ள அமைச்சகத்திடம், ஏற்றுமதிக்கான மானியத்தை நீக்குமாறு கேட்டுக் கொள்ளப்பட்டிருந்தது. ரூபாயைச் சேமித்தாக வேண்டிய நிலையில் நாடு இருப்பதால் நிதியமைச்சரின் கோரிக்கையில் நியாயம் இருப்பதாக அலுவாலியா தெரிவித்தார். சிசிஎஸ் முறையை நீக்க சிதம்பரமும் ஒப்புக்கொண்டார்.

சிசிஎஸ் முறையை நீக்குவது, ஏற்றுமதியாளர்களை நிச்சயம் கவலையடையச் செய்யும். எதிர்ப்பைச் சமாளிக்க, வர்த்தகத்துறை அமைச்சகம் உடனடியாக இன்னொரு சலுகையை அளிக்க முன்வந்தது. ஏற்றுமதிக் கொள்கையைப் பொறுத்தவரை சில மாற்றங்களைச் செய்ய ஏற்கனவே திட்டமிட்டிருந்தார்கள். குறிப்பாக, ஏற்றுமதியாளர்களை ஊக்கப்படுத்த சில வெகுமதிகளைத் தர முடிவெடுத்திருந்தார்கள். விரிவாக்கப்பட்ட மறு லைசென்ஸ் உரிமம் (enlarged replenishment licence entitlement) என்னும் சிறப்பு உரிமத்தைப் பயன்படுத்தி, தடைசெய்யப்பட்ட சில பொருட்களை இந்தியாவுக்குள் இறக்குமதி செய்துகொள்ள அனுமதி அளிக்கப் பட்டது. ஏற்றுமதிக்கான மானியங்கள் நீக்கப்படும் அதே நேரத்தில், இந்த மாற்றங்களையும் ஒன்றாக அறிவிக்கவேண்டும் என்று சிதம்பரமும் அலுவாலியாவும் விரும்பினார்கள்.

நிதியமைச்சரின் ஒப்புதலோடு மட்டுமே இதைச் செய்ய முடியும். நிதியமைச்சகமும் இதனால் விளையும் வருவாய் இழப்பைக் கருத்தில் கொண்டு ஒரு முடிவெடுக்க வேண்டியிருக்கும். ஆகவே, மன்மோகனுடன் ஒரு சந்திப்புக்கு ஏற்பாடு செய்யுமாறு கோரினார்கள். தன்னுடைய அமைச்சகத்தினரின் விருப்பத்தையும் மீறி, வர்த்தக அமைச்சகத்தினரின் கோரிக்கையை மன்மோகன் ஏற்றுக்கொண்டார். அன்றிரவே, மூவரும் சேர்ந்து பிரதமரைச் சந்தித்து, அவரது ஒப்புதலைக் கேட்கவும் முடிவு செய்தார்கள். அடுத்து வந்த 12 மணி நேரத்தில், எள் என்பதற்குள் எண்ணெயானது அந்தத் திட்டம்.[49]

சிசிஎஸ் முறை ஒழிக்கப்பட்டது. எதிர்க்கட்சிகளிடம் கலந்து ஆலோசிக்காமல் எடுக்கப்பட்ட முடிவுகள் என்றார்கள். வர்த்தகத் துறை அமைச்சகம் இருந்த உத்யோக் பவன், உறைந்திருந்தது. இந்தியப் பொருளாதாரத்தின்மீது ஊதிப் பெரிதாக்கப்பட்டிருந்த அதிகார வர்க்கத்தின் வானளாவிய செல்வாக்கு, ஒரே இரவில் சரிந்தது.

ராவ், அரசியல் எதிரிகளைச் சமாதானப்படுத்த களத்தில் இறங்கினார். ‘நோய் தீவிரமாக இருந்தால் சிகிச்சையும் தீவிரமாகவே இருந்தாக வேண்டியிருக்கிறது’ என்று 9, ஜூலை 1991-ல் ஆற்றிய உரையில் குறிப்பிட்டார்.[50] மத்திய ரிசர்வ் வங்கி ரூபாய்க்கான பரிமாற்று

விகிதத்தை மாற்றியமைத்ததால் வந்த விளைவு என்று பழியை மற்றவர்கள் பக்கம் தள்ளிவிட்டார். 'இதன் மூலம் பெறப்படும் அந்நியச் செலாவணி சாமானிய மக்களின் தேவைக்கான அத்தியாவசியப் பொருட்கள் குறிப்பாக மண்ணெண்ணெய், டீசல், உரங்கள், சமையல் எண்ணெய், இரும்பு போன்றவற்றை இறக்குமதி செய்வதற்குப் பயன்படுத்தப்படும்' என்றார். 'சிக்கலான நடை முறைகளும் தேவையில்லாத கட்டுப்பாடுகளும் இந்தியப் பொருளா தாரத்தைப் பாதித்திருக்கின்றன. மக்களின் உருவாக்கத் திறனையும், புதிய சிந்தனைகளையும் தடுத்து வரும் தடைகள் நீக்கப்படவேண்டும் என்பதில் உறுதியாக இருக்கிறோம்' என்றும் பேசினார். இறுதியில், அனைத்து மாற்றங்களுக்கும் காரணமாக ராஜிவ் காந்தியின் பெயரைக் குறிப்பிட்டார். 'ராஜிவ் விட்டுச்சென்ற பணிகளை நாங்கள் தொடர்கிறோம்' என்றார். ஆனால், அது சிறிதும் உண்மையல்ல.[51]

ராவின் உரை, ஜெய்ராம் ரமேஷால் வடிவமைக்கப்பட்டிருந்தது. ராவ், போருக்குத் தயாராக இருந்தார். அவரது படைக்கலனில் ஏராளமான புதிய ஆயுதங்கள் இருப்பதையும் வெளிக்காட்டுவது போல் இருந்தது உரை. நெருக்கடியான காலகட்டத்தில் மேற் கொள்ளப்படும் சீர்திருத்தங்கள் தவிர்க்கமுடியாதவை என்று சொன்ன அதேநேரத்தில் இப்படியொரு முடிவெடுத்தமைக்காக அடுத்தவரைச் சாடியது, இவையெல்லாம் ஏழைகளின் நலனுக்காகவும், எதிர்கால இந்தியாவின் நலனுக்காகவும் மேற்கொள்ளப்படுபவை என்று சொல்லப்பட்டது. எல்லாவற்றையும் மறைந்த முன்னாள் தலைவரின் கனவுகளோடு இணைக்கவும் செய்தது.

ஆந்திராவின் முதல்வராக அவர் அடைந்திருந்த தோல்வியிலிருந்து, நிறையக் கற்றுக்கொண்டிருந்தார் ராவ். புதிய மாற்று அரசியலுக்குப் பழக்கப்பட்டிருந்தார். எதிரெதிர்க் கருத்தாக்கங்களை வெற்றிகரமாக இணைக்கும் வித்தையிலும் தேறியிருந்தார். சிங்கத்துக்கு வைக்கப் பட்ட பொறிகளில் விழுந்துவிடாமல் இருக்க நரியைப் போல் தந்திரமாக நடக்கக் கற்றுக்கொண்டிருந்தார்.

●

பிரதமரும் அவரது குழுவினரும் அடுத்த சீர்திருத்தங்களுக்கு நகர்ந்தார்கள். தொழிற்கொள்கையில் மாற்றங்களைக் கொண்டு வர முடிவு செய்யப்பட்டது. தனியார் நிறுவனங்களின் கழுத்தை இறுக்கிக்கொண்டிருந்த சிவப்பு நாடாவின் முடிச்சு அவிழ்க்கப்பட வேண்டியது அவசியம் என்று கிட்டத்தட்ட பத்து ஆண்டுகளாகவே பேசப்பட்டு வந்தது. இரண்டாவது முறையாக இந்திரா காந்தி ஆட்சிக்கு வந்தபோது ரூபாய் பரிமாற்று விகிதத்தை மாற்றுவது,

லைசென்ஸ் முறையை அகற்றுவது போன்றவை பேச்சளவில் இருந்தன. ராஜிவ் காந்தி காலத்தில் அடிப்படையான சில மாற்றங்கள் ஆரம்பித்து வைக்கப்பட்டன. ஆனால், சிறிய அளவிலேயே மாற்றங்கள் கொண்டுவரப்பட்டிருந்தன. 1987ல் ஊழல் குற்றச்சாட்டு களில் சிக்கிய பின்னர், ராஜிவ் எதிலும் ஆர்வம் காட்டாமல் இருந்து விட்டார்.

1988ல் ராகேஷ் மோகன், தொழில் துறை அமைச்சகத்தில் பொருளாதார ஆலோசகராகப் பணியில் சேர்ந்தார். பிரின்ஸ்டனில் பயிற்சி பெற்றவர். புதிய தொழிற்கொள்கைக்கான அடிப்படையான கருத்தாக்கங்களை ஆரம்பித்துவைத்தார்.[52] ஆட்சி மாற்றம் வந்ததும் மோகனின் கவனம், வேறு பக்கம் திரும்பியது. 1990ல் அமைக்கப் பட்ட புதிய ஆட்சியில் தொழில் அமைச்சராகப் பதவியேற்ற அஜித் சிங் மற்றும் அமர்நாத் வர்மாவுடன் இணைந்து பணியாற்றினார். தொழில் துறையில் லைசென்ஸ் ராஜ் முறைக்கு முடிவுகட்டுவது குறித்து யோசித்து வந்தார்.[53] ஒரு சில மாதங்களிலேயே, புரட்சிகரமான அந்த வரைவு தயாராகிவிட்டது.[54]

தொழில் துறையில் புதிய மாற்றங்களை அமல்படுத்துவதன் மூலம், தனியார் துறை நிறுவனங்களும் கட்டுப்பாடின்றி இயங்க முடியும். அரசின் அனுமதியின்றி நிறைய தொழில்கள் தொடங்கவும், லாபம் ஈட்டவும் முடியும். ஆனால், கட்டுப்பாடில்லாத வர்த்தக முறைக்குக் கடும் எதிர்ப்பு எழுந்ததால் அந்த வரைவும் பரணில் கட்டி வைக்கப்பட்டது.

ஜூலை 1991. தொழில்துறையைக் கைவசம் வைத்திருந்த நரசிம்ம ராவ், அமைச்சகத்தின் முதன்மைச் செயலராக இருந்த அமர்நாத் வர்மாவை அழைத்தார். பரணில் கிடந்த அந்த வரைவை எடுத்து, கொள்கை முடிவாக்கி ஒரு வரைவு தயார் செய்து கொண்டுவர முடியுமா என்று கேட்டார். தன்னுடைய நண்பரும் தொழில்துறை அமைச்சகத்தின் செயலாளருமான சுரேஷ் மத்தூரைத் தொடர்பு கொண்ட வர்மா, ராகேஷ் மோகன் மற்றும் ஜெய்ராம் ரமேஷ் உடனான ஆலோசனைக்கு வருமாறு அழைத்தார். கூட்டத்தில் பல்வேறு விஷயங்கள் பேசப்பட்டன. தொழில்துறை பிரதமரின் நேரடிக் கட்டுப்பாட்டில் இருப்பதால் தடையின்றி மாற்றங்களைக் கொண்டுவந்துவிடமுடியும் என்று நினைத்தார்கள்.[55]

ஜூலை 7 அன்று, ராகேஷ் மோகனின் பழைய வரைவு, மெருகேற்றப் பட்டு புதிய தொழில் கொள்கையாக முழு வடிவம் பெற்றது.

ராவின் அடிக்குறிப்பு, மேற்கோள்களோடு ஏகப்பட்ட திருத்தங்கள் செய்யப்பட்ட வரைவு அடங்கிய கோப்பு அவருடைய தனிப்பட்ட

ஆவணச் சேகரிப்பில் இருக்கிறது. பொருளாதார விஷயங்களில் ராவ் வல்லுநர் இல்லையென்றாலும் வரைவைப் புரிந்துகொள்ள முயற்சி செய்திருந்தார். உள் நாட்டு உற்பத்தியாளர்களை அரசின் கட்டுப்பாடுகளில் இருந்து விடுவிப்பதே தனது ஒரே குறிக்கோள் என்று பேசத் தீர்மானித்தார்.[56]

மேலதிகத் தகவலுக்காக ஜெய்ராம் ரமேஷைத் தொடர்புகொண்டார். காங்கிரஸ் கட்சியினருக்கு விளக்கம் தருவதற்குப் பயன்படும் என்று நினைத்தார். ஐந்து பக்கங்கள் கொண்ட விளக்க அறிக்கை, அனுப்பி வைக்கப்பட்டது. மறுநாள் காங்கிரஸ் கட்சியின் செயற்குழு கூட்டப் பட்டது. தொழிற் கொள்கையில் பல விரிவான மாற்றங்களைச் செய்யவிருப்பதாக ராவ் அறிவித்தார். கூடுதல் விபரங்களை வெளியிடாமல் கவனமாக இருந்தார். கட்சியினரின் ஆதரவைப் பெறுவது, அதே நேரத்தில் எதிர்க்கட்சிகளின் தாக்குதல் வளையத்தில் சிக்கிக்கொள்ளக்கூடாது என்று முடிவெடுத்திருந்தார்.[57]

சில நாட்கள் கழித்து, 12 ஜூலை அன்று நரசிம்ம ராவுக்கு நெருக்கமான கல்யாணி சங்கர் இந்துஸ்தான் டைம்ஸ் நாளேட்டில் ஒரு கட்டுரை எழுதியிருந்தார். அப்போது இந்துஸ்தான் டைம்ஸில் அவர் பணியாற்றிக்கொண்டிருந்தார். கல்யாணியின் கட்டுரை, தொழில்துறையில் இருந்து வந்த உரிமம் முறை குறித்து விரிவாக விளக்கியது. விரைவில் உரிமம் வழங்கும் முறை முற்றிலுமாக மாற்றப்படவிருக்கிறது. 51 சதவீதம் வரை அந்நிய முதலீடுகளுக்கு அனுமதி தரப்படப்போகிறது. படிப்படியான உற்பத்திமுறையும், பிற கட்டுப்பாடுகளும் நீக்கப்படப்போகிறது என்று அதில் செய்தி வெளியாகியிருந்தது.[58]

ஜெய்ராம் பயந்துவிட்டார். மொத்த விஷயமும் வெளியே கசிந்ததற்குத் தான்தான் காரணம் என்று நினைத்து பயந்தவர், உடனே பிரதமர் அலுவலகத்துக்கு விரைந்தார். அங்கே சென்ற பின்னர்தான் விஷயம் தெரிந்தது.[59] புதிய தொழில் கொள்கையை அறிவிப்பதற்கு முன்னர், எத்தகைய எதிர்ப்புகள் வரும் என்பதை ஆழம் பார்ப்பதற்காக நரசிம்ம ராவே விஷயத்தை வெளியே கசியவிட்டிருந்தார்.

மூன்று நாட்களுக்குப் பின்னர், நரசிம்ம ராவ் மீது நாடாளுமன்றத்தில் நம்பிக்கை கோரி வாக்கெடுப்பு நடந்தது. தேசத்தின் நலம் கருதியும், பொருளாதார நெருக்கடிச் சூழலைக் கருத்தில் கொண்டும் தன்னுடைய அரசின் புதிய சீர்திருத்தங்களுக்கு ஒத்துழைப்புக் கொடுக்க வேண்டியது அவசியம் என்று ராவ் பேசியிருந்தார். தன்னுடைய பேச்சில் சமஸ்கிருதத்திலிருந்து மேற்கொள் காட்டியிருந்தார். சர்வான்ஷியே சமுத்பன்னே அர்தம் தியாஜீத் பண்டிட்டா[60] (அதாவது, அனைத்தும்

கைவிட்டுப் போகும் நிலையில் புத்திசாலிகள் பாதி கிடைத்தால்கூடப் போதும் என்று முடிவெடுப்பார்கள்).

அதே நாள், புதிய தொழில் கொள்கை குறித்து ஒரு அறிக்கையை அமைச்சரவை கூட்டத்தில் சமர்ப்பிக்க ராவ் முடிவெடுத்திருந்தார். ராவின் செயலாளர் ஆர். கே. கண்டேகரின் குறிப்பின்படி, 16 ஜூலை காலை 10 மணிக்கு, தொழிற்கொள்கை குறித்த கூட்டம் கூடுவதாக முடிவு செய்யப்பட்டிருந்தது.[61] ஆனால், கூட்டம் மூன்று நாட்கள் ஒத்திவைக்கப்பட்டது. அதற்குள் ராகேஷ் மோகனும் இன்னொரு அதிகாரியுமான என்.கிருஷ்ணனும் அர்ஜுன் சிங்கைத் தனிப்பட்ட முறையில் சந்தித்து, தொழிற்கொள்கை குறித்து விளக்குமாறு கேட்டுக்கொள்ளப்பட்டார்கள். அந்த சந்திப்பு, ஏனோ வெற்றிகரமாக அமையவில்லை.[62] அமைச்சரவைக் கூட்டம் மறுபடியும் கூட்டப் பட்டபோது, தொழிற்கொள்கையின் புதிய வடிவம் குறித்து அமைச்சர்களிடையே கடும் எதிர்ப்பு எழுந்தது. அர்ஜுன் சிங்கும், எம் எல்.பொதோதரும் வெளிப்படையாகத் தங்களது எதிர்ப்பைத் தெரிவித்தார்கள்.[63]

நிதியமைச்சரே பிரச்னையைக் கையாளட்டும் என்று பிரதமர் மௌனமாக இருந்தார். அமைச்சரவையின் எதிர்ப்புக்குப் பின்னர், புதிய தொழிற்கொள்கை, திரும்பவும் பழைய பரணுக்கே அனுப்பப் பட்டது. ஆனால், அடிப்படையான மாற்றங்கள் அமலுக்கு வருவதை ராவ் உறுதிப்படுத்திக்கொண்டார். நேரு, இந்திரா ஆகியோரின் அடிப்படைக் கொள்கைகளுடன் அதே புதிய திட்டங்களை வார்த்தைகளால் இணைத்து ஒரு நீண்ட முன்னுரையுடன் கூடிய புதிய வரைவைத் தயாரித்தார் ஜெய்ராம் ரமேஷ். இம்முறை பலனளித்தது.

23 ஜூலை அன்று கூடிய அமைச்சரவை, புதிய வடிவத்துக்கு ஒப்புதல் அளித்தது. முன்பு வெளிப்படையாக எதிர்ப்பு தெரிவித்தவர்கள்கூட, புதிதாகச் சேர்க்கப்பட்ட முன்னுரையின் காரணமாகப் புதிய வடிவத்துக்கு ஆதரவு அளித்தார்கள்.

அன்று மதியம், காங்கிரஸ் கட்சியின் செயற்குழு ராவின் இருப்பிடத்தில் கூடியது. 1969ல் இந்திராவின் இடதுசாரி சார்பாக அமைந்துவிட்ட தொழிற்கொள்கையை மீட்டெடுத்து, 1956ல் நேருவின் தொழில் வளர்ச்சிக்கான கொள்கைக்குத் திரும்பும் முயற்சியை புதிய பொருளாதாரக் கொள்கை மேற்கொள்ளும் என்று விளக்கமளித்தார் ராவ். ‘சீர்திருத்தங்கள் அமலுக்கு வந்த பின்னரும், பொதுத்துறை நிறுவனங்களின் செல்வாக்கு, தொடர்ந்து மேலோங்கி இருக்கும்’ என்று நம்புவதாகவும் குறிப்பிட்டார்.[64] நேரு-இந்திரா காந்தி பெயர்களை ஒன்றுக்கொன்று எதிராக நிறுத்தித் தன்னுடைய

உரையை முடித்துவிட்டு, நிதியமைச்சரையும் பேச அழைத்தார். தனது அரசியல் எஜமானர் போட்ட அதே பாதையில் மன்மோகனும் தொடர்ந்தார். 1991 தேர்தல் அறிக்கையிலேயே புதிய தொழிற் கொள்கைக்கான விதை ஊன்றப்பட்டதாகப் பேசினார். இது முற்றிலும் உண்மையல்ல என்பது எல்லோருக்கும் தெரியும். கூட்டம் முடிந்து வெளியே வந்த மன்மோகனிடம், அர்ஜுன், 'மிஸ்டர் சிங், எங்களை விட நீங்கள் தேர்தல் அறிக்கையைக் கவனமாக, ஆழ்ந்து படித்திருக்கிறீர்களோ?' என்றாராம்.[65]

ராவ் நினைத்தது, வெற்றிகரமாக நடந்தது. பரணில் வைக்கப் பட்டிருந்த ஒரு வரைவை மேம்படுத்தி, தொழிற் கொள்கையாக மெருகேற்றி, நேருவின் கொள்கைகளோடு தொடர்புபடுத்தி, கட்சியின் ஆதரவையும் பெற்று, ஒருவழியாக வெற்றிபெற்றார்கள். சுதந்தரத்துக்குப் பிந்தைய காலத்தில் மிக முக்கியமானதுமான பொருளாதார சீர்திருத்தங்களைச் சாத்தியப்படுத்தினார்கள். 'வரைவை நாங்கள் ஏற்கனவே உருவாக்கி வைத்திருந்தோம். அவ்வப்போது மாற்றங்கள் செய்துகொண்டேதான் இருந்தோம். ஆனால், ஒரு அரசியல் ஆதரவுத்தளம் இல்லாவிட்டால், மாற்றங்களைக் கொண்டுவரவே முடியாது. இறுதிவரை எங்களை விட்டுக் கொடுக்காமல், தொடர்ந்து ஆதரித்த நரசிம்ம ராவுக்குதான் அத்தனை பெருமைகளும் சாரும்' என்கிறார் ராகேஷ் மோகன்.[66]

•

புதிய தொழிற்கொள்கையைக் கொண்டுவருவதில் இருந்த அனைத்து அரசியல் விளையாட்டுகளும் பட்ஜெட்டை உருவாக்கும்போதும் தொடர்ந்தன. 24 ஜுலை 1991 அன்று நாடாளுமன்றத்தில் பட்ஜெட் சமர்ப்பிக்கப்பட இருந்தது. அந்த நிதியாண்டுக்கான அரசின் வரவு செலவு கணக்குகள், புதிய கொள்கை அறிவிப்புகள், வரிவிதிப்பு முறையில் உள்ள மாற்றங்கள் எனப் பல்வேறு அம்சங்கள் பட்ஜெட்டில் இடம்பெறுவதுண்டு.[67] பெரும்பாலான நாடுகளில், பட்ஜெட் முக்கியத்துவம் பெறுவதில்லை. இந்தியாவில் அது முக்கியமான நிகழ்வு. நாடாளுமன்றம் கொள்கை சார்ந்து பேசும் சொற்ப தருணங்களில் அதுவும் ஒன்று. சில நேரங்களில் கொள்கை சார்ந்த முடிவுகள் பட்ஜெட்டில் இடம்பெறுவதுண்டு. 1991-ல் புதிய அரசுக்குத் தனது இலக்கை அறிவிக்கக் கிடைத்த நல்லதொரு வாய்ப்பாக பட்ஜெட் கூட்டத்தொடர் அமைந்தது.

பட்ஜெட்டுக்கான பணிகள், நிதியமைச்சர் மன்மோகன் சிங் தலைமையில் நடைபெற்றுக்கொண்டிருந்தன. பிரதமர் அலுவலகம் தவிர, தொழில்துறை மற்றும் வர்த்தகம் அமைச்சகத்தைச் சேர்ந்த அதிகாரிகளும் பட்ஜெட் சம்பந்தப்பட்ட விவாதங்களில் கலந்து

கொண்டனர். பிரதமர் அலுவலகம் சார்பாக, அமர் நாத் வர்மா கலந்து கொண்டார். நரசிம்ம ராவின் கொள்கைகள் பட்ஜெட்டில் இடம் பெறுவதை உறுதிப்படுத்தினார்.

பிரதமர் அலுவலகத்துக்கு அருகே இருந்த சவுத் பிளாக்கில் பொருளாதாரக் கொள்கை குறித்து, ஒவ்வொரு வியாழக்கிழமை மதியமும் ஒரு கூட்டத்துக்கு வர்மா ஏற்பாடு செய்வார். கபாப்கள், கட்லெட்கள் என விரிவான மதிய உணவோடு கூடிய அந்த விவாதக் கூட்டத்தில்[68] 'இந்த வாரத்துக்கான சீர்திருத்தம் என்ன' என்று விவாதம் நடைபெறும். அமர்நாத் வர்மா, தலைமையேற்றுக் கூட்டத்தை நடத்துவார். அங்கிருந்து பெறப்படும் தகவல்கள், அமைச்சரவையின் ஒப்புதலுக்கு அனுப்பப்படும். 'வர்மாவின் வியாழக் கிழமைகள்' பல புதிய சீர்திருத்தங்களை அறிமுகப்படுத்தக் காரணமாக இருந்ததாக தில்லி வட்டாரத்தில் பேச்சு இருந்தது. ஜூலை 1991ல் இத்தகைய கூட்டங்களில் பட்ஜெட் குறித்து பேசப்பட்டவை, பட்ஜெட் வரைவிலும் இடம்பெற்றிருந்தன.

பட்ஜெட்டுக்கான தயாரிப்பு எப்போதும் ரகசியமாகவே நடைபெறும். நாட்டின் பொருளாதாரத்தை நிர்ணயிக்கும் மிக முக்கியமான நடவடிக்கை என்பதால் மீடியாவும் வர்த்தகர்களும் அது குறித்து முன்கூட்டியே தெரிந்துகொள்ள முயற்சி செய்வார்கள். இதைத் தடுப்பதற்காக பட்ஜெட்டுக்கு முந்தைய வாரத்தில் தொடங்கி, பட்ஜெட் சம்பந்தமான பணிகளில் ஈடுபட்டிருந்தவர்கள், நார்த் பிளாக்கின் தரைத்தளத்தில் அடைக்கப்பட்டிருந்தார்கள். வெளியுல கோடு அவர்கள் துண்டிக்கப்பட்டிருந்தார்கள். அங்கேயே சாப்பிட்டு, தூங்கவேண்டும். தொலைபேசி வசதியெல்லாம் கிடையாது.[69] நிதியமைச்சர் உள்ளிட்ட ஒரு சில முக்கியமானவர்கள் மட்டுமே தரைத்தளத்தில் அனுமதிக்கப்படுவார்கள். பட்ஜெட் வரைவானது, நாடாளுமன்றத்தில் நிதியமைச்சர் வாசிக்கும் வரை படு ரகசிய மாகவே வைத்துக்கொள்ளப்பட்டது.

9 ஜூலை. நாட்டு மக்களுக்கு மத்தியில் உரையாற்றிய நரசிம்ம ராவ், பட்ஜெட்டில் பெருமளவு பொருளாதாரச் சீர்திருத்தங்கள் இடம்பெறும் என்பதைக் கோடிட்டு காட்டியிருந்தார்.[70] பிரதமரின் திட்டம் என்னவாக இருந்தது என்பது நிதியமைச்சக நிபுணர்களுக்கு ஒருவேளை தெரியாமல் இருந்திருக்கலாம். மேற்கு நாடுகளுக்கு எவ்விதத்திலும் சலுகையளிக்கக்கூடாது என்று அமைச்சகத்துக் குள்ளேயே சிலர் முரண்பட்டு நின்றார்கள்.

சில நாட்கள் கழித்து, அதி ரகசிய பட்ஜெட் கோப்பு சகிதம் மன்மோகன் சிங், பிரதமர் அலுவலகம் வந்திருந்தார். சந்திப்பின்போது ஒரு மூத்த

அதிகாரியும் ஒரு தூதரும் உடனிருந்தார்கள். ஒரு பக்க அறிக்கையை பிரதமரிடம் மன்மோகன் சமர்ப்பித்ததாகவும், அதை ராவ் படித்து முடிக்கும்வரை மன்மோகன் நின்றபடியே காத்திருந்ததையும் நினைவுகூர்கிறார்கள். அறிக்கையை முழுதாகப் படித்துவிட்டு நிமிர்ந்த ராவ், 'இதற்காகவா உங்களை நிதியமைச்சர் பதவிக்கு தேர்ந் தெடுத்தேன்?' என்றாராம்.

பிரதமரிடமிருந்து வந்த அந்த அதிர்ச்சியான வார்த்தையை உடனிருந்த இரு அதிகாரிகளும் இன்னும் மறக்கவில்லை. அந்த ஒரு பக்க அறிக்கையில் என்ன குறிப்பிடப்பட்டிருந்தது என்பது யாருக்கும் தெரியாத விஷயம். நாடாளுமன்றத்தில் தாக்கல் செய்தது போன்ற வலுவான அம்சங்கள் அவர் காட்டிய ஒரு பக்க அறிக்கையில் இல்லையோ என்கிற சந்தேகம் எழுகிறது. பட்ஜெட் பணியில் மன்மோகனுக்கு உதவிக்கொண்டிருந்த நிதியமைச்சகத்தின் இரு அதிகாரிகளும் வரைவில் அவற்றைச் சரிவரக் கொண்டுவரத் தவறியிருக்கலாம்.[71] எது எப்படியிருந்தாலும், 24 ஜூலை அன்று பட்ஜெட்டின் மூலமாக வெளியுலகுக்கு நாம் சொல்லப்போகும் செய்தி எப்படி இருக்கவேண்டும் என்பதில் ராவ், உறுதியாக இருந்தார் என்பது மட்டும் தெளிவாகிறது.

பட்ஜெட் தினத்தன்று காலையில் பிரதமர், தொழிலதிபர்களைச் சந்தித்தார். உள்நாட்டுச்சந்தையில் தாராளமயாக்கலை அமல் படுத்துவதைப் பெரும்பாலான தொழிலதிபர்கள் ஆதரித்தார்கள். ஆனால், வெளிச்சந்தையைத் திறந்துவிடுவது குறித்து நிறைய கருத்து வேறுபாடுகள் இருந்தன. வெளிநாட்டு நிறுவனங்களின் போட்டியைச் சமாளிக்க முடியாது என்பதே அவர்களது கவலைக்கான காரணம். 20 ஜூலை அன்று பழம்பெரும் தொழிலதிபரான கே.கே. பிர்லாவை சந்தித்ததை ராவின் டைரிக்குறிப்பிலிருந்து தெரிந்து கொள்ள முடிகிறது.[72] எண்பதுகளில் புதிய தொழில் முனைவராக வாழ்க்கையை ஆரம்பித்து, பிரபலமான தொழில் அதிபராக உயர்ந்த திருபாய் அம்பானியையும் அன்று சந்தித்தார்.

ஒரு பழுப்பு நிறக் கவரில், தட்டச்சு செய்யப்பட்ட கடிதம் அவரது ஆவணச் சேகரிப்பில் இருக்கிறது. உள்ளே கையெழுத்திடப்படாத கடிதமாக இருந்தாலும், உறையின் வலது மூலையில் திருபாய் என்று ராவின் கையெழுத்தைப் பார்க்கமுடிகிறது.[73] நிதிப்பற்றாக்குறை குறித்தும், கடன்களைத் திருப்பிச் செலுத்துவதில் உள்ள நெருக்கடி பற்றியும் கடிதத்தில் கவலை தெரிவிக்கப்பட்டுள்ளது. தொழில் உரிமத்தை ரத்து செய்வது குறித்தோ வெளிச்சந்தையிலும் தாராளமய மாக்கலை அமல்படுத்துவது குறித்தோ எதுவும் குறிப்பிடவில்லை. அதற்குப் பதிலாக, பொதுத்துறை நிறுவனப் பங்குகளை விற்பதன்

மூலம் 16,000 கோடி பணத்தை இந்திய அரசால் இந்தியாவிலிருந்தே திரட்டிவிடமுடியும் என்று நம்பிக்கை தெரிவிக்கிறது.

திருபாயின் யோசனையை எல்லாத் துறைகளிலும் அமல்படுத்தி விடலாம். 1991ல் சோவியத் யூனியனின் வீழ்ச்சிக்குப் பின்னர், புதிதாக உருவான ரஷ்ய குடியரசு, பொதுத்துறை நிறுவனங்களில் பெரிய அளவில் தாராளமயமாக்கலை முன்னெடுத்தது. புதிய அரசின் உதவியோடு, பழைய தொழிலதிபர்கள் அரசு சொத்துகளை அடிமாட்டு விலைக்கு வாங்கிக் குவித்தார்கள். ரஷ்யாவில் நடைபெற்ற தனியார் மயமாக்கல் என்பது முற்றிலும் சலுகைசார் முதலாளித்துவமே. நேர்மையான தாராளமயமாக்கலுக்குப் பதிலாக அதுபோன்ற முறை இந்தியாவில் அமல்படுத்தவேண்டும் என்று ராவுக்கு ஏராளமான அரசியல் அழுத்தங்கள் இருந்ததும் உண்மைதான்.

21 ஜூலை அன்று மன்மோகனால் வாசிக்கப்பட்ட பட்ஜெட்டின் இறுதி வடிவம், பல எதிர்பார்ப்புகளைத் தகர்த்தெறிந்தது. ஏற்றுமதி இறக்குமதி கொள்கைக்கு முக்கியத்துவம் தந்ததன் மூலமாக இந்தியா, உலகச் சந்தையோடு தொடர்பு கொள்ள முடிந்தது. மானியங்களைக் குறைத்ததன் மூலமாக அந்நிய முதலீடுகளைக் கவர முடிந்தது. லைசென்ஸ் ராஜ் முறையையும் ரத்து செய்யப்போவதாக பட்ஜெட் சொன்னது. அந்நிய முதலீடுகள் வருவதை ஊக்கப்படுத்தியது. சுருக்கமாகச் சொல்வதென்றால் லைசன்ஸ் ராஜின் மூன்றாவது தூணை அது முறித்துப் போட்டது: இந்தியாவை உலகச் சந்தையுடன் இணைத்தது.

இதற்கிடையே பட்ஜெட் தினத்துக்கு முதல்நாள், தொழில்துறை அமைச்சகத்துக்கும் நிதியமைச்சகத்துக்கும் இடையேயான கருத்து வேறுபாடுகள் ஏற்பட்டன. புதிய தொழில் கொள்கை பற்றிய அம்சங்களை பட்ஜெட்டில் சேர்க்கவேண்டும் என்பது நிதியமைச்சரின் கருத்து. உள்நாட்டில் மட்டுமல்லாமல் வெளிச்சந்தையிலும் தாராளமயமாக்கலை அமல்படுத்துவதில் அரசு உறுதியாக இருக்கிறது என்கிற செய்தியைச் சொல்லும்போது, இவை குறித்தும் பேசுவது நல்லது என்று நினைத்தார். ஆனால், தொழில்துறை அமைச்சகமோ, தங்களுக்கான முக்கியத்துவம் குறைந்துவிடும் என்று பயந்தார்கள். தொழில்துறை அமைச்சர், புதிய தொழில் கொள்கை குறித்துத் தனியாக ஓர் அறிக்கை வெளியிடவேண்டுமென்று வற்புறுத்தினார்கள். பொதுவாக அரசுக் கட்டுப்பாட்டுப் பொருளாதாரத்துக்கு ஆதரவாக இருந்த அதிகாரவர்க்கம் புதிய பொருளாதாரக் கொள்கையின் பெருமையில் பங்குகொள்ளத் துடித்தது. நரசிம்ம ராவின் ஆட்சி எப்படி மனோபாவத்தில் மாற்றங்களைக் கொண்டுவந்தது என்பதற்கான நல்ல உதாரணம் அது.

பிரதமர், அவரது வசமிருந்த தொழில்துறையின் கோரிக்கையை ஆதரித்தார். உரிமம் முறை ரத்து செய்யப்படுவது குறித்துத் தனியொரு அறிவிப்பு வெளியாகும் என்று உறுதியளித்தார். அதே நேரத்தில், ஒரே சமிக்ஞையாக உலகுக்குத் தெரியட்டும் என்று பட்ஜெட்டில் இவற்றைக் குறிப்பிடவும் அனுமதித்தார்.[74]

பட்ஜெட்டில் இடம் பெறும் வர்த்தகச் சீர்திருத்தங்களோடு ஒப்பிடும் போது உள் நாட்டுத் தொழில்துறை மாற்றங்கள் தொடர்பாக சர்வதேசத்துக்குப் பெரிய அக்கறை இருக்காது என்று சிலர் சொன்னார்கள். பட்ஜெட் தினத்தன்று காலையில் புதிய தொழில் கொள்கை குறித்து அறிவிப்பது என்ற முடிவு முற்றிலும் ராவுடையது. மிகவும் சாணக்கியத்தனமானது. பட்ஜெட் தினத்தில் செய்யப்படும் எந்தவொரு அறிவிப்பும் இரண்டாமிடத்துக்குச் சென்றுவிடும்.[75] 24 மணி நேரமும் செய்திகள் தரும் ரேடியோவும் டிவியும் இல்லாத கால கட்டம் அது. ராவின் அறிவிப்புகள் மறுநாள் காலையில்தான் செய்தித்தாள்களில் வெளிவரும். பட்ஜெட் பற்றிய செய்திகளுக்கு முக்கியத்துவம் கொடுக்கும் நாளேடுகள், பிரச்னைக்குரிய புதிய தொழில் கொள்கைபற்றிக் கண்டுகொள்ளாது. அதுதான் நல்லது என்று ராவ் நினைத்தார்.

24 ஜூலை 1991. பரபரப்பான தினமாக ஆரம்பித்தது. மாலை நேர பட்ஜெட் வாணவேடிக்கையை எதிர்பார்த்து, வரிசை வரிசையாக எம்பிக்கள் நாடாளுமன்றத்துக்குள் வந்தார்கள். சரியாக 12.50 மணிக்குத் தொழில்துறைக்கான இணையமைச்சர் பி.ஜே. கொரியன் எழுந்து அறிக்கையை வாசித்தார்.[76] அறிக்கையின் முக்கியத்துவம் கருதி, அதைத் தொழில்துறை அமைச்சராக இருந்த பிரதமரே படித்திருக்கவேண்டும். ஆனால், ராவ் தலையிட விரும்பவில்லை. அவரது இணையமைச்சரை அறிக்கை சமர்ப்பிக்குமாறு கேட்டுக் கொண்டார். அவர் எழுந்துநின்று பேச ஆரம்பித்தார்: 'தொழில்துறை கொள்கை பற்றி ஓர் அறிக்கை சமர்ப்பிக்க உங்கள் அனுமதியைக் கோருகிறேன்'.[77]

அதிரடியான மாற்றங்களைக் கொண்ட புதிய தொழில் கொள்கை வெகுளித்தனமான முகத்துடன் அறிவிக்கப்பட்டது. ஒரு சில நீங்கலாக எத்தகைய முதலீடுகள் உள்ள நிறுவனங்களாக இருந்தாலும், தொழில் தொடங்குவதற்கான உரிமம் பெறத் தேவையில்லை என்னும் வரலாற்று சிறப்பு மிக்க முடிவு அறிவிக்கப்பட்டது. முதல் கட்டமாக 18 தொழில்துறைகளுக்கு விலக்கு அளிக்கப்பட்டிருந்தது. பின்னாளில் அவையும் குறைக்கப்பட்டிருந்தன. பொதுத்துறை நிறுவனங்களின் ஏகபோக உரிமை, எட்டு துறைகளாகக் குறைக்கப் பட்டன. பெரிய நிறுவனங்களுக்கு எதிரான ஏற்றுமதி இறக்குமதி

165

கட்டுப்பாடுகளைக் குறைத்தது இரண்டாவது முக்கியமான மாற்றம். 34 தொழில்துறைகளில் அந்நிய முதலீட்டு வரம்பை 40 முதல் 51 சதவீதமாக்கியது. அந்நிய முதலீட்டை அதிகம் பெறும் நிறுவனங்கள் ஊக்குவிக்கப்பட்டன. சுதந்தரத்துக்குப் பிந்தைய இந்தியாவில் கொண்டுவரப்பட்ட முக்கியமான தொழில் கொள்கை அறிக்கை ஆர்ப்பாட்டமில்லாமல் அறிமுகப்படுத்தப்பட்டது.

அடுத்து வந்த சில மணி நேரங்களில், நேரு ஜாக்கெட் அணிந்து கையில் சிவப்பு நிற பட்ஜெட் சூட்கேஸ் சகிதம் நாடாளுமன்றம் வந்திருந்த மன்மோகன் சிங், தன்னுடைய இருக்கையில் இருந்து எழுந்து, தனது வாழ்நாள் உரையை வாசிக்க ஆரம்பித்தார்.[78]

'தனிமை என்னும் விசித்திரமான உணர்வில் தான் கட்டுண்டு இருப்பதாக' ஒப்புக்கொண்டு தன்னுடைய பேச்சை ஆரம்பித்தார். ராஜிவ் காந்தியின் வசீகரமான சிரித்த முகத்தை இன்று பார்க்க முடியாமல்போன துயரத்தைப் பகிர்ந்துகொண்டார்.[79] எந்த நேரு குடும்பத்தின் கொள்கைகளை முழுவதுமாக மாற்றியமைத்ததோ அந்த பட்ஜெட்டில் அந்தக் குடும்பம் பற்றிய புகழுரைகள் ஆங்காங்கே செருகப்பட்டிருந்தன. பொருளாதார நெருக்கடிதான், விலைவாசி உயர்வுக்குக் காரணம் என்று வார்த்தைகளில் விளையாடினார். பொருளாதார மந்த நிலை நம்மிடையே கடுமையான, ஆழமான தாக்கங்களை ஏற்படுத்தியிருக்கிறது. நாடு சுதந்தரமடைந்த பின்னர், இப்படியொரு நெருக்கடியை நாம் சந்தித்ததில்லை என்றார்.[80] பட்ஜெட் உரையின் துவக்கத்திலேயே ராஜிவ் காந்தியின் கனவுகளை நனவாக்குவோம்; ஏழைகளின் பொருளாதார நலன் காக்கப் போராடுவோம் என்று கசப்பு மருந்தின் மீது இனிப்பு முலாம் பூசியிருந்தார்.

ஏற்றுமதி இறக்குமதி கொள்கையைப் பற்றிப் பேச ஆரம்பித்தவர், ஏற்றுமதியை மேம்படுத்துவது, இறக்குமதி உரிமத்தை நீக்குவது, வரித் தீர்வைகளை மாற்றியமைப்பது உள்ளிட்ட பல விஷயங்கள் பேசினார். ராஜிவின் பெயரைச் சம்பிரதாயமாக உச்சரித்துவிட்டு, ஒரு துடிப்பான மூலதனச் சந்தைக்கு பட்ஜெட்டில் அடித்தளம் இட்டார்.[81] அடுத்து அரசு மானியங்களைப்பற்றிப் பேசினார். விவசாய உரங்களுக்குத் தரப்பட்டு வந்த மானியங்களில் 40 சதவீதத்தைக் குறைப்பதாக அறிவித்தார். சுத்திகரிக்கப்பட்ட சர்க்கரை மற்றும் எல்பிஜி சிலிண்டர்களின் விலையும் அதிகரிக்கப்பட்டது.[82] அன்றைய தினம் காலையில் அறிவிக்கப்பட்ட புதிய தொழில் கொள்கை குறித்து உரையில் குறிப்பிட்டுவிட்டு, 'பல்வேறு தொழில்துறை கட்டமைப்பு களை முன்னெடுத்தமைக்காக' நேரு, இந்திரா மற்றும் ராஜிவ் காந்திக்கு நன்றியைத் தெரிவித்துக்கொண்டார். ஏராளமான எச்சரிக்கைகளும்

ஏமாற்றங்களையும் தாண்டி இறுதியில் நம்பிக்கை தரும் விக்டர் ஹ்யூகோவின் மேற்கோளோடு தன்னுடைய உரையை முடித்துக் கொண்டார்: 'தக்க நேரம் அமைந்துவிட்டால், எந்தவொரு புதிய சிந்தனையும் அமலுக்கு வருவதை எந்த சக்தியாலும் தடுத்துவிட முடியாது'.[83]

ஒரே நாளில் நரசிம்ம ராவும் மன்மோகன் சிங்கும் யாராலும் செய்யமுடிந்திராத ஒன்றை வெற்றிகரமாகச் செய்து காட்டினார்கள். லைசென்ஸ் ராஜ் முறையின் ஆதாரமான தூண்கள் தகர்க்கப்பட்டன: அரசுத் துறைகளின் ஏகபோகம் முடிவுக்குக் கொண்டுவரப்பட்டது. தனியார் தொழில்கள் மீதான தடைகள் நீக்கப்பட்டன. உலகச் சந்தையிலிருந்து தனிமைப்படுத்தப்பட்ட நிலை முடிவுக்குக் கொண்டுவரப்பட்டது.

இனி அரசியல் சூறாவளிகளைச் சமாளித்தாக வேண்டும். நரசிம்ம ராவ் இப்போது வெகு கவனமாக இருந்தார். முதல்வராக இருந்த போது படுதோல்விக்குக் காரணமான விஷயங்களை நினைத்துப் பார்த்திருக்கலாம். எப்போது சிங்கமாக இருக்கவேண்டும், எப்போது எலியாக இருந்துவிடவேண்டும் என்பது அவருக்குத் தெரிந்திருந்தது. செயற்கரிய செயலைச் செய்து முடித்துவிட்ட மகிழ்ச்சியில் திளைத்து, தடுமாறிவிடாமல் அமைதி காத்தார். மற்றவர்களை முன்னிலைப்படுத்தினார். புதிய தொழில் கொள்கை, இணையமைச்சரால் வெளியிடப்பட்டது. பட்ஜெட் உரையை மன்மோகன் சிங் பேசி முடிக்கும்வரை, இறுக்கமாக உட்கார்ந்திருந்தார்.

சுதந்தரத்துக்குப் பிந்தைய இந்தியாவில் மாபெரும் மாற்றங்களைக் கொண்டுவந்த வரலாற்றுத் தினத்தில் ராவ், வாய் மூடி அமைதியாக இருந்தார். எதைப்பற்றியும் பேசவில்லை. அன்றிரவு எட்டு மணிக்கு, மொரீஷியஸ் பிரதமருடன் விருந்துக்கு ஏற்பாடு செய்திருந்தார்.[84] அவரைப்பொறுத்தவரை, அன்றைய தினம், அவருக்கு மற்றுமொரு தினம்.

மறுநாள் காலை, நாளேடுகளும் பத்திரிகைகளும் புதிய பட்ஜெட்டைப் புகழ்ந்து செய்தி வெளியிட்டிருந்தார்கள். எதிர்பார்த்தது போலவே மீடியாவின் மொத்த கவனமும் பட்ஜெட் மீதிருந்தது. மன்மோகன் சிங், புதிய ஹீரோவாக முன்னிறுத்தப்பட்டார். நரசிம்ம ராவ் பற்றி யாரும் குறிப்பிடவில்லை. டைம்ஸ் ஆப் இந்தியாவின் தலையங்கம் பட்ஜெட்டை 'நிஜமான ஒரு சரித்திர நிகழ்வு' என்று குறிப்பிட்டிருந்தது. நரசிம்ம ராவ் பற்றிய குறிப்பு எங்கும் இல்லை.[85] 'பொருளாதாரப் புரட்சி' என்று எகனாமிஸ்ட் பத்திரிக்கை, பட்ஜெட்டைப் பாராட்டியிருந்தது. 'சிங்'ஸ் நியூ சாங்' (சிங்கின் புதிய

பாடல்) என்று அதற்குத் தலைப்பிட்டிருந்தது.[86] இந்தியா டுடேவின் பட்ஜெட்டுக்குப் பிந்தைய இதழ், ஒரு கவர் ஸ்டோரியை வெளியிட்டிருந்தது. 'அதிர்ச்சி வைத்தியம்: தேறுமா' என்று தலைப்பிட்டிருந்தது.[87] அட்டையில் மன்மோகன் சிங் இருந்தார். மன்மோகன் சிங் மட்டுமே இருந்தார்.

•

பொருளாதாரச் சீர்திருத்தங்கள் பற்றிய அறிவிப்புகளிலிருந்து ஒதுங்கியே இருந்தார் ராவ். எதிர்பார்த்தது போலவே, எதிர்க்கட்சி களின் தாக்குதல்கள் ஆரம்பமாயின. விவசாய மானியங்களைக் குறைத்தது, மாபெரும் பாதிப்பை உண்டாக்கும்; இது ஏழைகளுக்கு எதிரான பட்ஜெட் என்று வி.பி. சிங் கண்டித்திருந்தார். வறுமையை ஒழிக்கும் எந்தவொரு திட்டமும் பட்ஜெட்டில் இல்லையென்று பாஜக தலைவர் ஜஸ்வந்த் சிங் கருத்துத் தெரிவித்திருந்தார்.[88] பட்ஜெட் கூட்டத்தொடரில் ராவ் அரசுக்கு நெருக்கடி தரவும் எதிர்க்கட்சிகள் முடிவு செய்திருந்தார்கள்.

எதிர்ப்புகளுக்கு பதிலடி கொடுத்தார் ராவ். இந்த மாற்றங்களை எடுத்தாக வேண்டும்படிச் செய்திருக்கும் நெருக்கடிகளையும் நேருவின் சித்தாந்தங்களோடு இந்தச் சீர்திருத்தங்களுக்கு இருக்கும் தொடர்பையும் நன்கு மிகைப்படுத்தியே பேசியிருந்தார். சுதந்தர தினத்தன்று, செங்கோட்டையில் தேசியக்கொடியை ஏற்றிவைத்து, குண்டு துளைக்காத கூண்டில் நின்று மக்களுக்குப் பொருளாதாரப் பாடம் எடுத்தார். தேசம் இதற்கு முன் இப்படியான ஒரு நெருக்கடியை ஒருபோதும் சந்தித்ததில்லை. சீர்திருத்த நடவடிக்கைகள் எடுக்கா விட்டால் விவசாயப் பொருட்களும் கெரசின் போன்ற அத்தியாவசியப் பொருட்களின் விலைகளும் வெகுவாக ஏறிவிடும் என்று கவலை தெரிவித்தார்.[89] வரிவிதிப்பைக் குறைப்பது பற்றியோ தொழில் உரிமம் ரத்து பற்றியோ உரையில் எதுவும் இடம் பெறவில்லை. 'ரூபாய்க்கான பரிமாற்று விகிதம் சிறிதளவு மாற்றப் பட்டிருப்பதாகக்' குறிப்பிட்டார்.[90]

பிரதமரின் நாடாளுமன்ற உரையும் கவனமாகத் தயார் செய்யப் பட்டிருந்தது. மேற்குலகின் விருப்பங்களுக்கேற்ப அரசு நடந்து கொள்வதாக எதிர்க்கட்சிகள் குற்றம்சாட்டியிருந்தனர். மலேஷியா, கொரியா, தாய்லாந்து மற்றும் இந்தோனேஷியா போன்ற நாடுகளில் மேற்கொள்ளப்பட்ட தொழில்கொள்கை மாற்றங்களை ராவ் மேற்கோள் காட்டினார்.[91] தன்னுடைய அரசு கொண்டு வந்துள்ள புதிய தொழில்கொள்கை, 1956ல் நேரு கொண்டிருந்த தொழில் கொள்கையின் நீட்சியே என்றும் வாதிட்டார்.[92]

அதில் உண்மையில்லை. நேருவின் தொழில்கொள்கை, பட்ஜெட் தினத்தன்று காலாவதியாகியிருந்தது. ராவின் நாடாளுமன்ற உரையும், அவருக்குப் பிடித்தமான தெலுங்கு உரைநடையான ராகவ பாண்டவீயம் போன்று ஒரே சொல், வெவ்வேறு இடங்களில் வெவ்வேறு பொருள் தரும்படியாகத்தான் இருந்தது.

எதிர்க்கட்சிகளைச் சமாளிக்க இன்னொரு வழியும் இருந்தது. 'எதிர்க்கட்சி வரிசையில் அமர்ந்திருந்தவர்களில் பலர் முன்னாள் காங்கிரஸ்காரர்கள். முன்பு ராவுடன் இணைந்து பணியாற்றியவர்கள். மன்மோகன், சோனியா, ராஜீவ் காந்தி போன்று அல்லாமல் ராவுக்கு அனைவருடனும் நல்ல நட்பு உண்டு. நேரு குடும்பத்தினரோ அரசியலில் இருந்து முற்றிலுமாக விலகியிருந்தார்கள். எதிர்க் கட்சியினரிடம் அவர்கள் எப்போதுமே நெருக்கம் காட்டியதில்லை. ஆனால், ராவ், வாஜ்பாய் போன்ற தலைவர்களுடன் நெருங்கிய நட்பு கொண்டிருந்தார்' என்கிறார் ராகேஷ் மோகன்.⁹³ எதிர்க்கட்சிகளுக்கு மத்தியில் இருந்த கொந்தளிப்பான நிலையைத் தணிக்க, எதிர்க்கட்சித் தலைவர்களைத் தொடர்புகொண்டார் ராவ். தன்னுடைய புதிய தொழில் கொள்கை, ஏற்கனவே ஆட்சியில் இருந்த சந்திரசேகரும், வி.பி சிங்கும் முயன்று பார்த்ததன் தொடர்ச்சிதான் என்று அவர்களிடம் விளக்கமளித்தார். நாடாளுமன்றத்தில் சமஸ்கிருதத்தில் பிரசங்கம் செய்து பாஜகவைச் செயலிழக்கச் செய்தார்.⁹⁴

எந்த விஷயங்களில் விட்டுக்கொடுக்கவேண்டும் என்பது ராவுக்கு நன்றாகவே தெரியும். ராஜீவ் பவுண்டேஷன் தொடங்க, 100 கோடி ரூபாய் (அன்றைய நிலையில் பெரிய தொகை) அரசு சார்பில் நிதியுதவி செய்வதாக நிதியமைச்சர் ஒப்புதல் அளித்ததும், எதிர்க்கட்சிகள் கூச்சலிட்டன. ராவ், அந்த நிதியுதவியை உடனே ரத்துசெய்தார். ஆனால், சோனியா காந்தி வேண்டாமென்று மறுத்த பிறகுதான் அத்தகைய நடவடிக்கையை மேற்கொண்டார்.⁹⁵ பட்ஜெட்டில் விவசாய மானியங்கள் குறைக்கப்பட்டதற்குக் கடும் எதிர்ப்பு எழுந்ததும், அதை 40 சதவீதத்திலிருந்து 30 சதவீதமாக மாற்றியமைக்க நிதியமைச்சருக்கு உத்தரவிட்டார்.⁹⁶ விழாக்காலத் தள்ளுபடி போல், விலையை அதிகமாக ஏற்றிவிட்டு, பின்னர் குறைக்கும் யுக்தி பலனளித்தது.

இடதுசாரிகள் மட்டும், அரசைத் தொடர்ந்து எதிர்த்து வந்தார்கள். இந்திய கம்யூனிஸ்ட் கட்சியும், மார்க்சிஸ்ட் கம்யூனிஸ்ட் கட்சியும் இணைந்து 49 நாடாளுமன்ற உறுப்பினர்களைக் கைவசம் வைத்திருந் தார்கள். தாராளமயமாக்கல் சீர்திருத்தங்களைத் தடுமாற வைக்க, அதுவே போதுமானதாக இருந்தது. இரண்டாவது முறையாக ரூபாய் நாணய மதிப்பு குறைக்கப்பட்டவுடன், இடதுசாரிகள்

சுதாரித்துவிட்டார்கள். மேற்கு வங்கத்தில் ஆட்சிப்பொறுப்பில் இருந்த இடதுசாரிகள், நாட்டின் கடனை அடைப்பதற்கான மாற்று வழிகள் குறித்து அறிக்கை வெளியிட்டிருந்தார்கள். உரிமம் முறையை ரத்து செய்வது, ரூபாய் நாணய மதிப்பைக் குறைப்பது, ஏற்றுமதி இறக்குமதி முறைகளில் மாற்றம் கொண்டுவருவதைத் தவிர்த்து விட்டு மாற்று வழிகளின் மூலம் வருவாயை ஈட்டுவது பற்றிக் குறிப்பிட்டிருந்தார்கள். குறிப்பாக, வரிவிதிப்பை அதிகரிப்பது, வளர்ச்சியைத் தராத செலவுகளைக் குறைப்பது என்பவைதான் அவர்களது முக்கியமான யோசனையாக இருந்தது.[97]

13 ஜூலை அன்று, இடது சாரி பொருளாதார வல்லுநர்கள் இணைந்து ஒரு கூட்டறிக்கை வெளியிட்டிருந்தார்கள். ரூபாய் மதிப்பைக் குறைப்பதையும் மானியங்களைக் குறைக்கும் அரசின் நடவடிக்கை யையும் விமர்சித்திருந்தார்கள்.[98] பொருளாதார நெருக்கடியைத் தவிர்க்க ஐஎம்எப் தந்திருந்த ஆலோசனை அல்லாமல் வேறு பல வழிமுறைகளும் உண்டு என்பதை வலியுறுத்தி ஏராளமான கட்டுரைகளும் எழுதப்பட்டிருந்தன.[99] குறிப்பாக , மார்க்சிஸ்ட் கட்சித் தலைவர் இ.எம்.எஸ் நம்பூதிரிபாட் தொடர்ந்து எழுதியிருந்தார். பொருளாதார நெருக்கடியைத் தவிர்க்க, ஐஎம்எப் இடமிருந்து கடன் வாங்குவது தாகத்துக்காக விஷத்தைக் குடிப்பது போன்றது என்றும் எழுதியிருக்கிறார்.[100]

இடதுசாரிகளை வேறுவிதமாக அணுகுவது என்று நரசிம்ம ராவ் முடிவு செய்திருந்தார். பெரும்பாலான பொதுத்துறை ஊழியர்கள், இடதுசாரி அமைப்புகளுடன் நெருக்கம் கொண்டிருந்தார்கள். அவர்களுக்கு எதிரான எந்தவொரு நடவடிக்கையும், 1972ல் முதல்வராக இருந்தபோது ராவுக்கு எழுந்த எதிர்ப்பைவிடப் பல மடங்கு அதிகமாக இருக்கும். ராவுக்கு அனுபவம் கைகொடுத்தது. புதிய பொருளாதாரக் கொள்கையால் ஒரு ஊழியர்கூட நிறுவனத்தி லிருந்து வெளியேற்றப்படமாட்டார் என்கிற உறுதிமொழியை அளித்தார். [101] இடதுசாரிகள் ஆட்சியில் இருந்த மேற்கு வங்கத்தில் சில தொழில்மயமாக்க முயற்சிகள் பெற்றிருந்த வெற்றியை மன்மோகன்சிங் சுட்டிக்காட்டினார் அது தில்லியிலிருந்த இடதுசாரி களுக்கு அதிருப்தியை ஏற்படுத்தினாலும் மேற்கு வங்கத்தைச் சேர்ந்த இடதுசாரிகளிடம் வரவேற்பையே பெற்றது.[102] மார்க்சிஸ்ட் கம்யூனிஸ்ட் கட்சியின் தலைமையோடு குறிப்பாக ஜோதிபாசுவோடு நரசிம்ம ராவ் நெருக்கம் காட்டினார். இந்திய கம்யூனிஸ்ட் கட்சியில் உறுப்பினராக இருந்த தன்னுடைய பள்ளிக்காலத் தோழர் சதாசிவ ராவுடன் தொடர்பில் இருந்தார். அவ்வப்போது அவரை

தொலைபேசி மூலம் தொடர்புகொண்டு, இடதுசாரி அமைப்புகளின் எண்ண ஓட்டங்களையும் தெரிந்துகொண்டார். [103]

இடது சாரி எம்பிக்கள், நாடாளுமன்றக் கூட்டத்தொடரில் ஒரு பெரும் புயலை உருவாக்குவார்கள் என்பது எதிர்பார்த்திருந்த விஷயம்தான். சில வணிகக் குழுமங்களும் அரசுக்கெதிராக கிளர்ந்தெழுந்ததைத் தான் எதிர்பார்க்கவில்லை. தொழிலதிபர்களைத் தொடர்ந்து சந்தித்து, அவர்களது கருத்தையும் கேட்காமல் இருந்ததுதான் ராவின் தவறு. 'பட்ஜெட்டுக்குப் பின்னர் ஆகஸ்ட் 1991ல் பிரதமரைச் சந்தித்தோம். ஒரு சில வார்த்தைகளே பேசினார். வர்த்தகம் தொடர்பான விஷயங்களில் அவர் ஈடுபாடு காட்டியதுபோல் தெரியவில்லை. பழைய தலைமுறையைச் சேர்ந்தவராகவே எங்களுக்குத் தெரிந்தார்' என்கிறார் இந்திய தொழில் கூட்டமைப்பில் நீண்டகாலமாகத் தலைவராக இருந்த தருண் தாஸ். புதிய தொழில் கொள்கை அறிவிக்கப்பட்ட பின்னர், இந்திய தொழில் மற்றும் வர்த்தகக் கூட்டமைப்பான (FICCI) வெளிநாட்டு நிறுவனங்களை இந்தியாவுக் குள் அனுமதிப்பது குறித்துக் கவலை தெரிவித்திருந்தது. [104] ஜவாஹர்லால் நேரு பல்கலைக்கழகத்தில் படிக்கும் சில புரட்சிகர மாணவர்கள் போல் தனியார் தொழில்துறையினர் ஆவேசமாகப் பேச ஆரம்பித்திருந்தனர். [105] இந்தியத் தொழிலதிபர்களின் அச்சத்தைப் போக்க, பிரதமர் அவர்களைச் சந்தித்துப் பேச முடிவெடுத்தார். கறாரான மன்மோகன் சிங் இதில் விருப்பம் காட்டாததால் பிரதமரே களமிறங்க வேண்டியிருந்தது.

பட்ஜெட் வெளியான இரண்டாவது நாள் காலை ஏழுமணிக்கு திருபாய் அம்பானியைச் சந்தித்ததும், மறுபடியும் 16 ஆகஸ்ட் அன்று சந்தித்திருப்பதும் ராவின் டைரியிலிருந்து, உறுதியாகிறது. ஒரு சில தொழிலதிபர்களைச் சந்தித்துப் பேச, தன்னுடைய செய்தித் தொடர்பாளர் பி.வி.ஆர். கே. பிரசாத்தையும் முதன்மைச் செயலர் அமர்நாத் வர்மாவையும் அனுப்பிவைத்தார். [106] இந்தியாவின் கௌரவ விருதான பாரத் ரத்னா, ஜே.ஆர்.டி டாட்டாவுக்கு அறிவிக்கப்பட்டது. ஒரு தொழிலதிபருக்கு பாரத ரத்னா விருது வழங்கப்படுவது அதுவே முதல் முறை. தொழில்துறையின் நீண்டகால பயங்களைவிட அவர்களது பதற்றத்தைத் தணிக்க, தற்காலிகமாக ஏதாவது செய்ய முடியுமா என்று ராவ் யோசிக்க ஆரம்பித்தார்.

கட்சியினர் மத்தியிலும் கடும் எதிர்ப்பு இருந்தது. ஆந்திராவின் முதல்வராக இருந்தபோது, நிலச்சீர்திருத்தங்களை அமல்படுத்தி யதற்காக தன்னுடைய சொந்தக் கட்சியினரின் எதிர்ப்பைச் சமாளிக்க வேண்டியிருந்தது. இப்போது பிரதமரான பின்னர் தாராளமய

மாக்கலை அமல்படுத்தியமைக்காக அதே காங்கிரஸ் கட்சியினரால் கடுமையான விமர்சனங்களை எதிர்கொள்ள வேண்டியிருந்தது.

பட்ஜெட்டுக்குப் பின்னர், கட்சியின் அதிகாரபூர்வ பத்திரிகையான தி ஹெரால்டு தாராளமயமாக்கலை விமர்சித்து எழுதியிருந்தது. மிருதுவான கார்ன் ஃபிளாக்ஸ், கார்பனேட் செய்யப்பட்ட குளிர் பானம் போன்றவற்றை நடுத்தர மக்களுக்குக் கொண்டு வந்து சேர்ப்பதைவிட வேறென்ன பயன் ஏற்பட்டுவிடப்போகிறது—அது எந்நாளும் நம்முடைய தேசத்தின் சிற்பிகளின் எண்ணமாக இருந்த தில்லை என்று எழுதியிருந்தது.[107] 1991 ஆகஸ்ட் முதல் தேதியன்று கூட்டப்பட்ட கட்சிக் கூட்டத்தில் பட்ஜெட் பற்றிய விவாதங்கள் சலசலப்பை ஏற்படுத்தின. ராவ் எதுவும் பேசவில்லை. புதிய அறிவிப்புகள் தொடர்பான பிரச்னைகளை மன்மோகன் சிங்தான் சமாளிக்க வேண்டும் என்று விலகியிருந்துவிட்டார்.[108]

அடுத்த சில நாட்களில், கட்சியின் செயற்குழு மீண்டும் கூடியது. இரண்டு பேர் மட்டுமே மன்மோகன் சிங்கின் பொருளாதாரச் சீர்திருத்தங்களை ஆதரித்தார்கள். அதில் ஒருவர் மணி சங்கர் ஐயர்.[109] பின்னாளில் மணி சங்கர் ஐயர், தாராளமயமாக்கல் கொள்கையை விமர்சிப்பவர்களில் முக்கியமானவராக மாறிப்போனார். இந்தக் கூட்டத்திலும், ராவ் பேசவில்லை. எதிர்ப்பை மன்மோகன் சிங் சமாளிக்கட்டும் என்று விலகியிருந்தார்.

அரசியலுக்கு சம்பந்தமில்லாத மன்மோகன் சிங், மெல்ல அரசியல் பயின்று கொண்டிருந்தார். ராவ் போன்று, ராஜிவ் காந்தி காட்டிய வழியில் செல்வதாகப் பேச ஆரம்பித்திருந்தார். நாடாளுமன்றத்தில் பேசும்போது, நேருவின் அடியொற்றித் தன்னுடைய பணிகளைத் தொடர்வதாகவும் குறிப்பிட்டார்.[110] பட்ஜெட்டை விமர்சித்து 50 எம்பிக்கள் கடிதமெழுதியபோது ராவ் பதிலளிக்கவில்லை. கடிதத்தை நிதியமைச்சருக்கு அனுப்பிவைத்துவிட்டார். மானியக் குறைப்பை லேசாகத் தளர்த்தியபோது, எதிர்ப்பு நீர்த்துப்போனது. ராவ் ஆட்சி மீதிருந்த ஆபத்து நீங்கியது.

எதிர்ப்புகளுக்கான போலிக்காரணங்களுக்கும் புதுப்புது யுத்தி களுக்கும் பின்னணியில் ஒரு பெரிய கை இருந்தது. 1991ன் இறுதியில் பிரதமருக்கு அனுப்பி வைக்கப்பட்ட உளவுத்துறை அறிக்கையில் ஒரு முக்கிய தகவல் இருந்தது. அந்த அறிக்கை ராவ் அரசு மேற்கொள்ள விருந்த நான்கு முக்கியமான பொருளாதாரச் சீர்திருத்தங்களை முதலில் பட்டியலிட்டிருந்தது.

1. வர்த்தகம் மற்றும் தொழில் துறைகளில் தாராளமயமாக்கல், தொழில் துறை மீதான கட்டுப்பாடுகளை விலக்குவது, உலக வங்கி, ஐஎம்எப் நிபந்தனைகளை ஏற்பது
2. வெளிநாட்டு நிறுவனங்களின் தடையில்லா வர்த்தகம், வெளிநாட்டு முதலீடு, காட் பரிந்துரைகள் மற்றும் அறிவுசார் உரிமைகளை பாதுகாப்பது
3. பொதுத்துறை நிறுவனங்களைத் தனியார்மயமாக்குவது,
4. விவசாய விளைபொருட்களுக்கான மானியங்களைக் குறைப்பது, விவசாயக்கொள்கையில் புதிய மாற்றங்களைக் கொண்டு வருவது

மேற்கண்டவற்றுக்கு எதிரான நிலைப்பாடு கொண்டிருந்த நாடாளுமன்ற மற்றும் ராஜ்யசபா உறுப்பினர்களின் முழுப் பட்டியலும் அறிக்கையோடு இணைக்கப்பட்டிருந்தது. 55 எம்பிக்கள் வர்த்தகத்துறை தாராளமயமாக்கலுக்கு எதிராக இருந்தார்கள். அவர்களில் பல்ராம் ஜாக்கர், மாதவராவ் சிந்தியா உள்ளிட்ட 7 அமைச்சர்களும் அடக்கம். கே.கே. பிர்லா உள்ளிட்ட 6 காங்கிரஸ் எம்பிக்கள், வெளிநாட்டு நிறுவனங்களை இந்தியாவுக்குள் அனுமதிப்பதை எதிர்த்தார்கள். 18 எம்பிக்கள், பொதுத்துறை நிறுவனங்களைத் தனியார்மயமாக்குவதை எதிர்த்தார்கள். விவசாய விளைபொருட்களுக்கான மானியங்களைக் குறைப்பதை 20 எம்பிக்கள் எதிர்த்தார்கள். அர்ஜுன் சிங், திக் விஜய் சிங் உள்ளிட்ட 22 எம்பிக்கள், காங்கிரஸ் மற்றும் பாஜக இடையே ஒருமித்த கருத்து உருவாவதற்கு எதிராக இருந்தார்கள்.

அதுவொரு முக்கியமான அறிக்கை. உளவுத்துறையின் வேலை, உள்நாட்டு எதிரிகளிடமிருந்து நாட்டைப் பாதுகாப்பது. ஆனால், தன்னுடைய சொந்தக் கட்சியை வேவு பார்க்க, ராவ் அதைப் பயன்படுத்திக்கொண்டிருந்தார். 1973ல் தனக்கு நடந்தது, திரும்பவும் நடந்துவிடக்கூடாது என்பதுதான் அவருடைய நோக்கம். பொருளாதார சீர்திருத்தங்களைக் கொண்டுவருவதில் ராவ் எவ்வளவு தீவிரமாக இருந்தார் என்பதற்கு வேறு எந்தவொன்றைவிடவும் இதுவே மிகப் பெரிய ஆதாரமாக இருக்கிறது.

•

மிகப் பெரிய மாற்றங்களைச் செய்துமுடித்தபிறகு நரசிம்ம ராவும் மன்மோகன் சிங்கும் சின்னச் சின்ன விஷயங்களைச் செய்ய ஆரம்பித்தார்கள். ஊடகங்கள் சிறிய அளவில் விமர்சனங்களைத்

தொடர்ந்துகொண்டிருந்தது. 'நேரடியான அரசியல் மோதல்களை முடிந்தவரை தவிர்த்துவிட்டு, குறைவான வெளிப்படைத் தன்மையோடு, உறுதியுடன் தேவையான மாற்றங்களை ஒவ்வொரு துறையிலும் முன்னெடுப்பதுதான் நோக்கமாக இருந்தது' என்கிறார் அரசியல் அறிஞரான ராபர்ட் ஜென்கின்ஸ்.[111]

வெளிநாட்டு முதலீடுகளை ஊக்கப்படுத்தும் அமைப்பு ஒன்று ஆரம்பிக்கப்பட்டு, நேரடியாக பிரதமர் அலுவலகத்தின் கீழ் கொண்டுவரப்பட்டது.[112] அந்நிய முதலீடு வரத் தொடங்கின. ஒரு சில மாதங்களில் ஏகபோகத்துக்கு எதிரான சட்டங்கள் மற்றும் வரிவிதிப்பு முறைகளில் செய்யப்பட்ட மாற்றங்களும் அமலுக்குக் கொண்டுவரப்பட்டன. இந்தியப் பொருளாதாரத்தைக் கட்டுப் பாட்டுக்குள் வைத்திருந்த காஃப்காத்தனமான அமைப்புகளும் கலைக்கப்பட்டன. தொழில் தொடங்குவதற்காகப் பெறப்பட வேண்டிய ஒப்புதலைத் தருவதற்காகவே இயங்கிக்கொண்டிருந்த அமைப்புகள் முடக்கப்பட்டன. தொழில்துறைச் செயலகம், தொழில்நுட்ப மேம்பாட்டுக்கான இயக்ககம், பல்வகையான மூலப் பொருட்களுக்கான கட்டுப்பாட்டாளர் என ஒப்புதல் தரும் பணியிலிருந்த பல்வேறு அமைப்புகள் கலைக்கப்பட்டன. சம்பந்தப் பட்ட அலுவலகக் கட்டடங்கள் பூட்டப்பட்டன. 'அலுவலகத்தை மூடிவிட்டு, பணியாளர்களைக் குறித்த தேதியில் பணியிலிருந்து விடுவிக்குமாறு ஏற்கனவே அறிவுறுத்தியிருந்தோம்' என்கிறார் கேபினெட் செயலரான நரேஷ் சந்திரா.[113]

1992ல் மன்மோகன் சிங் சமர்ப்பித்த பட்ஜெட் வெளிநாட்டினர் இந்தியாவில் முதலீடு செய்வதற்கான வழிமுறைகளை இன்னும் எளிதாக்கியது. அதே மாதத்தில், அரசியல் அறிஞரான ஜேம்ஸ் மானரைச் சந்தித்தார் ராவ். பொருளாதாரச் சீர்திருத்தங்களின் பின்னால் இருந்த அரசியல் கணக்குகளை மேனரால் புரிந்துகொள்ள முடிந்தது. 'வளர்ச்சி மற்றும் அது தொடர்பான விஷயங்கள் குறித்துப் பேசுவதில் யாருக்கும் விருப்பம் இருப்பதில்லை. வளர்ச்சியும் பொருளாதாரமும் இன, மொழி, ஜாதி பிரச்னைகள் போல் உணர்வுப்பூர்வமான பிரச்னைகள் அல்ல. ஆனாலும், ராவ் வளர்ச்சியிலும் பொருளாதாரத்திலும் கவனம் செலுத்த முடிவெடுத்தமைக்கு அரசியல் காரணம் இருந்தது. பரபரப்பான உணர்வுபூர்வமான அரசியல் விஷயங்களில், தேசியக் கட்சியான காங்கிரஸ் கட்சி மற்ற எதிர்க்கட்சிகளான வலதுசாரி களையும் இடதுசாரிகளையும் வெற்றிகரமாகச் சமாளித்து ஆட்சியில் நீடிப்பது சிரமமாக இருந்திருக்கும்' என்கிறார்.[114]

பங்குச் சந்தை பரவசத்தைக் கொடுத்தது.[115] ஒரு மாதத்தில் சென்செக்ஸ் புள்ளி இரண்டு மடங்கானது.[116] பங்குச் சந்தை தரகரான

ஹர்ஷத் மேத்தா, திடீரென்று இந்தியா முழுவதும் பிரபலமானார். வெளிநாட்டிலிருந்து இறக்குமதி செய்யப்பட்ட மெரூன் கலர் டொயட்டோ லெக்ஸஸில் ஏறி, பம்பாய் தெருக்களில் ஆடம்பரமாகச் சென்றார். அவரது ஒவ்வொரு அசைவும் தலால் தெருவில் பரபரப்பாகப் பேசப்பட்டது.

1992 மத்தியில், அந்நியச் செலாவணி கையிருப்பு நிலை மேம்பட்டது. ஏப்ரல் மாதத்துக்குள் கையிருப்பு, பொருளாதார வல்லுநர்கள் ஒப்புக் கொள்ளும் அளவான மூன்று மாத இறக்குமதிக்குத் தேவையான அளவு இருந்தது.[117] 'நான் பொறுப்பேற்பதற்குள், பொருளாதார நெருக்கடி முடிவுக்குவந்துவிட்டது. அந்நியச் செலாவணி கட்டுக்குள் இருந்தது' என்கிறார் நரேஷ் சந்திராவுக்கு பின்னர் ஆகஸ்ட் 1992ல் அவருடைய இடத்துக்கு வந்த எஸ். ராஜகோபால்.[118] வர்த்தக அமைப்பான FIICI கூட்டத்தில் உரையாற்ற வந்த ராவ், 'கடன்களைத் திருப்பிச் செலுத்துவது குறித்த பிரச்னை தற்போது கட்டுக்குள் உள்ளது. நிதிப் பற்றாக்குறையைச் சமாளிப்பதில் குறிப்பிடத்தக்க வெற்றியை பெற்றிருக்கிறோம்' என்றார்.[119]

பிரச்னை, முடிவுக்கு வந்துவிட்டது.

•

1991ல் கொண்டு வரப்பட்ட பொருளாதாரச் சீர்திருத்தங்கள், ஐஎம்எப்பால் கொண்டுவரப்பட்டவையே என்று விமர்சிக்கப்படுவதுண்டு. பொருளாதார வல்லுநரான ஏ.ஓ ஹிர்ஷ்மேன் சொல்வதுபோல், 'மிகப் பெரிய நெருக்கடி - பெரும் மாற்றங்களைக் கொண்டு வரும்படித் தூண்டும். அதேநேரம் அந்த மாற்றங்களைக் கொண்டுவருவதற்கான வழிகளை அழித்துவிடாமலும் இருக்கும்'.[120] ஐ.எம்.எஃப். அப்படி யான மிகப் பெரிய நெருக்கடியை உருவாக்கி இந்தியச் சந்தையை உலகுக்குத் திறந்துவிட்டிருக்கிறது என்று குற்றம்சாட்டுவார்கள். இத்தகைய விமர்சனம் சரியென்று முழுமையாக ஒப்புக்கொள்ள முடியாததற்கும் சில காரணங்கள் உண்டு.

ஆரம்பத்தில் இந்தியா, ஐஎம்எப்பின் எண்ணத்துக்கு ஏற்ப வளைந்து கொடுத்தது. 1981 மற்றும் 1982 காலகட்டத்தில் எஸ்டிஆர் 3.9 பில்லியன் இந்தியாவால் பெறப்பட்டது. ஐஎம்எப் வரலாற்றிலேயே அதுதான் ஒரு நாட்டுக்குத் தரப்பட்ட மிகப் பெரிய தொகை.[121] அந்த மிகப் பெரிய நெருக்கடி இந்தியப் பொருளாதாரத்தை வெளிச் சந்தைக்குத் திறந்துவிடுமளவுக்கு அப்போதைய பிரதமர்களை நிர்பந்தித்திருக்கவில்லை. வேறு எந்தவகையிலும் மறைமுகமாகவும் தூண்டப்படவில்லை. 1991ல் முன்வைக்கப்பட்ட சீர்திருத்தங்கள் குறிப்பாக ரூபாய் நாணய மதிப்பைக் குறைப்பது, லைசென்ஸ்

முறையை அகற்றுவது, வர்த்தகத்தைத் தாராளமயமாக்குவது போன்ற அனைத்து சீர்திருத்தங்களும் குறைந்தபட்சம் முந்தைய பத்தாண்டு களாக அரசாங்க வட்டாரத்தில் ஒப்புக்கொள்ளப்பட்ட விஷயங்கள் தான். ஐஎம்எப் செய்ததெல்லாம், உள்நாட்டில் உருவாகியிருந்த அந்தச் சிந்தனைகளை அமல்படுத்த ஒரு மன்மோகன் சிங்குக்கும் நரசிம்ம ராவுக்கும் வெளியிலிருந்து ஓர் அரசியல் காரணத்தைக் கொடுத்தது மட்டும்தான். கடுமையான பொருளாதார நெருக்கடியில் இந்தியா சிக்கியிருந்ததென்பது அனைத்து அரசியல்வாதிகளுக்கும் தெரிந்த விஷயம்தான். சோவியத் யூனியனும் சிதைய ஆரம்பித்த நேரத்தில், சில மாற்றங்கள் தவிர்க்கமுடியாததாகிவிட்டன.

நெருக்கடியைத் தீர்க்கும் ஏராளமான தீர்வுகளில் இதுவும் ஒன்று. நரசிம்ம ராவின் சீர்திருத்த நடவடிக்கையை இப்படித்தான் சொல்ல வேண்டியிருக்கும். வேறு சில தீர்வுகளும் இருந்தன. இடதுசாரிகளும் அறிவுஜீவிகளும் அதைச் சரியாகச் சுட்டிக்காட்டினார்கள். ஆனால், எதிர்க்கட்சிகளும் சரி, கட்சிக்குள் இருந்த எதிர்கோஷ்டிகளும் தாராளமயமாக்கலை எதிர்த்ததன் மூலமாக, மற்ற தீர்வுகளைச் சாத்திய மில்லாததாக ஆகிவிட்டன.

உண்மையில் பிரச்னைக்கு கூடுதல் முக்கியத்துவம் தந்தது, நேரு-காந்தி ஆகியோரின் சிந்தாந்தத்தின் வழியிலேயே தொடர்ந்து செல்வதுபோல் காட்டிக்கொண்டு மாற்றத்தை முன்னெடுத்தது, மன்மோகன் சிங் போன்ற நேர்மையான பொருளாதார மேதையை நிதியமைச்சராக நியமித்தது என்பவை போன்ற ராவின் அரசியல் சாதுரியம் மட்டும் இல்லாமல் இருந்திருந்தால் நெருக்கடி நிலையி லிருந்து நாம் மீண்டிருக்கவே முடியாது. 'ராவ், சரியாகத் திட்ட மிடுபவராகவும், கெட்டிக்காரராகவும் இருந்தார். என்ன செய்ய வேண்டும் என்பதிலும் எப்படி செய்யவேண்டும் என்பதிலும் அவருக்குத் தெளிவு இருந்தது' என்கிறார் தருண் தாஸ்.[122]

தாராளமயமாக்கல் உள்ளிட்ட சீர்திருத்தங்கள், பொருளாதார நெருக்கடியைச் சமாளிப்பதற்காகக் கொண்டுவரப்பட்ட நடவடிக்கைகள் மட்டுமே என்று கருதத் தேவையில்லை. நெருக்கடிக்குப் பிந்தைய நிகழ்வுகள் அதையே உணர்த்துகின்றன. 1992க்கு மத்தியில் நிலைமை சுமூகமானதும் சீர்திருத்த நடவடிக்கைகளைக் கைவிட்டிருக்கலாம். பெருவணிக முதலைகள், எதிர்க்கட்சிகள், இடதுசாரி அறிவுஜீவிகள், காங்கிரஸ்காரர்கள் எல்லாரும் 'நிலைமைதான் சீராகிவிட்டதே... நமது பழைய அரசுக் கட்டுப்பாட்டு வழிமுறைக்குத் திரும்புவோம். சந்தையை மூடிக்கொள்வோம். அடுத்த பிரச்னை வரும்போது

பார்த்துக்கொள்ளலாம்' என்று சொல்லியிருக்கலாம். ஆனால், அவையெல்லாம் நடைபெறவில்லை.

தாராளமயமாக்கலைத் தொடர்ந்து முன்னெடுத்துச் செல்லாமல் இருந்திருந்தால், சீர்திருத்தங்களுக்கான முழுமையான பலன் கிடைத்திருக்காது. இந்தியர்களும் வெளிநாட்டுத் தொழில் முனைவோர்களும் இந்தியாவில் வர்த்தகம் செய்வது எளிதாகி விட்டது. எனினும், இந்தியாவில் வர்த்தகம் செய்வது சிக்கலானது என்பதால் அரசின் கையில் லகான் இருக்கவேண்டியது அவசியமாகிறது. போக்குவரத்து, தகவல் தொழில்நுட்பம், நுகர்வோர் சந்தைகளில் பெரிய மாற்றங்கள் ஏற்படாத காலம் அது. முதல் தனியார் விமான சேவைகூட அப்போது ஆரம்பிக்கப்பட்டிருக்க வில்லை. 1992க்குப் பிறகு சீர்திருத்தத்தைத் தொடரவேண்டிய எந்த நிர்பந்தமும் நரசிம்ம ராவுக்கு இருந்திருக்கவும் இல்லை. அவர் நினைத்திருந்தால் சீர்திருத்தத்தைப் பாதியிலேயே நிறுத்திக் கொண்டிருக்கமுடியும்.

8

பொருளாதாரத்தை வளர்த்தெடுத்தல் :
1992-96

சந்திரகுப்த மௌரியரின் ஆட்சி, நான்காம் நூற்றாண்டில் வட இந்தியாவையும் தாண்டி பாரசீகம்வரை பரவியிருந்தது.[1] பரந்து விரிந்திருந்த பேரரசை வெற்றிகரமாக ஆட்சி செய்யத் தலைமை அமைச்சரான கௌடில்யர் என்னும் சாணக்கியரின் உதவி முக்கியமானது. அரசியலின் முக்கியத்துவத்தை விளக்கி சாணக்கியர் எழுதிய அர்த்தசாஸ்திரம் இன்றும் பிரபலமானது.

அர்த்த சாஸ்திரம், எதிரிகளை வெல்ல எத்தனையோ உபாயங்களை (வழிமுறைகளை) முன்வைத்திருக்கிறது.[2] வெற்றியை எட்டுவதற்கு சாம, தான, பேத, மாய, உபேக்ஷ, தண்ட வழிமுறைகள் அந்தந்த அரசியல் சூழலுக்கு ஏற்ப பயன்படுத்தப்பட வேண்டியவை என்கிறது.[3] சலுகைகள், லஞ்சம், பிரித்தாளுதல், தந்திரம், புறக்கணிப்பு கடைசியாக தண்டனை இவற்றை அரசனின் கடமையாக அர்த்தசாஸ்திரம் குறிப்பிடுகிறது.[4]

வெற்றி கிடைக்காது என்று தெரிந்தால் உடனே சமரசத்தில் இறங்கவேண்டும். பலம் குறைந்த மன்னர்களையும் அதிருப்தியில் இருக்கும் மக்களையும் வெல்ல வன்முறையைவிட தானங்கள் சிறந்தது. எதிரிகள் மத்தியில் குழப்பத்தை ஏற்படுத்துவது அவர்களுடைய எதிர்ப்பை இல்லாமலாக்கும். நல்லவன் போலும் ஆர்வமில்லாதது போலும் நடிப்பது எதிரியின் செயல்பாடுகளைத் தாமதப்படுத்தும். இவையெல்லாம் தோற்றுப்போனாலே ஒரு மன்னர் போருக்குச் செல்லவேண்டும். அல்லது தண்டனை தரவேண்டும்.

மாக்ஸ் வெப்பர் முதல் ஹென்றி கிஸ்ஸிங்கர் வரை அனைத்து ராஜதந்திரிகளிடமும் சாணக்கியரின் தாக்கத்தைக் காணமுடியும். கூடவே சாணக்கியரின் காலத்துக்கு பிந்தைய 16ஆம் நூற்றாண்டைச் சேர்ந்த நிக்கோலே மாக்கியவில்லியின் தாக்கத்தையும் காணமுடியும். மாக்கியவில்லியைப் போலவே சாணக்கியரும் ஓர் ஒழுக்கவாதி (அந்த வார்த்தையின் சிக்கலான அர்த்தத்தின்படித்தான்). 'எந்தவொரு தலைவனும் தான் விரும்பிய நல்ல முடிவுகளை எட்ட சந்தேகத்துக்கிடமான வழிமுறைகளைக் கைக்கொள்ளக்கூடும். சில நேரங்களில் கட்டாயம் அப்படிச் செய்தாகவேண்டியும்வரும்' என்பதில் சாணக்கியரும் மாக்கியவில்லியும் ஒரே புள்ளியில் நிற்பதாகச் சொல்கிறார் தத்துவ மேதையான ரோகர் போஸ்ஷி.[5]

இந்தியாவுக்கு நேரவிருந்த ஆபத்தை அருமையாகப் பயன்படுத்தி, தான் பிரதமராக இருந்த முதல் ஆண்டில் தனது பொருளாதார இலக்குக்கான சீர்திருத்தங்களை அமல்படுத்தியிருந்தார். 1992-ல் நெருக்கடி தீர்ந்த பின்னர் அவருக்கு வேறு உபாயங்கள் தேவைப் பட்டன. ரூபாய் மதிப்புக் குறைப்பு, லைசென்ஸ் உரிமம் ரத்து, தாராளமயமாக்கல் என 1991-ல் ஆரம்பித்துவைத்த 'பெரு வெடிப்பு' சீர்திருத்தங்கள் இந்தியப் பொருளாதாரத்தைக் கட்டுப்பாடுகளில் இருந்து சம்பிரதாயமாக விடுவித்தன. ஆனால், எஞ்சிய தடைகளைத் தாண்ட மைய அரசின் உதவி தேவையாக இருந்தது.

லைசென்ஸ் ராஜ், பல்வேறுவிதமான சுயநலமிகளை பல்வேறு துறைகளில் வளர்த்து வைத்திருந்தது. வங்கிகளைத் தனியார் மயமாக்கும் கொள்கையானது இந்திரா காந்தி வங்கிகளைத் தேசியமயமாக்கிய செயலைக் கவிழ்த்துப்போடும். கோட்பாட்டு விமர்சகர்கள் அதை அபாயமாகக் கருதுவார்கள். வங்கித் தொழிற் சங்கங்கள் தமக்கு இழைக்கப்படும் அநீதியாக நினைத்துப் போராட்டத்தில் இறங்குவார்கள். முதலீட்டுச் சந்தை விரிவடையும் போது பங்குச் சந்தைகளின் நேர்மையற்ற தரகர்களின் எதிர்ப்பைச் சந்திக்க வேண்டியிருக்கும். இந்தியாவின் உள்கட்டமைப்பில் மாற்றங்கள் செய்யப்பட்டபோதும் இதே நிலைதான்.

தேசிய நெடுஞ்சாலைத் துறைச் செயல்பாடுகளுக்கு குறைவான எதிர்ப்பே வந்தது. மின் உற்பத்தி மற்றும் பகிர்மானங்களில் சீர்திருத்தங்கள் கொண்டு வருவதைப் பல குழுக்கள் தடுக்க நினைக்கும். நிலக்கரி மாஃபியா, மாநில மின்வாரியத்துறை, நுகர்வோர்கள் எனப் பலரும் எதிர்ப்பு தெரிவிப்பார்கள். தொலைக்காட்சியும், நுகர்வோர் பொருட்களும் வெளிச்சந்தைக்குத் திறந்துவிடப்பட்டபோது புதிய குழு ஒன்று மேற்கத்திய

கலாசாரத்தில் இந்தியா மூழ்கடிக்கப்பட்டுவிடுமோ என்று பயந்து கொண்டு எதிர்த்தது.

பாஜக, இடதுசாரிகள் மட்டுமல்ல காங்கிரஸ் கட்சியினருக்கும் தாராளமயமாக்கலை எதிர்கொள்வதில் சில சங்கடங்கள் இருந்தன. லைசென்ஸ் முறை ரத்து செய்யப்படுவதை வரவேற்ற பாஜகவுக்கு, வெளிநாட்டு நிறுவனங்களுடன் உள்நாட்டு நிறுவனங்கள் போட்டியிடும் நிலை வருவதில் விருப்பமில்லை. இடதுசாரிகள், எல்லாவற்றுக்குமே எதிர்ப்புத் தெரிவித்தார்கள். காங்கிரஸ் கட்சியினரோ நேருவின் சித்தாந்தத்துக்கு எந்தவொரு இழுக்கும் வந்துவிடக்கூடாது என்று கவலைப்பட்டனர்.

பொருளாதாரச் சீர்திருத்தங்களைப் பொறுத்தவரை நரசிம்ம ராவும் மன்மோகன் சிங்கும் சிறப்பான தொடக்க ஆட்டக்காரர்கள் என்பதை நிரூபித்திருந்தார்கள். 1992 இறுதிக்குள், ஆட்டத்தின் நடுப்பகுதிக்கு தாராளமயமாக்கல் நகர்ந்திருந்தது. ஒவ்வொரு துறைக்கும் ஏற்றபடி ஒரு சில பிரத்யேக் மாற்றங்களை அறிமுகப்படுத்தி, தொடர்ந்து முன்னேறிச் செல்லவேண்டியிருந்தது. ஒவ்வொரு துறைக்கும் ஒவ்வொரு கட்சிக்கும் ஒவ்வொருவிதமான தீர்வுகள் தேவைப்படும். நரசிம்ம ராவால் ஒரே நேரத்தில் வேகப் பந்தையும் சுழல் பந்தையும் எதிர்கொள்ளமுடியுமா?

•

1992 ஏப்ரல். திருப்பதியில் நடைபெறும் 79வது அகில இந்திய காங்கிரஸ் தேசிய மாநாட்டுக்காக ராவ் தயாராகிக்கொண்டிருந்தார். நேரு குடும்பத்தையோ காந்தி குடும்பத்தையோ சேராத ஒருவர், காங்கிரஸ் சார்பில் பிரதமராகி, கட்சியின் தேசிய மாநாட்டில் தலைமையுரை நிகழ்த்தும் அரிய வாய்ப்பு அவருக்குக் கிடைத்திருந்தது. தன்னுடைய உரையின் மூலம் கட்சியினர் மத்தியில் பெரிய தாக்கத்தை ஏற்படுத்தவேண்டும் என்று பிரதமர் நினைத்தார். நாட்டின் பொருளாதார நெருக்கடி, எடுக்கப்படவேண்டிய நடவடிக்கைகள் பற்றியெல்லாம் இனியும் பேசிக்கொண்டிருக்கமுடியாது. இதுவரை என்னென்ன நடவடிக்கைகள் எடுக்கப்பட்டிருக்கின்றன, அதனால் எத்தகைய பலன்கள் ஏற்பட்டிருக்கின்றன என்பது குறித்துப் பேசியாகவேண்டும்.

கட்சியின் முந்தைய மாநாடு, 1985ல் ராஜிவ் காந்தி தலைமையில் பம்பாயில் நடைபெற்றது. கட்சியின் நூற்றாண்டு விழாவாகக் கூட்டப்பட்டது. மாநாட்டில் தாராளமயமாக்கலுக்கு ஆதரவான விவாதங்களை ராஜிவ் ஆரம்பித்து வைத்தார். இந்திய அரசியலில் பெரும்பான்மையான வாக்காளர்களால் தேர்ந்தெடுக்கப்பட்டு, அசுர

பலத்துடன் ஆட்சியில் அமர வைக்கப்பட்ட ராஜிவ் காந்தியின் யோசனையை காங்கிரஸ் கட்சியின் பிற தலைவர்கள் ஏற்க மறுத்தனர். சோஷலிசத்தைக் கைவிடுவதில் அவர்களுக்கு அவ்வளவு தயக்கம் இருந்தது. இதனால் பொருளாதார சீர்திருத்தங்கள் பற்றி எதுவுமே பேசாமல் தன் உரையை முடிக்கவேண்டியிருந்தது.[6] 7 ஆண்டுகளில் காட்சி மாறியிருக்கிறது. நேரு குடும்பத்தைச் சாராத ஒருவர் பிரதமராகியிருக்கிறார். கட்சியிலும் நாடாளுமன்றத்திலும் பெரும் பான்மை பெற்றிராத ராவ், கட்சியினரின் எதிர்ப்பைச் சமாளிப்பாரா?

மாநாடு தொடங்குவதற்கு முன்னர், தன்னுடைய உரையை எழுதுவதற்கு முன் பலருடைய வரைவுகளை அலசி ஆராய்ந்ததாக கல்யாணி சங்கர் குறிப்பிடுகிறார்.[7] அவற்றில் ஒன்று பி.சி.அலெக்ஸாண்டர் எழுதிக் கொடுத்த உரை. பிரதமர் பதவிக்கான போட்டியில் காங்கிரஸின் மாயச் சுழல் பாதையில் வெற்றிகரமாக நடக்க அவர்தான் ராவுக்கு உதவியிருந்தார். ‘அரசுக் கட்டுப்பாடுகள், தடைகள் போன்றவை அவற்றின் தேவைகளும் பயன்பாடுகளும் முடிந்த பிறகும் பொருளாதாரத்தைச் சங்கிலியாகப் பிணைத்திருக்கத் தான் வேண்டுமென்று நேருவிய சோஷலிசம் சொல்லவில்லை’ என்ற வாசகத்தை அலெக்சாண்டர் தான் எழுதிக் கொடுத்த உரையில் சேர்த்திருந்தார். பிரதமராக ஓராண்டுகள் கடந்த நிலையில், வார்த்தைகளில் ஜாலங்கள் காட்டிட ராவாலும் முடிந்தது. சிவப்புப் பேனாவால் அந்த வாக்கியத்தை அடித்து ‘அரசுக் கட்டுப்பாடுகள், தடைகள் போன்றவை அவற்றின் தேவைகளும் பயன்பாடுகளும் முடிந்த பிறகும் பொருளாதாரத்தைச் சங்கிலியாகப் பிணைத் திருக்கத்தான் வேண்டுமென்று நேருவிய சோஷலிசம் சொல்வதாகச் சித்திரிப்பது மிகப் பெரிய பிழை’ என்று மாற்றியமைத்தார்.[8]

ஆந்திராவைச் சேர்ந்த அதிகாரி பி.பி.ஆர் விட்டல் மற்றும் காங்கிரஸ் பிரமுகரான வி.என் காட்கில் ஆகியோரின் ஆலோசனையையும் கேட்டுக்கொண்டார். காட்கில் அனுப்பிய வரைவைப் படித்த ராவ், சிவப்பு மையால் அடிக்கோடிட்டு, ‘எளிமையான நடையில் எழுதவும். குறிப்பாக இண்டிகேட்டிவ் பிளானிங், பேலன்ஸ் ஆஃப் பேமண்ட்ஸ், ஃபிஸ்கல் மேனேஜ்மெண்ட் போன்ற வார்த்தைகள் அடிக்கடி வருகின்றன. கட்சிக்காரர்கள் நிறைய பேருக்கு இவை யெல்லாம் முழுதாகப் புரியாது. புரிந்ததாகக் காட்டிக்கொள்பவர் களுக்கும்கூட இவையெல்லாம் புரியாது. ஆகவே, முடிந்தவரை எளிமையாக இருக்கட்டும். வேண்டுமானால் உரையின் இறுதியில் அல்லது அடிக்குறிப்புகளாக இப்படியான கலைச் சொற்களைப் பயன்படுத்திக்கொள்ளலாம்’ என்று குறிப்பு எழுதித் திருப்பி அனுப்பினாராம்.[9]

பத்து மொழிகளில் புலமை பெற்றவர் பொருளாதார சீர்திருத்தங்களைப்பற்றி சாமானியர்களும் புரிந்து கொள்ளுமளவுக்கு சரளமான மொழிநடையைத் தேடிக்கொண்டிருந்தார். இது குறித்து மாண்டேக் அலுவாலியாவிடமும் குறைபட்டுக்கொண்டாராம். தாராளமயமாக்கலுக்குச் சரியான இந்தி வார்த்தையை உங்களால் கண்டுபிடிக்கமுடியவில்லையா. 'ச்கூட்' என்கிற வார்த்தையை சிலர் சொல்கிறார்கள். அது லைசென்சஸ் என்கிற அர்த்தத்தையே தருகிறது. தாராளமயமாக்கல் என்பது விடுதலை. கட்டுப்பாடுகளிலிருந்து பரிபூரண விடுதலை என்கிற தொனியில் நேர்மறையான அம்சம் வருமாறு சரியான சொல்லைத் தேர்ந்தெடுக்கவேண்டும் என்றாராம்.[10]

14 ஏப்ரல் 1992. திருப்பதியில் மாநாடு கூடியது. முதல் இரண்டு நாட்கள் எதுவும் பேசாமல் ராவ், மேடையில் அமைதியாக அமர்ந்திருந்தார். எல்லாவற்றுக்கும் நிதியமைச்சரே விளக்கங்கள் கொடுத்துக் கொண்டிருந்தார். 'தாராளமயமாக்கல் என்பது புதிய விஷயம். தெரியாத விஷயங்கள் மீது நமக்கு எப்போதும் ஒரு பயமுண்டு. காங்கிரஸ் கட்சியின் கொள்கையிலிருந்து நாங்கள் விலகிச் சென்று கொண்டிருப்பதாக அச்சம் நிலவியது' என்கிறார் மன்மோகன்.[11]

16 ஏப்ரல். மாநாட்டின் இறுதி நாளன்று, பிரதமர் இறுதியுரை நிகழ்த்தினார். தன்னுடைய அரசு மேற்கொள்ளும் பொருளாதாரச் சீர்திருத்தங்களுக்கு நேருவின் பெயரைப் பயன்படுத்தினார்.[12] 'கிழிந்து போன சிறு துணியை வைத்து, உடலை மறைக்க முயற்சி செய்வது போல், இந்தியாவின் நிதிப்பற்றாக்குறையை ஒரு சில சிக்கன நடவடிக்கைகள் மூலம் சமாளித்துவிடமுடியாது. தலையைத் துணியால் முழுதாக மூடி மறைத்தால், கால்கள் தெரியும். கால்களை மறைத்தால் தலை தெரியும். நமக்கு நீளமான துணி தேவைப்படுகிறது என்கிற உண்மையைப் புரிந்துகொள்ளவேண்டும். அதை அரசினால் மட்டும் தந்துவிடமுடியாது. தனியார் நிறுவனங்களின் ஒத்துழைப்பும் தேவைப்படுகிறது' என்றார்.[13]

மாநாட்டின் முடிவில், தாராளமயமாக்கல் குறித்த கொள்கை முடிவுகளிலும் அரசின் செயல்பாட்டின் மீதும் நம்பிக்கை தெரிவித்துத் தீர்மானம் இயற்றப்பட்டது. அன்று, ராஜிவ் காந்தியால் செய்ய முடியாததை நரசிம்ம ராவ் இன்று செய்து முடித்திருந்தார். பொருளாதார சீர்திருத்தங்களைச் சந்தேகப்பட்டுக்கொண்டிருந்த கட்சியினரை ஏற்கவைத்திருந்தார்.

மறுநாள் டைம்ஸ் ஆப் இந்தியா நரசிம்ம ராவின் சாதனைகள் குறித்த கவர் ஸ்டோரி வரைந்திருந்தது. பொருளாதாரச் சீர்திருத்தங்களை வெற்றிகரமாக அமலுக்குக் கொண்டு வந்ததுடன், கட்சியினரின்

நம்பிக்கையையும் நரசிம்ம ராவால் எப்படிப் பெற முடிந்தது என்பது குறித்துக் கட்டுரை விரிவாகவே அலசியிருந்தது.

'கடந்த சில மாதங்களில் அரசினால் அறிவிக்கப்பட்ட சீர்திருத்தங்களின் மீதான நம்பிக்கையையும் ஆதரவையும் கட்சி தெரிவித்துக் கொண்டது. அந்த சீர்திருத்தங்கள் எல்லாம் கடந்த கால சித்தாந்தங்களில் இருந்து முற்றிலும் மாறுபட்ட திசையில் முன்னெடுக்கப் பட்டிருக்கின்றன. இதை மறைக்க நேரு, இந்திரா, ராஜீவ் ஆகியோரின் கனவுகளைக் குறித்த வார்த்தைகளைப் போர்வையாகப் பயன்படுத்தியிருக்கிறார்கள். நேருவின் சித்தாந்தத்துக்குப் புதிய விளக்கம் அளித்து இன்றைய புதிய பொருளாதாரக் கொள்கைகளை நியாயப்படுத்துவதற்கே தீர்மானத்தின் கணிசமான பக்கங்கள் பயன்படுத்தப்பட்டுள்ளன.[14]

•

ராவ் தெளிவாக இருந்தார். காங்கிரஸ் கட்சியினரைச் சமாளிக்கும் விஷயத்தில் அவர் தந்திரமாக நேருவைக் கேடயமாகவும் மன்மோகனை முகமூடியாகவும் வைத்துக்கொண்டு ஜெயிக்க முடிந்தது. அவரால் புரிந்துகொள்ளமுடியாத பொருளாதார விஷயங்கள் வந்தபோது நம்பகமானவர்களின் உதவியை நாடினார்.

இதற்கான உதாரணம் முதலீட்டுச் சந்தைகளின் மறு சீரமைப்பு தொடர்பாக நரசிம்ம ராவ் நடந்துகொண்ட விதத்தைச் சொல்லலாம்.

லைசென்ஸ் ராஜ் முறை அமலில் இருந்தபோது தனியார் நிறுவனங்களால் பங்குச்சந்தை, கடன் பத்திரங்கள் மூலமாக நிதி திரட்டுவது கடினமாக இருந்தது. இன்சைடர் டிரேடிங் போன்ற முறைகேடான வழிகளில் பங்கு வணிகம் நடைபெற்றுக் கொண்டிருந்தது. பங்குச் சந்தையை புரோக்கர்கள் வழிநடத்திக் கொண்டிருந்ததால் ஏராளமான குழப்பங்கள் நிலவின. அந்நிய முதலீடு தடுக்கப்பட்டிருந்ததால் உள்நாட்டு தொழில் வளர்ச்சிக்கான நிதியுதவியைப் பெறுவதில் தனியார் நிறுவனங்கள் முட்டிமோதிக்கொண்டிருந்தன. எந்தவொரு நிறுவனமாக இருந்தாலும் பங்குகள் மற்றும் கடன்பத்திரங்களை விற்பதற்கு CCI அனுமதி பெற்றாகவேண்டும். அனுமதி பெறுவதில் ஏகப்பட்ட குழப்பங்களும் உண்டு. நிதியமைச்சகத்தைச் சேர்ந்த ஒரு அதிகாரி, அப்போதைய வேடிக்கையான அனுபவங்களை இப்போதும் நினைவுகூர்கிறார். பிர்லா அல்லது அதுபோன்ற பெரு நிறுவனத்தைச் சேர்ந்த அதிகாரிகள் புதிதாக ஒரு தொழில் தொடங்க இருக்கிறோம். மூன்று கோடி நிதி திரட்டத் திட்டமிட்டிருக்கிறோம் என்று சொல்வார்கள். உடனே, எதற்கு மூன்று கோடி, இரண்டு கோடி போதாதா என்று எதிர்க்கேள்வி கேட்பாராம் சிசிஐயின் உயரதிகாரி.[15]

தனியார் நிறுவனங்களுக்கும், சிசிஐக்கும் இடையே சரியான புரிதலே இருந்ததில்லை. தொழிலை விரிவுபடுத்தும் ஒவ்வொரு நடவடிக்கைக்கும் சிசிஐயை நாடவேண்டியிருந்தது. இது போன்ற குறைபாடுகளைக் களைவதற்காக, செபி அமைப்புக்கு சட்டபூர்வ அங்கீகாரம் 1992 ஏப்ரலில் தரப்பட்டது. செபியின் தலைமைப் பதவியில் இருந்தவரை நியமித்தது ராவா மன்மோகன்சிங்கா தெரியவில்லை. பிரதமர் அலுவலகத்தில் தலைமைச்செயலாளராக நியமிக்கப்பட பி.ஸி.அலெக்சாண்டரால் பரிந்துரைக்கப்பட்ட ஜி.வி. ராம கிருஷ்ணா, ராவின் சகாப்தத்தில் இந்திய பங்குச் சந்தையின் சீர்திருத்தவாதியாக சாதனைகள் புரிந்தார்.

நிதித்துறை சம்பந்தப்பட்ட விஷயங்களைக் கவனிக்கும் பத்திரிகை யாளரான சுச்சேட்டா டலால், செபியின் இதுவரையிலான மிகச் சிறந்த தலைவர் என்று ராமகிருஷ்ணாவைக் குறிப்பிடுகிறார்.[16] எத்தகைய திறமையானவர்களாக இருந்தாலும் உயர் பதவிக்கு வருவதற்கு அதிர்ஷ்டமும் இருந்தாகவேண்டும். மாக்கியவில்லி இதைத்தான் 'ஃபார்ச்சூனா' என்றார்.[17] ஜூன் 91ல் பொருளாதாரச் சீர்திருத்தங்களைக் கொண்டுவர ராவுக்கு ஒரு நெருக்கடியான சூழல் உதவியதுபோல் செபியைச் சீர்திருத்த ராமகிருஷ்ணாவுக்கு ஒரு ஊழல் உதவியது. இந்தியா அதுவரை கேள்விப்பட்டிராத மோசடி.

ஒழுங்குமுறை வாரியமாக செபி முறைப்படி அறிவிக்கப்பட்ட ஒரு சில நாள்களிலேயே பங்குச் சந்தை தரகர் ஹர்ஷத் மேத்தா மோசடி வழக்கில் குற்றம்சாட்டப்பட்டார்.[18] தாராளமயப் பங்குச் சந்தையின் முகமாக இருந்தார் ஹர்ஷத் மேத்தா. நிதி ஆலோசனை கூறும் பத்திரிகைகள் முதல் சினிமா ஸ்டைல் பத்திரிகைகள் வரை ஹர்ஷத் மேத்தாவின் படமே இடம்பெற்று வந்தது. இந்திய பங்குச்சந்தை அவரது மந்திரத்துக்குக் கட்டுண்டு கிடந்தது. ஒரே நாளில் அவரது செல்வாக்கு கவிழ்ந்தது. அவரது முதலீடுகள் அனைத்தும் மத்திய அரசின் கட்டுப்பாட்டில் இருந்த வங்கிகளிலிருந்து அதிகாரிகளுக்கு லஞ்சம் கொடுத்துப் பெறப்பட்டவை என்பது தெரியவந்தது. ஏறக்குறைய ஒரு பில்லியன் டாலர் அளவுக்கு வங்கிகளிடம் மோசடி செய்திருந்தார்.[19] வங்கிகளை ஏமாற்றிய ஹர்ஷத் மேத்தா செய்த மோசடி ஏனோ, பங்குச் சந்தை மோசடியாகச் சித்திரிக்கப்பட்டது.

ஹர்ஷத் மேத்தா மோசடி வெளியானதும் பங்குச் சந்தை வீழ்ந்தது. தாராளமயமாக்கல் வாங்கிய - அல்லது அப்படிச் சொல்லப்பட்ட - முதல் பலி.

குற்றவாளியை விசாரித்துத் தண்டிக்க நரசிம்ம ராவ் சிறப்பு நீதிமன்றத்தை அமைத்தார். ஹர்ஷத் மேத்தா கைது செய்யப்பட்டு, பம்பாய் போலீஸ் ஸ்டேஷனின் சிமெண்ட் தரையில் படுக்க வைக்கப்

பட்டார்.[20] 29 ஜூன் 1992 அன்று ராவ், அலுவாலியாவிடம் ஹர்ஷத் மேத்தா மோசடி குறித்து ஒரு குறிப்பு கேட்டிருந்தார். பிரதமர் கேட்டுக்கொண்டதற்கிணங்க, வங்கி மோசடி குறித்த விபரங்களையும் கைது செய்யப்பட்டவர்களின் பட்டியலையும் இணைத்து, கூடவே காவல்துறையின் அறிக்கையையும் அனுப்பிவைத்திருந்தார்.[21] ராவின் தனிப்பட்ட கோப்பில், மோசடி குறித்த இரு வேறு அறிக்கைகளும் இருந்தன. எது எப்படியோ பங்குச்சந்தையை உடனே சீரமைத்தால் தான் தாராளமயமாக்கல் மீது மக்களுக்கு நம்பிக்கைவரும் என்பதை பிரதமர் புரிந்துகொண்டிருந்தார்.

ஜி.வி ராமகிருஷ்ணா களத்தில் இறங்கினார். 'பங்குச் சந்தையில் ஆட்டம்போடும் பெரிய முதலீட்டாளர்கள், தங்களை யாரும் கட்டுப்படுத்தமுடியாது என்று நினைக்கிறார்கள். வளரும் நாடுகளைப்போல் பங்குச் சந்தையில் சில கட்டுப்பாடுகளைக் கொண்டுவர முயற்சி செய்து கொண்டிருக்கிறோம்' என்று நியூயார்க் டைம்ஸ் செய்தியாளரிடம் ராமகிருஷ்ணா கூறியிருந்தார்.[22] அதைத் தொடர்ந்து அடுத்தடுத்து அதிரடி உத்தரவுகள் வர ஆரம்பித்தன. பங்குச்சந்தைத் தரகர்கள், செபியிடம் தங்களைக் கட்டாயம் பதிவு செய்து கொள்ளவேண்டும். உரிய பதிவுக் கட்டணமும் செலுத்த வேண்டும் என்று உத்தரவிட்டார். 20க்கு மேற்பட்ட பங்குச்சந்தைகள் இடைத்தரகர்கள் எனக் குழறுபடிகள் மலிந்திருந்த அமைப்பை ஒழுங்குக்குக் கொண்டுவந்தார்.[23]

ராமகிருஷ்ணாவுக்கு தற்போது வயதாகிவிட்டது. ஆனால் 1992ல் நடந்தவற்றைப்பற்றிப் பேசும்போதெல்லாம் அவரது கண்கள் ஒளிர்கின்றன. 'ஏராளமான மிரட்டல்கள் வந்தன. காவல்துறை, என்னுடைய பாதுகாப்பு குறித்துக் கவலைப்பட்டது. என்னைத் தீர்த்துக்கட்ட சதி நடப்பதாகவும் சொன்னார்கள். ஆனால் நான் பயப்படவில்லை' என்கிறார்.[24] ராமகிருஷ்ணா கடைசிவரை அசரவில்லை. அரசியல் அழுத்தங்கள் தொடர்ந்து வந்தாலும் உறுதியாக இருந்தார். நரசிம்ம ராவுக்கு நெருக்கமான அதிகாரியிடமிருந்துகூட அழுத்தங்கள் தரப்பட்டன. அவர் காட்டிய கடுமையினால் புதிய விதிகள் பின்பற்றப்பட்டன. பங்குச்சந்தையும் நிபுணத்துவத்துடன் நிர்வகிக்கப்பட ஆரம்பித்தது.

பங்குச்சந்தையில் படிப்படியாகப் பல மாற்றங்கள் கொண்டுவரப் பட்டன. நிபுணத்துவம் இல்லாத சிசிஐ அதிகாரிகளிடமிருந்து பங்கு விலை நிர்ணயிப்பு 'விடுவிக்கப்பட்டது'. வெளிநாட்டு சந்தைகளி லிருந்து நிதியுதவிகள் பெறுவது, குறிப்பாக குளோபல் டெபாசிட்டரி ரெசிப்ட் போன்றவை தனியார் நிறுவனங்களுக்குக் கிடைக்க வழிவகை செய்யப்பட்டது. தொழில் முனைவோர், தேசியப் பங்குச்

சந்தையில் தங்களது நிறுவனத்தைப் பட்டியிலிட அனுமதிக்கப் பட்டார்கள். பங்குச் சந்தையில் தாராளமயமாக்கலை இறுதிசெய்யும் விதமாக, அந்நிய நிறுவன முதலீட்டாளர்களை இந்திய பங்குச் சந்தைகளில் முதலீடு செய்ய அனுமதிக்கவேண்டும் என்று கோரி, நிதியமைச்சருக்கு ராமகிருஷ்ணா ஒரு கடிதம் எழுதினார்.[25] மன்மோகன் சிங், பிரதமருடன் இது குறித்து ஆலோசித்தார்.

'பங்குச் சந்தை பற்றி அவ்வப்போது என்னிடம் கேட்டுத் தெரிந்து கொள்வார். ஆனால் அதில் அவர் முதலீடு செய்ததில்லை' என்கிறார் ராவின் நண்பர். தன்னுடைய குழு மீது அசாத்திய நம்பிக்கை வைத்திருந்த ராவ், பங்குச் சந்தையை முறைப்படுத்துவதையும் அவர்களிடமே ஒப்படைத்தார். 1992 செப்டெம்பர் மாதம், அந்நிய நிறுவன முதலீட்டாளர்களை இந்தியப் பங்குச் சந்தை அனுமதித்தது.[26] அடுத்து வந்த 12 ஆண்டுகளில், அந்நிய முதலீட்டாளர்கள் ஏறக்குறைய 163 பில்லியன் டாலர் பணத்தை இந்திய பங்குச் சந்தைகளில் முதலீடு செய்தார்கள். 2014ல் மட்டும் 16 பில்லியன் டாலர்களுக்கும் அதிகமான (இந்திய மதிப்பில் ஒரு லட்சம் கோடி ரூபாய்) அந்நிய முதலீடு இந்தியாவுக்குள் வந்தது.[27]

அந்நிய முதலீட்டாளர்களை இந்தியாவுக்குள் அனுமதிக்கும் முடிவெடுத்தபோது ராவ், பாதி சிங்கமாக மட்டுமே இருந்தார். முதலீடுகள் அனுமதிக்கப்பட்டாலும், டாலரை இந்தியாவுக்குள் எடுத்துவர அரசு ஏகப்பட்ட கட்டுப்பாடுகள் விதித்திருந்தது. ஃபைனான்சியர்கள் அப்போது அதை விமர்சித்தார்கள். ஆனால், அத்தகைய எச்சரிக்கையுணர்வு பின்னாளில் பெரிதும் கைகொடுத்தது. 1990 இறுதிகளில் கிழக்கு ஆசிய நிதி நெருக்கடி ஏற்பட்டிருந்தபோது இந்தியா எந்த பாதிப்பும் இன்றி தப்பிக்க உதவியாக இருந்தது.

நேர்மையான ஜி.வி ராமகிருஷ்ணா, மன்மோகன் சிங் போன்றவர்கள் தாராளமயமாக்கல் மீது நம்பகத்தன்மையைக் கொண்டுவரத் தேவைப்பட்டார்கள். தன்னுடைய உத்தரவைச் செயல்படுத்தாத சில தருணங்களிலும் நரசிம்ம ராவ் அவர்களை ஆதரித்தார். குறிப்பாக ரூபாய் நாணய மதிப்பைக் குறைப்பதில் மன்மோகனும் பங்குத்தரகர் களை எதிர்கொள்வதில் ராமகிருஷ்ணாவும் அவரது உத்தரவை மீறிச் செயல்பட்டிருந்தாலும், யாரையும் அவர் விட்டுக்கொடுக்கவில்லை. தன்னுடைய உத்தரவுகள் பின்பற்றப்படத் தேவையில்லை என்றுகூட ராவ் நினைத்திருக்கலாம். அத்தகைய ஒரு நிகழ்வும் நடந்திருக்கிறது.

தில்லி பல்கலைக்கழகத்தின் துணைவேந்தராக வி.ஆர் மேத்தா நியமிக்கப்பட்டபோது ராவ் சொன்னாராம், 'சில நேரங்களில்

என்னிடமிருந்து சில செய்திகள் வரும், கண்டுகொள்ளவேண்டாம். உங்களுக்கு எது சரியென்று தோன்றுகிறதோ அதைச் செய்யுங்கள். என் முன் உட்கார்ந்திருப்பவர்களுக்காக நான் தொலைபேசியில் உங்களுடன் தொடர்புகொள்ளவேண்டி வரலாம்' என்றாராம்.[28]

ஒருவர் தன் வேலையைச் சரியாகச் செய்யும்போது ராவ் அவருக்குத் தன் ஆதரவைத் தருவார்; ஆனால், எல்லைகள் மீறப்பட்டதாக அவர் நினைத்தால் மன்னிக்கமாட்டார். கேபினெட் அமைச்சர்களான அர்ஜுன் சிங், எம். எல் பொதேதர், மாதவராவ் சிந்தியா விஷயத்தில் இரண்டாவது விஷயம் நடந்தது. சக பொருளாதாரச் சீர்திருத்த வாதிகள் விஷயத்திலும் இது நடந்தது என்பதை இப்போது சொல்லப் போகும் சம்பவம் காட்டுகிறது.

வர்த்தகத்துறை அமைச்சரான ப.சிதம்பரத்தின் மனைவி, ஒரு தனியார் நிறுவனத்தின் பங்குகளை வாங்கியிருந்தார். தொகை மிகவும் குறைவுதான். காசோலை மூலமாகப் பெறப்பட்ட பங்குகள் அவை. பங்குகள் வாங்கியதில் வேறு எந்த முறைகேடும் இல்லை. ஆனால், சம்பந்தப்பட்ட அந்நிறுவனமோ ஹர்ஷத் மேத்தா சர்ச்சையில் சிக்கியிருந்தது. வர்த்தகத்துறை அமைச்சராக இருந்தவரோ பிரதமரின் தாராளமயமாக்கல் குழுவின் முக்கியமான நபரான ப.சிதம்பரம். தாராளமயமாக்கல் கொள்கைகளை எதிர்த்துக் குரல் கொடுத்துக் கொண்டிருந்த எதிர்க்கட்சிகளுக்கு சரியான தீனி கிடைத்தது. குற்றம் நிரூபிக்கப்பட்டால் பதவி விலகுவேன் என்று ப.சிதம்பரமும் பத்திரிக்கையாளர் சந்திப்பில் அறிவித்திருந்தார். இது குறித்து விளக்கமளித்து அவர் பிரதமருக்கு ஒரு கடிதமும் எழுதினார். 'இத்தகைய சிறு முதலீடுகள், அரசுக்கு எந்தவிதக் கெட்டபெயரையும் ஏற்படுத்தாது என்று உறுதியாக நம்புகிறேன். அப்படியொரு நிலை வரும்பட்சத்தில், அமைச்சர் பதவியை ராஜினாமா செய்வதில் எனக்கு எந்தவொரு தயக்கமுமில்லை. முடிவு, உங்கள் கைகளில். இத்துடன் என்னுடைய ராஜினாமா கடிதத்தையும் இணைத்திருக்கிறேன்' என்று முடித்திருந்தார்.[29]

ப.சிதம்பரத்தின் கடிதத்திலிருந்து அதுவொரு சம்பிரதாய விளக்கம் என்பதைப் புரிந்துகொள்ளமுடிகிறது. அன்றைய தினம் மாலை, ப.சிதம்பரத்தின் வழிகாட்டியுமான குடியரசுத்தலைவர் ஆர். வெங்கட்ராமனைத் திடீரென்று சந்தித்தார் பிரதமர். 'ப.சிதம்பரம் இந்தக் கடிதத்தை அனுப்பியிருக்கிறார்; அதற்கு முன் பத்திரிகையாளர் சந்திப்பையும் நடத்தியிருக்கிறார்' என்றார் ராவ்.

கடிதத்தைப் படித்து முடித்த குடியரசுத் தலைவர், பத்திரிகையாளர்

களைச் சந்திக்கும் முன் உங்களிடம் அனுமதி கேட்டிருந்தாரா என்று பிரதமரைக் கேட்டிருக்கிறார். இல்லையென்று பிரதமர் சொன்னதும், அப்படியென்றால் ராஜினாமாவை ஏற்றுக்கொள்ளுங்கள் என்று கூறியிருக்கிறார். பிரதமரும் ராஜினாமாவை ஏற்றுக்கொண்டதாக அறிவித்துவிட்டார்.[30] ப. சிதம்பரத்துக்குப் பெரிய அதிர்ச்சி.

25 ஆண்டுகள் கழிந்தும் நரசிம்ம ராவ், ஏன் இப்படி ஒரு சீர்திருத்த வாதியைப் போகவிட்டார் என்பதை எங்களால் புரிந்துகொள்ள முடியவில்லை என்கிறார்கள் மன்மோகன்சிங்கும் அலுவாலியாவும்.[31] ராவின் இளைய மகனான பிரபாகராவ், 'பத்திரிகையாளர்களைச் சந்திப்பதற்கு முன்னர் சிதம்பரம் தன்னுடைய அனுமதியைப் பெறவில்லை என்கிற வருத்தம் ராவுக்கு இருந்தது' என்கிறார்.[32] 'ப.சிதம்பரம், நன்கு அறியப்பட்ட பொருளாதார வல்லுநர். அவரைப் பதவியில் இருந்து விலக்குவது தவறான செய்தியைத் தந்துவிடுமே' என்று பிரபாகர் சொல்லியிருக்கிறார். 'பிரச்னையெல்லாம் ஓயட்டும், அவரைத் திரும்பவும் அமைச்சரவைக்குள் கொண்டுவந்துவிடலாம்' என்றாராம் ராவ்.

சில சொந்த விஷயங்களிலும் இப்படி நடந்துகொண்டாலும் சாணக்கியரின் வழிமுறைகள் பொருளாதாரச் சீர்திருத்தத்தைப் பாதித்துவிடாவண்ணம் பார்த்துக்கொண்டார். அதை உறுதிப்படுத்திக் கொள்ளப் பொருளாதாரச் சீர்திருத்த நடவடிக்கைகளை இழுத்துச் சென்ற இன்ஜினை தன் கண்பார்வையில் வைத்துக்கொண்டார். அதாவது பிரதமர் அலுவலகம் மூலமே அதை முன்னெடுக்கச் செய்தார். அதன் பிரதான பொறியாளராக ராவின் தலைமைச் செயலாளரான அமர் நாத் வர்மா இருந்தார். ஒவ்வொரு வியாழக்கிழமையும் தன்னுடைய குழுவினரைச் சந்தித்தார் வர்மா. இது தவிர அந்நிய முதலீட்டை ஊக்கப்படுத்தும் அமைப்பின் கூட்டத்தையும் தினமும் வழிநடத்தினார். அந்தக் கூட்டங்கள் விமானத்தை வழி நடத்தும் காக்பிட் போல் செயல்பட்டது என்று பத்திரிகையாளர் சஞ்சய் பாரு குறிப்பிட்டார்.[33]

'பொருளாதாரச் சீர்திருத்தங்களைப் பொறுத்தவரை அதை முன்னெடுத்த அதிகாரமையங்களில் ஒன்றாக வர்மா இருந்தார். நானும் அதை ஆதரித்தேன். பிரதமர் அலுவலகம் நேரடியாகச் சம்பந்தப்படும்போது அது எத்தகைய விஷயமென்றாலும் கூடுதல் முக்கியத்துவம் பெறுகிறது' என்கிறார் மன்மோகன் சிங்.[34]

இவ்விஷயத்தில் ஒருமித்த கருத்து இருந்தது என்று சொல்வதற்கில்லை. எப்ஐபிபி, நேரடியாக பிரதமர் அலுவலகத்தின் கீழ் கொண்டு வரப்பட்டபோது, வேறு அமைச்சகத்தின் கீழ் கொண்டு வருவது

நல்லது என்று கேபினெட் செயலாளர் கருத்துத் தெரிவித்தார். அதுதான் நடைமுறையாகவும் இருந்தது. முடிவுகள் சர்ச்சைக்குரியதாகும்போது, பிரதமர் விலகியிருப்பது நல்லது என்று நினைத்தார்கள்.

ஆனால், இவ்விஷயத்தில் வர்மா சொல்வதைக் கேட்பது என்று ராவ் முடிவெடுத்திருந்தார். ராவைப்போல் வர்மாவும் விதிகளையும் சம்பிரதாய நடைமுறைகளையும் அதிகம் பொருட்படுத்தாதவர்கள். இறுதிப்பலன்களே முக்கியம் என்று செயல்பட்டவர்கள். ராவைப் போல் எப்படியாவது வேலையைச் செய்து முடிப்பது என்பதில் வர்மாவுக்கும் உடன்பாடு உண்டு. 'எனக்குத் தெரிந்த 5, 6 சிறந்த அதிகாரிகளில் வர்மாவும் ஒருவர். அவருக்கென்று ஒரு அரசியல் நிலைப்பாடு உண்டு. கூட்டங்களில் கவனமாகப் பேசுவார். எந்தவொரு பிரச்னையையும் நேரடியாக அணுகுவார். தெளிவான திட்டத்தைக் கைவசம் வைத்திருப்பார். 'அதை எப்படி நிறைவேற்றுவது என்பதும் அவருக்குத் தெரியும்' என்கிறார் பிரதமர் அலுவலகத்தில் பணியாற்றிய ஒரு முன்னாள் அதிகாரி.[35]

நரசிம்ம ராவின் ஐந்தாண்டு கால ஆட்சி முழுவதும் பொருளாதார சீர்திருத்தங்கள் தொடர்பாக அமைச்சர்கள், அதிகாரிகள் மற்றும் பிரதமருடன் நெருங்கிய தொடர்பில் இருந்து ஒருங்கிணைத்தவர் வர்மா. எத்தகைய எக்ஸ்பிரஸ் ரயிலாக இருந்தாலும், ஒரு சில சமயங்களில் மின் தொடர்பு துண்டிக்கப்பட்டு, இன்ஜின் நின்று போனதும் உண்டு. அப்படியொரு காலம் என்று டிசம்பர் 1992 காலகட்டத்தைக் குறிப்பிடமுடியும்.

பாபர் மசூதி, இந்துப் போராளிகளால் டிசம்பர் 6 1992 அன்று தரைமட்டமானது. அதைத் தொடர்ந்து நடந்த கலவரங்களில் ஏறக்குறைய 2000 பேர் கொல்லப்பட்டார்கள். அவர்களில் பெரும் பாலானவர்கள் முஸ்லிம்கள்.[36] விலைமதிப்பற்ற மனித உயிர்களின் இழப்பு ஒரு பக்கம்; இன்னொரு பக்கம் கடுமையான வன்முறையால் பயந்துபோன அந்நிய முதலீட்டாளர்களும் அதனால் விளைந்த பொருளாதார நஷ்டங்களும். அந்த நேரத்தில் அகமதாபாத் ஐடிடி மாணவர்களுக்கு மத்தியில் பேசிய பிரதமர், ஒரே மாதத்தில் கிட்டத்தட்ட 200 முதல் 300 மில்லியன் டாலர்களை இழந்திருக்கிறோம். இந்த இழப்பு நம்மால் நிச்சயம் சமாளிக்க முடியாதது என்று குறிப்பிட்டிருக்கிறார்.[37] அரசின் பலவீனத்தைப் புரிந்துகொண்ட ராவ், டிசம்பர் மாதம் முழுவதும் எந்தவொரு சீர்திருத்தத்தையும் அமல்படுத்தவேண்டாம் என்று உத்தரவிட்டார். புறாக்கள் மத்தியில் பூனைக்குட்டியை அனுப்புவது சரியான அணுகுமுறையாக இருக்காது என்று நினைத்திருக்கலாம். அத்தகைய

நடவடிக்கைகள் எதிர்க்கட்சிகளை பலமடையச் செய்துவிடும் என்று பிரதமர் நினைத்ததாகப் பின்னாளில் மன்மோகன் சிங் குறிப்பிடுகிறார்.[38] ராவ் மட்டுமல்ல வேறு எந்தவொரு அரசியல் வாதியாக இருந்தாலும், பாபர் மசூதி இடிப்புக்குப் பின்னர் அபாயம் மிகுந்த அனைத்து வகையான சீர்த்திருத்தங்களையும் மூட்டை கட்டி பரணுக்கு அனுப்பிவிட்டு வேறு வேலையில் இறங்கியிருப்பார்கள்.

•

நரசிம்ம ராவ் மற்ற அரசியல்வாதிகளைப் போன்றவரல்ல. மதச்சார்பு அற்ற தன்மையின் குறியீட்டுரீதியான அழிப்புக்கு எழுந்த எதிர்ப்பை எதிர்க்கட்சிகளிடையே பிளவுகளை உருவாக்கக் கிடைத்த வாய்ப்பாக நினைத்தார். தேசிய முன்னணி கட்சிகளும் இடதுசாரிகளும் பாஜகவின் போக்கை நினைத்துக் கவலைகொண்டனர். இனிமேல் பிரதான எதிரி பொருளாதாரச் சீர்திருத்தம் அல்ல; மத அடிப்படைவாதமே என்ற முடிவுக்கு வந்தனர். நாடாளுமன்றத்தில் பெரும்பான்மை வலு இல்லாத காங்கிரஸ் கட்சி கொண்டு வந்த தாராளமயமாக்கல் நடவடிக்கைகள் எதிர்க்கட்சிகள் மத்தியில் பெரிய அளவில் எதிர்ப்பைச் சந்திக்காததற்கு மதச்சார்பற்ற அரசியலின் தேவையும், பாஜகவின் வளர்ச்சியும்தான் காரணம் என்கிறார் அரசியல் ஆய்வாளரான சோயா ஹசன்.[39] ராவ் இந்த அரசியல் நிலைமையைச் சட்டென்று தனக்கு சாதகமாக்கிக்கொண்டார். 'நான் அவரிடம் தாராளமயமாக்கல் பற்றிப் பேச ஆரம்பித்தால், அவர் பாபர் மசூதி பற்றியும், மதச்சார்பின்மை பற்றியும் பேச ஆரம்பிப்பார்' என்கிறார் சிபிஎம் கட்சியைச் சேர்ந்த மூத்த தலைவர்.

ஜனவரி 1993. அயோத்தியில் பாபர் மசூதி இடிக்கப்பட்டு ஒரு மாதம் ஆகியிருந்தது. அந்நேரத்தில் நரசிம்ம ராவ் கொண்டு வந்த இன்னொரு சீர்திருத்தம், வேறு நேரத்திலென்றால் இடதுசாரிகளைப் படுகோபமடைய வைத்திருக்கும். மத்திய அரசின் கண் அசைவைத் தொடர்ந்து ரிசர்வ் வங்கி, தனியார் வங்கிகள் தொடங்க ஒப்புதல் அளிப்பதாக அறிவித்தது.[40] ஹெச்டிஎப்சி, ஐசிஐசிஐ, ஆக்சிஸ் வங்கி உள்ளிட்ட 10 புதிய தனியார் வங்கிகள் ஆரம்பிக்கப்பட்டன. 1969ல் இந்திரா காந்தி, வங்கிகளை தேசியமயமாக்கிய பின்னர் வங்கித்துறையில் கொண்டு வரப்பட்ட முக்கியமான கொள்கை முடிவு.

கடந்தகால சோஷலிசப் பாதையில் இருந்து இப்படித் தடம்மாறுவது அபாயகரமான செயல். சாணக்கிய தந்திரத்தின் படி, இது தவிர்க்கப்படவேண்டிய விஷயம். ஆனால், எதையெல்லாம் செய்துமுடிக்க முடியும் என்பதில் ராவ் தேர்ச்சிபெற்றிருந்தார். மத்திய அரசின் கட்டுப்பாட்டில் உள்ள வங்கிகளின் கட்டமைப்பை

மாற்றியமைப்பது, தகுதியில்லாத ஊழியர்களை வெளியேற்றுவது, சரியாகச் செயல்படாத அல்லது லாபம் ஈட்டாத கிளைகளை மூடுவது, வாடிக்கையாளர்களுக்கு கடன் வழங்குவதில் புதிய முன்னுரிமைகளைக் கொண்டு வருவது எனச் செயல்பட்டால் இடது சாரிகளின் ஆதிக்கமுள்ள வங்கித்துறை ஊழியர்களின் சம்மேளனம், அரசுக்கு எதிராகப் போராட்டத்தில் இறங்கும் என்பது உறுதியாகத் தெரிந்தது. எனவே அதில் எதையும் செய்யாமல் தவிர்த்தார். அரசு வங்கிகளை வழிக்குக் கொண்டுவருவது சிரமம் என்பதால்தான் தனியார் வங்கிகளுக்கு அனுமதிகொடுத்தார் என்று கூடச் சொல்லலாம்.[41]

தனியார் வங்கிகளுக்கு உரிமம் அளிக்கப்பட்ட ஒரு மாதம் கழித்து பெங்களூரைச் சேர்ந்த ஒரு நிறுவனம் இந்தியப் பங்குச் சந்தைகளில் முதல்முறையாக பட்டியிலிடப்பட்டது: இன்ஃபோசிஸ்! 2015 ஆண்டின் முடிவில், அந்த நிறுவனம் 1,93,383 பணியாளர்களைக் கொண்டிருக்கிறது.[42] ஏறக்குறைய 43 பில்லியன் டாலர் சந்தை மதிப்பைக் கொண்டிருக்கிறது.[43] ஆனால் 1993 பிப்ரவரியில் அதுவொரு சிறிய நிறுவனமாக இருந்தது. தன்னுடைய தொழிலை விரிவாக்க அந்நிய முதலீட்டாளர்களைத் தேடிக்கொண்டிருந்தது. தேசிய வங்கிகள் தனியார் நிறுவன ஊழியர்களின் மூளைத் திறமையை மட்டுமே நம்பி வர்த்தகத்துக்கு உதவி செய்யத் தயாராக இருந்திருக்கவில்லை. முதலீட்டு சந்தைகளின் மூலம் திரட்டப்படும் நிதியே அப்படியான நிறுவனங்களின் வளர்ச்சிக்குப் பெரிதும் அவசியமாக இருந்தன.[44]

1993ல் இன்போசிஸின் பங்குகள் முதல் முறையாக விற்பனைக்குக் கொண்டுவரப்பட்டதை நினைவுகூர்கிறார், இன்போசிஸ் நிறுவனத்தின் இணை நிறுவனரான நந்தன் நிலேகனி. 'நரசிம்ம ராவ் அரசு கொண்டு வந்திருந்த நான்கு சீர்திருத்தங்களும் எங்களுக்கு உதவிகரமாக இருந்தன. பங்குச் சந்தைகள் மீது விதிக்கப்பட்டிருந்த கட்டுப்பாட்டை நீக்கி, உள்நாட்டு நிறுவனத்தின் பங்குகளை வெளிச்சந்தையில் விற்க அனுமதித்தது. அதன் காரணமாக, எங்களது நிறுவனப் பங்குகளின் விலையை நாங்களே நிர்ணயித்துக்கொள்ள முடிந்தது. அதுவொரு பெரிய மாற்றம். அந்நிய முதலீடுகளை ஊக்கப்படுத்த தனியொரு அமைப்பு ஆரம்பிக்கப்பட்டதும் பெரும் உதவியாக இருந்தது. அந்நிய முதலீட்டாளர்களுக்கு புதிய இந்தியப் பொருளாதாரச் சந்தையின் வலிமை புரிந்திருந்தது. எங்களுடைய வெளிப்படைத்தன்மையையும் நேர்மையையும் அவர்களுக்குப் புரியவைக்க முடிந்தது. அவர்களுக்குத் தொழில்நுட்பம் குறித்த புரிதல் இருந்தது'.[45]

அந்நியச் செலாவணி விஷயத்தில் தாராளமயமாக்கலை அனுமதித்ததால் டாலர்களில் வருமானம் பெறும் இன்போசிஸ் போன்ற இந்திய நிறுவனங்களுக்கு நிறுவனத்தை மேலும் விரிவாக்குவது எளிதாக இருந்தது. இவை எல்லாவற்றையும்விட மென்பொருள் நிறுவனங்களை ஊக்குவித்த விஷயம் ஒன்று இருந்தது. அதுதான், இலவச விளம்பரம்.

'இந்தியாவின் சந்தை உலகுக்குத் திறக்கப்பட்ட செய்தி, உலக அளவில் மீடியாவை ஆக்ரமித்திருந்தால் எங்கும் இந்தியாவைப் பற்றிய பேச்சுகள் எழுந்தன. வெளிநாட்டு நிறுவனங்கள் இந்தியாவைப் பற்றிப் பேசவும், நினைக்கவும் ஆரம்பித்தார்கள். இதன் காரணமாகப் பல புதிய வாய்ப்புகள் இந்திய நிறுவனங்களைத் தேடி வந்தன. அது எங்கள் நிறுவனத்தைச் சந்தைப்படுத்திக்கொள்ளப் பெரிதும் உதவின' என்கிறார் நந்தன் நிலேகனி.[46]

மிகச் சிறிய அளவிலான இந்தியர்களே மென்பொருள்துறை பணியில் சேர்ந்திருந்தார்கள். ஆனால், அந்தப் புதிய தலைமுறையினர் மத்தியில் பல அசாத்திய மாற்றங்களை அந்தத் துறை கொண்டுவந்தது. நேர்மையும் கடின உழைப்பும் இருந்தால் மட்டும் போதும், அதுவே சாதாரண நடுத்தர வர்க்கத்தினரையும் வெகு விரைவில் கோடீஸ்வரர்களாக்கும் என்று நிரூபித்தது. மென்பொருள்துறையின் அசுர வளர்ச்சியோடு தன்னுடைய சீர்திருத்தங்களை இணைத்து நரசிம்ம ராவ் வெற்றிகண்டார். 1993ல் தகவல் தொழில்நுட்பப் பொருட்காட்சியில் பேசிய ராவ், இந்திய மென்பொருள்துறையின் வளர்ச்சி குறித்துத் தன் மகிழ்ச்சியை வெளிப்படுத்தினார். அதே ஆண்டு, ஆந்திராவில் பேசும் போது, 'கம்ப்யூட்டர் மென்பொருள்துறையில் நம்மவர்களுக்கு நல்ல பெயர் இருக்கிறது' என்று குறிப்பிட்டிருக்கிறார்.[47]

கணினியைப் பொறுத்தவரை, நரசிம்ம ராவுக்கு தனிப்பட்ட அளவில் நிறைய ஆர்வம் இருந்தது. கோபால், பேசிக் போன்ற மொழிகளைக் கற்றுத் தேர்ந்திருந்தார் என்பதை முன்னரே பார்த்தோம். அவரால் திறம்பட யுனிக்ஸில் நிரல் எழுத முடிந்தது. மாலை நேரங்களில் தனியாக இருக்க நேர்ந்தால் மடிக்கணினியில் செலவிடுவார். ஒருமுறை ஆசியா அளவில் நடைபெற்ற தொழில்நுட்பக் கருத்தரங்கத்தைத் தொடங்கி வைத்தவர், ஒரு வாடிக்கையாளராகப் புகார் ஒன்றையும் முன்வைத்தார். 'நானொரு வேர்ட் பிராசஸ் பேக்கேஜ் பயன்படுத்துகிறேன். ஒவ்வொரு ஆண்டும் மேம்படுத்தப்பட்ட வெர்ஷன்கள் வருகின்றன. என்னதான் மேம்படுத்துகிறார்கள் என்று ஆராய்ந்து பார்த்தால் பெரிதாக ஒன்றும் இல்லை. நாலைந்து அப்கிரேடேஷன்களைத் தவிர்த்தாலும் எந்த மாற்றமும் இருக்கப்

போவதில்லை. அதன் பிறகு வரும் வெர்ஷனே மேம்படுத்தப் பட்டுவருகிறது. இப்படிச் சொல்வதற்கு என்னை மன்னியுங்கள். ஆனால், இது என் சொந்த அனுபவம்' என்றார். [48]

அந்நிய முதலீட்டாளர்களின் ஒட்டு மொத்த கவனமும் தகவல் தொழில்நுட்பத்துறை மீது இருந்ததில் ஆச்சரியமில்லை. இந்தியப் பொருளாதாரத்தை நிர்ணயிக்கும் மற்ற துறைகளைப் பற்றி அவர்களுக்குப் போதிய நம்பிக்கை இருந்திருக்கவில்லை. எனவே, அந்நிய முதலீடுகளை மற்ற துறைகளுக்கும் கொண்டுவரப் பெரும்பாடு படவேண்டியிருந்தது. உற்பத்தி, உள்கட்டமைப்பு, நுகர்வோர் உற்பத்தி துறைகளில் அந்நிய முதலீடுகளைப் பெறுவதற்கு சட்டவிதிகளையும் வழிமுறைகளையும் மாற்றியமைத்தது போது மானதாக இருந்திருக்கவில்லை. முதலீட்டாளர்களை உச்சி மாநாட்டுக்கு அழைப்பதும், சிஇஓக்களோடு கைகுலுக்குவதும் அவசியமாக இருந்தது. பரிசுக் கேடயங்களைத் தரவும், வர்த்தகப் பெரும் புள்ளிகளுடன் பொருளாதாரம் குறித்துப் பேசவும், ரத்தினச் சுருக்கமாகப் பேசும், வேஷ்டி அணிந்த பிரதமர் சரியான தேர்வாக இருக்கமுடியாது என்று சொல்லமுடியாதுதான். ஆகவே, அந்நிய முதலீடுகளைக் கவரும் விஷயத்தில், நரசிம்ம ராவ் முன்னிருந்து செயல்பட்டார் என்பது உண்மையே.

டாவோஸில் உள்ள உலக வர்த்தக அமைப்பின் கூட்டங்களில் ராவ் இருமுறை கலந்துகொண்டார். உலக வர்த்தக அமைப்புக் கூட்டத்தில் கலந்து கொண்ட முதல் இந்திய பிரதமர் இவர்தான். சிஐஐ அமைப்பில் முக்கியப் பொறுப்பில் இருந்த தருண்தாஸ் இருமுறையும் அவரோடு பயணம் செய்திருக்கிறார். 1992-ல் டாவோஸில் பேசிய பிரதமர், இந்திய அரசு, ஒரு நிலையான தலைமையின் கீழ் தெளிவான திட்டங்களுடன் செயல்பட்டுவருகிறது என்பதைத் தன்னுடைய உரையில் அடிக்கோடிட்டுக் காட்டினார். எத்தகைய மாற்றங்களுக்கும் தன்னுடைய அரசு தயாராக இருக்கிறது என்பதையும் சுட்டிக் காட்டினார். 'என்னுடைய அதிகாரிகளும் நிபுணர்களும் என்னுடைய மொழியைக் கற்றுக்கொண்டுவிட்டார்கள். அவர்களது மொழியை நான் கற்றுக் கொள்வதற்குப் பதிலாக... அவர்கள் கோடிட்ட இடங்களை நிரப்பினார்கள். அதன் மேல் என் கையெழுத்தை இட்டேன்' என்று குறிப்பிட்டிருக்கிறார்.[49] 1994ல் பயணம் மேற்கொண்டபோது, நேருவின் கொள்கைகளை மேற்கோள் காட்டியவர், 'நடு வழி' பற்றிப் பேசினார். அது வெறும் தனியார் மயம் மட்டுமே அல்ல.

உள்நாட்டினர் புரிந்துகொள்ளச் சொல்லப்பட்ட வார்த்தைகள் அவை. அந்நியர்களுக்கு நாட்டை விற்பதாக நாட்டு மக்கள் நினைத்து

விடக்கூடாதென்பதில் கவனமாக இருந்தார். அதே நேரத்தில், அந்த ஸ்விட்சர்லாந்தின் குளிர் கால மாநட்டில் உலகத் தலைவர்களுக்கு ஒரு செய்தியையும் விடுத்தார். இந்தியாவில் மேற்கொள்ளப்பட்ட பொருளாதாரச் சீர்திருத்தங்கள் வெளியிலிருந்து தரப்பட்ட அழுத்தங்களால் மட்டுமே எடுக்கப்பட்ட முடிவல்ல. 'ஷூ எங்கே கடிக்கிறது என்பதை அதை அணிந்திருப்பவரால் மட்டுமே உணரமுடியும். அதற்கு என்ன தீர்வு என்பதையும் அவரால் மட்டுமே மேற்கொள்ளமுடியும்' என்று பேசினார்.[50]

ஒவ்வொரு முறை வெளிநாட்டுக்குச் சுற்றுப் பயணம் செல்லும் போதும், ஒரு வணிக பிரதிநிதிபோல் நடந்துகொண்டார். ஜப்பானுக்கு அவர் பயணம் மேற்கொண்டபோது இது வெளிப்படை யாகவே தெரிய வந்தது. பிரதமர்கள் வெளிநாடு செல்லும்போது அங்கே பெரிய அரங்கில் கூடியிருக்கும் வர்த்தகர்கள் மத்தியில் பொதுவாகப் பேசுவதுதான் அதுவரை வழக்கமாக இருந்தது. ஒவ்வொருவரையும் தனித்தனியாக பிரதமர் சந்தித்துப் பேசினால் பலன் கிடைக்கும் என்று மான்டெக் சிங் அலுவாலியா யோசனை தெரிவித்தார். அதைத் தொடர்ந்து ஒவ்வொரு தொழிலதிபருக்கும் 12 நிமிடங்கள் பிரதமரைச் சந்திக்க நேரம் ஒதுக்கப்பட்டது.

சோனி நிறுவனத்தின் தலைவரான அகியோ மொரிட்டா சந்திப்புக்காக வந்தபோது, அவர் தோள் மீது கை வைத்தபடி பேசிய ராவ், ஒவ்வொரு இந்தியனும் சோனி டிவி வேண்டுமென்று நினைக்கிறார். ஆனால், நீங்கள் அதைச் செய்து தருவதில்லை என்றார், உரிமையோடு. தோளைக் குலுக்கிக்கொண்ட மொரிடா, 100 சதவீதம் எங்களுக்கு உரிமையுள்ள நிறுவனத்தில் மட்டுமே எங்களால் முதலீடு செய்ய முடியும். இந்தியாவில் உள்ள சட்ட விதிகள் அதற்கு இடமளிக்காது என்றாராம். இடைமறித்த ராவ், முதலில் நீங்கள் விண்ணப்பியுங்கள், மற்றதை நாங்கள் பார்த்துக்கொள்கிறோம் என்றாராம்.[51]

அமைச்சரவையையோ நாடாளுமன்றத்தையோ கூட்டாமல், சட்டென்று ஒரு கொள்கை முடிவை ராவால் எடுக்க முடிந்தது. சோனி நிறுவனம், இந்தியாவில் முதலீடு செய்யும் என்று ராவுக்கு நம்பிக்கை இருந்தது. 1993 ஜூலை மாதத்துக்குள், ஏறக்குறைய 3.2 பில்லியன் டாலர் அந்நிய முதலீடுகளைப் பெற ராவ் அரசு ஒப்புதல் அளித்தது.[52]

'ராவின் வார்த்தை மீது அந்நிய முதலீட்டாளர்கள் உண்மையாகவே நம்பிக்கை வைத்திருந்தார்கள்' என்கிறார் அலுவாலியா. அதற்கு முந்தைய காலம் வரை நிலைமை வேறுவிதமாக இருந்தது. 'முதலில்

ஓர் ஒப்பந்தம் இடப்படும். பின்னர், ஒப்பந்தத்தை ஏற்கமுடியாது என்று பின்வாங்குவார்கள் அல்லது ஒப்பந்தத்தில் குறிப்பிட்ட சரத்து இதுவல்ல என்று அடியோடு மறுத்துவிடுவார்கள். இது போன்ற செய்கைகள் அந்நிய முதலீட்டாளர்களுக்கு எரிச்சலூட்டும்'. அதுதான் வழக்கமாக இருந்தது. ஆனால், ராவ் மீது நிறைய பேருக்கு நம்பிக்கை இருந்தது. இந்த மனிதர் ஒப்புக்கொண்டால், அதைக் கடைசிவரை கடைப்பிடிப்பார் என்கிற நம்பிக்கை எல்லோர் மனதிலும் இருந்தது. ராவ் பெரும்பாலும் அதிகம் பேசுவதில்லை. ஆகவே, அவர் எது பேசினாலும், அது நம்பி ஏற்றுக்கொள்ளப்பட்டது.[53]

முதலீட்டாளர்களைக் கவருவதில் கவனமாக இருந்த ராவ், இன்னொரு முக்கியமான விஷயத்தையும் கவனிக்கத் தவறவில்லை. நாடாளுமன்றத்தில் உரையாற்றும்போது, 'அரசுக்கு அப்பாற்பட்ட முதலீடுகள் என்றே சொல்ல விரும்புகிறேன். அந்நிய என்கிற வார்த்தை வேறு பல கோட்பாடுகள், சித்திரங்களைக் கொண்டது' என்றார்.[54] இந்தச் சித்திரத்தை மாற்றியமைக்க சில முதலீட்டாளர்களின் இந்திய வேர்களைச் சுட்டிக்காட்டினார். சீனாவில் டெங் கையாண்ட அதே வழிமுறை! லட்சுமி மிட்டலுக்கு சொந்தமான ஓர் இரும்புத் தொழிற்சாலையை ராம்தேக்கில் (அவருடைய முன்னாள் தொகுதி) ஆரம்பித்து வைத்தவர், நம்மவர்கள் வெளிநாடுகளில் சம்பாதித்ததை இந்தியாவுக்கு எடுத்து வருகிறார்கள். அதை முதலீடாக வைத்து, தொழிற்சாலை தொடங்க வேண்டும் என்று நினைத்தால், எடுத்த எடுப்பிலேயே அதை நாம் தடுப்பது சரியாக இருக்குமா? நிச்சயம் சரியாக இருக்காது' என்றார்.[55]

இந்த தந்திரம் பலனளித்தது. அந்நிய முதலீட்டுக்கு எதிரான எதிர்ப்புகள் ராவ் பிரதமராக இருந்த காலத்தில் அமுங்கிப் போயிருந்தன. வெளிநாட்டு நிறுவனங்களின் போட்டியை எப்படிச் சமாளிப்பது என்பது குறித்த உள்நாட்டு நிறுவனங்களின் கவலைதான் மிகுதியாக இருந்தது. மாற்றங்களைத் தவிர்க்க முடியாது, இந்தியாவின் சந்தை மாறிக்கொண்டிருக்கிறது என்பதைச் சொல்லி ராவ் அவர்களைத் தேற்றிக்கொண்டிருந்தார்.[56] ஆனால், உண்மையில் அந்தச் சூழ்நிலை மாற்றத்தை ராவும் அவருடைய சீர்திருத்தக் குழுவும் எப்படியெல்லாம் பயன்படுத்திக்கொண்டார்கள் என்பதுதான் முக்கியமான விஷயம்.

இந்தியாவின் அன்றைய தொழில் துறை மூன்று பிரிவுகளாக பிளவுபட்டு கிடந்தது. அசோசாம் (Associated Chambers of Commerce and Industry of India) என்பது 1920 முதல் இருந்து வரும் அமைப்பு. பிரிட்டிஷார் நடத்தி வந்த தொழில் நிறுவனங்களை முன்னிறுத்திய அமைப்பு, பின்னாளில் சுதந்தரத்துக்கு பின்னர் உள்நாட்டைச்

சேர்ந்தவர்களால் நிர்வகிக்கப்பட்டது. எப்ஐசிசிஐ (Federation of Indian Chambers of Commerce and Industry) என்னும் அமைப்பு, 1927 ல் ஆரம்பிக்கப்பட்டது. பெரும்பாலும் மார்வாரி வகுப்பைச் சேர்ந்தவர்களால் நிர்வகிக்கப்பட்டது. அசோசாம், 'தொப்பிவாலா' அமைப்பு என்றும், எப்ஐசிசிஐ 'தோத்திவாலா' அமைப்பு என்றும் அழைக்கப்பட்டு வந்தன. இரு அமைப்புகளுமே நேரிடையாகவோ மறைமுகமாவோ லைசென்ஸ் ராஜ் முறையால் பயனடைந்தவர்கள். வெளிச்சந்தையில் தாராளமயமாக்கலைக் கொண்டுவருவதை இரு அமைப்புகளுமே கடுமையாக எதிர்த்தார்கள். உள்நாட்டுச் சந்தையில் தங்களின் செல்வாக்கு வலுவிழந்துவிடுமோ என்று பயந்தார்கள். இந்த இரு குழுக்களிலிருந்து விடுபட்டு, புதிய சிந்தனைகளோடு தோன்றியதுதான் சிஐஐ (Confederation of Indian Industry)என்னும் மூன்றாவது அமைப்பு.

பொறியியல் நிறுவனங்களுக்கான கூட்டமைப்பாக ஆரம்பிக்கப் பட்ட சிஐஐ, 1992ல் ஒட்டுமொத்த இந்திய தொழில் நிறுவனங் களுக்கான ஒருங்கிணைந்த அமைப்பாக மாற்றப்பட்டது. தாராளமய மாக்கல் கொள்கைகள் அமலுக்கு வந்தபின்னர், இந்த மாற்றம் அவசியமானது. பொறியியல் நிறுவனங்கள் மற்ற துறைகளிலும் அடியெடுத்து வைக்கவும், மற்ற நிறுவனங்கள் பொறியியல் துறையில் நுழையவும் இவ்வமைப்பு காரணமாக இருந்தது.[57] சிஐஐ அமைப்பை ஆதரித்து வந்தவர்கள் நவீனத் தொழிலதிபர்களாகக் கருதப்பட்டார்கள். குறிப்பாக, தென்னிந்தியாவைச் சேர்ந்த ஏற்றுமதி யாளர்களின் ஆதிக்கம் அதிகமாக இருந்தது. சிஐஐவில் மட்டுமே இளைஞர்களையும் புதிய மாற்றங்களையும் பார்க்கமுடிந்தது என்கிறார் அலுவாலியா.[58] இதன் உறுப்பினர்கள் லைசென்ஸ் உரிமம் ரத்து செய்யப்பட்டதை ஆதரித்தார்கள். உலகளாவிய போட்டியை ஆதரிக்கவும் செய்தார்கள். பின்னாளில் அரசின் பொருளாதாரக் கொள்கைகளைத் திறந்த மனதுடன் ஆதரிக்கும் அமைப்பாக சிஐஐ மாறியது என்கிறார் தருண் தாஸ்.

மூன்று அமைப்புகளுடனும் நெருங்கிய தொடர்பில் இருக்க வேண்டும் என்று ராவ் நினைத்தார். ஆனால், சிஐஐ அமைப்புக்கே முன்னுரிமை தரப்பட்டது. டாவோஸ் போன்ற இடங்களுக்கு அந்தக் குழுவே அழைக்கப்பட்டது. பிரதமருடைய விமானத்தில் அந்தக் குழுவினருக்கே இடம் ஒதுக்கப்பட்டது. அந்நிய முதலீட்டாளர்களை வரவேற்கும் வாய்ப்பு அவர்களுக்கே தரப்பட்டது. பிரதமர், சிஐஐ அமைப்பின் வழியாகவே இந்தியாவின் வர்த்தக உலகத்தைத் தொடர்பு கொண்டார். எல்லோரையும் எச்சரிக்கை உணர்வோடு அணுகும் மன்மோகன் சிங் கூட சிஐஐ அமைப்புடன் நல்ல தொடர்பில்

இருந்தார். அரசியல் கட்சிகளுக்கு இடையே இருக்கும் போட்டி களைப் பயன்படுத்தித் தொழிலதிபர்கள் நிறையப் பலன்களைப் பெறுவது வழக்கமாக இருந்தது. ஆனால், ராவ் அரசு சாணக்கியரின் ராஜதந்திரத்தோடு செயல்பட்டு அமைப்புகளுக்கிடையே போட்டியை வளர்த்து, அரசின் தாராளமயமாக்கலை அந்த மூன்று அமைப்புகளையும் முன்னெடுக்கவைத்தார்.

●

நரசிம்ம ராவும் மன்மோகன் சிங்கும் அதுவரை செய்திருந்த மாற்றங்களெல்லாம் அரசுக் கட்டுப்பாடுகளை அப்புறப்படுத்தியதும் (லைசன்ஸ் நீக்கம், நாணய மதிப்புக் குறைப்பு, டாரிஃப் குறைப்பு) வர்த்தகர்களை வளர அனுமதித்ததும்தான் (அந்நிய முதலீடு, முதலீட்டு சந்தை, வங்கிச் சீர்திருத்தங்கள்). ஆனால் 1992 இறுதியில், தொழில் முனைவோர்களும் நடுத்தர மக்களும் அடிக்கடி தடைபட்டுப்போகும் மின்சாரம் குறித்தும், சாலை வசதியில்லாதது குறித்தும் குறை கூறினார்கள். 1992ல் மின் தட்டுப்பாடு, சராசரியாக 8 சதவீதமும் அதிகபட்சமாக 19 சதவீதமாகவும் இருந்தது.[59]

சாலை வசதியும் மின்சாரமும் ராவ் அரசின் கட்டுப்பாட்டில் இருந்ததில்லை. அதை மேம்படுத்தும் திட்டங்களும் ராவிடம் இல்லை. தில்லியிலும் சரி, ஆந்திராவிலும் சரி இத்தகைய துறைகளை அவர் கையாண்டதில்லை. ஆகவே, இவ்விஷயத்தைக் கவனத்துடன் கையாள முடிவு செய்தார். பொதுத்துறை நிறுவனங்கள் உள்கட்ட மைப்புத் துறையில் தொடர்ந்து முக்கிய இடத்தை வகித்து வந்தன. இனியும் தொடர்ந்து முன்னிலை வகிக்கும். மின் பகிர்வு, சாலை வசதி, பாலங்கள் கட்டுவது போன்றவற்றில் அரசுடன் இணைந்து செயல்பட, தனியாரின் பங்களிப்பும் வரவேற்கப்படுகிறது என்று அறிவித்தார்.[60]

பொதுத்துறை நிறுவனங்களின் செல்வாக்கு நீடிக்கும் என்று ராவ் உறுதியளித்தது மாறியது. 1997 இறுதியில் 5 முக்கிய உள்கட்டமைப்புத் துறைகளுக்கான செலவு, 1992-ல் தீர்மானமாகியிருந்ததில் இருந்து 14.4 சதவீதம் குறைந்து காணப்பட்டது.[62] சாலை வசதியை மேம்படுத்துவதில் தனியார் நிதி நிறுவனங்களும், சாலை அமைப் பாளர்களும் ஈடுபடுத்தப்பட்டார்கள். அரசின் செலவும் சுமையும் குறைந்தது. 1993ல் மத்தியப் பிரதேசத்தில் முதல்முறையாக தனியார் சுங்கசாலை அமைக்கப்பட்டது.[62] உள்கட்டமைப்புத் துறையில் தனியார் நிறுவனங்களை அனுமதித்ததன் மூலமாக மனிதவளத்தை உள்கட்டமைப்புத்துறையிலும் பயன்படுத்த முடிந்தது. நல்ல தரமான சாலைகளையும் அமைக்க முடிந்தது.

சாலை வசதிகளை மேம்படுத்துவதில் நரசிம்ம ராவ் அரசு முந்தைய காலத்தோடு ஒப்பீட்டளவிலான வெற்றியைப் பெறமுடிந்தது. அதே நேரத்தில், மின்சாரத் தட்டுப்பாட்டை நீக்கி, மின்வளத்தை நிர்வகிப்பதில் தோல்வியைத்தான் தழுவ நேர்ந்தது. மின் வளத்துறை, அந்தந்த மாநில அரசுகளின் கட்டுப்பாட்டில் இருந்தது. 70 சதவீத மின் உற்பத்தி மாநில அரசுகளிடமும், 20 சதவீதம் மத்திய அரசின் தொகுப்பிலிருந்தும் பெறப்பட்டன. 5 சதவீத மின் உற்பத்தி மட்டுமே தனியார் வசமிருந்தது.[63] பொதுத்துறை நிறுவனங்களின் ஆதிக்கம், இந்திய மக்களுக்குப் போதுமான மின்சார வசதி கிடைப்பதற்குத் தடையாக இருந்தது என்று சொல்லலாம்.

சிதைந்து கிடந்த நிலக்கரித் துறையில் நிறைய மாற்றங்களை ராவ் அரசு கொண்டுவந்தது. 70 சதவீத மின் உற்பத்தியானது நிலக்கரியை நம்பியே இருந்தது.[64] நிலக்கரி உற்பத்தி, மாஃபியாக்களின் பிடியில் இருந்தது. நிலக்கரி தோண்டி எடுப்பதில் தனியார் நிறுவனங்களை அனுமதிக்க முடியாத அளவுக்கு ராவ் அரசுக்குக் கடும் எதிர்ப்பு இருந்தது.[65] ஆனாலும், மின்சார உற்பத்தி, இரும்பு மற்றும் சிமெண்ட் போன்ற திட்டங்களில் முதலீடு செய்யும் நிறுவனங்கள் 'கேப்டிவ்' கரி சுரங்கங்களை அமைக்க அனுமதித்தன் மூலம் ஈடுகட்ட முயற்சி செய்தார்கள்.[66] இது சரியான தீர்வு அல்ல என்பது ராவுக்குத் தெரியும். 'இப்போது வெளிநாடுகளில் இருந்து முதலீடு செய்ய வருபவர்களுக்கு, உங்களுக்குத் தேவையான மின்சாரத்துக்கான சுய மின் உற்பத்தி நிலையம் (கேப்டிவ் பவர் பிளாண்ட்) உங்களுக்குக் கிடைக்கும் என்று சொல்ல முடியாத நிலையில் நாம் இருக்கிறோம். அப்படியானால் நாம் இருப்பதன் பலன் தானென்ன?' என்று அவர் வருத்தத்துடன் தெரிவித்தார்.[67]

மின் உற்பத்தியில் மத்திய அரசின் அனுமதி பெற்ற வெளிநாட்டு தனியார் நிறுவனங்களில் கெடு புகழ் வாய்ந்தது அமெரிக்காவின் என்ரான். ராவ் பிரதமரானதும், இயற்கை எரிவாயு தொழிற்சாலை ஒன்றை மகாராஷ்டிராவின் தபோலில் தொடங்க என்ரான் நிறுவனத்துடன் ஒப்பந்தம் கையெழுத்தானது. கூடவே உத்தரவாதப் படுத்தப்பட்ட லாபம், நிர்வாக முழு சுதந்தரம் ஆகியவற்றைத் தந்திருந்தது. உள்ளூர் விவசாயிகள், என்ரான் தொழிற்சாலையால் தங்களது விவசாய நிலங்கள் பாதிக்கப்படுவதாகப் புகார் தெரிவித்தார்கள். சூழலியலாளர்களுடனும் தாராளமயமாக்கல் கொள்கைகளுக்கு எதிரானவர்களுடனும் இணைந்து போராட்டத்தில் குதித்தார்கள். மின் உற்பத்திக்கு அதிக விலை நிர்ணயிப்பதாக என்ரான் மீதும், என்ரானுக்கு துணை போகும் மத்திய அரசுக்கு எதிராகவும் போராட்டம் வலுத்தது. இதில் குறிப்பிடத்தக்க அம்சம் என்ன

வென்றால், என்ரான் ஒப்பந்தம் மகாராஷ்டிராவில் காங்கிரஸ் அரசு ஆட்சியில் இருந்தபோது செய்யப்பட்ட ஒப்பந்தம். வெளிப்படையான அணுகுமுறை இல்லாத காரணத்தால் சலுகைசார் முதலாளித்துவத்துக் கான மோசமான முன்னுதாரணமாக அமைந்துவிட்டது.[68]

என்ரான் மீது வைக்கப்பட்ட விமர்சனங்களும் உண்மையாகின. அமெரிக்காவில் வீழ்ச்சியைச் சந்தித்த என்ரான், இந்தியாவில் கெட்ட கனவாக மத்திய அரசின் கருவூலத்தை காலி செய்து கொண்டிருக்கிறது. தாராளமயமாக்கல் எப்படித் தவறாகிவிடக்கூடும் என்பதற்கான மிகச் சிறந்த உதாரணமாக மகாராஷ்டிராவின் கடற்கரை யோரங்களில் என்ரானின் எச்சங்கள் இன்றும் இருக்கின்றன.

•

என்ரான் திட்டத்தில் நடந்த திரைமறைவுச் செயல்கள், நரசிம்ம ராவும் தாராளமயமாக்கல் கொள்கையும் 1993-ல் சந்தித்த எதிர்ப்புகளை மேலும் பெரிதாக்கின. சலுகைசார் முதலாளித்துவத்தின் மறு பெயர்தான் நவ தாராளமயமாக்கல் என்று இடதுசாரிகள் குற்றஞ் சாட்டினார்கள். 1993 முதல் சூட்கேஸ் லஞ்சம் மூலமே விஷயங்கள் நடந்தேறுவதாக விமர்சனங்கள் எழுந்தன.

1993 மே. ராவின் கேபினட் அமைச்சரும், அவரது அரசியல் எதிரியுமான அர்ஜுன் சிங், ஒரு பகிரங்கக் கடிதம் எழுதியிருந்தார். இந்திய பங்குச் சந்தைகளில் பங்கு வர்த்தகத்தை முறைப்படுத்தியதன் மூலமாக மத்திய அரசுக்கு ஏறக்குறைய 3000 கோடி ரூபாய் இழப்பு ஏற்பட்டிருந்ததாகக் குறிப்பிட்டிருந்தார்.[69] இந்த விஷயத்தில் கூடுதல் 'வெளிப்படைத்தன்மை' வேண்டும் என்று குறிப்பிட்டிருந்தார்.[70] இதை பகிரங்கக் கடிதத்தின் மூலம் வெளிப்படுத்தி, ராவை நேரடியாகத் தாக்கியிருந்தார். இவையெல்லாம் மோசடிகள் என்று உறுதியாக நம்பியிருந்தார்.

ஒரு மாதத்துக்குப் பின்னர் 16 ஜூன் 1993, ஜாமீனில் வெளியே வந்திருந்த ஹர்ஷத் மேத்தா, ஒரு பத்திரிகையாளர் சந்திப்புக்கு ஏற்பாடு செய்திருந்தார். அதில் ஒரு கோடி ரூபாய் லஞ்சமாக நரசிம்ம ராவ் பெற்றுக்கொண்டதாகக் குற்றம்சாட்டினார். பிரதமர், இந்தக் குற்றச்சாட்டை மறுத்தார். சீதை, தீக்குளித்துத் தன்னை நிரூபித்தது போலத் தானும் இவ்வழக்கைச் சந்தித்து, அதிலிருந்து வெற்றிகரமாக விடுவிக்கப்படுவேன் என்று கருத்துத் தெரிவித்திருந்தார்.[71] மேத்தாவின் குற்றச்சாட்டுகள், நீதிமன்றங்களால் தள்ளுபடி செய்யப் பட்டன. ஆனால், அவை ஏற்படுத்தியிருந்த அனல் காற்றின் தாக்கம், ராவ் ஆட்சிக்காலம் முழுவதும் அவரைத் துரத்திக்கொண்டிருந்தது.

மோசடிக் குற்றச்சாட்டுகளுக்கு மன்மோகன் சிங்கூடத் தப்பியதில்லை. மன்மோகனின் மகள், வங்கியாளர் என்றும் வங்கித்துறையில் சீர்திருத்தம் செய்ததன் மூலமாக ஏராளமான லஞ்சப் பணம் பெற்றதாகவும் நாடாளுமன்ற வளாகங்களில் முணுமுணுக்கப் பட்டது. அதுவொரு பொய்யான குற்றச்சாட்டு. நாடாளுமன்றத்திலேயே அதற்கான விளக்கமும் அளித்தார் மன்மோகன். என்னுடைய மூன்று மகள்களில், யாரும் வங்கித்துறையில் சம்பந்தப்பட்டிருக்கவில்லை. என்னுடன் பணிபுரிபவர்கள்கூட அதில் சம்பந்தப்பட்டிருக்கவில்லை என்று விளக்கம் தந்திருந்தார்.[72]

இதுபோன்ற குற்றச்சாட்டுகளில் சில உண்மையாகவும் சில நேரங்களில் பொய்யாகவும் அமைந்துவிடுவது உண்டு. ஆனால், குற்றச்சாட்டுகள் எழுவதை யாராலும் தடுக்கமுடியாது.

வங்கித்துறையில் நடைபெற்றதாகச் சொல்லப்பட்ட முறைகேடுகள் குறித்து முழுவதும் விசாரிக்க நாடாளுமன்றக் குழு ஒன்று அமைக்கப்பட்டது. நிதித்துறை அமைச்சகத்தைச் சேர்ந்த அதிகாரிகளையும் அந்தக் குழு விசாரித்தது. பெரும்பாலான அதிகாரிகள் பதற்றத்துடன் பதில் சொன்னார்கள். மான்டெக் சிங் அலுவாலியா நிதானமாக இருந்தார். 'சில சட்ட திட்டங்களை மாற்றும்போது, ஒரு சிலர் அதைத் தவறாகப் பயன்படுத்திவிட வாய்ப்புகள் இருக்கின்றன. அதற்காக, ஒட்டுமொத்தக் கொள்கையையும் நாம் தவறாகச் சொல்லி விடமுடியாது' என்றார் அலுவாலியா.[73] இதைக் கேட்ட நாடாளுமன்றக் குழு உறுப்பினரான ஒரு காங்கிரஸ்காரர், சிரித்தபடியே சொன்னாராம்: 'சர்தார்ஜி ரொம்ப அதிகமாகவே பேசுகிறார்'.[74]

நாடாளுமன்ற விசாரணைக்குழு தன்னுடைய இறுதி அறிக்கையை டிசம்பர் 1993ல் தாக்கல் செய்தது. அதில் வங்கித்துறை மோசடியைக் கண்டுகொள்ளாமல் தூங்கிக் கொண்டிருந்ததாக நிதியமைச்சரைக் குறை கூறியிருந்தது.[75]

காங்கிரஸ் கட்சிக்காரர்களாலேயே கடுமையான விமர்சனத்துக் குள்ளாக்கப்பட்டதால் மனமுடைந்த மன்மோகன் சிங், ராஜினாமா கடிதத்தை எழுதி, பிரதமருக்கு அனுப்பிவிட்டார். கடிதத்தைப் பார்த்ததும், தன்னுடைய செயலாளரான பி.வி.ஆர்.கே பிரசாத்திடம் ராவ் சொன்னாராம். 'நம்முடைய எம்பிக்கள் எல்லோரும் நம்முடைய கட்டுப்பாட்டில் இருக்கிறார்கள். நம்முடைய பேச்சைத்தான் கேட்பார்கள் என்று தவறாக நினைத்துவிட்டார். அவர்களது உண்மையான இலக்கு நான்தான் என்பது பாவம், அவருக்குத் தெரியவில்லை' என்றாராம்.[76]

காங்கிரஸ் கட்சிக்காரர்கள் மீது பதிலடியாக மன்மோகன் புகார் சொன்னதும், அவருக்கு வருத்தத்தைத் தந்துவிட்டது. 'நான் இந்திரா காந்தி அல்ல. அர்ஜுன் சிங் போன்றவர்கள் மீது நடவடிக்கை எடுக்குமளவுக்கு என்னிடம் அதிகாரம் இப்போதைக்கு இல்லை' என்றாராம்.[77]

எதிர்ப்புகளைச் சமாளிக்கத் தெரியாத மன்மோகன் சிங் மீது கோபப்பட்ட நரசிம்ம ராவ், அவரது ராஜினாமாவை ஏற்றுக் கொள்ளும் முடிவுக்கும் வந்துவிட்டார்.[78] அப்படியானால் நிதியமைச்சகத்தை ப.சிதம்பரம் அல்லது பிரணாப் முகர்ஜியின் வசம் ஒப்படைக்கவேண்டும்.[79] இந்நிலையில் நாடாளுமன்றத்திலும் ஊடகங்களிலும் பொருளாதாரச் சீர்திருத்தங்களால் விளைந்த கசப்பான விஷயங்களுக்கு மன்மோகனை விமர்சித்துக் கொண்டிருந்தார்கள். தன் முன்னால் இருந்த வாய்ப்புகளை ராவ் நிதானமாக யோசித்துப் பார்த்தார். முடிவில் ராவ், மன்மோகனைப் பதவியில் நீடிக்குமாறு கேட்டுக்கொண்டார்.[80] இதனிடையில் வங்கி மோசடி குறித்த விமர்சனங்கள் பொதுவெளியில் தணிந்து விட்டிருந்தன. பிரதமர் எந்தப் பாதிப்பும் இன்றித் தப்பிவிட்டார்.

•

உள்நாட்டில் நுகர்வோர் மத்தியில் நிறைய மாற்றங்கள் வர ஆரம்பித்திருந்தன. முதல்கட்ட தாராளமயமாக்கலில் விமான சேவை, குளிர்பானங்கள், தொலைக்காட்சிகள் போன்றவை தனியாருக்குத் திறந்துவிடப்பட்டிருந்தன. புதிய ஆட்களைக் கவரவும் வேறு முறைகேடுகள் நடக்காமல் இருக்கவும் அரசும் இந்தத் துறைகளைத் தன்னுடைய கைகளில் வைத்திருக்கவும் வேண்டியிருந்தது. வேறு வழிகளில் முயற்சி செய்தல், வழிவிட்டுக் கொடுத்தல், வழி அமைத்துக் கொடுத்தல் என அந்த விஷயங்களைச் செய்ய வேண்டியிருந்தது.

1992ல் இந்தியாவின் முதல் தனியார் தொலைக்காட்சி நிறுவனமான ஜீ டிவி தன்னுடைய ஒளிபரப்பை ஆரம்பித்தது. அதற்கு முன்னரே செயற்கைக்கோள் வழியாக தொலைக்காட்சி அலைவரிசைகளை ஆரம்பிப்பதற்கான சாத்தியத்தைத் தொழில்நுட்ப வளர்ச்சி ஏற்படுத்திக் கொடுத்திருந்தது. ராவ் பிரதமரான ஒரே மாதத்தில் ஸ்டார் நிறுவனம் தன்னுடைய ஒளிபரப்பை ஹாங்காங்கிலிருந்து ஆரம்பித்திருந்தது.[81] பத்தே மாதங்களில் நேயர்களின் எண்ணிக்கை மூன்று மடங்கானது. 4,00,000 முதல் 1.2 மில்லியன் நேயர்கள் தொலைக்காட்சி நிகழ்ச்சிகளைக் கண்டுகளித்தார்கள்.[82] இத்தகைய தொலைக்காட்சி அலைவரிசைகள் சட்டப்பூர்வமாக அங்கீகரிக்கப் பட்டவை அல்ல.

பிரிட்டிஷ் இந்தியாவின் தந்தி சட்டம், ஒளி, ஒலிபரப்புத்துறையில் ஏகபோக உரிமத்தை அரசுக்கு மட்டுமே வழங்கியிருந்தது. நரசிம்ம ராவ், இத்துறையைத் தயக்கத்துடன் அணுகினார். தன்னுடைய செயலாளரிடம் பேசும்போது, தகவல் ஒளிபரப்புத்துறையில் உள்ள ஆபத்துகளைப் புரிந்துகொள்ளவேண்டும். யார் வேண்டுமானாலும் வீட்டின் மேற்கூரையில் ஒரு கருவியைப் பொறுத்தி, உலகத்தில் எங்கே, என்ன நடப்பது என்பதையெல்லாம் பார்க்க முடியும். அதை நம்மால் கட்டுப்படுத்த முடியாது. நம்முடைய பாதுகாப்புக்கு அச்சுறுத்தலான விஷயம் என்றும் கூறியிருக்கிறார்.[83] செயற்கைக் கோள் தொலைக்காட்சி சேவை தடை செய்யப்படுவதில் அவருக்கு விருப்பமில்லை. அதே சமயம் தணிக்கை இல்லாமல் ஒளிபரப்புவதிலும் அவருக்கு ஒப்புதல் இல்லை. தனியார் தொலைக்காட்சி சேவைகளைத் தடை செய்தால், அந்நிய முதலீட்டாளர் மத்தியில் தவறான செய்தியை அளிக்கும்.[84] ஆகவே, இவ்விஷயத்தில் ராவ் தலையிடாமல் பொறுமையாக இருந்துவிட முடிவு செய்தார். தகவல் தொழில்நுட்ப வளர்ச்சியும், மக்கள் மத்தியில் இருந்த அமோக வரவேற்பும் இத்துறையை உச்சத்துக்கு எடுத்துச் சென்றுவிட்டன. சட்டரீதியாகத் தவறா சரியா என்று தீர்மானிக்கப்படாமல் இருந்த ஒளிபரப்பு வழிமுறைக்கு 1995-ல் ஒரு தீர்வு காணப்பட்டது. இந்தியாவின் வான்வெளி, இந்திய மக்களுக்குச் சொந்தமானது, இந்திய அரசாங்கத்துக்கு அல்ல என்று உச்சநீதிமன்றம் தீர்ப்பு அளித்தது.[85]

ராவ் சிங்கம்போல் கர்ஜித்திருக்காமல் மவுனமாகப் பதுங்கி வழிவிட்ட துறைகளில் நடந்த இந்தப் புறவாசல் தாராளமயமாக்கல் மூலமாக இந்தியாவுக்குள் குவிந்த நிதியை, ராவ் எதிர்பார்த்திருக்க வில்லை. 2015 வரை, இந்தியாவில் ஏறக்குறைய 832 தொலைக்காட்சி அலைவரிசைகள் காணக் கிடைக்கின்றன.[86] எண்ணிக்கை அதிகரித்ததுபோலவே, தொலைக்காட்சியிலும் ஏராளமான மாற்றங்கள் வந்தன. சாந்தா பார்பராவிலும் கலிபோர்னியாவிலும் எடுக்கப்பட்ட டிவி நாடகங்களும் நெடுந்தொடர்களும் இந்திய மக்களின் மனநிலையில் மாற்றங்களை ஏற்படுத்தவில்லை. மாறாக, காலத்துக்கேற்ப தன்னை மாற்றிக் கொண்டு அதே நேரம் பழைய மதிப்பீடுகளைத் தக்கவைக்கப் போராடிக்கொண்டிருக்கும் இந்திய கூட்டுக் குடும்பச் சிக்கல்களை முன்னிலைப்படுத்தும் நெடுந்தொடர்களை விரும்பிப் பார்க்க ஆரம்பித்தது இந்திய சமூகம்.

1993ல் இந்தியாவில் முதல் தனியார் விமான சேவை ஆரம்பமானது. ஜெட் ஏர்வேஸ் பயணிகளை ஏற்றிக்கொண்டு விண்ணில் பறந்தது.

டாமானியா, ஈஸ்ட் வெஸ்ட், சஹாரா, மோடிலுப்ட் என அடுத்தடுத்துத் தனியார் விமான நிறுவனங்கள் விண்ணில் சிறகுகளை விரித்தன. நடுத்தர மக்களின் கனவுகளை நனவாக்கின. இன்று, 2014-ல் மட்டும் 82 மில்லியன் பயணிகள் உள்நாட்டு விமான சேவையைப் பயன்படுத்தியுள்ளனர்.[87] ஆனால், விமானப் போக்குவரத்துத்துறை லைசன்ஸ் ராஜ் அரசாங்கத்தின் நீட்சியாகவே செயல்பட்டது. 1990 ஆரம்பத்தில் விமான சேவையை ஆரம்பிக்க நினைத்த ரத்தன் டாட்டா நினைவுகூர்கிறார்: இதே அரசாங்கம் விமான சேவையை ஆரம்பிக்கச் சொன்னது, பின்னர் அது நிகழாத வண்ணம் பார்த்துக்கொண்டது என்கிறார்.[88]

தனியார் தொலைக்காட்சி விஷயத்தில் ஒருவிதமாகவும், விமான சேவையை விரிவாக்கும் விஷயத்தில் வழிவிட்டுக் கொடுக்கும் விதமாகவும் செயல்பட்ட ராவ் அரசு மொபைல் தொலைபேசித் துறையில் வழியமைத்துக் கொடுக்கும் பணியைச் செய்தது. இம்மூன்று துறைகளிலும் நிகழ்ந்த மாற்றங்கள், உலக அளவில் கவனத்தைப் பெற்றன.

90-களில் மொபைல் நுட்பம் இந்தியாவுக்குள் வந்தபோது, தனியார் மற்றும் வெளிநாட்டு நிறுவனங்களை இந்தியாவுக்குள் அனுமதிப்பதா என்பதில் கேள்வி எழுந்தது. விவாதம் நீண்டு, கொள்கை முடிவை அறிவிப்பதில் தாமதம் எழுந்தது. 1994ன் ஆரம்பத்தில்தான் தொலை தொடர்புத்துறை பக்கம் தன்னுடைய கவனத்தை ராவ் திருப்பினார்.

தொலைதொடர்புத்துறையைத் தனியார்மயமாக்கும் விஷயத்தைப் பற்றிப் பேசிப் பேசி எல்லோரும் சோர்ந்து போயிருந்தார்கள். 1994 ஏப்ரல் மாதம், தொலைதொடர்புத்துறையின் தலைவர், பிரதமருக்கு எழுதிய தனிப்பட்ட கடிதத்தில், புதிய தகவல் தொடர்புக் கொள்கை குறித்த முடிவை விரைவாக எடுக்குமாறு கேட்டுக்கொண்டார். ராவ், அதைக் கவனமாகப் படித்தார். தேவையான இடங்களில் அடிக்குறிப்புகள் இட்டார். கிராமப்புறப் பகுதிகளுக்கும் தொலை தொடர்பு சேவை கிடைத்திட, அவை (அவர்கள்) கிராமங்களுக்குச் செல்லவேண்டும் என்று நிபந்தனை விதிக்கவேண்டும் என்று எழுதப் பட்டிருந்ததை அடிக்கோடிட்டுச் சிவப்பு நிற மையால், ஒரு கேள்வி எழுப்பினார்: கிராமங்களுக்கு போன்கள் போகவேண்டுமா..? அயல்நாட்டு பிரதிநிதிகள் போகவேண்டுமா என்று நகைச்சுவையாகக் கேட்டிருந்தார்.[89]

'தொலை தொடர்புத்துறை அமைச்சர் சுக்ராம், 'முன்னர் இருந்தது போல் தொலை தொடர்புத்துறை மத்திய அரசின் கட்டுப்பாட்டில் இருப்பது நல்லது' என்று நினைப்பதால் கொள்கை முடிவை

அறிவிப்பதில் தாமதம் எழுந்திருக்கிறது என்று பத்திரிகைகளில் செய்தி வெளியாகின.[90] சுக்ராம் பின்னாளில் மோசடிக் குற்றச்சாட்டில் சிக்கினார். தொலை தொடர்புத்துறையில் கேபிள் ஒப்பந்தம் அளித்த வகையில் ஏராளமான லஞ்சப்பணம் பெற்றதாகக் குற்றம்சாட்டப் பட்டார். சுக்ராம், ராவின் புதிய காபினெட் செயலாளர் ஷபார் சயிபுல்லாவுக்கு ஒரு கடிதம் எழுதியிருந்தார். 'தாராளமயமாக்கல் கொள்கையை மத்திய அரசின் ஒவ்வொரு துறையிலும் குறிப்பாக தொலை தொடர்புத்துறையில் அமலுக்குக் கொண்டு வரும் பணியில் என்னை ஈடுபடுத்திக்கொண்டுள்ளேன்' என்று எழுதியிருக்கிறார்.[91]

1994 மே மாதம், புதிய தொலை தொடர்புக்கொள்கை அறிவிக்கப் பட்டது. தொலை தொடர்புத்துறையில் மொபைல் தொழில் நுட்பத்தைக் கொண்டுவரவும், அந்நிய முதலீடுகள் ஊக்கு விக்கப்படும் என்று அறிவிக்கப்பட்டது. மொபைல் ஆபரேட்டர் களைக் கட்டுப்படுத்த உரிமம் வழங்கும் முறையை அறிவித்ததன் மூலமாக ராவ் ஒரு தவறைச் செய்திருந்தார். பெரும்பாலான துறைகளில் இத்தகைய வழக்கம் ஏற்கனவே முடிவுக்குக் கொண்டு வரப்பட்டிருந்தது.[92] அத்தகைய முறை அமலில் இல்லாமல் இருந்திருந்தால் மொபைல் தொலைபேசித்துறையின் அசுர வளர்ச்சிக்கு உதவியிருக்கும். ஆனால், பிந்தைய அரசுகள் அந்தத் தடைகளை நீக்கி அந்தத் துறையின் வளர்ச்சிக்கு வழிவகுத்தன. எனினும் தொலைபேசித் துறையில் தனியார்களை அனுமதித்ததன் மூலம் பாட்டிலைத் தேய்த்து அலாவுதீனின் அற்புத பூதத்தை வெளியே வரவைத்திருந்தார் ராவ். 2015 இறுதிவரை, 969 மில்லியன் மொபைல் இணைப்புகள் ஏற்படுத்தப்பட்டுள்ளன. இதில் 92 சதவீதம் குறிப்பாக 891 மில்லியன் இணைப்புகள் தனியார் தொலைதொடர்பு நிறுவனங்களைச் சேர்ந்தவை.[93] சிறப்பான சேவையளிப்பதில் போட்டி வந்தபோது பொதுமக்களின் தேர்வு, அரசுத்துறை நிறுவனங்களைவிடத் தனியார் நிறுவனங்களாகவே இருந்திருக்கின்றன.

இந்திய தொலைத் தொடர்புத்துறையின் 'தந்தை' என்று ஒருவர் இருந்திருந்தால் அது நிச்சயம் ராஜிவ் காந்தியாக இருக்கமுடியாது. அவருக்கு அடுத்ததாக ஆட்சிக்கு வந்த ராவ் ஆகத்தான் இருக்க முடியும். ஏனோ, அப்படியொரு புகழைத் தேடிக்கொள்ள ராவ் விரும்பவில்லை. சீர்திருத்தங்களில்கூடத் தன்னுடைய அரசியல் எதிரிகளுக்கு ஒரு பங்கை அளிக்கவே செய்திருக்கிறார். 1995 ஜூலையில் முதல் மொபைல் அழைப்பு ஆரம்பிக்கப்பட்டபோது, தொலை தொடர்புத்துறை அமைச்சராக இருந்த சுக்ராம், மேற்கு வங்கத்தின் இடதுசாரி அரசின் முதல்வராக இருந்த ஜோதி பாசுவுக்குத்தான் முதல் அழைப்புவிடுத்தார்.[94]

தாராளமயமாக்கலுக்கு எதிராக இருந்தவர்கள், 1994 இறுதிக்குள் அதை ஏற்றுக்கொண்டுவிட்டார்கள் என்று சொல்லமுடியாவிட்டாலும் மௌனமாகிவிட்டார்கள். 'என்னால் யாரேனும் ஒருவருக்கு வேலை பறிபோனது என்கிற நிலை வராதவரை இந்தியப் பொருளாதாரத்துக்கு எது தேவையோ அதைச் செய்ய நான் தயாராக இருக்கிறேன்' என்று ஐஎம்எப்பின் தலைவருடன் பேசும்போது ராவ் குறிப்பிட்டிருந்தார்.[95] அதை அவர் நிறைவேற்றிக்காட்டினார் என்று சஞ்சய் பாரு குறிப்பிட்டிருக்கிறார். அரசியல்வாதிகள் மத்தியில் மாற்றத்தை கொண்டுவர சாதகக் கருத்துருவாக்கச் செயல்பாடுகள் (லாபியிங்) மேற்கொள்ளப்பட்டன. பொருளாதார சீர்திருத்தங்கள் குறித்து மாநில வாரியாக வந்திருந்த எம்பிக்களிடம் எடுத்துரைக்கப்பட்டது. அவர்களுக்கு இதெல்லாம் புதிதாக இருந்தது. அப்போது பவர் பாயிண்ட் பிரசண்டேஷன் வராத காலம். மாநிலங்களுக்கு ஏற்றபடி தமிழ், தெலுங்கு, இந்தி எனப் பல மொழிகளில் ஸ்லைடுகள் எழுதி வைத்துக்கொண்டு விளக்கம் கொடுத்தோம். இவையெல்லாம் மிகவும் சிரமமாக இருந்தன. ஆனால், நல்ல பலன் கிடைக்கவும் செய்தன.[96] இது தவிர ராவும் மன்மோகன்சிங்கும் தொடர்ந்து வரிவிதிப்புகளை மாற்றியமைப்பது, உரிமக் கட்டுப்பாட்டுத் தளர்வு எனப் படிப்படியாகப் பல விஷயங்கள் செய்தார்கள். அவை யெல்லாம் ஊடகங்களில் இடம்பெறவில்லை.

'1992க்கு பின்னர் நாடாளுமன்றத்தின் ஒப்புதல் பெறத் தேவை யில்லாத விஷயங்களாகப் பார்த்துச் செய்து வந்தோம். அதன் காரணமாகத்தான் எங்களால் தொடர்ந்து சீர்திருத்தங்களை முன்னெடுக்க முடிந்தது' என்கிறார் மன்மோகன் சிங்.[97]

1994 இறுதிக்குள் அரசுக்குத் தேவையான பெரும்பான்மையை ராவ் பெற்றுவிட்டார். மூன்று முறை நம்பிக்கையில்லா தீர்மானம் கொண்டுவரப்பட்டும், ராவ் அரசு தப்பிப் பிழைத்துவிட்டது. தற்செயலாகப் பிரதமரான ராவ், எப்படியும் ஐந்தாண்டுகளைக் கடந்து விடுவார் என்பது உறுதியாகிவிட்டது. பெரும்பான்மை வலு இல்லாத ஆட்சி ஒன்று முழு ஆட்சிக்காலத்தை முடித்தது இந்திய வரலாற்றில் அதுவே முதல் முறை.

தன்னுடைய அரசியல் வெற்றியை அடிப்படையாக வைத்து, பொருளாதார சீர்திருத்தத்தை அடுத்த கட்டத்துக்கு எடுத்துச் சென்றார் ராவ். காட் ஒப்பந்தம் தொடர்பாக உருகுவேவில் பேச்சுவார்த்தை நடத்தப்பட்டது. உலகளவில் இறக்குமதிக்கான கட்டுப்பாடுகளை நீக்குவது, விவசாயம், ஆடை உற்பத்தி, காப்புரிமை போன்ற விஷயங்களில் அனைத்து நாட்டுச் சட்டங்களையும் ஒத்திசைவு கொண்டதாக ஆக்குவது என்று அதில் முடிவு செய்யப்பட்டது.

ஏற்கனவே 122 நாடுகள் கையெழுத்திட்டிருந்தன. ஏப்ரல் 1994ல் இந்திய அரசும் கையெழுத்திட்டது. காட் ஒப்பந்தத்தின் மூலம் உலக வர்த்தக அமைப்பு உருவானது. இந்தியாவும் உலக வர்த்தக அமைப்பில் இணைந்தது. எதிர்க்கட்சிகள் கொதித்துப்போனார்கள். 'இந்தியா தன்னுடைய பொருளாதார சுதந்தரத்தை இன்றைய கிழக்கிந்திய கம்பெனியிடம் (உலக வர்த்தக அமைப்பிடம்) அடகுவைத்துவிட்டது என்றார் ஒரு பத்திரிகை ஆசிரியர்.[98]

இந்த எதிர்ப்புகள் பலவீனமானவை என்று முடிவு செய்த ராவ் பின்வாங்க மறுத்தார். உருகுவே பேச்சுவார்த்தையை ஆதரித்து காங்கிரஸ் கட்சியின் தீர்மானத்தை ராவ் தன் கைப்பட எழுதியிருந்தார். இறுதிக்கட்டப் பேச்சுவார்த்தையின்போது, விவசாயிகள், அறிவியல் அறிஞர்கள் மற்றும் சாமானியர்களின் நலனுக்கு எதிரான விஷயங்களைத் தன்னுடைய அரசு சகித்துக்கொள்ளாது என்று குறிப்பிட்டிருந்தார்.[99] நந்தியால் தொகுதியில் பொதுமக்கள் மத்தியில் பேசும்போது, 'உருகுவே பேச்சுவார்த்தை தொடர்பாக விவசாயிகள், பொதுமக்களிடம் பல மணிநேரம் பேசினேன். அவர்களுக்கு எல்லா வற்றையும் விளக்கிச் சொன்னேன்' என்றார்.[100]

ஐந்தாண்டுகளுக்கு முன்னர்வரை, மேற்குலக நாடுகளுடன் இப்படிப் பட்ட ஒரு ஒப்பந்தம் சாத்தியமில்லாமல்தான் இருந்தது. ராவ் மற்றும் அவரது சகாக்கள் இந்தியாவின் முகத்தை மாற்றியமைத்தார்கள். 1995 ஜனவரி 1 முதல், இந்தியா, உலக வர்த்தக அமைப்பின் உறுப்பினரானது.

●

1994 இறுதிக்குள் இந்தியாவில் வளர்ச்சிக்கான தடங்கள் தெரிய ஆரம்பித்தன. அந்த ஆண்டு வளர்ச்சி விகிதம் 6.7 சதவீதமாக இருந்தது. ராவுடைய ஆட்சிக் காலத்தின் கடைசி இரண்டு வருடங்களில் 7.5 சதவீதம் வரை உயர்ந்தது. ராவ், அமெரிக்கப் பயணத்துக்குத் தயாரானபோது, நியூயார்க் டைம்ஸ் சிறப்புக் கட்டுரை வெளியிட்டது. 72 வயதான ராவ், இந்தியாவின் டெங் ஜியாபிங்காக ஆகியிருக்கிறார். தன்னுடைய அந்திமக்காலங்களில் கட்டுப்பாடு களைத் தளர்த்தி, மூந்தைய அரசுகள் செய்யத் தவறியதைச் செய்து முடித்திருக்கிறார். பழைய கட்டுப்பாடுகளை ஒழித்துக்கட்டியதோடு, பழைய முறையால் கட்டமைக்கப்பட்ட, சுயநலத்தோடு செயல்பட்ட வட்டாரங்களுக்கு சவாலாக இருந்திருக்கிறார் என்று தலையங்கம் தீட்டியது.[101]

முதலீட்டாளர்கள் மிகுந்த நம்பிக்கையுடன் இருந்தனர். ஏப்ரல் 1994ல் சிஐஐ எடுத்த ஆய்வின்படி மூன்றில் இரண்டு மடங்கு வர்த்தகர்கள், முதலீட்டை அதிகரிக்கும் முடிவில் இருப்பதாகக் குறிப்பிட்டனர்.

1200 தனியார் நிறுவனங்களிடம் எடுக்கப்பட்ட ஆய்வின்படி, நிறுவனங்களின் நிகர லாபம் 84 சதவீதம் வரை உயர்ந்திருப்பது தெரிய வந்தது.[102] மேற்குலகின் முக்கியமான நிறுவனமான கோக்கோ கோலா 17 ஆண்டுகள் கழித்துத் திரும்பவும் இந்தியாவுக்குள் காலடி வைத்தது. பம்பாய் பங்குச்சந்தை, ஹர்ஷத் மேத்தா ஊழலுக்கு முந்தைய உச்சத்தைத் தொட்டிருந்தது.[103] இந்தியாவின் அந்நியச் செலாவணி கையிருப்பு, போதுமான அளவுக்கும் அதிகமாக இருந்தது. 1994 ஆகஸ்ட் மாதம், தன்னுடைய சுதந்தர தின உரையில், 1991ல் நம்மிடையே வெறும் 3000 கோடி ரூபாய் அந்நியச் செலாவணி மட்டுமே இருந்தது. தற்போது அந்நியச் செலாவணி கையிருப்பு 51,000 கோடி இருக்கிறது. இதுவொரு பெரிய சாதனை என்று குறிப்பிட்டார்.[104]

இந்த மலைக்கவைக்கும் எண்களுக்குப் பின்னால் இருந்த இந்தியர்களின் மனரீதியான மாற்றத்தை எந்தப் புள்ளிவிவரத்தாலும் அளக்கவே முடியாது. ராவின் கைக்கு வந்தபோது இரண்டாந்திர நாடாகவே இந்தியா இருந்தது. ஆனால், 1994 வாக்கில் அந்த அவநம்பிக்கை மாறித் தன்னம்பிக்கை பிறந்திருந்தது. தன் ஆன்மாவை இழக்காமலேயே, உலகளாவிய போட்டிகளைச் சமாளிக்க முடியும் என்கிற நம்பிக்கை எழுந்திருந்தது. சுஷ்மிதா சென், மிஸ் யுனிவர்ஸாகத் தேர்ந்தெடுக்கப்பட்டார். ஐஸ்வர்யா ராய், மிஸ் வேர்ல்டாக முடிசூட்டப்பட்டார். அதே ஆண்டு சச்சின் டெண்டல்கர் இந்தியாவுக்குக் களமிறங்கினார். நியூசிலாந்துக்கு எதிரான போட்டியில் 49 பந்துகளில் 82 ரன்களை விளாசித் தள்ளினார். அவருடைய வாழ்க்கையையே மாற்றி அமைத்த போட்டி அது.

நரசிம்ம ராவ் தேசத்தில் கொண்டுவந்திருந்த தன்னம்பிக்கையின் குறியீட்டு அம்சமாக 'தில் வாலே துல்ஹனியா லே ஜாயேங்கி' என்னும் திரைப்படத்தைச் சொல்லலாம். அந்த இந்திப் படம் அக்டோபர் 1995ல் வெளியாகி, மாபெரும் வெற்றியைப் பெற்றது. ஐரோப்பாவில் வசிக்கும் இந்திய குடும்பங்களின் கதையைப் பின்புலமாகக் கொண்டிருந்த படத்துக்கு உலகம் முழுவதும் நல்ல வரவேற்பு இருந்தது. மேற்கு உலகத்தோடு நெருங்கிய தொடர்பில் இருந்தாலும் தாய் மொழி, கலாசாரம், குடும்பப் பண்பாடுகளை மறந்துவிடாமல் பின்பற்றிக்கொண்டிருக்கும் இந்தியக் குடும்பங்களைப் பற்றிய கதை அது. திரை விமர்சகர் ரசேல் த்வேயர், இந்தியரான இருப்பதே பெருமைக்குரியதுதான். மேற்கத்தியர்போல் நடிக்கத் தேவையில்லை என்பதை அந்தப் படம் உணர்த்தியதாகக் குறிப்பிட்டார்.[105] 'பெரிய பெரிய நாடுகளில், சின்னச் சின்ன விஷயங்கள் நடந்து கொண்டுதான் இருக்கின்றன' என்ற வசனம் 20

வருடங்கள் கழித்து இந்தியா வந்தபோது, அமெரிக்க அதிபர் பாரக் ஒபாமா குறிப்பிட்டுச் சொல்லும் அளவுக்குப் பிரபலமானது.

•

பொதுவாக, ஒரு நாட்டில் பொருளாதார வளர்ச்சி ஏற்படும்போது அந்நாட்டின் தலைமைப்பொறுப்பில் உள்ளவர்களின் அரசியல் பலம் அதிகரிக்கவே செய்யும். இந்தியா, மட்டும் விதிவிலக்கு. 1995ல் பொருளாதார வளர்ச்சி பெற்றிருந்தாலும், உள்கட்சி நெருக்கடியை ராவ் எதிர்கொள்ள வேண்டியிருந்தது. அர்ஜுன் சிங்கும், என். டி. திவாரியும் (அவர்களை ஓரங்கட்டித்தான் ராவ் பிரதமராகியிருந்தார்) பொதுவிடங்களில் அரசின் மீது கடுமையான விமர்சனத்தை முன்வைத்தார்கள். தன்னுடைய ராஜினாமா கடிதத்தில், இந்தியப் பொருளாதாரத்தைத் தாராளமயமாக்கும் கொள்கையானது, ஊழலைத் தாராளமயமாக்கும் கொள்கையாக்கிவிட்டது என்று எழுதியிருந்தார் அர்ஜுன் சிங்.[106] காங்கிரஸ் கட்சியிலிருந்து பிரிந்து தனிக்கட்சி ஆரம்பித்த என்.டி.திவாரியிடம், ராவின் பொருளாதாரக் கொள்கைகள் குறித்துக் கேட்டபோது, அதை அமல்படுத்திய விதத்தில் தனக்கு ஒப்புதல் இல்லை என்றார். தொழிற்சாலைகளுக்கு அரசின் உரிமம் தேவையில்லை என்பதில் தனக்கு உடன்பாடில்லை என்றும் தெரிவித்தார்.[107]

பொதுத் தேர்தலுக்குச் சில மாதங்களே இருந்த நிலையில், தேர்தல் அரசியலுக்காகப் பொருளாதாரக் கொள்கைகளில் சில மாற்றங்களைக் கொண்டுவர ராவ் ஒப்புக்கொண்டார். வெகுஜன மக்களைக் கவருவதற்காகக் கிராமப்புற வீட்டு வசதித் திட்டம் உள்ளிட்ட சில திட்டங்களும் மானியங்களும் அறிவிக்கப்பட்டன.[108] பொருளாதார சீர்திருத்தங்கள் குறையத் தொடங்கியுள்ளன என்று ஐஎம்எப் தலைமை இயக்குநர் 1995 மத்தியில் குறிப்பிட்டதாகவும் செய்திகள் வந்தன.[109] இன்ஷுரன்ஸ் துறையில் அந்நிய முதலீடுகளை அனுமதிப்பது குறித்த விஷயத்தில் மன்மோகன் சிங் உறுதியாக இருந்தார். அதிக யோசனைகள் தேவைப்படாமல் செய்துவிடக்கூடிய விஷயமென்றாலும், தேர்தலை முன்னிட்டு அதைத் தவிர்க்க நினைத்தார் ராவ்.[110] மேலிடத்தின் ஒத்துழைப்பு இல்லையென்றால் எந்தவொரு மாற்றத்தையும் கொண்டு வரமுடியாது என்பதற்கு இதுவொரு நல்ல உதாரணம். பின்னாளில், 20 ஆண்டுகள் கழித்து நரேந்திர மோதி அரசுதான் காப்பீட்டுத் துறையில் அந்நிய முதலீட்டுக்கு வழிவகுத்தது. இனி புதிய மாற்றங்கள் வர வாய்ப்பில்லை என்பதால், 1995 அரையாண்டுக்குப் பின்னர், அந்நிய முதலீடு குறைய ஆரம்பித்து விட்டது.

மத்திய அரசு, பொருளாதாரச் சீர்திருத்த விஷயங்களில் மந்தமாகி விட்டாலும், மாநில அரசுகள் உற்சாகத்துடன் நடைபோட்டன. ஒரு சில மாநிலங்களில் நடந்த சட்டமன்றத் தேர்தலில் காங்கிரஸ் கட்சி படு தோல்வியைச் சந்தித்திருந்தது. புதிதாக வந்த மாநில முதல்வர்கள், தாராளமயமாக்கல் கொள்கைகளை மாநில அளவில் நடைமுறைக்குக் கொண்டு வருவதில் முனைப்புடன் இருந்தார்கள். என்ரான் திட்டத்தை எதிர்த்து போராடிய சிவ சேனாவும், பாஜகவும் இணைந்து மகாராஷ்டிராவில் கூட்டணி அரசை அமைத்திருந்தார்கள். பதவிக்கு வந்தவுடன், பல கட்டப் பேச்சுவார்த்தைகள் மேற்கொள்ளப்பட்டு என்ரான் திட்டம் தொடர அனுமதியளிக்கப்பட்டது!

ஆந்திராவில் காங்கிரஸ் கட்சி ஆட்சியை இழந்திருந்தது. தெலுங்கு தேசத்தின் சந்திரபாபு நாயுடு முதல்வராகியிருந்தார். நாயுடு, இன்னொரு நரசிம்ம ராவாக இருந்தார். ஆந்திராவின் தலைமைச் செயல் அதிகாரியாகத் தன்னை அறிவித்துக்கொண்டு, முதலீட்டாளர்களிடம் கனிவுடன் நடந்துகொண்டார். இத்தகைய மாற்றங்கள், இயற்கையாகவே அமைந்து லைசென்ஸ் ராஜ் முறைக்கு ஒரு முடிவு கட்டின. இவை அனைத்தும் நரசிம்ம ராவுக்கு உற்சாகத்தைக் கொடுத்திருக்கவேண்டும். ஹூஸ்டனில் பேசும்போது, 'அந்நிய முதலீடுகளைக் கவருவதில் மாநில அரசுகளுக்கிடையே ஆரோக்கியமான போட்டி நிலவுகிறது. இது ஒரு நல்ல மகிழ்ச்சிகரமான முன்னேற்றம்' என்று பேசியிருக்கிறார்.[111] இந்த 'மகிழ்ச்சிகரமான முன்னேற்றம்' தமிழ்நாடு, குஜராத் போன்ற மாநிலங்களில் பல நல்ல மாற்றங்களைக் கொண்டு வந்துள்ளது. அதே நேரத்தில் முதலீட்டாளர்களுக்குச் சாதகமான கொள்கைகளைக் கொண்டிராத உத்திர பிரதேசம் போன்ற மாநிலங்களுடனான இடைவெளியை அது அதிகரிக்கவும் செய்திருக்கிறது.[112]

ஒரு முன்னாள் முதல்வராக தாராளமயமாக்கலால் கூட்டாட்சிக்குள் இருக்கும் மாநிலங்களுக்குக் கிடைத்த நன்மைகள் குறித்து சந்தோஷப்பட்டாலும், தேர்தலை எதிர்கொள்ள வேண்டியிருந்த பிரதமர் ராவ், எதைச் செய்தால் வெற்றி பெறமுடியும் என்பதில் ஆர்வம் கொண்டிருந்தார். 1996 பொதுத் தேர்தலுக்கு முந்தைய சர்வே ஒன்றின்படி 2000 ரூபாய்க்கு மேல் அதிகமான-மாத வருமானம் பெறுபவர்கள், 'நுகர்வு புரட்சி' நடந்த ஐந்தாண்டுகளில் நிறைய பலனடைந்ததாகக் குறிப்பிட்டது. ஆனால், 1000 ரூபாய்க்குக் குறைவான மாத ஊதியம் பெறும் 66 சதவீதத்தினரின் (ஏழைகளாகக் கருதப்பட்டவர்களின்) வாழ்க்கைத் தரத்தில் மாற்றங்கள் எதுவும் இல்லை. ஆனால், தாராளமயமாக்கல் கொண்டு வந்த மாற்றங்கள் குறித்த இந்த நுட்பமான ஆய்வறிக்கைகளை ராவ் கண்டு கொள்ள

வில்லை. 1996 மார்ச், ஏப்ரல் மாதங்களில் மேற்கொண்ட தேர்தல் பிரசாரங்களில் வறுமை ஒழிப்பையும் நலத்திட்டங்களையுமே முன்னிலைப்படுத்தினார். பொருளாதாரச் சீர்திருத்தங்களைப்பற்றி அவர் எதுவுமே பேசவில்லை.

தேர்தல் முடிவுகள், மே மாதம் அறிவிக்கப்பட்டன. அதிகத் தொகுதிகளில் வென்ற கட்சியாக பாஜக முன்னிலையில் இருந்தது. காங்கிரஸ் கட்சியின் பலம், 140 இடமாகக் குறைந்துவிட்டது. 16 மே 1996 அன்று புதிய பிரதமர் பதவியேற்றுக்கொண்டார். ராவின் ஆட்சிக்காலமும் முடிவுக்கு வந்தது.

கொள்கையில் உறுதியாக இருந்த இளம் நரசிம்ம ராவுக்கு நேர்மையான செயல்களுக்கும் அதனால் பலன்களுக்கும் இடையிலான தொடர்பைப் புரிந்துகொள்ளமுடியவில்லை. ஆனால், வயதான பிரதமர் நரசிம்ம ராவ் சாணக்கியரும் மாக்கியவில்லியும் முன்வைத்த தத்துவங்களின் படி செயல்படுபவராக இருந்தார். தொடர்ச்சியான நேர்மையான வழிமுறைகளால் மட்டுமே இந்தியா போன்ற சிக்கலான தேசத்தை நிர்வகித்துவிடமுடியாது என்ற புரிதல் அவருக்கு வந்திருந்தது.

ஒவ்வொரு துறையும் தனக்கே உரிய சில பிரச்னைகளையும் தேர்வு களையும் கொண்டிருந்தன. தந்திரமான, தர்க்கங்களுக்கு உட்படாத வழிமுறைகளில் இயங்கியதே ராவின் வெற்றிக்குக் காரணமாக இருந்திருக்கிறது. சாணக்கியர் உபதேசித்த தான, பேத, மாய முயற்சி களை பிரயோகித்து சீர்திருத்தங்களுக்கு எதிரான எதிர்ப்புகளை அடக்கினார். நிதியமைச்சரை தாராளமயமாக்கலின் முகமாக்கினார். அதேநேரம், நிர்வாக விஷயங்களில் பிரதமர் அலுவலகத்தை முன்னிலையில் வைத்திருந்தார். தொழில் நிறுவனங்களைச் சமாளிக்க, அவர்களது உடனடித் தேவைகளை நிறைவேற்றி வைத்தார். அதே நேரத்தில், தாராளமயமாக்கலுக்கு எந்தவொரு தடங்கலும் வராமல் பார்த்துக்கொண்டார்.

மதச்சார்பின்மையைப் பயன்படுத்தி இடது சாரிகளின் கவனத்தைப் பொருளாதாரச் சீர்திருத்தங்களிலிருந்து வேறு பக்கம் திருப்பினார். நாடாளுமன்றத்தின் அனுமதியை எதிர்நோக்கிக் காத்திருக்காமல், தொடர்ந்து முன்னேற முடிவெடுத்தார். காங்கிரஸ் கட்சியைக் கட்டுக்குள் வைத்திருக்க அவ்வப்போது உளவுத்துறை அறிக்கை களைப் பயன்படுத்திக்கொண்டார். நேருவின் சித்தாந்தங்களைத் தனக்கு உகந்த வகையில் விளக்கிச் சொல்லி, கட்சிக்குள்ளிருந்த எதிர்ப்பாளர்களுக்கு நெருக்கடியைத் தந்தார்.

எப்போது முழுக் கட்டுப்பாட்டையும் கைக்குள் வைத்திருக்க வேண்டும், எப்போது பொறுப்பை மற்றவர்களிடம் விடவேண்டும் என்பது அவருக்குத் தெரியும். பங்குச் சந்தை சீர்திருத்தங்கள் குறித்த விஷயங்களுக்கு மன்மோகன் சிங்கையும் ஜி.வி ராம கிருஷ்ணாவையும் நம்பியிருந்தார். சாட்டிலைட் தொலைக்காட்சி குறித்த விஷயத்தில் கட்டுப்பாடுகளை அமல்படுத்தச் சொன்ன தனது உள்ளுணர்வை அவர் நம்பவில்லை. இந்திய பங்குச் சந்தைகளின் மாபெரும் வெற்றி, தனியார் விமானசேவைப் பெருக்கம், தொலைக்காட்சி சானல்களின் வளர்ச்சி போன்றவற்றில் தொழில் நுட்பத்தையும் தொழில் நிபுணர்களையும் எல்லாவற்றையும் பார்த்துக் கொள்ளும்படிவிட்டுவிட்டார்.

நேரடி மோதல்களில் ஈடுபட்ட விஷயங்களில்கூட சாணக்கியர் மற்றும் மாக்கியவில்லியின் தாக்கத்தைப் பார்க்கமுடியும். வங்கிகள் மற்றும் தொலை தொடர்புத்துறையில் சீர்திருத்தங்களைக் கொண்டு வந்தபோது, எதிர்க்கட்சிகளின் எதிர்ப்பு உறுதியாக இருக்கப் போவதில்லை என்று முன்கூட்டியே கணித்தார். முன்னிலையில் இருந்து வழிகாட்டியபோது சிங்கமாக நடந்துகொண்டார். தன்னுடைய அனைத்து அதிகாரங்களையும் பயன்படுத்தி, தொடர்ந்து சீர்திருத்தங்கள் நடைபெற உத்தரவிட்டார். தன்னிடம் இருந்த பலவீனங்களையும் புரிந்துவைத்திருந்தார். எதிரி, தன்னை விட வலிமையாக இருக்கும்போது சாம முறைப்படி எதிர்ப்புகளை எதிர்கொள்ளாமல் தவிர்த்தார்.

1995க்கு பின்னர் தேர்தலை மனதில் கொண்டு செயல்பட்டார். மன்மோகனின் வற்புறுத்தல்களையும் மீறி, சீர்திருத்தங்கள் மந்த கதியில் நடைபெறுமாறு பார்த்துக்கொண்டார். உள்கட்டமைப்பில் போதிய மாற்றங்களைக் கொண்டுவருவதில் சுணக்கத்தைக் காட்டியதால், இந்தியா முழுவதும் மின்சார வசதி கிடைக்கச் செய்வதில் தோல்வியே ஏற்பட்டது. என்ரான் திட்டமும், ஹர்ஷத் மேத்தா மோசடியும் தாராளமயமாக்கலுக்கு எதிரான குற்றச்சாட்டு களுக்கு வலுவான விஷயங்களாக இருந்தன. இன்றும் அப்படியே இருந்து வருகின்றன. பொதுத்துறை நிறுவனத்தைச் சேர்ந்த ஒரு ஊழியர் கூடப் பதவி நீக்கம் செய்யப்பட்டதில்லை. தொழிலாளர் நல அமைப்புகளின் கடுமையான எதிர்ப்பைக் கண்டு அஞ்சினார் ராவ். இது மிகப் பெரிய பாதிப்பை ஏற்படுத்தியது.

தொழிலாளர் சீர்திருத்தங்களைக் கொண்டு வருவதில் ராவ் தோற்றுப் போயிருந்தார். வேலைக்கு ஆள் எடுப்பதும், வேலையிலிருந்து ஆட்களை நீக்குவதும் தனியார் நிறுவனங்களுக்கு எளிதாகி விட்டிருந்தது. என்றாலும் அது துரதிஷ்டவசமாக குறைவான

ஆட்களைப் பணிக்கு நியமித்தல் என்பதாக ஆகிப்போனது. உற்பத்தித் துறையில் இருந்த சிறு சிறு கட்டுப்பாடுகளும் இந்தியாவை அந்தத் துறையில் அடிமட்டத்துக்குக் கொண்டுசென்றுவிட்டன. விவசாயத்திலிருந்து நேரடியாக சேவைத்துறைக்கு, உற்பத்தித்துறையை ஓரங்கட்டிவிட்டு நகர்ந்த ஒரே நாடு உலகிலேயே இந்தியாதான்.

'மேக் இன் இந்தியா'வை மேம்படுத்தாதது ராவின் பெரிய தோல்வியாகக் கருதவேண்டியிருக்கிறது. சீனா, வியட்நாம், ஏன் பங்களா தேஷ் கூட உலகளாவிய (மற்றும் உள்நாட்டு) தேவையைப் பூர்த்தி செய்யச் சில பொருட்களையாவது உற்பத்தி செய்து கொண்டிருந்தார்கள். செலவு குறைவான உழைப்புச் சக்தியைக் கொண்டிருந்த இந்தியா உலகின் மிகப் பெரிய உற்பத்தி மையமாக ஆகியிருக்கமுடியும். கோடிக்கணக்கானோருக்கு தொழிற்சாலை வேலையை உருவாக்கித் தரும் அந்த நல்ல வாய்ப்பைக் கோட்டை விட்டுவிட்டிருக்கிறோம்.

விளைச்சல் குறைவான நிலங்களை வைத்துக்கொண்டிருக்கும் விவசாயிகளுக்கு இது பெரிய பின்னடைவாக இருந்தது. போதிய தொழிற்சாலைப் பணிகள் கிடைக்காததோடு விவசாயம் சார்ந்த சந்தைகளில் லைசன்ஸ் ராஜ் தொடர்ந்து நீடித்ததால் அங்கு மாற்றங்களைக் கொண்டு வர முடியவில்லை. விளைபொருட்களை முன்தீர்மான விலைக்கு முன்தீர்மானமான தரகர்களுக்குத்தான் விற்றாகவேண்டிய நிர்பந்தம் இருந்து வருகிறது. உணவு பாதுகாப்பு என்னும் பெயரில் கொண்டுவரப்பட்ட சட்டம், வெளிநாடுகளுக்கு உணவுப் பொருட்களை ஏற்றுமதி செய்வதையும் தடை செய்தது.

இத்தகைய தவறுகளுக்கு அரசியல் வலு இல்லாததுதான் காரணம் என்று சொல்லிவிடலாம். விவசாயத்துறையானது வசதி படைத்த விவசாயிகள், தரகர்கள் ஆகிய மிகப் பெரிய ராட்சஸனின் பிடியில் சிக்கிக் கிடக்கிறது. மானியங்களைப் பெற்றுக்கொண்டு வாக்குகளைத் தரும் அந்த ராட்சஸனை உசுப்பிவிடாமல் பார்த்துக் கொள்வதில் ராவ் கவனமாக இருந்தார். மேலும் மின்சாரத்துறையைப் போலவே விவசாயத்துறை மாநில அரசின் கட்டுப்பாட்டில் வருவதால், ராவ் அவர்களை எதிர்க்கும் வலு தனக்கு இல்லை என்பதைப் புரிந்துகொண்டிருந்தார்.[113]

இந்திய வாக்காளர்கள் எந்நாளும் தாராளமயமாக்கலுக்கு ஆதரவாக வாக்களிக்கப்போவதில்லை என்னும் கருத்தில் ராவுக்கும் உடன்பாடு இருந்தது. காங்கிரஸ் ஆட்சியின் சாதனையைக் குறிப்பிட்டு மக்களை அணுகியதால் கிடைத்த விளைவுகளை 1991-96 வரையிலான மாநில சட்டமன்றத் தேர்தல் முடிவுகளே வெளிக்காட்டிவிட்டன.

பொருளாதாரச் சீர்திருத்தங்களுக்கு மக்கள் மத்தியில் ஆதரவு இல்லை என்கிற முடிவுக்கு ராவ் வந்திருந்தார். அவருக்குப் பின்னர் பதவிக்கு வந்தவர்களும் அப்படியேதான் நம்புகிறார்கள்.

'நடைமுறை சாமர்த்தியம்' எல்லா வெற்றிகளையும் எல்லா தோல்விகளையும் விளக்கிவிடுவதில்லை. அதுபோலவே நரசிம்ம ராவின் 'எல்லா' செயல்களையும் அதனால் விளக்கவும் முடியவில்லை.

1991 பொருளாதார நெருக்கடி தீர்ந்த பின்னரும், தாராளமயமாக்கலை தொடர்ந்து முன்னெடுத்துச் செல்வது என்கிற அவரது உறுதியான முடிவை, பதவியைக் காப்பாற்றிக்கொள்ள எடுத்ததாகவோ அதிகாரங்களை அதிகப்படுத்திக்கொள்ள எடுத்த நடவடிக்கைகளாகவோ கருத முடியாது. பிளவுபட்ட ஜனநாயகத்தில் அவரொரு சிறுபான்மை அரசைத் தலைமையேற்று நடத்திக்கொண்டிருந்தார். காங்கிரஸ் கட்சிகூட அவரது கட்டுப்பாட்டில் இல்லை. அவருடைய ஆட்சி முற்றுகையிடப்பட்ட கோட்டையாகவே இருந்தது. நம்பிக்கையில்லாத் தீர்மானம் என்னும் பெயரில் மூன்று முறை பலமான வெளித்தாக்குதல்கள் தொடுக்கப்பட்டன. கோட்டைக்குள் முடிவற்று நீளும் கலகங்களையும் அவருக்கு சமாளிக்கவேண்டியிருந்தது. இதுபோன்ற நிர்கதியற்ற நிலையை வேறெந்த நவீன சீர்திருத்த வாதிகளும் சந்தித்ததில்லை.

சாணக்கியரும் மாக்கியவில்லியும் எல்லோர்க்கும் நன்மை கிடைக்குமென்றால் சில முறைகேடுகளைச் செய்யலாம் என்று சொல்லியிருக்கிறார்கள். கூடவே ஆட்சிக்கு ஆபத்து தரும் 'நல்ல விஷயங்கள்' எதையும் செய்யக்கூடாது என்றும் சொல்லியிருந்தார்கள். அவர்கள் இன்று இருந்திருந்தால், நாடாளுமன்றத்திலும் கட்சியிலும் ஆதரவு இருந்திருக்காத தாராளமயமாக்கலை வெகு முன்னதாகவே கைவிடும்படிச் சொல்லியிருக்கக்கூடும்.

இத்தனைக்குப் பிறகும் அந்த நரசிம்ம ராவ்தான் இந்திய வரலாற்றிலேயே மிக அற்புதமான பொருளாதாரப் பாய்ச்சலை நிகழ்த்தக் **காரணமாக** (இதைவிடச் சிறந்த வார்த்தையைப் பயன்படுத்தவே முடியாது) இருந்திருக்கிறார். இது அவருடைய அரசியல் மேதைமையைக் காட்டுகிறது. அவருடைய லட்சியவாதத்துக்கான சிறந்த உதாரணமாகவும் விளங்குகிறது.

9

மக்கள் நல அரசு..?

தாராளமயமாக்கல் கொள்கையில் ராவுக்கு அசைக்க முடியாத நம்பிக்கை இருந்தது. ஆட்சிக்கு அதன் மூலம் ஆபத்து வந்த போதிலும் சந்தைக்கு ஆதரவான நிலைப்பாட்டில் உற்சாகத்துடன் செயல்பட்டார். வர்த்தகத்துறையை ஊக்கப்படுத்துதல், சலுகை, மானியங்கள் போன்ற அரசின் நலத்திட்டச் செலவுகளைக் குறைத்தல், பொதுத்துறை நிறுவனங்களைக் குறைத்தல் எனச் செயல்பட்டதால் ராவ், அடுத்த மார்கரெட் தாட்சர் என்று பாராட்டப்பட்டார். இடதுசாரிகளும் அத்தகைய முடிவுக்கே வந்துகொண்டிருந்தார்கள். '1992 பட்ஜெட் என்பது இந்தியாவின் இறையாண்மையைக் கேள்விக்குட்படுத்தும் ஐஎம்எப் மற்றும் உலக வங்கியின் உத்தரவுகளுக்குத் தலை பணிந்து விசுவாசத்துடன் உருவாக்கப் பட்டிருக்கிறது என்ற முடிவுக்கே நாங்கள் வந்திருக்கிறோம். மேற்குலகின் சந்தைப் பொருளாதாரமே நம் அரசின் தாரக மந்திரமாக ஆகிவிட்டிருக்கிறது' என்று இடதுசாரி அரசியல் தலைவரான சோம்நாத் சட்டர்ஜி 1992 பிப்ரவரியில் விமர்சித்திருந்தார்.[1]

அதே மாதம், அரசியல் ஆய்வாளரான ஜேம்ஸ் மானோர் பிரதமருடன் ஒரு வாரம் உடனிருந்து பொருளாதாரக் கொள்கைகள் மற்றும் அதன் தாக்கங்களைப் பற்றி எழுதிவந்தார். உலகத் தலைவர்களில் யாருடைய பாதிப்பு உங்களிடம் அதிகம் என்று கேட்டபோது, 'மார்கரெட் தாட்சர் அல்ல; வில்லி பிராண்ட்தான் என் முன்மாதிரி. உயர் மட்டத்தினருக்கும் முதலாளிகளுக்கும் நன்மை தரும் திட்டங்களைக் கொண்டுவந்தால் அதன் பயன் கீழே கசிந்து

எளிய மக்களுக்கும் கிடைக்கும் என்ற கொள்கையில் எனக்கு நம்பிக்கை கிடையாது' என்று ராவ் கூறியிருந்தார்.[2]

வில்லி பிராண்டைத் தன்னுடைய விருப்பமான தலைவராக ராவ் குறிப்பிட்டது ஆச்சரியமான விஷயம். நோபல் பரிசு பெற்ற வில்லி பிராண்ட், ஜெர்மனியைச் சேர்ந்தவர்; ஜெர்மனியின் முதல் 'சோஷலிச ஜனநாயக' அதிபர். அவருடைய பொருளாதாரக் கொள்கை அரசின் வருவாய் மற்றும் செலவுகளைக் கையாள்வது எப்படி என்ற அடிப்படை கேள்வியை மையமாகக் கொண்டதுதான். அதன் அடிப்படையில் ஒரு ஐரோப்பிய மக்கள் நல அரசு தனியார் முதலீட்டியத்தை ஆதரிக்கும். அதனால் அவர்கள் தரும் வரியும் அதிகரிக்கும். அந்தப் பணத்தை வைத்து அரசுகள் மக்களுக்குக் கல்வி, சமூகப் பாதுகாப்பு நலத் திட்டங்களை விரிவாகச் செய்யலாம். இந்த மக்கள் நலத்திட்டங்கள் பல்வேறு விஷயங்களை உள்ளடக்கியதாக இருப்பதோடு மிக நேர்த்தியான முறையில் திட்டமிடப்பட்டிருக்கும். அதாவது, திறமையான மருத்துவர்கள், ஆசிரியர்கள், மக்கள் நல அதிகாரிகள், மற்றும் முதல் நிலை அதிகாரவர்க்கத்தினர் என மக்களுடன் நேரடியாகத் தொடர்பில் இருக்கும் நபர்களின் செயல் திறமை மேம்படுத்தப்பட்டு பொருளாதார வளர்ச்சியின் பலன்கள் மக்களுக்குக் கிடைக்கும்வகையில் அந்தத் திட்டங்கள் திறமையாக வடிவமைக்கப்பட்டிருக்கும்.

நாட்டின் பொருளாதார வளர்ச்சியும் முறையான பங்கீடும் கை கோத்துச் சென்ற இந்த சோஷலிச ஜனநாயகமானது இந்திராகாந்தியின் சோஷலிசத்தில் இருந்து முற்றிலும் மாறுபட்டது.

'ஏழ்மையை அகற்றுவோம்'[3] என்று முழங்கிய இந்திரா காந்தியின் ஆட்சியில் பொருளாதார வளர்ச்சி வெறும் 3 சதவீதமாக மட்டுமே இருந்தது. அதனால் சொற்ப வரி வருவாயே கிடைத்தது. இதனால் ஏழைகளுக்கான அரசின் நலத்திட்டங்களுக்குப் போதிய நிதி ஒதுக்க முடியாத நிலையே இருந்தது.

வரி வருவாய்க்கான மூல விஷயங்களும் சரியாகத் திட்டமிடப்பட வில்லை. தனியார் நிறுவனங்களையும் நடுத்தர மக்களையும் சரியாகக் கண்காணித்து வரி வசூலை முறைப்படுத்த முடியவில்லை. இந்தியாவைப் பொறுத்தவரை வருமான வரி, கார்ப்பரேட் வரி போன்ற நேரடியான வரிவிதிப்புகளைவிட விற்பனை வரி, எக்சைஸ் வரி போன்ற மறைமுகமான வரிவிதிப்புகளே அதிகமாக இருந்தன.

1991 ஆம் ஆண்டுவரை, மொத்த நிதி வருவாயில் நேரடி வரிகளின் பங்கானது வெறும் 23 சதவீதமாக மட்டுமே இருந்தது. மறைமுக

வரிவிதிப்பின் பங்கு 75 சதவீதமாக இருந்தது.[4] ஏழை மக்கள், சேமிக்க வழியில்லாத நிலை இருந்து வந்தது. தங்களின் அன்றாட வருமானம் அனைத்தையும் செலவு செய்ய வேண்டியிருந்தது. நேரடி வரி விதிப்புகளால் அவர்களுக்குப் பாதிப்பில்லை. ஆனால் மறைமுக மான வரிவிதிப்புகள் கடுமையாகப் பாதித்தன. இதற்கு மாறாக, வசதி படைத்தவர்களாலும் நடுத்தர மக்களாலும் அதிகமாகச் சேமிக்க முடிந்தது. சேமிக்க முடிந்த காரணத்தால், குறைவான அளவே அரசுக்கு வரி செலுத்தினார்கள். அரசுக்கான வரி வருமானம் குறைய ஆரம்பித்தது.[5] இந்திரா காந்தியின் சோஷலிசக் கொள்கைகளால் ஏழைகளுக்குச் செலவு செய்ய அரசிடம் குறைவான அளவே பணமிருந்தது. அதுமட்டுமல்லாமல் உண்மையில் அரசு கஜானாவுக் கான பணம், பணக்காரர்களைவிட அதிகமாக ஏழைகளிடமிருந்து தான் பெறப்பட்டது.

இந்தியாவின் 'சோஷலிச' நலத்திட்டங்களும் மோசமான முறையில் வடிவமைக்கப்பட்டிருந்தன. தொழில் நடவடிக்கைகளை முடக்கி, வங்கிகளை தேசியமயமாக்கி, சோவியத் யூனியனுடன் நெருக்கமான உறவைப் பேணுமாறு இந்திராவின் இடது சாய்வு ஆதரவாளர்கள் வட்டாரம் அவருக்கு ஆலோசனை கூறியிருந்தது. அதை அடிப்படை யாக வைத்து, பல திட்டங்கள் தீட்டப்பட்டிருந்தன. ஆனால், கல்வி, மருத்துவம், சமூகப் பாதுகாப்பு போன்ற ஏழைகளுக்கு சாதகமான நலத்திட்டங்களுக்கு ஒதுக்கப் போதுமான நிதி இருந்திருக்கவில்லை.

நடைமுறையில் இருந்த ஓரிரு சமூக நலத்திட்டங்களும் சரியானவர் களுக்குச் சென்று சேரவில்லை. உதாரணமாக, உர மானியங்கள், பணக்கார விவசாயிகளுக்கே சென்றன; நிலமில்லாத விவசாயத் தொழிலாளர்களுக்கு அதனால் எந்தப் பயனும் கிடைக்கவில்லை. வங்கிகள் தேசியமயமாக்கப்பட்ட பின்னர் மேற்கொள்ளப்பட்ட ஆய்வுகளில் அதிர்ச்சிகரமான முடிவுகள் வெளியாகின. வங்கிக் கடனுதவிகள் எல்லாம் வளர்ச்சியடைந்த உயர் வர்க்கத்தினருக்கே கிடைத்தன. ஏழைகள், தமக்கான கடனுக்கு முறைப்படுத்தப்படாத துறைகளையே பெரிதும் நம்பியிருந்தார்கள்.[6] இந்தியாவின் சோஷலிசக் கொள்கையானது ஏழைகளுக்கும் பணக்காரர்களுக்கும் இடையேயான இடைவெளியை வெகுவாக அதிகரித்துவிட்டது.

நாடு சுதந்தரமடைந்து 45 ஆண்டுகளைக் கடந்திருந்தாலும், மக்கள் தொகையில் 36 சதவீதத்தினரை ஏழைகளாகக் கருதவேண்டியிருந்தது.[7] அவர்களில் 47 சதவீதத்தினருக்கும் அதிகமானோர் படிப்பறிவில்லாத பாமரர்களாக இருந்தார்கள்.[8] 26 சதவீதத்தினர் ஊட்டச்சத்து குறையுடையவர்களாக இருந்தார்கள்.[9] 1991ல் நரசிம்ம ராவ்

பிரதமராகும்போது நிலைமை இப்படியாகத்தான் இருந்தது. வளர்ச்சி என்பது மெதுவாகத்தான் ஆரம்பமானது. ராவ், வில்லி பிராண்ட்டா தாட்சரா என்பதை அவர் எந்தளவுக்கு மாற்றங்களை வெற்றிகரமாகச் செயல்பாட்டுக்குக் கொண்டுவந்தார் என்பதை வைத்தே தீர்மானிக்க முடியும்.

•

தங்களுடைய முதலாண்டு ஆட்சிக்காலத்தில் நரசிம்ம ராவும் மன்மோகன் சிங்கும் செலவினங்களைக் குறைத்து அரசு நிதியைப் பெருக்கினார்கள். புதிய கடன்களை இந்தியா தொடர்ந்து பெற வேண்டுமானால் மானியங்களைக் குறைக்கவேண்டும் என்று உலக வங்கி வலியுறுத்தியது. பெரும்பாலான மானியங்கள் (உதா: உர மானியம்) அரசியல் செல்வாக்கு பெற்ற குழுக்களுக்கே கிடைத்தன. பெரும்பான்மை பெற்றிராத ஓர் ஆட்சியால் உடனடியாக முடிவெடுத்துவிடமுடியாது. ஆனாலும், ராவும் மன்மோகனும் துணிச்சலோடு மானியங்களைக் குறைத்தார்கள். 1991-ல் மத்திய அரசின் செலவினங்களில் மானியங்களின் அளவு 11 சதவிகிதமாக இருந்தது. 1996-ல் ராவ் பதவியிலிருந்து விலகும்போது அது 7.5 ஆகக் குறைக்கப்பட்டுவிட்டிருந்தது.[10]

ராவ் தனது ஆட்சி காலத்தின் ஆரம்பகட்டத்தில் மானியங்களைக் குறைத்தது மட்டுமல்ல; கல்வி, மருத்துவம், விவசாயம், மாணவர் நலன் என எந்தவொரு நலத்திட்டம் குறித்தும் பெரிதாக எதுவுமே பேசியிருக்கவுமில்லை. பொதுவாகப் புதிதாகப் பதவி ஏற்கும் எல்லா பிரதமரும் கட்டாயம் பேசும் விஷயங்கள் அவை. '1992 பட்ஜெட்டில் கல்வி, மருத்துவம் ஆகிய துறைகளுக்கான நிதி ஒதுக்கீடு வெகுவாகக் குறைக்கப்பட்டிருக்கிறது' என்று சஞ்சய் பாரு பட்ஜெட் பற்றிய தன் விமர்சனக் கட்டுரையில் குறிப்பிட்டிருக்கிறார்.

'மன்மோகன் சிங் அதைப் படித்து மிகவும் வருத்தமடைந்தார் என்கிறார்' பாரு.[11]

நலத் திட்டங்களுக்கு நிதி ஒதுக்கீட்டைக் குறைத்த கையோடு ராவும் மன்மோகனும் ஏழைகளுக்குப் பலனளிக்கும் வகையில் வரிவிதிப்பை மாற்றியமைப்பதில் முனைப்பு காட்டினார்கள். தாராளமயமாக்கலின் விளைவாக நடுத்தர மக்களின் எண்ணிக்கையும் தனியார் நிறுவனங்களின் வருமானமும் அதிகரித்தது. கூடவே வரி விதிப்புக் கொள்கையிலும் நிறைய மாற்றங்கள் ஏற்பட்டன. நேரடி வரிவிதிப்பின் மூலம் அரசுக்கு ஏராளமான நிதி கிடைத்தது. இது எளிதில் உணரமுடியாத ஆனால், முற்போக்கான மாற்றம். ஏழை

மக்களைவிட அதிகமான வரி வசதி படைத்தவர்கள், நடுத்தர வர்க்கத்தினர் ஆகியோரிடமிருந்து கிடைக்க ஆரம்பித்தது.[12]

பொருளாதாரச் சீர்திருத்தத்தினால் நடந்த இன்னொரு முக்கிய மாற்றம் என்னவென்றால் நலிவடைந்த பிரிவினருக்கான அரசின் நலத் திட்ட ஒதுக்கீடுகள் அதிகரிக்க வழி பிறந்தது. ராவ் ஆட்சிக்கு வந்தபோது மத்திய அரசின் வருமானம்[13] 303 பில்லியன் ரூபாய்தான். பதவியை விட்டு விலகியபோது அது ஏறக்குறைய 22 சதவீதம் அதிகரித்திருந்தது.[14] ராவின் ஆட்சி காலத்துக்குப் பிந்தைய ஆண்டுகளில் இந்த வருவாய் மேலும் அதிகரித்துவந்திருக்கிறது. 2010 ஆண்டின் முடிவில், ஒட்டுமொத்த நிதி வருவாய் 946 பில்லியன் ரூபாயாக இருந்தது.[15] கிட்டத்தட்ட அரசு வருமானம் தாராளமய மாக்கல் காலத்துக்கு முன்பிருந்ததைவிட மூன்று மடங்கு அதிகரித்திருந்தது. உலகம் முழுவதிலுமே (தாராளமயமாக்கல் மூலம் கிடைத்த பொருளாதார வளர்ச்சியினாலான) அரச நிதி வருவாய் அதிகரிப்பே அரசுகளின் நலத் திட்டங்களுக்கு அதிகப் பணம் செலவிடப் பெரிதும் உதவியிருக்கிறது.

ஆனாலும், நிதிப் பற்றாக்குறை தொடர்ந்தது. 1986 மற்றும் 1991 காலகட்டத்தில் மத்திய அரசின் நிதி வருவாய், ராவ் ஆட்சிக்காலத்தை விட அதிகமாக இருந்தது. ராஜீவ் காந்தியின் பற்றாக்குறை-மூலமான வளர்ச்சி என்ற அணுகுமுறையே அதற்குக் காரணம். ஆனால், அரசுக்கு அப்படிக் கிடைத்த கூடுதல் நிதியைவைத்து ராஜீவ் காந்தியோ அவருக்குப் பின்னால் வந்த வி.பி.சிங், சந்திரசேகர் போன்றவர்களோ புதிய மக்கள் நலத் திட்டங்கள் எதையும் அறிவித்திருக்கவில்லை.

மற்றவர்களைப்போல் அல்லாமல் கூடுதல் நிதியை கல்வி, உடல்நலம், உணவு மற்றும் சமூகப் பாதுகாப்பு சம்பந்தப்பட்ட நலத்திட்டங்களுக்குப் பயன்படுத்திக்கொள்ளும் நல்ல நிலையில் ராவ் இருந்தார். இந்தத் துறைகளில் ராவுக்கு இருந்த அனுபவம் வேறு இந்தியப் பிரதமர் யாருக்கும் இருந்ததில்லை. தில்லியிலும் ஹைதராபாத்திலும் கல்வி, சுகாதாரம் போன்ற துறைகளில் அமைச்சராக இருந்திருக்கிறார். சமூக நலத் திட்டங்கள், கொள்கைகள் பற்றிய குறிப்புகள், கட்டுரைகள், புத்தகங்கள் என ஏராளம் அவருடைய ஆவணத் தொகுப்பில் இருக்கின்றன.[16] ராவுக்கு பொருளாதாரம் புதிய விஷயமாக இருந்தாலும், சமூக நலத்திட்டங் களை அமல்படுத்துவதில் நல்ல அனுபவம் இருந்தது. அந்த விஷயங்களில் அவர் நடமாடும் கலைக்களஞ்சியமாக இருந்தார்.

1992ல் அந்நியச் செலாவணி போதுமான அளவு கையிருப்பில் வந்ததும் களத்தில் இறங்கிவிட்டார். தனது கனவான சோஷலிச ஜனநாயகத்தை மலரச் செய்வது குறித்த பணிகளை ஆரம்பித்தார்.

‘எந்தவொரு பன்னாட்டு நிறுவனமும் இந்தியாவில் ஆரம்பப் பள்ளிக்கூடங்கள் கட்டப்போவதில்லை, எந்தவொரு அந்நிய முதலீட்டாளரும் ஆரம்ப சுகாதார மையம் அமைக்கப்போவதில்லை. இவையெல்லாம் அரசு செய்ய வேண்டிய பணிகள். பன்னாட்டு நிறுவனங்கள் மேல் மட்டத் துறைகளைக் கவனிக்கட்டும்; நாம் வேர்களின் மீது கவனம் செலுத்துவோம். இதுவே வளர்ச்சிக்கான வழி என்று நம்புகிறேன்’ என்று பேசியிருக்கிறார்.[17] தென்கொரிய சுற்றுப்பயணத்தின்போது ராவ், பொருளாதார வளர்ச்சியோடு மக்களின் வாழ்க்கை நிலையும் முன்னேறியிருப்பதைக் கண்டுகொண்டார். ‘இதுதான் நாம் செய்ய வேண்டியது. நம்முடைய கல்வித்திறனை ஊக்குவிக்கவேண்டும். மருத்துவ வசதிகளை மேம்படுத்தவேண்டும். இந்த நாட்டில் இளைய தலைமுறையினர் எவ்வளவு அருமையாக வளர்ந்து வருகிறார்கள். அதுபோல் நம் நாட்டிலும் இருக்கவேண்டும்’.[18]

மனிதர்கள் சார்ந்த பிற எல்லா விஷயங்களையும் போலவே, இந்த சமூக மேம்பாட்டு அணுகுமுறையும் லட்சியவாதத்தாலும் சுய நலத்தினாலும்தான் வடிவமைக்கப்பட்டிருந்தது. பொருளாதார வளர்ச்சியின் பலன்கள் மக்களுக்குச் சென்று சேர்ந்து வாக்குகளாக மாற நீண்ட காலம் எடுக்கும் என்பது ராவுக்குத் தெரியும். எனவே, கூடுதலாகக் கிடைத்த நிதியை ஏழைகளுக்கான நேரடியான நல்வாழ்வுத் திட்டங்களாக செயல்படுத்த முடிவு செய்தார். பொது விநியோகத் துறையின் அதிகாரி ஒருவரிடம் சொன்னார் : ‘நீங்கள்தான் என்னுடைய (தாராளமயமாக்கல்) கொள்கைகளுக்கு மக்களிடம் வரவேற்பு கிடைக்கச் செய்யப்போகிறீர்கள்’. தன்னுடைய ஆட்சிக்காலம் முழுவதும் ஆண்டுதோறும் நடைபெற்றுக் கொண்டிருந்த சட்டமன்றத் தேர்தல்கள் மீதும் ராவுக்கு ஒரு கண் இருந்தது. அவையெல்லாம் மத்தியில் ஆளும் அவருடைய ஆட்சி குறித்த நம்பிக்கைத் தீர்மானங்கள் போன்றவை. ‘மக்கள் நலத் திட்டங்களை ராவ் ஆத்மார்த்தமாகவே முன்னெடுத்தார். எனினும் தேர்தல் கணக்குகளும் முக்கியம்தானே’ என்றார் ராவின் நண்பர்.

•

பொருளாதாரத்தை மீட்டெடுத்தது தொடர்பான அத்தியாயத்தில் பார்த்ததுபோல், தொழில்துறை அமைச்சகத்தை ராவ் தன்னுடைய நேரடிக் கட்டுப்பாட்டில் வைத்திருந்ததிலிருந்து அவருக்குத் தொழில்துறை சீர்திருத்தத்தின் மீது இருந்த அக்கறை புலப்படுகிறது. ஊரக வளர்ச்சித்துறையையும் தன்னுடைய அலுவலகத்தின் கீழ் கொண்டுவந்தார். ஊரக வளர்ச்சித்துறையைத் தன்வசம் வைத்திருந்த முதல் இந்தியப் பிரதமரும் அவர்தான்.[19] ஊரகப் பணிகளுக்காக

வழக்கத்துக்கு மாறான குழுவைத் தேர்ந்தெடுத்தார். 'சமூக சேவைகளுக்கு வாக்கப்பட்ட' எஸ்.ஆர்.சங்கரன், ஊரக வளர்ச்சித்துறைச் செயலாளராக நியமிக்கப்பட்டார்.[20] சங்கரன், தன்னுடைய ஓய்வூதியத்தைக்கூடத் தாழ்த்தப்பட்ட மாணவர்களின் கல்விச் செலவுக்காகச் செலவிட்டார்.[21] அவரைத் தொடர்ந்து பி.என். யுகேந்தர், செயலாளரானார். 'இடதுசாரிப் போக்குடையவரான, ஏழைகள் நலனில் அக்கறை கொண்ட அரசியல்வாதி' என்று அவரைப் பற்றி ஓர் ஆந்திர அரசியல்வாதி குறிப்பிட்டார்.[22] கே.ஆர்.வேணுகோபால் என்னும் இன்னொரு இடதுசாரி சிந்தனையுள்ள அதிகாரியிடம் உணவு மற்றும் பணி பாதுகாப்பு பற்றிய திட்டங்கள் ஒப்படைக்கப் பட்டன. தட்டைச் குச்சி போன்ற உடலும் அதி சுறுசுறுப்பும் கொண்ட அவர் ஆந்திர மாநிலத்தில் பொது விநியோகத்துறையில் பல ஆண்டுகள் பணியாற்றிய அனுபவம் பெற்றவர்.

சந்தைக்கு அனுசரணையாக இருந்த ராவின் பொருளாதாரக் குழுவில் இருந்து இவர்கள் நிறையவே வித்தியாசமானவர்கள். இவர்கள் ஒருவகையில் இள வயது ராவைப் போன்றவர்கள். 1960களில் ராவ் அமைச்சராக இருந்தபோது இந்தியாவின் தீமைகளையெல்லாம் அழிப்பது அரசின் கடமை என்று நம்பினார். அந்த ராவ் பொருளாதார விஷயங்கள் என்று வந்தபோது நடைமுறைவாதியாக மாறிவிட்டிருந்தார். ஆனால், சமூக நலத்திட்டங்கள் விஷயத்தில் தீவிர சோஷலிசவாதிகளை நியமித்ததன்மூலம் தன்மனதில் இருந்த லட்சியம் என்ன என்பதை ராவ் நன்கு வெளிப்படுத்தியிருக்கிறார்.

•

அரசுகள் நலிவடைந்த பிரிவினருக்குத் தரும் மானியம் என்பது அவர்களுக்கு உணவுப் பொருட்களை மலிவு விலையில் கிடைக்கச் செய்வதுதான். பசுமைப் புரட்சியின் மூலம் நமக்குத் தேவையான தானியங்களை உற்பத்திச் செய்ய முடிந்திருந்தது. 1991 வாக்கில் அரசாங்க சேமிப்புக்கிடங்குகளில் அரிசியும் கோதுமை உபரியாகவே இருந்தது. ஆனால், அவற்றை முறைப்படுத்தி விநியோகம் செய்வதில் ஏராளமான சிக்கல்கள் இருந்தன.

பொது விநியோகத்துறையில் இருந்த உள்ளார்ந்த பிரச்னைகளைப் பற்றி ராவ் பேசியிருக்கிறார். 'அத்தியாவசியப் பொருட்கள், நியாயவிலைக் கடைகளைச் சென்றடைவதில்லை. நம் பொது விநியோகத்துறையில் உள்ள பெரிய பிரச்னை இதுதான். நான் மாநில அளவிலும் பார்த்திருக்கிறேன். மத்தியிலும் அதே பிரச்னைதான். குக்கிராமங்களில் உள்ள நியாய விலை கடைகளிலும் தங்கு தடையின்றி உணவுப்பொருட்கள் கிடைக்கச் செய்வதில்தான்

வெற்றி அடங்கியிருக்கிறது. உணவுப்பொருட்களை மொத்தமாக அனுப்பும்போது அவையெல்லாம் கள்ளச் சந்தைக்குச் செல்வதற்கே வழிவகுக்கும்' என்று பேசியிருக்கிறார்.[23]

அரசு செலவழிக்கும் நிதி, நடுவில் உள்ள தரகர்களுக்கும் அரசு அதிகாரிகளுக்கும் சென்றுவிடுகிறது என்பது ராவுக்கு நன்றாகவே தெரியும். அரசி, கோதுமை மற்றும் தானிய வகைகளை அரசு பணக்கார விவசாயிகளிடமிருந்து வாங்கியது. இதனால் அவர்களும் பெரும் ஆதாயமடைந்தனர். இந்தப் பணக்கார விவசாயிகள் அரசியல் செல்வாக்கு மிகுந்தவர்களாக இருந்ததால் தானியங்களின் கொள்முதல் விலையை ராவ் அதிகரித்தார். இந்தத் தொகையை அரசு கொடுக்கவேண்டியிருந்தது. இதை ஈடுகட்ட நியாயவிலைக் கடைகளில் விற்கப்படும் உணவுப் பொருட்களின் விலை உயர்த்தப் பட்டது. இதனால், விவசாயிகளுக்கும் அதிகமான பணம் கிடைத்தது. பெரும்பாலான நுகர்வோர்கள் நியாய விலைக்கடைகளில் பொருட்கள் வாங்க முடியாத நிலைக்குத் தள்ளப்பட்டனர்.

அரசியல் ஆய்வாளரான ராப் ஜென்கின்ஸ் ராவ் அரசின் பொதுவான குணாம்சமாக இதைப் பார்க்கிறார்: பழைய பாதையிலேயே தொடர்ந்து செல்வதுபோன்ற போர்வையில் (ஒட்டுமொத்த மானியத்தை மாற்றாமலேயே) அதிரடியாகப் பொது விநியோகத் துறையை மாற்றியமைத்தார்.[24]

இப்படியாக அந்தத் திட்டத்துக்கான நிதி உதவிகளை மறைமுகமாகக் குறைத்த பிறகு மேம்படுத்தப்பட்ட உணவு மானியத்தை அதற்குப் பதிலாகக் கொண்டுவர முடிவுசெய்தார். புதுப்பிக்கப்பட்ட பொது விநியோக முறை (ஆர்.பி.டி.எஸ்)[25] என்ற ஒன்றைக் கொண்டுவந்தார். இதன்படி, வறுமைக்கோட்டுக்குக் கீழிருக்கும் மக்கள் பெரும்பான்மை யாக வசிக்கும் இடங்கள் தேர்ந்தெடுக்கப்பட்டன. ஏறக்குறைய ஐந்தில் ஒரு பங்கு மாவட்டங்களில் நியாய விலைக்கடைகளில் விற்பதை விடக் குறைவான விலைக்கு அரசியும் கோதுமையும் கிடைக்க வழி செய்யப்பட்டது.[26]

கே.ஆர்.வேணுகோபால ராவின் உதவியுடன் பிரதமர் அலுவலகத்தின் நேரடி மேற்பார்வையில் இத்திட்டம் அமலுக்குக் கொண்டு வரப்பட்டது. ராவின் தனிப்பட்ட டைரியில் இது குறித்து ஏராளமான குறிப்புகள் இடம்பெற்றுள்ளன. 'புதிய விநியோக முறையில் ஒரு கிலோ அரிசி, கோதுமையின் விலை அப்போதைய விலையைவிட 0.50 பைசா குறைத்து நிர்ணயிக்கப்பட்டது. இனி வரும் காலங்களில் கிலோவுக்கு ஒரு ரூபாய் குறைக்கத் திட்ட மிடப்பட்டிருக்கிறது' என்று எழுதியிருக்கிறார்.[27] தேர்தல் நடக்கவிருக்கும் மாநிலங்களில் புதிய விநியோக முறை சிறப்பாகச்

செயல்படுத்தப்படவேண்டும் என்று ராவ் விரும்பினார். 'நான் முன்கூட்டியே சென்று எல்லாம் நல்லபடியாக அமலாவதை மேற்பார்வையிடவேண்டும் என்று என்னிடம் கேட்டுக்கொண்டார்' என்கிறார் பொது விநியோகத் துறையில் இருக்கும் அதிகாரி ஒருவர்.

தேர்தல் வெற்றிகளுக்குப் புதிய பொதுவிநியோகத் திட்டம் உதவவில்லை. ஏழை மக்களுக்கும் பெரிய பலன் கிடைக்கவில்லை. '21 ஆர்.பி.டி.எஸ். கிராமங்களில் எடுக்கப்பட்ட புள்ளிவிவரங்களில், ஒரு பயனாளிக்குக்கூட புதிய விநியோகத்திட்டத்தின் வாயிலாக நியாய விலைக்கடைகளிலிருந்து உணவுப்பொருள் கிடைத்திருக்க வில்லை' என்கிற விஷயம் தெரியவந்தது.[28] புதிய விநியோகத்திட்டம் வெற்றியடையவில்லை. அதற்கான வரவேற்பும் படிப்படியாகக் குறைந்துகொண்டே வந்தது என்கிறார் ஜெய்ராம் ரமேஷ்.[29]

விலை குறைவான உணவுப்பொருட்களை ஏழைகளுக்குக் கிடைக்கும்படிச் செய்யவேண்டும் என்னும் ராவின் திட்டத்துக்குத் தோல்விதான் கிடைத்தது. இதிலிருந்து ஒரு விஷயத்தைப் புரிந்து கொள்ளலாம். நிதி என்பது ஒரு பிரச்னையாக இருந்ததேயில்லை. ராவின் ஆட்சிக்காலத்தில் மானியம் இரட்டிப்பாக்கப்பட்டது.[30] புதிய விநியோகத்திட்டத்தைச் சரியான முறையில் திட்டமிடாததுதான் தோல்விக்கான காரணமாக இருந்தது. 'ஒரு சில பகுதிகளில் உள்ள ஏழைகளுக்கு என்று திட்டமிடாமல் இந்தியாவின் அனைத்துப் பகுதியைச் சேர்ந்த ஏழை மக்களுக்கும் இதை எடுத்துச் சென்றிருக்கலாம்; மேலும் அந்தப் பகுதிகளில் இருந்த வசதியானவர் களுக்கும் அந்தச் சலுகை கிடைத்தது தவறு' என்பது வேணுகோபாலின் கருத்து. 'நாடு முழுவதற்கும் இந்தத் திட்டத்தை விரிவாக்க வேண்டும்; அதே நேரம் நலிவடைந்த பிரிவினருக்கு மட்டுமே அந்த மானியம் கிடைக்கும்படிச் செய்யவேண்டும்' என்பதே வேணு கோபாலில் பரிந்துரை.

ஆர்.பி.டி.எஸ். தோல்வியடைய இன்னொரு காரணம் கடைமட்ட அரசுப் பணியாளர்கள் மத்தியில் இருந்த முறைகேடுகளை சீர்திருத்த எந்த நடவடிக்கையும் எடுக்கப்படவில்லை. அவர்கள் மக்களுக்கு அந்த மானியத்தின் பலன் கிடைக்கவிடாமல் தடுத்தனர். இதே பிரச்னைதான் முந்தைய பொது விநியோகத் திட்டத்திலும் இருந்தது. அது 'புதிய' அவதாரத்திலும் தொடர்ந்தது. முந்தைய அத்தியாயத்தில் நாம் பார்த்ததுபோல் ராவ், பொதுத்துறை நிறுவனங்களில் சீர்திருத்தத்தைக் கொண்டுவரத் தயங்கினார். தனது அரசுக்கு அரசுப் பணியாளர்களைச் சமாளிக்கும் பலம் இல்லை என்று அவர் முடிவுகட்டியிருந்தார்.

•

வேலை வாய்ப்பை உறுதிப்படுத்தும் விஷயத்திலும் ராவால் பேசிய அளவுக்கு எதையும் செய்ய முடிந்திருக்கவில்லை. ‘பிரதமரும் நானும் இது குறித்துப் பலமுறை பேசினோம்’ என்கிறார் கே.ஆர். வேணுகோபால்.[31] ‘ராவ் இது பற்றி மிக அதிகமாகப் பேசினார்’ என்கிறார் ராவின் செயலர் ராமு தாமோதரன்.[32] ஏழை மக்களுக்கு வேலை வாய்ப்பை உறுதி செய்யும் திட்டங்கள் ஏற்கெனவே இருந்தன.[33] ஆனால் மகாராஷ்டிரா உள்ளிட்ட ஒரு சில மாநிலங்களி லேயே இவை அமலில் இருந்தன. நாடு முழுவதும் அமல்படுத்தும் வகையில் இத்திட்டத்தை முதன் முதலாக ராவ் முன்னெடுக்க விரும்பினார். ஆண்டில் குறைந்தது 100 நாட்கள் ஏழை மக்களுக்கு வேலை வாய்ப்பை உறுதி செய்ய விரும்பினார். முதல் கட்டமாக 1700 ஆர்பிடிஎஸ் பகுதிகளில் அமலுக்குக் கொண்டுவரப்பட்டது. இது குறித்து 1993 சுதந்தர தின உரையில் பிரதமர் ஒரு முழு நீள பத்தியில் விரிவாகக் குறிப்பிட்டிருந்தார்.[34]

‘ஆனால், எல்லாமே வெறும் பேச்சாக முடிந்துவிட்டது’ என்கிறார் வேணுகோபால். திட்டத்துக்குப் போதுமான பணம் ஒதுக்கப்பட வில்லை. இருந்தும் 2005ல் கொண்டு வரப்பட்ட புகழ்வாய்ந்த என்ஆர்இஜிஏ திட்டத்துக்கு முன்னோடி அதுதான். ஆனால், ராவ் கொண்டுவந்த திட்டத்தில் வேலை வாய்ப்புக் கிடைக்காதவர்களுக்கு வேறு எந்தவித உதவியும் தரப்படவில்லை. இந்த அக்கறையின்மை ராவின் புதிய பொது விநியோகத் திட்டத்தைப் போலவே ஊரக வேலை வாய்ப்புத் திட்டத்தையும் பலனற்றதாக்கிவிட்டது.

‘மக்கள் நலத்திட்டங்களின் அவசியத்தை ராவ் புரிந்துவைத்திருந்தார். ஆனால், செயல் என்று வரும்போது…’ என்று கோபப்படுகிறார் வேணுகோபால். ‘அதிசிக்கனமாக நடந்து கொண்ட நிதியமைச்சகமும் அதிக நிதி ஒதுக்கீடுகளை எதிர்பார்த்த சோஷலிச அதிகாரிகளுக்கும் இடையே நடந்த மோதல்களில் ராவ், நிதியமைச்சகத்தையே ஆதரித்தார்’.

1993ல் வேணுகோபால் தன்னுடைய ராஜினாமா கடிதத்தை சமர்ப்பித்தார். இரண்டு ஆண்டுகள் கழித்த பின்னரே ராஜினாமாவை பிரதமர் ஏற்றுக்கொண்டார். இள வயதில் தான் எப்படியிருந்தோமோ அதுபோல் இருந்த ஆளுமைகளை இழக்க பிரதமர் தயாராக இல்லை.

சோஷலிசம் மீது பற்றுள்ள அதிகாரிகளை ஆதரித்து வருவதாக (கொள்கை அளவில் இல்லையென்றாலும்) ராவ் காட்டிக்கொள்ள விரும்பினார். வேணுகோபாலின் மகள், அனுபமா பிரியதர்ஷினிக்கும் ராவுக்கு நெருக்கமான இன்னொரு இடதுசாரி அதிகாரியான யுகேந்தர்

ராவின் மகன் சத்யா நாதெல்லாவுக்கும் திருமணம் நிச்சயமானது. தந்தையும் மாமனாரும் தீவிர சோஷலிசவாதிகளாக இருந்த நிலையிலும் முதலாளித்துவ சாம்ராஜ்ஜியமான மைக்ரோசாஃப்டின் சர்வதேசத் தலைவரானார் நாதெல்லா.

லூட்யன்ஸ் தில்லியில் வேணுகோபாலின் அதிகாரபூர்வ மாளிகையில் திருமண நிச்சயதார்த்தம் நடைபெற்றது. எளிமையான நிகழ்ச்சி என்பதால் பிரதமருக்கு அழைப்பில்லை.[35] ஆனாலும், நிகழ்ச்சியில் கலந்துகொள்வதென ராவ் முடிவுசெய்தார். ராமு தாமோதரனுடன் அம்பாசிடர் காரில் கறுப்புக் கண்ணாடிகளை ஏற்றிவிட்டுக்கொண்டு ஒரே ஒரு பாதுகாப்பு கார் மட்டும் பின்தொடர, நிகழ்ச்சிக்குக் கிளம்பிவிட்டார். பிரதமருடைய வருகைக்காகப் போக்குவரத்து எதுவும் ஒழுங்குபடுத்தப்பட்டிருக்கவில்லை என்பதால் போக்குவரத்து நெரிசலில் ராவ் சிக்கிக்கொண்டார். ராமு தாமோதரனிடம் இதமாகச் சொன்னார்: போக்குவரத்து நெரிசல் என்றால் என்ன என்பதே எனக்கு மறந்துபோய்விட்டது.[36]

●

100 நாள் வேலைவாய்ப்புத் திட்டமும் உணவுப் பாதுகாப்புத் திட்டமும் நல்ல பலன்களைக் கொடுக்காவிட்டாலும், கல்வித்துறை சம்பந்தப்பட்ட திட்டங்களுக்கு நல்ல வெற்றி கிடைத்தது. எண்பதுகளில் கல்வித்துறை அமைச்சராக இருந்தபோதே சில தீவிரமான கொள்கைகளை முன்னெடுத்துச் செயல்படுத்தி யிருக்கிறார். ஒரு பிராமணர் என்றவகையிலும் சோஷலிசவாதி என்ற வகையிலும் கல்வி மீது அவருக்கு நல்ல மரியாதை இருந்தது. 'நாக்பூரில் அவரது ஆசிரியர் ஒருவர் இறந்த தகவல் கிடைத்தது. அஞ்சலி செலுத்துவதற்கு உடனே கிளம்பிவிட்டார். ஔரங்கபாத்தில் இறங்கிய நாங்கள் அங்கிருந்து அந்தச் சிறிய கிராமத்துக்குச் சென்றோம். அங்கு நடந்த அஞ்சலிக்கூட்டத்தில் கலந்துகொண்டு மராத்தியில் பேசினார். பின்னர் எந்தவித பரபரப்பையும் கிளப்பாமல் அங்கிருந்து கிளம்பிவிட்டோம்' என்கிறார் சஞ்சய் பாரு.[37]

கல்வித்துறைக்கு நிதி ஒதுக்கீட்டை அதிகரித்ததுதான் ராவ் செய்த மிக முக்கியமான விஷயம். 1990ல் 951 கோடிகள் மட்டுமே கல்விக்காக ஒதுக்கீடு செய்யப்பட்டது.[38] 1995 ஆண்டின் முடிவில் இதுவே படிப்படியாக அதிகரிக்கப்பட்டு 2042 கோடியாக இருந்தது.[39] அனில் போர்டியா போன்றவர்களை நியமித்து மத்திய மாநிலப் பள்ளி நிர்வாகத்தில் நிபுணத்துவத்தைக் கொண்டுவந்தார். அக்ஷய் மங்களாவின் வார்த்தைகளில் சொல்வதென்றால், 'ராவ் பாபுக்களைத் தேர்ந்தெடுத்துப் பதவியில் நியமித்தார். கல்விப் பதவிகளைப் பெருமிதத்துக்குரியதாக மாற்றினார்.'[40]

கல்வித்துறை அமைச்சராக இருந்தபோது, ராஜிவ் காந்தியின் கனவான நவோதயா பள்ளிகளை ஏழை குழந்தைகளுக்கும் கிடைக்கும்படிச் செய்தார் ராவ். பிரதமரான பின்னர், அத்தகைய பள்ளிகளின் எண்ணிக்கையை அதிகரித்தார். உத்தராகண்டில் கல்விச் செயலராக இருந்த கேசவ் தேசிராஜு, 'நவோதயா பள்ளி வெற்றிகரமான திட்டம். கிராமப்புறங்களில் உறைவிடப் பள்ளியாக அது வடிவமைக்கப்பட்டதால் ஆசிரியர்கள், பள்ளி வளாகத்திலேயே தங்கினார்கள். கிராமப் பள்ளிகளுக்கு ஆசிரியர்கள் வகுப்பெடுக்க வராமல் போகும் குறையை அதன் மூலம் எளிதில் தீர்க்கமுடிந்தது' என்கிறார்.[41] ராவின் தாராளமயமாக்கல் கொள்கையானது மாநிலங்கள் நிதியுதவிக்காக உலக வங்கியை நேரடியாகத் தொடர்பு கொள்ளவும், ஆரம்பக் கல்வியில் அந்நிய முதலீட்டைப் பெருக்கவும் உதவியது. கல்வித்துறையைப் பொறுத்தவரை நிதியுதவியைவிட புதிய யோசனைகளுக்கும் ஆலோசனைகளுக்கும் இடம் கிடைத்தன. அத்தகைய யோசனைகளே பின்னாளில் தேசியக் கல்விக்கொள்கையாக உருவெடுத்தன.

ராவுடைய ஆட்சிக்குப் பிறகு இந்த அம்சங்கள் எல்லாம் மேலும் பலப்படுத்தப்பட்டன. சர்வசிக்ஷா அபியான் உள்ளிட்ட திட்டங்கள், பள்ளிகளுக்குத் தேவையான நிதியுதவிகளை அள்ளித் தந்தன. இதனால் பள்ளிகளின் தரம் மேம்பட்டது. அரசுப்பள்ளிகளில் மாணவர்களின் சேர்க்கையும் அதிகரித்தது.[42] எனினும் கல்வித்துறை அதிகாரவர்க்கத்தில் எந்த சீர்திருத்தத்தையும் கொண்டுவரமுடியாதது ராவுக்குப் பெரும் குறையாக இருந்தது. பிந்தைய அரசுகளுக்கும் அந்த விஷயத்தில் பெரிதாக எதையும் செய்ய முடிந்திருக்கவில்லை. அரசுப்பள்ளிகளின் நிலை, படிப்படியாக மோசமடைய ஆரம்பித்தது. 2000 வாக்கில் ஆசிரிய, மாணவர் எண்ணிக்கை அதிகாரபூர்வமாக மிக அதிகமாக இருந்தது. எனினும் உண்மையில் மூன்றில் ஒரு பங்கு மாணவர்களே பள்ளிக்கூடங்களுக்கு வருகை தந்தார்கள். ஆசிரியர்கள் பள்ளிக்கு வராததும் மிக அதிகமாக இருந்தது.[43]

இந்த நசிவு மாணவர்களின் படிப்புத் திறமைக் குறைபாடாகவும் வெளிப்பட்டது. 2006ல் எடுக்கப்பட்ட ஆய்வறிக்கையின்படி நான்காவது மற்றும் ஐந்தாவது படிக்கும் மாணவர்களில் 37 சதவீதத்தினருக்கு மட்டுமே 'சரளமாகப் படிக்கத்' தெரிந்திருந்தது. 2011ல் எடுக்கப்பட்ட ஆய்வறிக்கையில் மூன்றில் இருந்து ஐந்தாம் வகுப்பு வரை படிக்கும் மாணவர்களில் 58 சதவீதத்தினர் மட்டுமே ஒன்றாம் வகுப்புக்கான பாடங்களைப் புரிந்துகொண்டு படிக்க முடிந்தது.[44] கல்வித்தரத்தில் ஏற்பட்ட இந்தக் குறைபாட்டின் காரணமாகவே ஏழை மக்கள்கூட தங்கள் பிள்ளைகளை அரசுப்

பள்ளிகளில் சேர்க்காமல் தனியார் பள்ளிகளில் (கட்டணம் வெகு அதிகமாக இருந்த நிலையிலும்) சேர்க்க ஆரம்பித்தார்கள்.[45]

தரமான கல்விக்காக ஏழை மக்களும் இப்படி 'தனியார் வழி'யைத் தேடிச் செல்வதற்கும் அரசுப் பள்ளிகளின் தரமின்மைக்கும் அரசு கல்வி அதிகார வர்க்கம் பொறுப்பேற்றுக்கொள்வதில்லை. ராவின் ஆட்சிகாலத்திலும் நிலைமை அதுதான். வங்கித்துறை, தொலை தொடர்புத்துறை, விமானத்துறை போன்றவற்றில் செய்யப்பட்ட மாற்றங்களினால் மக்களுக்குத் தேர்ந்தெடுக்க நிறைய வாய்ப்புகள் கிடைத்தன. ஆனால், கல்வித்துறையைப் பொறுத்தவரை தனியார் மயமாக்கலை ஆதரித்து பெரிய அளவில் நடவடிக்கைகள் எதுவும் மேற்கொள்ளப்படவில்லை. லைசென்ஸ் ராஜ் மற்ற துறைகளில் ஒழிக்கப்பட்டிருந்தாலும் கல்வித்துறையில் அது தனது பழைய அனைத்துத் தீமைகளோடும் தொடரத்தான் செய்கிறது.

•

அரசாங்கத்தின் நிதியை அதிகரித்து, அதிக வருவாய் கிடைக்க வழிசெய்து அதன் மூலம் நலத்திட்டங்களை அதிகரித்தவகையில் அனைத்துப் பெருமைகளும் நரசிம்ம ராவையே சாரும். சோஷலிச கோஷம் உச்சத்தில் இருந்த காலத்தைவிடக் கல்வி, மருத்துவம், ஊரக வளர்ச்சித்துறைக்கு ராவின் ஆட்சிக் காலத்தில் மிக அதிகமான தொகை - சதவிகித அளவிலும்[46] - செலவிடப்பட்டது. ராவின் ஆட்சிக்காலத்துக்குப் பின்னரும் இத்தகைய நிலை தொடர்கிறது. 1996 பட்ஜெட்டில் மருத்துவத்துக்காக ஒதுக்கப்பட்ட நிதியின் அளவு 1990ல் ஒதுக்கப்பட்டதைவிட இரண்டு மடங்கு அதிகமாக இருந்தது.[47] 1991-ல் உணவுக்கான மானியம் 50 பில்லியனுக்கும் குறைவாக இருந்தது. 2013 காலகட்டத்தில் இது 800 பில்லியன் ரூபாய் மதிப்பைத் தாண்டிவிட்டது.[48] முக்கியமான ஆறு சமூக நலத் திட்டங்களுக்கான நிதியானது 1991-92-ல் 5 சதவீதமாக இருந்தது. அது 2008-2009-ல் 13 சதவீதமாக அதிகரிக்கப்பட்டிருந்தது.[49]

இப்படியான அரசு நிதி ஒதுக்கீடுகள், பொருளாதார வளர்ச்சி ஆகியவற்றின் பலனாக சராசரி இந்தியரின் சுகாதாரம், கல்வியறிவு, ஏழ்மை நிலைகளில்[50] நிறைய நல்ல மாற்றங்களைப் பார்க்க முடிந்தது. பழங்குடி மக்கள், பட்டியல் சாதியினரின் மத்தியில் இருந்த ஏழ்மையும் குறைந்தது.[51] அனைத்துத் தரப்பு தனி நபர் வருமானமும் அதிகரித்தது.[52] மக்களின் மனப்போக்கிலும் மாற்றங்கள் தென்பட்டன. புதிய தொழில்முனைவோர்கள் அதிகரித்தனர். வணிகம் என்பது பனியா போன்ற குறிப்பிட்ட சமூகங்களுக்கு மட்டுமே உரியது என்கிற எண்ணங்களில் மாற்றம் ஏற்பட்டது. தலித்

தொழில் முனைவோர்களின் எழுச்சி அதற்கான நல்ல எடுத்துக்காட்டு.[53] வரி விஷயங்களில் கொண்டு வந்த சீர்திருத்தங் களினால் ஏழைகள் குறைவான வரியே கட்டவேண்டிவந்தது. மத்தியதர வர்க்கம், பணக்காரர்கள் ஆகியோரிடமிருந்தே வரி வருவாய் அதிகம் கிடைத்தது. ஊட்டச்சத்துக் குறைவு போன்ற விஷயங்களில் இருந்த ஏற்றத்தாழ்வுகள் கவலைக்குரியதாக இருந்தாலும், பணக்காரர் - ஏழை இடைவெளியானது இந்தக் காலகட்டத்தில் வெகு குறைவாகவே அதிகரித்தது.[54] நவ தாராளமயமாக்கம் மூலமான வளர்ச்சி இந்தியர்களின் வாழ்க்கை நிலையை மோசமாக்கி விட்டதாகச் சொல்லப்படும் கூற்றுகளுக்கு எந்தப் புள்ளிவிவர ஆதாரமும் இல்லை.

இந்தியா, இன்னும் போக வேண்டிய தூரம் அதிகம் என அமர்த்யா சென், ஜீன் ட்ரீஸ் போன்ற பொருளாதார மேதைகள் சொல்வது முற்றிலும் சரியே.[55] வேலைவாய்ப்புக்கான உறுதி போன்ற சமூக பாதுகாப்பு நலத்திட்டங்கள் மேம்படுத்தப்பட்டிருக்கின்றன. எனினும் கல்வி மற்றும் மருத்துவம் போன்ற வரும்முன் காக்கும் அடிப்படை நலத்திட்டங்களில் பெரிய முன்னேற்றங்கள் இல்லை.[56] தாராளமயமாக்கல் ஆரம்பிக்கப்பட்டு இருபது ஆண்டுகள் கழிந்திருந்தாலும் குழந்தைகளுக்கு ஊட்டச்சத்து குறைபாடு நீடித்து வருகிறது. சஹாரா பாலைவனத்துக்குத் தென் பக்கம் இருக்கும் ஆஃப்ரிக்காவைவிட இரண்டு மடங்கு அதிக எண்ணிக்கையிலான குழந்தைகள் நம் தேசத்தில் ஊட்டச்சத்து குறைபாடால் பாதிக்கப் பட்டிருக்கிறார்கள்.[57] இதிலிருந்து என்ன தெரிகிறதென்றால், தாராளமயமாக்கலின் மூலமான நிதி அதிகரிப்பு மிகவும் அவசியம்தான். ஆனால், அர்ப்பண உணர்வு மிகுந்த அதிகாரிகள், நேர்த்தியாக வடிவமைக்கப்பட்ட திட்டங்கள், மக்கள் கையில் திட்டங்களின் பலனைக் கொண்டு சேர்க்கும் கடைசி கட்டச் செயல் பாடுகள் எல்லாமே சரியாக இருந்தாகவேண்டும். அப்போதுதான் உண்மையான சமூக நலன் சாத்தியமாகும்.

மக்கள் கையில் திட்டங்களின் பலனைக்கொண்டு சேர்க்கும் கடைசி கட்டச் செயல்பாடுகள் எல்லாம் மத்திய அரசின் கட்டுப்பாட்டில் இருக்கவில்லை. அவையெல்லாம் மாநில, மாவட்ட அளவிலான அதிகாரிகளையே சார்ந்திருந்தன. மத்திய அரசின் நலத்திட்டங் களுக்குக் கிடைத்த வரவேற்பு மாநிலங்களுக்கு மாநிலம் வேறுபட்டிருந்தது. திறமையான நிர்வாக அமைப்புகளையும் அரசியல் உந்துதல் வலுவாக இருக்கும் தமிழ்நாடு, கேரளா போன்ற மாநிலங்களில் நலத்திட்டங்கள் சரியான முறையில் செயல்படுத்தப் பட்டன. மத்திய அரசிடமிருந்து கிடைத்த நிதி உதவிகள் அந்த மாநில

மக்களின் வாழ்க்கைத் தரத்தை உயர்த்த உதவின. ஆனால், உத்திர பிரதேசம் போன்று மோசமாக நிர்வகிக்கப்படும் மாநிலங்களில் இந்தத் திட்டங்கள் முறையாக அமல்படுத்தப்படவேயில்லை. இத்தகைய வேறுபாடுகளை வைத்துப் பார்க்கும்போது பிரச்னை என்பது பிரதமரிடத்தில் மட்டுமே இல்லை என்பது புலனாகிறது. ஆனால், ராவ் மற்றும் அவரைத்தொடர்ந்து வந்த பிரதமர்கள் அனைவருமே இந்த நிலை தொடர்வதற்கான பழியை ஏற்றுத்தான் ஆகவேண்டும்.

மையத்தில் அதிகாரத்தைக் குவிப்பதை நிறுத்தவேண்டும்... சிறு சிறு மட்டங்களில் அதிகாரத்தைக் கொடுத்துத் திட்டங்களை முன்னெடுக்கவேண்டும். இதுவே ஊழலை ஒழிப்பதற்கான வழி என்பது ராவுக்குத் தெரியும்.[58] கிராமப் பஞ்சாயத்துகளுக்கு அதிக அதிகாரங்களைப் பெற்றுத்தரும் அரசியல் சாசனத்தின் 73 மற்றும் 74 வது திருத்தங்களை வெற்றிகரமாகக் கொண்டுவந்தார்.[59] 'தாண்டிச் செல்லும் வழிமுறை (பைபாஸ் மாடல்)' என்று அழைக்கப்பட்ட அது மக்களுக்கான நலத்திட்டங்களின் பலன்கள் நேரடியாக ஏழைகளுக்குக் கிடைக்கும்படி செய்வதற்கான முயற்சி. ஆனால், எதிர்பார்ப்புக்கு மாறாக உள்ளாட்சி மன்றங்களில் நல்ல மற்றும் ஊழல் அரசியல்வாதி என இரு தரப்புக்கும் அதிகாரம் கிடைத்ததால் அதிகாரப் போட்டிகள் அதிகரித்தன. மேலும் பிராந்தியங்களுக்கு இடையிலான சமமின்மையும் இதனால் அதிகரித்தது.

இதைவிட மிக மோசம் மருத்துவர்கள் முதல் ஆசிரியர்கள்வரை அரசுப் பதவிகளுக்கான நியமனங்கள் ராவ் ஆட்சி காலத்தில் வெகுவாகக் குறைந்திருந்தன.[60] என்ன காரணம் என்று தெரியவில்லை. ஆனால், அரசுத்துறைகளில் ஆழமாக வேரூன்றியிருக்கும் அதிகாரி களைப் பணி நீக்கம் செய்வது கடினம்; புதிதாக ஆட்களை நியமனம் செய்யாமல் இருப்பதன் மூலம் திறமை குறைவான அரசுத் துறைகளை மட்டுப்படுத்துவது எளிது என ராவும் பிற அரசியல் வாதிகளும் நினைத்தனர். நலிவடைந்த பிரிவினரின் வளமான வாழ்க்கைக்கு இந்த முன்னணி அதிகாரவர்க்கத்தின் ஒத்துழைப்பு மிகவும் அவசியம். புதிதாகப் போதிய ஆட்கள் நியமிக்கப்படாததால் அரசுத்துறைகள் ஊழலோடு பணியாளர்கள் பற்றாக்குறையோடும் இயங்க வேண்டியிருந்தது.

தனியார் தொழில் முனைவுகளுக்கு அரசு ஊக்கம் கொடுத்து அதன் மூலம் கிடைக்கும் கூடுதல் நிதியை சமூக நலத் திட்டங்களுக்குச் செலவிடுதல் என்ற சோஷலிச ஜனநாயகப் பார்வையுடன் ஆட்சி செய்ய *முயன்ற* முதல் இந்திய பிரதமர் என்ற வகையில் ராவ் வரலாற்றில் நிச்சயம் நினைவுகூரப்படுவார். பொருளாதாரத்

துறையில் மட்டுமல்ல அதிக நிதி ஒதுக்கீட்டுடன் முன்னெடுக்கப் பட்ட சமூக நலத் திட்டங்களிலும் ராவின் இதே சோஷலிச ஜனநாயகப் பார்வையே பின் வந்த அரசுகளாலும் பின்பற்றப் படுகிறது. வளர்ச்சி விகிதம் அதிகமாக இருந்ததால்தான் மிகப் பெரிய நலத் திட்டங்களை முன்னெடுக்க முடிந்திருக்கிறது. அதன் மூலமே பல்வேறு குறைகள் இருந்தபோதிலும் சாமானிய இந்தியனுக்குப் பலன் கிடைக்க வழிபிறந்திருக்கிறது. சமூக நலத்திட்டங்களின் தரம், அவற்றை அமல்படுத்திய விதம் குறித்த விமர்சனங்கள் தேர்தல்களில் பேசப்படும் விஷயமாக ராவின் ஆட்சிக்குப் பின்னரே முன்னிலைக்கு வந்தன.

வில்லி பிராண்ட்போல் ராவ், இந்தியாவின் முதல் சோஷலிச ஜனநாயகத் தலைவராக இருந்தார். பொருளாதார வளர்ச்சியும் முறையான சமூகப் பங்கீடும் ஒன்றுக்கொன்று எதிரானவை அல்ல. ஒன்றை ஒன்று சார்ந்திருப்பவையே என்பதைப் புரிந்துகொண்ட முதல் இந்தியத் தலைவர் அவரே.

10

கட்சியையும் நாடாளுமன்றத்தையும் சமாளித்தல்

ரேஸ் கோர்ஸ் ரோடு, எண் மூன்றில் இருந்தது பிரதமரின் அதிகாரப்பூர்வ வசிப்பிடம். ராவ் காலை 5 மணிக்கே எழுந்துவிடுவார். இப்போதும் அதே கட்டம்போட்ட லுங்கி, வெள்ளை பனியன் சகிதம் பக்கத்திலிருக்கும் அறைக்கு வந்து கம்ப்யூட்டர் முன்னால் உட்கார்ந்துவிடுவார். ஆறு மணிக்கு செய்தித்தாள்கள் வரும்வரை அங்குதான் இருப்பார். ஏழு மணிக்கு அவரது தனி மருத்துவர் ஸ்ரீநாத் ரெட்டி வந்து உடல்நிலையைப் பரிசோதித்து, பிரதமரின் ரத்தம் மற்றும் சிறுநீர் மாதிரிகளை எடுத்துச் செல்வார்.[1] உடற்பயிற்சி நடை எந்திரத்தில் சிறிது நேரம் பயிற்சி பெறும் பிரதமர், சரியாக எட்டரை மணிக்கு காலை உணவு உட்கொள்வார்.

ராஜையா, ராவின் சமையல்காரர். யாதவரான அவர் ராவின் சொந்த ஊரான வாங்கராவைச் சேர்ந்தவர். 1970களில் ராவ் முதல்வராக இருந்தபோது கொண்டு வந்த நிலச் சீர்திருத்தங்கள் மூலமாக பயனடைந்தவர். சிறு வயதில் ராவ் உப்புமா, பிட்ளா போன்ற உணவுகளை விரும்பிச் சாப்பிட்டிருந்தார். தில்லியில் அது கிடைக்கா தென்பதால் பிரதமரானதும் முதல் வேலையாக ராஜையாவை டெல்லிக்கு அழைத்துக்கொண்டார்.[2] அப்படியாக பிரதமருக்குத் தனக்குப் பிடித்த ஆந்திர, மஹாராஷ்டிர உணவுகளைக் காலை உணவாகச் சாப்பிட வழிபிறந்தது.

குளித்து முடித்தவுடன், பட்டுச் சட்டை, கஞ்சி போட்டு மொடமொடப்பாக்கப்பட்ட வெள்ளை வேஷ்டி உடுத்திக்கொண்டு

அன்றைய அலுவலைக் கவனிக்கக் கிளம்புவார். மாலை ஐந்து மணிக்கு வீடு திரும்புவார். வந்ததும் சர்க்கரையில்லாத தேநீர், நூடுல்ஸ் அல்லது பாஸ்தா சாப்பிட்டுவிட்டு வெளியே செல்வார். மீண்டும் இரவு உணவுக்கு வீடு திரும்புவார். சாப்பிட்டு முடித்ததும் இந்துஸ்தானி இசை பின்னணியில் ஒலிக்க அன்றைய விஷயங்களை மடிக்கணினியில் எழுதுவார். பிறகு உறங்கச் செல்வார். சில நேரங்களில் தனக்கு நெருக்கமானவர்கள் ஒவ்வொருவரையும் தனியாக இரவு விருந்துக்காக வீட்டுக்கு அழைப்பதும் உண்டு.

பிரபாகரா, ராஜேஸ்வரா, பி.விஆர்.கே பிரசாத், ஏ.என் வர்மா, ராமு தாமோதரன் அல்லது அவருக்கு நெருக்கமான வேறு யாராவது வரும்போது ஒக்ரா, பருப்பு சாதம் என 'விருந்து' பரிமாறப்படும். அவர்களுக்கு அதிர்ஷ்டம் இருந்தால் சில நேரங்களில் கசப்புச் சுவை மிகுந்த கரேலாவும் இடம்பெறும். அதுவும் உடலுக்கு ஆரோக்கிய மான உணவுதான்.

தினம் தினம் புயலால் தாக்கப்படும் கடல் பயணம் போலவே அவரது ஆட்சி இருந்தது. பொருளாதாரச் சீர்திருத்தங்கள், மக்கள் நலத்திட்டங் கள் என எதை அறிமுகப்படுத்தினாலும் சொந்த கட்சியிலிருந்து அல்லது எதிர்க்கட்சிகள் மத்தியில் அவருக்கு எதிர்ப்புகள் காத்திருந்தன. மனதுக்குப் பிடித்த உணவு, ப்ரியத்துக்குரிய முகங்கள் என இருந்த வீட்டுச் சூழலே அவருக்கு அடுத்த நாளுக்கான புயலைச் சந்திக்கத் தேவையான வலுவையும் ஓய்வையும் தந்தன.

•

தொடர்ந்து புயல் வீசியபோதிலும், ஆட்சிக் கப்பல் முழு ஐந்தாண்டுகள் பயணித்தது என்பதே பெரிய சாதனைதான். 1991 நாடாளுமன்றத் தேர்தலில் காங்கிரஸ் கட்சி, நாடு முழுவதும் 521 தொகுதிகளில் போட்டியிட்டு 232 தொகுதிகளில் மட்டுமே வெற்றி பெற்றிருந்தது. கூட்டணிக் கட்சிகள் பெற்ற இடங்களின் எண்ணிக்கையைச் சேர்த்தாலும் பெரும்பான்மை பெறுவதற்குப் பத்து இடங்கள் தேவைப்பட்டன. எதிர்க்கட்சிகள் இரு பெரும் பிரிவாக இருந்தன. ஒரு பக்கம் வலது சாரிகளின் பாஜக, இன்னொரு பக்கம் இடதுசாரிகளின் தேசிய முன்னணி கட்சிகள் (ஜனதா தளத்தின் தலைமையிலான கூட்டணி). இரு தரப்பினரும் இணைந்து ஒரே ஒரு நம்பிக்கையில்லாத் தீர்மானம் கொண்டுவந்தாலும் ராவின் பதவி காலி.

இந்திய வரலாற்றில் பெரும்பான்மை இடங்களை வெல்லாத எந்தவொரு அரசும் இதற்கு முன் ஐந்து ஆண்டுகளை நிறைவு

செய்ததில்லை. முந்தைய இரு கூட்டணி அரசுகளும் ஒரே ஆண்டுக்குள் வீழ்ந்தன. சாதனை படைத்த எந்தவொரு சர்வதேச அரசியல் தலைவரும் தலைக்கு மேல் கத்தி என்னும் அரசியல் நிலையற்ற தன்மையை எதிர்கொண்டதில்லை. ரொனால்டு ரீகன், ஃபிராங்கிளின் ரூஸ்வெல்ட், மார்கரெட் தாட்சர், ஜவாஹர்லால் நேரு ஆகியோ ரெல்லாம் பெரும்பான்மை பலத்துடன் ஆட்சியைக் கைப்பற்றி யிருந்தனர். அதுவரையான சரித்திரத்தின் படிப் பார்த்தால் ராவின் ஆட்சி வெகு சீக்கிரமே கலைக்கப்பட்டுவிடும் என்றநிலைதான் இருந்தது.

இந்த பாதகமான அம்சத்தோடு வேறொன்றும் ராவுக்கு எதிராக இருந்தது: அரசியல் செல்வாக்கு இல்லாதவர். அதனாலேயே பிரதமராகத் தேர்ந்தெடுக்கவும்பட்டிருந்தார். அவரைப் பற்றி மக்களுக்கு எதுவுமே தெரியாது. கட்சிக்குள்ளும் அவருக்கென்று எந்தத் தனியான ஆதரவாளர் கூட்டமும் கிடையாது. சோனியா காந்தி, ராவின் எதிராளிகளான சரத் பவார், அர்ஜுன் சிங், என். டி திவாரி ஆகியோர் அல்லது ராஜிவின் ஆதரவாளர்கள் என யாருக்கும் அவர் குறித்து எந்த அச்சமும் கிடையாது. ஏறக்குறைய இதே காரணத்தில்தான் 1971-ல் ஆந்திராவின் முதல்வராக ஆக்கப்பட்டார். அந்த ராவினால் சுமார் ஓராண்டு மட்டுமே பதவியில் இருக்க முடிந்தது.

90க்குப் பிந்தைய காலத்தில் காங்கிரஸ் கட்சி அதன் முந்தைய ஆகிருதியின் வெறும் நிழல்போல் ஆகிவிட்டிருந்தது. ஐம்பதுகளிலும் அறுபதுகளிலும் கட்சியின் தாக்கம் ஒவ்வொரு குக்கிராமத்திலும் இருந்தது. இப்போது அதெல்லாம் வலுவிழந்துவிட்டது. கட்சியின் வேராக இருந்த சேவா தளம் போன்ற அமைப்புகள் தளர்ந்துவிட்டன. புதியதாக எந்தவொரு லட்சியவாதியையும் ஈர்க்க அதனால் முடியவில்லை. அடித்தளம் சிதைந்துபோனதால், ராவின் வார்த்தைகளிலேயே சொல்வதென்றால், ஒட்டுமொத்த கட்சியும் ‘ரயில்வே பிளாட்பார்ம்’ போல் ஆகிவிட்டது. யார் வேண்டுமானாலும் வரலாம், போகலாம். தனக்கு வசதியான இடம் கிடைக்க அடுத்தவரை ஓரங்கட்டலாம்.[3]

இருந்த கொஞ்ச நஞ்ச உட்கட்சி ஜனநாயகமும் நேரு-காந்தி குடும்பத்தினரால் நியமிக்கப்பட்ட ‘உயர் மட்டக் குழு’ மூலம் எப்போதோ இல்லாமலாக்கப்பட்டிருந்தது. 106 ஆண்டுகளைக் கடந்த கட்சி, ஒரு குடும்ப நிறுவனமாக மாறியதைத் தொடர்ந்து அமைப்புசார் செயல்பாடுகள் முற்றாக முடங்கிப்போயின.[4] மாநிலத் தலைமைகளின் செல்வாக்கையும் அது வெகுவாகக் குறைத்து விட்டிருந்தது.

தலைக்கு மேலே தொங்கும் கத்தியைப் புரிந்துகொண்டிருந்த மாநிலத் தலைவர்கள் ஒன்று கட்சியை விட்டு விலகினார்கள் அல்லது அடிபணிந்துவிட்டார்கள். 1991 வாக்கிலான காங்கிரஸின் கட்சி 'அமைப்பு'[5] என்பதில் மத்திய மாநில அளவிலான கொள்கை ரீதியிலான மோதல்களைவிட கோஷ்டி மோதல்களே பிரதான இடம் பெற்றிருந்தன. முன்பெல்லாம் ஒவ்வொரு விஷயம் சார்ந்து கட்சிக்குள் வாதப் பிரதிவாதங்கள் நடக்கும். இப்போது தலைமையில் இருப்பவரின் கடைக்கண் பார்வையைப் பெறுவதற்கான குட்டிக்கர்ணங்களாவே அவை நடந்துவந்தன. ராவ் தலைமைப் பொறுப்பு ஏற்றபோது கட்சி இப்படித்தான் இருந்தது: விளிம்புகளில் சூன்யம்; நடுவில் ஊதிப் பெருகி உள்ளே வெறும் பொக்காக இருந்தது.

•

தன்னுடைய அமைச்சரவையைத் தானே முடிவு செய்ததுதான் ராவ் செய்த முதல் பணி. மன்மோகன் சிங் (நிதியமைச்சர்), ப.சிதம்பரம் (வர்த்தகத்துறை) என சீர்திருத்தங்களுக்கு ஆதரவானவர்களைத் துணிந்து அமைச்சர்களாக நியமித்தார். தொழில்துறையைத் தன் கைவசம் வைத்துக்கொண்டார். அதன் பிறகே கட்சியைச் சேர்ந்த வெவ்வேறு கோஷ்டிகளுக்கு அமைச்சரவையில் இடமளித்தார். பல்ராம் ஜாக்கர், பி. சங்கரானந்த், சிகே ஜாபர் ஷெரீப் மற்றும் எஸ்.பி. சவான் போன்றவர்கள் காபினெட் அமைச்சரானார்கள். பிரதமர் பதவிக்குப் போட்டியிட்ட அர்ஜுன் சிங், சரத் பவார் ஆகியோரையும் கேபினட்டில் இணைத்துக்கொண்டார். இது தவிர கட்சியின் இளைய முகங்களான மாதவராவ் சிந்தியா (மத்தியப் பிரதேசம்), சல்மான் குர்ஷித் (உத்தர பிரதேசம்) போன்றவர்களுக்கும் இடமளித்தார்.

'இளைய தலைமுறையினரிடம் பெருந்தன்மையோடு நடந்து கொண்டார். எனினும் அவருடைய சம வயதினருடன் பணிபுரிவதில் சவுகரியமாக உணர்ந்தார்' என்கிறார் குர்ஷித்.[6] ராவ் அமைச்சரவையில் 53 அமைச்சர்கள் பதவியேற்றுக்கொண்டார்கள்.[7] ஒரு சிறுபான்மை அரசு, ஏராளமான அமைச்சர்களை உள்ளடக்கிய பெரிய அமைச்சரவையைக் கொண்டிருப்பது விசித்திரமாக இருக்கிறது என்று பாஜகவின் மூத்த தலைவர் எல்.கே. அத்வானி கருத்து தெரிவித்திருந்தார்.[8]

விட்டுக்கொடுத்தாக வேண்டிய இடங்களில் விட்டுக்கொடுத்தார். எனினும் தனது அதிகாரத்தை வலுவாக வெளிப்படுத்தவும் செய்தார். ஆட்சி அதிகாரத்தில் இரண்டாவது இடத்தில் இருந்த உள்துறை அமைச்சர் பதவியை அர்ஜுன் சிங் விரும்பினார். ஆனால், ராவ்

அவரை மனித வளத்துறை அமைச்சராக்கினார். துணைப் பிரதமர் பதவி கேட்ட சரத் பவாரின் கோரிக்கையை மறுத்து அவருக்கு பாதுகாப்புத்துறை அமைச்சர் பதவியைத் தந்திருந்தார். உத்திர பிரதேசத்தில் தோற்றுப் போயிருந்த காரணத்தைக் காட்டி, என். டி. திவாரிக்கு கேபினெட்டில் இடம் அளிக்கவில்லை. எல்லோரையும் அனுசரித்து இணக்கமாக நடந்துகொண்டதன் மூலம் கட்சிக்குள் இருந்த எதிர்ப்பைச் சமாளித்தார். அதோடு தனது அதிகாரத்தையும் வென்றெடுத்துக்கொண்டார்.

எந்தவொரு புதிய பிரதமரும் நாடாளுமன்றத்தில் பெரும்பான்மை பெற்றிருப்பதை நிரூபித்தாகவேண்டும். 15 ஜூலை1991ல் ராவ் அரசின் மீதான நம்பிக்கை நிரூபணத் தீர்மானம் கொண்டு வரப்பட்டது. அதற்கு ஐந்து நாட்கள் முன்னதாக, பிரதமர் சந்திக்க விரும்புவதாக என்.கே.சர்மாவுக்கு செய்தி வந்தது. சர்மா, அவரை சந்திக்க வந்தபோது, ராவ் அமைச்சரவைக் கூட்டத்தில் இருந்தார். கூட்டத்திலிருந்து பாதியிலேயே வெளியேறிய ராவ், பக்கத்து அறையில் சர்மாவை சந்தித்தார். யார் இந்த பண்டிட், அவருக்கு ஏன் இத்தனை முக்கியத்துவம் என்று அமைச்சரவை சகாக்களே ஆச்சரியப்பட்டு நின்றார்கள்.[9]

அங்கிருந்து கிளம்பிய சர்மா, நேராக கல்கத்தா சென்று ஜோதி பாசுவைச் சந்தித்தார். ராவ் அரசின் மீதான நம்பிக்கைத் தீர்மானம் குறித்துப் பேசியதாக அவர் சொன்னார். டெல்லிக்குத் திரும்பிய சர்மா, சந்திப்பின்போது பேசப்பட்ட விஷயங்களை பிரதமரிடம் எடுத்துக் கூறினார்.

ஓட்டெடுப்பு அன்று காலை, தீர்மானத்தை ஆதரித்துப் பேச, ராவ் எழுந்து நின்றார். எதிர்கட்சிகளிடமிருந்து தெளிவான செய்தி அவருக்கு வந்து சேர்ந்திருந்தது: 'எந்தப் பிரச்னையாக இருந்தாலும் ஒருவரையொருவர் தொடர்புகொண்டு நேரிடையாகப் பேசுவோம். பேச்சின்போது எந்தெந்த விஷயங்களில் உடன்பட முடியும், எந்தெந்த விஷயங்களில் உடன்பட இயலாது என்பது எளிதாகத் தெரிந்துவிடும். உடன்பட முடிந்த விஷயங்களில் மட்டும் கவனம் செலுத்துவோம். கருத்து வேறுபாடு உள்ள விஷயங்களை முடிந்தால் கொஞ்சம் தள்ளிவைத்துக்கொள்வோம்' என்றார்.[10]

எதிர்க்கட்சிகளுடன் பணிவுபோல் தோற்றமளித்த அணுகுமுறை, ஜோதிபாசுவுடனான அவ்வளவாகப் பணிவு கலக்காத ஒப்பந்தம், உடனடியாக இன்னொரு தேர்தலை விரும்பாத தேசிய முன்னணி கட்சியின் மனோபாவம் இவையெல்லாம் ராவுக்கு சாதகமாக இருந்தன. பாஜக, அரசுக்கெதிராக வாக்களித்தது. இடதுசாரிகளும் தேசிய முன்னணி கட்சிகளும் வாக்கெடுப்பில் கலந்து

கொள்ளவில்லை. தனக்கு ஆதரவாக 241 வாக்குகளைப் பெற்று ராவ், வெற்றிபெற்றார். எதிராக வெறும் 111 வாக்குகள் மட்டுமே விழுந்தன.[11]

•

ராவ் அரசின் மீதான முதல் நம்பிக்கைத் தீர்மானத்தை சுப்ரமணியம் சாமி நினைவு கூர்கிறார்: 'வாக்கெடுப்பு முடிந்ததும் பிரதமரிடம் இருந்து எனக்குத் தொலைபேசி அழைப்பு வந்தது. சிறுபான்மை அரசு என்று என்னுடைய ஆட்சியை எதிர்க்கட்சிகள் குறிப்பிடுவதை நான் விரும்பவில்லை. பெரும்பான்மை கிடைக்க நீங்கள் உதவவேண்டும். வி.பி.சிங் அரசைக் கவிழ்க்க நீங்கள் ராஜிவ் காந்திக்கு உதவி செய்தது போல் எனக்கு உதவி செய்யவேண்டும்' என்று ராவ் தன்னைக் கேட்டுக்கொண்டதாக சாமி குறிப்பிடுகிறார். 'ஜனதா தள கட்சி, திசை தெரியாமல் தடுமாறிக்கொண்டிருக்கிறது. வி.பி.சிங் அரசியலில் தோற்றுப்போய்விட்டார். அந்தக் கட்சியை எளிதில் உடைத்து விடலாம், ஆனால் நிறைய செலவாகும்' என்றாராம் சுவாமி. அதெல்லாம் ஒரு பிரச்னையில்லை என்று ராவ் தெரிவித்ததாகவும் குறிப்பிடுகிறார்.[12]

இந்த உரையாடல் நடந்த சில நாட்கள் கழித்து பிரதமருடைய மேஜையில் ஒரு கோப்பு வைக்கப்பட்டது. அதன் முகப்பில் ஏ.எஸ்.ஸுடனான உரையாடலின் விவரங்கள் என்று எழுதப் பட்டிருந்தது. அஜித் சிங் (ஏ.எஸ்.), ஜனதா தளக் கட்சியின் மூத்த தலைவர். அவருக்கும் கட்சித்தலைவர் வி.பி.சிங்குக்கும் இடையே மோதல் போக்கு இருந்தது. யார் கையெழுத்தும் இல்லாத அந்தக் கோப்பு ராவின் ஆவணச் சேகரிப்பில் இருந்தது. அதில் பின்வருமாறு எழுதப்பட்டிருந்தது:[13]

சமாதானப்படுத்த பல்வேறு தளங்களில் முயற்சிகள் நடக்கின்றன என்றாலும் வி.பி.எஸ்ஸிடமிருந்து பிரிந்து செல்ல நேரம் வந்துவிட்டது என்று ஏ.எஸ். நினைக்கிறார். காங்கிரஸுடன் நல்ல புரிதல் அவருக்கு இருக்கிறது. அவர் அதுபற்றி வெளிப்படையாக அறிவிப்பதற்கு முன்பாக சில விஷயங்கள் எதிர்பார்க்கிறார். 1.இணைவு எப்படி இருக்கவேண்டும். கூட்டணியா... காங்கிரஸில் சேரவேண்டுமா? 2. அதிகாரப் பகிர்வு என்ன மாதிரி இருக்கும். 3. பொதுவான செயல் திட்டம் என்ன? 4. நிதி உதவி என்னவாக இருக்கும்? 5. தேர்தலின் போது இடங்கள் ஒதுக்கப்படுதல்போல் நீண்ட கால உதவிகள் என்னவாக இருக்கும்?

இரண்டு மாதங்களுக்கு பின்னர் இடைத்தேர்தல் அறிவிப்பு வெளியானது. நவம்பர் 1991ல் ஆந்திராவின் நந்தியால் தொகுதியில்

போட்டியிட்டார் ராவ். நியமிக்கப்படும் பிரதமர் ஆறு மாதங்களுக்குள் நாடாளுமன்ற உறுப்பினராகத் தேர்ந்தெடுக்கப்படுவது அவசியம். இடைத் தேர்தலை தவிர்த்துவிட்டு, ராஜ்யசபா உறுப்பினரானாலும் போதும். பின்னாளில் மன்மோகன் அப்படித்தான் பத்தாண்டுகள் பிரதமராக இருந்தார். ஆனால், ஏழு முறை தொடர்ந்து தேர்தல்களைச் சந்தித்த காரணத்தால், மக்களின் மைந்தனாகத் தேர்தலைச் சந்திப்பது தான் சரியாக இருக்கும் என்று எண்ணினார். காங்கிரஸ் கட்சியிலும் நாடாளுமன்றத்திலும் போதிய பலம் இல்லாத நரசிம்ம ராவுக்கு மக்களால் நேரடியாகத் தேர்ந்தெடுக்கப்படுவது ஒரு பெரிய அங்கீகாரத்தைத் தரும்.

தேர்தல் கணக்குகளை ஆந்திரப் பெருமிதம் வென்றது. ஆந்திராவின் எதிர்க்கட்சித் தலைவரான என்.டி.ராமராவ், நந்தியால் தொகுதியில் பிரதமரை எதிர்த்து தெலுங்கு தேசம் சார்பில் யாரையும் நிறுத்தப் போவதில்லை என்று சொன்னார். 5.8 லட்சம் வாக்குகளைப் பெற்று ராவ் வெற்றி பெற்றார். அன்றைய நிலையில் அதிகபட்ச வாக்கு களைப் பெற்ற நாடாளுமன்ற உறுப்பினராகவும் இருந்தார்.[14] இன்னும் சில தொகுதிகளில் இடைத்தேர்தல்கள் நடக்கவிருந்தன. எதிர்பாராதவிதமாக அனைத்திலும் காங்கிரஸ் கட்சி வெற்றி பெற்று, மத்தியில் செல்வாக்கை உயர்த்திக்கொண்டது. பஞ்சாப் மாநிலத்தில் நடைபெற்ற சட்டமன்றத் தேர்தலிலும் காங்கிரஸ் கட்சி வெற்றி பெற்றிருந்தது. தீவிரவாத அச்சுறுத்தல்களினால் பஞ்சாபில் தேர்தல்கள் ஒத்திவைக்கப்பட்டிருந்தன.

1992 மார்ச் மாதத்துக்குள் அந்நியச் செலாவணி நெருக்கடிக்கான தீர்வு, பஞ்சாபில் சட்டமன்றத் தேர்தல் என முக்கியமான சாதனைகளை நிகழ்த்தியிருந்தது. சோவியத் யூனியனின் வீழ்ச்சியினால் உலக அளவில் ஏற்பட்ட மாற்றங்களுக்கு இந்தியாவை ஈடுகொடுக்கவும் வைத்திருந்தது (அதுபற்றி அடுத்த அத்தியாயத்தில் விரிவாகப் பார்க்க விருக்கிறோம்). காங்கிரஸ் கட்சியின் எண்ணிக்கை நாடாளுமன்றத்தில் அதிகரித்திருந்தது. ராவ் எதிர்க்கட்சித் தலைவர்களுடன் இணக்கமான உறவை வைத்திருந்தார். பாஜகவின் அடல் பிகாரி வாஜ்பாய்க்கும் இடது சாரி கட்சித்,தலைவர் இ.எம்.எஸ் நம்பூதிரிபாட்டுக்கும் பத்ம விபூஷன் (இந்தியாவின் இரண்டாவது உயரிய குடிமகன் விருது) விருது அளிக்கப்பட்டது.[15] ஆனாலும், ராவின் ஆட்சி பெரும் பான்மை பலம் இல்லாமல்தான் இருந்தது.

அந்த மாதமே நாடாளுமன்றத்தில் இரண்டாவது பெரிய தடையை ராவ் சந்திக்க நேர்ந்தது. அந்த ஆண்டுக்கான ஜனாதிபதியின் உரையைத் தொடர்ந்து 'நன்றி அறிவிப்பு' விவாதமும் வாக்கெடுப்பும்

நடக்கவேண்டியிருந்தது. இது வழக்கமாக எல்லா ஆட்சியிலும் நடக்கக்கூடியதுதான் என்றாலும் ராவ் அரசுக்குப் பெரும்பான்மை இல்லாத காரணத்தால் ராவ் இந்த வாக்கெடுப்பில் தோற்றுப் போனாலோ ஆட்சிக்கு எதிரான தீர்மானங்கள் கொண்டுவரப்பட்டு, வெற்றிகரமாக அந்த உரையில் சேர்க்கப்பட்டுவிட்டாலோ ராவ் அரசு ராஜினாமா செய்ய வேண்டியிருந்திருக்கும்.

9 மார்ச் 1992ல் 'நன்றி அறிவிப்பு' விவாதம் ஆரம்பமானது. நரசிம்ம ராவ், பொருளாதார நெருக்கடியின் தீவிரத்தையும் ஐஎம்எப் விஷயத்தில் அரசு எடுத்த பல்வேறு முடிவுகளை ஆதரித்தும் விரிவாகப் பேசினார். அதிகம் பேசாமலேயே, அஜீத் சிங்குக்கு நெருக்கமான ஏழு ஜனதா தள எம்பிக்களும், ஒன்பது தெலுங்கு தேச எம்பிக்களும் அந்த வாக்கெடுப்பில் கலந்துகொள்ளாமல் பார்த்துக் கொண்டார்.[16] அதன் காரணமாக ராவின் அரசு தப்பித்தது. இதற்குப் பதிலுதவியாக என்னவெல்லாம் செய்யப்பட்டது என்பது தெரிய வில்லை. மறுநாள் டைம்ஸ் ஆப் இந்தியா, 'முதல் சோதனையில் ராவ் அரசு வென்றிருக்கிறது' என்று தலைப்பிட்டிருந்தது.[17]

•

படிப்படியாக காங்கிரஸ் கட்சியின் உயர் பதவியை நரசிம்ம ராவ் எட்டிப்பிடித்ததற்குக் காரணம், எளிமையானது. மீண்டும் மீண்டும் நினைவுபடுத்தப்படவேண்டியதும்கூட. அதாவது, அடுத்தவரை அச்சுறுத்துமளவுக்கு அவருகென்று எந்தத் தனியான அரசியல் செல்வாக்கும் கிடையாது. தனக்கு நெருக்கமான ஒருவரிடம் முன்பு அவர் என்ன சொன்னார் தெரியுமா : 'உங்களுக்கு என்னை நீண்ட காலமாகத் தெரியும். எனக்குக் கட்சியும் கட்சித் தலைமையும்தான் முக்கியம். எனக்கென்று ஒரு வட்டத்தை உருவாக்கிக்கொள்ள நான் என்றுமே நினைத்ததில்லை. யாருடனும் நெருக்கமாக இருந்ததில்லை. யாரையும் விலக்கியதுமில்லை'.[18]

காலம் மாறிவிட்டது. நரசிம்ம ராவ், இப்போது உச்சாணிக்கொம்பில் இருந்தார். தனக்கென்று ஒரு ஆதரவாளர் வட்டம் வேண்டுமென்று நினைத்தார்.

பொருளாதாரச் சிக்கலை பிரதமர் தீர்த்தது பற்றிய அத்தியாயத்தில் பதவியேற்ற முதல் மாதங்களில் பொருளாதாரக் குழுவை அவர் அமைத்தது பற்றிப் பார்த்தோம். மார்ச் 1992 வாக்கில் அரசியல் குழுவை உருவாக்கத் தொடங்கினார். முதன்மைச் செயலாளர் அமர் நாத் வர்மாவும் கேபினெட், செயலாளர் நரேஷ் சந்திராவும் பொருளாதாரச் செயல்பாடுகளைப் போலவே இத்தகைய

நடவடிக்கைகளிலும் முக்கியமானவர்களாகச் செயல்பட்டார்கள். இது தவிர கூடுதலாக இரு அரசியல் ஆலோசகர்களும் நியமிக்கப் பட்டார்கள்.

பி.வி.ஆர்.கே.பிரசாத், எழுபதுகளில் ராவ் முதல்வராக இருந்தபோது ராவின் கீழ் பணியாற்றியிருக்கிறார். இப்போது ஊடகங்கள், தொழிலதிபர்கள், சாமியார்கள் ஆகியோருடன் பிரதமர் சார்பாகப் பேசக்கூடியவராக இருந்தார். பின்னாளில் திருப்பதி கோவில் நிர்வாகத்தில் பங்கெடுத்தவர், துறவியாகவும் ஆனார். ராவால் நிறைவேற்ற முடியாமல் போன ஆசை அது. ஹைதராபாத்தில் இருந்த ராவின் மகன், மகள்களுடன் பிரசாத் இறுதிவரை நட்புறவுடன் இருந்தார்.

ராவின் முந்தைய சிந்தனைகளின் அடிநாதமாக இருந்த இந்து வாழ்வியலின் பிரதிநிதியாக பிரசாத் இருந்தார். இன்னொரு ஆலோசகரான ராமு தாமோதரன் நரசிம்ம ராவின் நவீன மனதின் பிரதிநிதியாக இருந்தார். எண்பதுகளில் ராவ் வெளியுறவுத்துறை அமைச்சராக இருந்தபோது ராவுடன் பணியாற்றியிருக்கிறார்.

ராமு தாமோதரன், சர்ச்சைகளில் சிக்காதவர். நியூயார்க்கில் பணி புரிந்து கொண்டிருந்தபோது பிரதமரின் தனிச்செயலராகப் பணியாற்ற டெல்லிக்கு அழைக்கப்பட்டவர். ராமு, எங்களது குடும்பத்தில் ஒருவராக இருந்தார் என்கிறார் பிரபாகர் ராவ். ராவும், தாமோதரனை இன்னொரு மகனாகவே நடத்தினார். ஆனால், யாரையும் முழுவது மாக நம்பாதே என்ற மாக்கியவில்லியின் கொள்கைகளின்படி, அதி ரகசியமான விஷயங்களை தாமோதரனிடமிருந்தும் பாது காப்பாகவே வைத்துக்கொண்டார்.

டெல்லி தர்பாரில், 'வாயில் காப்பாளர்கள்' எப்போதும் செல்வாக்கு மிகுந்தவர்களாகவே இருந்தனர். தனிச்செயலரான எம்.ஓ.மத்தாயின் அனுமதியின்றி தேசத்தின் முதல் பிரதமரை யாராலும் நெருங்கவே முடியாது. இந்திராவின் சுருக்கெழுத்தராக இருந்த ஆர்.கே. தவான், பின்னாளில் அரசியலில் மேல் நிலைக்கு உயர்ந்தார். அதற்குக் காரணம் அவர்தான் இந்திரா காந்தி தினமும் யார் யாரைச் சந்திக்க வேண்டும் என்பதைக் கவனித்துக்கொள்பவராக இருந்தார். வின்சென்ட் ராஜ், ராஜிவ் காந்திக்குச் செயலராக இருந்து பின்னர் சோனியா காந்திக்கும் உதவியாளராக இருந்தவர். அதுபோல், ராவுக்கு நெருக்கமான உதவியாளராக இருந்தவர் ஆர்.கே.காண்டேகர். சஃபாரி சூட், கறுப்பு கண்ணாடி சகிதம் எப்போதும் கண்ணில்படும் காண்டேகர் மிகவும் விசுவாசமானவர்; ராவின் மனமறிந்து செயல் படுபவர். மகாராஷ்டிரா பிரிவைச் சேர்ந்த ஐ.ஏ.எஸ். அதிகாரி.

எனினும் அதிகாரியாக இருந்தாலும், ஆர்.எஸ்.எஸ். உட்பட தேசம் முழுவதும் உள்ள அனைத்து அரசியல் குழுக்களிடம் நல்ல அறிமுகமும் தொடர்பும் கொண்டவர்.

ராஜஸ்தானைச் சேர்ந்த புவனேஷ் சதுர்வேதியை வலதுசாரி களுடனான, குறிப்பாக பாஜக தலைவர் வாஜ்பாயுடனான, ராவின் இன்னொரு தூதுவர் என்று சொல்லலாம். நாடாளுமன்ற விவகாரங் களைப் பொறுத்தவரை ராவ், வி.சி சுக்லாவையும் சுப்ரமணியம் சுவாமியையும் நம்பியிருந்தார். எம்.எஸ். பிட்டா, மதாங் சிங், குமாரமங்கலம், ராஜேஷ் பைலட், ஜித்தேந்திர பிரசாத் போன்றவர் கள் கட்சிக்குள் அவரது கண்ணும் காதுமாக இருந்தார்கள்.[19]

இந்தக் குழுவினரை ராவ் எந்த அளவுக்குப் பயன்படுத்திக் கொண்டாரோ அந்த அளவுக்கு அவர்கள் மீது பெரிதாக ஒட்டுதலோ உறவோ இருந்ததில்லை. 'ராவுக்கு காங்கிரஸ் கட்சிக்கார்கள் மீது எப்போதும் நல்ல அபிப்பிராயம் இருந்ததில்லை. யார் குறித்தும் நல்லதாக ஒரு வார்த்தைகூடச் சொன்னதில்லை' என்கிறார் ஜெய்ராம் ரமேஷ். நண்பராக இருந்து இறுதியில் ஓரங்கட்டப்பட்ட கே.நட்வர் சிங் ராவ் பற்றிக் கூறுகையில், 'அவருடைய புன்னகையில் புன்னகையே இருக்காது' என்றார்.[20]

தன்னுடைய உள் வட்டப் பிரமுகர்களிடையே இருந்த மோதல் போக்கை அவர் பொறுத்துக்கொண்டார். ஒருவகையில் அவர் அதை ஊக்குவிக்கவும் செய்தார். ஏ.என்.வர்மாவும் நரேஷ் சந்திராவும் மிகுந்த ஆளுமை கொண்டவர்கள். பல்வேறு விஷயங்களில் அவர்கள் இருவருக்கும் இடையே கருத்து வேறுபாடுகள் உண்டென்றாலும், இருவரையும் தன்னுடைய 'உள் வட்டத்தில்' இருக்கும்படிப் பார்த்துக்கொண்டார். பி.வி.ஆர்.கே பிரசாத்தும் ராமு தாமோதரனும் தன்னுடைய கவனத்தைப் பெறுவதற்காக போட்டி போடுவதையும் ஊக்கப்படுத்தினார். அது அவர்களிடையே ஏற்படுத்திய பதற்றத்தை ராவ் பொருட்படுத்தவில்லை. பொருளாதாரக் கொள்கை சம்பந்தப்பட்ட விஷயங்களைக் கவனித்துக்கொண்ட பிரதமரின் குழுவில், மன்மோகன் சிங், மான்டேக் சிங் என முழுக்க முழுக்க மேற்கத்திய நாடுகளுக்கு ஆதரவானவர்கள் நிறைந்திருந்தார்கள். இதற்கு மாறாக பிரதமரின் சமூக நலத்திட்டங்களெல்லாம் எஸ்.ஆர். சங்கரன், கே.ஆர். வேணுகோபால், பி.என்.யுகேந்தர் போன்ற சோஷலிசவாதிகளால் முன்னெடுக்கப்பட்டன.

உள்துறை அமைச்சகம்கூட முரண்பாடுகளின் கலவையாக இருந்தது. ராஜேஷ் பைலட், மூத்த அமைச்சரான எஸ்.பி.சவானுடன் மோதல்

போக்கில் இருந்தார். ‘சவானுடன் நான் ஒரே அறையில் இருக்கும் போதெல்லாம், ‘உள்துறை அமைச்சரே’ என்று என்னைப் பார்த்து அழைப்பார் ராவ். இதன் காரணமாகவே சவான் அடுத்த ஒரு மாதத்துக்கு என்மீது கடும் கோபத்துடன் இருப்பார்’ என்று தன்னுடைய நண்பர்களிடம் சொன்னாராம் பைலட்.

அரசியல்வாதிகளிடம் மட்டுமல்லாமல் சாமியார்களிடமும் இதே விளையாட்டை ராவ் தொடர்ந்தார். என்.கே.சர்மாவுக்கும் சந்திரா சாமிக்கும் ஒருவரையொருவர் பிடிக்காமல் போனது. ‘சந்திரா சாமி சிறைக்கு அனுப்பப்பட்டபோது, நிறைய கட்சிக்காரர்கள் அதற்கு நான்தான் காரணம் என்று நினைத்தார்கள்’ என்கிறார் தற்போது மேற்கு தில்லியில் ஒரு பெரிய வீட்டில் தங்கியிருக்கும் என்.கே.சர்மா.[21]

ராவுடன் நெருக்கம் காட்டுவது யாரென்பதில் இருவருக்கும் இடையே போட்டியிருந்தது. ‘ஒவ்வொரு நாளும் இரண்டு அல்லது மூன்று முறையாவது ராவை நான் சந்திப்பேன், ஆனால், என்.கே.சர்மா மாதத்துக்கு இரண்டு அல்லது மூன்று முறைதான் ராவைச் சந்திப்பார். யார் நெருக்கமாக இருந்தார்கள் என்று நீங்களே சொல்லுங்கள்’ என்கிறார் சந்திரா சாமி.

அரசியல் போட்டி பொறாமைகள் எல்லாம் ராவின் அரசியல் உள்வட்டத்தைப் பரஸ்பர அதிருப்தியுடன் இருக்கவைத்தன. இது ஒருவகை சாணக்கியத் தந்திரமாக இருக்கக்கூடும். ஆனால் துணையிழந்த முதிய பிரதமரால் யாரையும் முழுமையாக நம்பியிருக்க முடியவில்லை. பிரதமராவதற்கு முன்பாகவே தன்னுடைய குடும்பத்தை அரசியலிலிருந்து விலக்கிவைத்திருந்தார். லட்சுமி காந்தம்மா அவரை விட்டுப் பிரிந்து சன்னியாசியாகி வெகு காலமாகி யிருந்தது. ராவ், நெருக்கமான, நம்பிக்கைக்குரிய ஒரு ஆளைத் தேடிக் கொண்டிருந்தார். அவர்தான் கல்யாணி சங்கர்.

கல்யாணி, நடப்பு அரசியலைக் கூர்ந்து கவனிக்கும் மூத்த பத்திரிகையாளர். அது லுட்யன்ஸ் தில்லியின் ரகசிய வராந்தாக்களில் நடப்பவற்றைத் தெரிந்துகொள்ளும் வாய்ப்பை அவருக்குத் தந்தது. ராவும் கல்யாணியும் அவ்வப்போது சந்திப்பார்கள். அரசியல், நாட்டு நடப்புபற்றிப் பேசிக்கொள்வார்கள். வேறு யாரிடமும் பகிர்ந்து கொள்ளாத ரகசியங்களைக்கூட ராவ், கல்யாணியிடம் பகிர்ந்திருக்கிறார்.

‘அரசியல் வட்டாரத்தில் யார் மீதும் நம்பிக்கை வைக்க இயலாத நிலையில் ராவ் இருந்தார். கல்யாணியை மட்டுமே நம்பினார். ‘அரசியல் பேசாத நேரத்தில்... இருவரும் இந்துஸ்தானி இசையைச் சேர்ந்து ரசித்துக்கொண்டிருப்பதைப் பார்த்திருக்கிறேன். கல்யாணி,

ராவின் வாழ்க்கையில் மகிழ்ச்சியைக் கொண்டுவந்தார்' என்கிறார் ராமு தாமோதரன்.[22]

•

1992 மார்ச் மாத வாக்கில் பண மதிப்புக் குறைப்பு, வர்த்தக தாராளமயமாக்கம், லைசன்ஸ் ராஜ் நீக்கம் என 'பெரு வெடிப்பு' பொருளாதாரச் சீர்திருத்த நடவடிக்கைகள் அமல்படுத்தப்பட்டு முடிந்திருந்தன; அந்நிய செலாவணிப் பிரச்னைகள் அடங்கிப் போயிருந்தன. நாடாளுமன்றத்தில் 'நம்பிக்கை'யை பெற்று நன்றி அறிவித்தல் வாக்கெடுப்பில்' வெற்றி பெற்றுவிட்டிருந்தார். ராவ் பொருளாதார, சமூக நல, அரசியல் குழுக்கள் திறம்படச் செயல்படச் ஆரம்பித்திருந்தன.

முன்பைவிட ராவின் உடல் நிலையும் நன்கு சீராகியிருந்தது. இதய நோய், சர்க்கரை வியாதி ஆகியவற்றாலும் வேறு காரணங்களினாலும் 1991-ன் ஆரம்ப மாதங்களில் அரசியலிலிருந்து ஒதுங்கியிருந்தவர், இப்போது பழைய வீரியத்துடன் திரும்பிவந்திருந்தார்.[23] ஆட்சிக்கு வந்த ஒரே ஆண்டுக்குள் அவருடைய உடல் ஆரோக்கியம் திடீரென்று முன்னேறியதற்கு என்ன காரணம்? இந்தக் கேள்விக்கு ஒரு விநாடி நிதானித்து 'விட்டமின் P (Power) தான் காரணம்' என்கிறார் அவரது குடும்ப மருத்துவர், ஸ்ரீநாத் ரெட்டி.

ஆட்சிப்பொறுப்பில் சுறுசுறுப்பாக இருந்த ராவ், திருப்பதியில் நடைபெற்ற வருடாந்தரக் கட்சி விழாவைத் தலைமையேற்று வெற்றிகரமாக நடத்திமுடித்தார். மாநாட்டுக்குத் திருப்பதியைத் தேர்ந்தெடுத்தன் மூலமாக தான் ஓர் ஆந்திரக்காரன் என்பதையும் இந்து என்பதையும் அழுத்தந்திருத்தமாக நிரூபித்தார் என்கிறார் ராமு தாமோதரன்.[24] நேருவின் பெயரையும் மன்மோகனின் பிம்பத்தையும் வெற்றிகரமாக இணைத்து தாராளமயமாக்கல் கொள்கைகளைக் கட்சியினர் முன் விளக்குவதில் வெற்றிகண்டிருந்தார் என்பதை முன்னரே பார்த்தோம். ஆனால், காங்கிரஸ் கட்சியில் உள்கட்சி ஜனநாயகத்தை வளர்க்கும் அவரது முயற்சிகளுக்கு முழு வெற்றி கிடைக்கவில்லை.

காங்கிரஸ் காரிய கமிட்டி, கட்சியின் முடிவெடுக்கும் உயர்மட்டக் குழுவாக இருந்தது. அதன் உறுப்பினர்கள், பொதுவாக கட்சித் தலைமையால் தேர்ந்தெடுக்கப்பட்டார்கள். சாதாரணக் கட்சித் தொண்டர்களுக்கு அதில் எந்தப் பங்கும் இல்லை. காங்கிரஸ் கட்சி எந்த அளவுக்கு ஜனநாயகத் தன்மையற்றுப்போய்விட்டது என்பதை நினைத்து ராவ் வருந்தினார்.

உறுப்பினர்களைத் தேர்ந்தெடுப்பதில் மாற்றங்களைக்கொண்டு வர நினைத்தார். ஒரு கட்சித் தலைவராக, அதிரடி அறிவிப்பை வெளியிட்டார். இனி காரியக் கமிட்டி உறுப்பினர்கள், கட்சி உறுப்பினர்களால் தேர்ந்தெடுக்கப்படுவார்கள் என்று அறிவித்தார். இது சற்றும் சுயநலமில்லாத செயல். கட்சிக்குள் வெளிப்படைத்தன்மை அதிகரிக்க வேண்டும் என்பதற்காகத் தனது அதிகாரத்தை அவர் விட்டுக் கொடுத்தார்.

காரிய கமிட்டி உறுப்பினருக்கான தேர்தல் திருப்பதியில் நடைபெற்றது. தன்னுடைய ஆதரவாளர்கள் நிறைய பேர் தேர்ந்தெடுக்கப் படுவார்கள் என்று ராவ் எதிர்பார்த்தார். ஆனால், அர்ஜுன் சிங்கின் ஆதரவாளர்களே அதிக அளவில் தேர்ந்தெடுக்கப்பட்டிருந்தார்கள். சரத் பவாரும் காரிய கமிட்டி உறுப்பினராகத் தேர்ந்தெடுக்கப் பட்டார்.

அர்ஜுன் சிங், கட்சியில் அதிகச் செல்வாக்கு படைத்தவராக இருந்தார். மத்தியப் பிரதேசத்தின் முன்னாள் முதல்வராக இருந்த அவர் உடம்பின் ஒவ்வொரு அணுவிலும் வட இந்தியச் சமவெளியின் தாக்கூராக இருந்தார். மெல்லிய குரலில் பேசக் கூடியவர். அதற்கு மாறாக சரத் பவார், இறுக்கமானவர். எல்லாவற்றையும் நேரடியாக அணுகுபவர். கோபக்காரர். இருவருமே ஆபத்தானவர்கள்.

தன்னுடைய அரசியல் எதிரிகளின் வெற்றியை ஓர் அபாரமான காய் நகர்த்தல் மூலம் வீழ்த்தினார் ராவ். பெண்களுக்கும் தலித் சமூகத்துக்கும் காரிய கமிட்டியில் சரியான பிரதிநிதித்துவம் தரப்பட வில்லை என்று சொல்லி தேர்ந்தெடுக்கப்பட்டவர்களில் ராவுக்கு ஆதரவானவர்களை உறுப்பினர் பதவிகளை ராஜினாமா செய்யச் சொன்னார். இதனால் அர்ஜுன் சிங், சரத் பவார் ஆதரவாளர்களும் ராஜினாமா செய்தாகவேண்டிய நெருக்கடிக்கு உள்ளானார்கள். ‘தாழ்த்தப்பட்ட சமூகத்தினரை உறுப்பினராக்கக்கூடாது என்று யாரும் நினைக்கவில்லை. ஆனால், உறுப்பினர்களை வாக்களித்துத் தேர்ந்தெடுக்கும் முறையால் அப்படி நிகழ்ந்துவிட்டது. காங்கிரஸ் கட்சியின் தலைவர் என்னும் முறையில், இத்தகைய நிலை சரியானதல்ல என்று சொல்லிக்கொள்ளக் கடமைப்பட்டிருக்கிறேன்’ என்று பத்திரிகைப் பேட்டியில் குறிப்பிட்டார் ராவ்.[25]

காங்கிரஸ் கட்சி மீண்டும் பழைய பாதைக்குத் திரும்பியது. காரிய கமிட்டி உறுப்பினர்கள் பழைய முறைப்படி நியமிக்கப்பட்டார்கள். தலித் சமூகத்தைச் சேர்ந்தவர்களுக்கும் பெண்களுக்கும் பிரதி நிதித்துவம் தரப்பட்டது. இம்முறை அரசியல் சாதுர்யத்துடன் செயல்பட்டு அர்ஜுன் சிங்கையும் சரத் பவாரையும் உறுப்பினர்களாக

நியமித்தார். முன்னர் உறுப்பினர்களால் தேர்ந்தெடுக்கப்பட்ட பெருமிதத்தில் இருந்த இருவரும், இம்முறை தலைமையால் நியமிக்கப்பட்டவர்களானார்கள். தலைமையின் முடிவை ஏற்றுக்கொண்ட அர்ஜுன் சிங், 'இருவிதங்களில் ஆசிர்வதிக்கப் பட்டதாக' மிகுந்த உள் அர்த்தத்துடன் கருத்துத் தெரிவித்தார்.[26]

திருப்பதி மாநாட்டுக்கு முன்பு, ராவின் அரசியல் நடவடிக்கைகள் மறைமுகமாகவே இருந்தன. திருப்பதி மாநாட்டுக்குப் பின்னர்தான் ராவ், வெளிப்படையாகக் களத்தில் இறங்கினார். ராவை எளிதில் பதவியிலிருந்து இறக்கிவிடலாம் என்றுதான் அரசியல் எதிரிகள் நினைத்திருந்தார்கள். மாநாட்டுக்குப் பின்பு, ராவ் அடங்கி இருக்கக்கூடியவர் அல்ல; சாணக்கிய தந்திரம் மிகுந்தவர். அந்தத் தற்செயல் பிரதமரைப் பதவியிலிருந்து அசைத்துப் பார்ப்பது எளிதல்ல என்பது அவர்களுக்குப் புரிந்தது.

ஏப்ரல் 1992க்குப் பிறகு அர்ஜுன் சிங், ராவ் மீது நேரிடையாகக் குற்றச்சாட்டுகளை முன்வைக்க ஆரம்பித்தார். சரத் பவார், தன்னுடைய நேரத்துக்காகக் காத்திருந்தார். கேபினெட் அமைச்சராக இருந்த அர்ஜுன் சிங், பிரதமரை ஒரு வாரத்தில் பலமுறை சந்திக்க முடியும் என்றாலும் பொருளாதார தாராளமயமாக்கம் குறித்தும், பாபர் மசூதிக்கு வரவிருக்கும் ஆபத்து குறித்தும் அரசின் நடவடிக்கை களை விமர்சித்து அவ்வப்போது ஊடகங்களில் கடிதங்கள் எழுதினார்.

உஜ்ஜெயினி, மத்தியப் பிரதேசத்தைச் சேர்ந்த புரோகிதர்களுக்குப் பணம் கொடுத்து ராவுக்கு அவர் சூன்யம் வைத்திருப்பதாகவும் வதந்தி பரவியது. இதையெல்லாம் கேள்விப்பட்ட ராவ் சிரித்தாராம். யார் வேண்டுதலின் பேரில், எந்த சக்தி என்னை பிரதமராக்கியது? தீய சக்திகளை ஏவிவிட்டால், என்னைப் பதவியிலிருந்து நீக்கிவிட முடியுமா? மேலும் நான் தோற்றுப்போவதுதான் விதியென்றால், பூஜை புனஸ்காரங்கள் செய்து அதை என்னால் தடுத்துவிடத்தான் முடியுமா என்று கேட்டுச் சிரித்தாராம்.[27]

•

உறுதியாக இருந்தார் ராவ். ராவ் தலைமையிலான அரசு தானாக வீழப்போவதில்லை. நெருக்கடி கொடுத்தாலே வீழ்த்தமுடியும் என்று அர்ஜுன் சிங் மட்டுமல்ல எதிர்கட்சிகளும் ஒரு முடிவுக்கு வந்துவிட்டார்கள்.

3 ஜுன் 1992. ராவ் அரசு, 'அனைத்து விஷயங்களிலும்' செயலிழந்து விட்டதாகவும் பொருளாதார விஷயங்களில் 'மக்கள் நலனுக்கு' எதிரான நடவடிக்கைகள் எடுக்கப்பட்டிருப்பதாகவும் குற்றம்சாட்டி

எதிர்க்கட்சிகள் நம்பிக்கையில்லாத் தீர்மானம் கொண்டுவந்தன.[28] ஏற்கனவே இரண்டு நம்பிக்கை வாக்கெடுப்புகளை ராவ் அரசு சமாளித்திருந்தது. இதுதான் ராவ் அரசு சந்தித்த மூன்று நம்பிக்கையில்லாத் தீர்மானங்களில் முதலாவது.

பாஜகவும் தீர்மானத்தை ஆதரித்தது. ஆதரிப்போர் எண்ணிக்கை, அரசுக்கு எதிராக அதிகமாக இருப்பதுபோல்தான் தெரிந்தது. நாடாளுமன்றத்தில் சில நாட்கள் வாக்குவாதங்களுக்குப் பின்னர், தீர்மானத்தின் மீதான வாக்கெடுப்பு 17 ஜூலை அன்று நடத்தப்பட்டது. காங்கிரஸ் கட்சியின் கூட்டணிக் கட்சிகள் கைகொடுத்தன. எல்லாத் தடைகளையும் மீறி, 52 வாக்குகளைப் பெற்று ராவ் அரசு, நம்பிக்கையில்லாத் தீர்மானத்தைத் தோற்கடித்தது.[29]

ஜெயலலிதா தலைமையிலான அ.இ.அ.தி.மு.க-வும் தெலுங்கு தேச எம்பிக்களின் ஒரு பிரிவினரும் அஜீத் சிங் கோஷ்டியைச் சேர்ந்த நான்கு எம்பிக்களும் அரசுக்கு ஆதரவாக வாக்களித்தனர். நாடாளுமன்ற விவகாரத்துறை அமைச்சராக இருந்த வி.சி.சுக்லா, எதிர்க்கட்சிகளின் ஒற்றுமையைப் பிளப்பதில் தீவிரமாக இயங்கினார். 'எந்நிலையிலும் அரசைக் கைவிடக்கூடாதென்று அஜீத் சிங் தலைமையிலான குழுவோடு ஓர் உடன்பாட்டுக்கு வந்திருந்தோம். அவர் சொன்ன வார்த்தையைக் காப்பாற்றினார். அவர் வசமிருந்த 20 எம்பிக்களில் இருந்து தேவையான ஆதரவு எங்களுக்குக் கிடைத்தது' என்று பின்னாளில் சுக்லா குறிப்பிட்டார்.[30]

அதே நேரத்தில், குடியரசுத்தலைவரின் பதவிக்காலமும் துணை குடியரசுத் தலைவரின் பதவிக்காலமும் முடிவுக்கு வந்தன. குடியரசுத்தலைவர் பதவி என்பது வெறும் அலங்காரப் பதவிதான் என்பதால் பலவீனமான பிரதமராக இருந்தபோதிலும் ரெய்சினா ஹில் துணையுடன் எளிதில் ஒருவரை நியமித்துவிடமுடியும்தான். அப்போது துணை குடியரசுத்தலைவராக இருந்த சங்கர் தயாள் சர்மாவே, குடியரசுத்தலைவராக வருவதற்கு வாய்ப்பு இருந்தது.

துணை குடியரசுத்தலைவரும் பிரதமரும் நெருங்கிய நண்பர்களாக இருந்தார்கள். ஆனால், 1992-ல் இருவருக்கிடையில் மிகப் பெரிய விலகல் ஏற்பட்டது. கட்சியைப் பொறுத்தவரை சர்மா, ராவுக்கு மூத்தவர். எனவே, ராவ் ஆட்சிக்கு வந்த காலத்திலிருந்து எல்லா விஷயங்களிலும் தன்னைக் கலந்தாலோசிக்க வேண்டும் என்று சர்மா எதிர்பார்த்தார்.

முன்னாள் பேராசிரியரான சர்மா, எந்தவொரு விஷயமாக இருந்தாலும் போதனைகளுடன் கூடிய நீண்ட வகுப்புகள் எடுக்கும் திறம் படைத்தவர். மணிக்கணக்காகப் பேசக்கூடியவர். மாலை

நேரங்களில் துணைக் குடியரசுத்தலைவருடன் தேநீர் அருந்தியபடி நேரத்தை வீணாக்கும் அளவுக்கு ராவுக்கு பொறுமை இல்லை. சர்மாவும் அதைப் புரிந்துகொண்டார். 'தான் படிப்படியாக ஒதுக்கப் படுகிறோம் என்பது சர்மாவுக்குப் புரிந்தது. ராவ் மீது கடுமையான அதிருப்தியில் இருந்தார்' என்கிறார் ராவின் உதவியாளர் ஒருவர்.

அலுவல்பூர்வமாக ராவ் தொலைபேசியில் சர்மாவைத் தொடர்பு கொண்டபோது சில நேரங்களில் எந்த பதிலும் சொல்லாமல் நேரில் வந்து தன்னைச் சந்திக்கும்படிக் கேட்டுக்கொண்டார். இருவருக்கும் இடையே சுருக்கமான கடிதங்கள் எழுதிக்கொள்ளப்பட்டிருந்தன. அவையெல்லாம் ராவின் ஆவணச் சேகரிப்பில் இருக்கின்றன.[31] ராவ், குடியரசுத் தலைவர் பதவியை வேறு யாருக்காவது கொடுக்கலாம் என்றுகூட நினைத்தார். ஆனால், யார் யாரெல்லாம் தகுதியானவர்கள் என்று யோசித்துப் பார்த்தார். பிறகு தேடி வந்த பிரதமர் வாய்ப்பை வேண்டாமென்று சொன்ன சர்மாவுக்குக் குடியரசுத்தலைவர் பதவியை மறுக்கவும் முடியாது என்பதை உணர்ந்துகொண்டார்.

துணைக் குடியரசுத்தலைவரைத் தேர்ந்தெடுக்கும் பணி ஆரம்பமானது. ஒரு வருடத்துக்கு முன்பாக துறவு மேற்கொள்ள விருந்தவரை சக்கரவர்த்தியாக ஆக்குவதில் உதவிபுரிந்த பி.சி அலெக்ஸாண்டருக்கு அப்பதவியைப் பெற்றுத் தருவதே ராவின் விருப்பம். காங்கிரஸ் கட்சியின் பலம், நாடாளுமன்றத்தில் குறைவாக இருந்ததால், குடியரசுத் தலைவர் தேர்தலில் எதிர்க்கட்சிகளின் உதவியும் தேவைப்பட்டது.

இடதுசாரிகள், சர்மாவைக் குடியரசுத் தலைவராக வர ஒப்புக் கொண்டார்கள். ஆனால், துணைக் குடியரசுத்தலைவருக்கு கே.ஆர்.நாராயணனை முன்னிறுத்தினார்கள். கே.ஆர்.நாராயணன், இடதுசாரிச் சாய்வுகொண்ட முன்னாள் அதிகாரி, தலித் சமூகத்தைச் சேர்ந்தவர்.[32] அவரைத் துணை குடியரசுத் தலைவராக்காவிட்டால், தன்னுடைய நாடாளுமன்றப் பதவியை ராஜினாமா செய்து விடப்போவதாக வி.பி.சிங் சபதமிட்டார்.

ராவுக்கு வேறு வழியில்லை. சங்கர் தயாள் சர்மா குடியரசுத் தலைவராகவும், கே. ஆர். நாராயணன் துணை குடியரசுத் தலைவராகவும் பதவியேற்றுக் கொண்டார்கள். இருவருடனும் கடைசிவரை ராவுக்கு இணக்கமான உறவு இல்லையென்று சொல்லலாம்.

குடியரசுத் தலைவர் நியமனத்தில் ராவின் விருப்பங்கள் தோற்றுப் போயிருந்தாலும், அஜீத்சிங்கை வழிக்குக் கொண்டுவந்து, நாடாளு மன்றத்தில் ஆதரவு பெறுவதில் வெற்றிபெற்றார். ஜனதா தளம் பிளவுபட்டு 7, ஆகஸ்ட் 1992 வாக்கில், 59 இடங்களில் இருந்து 39

ஆகக் குறைந்திருந்தது.[33] அஜீத் சிங் ஆதரவாளர்களின் ஆதரவோடு எஞ்சியிருந்த காலம் முழுவதும் பெரும்பான்மையோடு ஆட்சி நடத்தும் வாய்ப்பு உருவாகியிருந்தது.

சுப்ரமணியம் சுவாமி மிகவும் கடின முயற்சிகள் மேற்கொண்டு இந்தக் கட்சித்தாவல்களுக்கு வழிவகுத்தார்.[34] ராவின் ப்ரியமான சுவாமிஜி இந்த விஷயத்தில் அவருக்கு உதவினார். 'அஜீத் சிங் மற்றும் அவரது ஆதரவாளர்களுடன் தொடர்புகொள்ள சுப்ரமணியம் சாமியுடன் சேர்ந்து செயல்பட்டேன்' என்கிறார் சந்திராசாமி.[35]

திருப்பதி மாநாட்டிலும் ஆட்சிக்கு ஆதரவு கேட்டு ஜனதா தள எம்பிக்களைத் தொடர்புகொண்டவிதத்திலும் ராவ் நேர்மையாக நடந்துகொள்ளவில்லை. குடியரசுத்தலைவர் மற்றும் துணை குடியரசுத் தலைவர் தேர்தல் தொடர்பாகவும் பின்வாங்கினார். ராவின் ஆளுமையைப் புரிந்துகொள்வது சிரமம் என்றாலும் அதிகாரமுள்ள பதவியை அடைந்தபோதும் கட்சி வேறுவிதமாகச் செயல்பட விரும்பியபோதும் ராவ் திடமாக உயரிய நோக்கங்களுடன் செயல்பட்டிருக்கிறார்.

1992 அக்டோபர். ஆந்திரப் பிரதேசத்தில் தனியார் பொறியியல் கல்லூரிகளுக்கு லஞ்சம் பெற்றுக்கொண்டு அனுமதியளித்த வழக்கில் ஆந்திராவின் முதல்வர் என்.ஜனார்த்தன ரெட்டி தவறிழைத்ததாக உயர் நீதிமன்றம் தீர்ப்பளித்தது.[36] பிரதமர் ராவ் கேட்டுக் கொண்டதற்கிணங்கத் தன்னுடைய முதல்வர் பதவியை ராஜினாமா செய்தார் ரெட்டி. ஆனால், அவருக்குப் பின்னர் யார் முதல்வராக வேண்டும் என்பதைத் தீர்மானிப்பதில் ராவுக்கு விருப்பம் இல்லை. 20 ஆண்டுகளுக்கு முன்னர், காங்கிரஸின் 'மேல் மட்டக் குழு'வின் அதிகாரத்தினால் பாதிக்கப்பட்டவர் அவர். வேறு யாரையும் பலிகடாவாக்கவேண்டாம் என்று நினைத்தார். ஆனால், கட்சியோ பழைய நிலவுடமை மனோநிலையிலேயே இருந்தது. காங்கிரஸ் கட்சியின் பொதுச் செயலாளர் ஜனார்த்தன பூஜாரி, ராமு தாமோதரனைத் தொடர்பு கொண்டு 'ஆந்திராவின் முதல்வராக யார் வரவேண்டும் என்று பிரதமரிடம் கேட்டுச் சொல்லுங்கள்' என்று கேட்டார். 'நீங்களே முடிவு செய்துகொள்ளுங்கள். தெருவில் போகும் யாரை வேண்டுமானாலும் முதல்வராக்கலாம்' என்று பிரதமர் தெரிவித்துவிட்டதாக ராமு தாமோதரன் பூஜாரியிடம் சொன்னாராம். மறுநாள், மீண்டும் ராமு தாமோதரனைத் தொடர்புகொண்ட பூஜாரி, 'அப்படித் தெருவிலிருக்கும் யாரையாவது பிரதமர் மனதில் நினைத்திருக்கிறாரா' என்றாராம்.[37]

•

1992 அக்டோபர் மாத இறுதியில் ஒரு பிரச்னை வெடித்துக் கிளம்பியது. நரசிம்ம ராவால்கூடக் கடைசிவரை சமாளிக்க முடியாததுபோலவே இருந்தது. பாஜகவின் துணை அமைப்பான விஷ்வ இந்து பரிட்சத் டிசம்பர் 6 அன்று பாபர் மசூதி அருகே பூஜைகள் நடத்தப்போவதாக அறிவித்தது (இதுபற்றி அடுத்த அத்தியாயத்தில் விரிவாகப் பார்க்கலாம்). மசூதிக்கு அபாயம் நெருங்கிவிட்டிருந்தது.

நாடாளுமன்றத்திலும் கட்சிக்குள்ளேயும் இருந்த ராவ் எதிர்ப்பாளர்கள், அவரைக் கவிழ்க்க இதுதான் சரியான வேளை என்று களத்தில் இறங்கினார்கள். அயோத்தி விஷயத்தில் பிரதமருக்கு நெருக்கடி கொடுக்கத் தயாரானார்கள். அர்ஜுன் சிங்கால் ஏராளமான பகிரங்கக் கடிதங்கள் எழுதப்பட்டன. அவை மிக புத்திசாலித்தனமான வார்த்தைப் பிரயோகங்களைக் கொண்டிருந்தன. பாபர் மசூதிக்கு ஏற்பட்டிருக்கும் ஆபத்து பற்றி அதில் குறிப்பிட்டு, உத்திர பிரதேச மாநில அரசைக் கலைத்துவிட்டு குடியரசுத் தலைவர் ஆட்சியை அமல்படுத்தவேண்டும் என்பதைத் தவிர மற்ற அனைத்தையும் குறிப்பிட்டிருந்தார்.[38]

அயோத்தி விஷயத்தில் முடிவுகள் எடுப்பதை வேறு யாரிடமாவது தள்ளிவிட பிரதமர் பல முயற்சிகளை மேற்கொண்டார். உச்ச நீதி மன்றம் தொடங்கி, தேசிய முன்னணித் தலைவர்கள், கட்சிக்குள்ளிருந்த தனது அரசியல் எதிரிகள் எனப் பலர் கைகளில் விவகாரத்தை ஒப்படைத்தார். ஆனால், அனைவருமே, ராவ் போலவே நழுவிக்கொண்டார்கள் அல்லது முடிவெடுக்க மறுத்து விட்டார்கள். 1992, டிசம்பர் 6 அன்று பாபர் மசூதி இடிக்கப்பட்ட போது, ராவ் அரசும் முடிவுக்கு வந்ததுபோல்தான் தோன்றியது.

ராவ் அரசின் மீது பாஜக உடனடியாக ஒரு நம்பிக்கையில்லாத் தீர்மானம் கொண்டுவந்தது. நாடாளுமன்றத்தில் நான்கு நாள்கள் தொடர்ந்து நடந்த காரசாரமான விவாதத்துக்குப் பின்னர், பிரதமர் பேச எழுந்தார். உத்திர பிரதேசத்தில் மத்திய அரசின் நேரடி ஆட்சியை அமல்படுத்த முடியாத சட்ட நடைமுறைகள் குறித்துத் தன்னுடைய பேச்சில் கவலை தெரிவித்தார், அவற்றைச் சரிசெய்யவேண்டும் என்றார்.[39]

21 டிசம்பர் அன்று நம்பிக்கையில்லாத் தீர்மானம் ஓட்டெடுப்புக்கு விடப்பட்டது. புதிய தேர்தல் தேதி அறிவிக்கப்பட்டால் நிலைமை பாஜகவுக்கு சாதகமாகிவிடும் என்று தேசிய முன்னணியைச் சேர்ந்த 47 நாடாளுமன்ற உறுப்பினர்கள் வாக்கெடுப்பில் கலந்து கொள்ள வில்லை. பாஜகவுக்கு எதிரான கட்சியினர் ராவுக்கு ஆதரவான

நிலைப்பாடு எடுத்திருந்தார்கள். தீர்மானத்துக்கு ஆதரவாக 106 வாக்குகளும், எதிராக 334 வாக்குகளும் கிடைத்ததால் ராவ் அரசு பிழைத்துக்கொண்டது.[40] பாபரி மசூதி பிரச்னைக்கு முந்தைய பொருளாதார சீர்திருத்தங்களைக் கையாண்டதுபோலவே, நரசிம்ம ராவ் இந்தப் பேரடியை மதச் சார்பற்ற குரல்களின் எழுச்சிக்குக் கிடைத்த வாய்ப்பாகப் பயன்படுத்திக்கொண்டார்.

தன்னுடைய ஆட்சிக்கோட்டையை இடிக்க முயன்றதைத் தடுத்து விட்ட ராவின் கவனம் உள்கட்சி விவகாரங்கள் மீது திரும்பியது. வட இந்தியாவில் முஸ்லீம்களின் ஓட்டு வங்கியை இழந்து விட்டோமோ என்று காங்கிரஸ் பயந்திருந்தது. நேரு-காந்தியர்களின் கொள்கைகளின் மீது பற்றுகொண்டிருந்த எம்.எல் பொதேதர், டிசம்பர் 6 அன்று அமைச்சரவைக் கூட்டம் நடைபெற்றபோது, ராவை எதிர்த்து உரத்த குரலில் தன்னுடைய எதிர்ப்பை வெளிக்காட்டி யிருந்தார். இது லட்சுமண ரேகை. அமைச்சரவையினர் அதைத் தாண்டினால் ஆட்சிக்குப் பாதிப்பு அதிகம் என்பதை உணர்ந்து கொண்ட ராவ், உடனடியாக அமைச்சரவையை மாற்றியமைத்தார்.

தன்னுடைய அமைச்சரவையினரின் பலம், பலவீனம் குறித்து ஏராளமான குறிப்புகளை ராவ் எழுதி வைத்திருக்கிறார். ஏ4 தாளில் நான்கு பக்கங்களில் அடித்தல் திருத்தல்களோடு பச்சை நிற பேனாவால் எழுதிய குறிப்புகள் இருக்கின்றன. அதில் 14 அமைச்சர்களின் பெயர்கள் உள்ளன. அவர்களில் சிலர் மீது ஊழல் குற்றச்சாட்டும், இன்னும் சிலர் திறமையற்றவர்கள் என்றும் எழுதப் பட்டிருக்கிறது. அமைச்சரவையிலிருந்து ‘விலக்கப்பட வேண்டிய அமைச்சர்கள்’ என்னும் தலைப்பில் எம்.எல் பொதேதர், ராமேஷ்வர் தாக்கூர், உத்தம் பாய் பாடீல் போன்றோர் பெயர்களும் எழுதப் பட்டிருந்தன. எம்.எல். பொதேதர் பெயருக்கு நேராகக் காரணம் என்ற கட்டத்தில் ‘அரசியல்’ என்று எழுதப்பட்டிருந்தது. மற்ற இருவருடைய பெயருக்குக் கீழே ‘அரசியல்ரீதியாக எந்தப் பலனும் இல்லை’ என்று குறிப்பிடப்பட்டிருந்தது.

புதிய அமைச்சரவையை அறிவிக்கும் முன்பு ராவ், கேப்டன் சதீஷ் சர்மாவைச் சந்தித்தார். சதீஷ் சர்மா, ராஜிவின் நண்பர். ராஜிவின் அமேதி தொகுதியிலிருந்து தேர்ந்தெடுக்கப்பட்டிருந்தார். ராவ் பிரதமராவதற்கு உதவியவர்களில் ஒருவர். ‘நீங்கள் அமைச் சரவையில் இடம் பெறவேண்டும். முன்னரே நான் உங்களது பெயரைச் சேர்த்திருக்கவேண்டும்’ என்றார் ராவ். விமான போக்கு வரத்துறை வேண்டும் என்று சர்மா சொன்னதும், ராவ் உடனடியாக மறுத்துவிட்டார். ‘முதல் முறையாக அமைச்சராகிறீர்கள். உங்களுக்கு

நெருக்கமான விமானப் பணிப்பெண்கள் உங்களது நேரத்தை வீணடித்துவிடுவார்கள். மீதியுள்ள நேரத்தை உங்களது பைலட் நண்பர்கள் வீணடித்துவிடுவார்கள். அப்படியானால் வேறு என்ன வேலைதான் செய்வீர்கள்?' என்று சிரித்தபடியே மறுத்துவிட்டாராம்.[41]

சதீஷ் சர்மா, பெட்ரோலியத்துறை அமைச்சராக்கப்பட்டார்.[42] இந்திரா காந்தி அமைச்சரவையில் நரசிம்ம ராவுக்கு நிகரான செல்வாக்குடன் விளங்கிய பிரணாப் முகர்ஜி, மறுபடியும் அமைச்சராக்கப்பட்டார். வர்த்தகத்துறை அவரது வசம் ஒப்படைக்கப்பட்டது. பொதேதர் உள்ளிட்ட 7 அமைச்சர்கள் அமைச்சரவையிலிருந்து நீக்கப்பட்டிருந்தார்கள். அடுத்தது யாரை நீக்கப்போகிறார் என்று கட்சியினர் பதற்றத்துடன் இருந்தார்கள்.

பாபா மசூதி இடிக்கப்பட்டதால் நாடு முழுவதும் பல கலவரங்கள் நடந்தன. இந்தியாவின் வணிகத் தலைநகரான பம்பாய், போர்க்களமாக மாறிவிட்டது. இத்தகைய நெருக்கடியையும் தனக்கான அரசியல் வாய்ப்பாக ராவ் பயன்படுத்திக்கொண்டார். ராணுவத்துறை அமைச்சராக இருந்த சரத் பவாரை, மகாராஷ்டிராவுக்குத் திரும்பிப் போய் முதல்வராகி அங்கே அமைதியைத் திரும்பக் கொண்டுவரும் பணிகளில் ஈடுபடுமாறு கேட்டுக்கொண்டார்.

ராவின் ஆவணக் காப்பகக் கோப்பில் கீழ்கண்ட வாசகங்கள் உள்ளன: 'மகாராஷ்டிர காங்கிரஸ் சட்டசபையின் தீர்மானத்துக்கு ஏற்ப திரு சரத் பவார் அவர்களை நான் அவைத் தலைவராக நியமிக்கிறேன்'. மேலும் தொடர்கிறார் : 'கடந்த சில நாட்களாகக் கட்சியைச் சேர்ந்த ஏராளமான பிரமுகர்கள், மகாராஷ்டிரா மாநிலத்தைச் சேர்ந்த காங்கிரஸ் உறுப்பினர்கள், தேசிய பார்வையாளர்களிடம் பேசிய பின்னர்'[43] என்று எழுதப்பட்ட வரியை நீல நிற மையால் அடித்து விட்டு, 'காங்கிரஸ் கட்சியினர் அனைவரும் சரத் பவார் பின்னால் அணிவகுக்கும்படிக் கேட்டுக்கொள்வதாக' திருத்தி எழுதியிருக்கிறார்.

பிரதமர் பதவிக்குப் போட்டியாக வரக்கூடிய தன்னை ஓரங்கட்டும் நீக்கில் ராவ் செய்திருக்கும் செயல் என்பது சரத் பவாருக்குத் தெரிந்திருந்தது. ஆனாலும் தன்னுடைய மாநிலத்துக்கு ஒரு நெருக்கடி வந்திருக்கும்போது அதற்கு உதவுவது மிக முக்கியம் என்பதை உணர்ந்து முதலமைச்சர் பதவியை ஏற்றுக்கொண்டார். 'உங்களால் மறுக்க முடியாதபடியான பொறுப்பை உங்கள் வசம் தருவதில் ராவ் கை தேர்ந்தவர்' என்கிறார் ராமு தாமோதரன்.[44]

1993, மார்ச் மாதம். ஹரியானாவில் சூரஜ்கன்ட் பகுதியில் காங்கிரஸ் கட்சியின் மாநாடு நடைபெற்றது. திருப்பதி மாநாடுபோல்

அல்லாமல், கட்சி முழுவதுமாக ராவின் கட்டுப்பாட்டில் இருந்தது. பிரதமரான ராவ், கட்சித்தலைவர் பதவியிலிருந்து விலகுவதாகக் கொடுத்த வாக்குறுதியை நிறைவேற்றாததைக் கண்டித்து மாநாடு வளாகத்தில் ஒரு சில காங்கிரஸ் அதிருப்தியாளர்கள் ஆர்ப்பாட்டம் செய்தபோது ராவ் கண்டுகொள்ளவில்லை.

பின்னாளில் மன்மோகன் சிங் பிரதமரானபோது சோனியா காந்தி கட்சித் தலைவராக போட்டி அதிகாரமையமாக இருந்தார். அத்தகைய உடன்பாட்டில் நிறைய பிரச்னைகள் இருக்கும் என்பதை ராவ் முன்கூட்டியே புரிந்துகொண்டுவிட்டிருந்தார். 'நீங்கள் ஏன் கட்சித் தலைவர் பதவியை வேறு யாருக்காவது கொடுத்துவிட்டு, பிரதமராக நிம்மதியாக இருக்கக்கூடாது' என்று அவரது ஆதரவாளரான புவனேஷ் சதுர்வேதி கேட்டபோது, 'நீங்கள் புரிந்துகொண்டுதான் பேசுகிறீர்களா? ஒவ்வொரு கோப்பையும் எடுத்துக்கொண்டு கட்சித் தலைவரிடம் போய் பிரதமர் நிற்கவேண்டும் என்று விரும்பு கிறீர்களா' என்று கேட்டாராம்.

வலுவான காங்கிரஸ் தலைமையாக நரசிம்ம ராவ் மாறிவிட்டதை சூரஜ்கண்ட் மாநாடு உணர்த்தியது. தாஜா செய்தோ வெட்டிவிட்டோ எதிரிகளை ஓரங்கட்டிவிட்டிருந்தார். நேருவியத்தையும் மதச்சார் பின்மையையும் பயன்படுத்தி கட்சியினரின் ஆதரவைப் பெற்று விட்டிருந்தார். பொருளாதார சீர்திருத்தம் பற்றிய சலசலப்பு களெல்லாம் அடங்கிப்போய், நலத்திட்டங்கள் பற்றிய அறிவிப்புகள் வந்துகொண்டிருந்தன.

மாற்றங்களை உணர முடிந்தது என்கிறார் ராமு தாமோதரன்.[45] 'பிரதமர், தன்னையே மூன்றாவது மனிதனாக நினைத்துப் பேசும் போதுதான் அவருக்குள் இருந்த தன்னம்பிக்கையும் உறுதியும் எனக்குப் புரிய வந்தது. சாதாரண உரையாடல்களின்போதுகூட, 'இதுதான் பிரதமர் செயல்படவேண்டிய நேரம்' என்று அவரே சொல்லிக் கொள்வார். அப்போதுதான் எனக்கு அது புரிந்தது' என்கிறார்.

•

12 ஜூன் 1993. ராவின் ஜோதிடர் என்.கே.சர்மாவிடமிருந்து அவருக்கு அவசர அழைப்பு வந்தது. பங்குச்சந்தை தரகர் ஹர்ஷத் மேத்தா பத்திரிகையாளர்களைச் சந்திக்கப்போவதாக எனக்குத் தகவல் வந்திருக்கிறது. உங்களுக்கு லஞ்சம் கொடுத்ததாகச் சொல்லப் போகிறார்' என்று சொன்னாராம்.[46]

ஹர்ஷத் மேத்தா மோசடி, தலைப்புச் செய்தியானது மட்டுமல்ல ராவ் ஆட்சியின் பொருளாதாரக் கொள்கைகளையும் பாதித்தது. இது வரையிலும் ராவ் மீதும் எந்தக் களங்கமும் சுமத்தப்பட்டதும் இல்லை. பிரதமர் செய்துகொடுத்த 'உதவிகளுக்கு' நன்கொடையாக ஒரு சூட்கேஸில் வைத்து, ஒரு கோடி ரூபாய் அவருக்குத் தந்ததாக அறை முழுவதும் நிரம்பி வழிந்த பத்திரிகையாளர் சந்திப்பில் தெரிவித்தார் ஹர்ஷத் மேத்தா. ஹரியானா எம்பியாக இருந்த சத் பால் மிட்டலும், அவருடைய மகனும் தற்போதைய ஏர்டெல் குழுமத் தலைவருமான சுனில் மிட்டலும் ஹர்ஷத் மேத்தாவை பிரதமரின் இல்லத்துக்கு அழைத்துச் சென்றதாகவும், அங்கே ஒரு கோடி ரூபாயை சூட்கேஸில் வைத்து பிரதமரிடம் கொடுத்ததாகவும் ஹர்ஷத் மேத்தா விவரித்தார்.[47]

ஊழல், பிரதமரின் செயல்பாடு, பொருளாதார சீர்திருத்தங்கள் ஆகியவற்றை ஒன்றோடொன்று தொடர்புபடுத்த எதிர்க்கட்சி களுக்கு சரியான தீனி கிடைத்தது. பிரதமர் உடனே பதவி விலக வேண்டும் என்று பாஜக, இடதுசாரி கட்சியினர் உள்ளிட்ட எதிர்க் கட்சிகள் ஆர்ப்பாட்டத்தில் இறங்கின.

இடதுசாரிகள், ராவ் ஆட்சிக்கு எதிராக இன்னொரு நம்பிக்கையில்லா தீர்மானத்தைக் கொண்டுவரப்போவதாக அறிவித்தனர். அதை பாஜகவும் தேசிய முன்னணியும் ஆதரிக்க முடிவு செய்தது. அனைத்து எதிர்க்கட்சிகளும் ஒன்றுகூடிவிட்டால் ராவால் நிச்சயம் சமாளிக்க முடியாது. ஆட்சியைத் தக்கவைத்துக் கொள்வதற்கான போதுமான இடங்கள் ராவிடம் இல்லை. காங்கிரஸ் மற்றும் அதன் கூட்டணிக் கட்சிகள் 255 இடங்களை மட்டுமே பெற்றிருந்தார்கள். ராவ் ஆட்சிக்கு எதிரான எதிர்க்கட்சி உறுப்பினர்களின் எண்ணிக்கையோ 261 ஆக இருந்தது.[48] நியூயார்க் டைம்ஸ் நிருபர் சொன்னது போல், 'முதியவர் பெரும் சிக்கலில் மாட்டியிருக்கிறார்'.[49]

எதிர்க்கட்சி தரப்பிலிருந்த சில எம்பிக்களை ஆளுங்கட்சி பக்கம் வரும்படிச் 'சம்மதிக்கவைக்க' வேண்டிய தேவை உருவானது. ராவ் தர்மசங்கடத்தில் ஆழ்ந்தார். 'தனிப்பட்ட முறையில் அவர் கடைசிவரை நேர்மையானவராகவே இருந்தார்' என்கிறது அவருக்கு நெருக்கமான தரப்பு. அந்திம நாட்களில், வழக்குச் செலவு களுக்காகத் தனது சொந்த வீட்டை விற்கலாமா என்றுகூட யோசித்திருக்கிறார்.[50] ஆனால், அரசியலில் பிழைத்திருக்க எந்தவொரு கட்சிக்கும் பணம் அவசியம் என்பதையும் புரிந்துவைத்திருந்தார்.

ஆந்திராவின் முதல்வராக ராவ் இருந்தபோது, தனிச்செயலர் பி.வி.ஆர்.கே. பிரசாத்தை அழைத்து, கட்டுக் கட்டாகப் பணத்தைக்

கொடுத்து, கட்சிக்காரர்களுக்கு விநியோகிக்கச் சொன்னாராம். அதிர்ச்சியான தனிச்செயலர் பி.வி.ஆர்.கே பிரசாத்திடம், ‘இதெல்லாம் எனக்கும் ஏற்பில்லாத விஷயம்தான். எனக்கும் குற்ற உணர்ச்சி ஏற்படுகிறது. ஆனால், இந்தக் காலத்தில் இதையெல்லாம் செய்யாமல் அரசியலில் இருந்துவிடமுடியாது’ என்றாராம்.[51]

அது 1972 நிலை. 20 ஆண்டுகள் கழித்து ராவ் பிரதமரானபோது லஞ்சம் என்பது லட்சங்களைத் தாண்டி கோடிகளைத் தொட்டிருந்தது. அரசியலில் பணம் பிரதானமாகியிருந்தது. பிரதமரின் மனசாட்சியும் மாறியிருந்தது. நியாய தர்மங்களைவிட அரசியல் யதார்த்தம் என்னவென்பதைத் தெரிந்துவைத்திருந்தார். கடைசியாக அவர் கட்சியின் நிர்வாக விஷயங்களைக் கவனித்துக்கொண்டது 1976ல்தான். இப்போது கட்சிப்பணம் எங்கே செல்கிறது என்பதுகூட அவருக்குத் தெரிந்திருக்கவில்லை. சீதாராம் கேசரியும் இன்னொரு பெயர் சொல்ல விரும்பாத காங்கிரஸ் பிரமுகருமே கட்சி நிதிகளை நிர்வகிக்க பிரதமருக்கு உதவிசெய்தார்கள். ஒரு தொழிலதிபர், கட்சி நிதியாக ஒரு கோடி ரூபாயைக் கொடுக்க முன்வந்தபோது, அப்போது கட்சிப் பொருளாளராக இருந்த ஏ.கே. அந்தோணியிடம் அனுப்பி வைத்தார். அந்தோனி, நிதியுதவியை ஏற்றுக்கொள்ள மறுத்து விட்டார். இது குறித்துக் கேள்விப்பட்ட ராவ், ‘அந்தப் பணம் அவருக்குக் கொடுக்கப்பட்டதல்ல; கட்சிக்காகக் கொடுக்கப்பட்டது. எல்லா இடங்களிலும் இப்படித்தான் நடக்கிறது’ என்றாராம்.

நம்பிக்கையில்லாத் தீர்மானம் கொண்டுவரப்படுவதற்கு இரண்டு நாள் முன்னதாக 26, ஜுலை, 1992-ல் சுப்ரமணியம் சாமியைச் சந்தித்திருப்பதாக பிரதமரின் டைரி குறிப்பிடுகிறது. ‘ஜனதா தளத்தை உடைக்க பிரதமருக்கு உதவி செய்தேன். அதில் ஒரு பெரிய பிரச்னை இருந்தது. எல்லோரும் பணம் எதிர்பார்த்தார்கள். நான் பணம் கொடுத்து, அவர்கள் புகார் செய்தால் நான் ஜெயிலுக்குப் போக வேண்டியிருக்கும்’ என்று சாமி நினைவுகூர்கிறார்.[52] மறுநாள், அஜீத் சிங்கின் ஆதரவாளர்களை சாமி சந்தித்தார். இந்த சந்திப்பால் எந்தப் பலனும் இல்லை. 20 எம்பிக்களைக் கொண்டிருந்த ஜனதா தளத்தின் அஜீத் சிங் கோஷ்டி, எதிர்க்கட்சிகளுடன் இணைந்து நம்பிக்கை யில்லா தீர்மானத்தை ஆதரிக்கப்போவதாக அறிவித்தது.[53]

அதே நாள், 27 ஜுலை, காலை பத்தரை மணிக்கு நரசிம்ம ராவ், என். கே.சர்மாவைச் சந்தித்தார். மாலை 4 மணிக்கு, உளவுத்துறையின் இயக்குநரையும் ராவ் சந்தித்ததாகத் தெரிகிறது. சந்திப்புகளின் போது என்ன பேசப்பட்டது என்பது குறித்துத் தெரியவில்லை. ஆனால், இவையெல்லாம் நம்பிக்கையில்லாத் தீர்மான ஓட்டெடுப்புக்குச் சில மணி நேரங்களுக்கு முன்பு நடந்தவை என்பதை மட்டும் நினைவில்

கொள்ளவேண்டும். எதிர்க்கட்சி எம்பிக்களின் ஆதரவைப் பெறும் பொறுப்பு ஒப்படைக்கப்பட்டிருந்த காங்கிரஸ் கட்சி எம்பிக்களிடமும் ராவ் பேசியிருக்கிறார். அவர்களில் ஒருவர் 26 வருடங்கள் கழித்து இப்போதும் அந்த உரையாடலை உற்சாகத்துடன் நினைவுகூர்கிறார்: 'விட்டமின் எம் குறித்துதான் பேசினோம்'.

அன்றைய தினம் காலை, ஹர்ஷத் மேத்தாவின் பங்கு மோசடி குறித்த குற்றச்சாட்டுகளுக்கு நாடாளுமன்றத்தில் தன் தரப்பை நியாயப்படுத்தும் பொறுப்பை அர்ஜுன் சிங்கிடம் கொடுத்தார் ராவ். பின்னர் பேச எழுந்தவர், கழுத்தைச் சுற்றியிருந்த அங்கவஸ்திரத்தைச் சரி செய்துவிட்டு, தன்னுடைய ஆட்சியை ஆதரித்து ஒரு நீண்ட உரையையே ஆற்றினார். இடதுசாரிகளால்தான் நம்பிக்கையில்லாத் தீர்மானம் கொண்டுவரப்பட்டிருக்கிறது என்பதால் அவர்களைத் திருப்திப்படுத்தும்வகையில் அவரது பேச்சு இருந்தது. தாராளமயமாக்கலால் ஒரு தனிநபர்கூட வேலையை இழந்ததில்லை. இந்திய தாராளமயமாக்கலுக்கு ஒரு மனிதாபிமான முகம் உண்டு என்று சொன்னவர், கிராமப்புற வளர்ச்சி 400 மடங்கு அதிகரித்திருப்பதையும் சுட்டிக்காட்டினார்.

தன்னுடைய ஆட்சி, அரசியலில் மதம் கலப்பதை எந்நாளும் அனுமதிக்காது என்றார்.[54] இதுவே, நாடாளுமன்றத்தில் அவரது கடைசி உரையாக இருந்திருக்க அனைத்து வாய்ப்புகளும் இருந்தன; ராவ், சரியான முறையில் அதை நிகழ்த்தியிருந்தார். ஏராளமான கைதட்டல்கள் கிடைத்த அந்த உரையை முடித்ததும் ராவ் நாடாளுமன்றத்தில் இருந்து புறப்பட்டுச் சென்றார். சில மாதங்களுக்கு முன்பாகவே ராவ் தன்னைப் பற்றிய ஆவணப்படமொன்றில் இந்த நாள் நிகழ்வு இடம்பெறவேண்டும் என்று தீர்மானித்துவைத்திருந்தார்.[55] அவருடைய ஆட்சியின் தலையெழுத்து தீர்மானிக்கப்படவிருந்த அந்த முக்கியமான நாளில் என்ன முடிவுகள் எடுக்கப்படும் என்பதைப் பற்றிய எந்தக் கவலையும் இல்லாமல் தன்னைப் பற்றிய ஆவணப்படமொன்றில் தன் முழு ஆளுமையை வெளிப்படுத்தக் கிடைத்த சந்தர்ப்பமாக அதை ஆக்கிக்கொண்டிருந்தார்.

மறுநாள் ஓட்டெடுப்பு நடந்தது. காங்கிரஸ் மற்றும் அதன் கூட்டணி கட்சியைச் சேர்ந்த 248 எம்பிக்களோடு, அஜீத் சிங் கோஷ்டியைச் சேர்ந்த 7 எம்பிக்களும் அரசுக்கு ஆதரவாக வாக்களித்தார்கள் (ஜனதா தளத்திலிருந்து பிரிந்து இருந்த அஜீத் சிங் கோஷ்டியில் இன்னொரு பிளவு ஏற்பட்டிருந்தது). இது தவிர, பிஹாரின் அப்போதைய அங்கமான ஜார்கண்ட் பகுதியின் ஜார்கண்ட் முக்தி மோர்ச்சா கட்சியைச் சேர்ந்த 4 எம்பிக்கள் அரசுக்கு ஆதரவாக வாக்களித்தார்கள்.

தீர்மானத்துக்கு ஆதரவான 251 வாக்குகளுக்கு எதிராக 265 வாக்குகளைப் பெற்று, ராவ் வெற்றி பெற்றார். நாடாளுமன்ற வரலாற்றில், நூலிழையில் ஓர் அரசு பெற்ற வெற்றி இதுவே.[56]

பணம் கொடுத்து, குதிரை பேரங்களில் ஈடுபட்டதாக அரசைக் குற்றம் சாட்டிய மார்க்சிஸ்ட் கம்யூனிஸ்ட் கட்சி 'அரசியல் மற்றும் தார்மிக வீழ்ச்சி' என்று ராவின் வெற்றியைக் குறிப்பிட்டது.[57] ஏழு ஆண்டு களுக்குப் பின்னர், நம்பிக்கையில்லாத் தீர்மானத்தில் வெற்றிபெற ஜேஎம்எம் கட்சியைச் சேர்ந்த 4 எம்பிக்களுக்கு பணம் கொடுத்ததாக நரசிம்ம ராவ் மீது சிறப்பு நீதிமன்றம் குற்றம்சாட்டியது. இவ்வழக்கில் டெல்லி உயர் நீதிமன்றம் தலையிட்டு இடைக்காலத் தடை பிறப்பித்திருந்தாலும், ராவின் அரசியல் வாழ்க்கையில் அது நீங்காத கறையாகவே இருக்கிறது.[58]

இந்த அவமானம் பின்னர்தான் நடந்தது. இப்போதைக்கு ராவ், மூன்றாவது பெரிய கண்டத்திலிருந்து தப்பியிருந்தார் (உண்மையில் நாடாளுமன்றத்தில் அவர் சந்தித்த ஐந்தாவது சவால் அது). இதற்குப் பின்னரும் கட்சிக்குள்ளிருந்து நெருக்கடிகள் தொடர்ந்தன. ஆனால், வெளியிலிருந்து ஆபத்து ஏதும் அதன் பிறகு அவருக்கு வரவில்லை. ஓட்டெடுப்பில் வெற்றி பெற்றதும், கட்சியினரால் சூழப்பட்ட பிரதமர், அனைவரையும் கையெடுத்துக் கும்பிட்டார். ஆனால், வேறு எதுவும் பேசவில்லை.[59]

•

1993 நவம்பர். மத்தியப் பிரதேசம், உத்திரப் பிரதேசம், ஹிமாச்சலப் பிரதேசம், ராஜஸ்தான், டெல்லி உள்ளிட்ட இடங்களில் சட்டமன்றத் தேர்தல்கள் நடைபெற்றன. சட்ட மன்றத் தேர்தல்களில், உள்ளூர் பிரச்னைகளுக்கு முக்கியத்துவம் தரப்படுவது வழக்கம். ஆனாலும், ராவ் ஆட்சியின் செயல்பாட்டுக்கு மக்கள் அளிக்கும் தீர்ப்பாகவே ஊடகங்களும் நாடாளுமன்றமும் காங்கிரஸ் கட்சியும் பார்த்தன. காங்கிரஸ் கட்சிக்கு மோசமான தோல்வியோ பாஜகவுக்கு பெருவாரி யான வெற்றியோ கிடைத்திருந்தால், ராவின் நிலைமை மோசமாகி பதவியிலிருந்து ராஜினாமா செய்ய வேண்டியிருந்திருக்கும்.

தேர்தல் முடிவுகள் அறிவிக்கப்பட்டன. ராஜஸ்தான், மத்தியப் பிரதேசம், ஹிமாச்சலப் பிரதேசத்தில் காங்கிரஸ் கட்சி வெற்றி பெற்றிருந்தது. உத்திரப்பிரதேசத்தில் காங்கிரஸ் கட்சி தோற்றுப் போயிருந்தாலும், என்.டி.திவாரியும் பாஜகவினரும் கூட வீழ்த்தப் பட்டிருந்தனர். சட்டமன்றத் தேர்தல் முடிவுகள் ராவின் வெற்றியாகவே பார்க்கப்பட்டன. ராவின் மறுமலர்ச்சி என்னும் தலைப்பில் புன்னகை சிந்தும் பிரதமரின் படத்தை இந்தியா டுடே

கவர்ஸ்டோரியாக வெளியிட்டிருந்தது. 'இரண்டு ஆண்டுகளுக்கு முன்னர், நாடாளுமன்றத்தில் தனது தலையில் இருக்கும் கேசத்தை விட குறைவான பலமே பெற்றிருந்த ராவ், இப்போது ஆச்சரியப்பட வைக்க ஆரம்பித்திருக்கிறார். தொடர்ந்து தன்னைச் சூழ்ந்துவரும் நெருக்கடிகளைத் தகர்த்தெறிந்து, அரசியலில் மறு மலர்ச்சி கண்டிருக்கிறார்' என்று குறிப்பிட்டிருந்தார்கள்.[60]

நரசிம்ம ராவின் அரசியல் மறுமலர்ச்சியும் பொருளாதாரச் சீர்திருத்தங்களும் ஒருங்கே நடைபெற்றிருந்தன. 1994-ல் பங்குச் சந்தை பெருவளர்ச்சி பெற்றது. ஏற்றுமதி அதிகரித்தது. தொழில் உற்பத்தியும் மேம்பட்டது. அந்நியச் செலாவணி நெருக்கடி யெல்லாம் இப்போது மறந்தேபோய்விட்டது. உத்திரப்பிரதேசத்தில் என்.டி.திவாரி தோற்கடிக்கப்பட்டார். கட்சிக்குள்ளிருந்த அரசியல் எதிரிகளால் ராவை எதுவும் செய்ய முடியாமல் போனது. முதல் முறையாக ஒரு சிறுபான்மை அரசு, ஐந்தாண்டு காலம் முழுமையாக ஆட்சி செய்துமுடிக்கப்போகிறது என்கிற நிலை ஏற்பட்டது.

•

இந்த இரண்டாவது வசந்தத்தில் ஒரு நாள் இரவு பத்தரை மணிக்கு டாக்டர் ஸ்ரீநாத் ரெட்டியின் வீட்டில் RAX தொலைபேசி ஒலித்தது. மறுமுனையில் டாக்டரின் விஐபி நோயாளி இருந்தார். 'டாக்டர், உடனே இங்கே வரமுடியுமா, எனக்கு உடம்பு முடியவில்லை' என்றார்.[61] உடனே ரேஸ் கோர்ஸ் ரோட்டை நோக்கி விரைந்தார் ரெட்டி. ராவ், தன்னுடைய அறையில் ஒரு நாற்காலியில் அமர்ந்திருந்தார்.

'டாக்டர், என்னுடைய கைகளை அசைக்க முடியவில்லை. முகத்தின் ஒருபுறம் மரத்துப் போயிருக்கிறது' என்றார். அவரது பேச்சு, கைகள், கண்பார்வைத் திறன் அனைத்தும் நன்றாக இருந்தன. ஆனால், ராவின் வலது கையையும் முகத்தின் வலது பகுதியையும் தொட்டபோது உணர்ச்சியே இல்லை. இந்தியாவின் பிரதமரை பக்கவாத நோய் தாக்கியிருந்தது.

ராவுக்கு சர்க்கரை வியாதி இருந்தது. கூடவே அதிஉயர் ரத்த அழுத்தமும். இதயம் சம்பந்தப்பட்ட நோய்களும் இருந்தன. சில மாதங்களாகவே முகத்தின் வலதுபுறம் அசௌகரியமாக இருந்தது. ஆரம்பகட்டப் பக்கவாதம் என்பதைக் கண்டறிந்த ரெட்டி, மூத்த நரம்பியல் நிபுணரைத் தொடர்புகொண்டார். மறுநாள் காலை, இன்னொரு முறை பரிசோதிக்கவும் முடிவு செய்யப்பட்டது.

அன்றிரவு முழுவதும், ராவின் படுக்கையறையில் இருந்த சோபாவிலேயே ரெட்டி தூங்கினார். மறுநாள் காலை, மருத்துவர்கள்

அடங்கிய குழுவோடு கூடவே ராவின் மகன் பிரபாகராவும் கல்யாணி சங்கரும் வந்து சேர்ந்தார்கள்.[62] அதிர்ஷ்டம், ராவ் பக்கமிருந்தது. பக்கவாதம், உடலின் மேற்பரப்பில் மட்டும் இருந்தது. உள் உறுப்புகள் எதுவும் பாதிக்கப்படவில்லை.

தன்னுடைய உடல்நலக்குறைவு பற்றி வெளியுலகுக்குத் தெரியக் கூடாது என்பதில் ராவ் கவனமாக இருந்தார். இது குறித்து ஊடகங்களில் செய்திகள் வெளிவராமல் பார்த்துக்கொண்டார். இன்று வரை இது ரகசியமாகவே வைக்கப்பட்டிருக்கிறது. 72 வயது பிரதமருக்குப் பக்கவாதம் என்னும் செய்தி பரவினால், ராவை இடம்பெயர்க்க விரும்பும் சக்திகள் உச்சத்தை எட்டும். அடுத்த சில மாதங்கள் அனைத்து சந்திப்புகள் கூட்டங்கள் எல்லாவற்றையும் உணர்ச்சியற்ற முகத்துடனே சமாளித்தார். ‘பிரதமரின் முகம் எப்போதுமே உணர்ச்சியற்றதாகத்தான் இருக்கும். ஆகவே, இப்போது நோயினால் அப்படி இருக்கிறது என்று யாராலும் கண்டுபிடிக்க முடியாது’ என்று அவரது நண்பர் கிண்டலடித்தார்.

•

1994. பிரதமராக ராவுக்கு வெற்றிகரமான ஆண்டு. ஒரு முடிவின் தொடக்கமாகவும் அது அமைந்தது. அதே ஆண்டு டிசம்பர் மாதம், ஆந்திராவில் சட்டமன்றத்தேர்தல் நடைபெற்றது. தன்னுடைய சொந்த மாநிலத்தில் நடைபெற்ற தேர்தலுக்கான பிரசாரங்களில் ராவ் தீவிரமாகக் கலந்துகொண்டார். ஆனாலும், வெற்றி பெற முடியவில்லை. தெலுங்கு தேசம், காங்கிரஸ் கட்சியைத் தோற்கடித்து ஆந்திராவில் ஆட்சியைப் பிடித்திருந்தது. தன்னுடைய சொந்த மாநிலத்தில்கூடக் கட்சியை வெற்றி பெற வைக்கமுடியாத பிரதமர் என்று அர்ஜுன் சிங் முதல் என்.டி.திவாரி வரை பலரது விமர்சனத்துக்குள்ளானார். ராவின் பொறுமைக்கு ஓர் முடிவு வந்தது. அதேமாதம், அர்ஜுன் சிங், அமைச்சரவையிலிருந்து விலகுமாறு கேட்டுக் கொள்ளப்பட்டார். தொடர்ந்து கட்சியிலிருந்தும் நீக்கப்பட்டார்.

சில மாதங்களுக்குப் பிறகு, என்.டி.திவாரி காங்கிரஸ் கட்சியிலிருந்து தன்னுடைய ஆதரவாளர்களுடன் வெளியேறி, அகில இந்திய காங்கிரஸ் (திவாரி) என்னும் கட்சியை ஆரம்பித்தார். என்.டி.திவாரி தலைவராகவும், அர்ஜுன் சிங், செயலாளராகவும் தேர்ந்தெடுக்கப் பட்டார்கள்.[63] டெல்லியில் தாக்கரே மைதானத்தில் போட்டி காங்கிரஸ் கட்சியின் மாநாடு நடந்தது. ஒவ்வொரு தலைவரும் மேடையேறி, நரசிம்ம ராவைக் கடுமையாக விமர்சித்தார்கள். பாபர் மசூதி இடிக்கப்பட்டதற்குக் காரணமாக இருந்தது, ‘இந்தியாவின்

பொருளாதார இறையாண்மையை' வெளிநாடுகளிடம் அடகு வைத்தது, 'நேருவின் கொள்கைகளை' விட்டு விலகிச் சென்றது போன்றவற்றை முன்வைத்து ராவ் கடுமையாக விமர்சிக்கப்பட்டார்.[64]

அர்ஜுன் சிங்கின் ஒவ்வொரு நகர்வும் ராவுக்குத் தெரிவிக்கப்பட்டது. இது தொடர்பான ஆவணங்கள் ராவின் ஆவணச் சேகரிப்பில் இருக்கின்றன. அர்ஜுன் சிங் இந்தூருக்கு வந்தபோது மத்தியப் பிரதேச முதல்வர் திக் விஜய் சிங்கைச் சந்தித்து அவர் தன் பக்கமா நரசிம்ம ராவின் பக்கமா என்பதை உறுதியாகச் சொல்லும்படிக் கேட்டிருக்கிறார். டெல்லித் தலைமையின் கட்டுப்பாட்டை மீறி தான் எதையும் செய்யத் தயாராக இல்லை என்று திக் விஜய் சிங், அர்ஜுன் சிங்கிடம் தெரிவித்திருக்கிறார். இந்தத் தகவலை ராவுக்கு எழுதி அனுப்பியவர் இதை திக் விஜய் சிங்கே தன்னிடம் சொன்னதாகவும் தெரிவித்திருக்கிறார்.[65] இன்னொரு 'வெள்ளை அறிக்கை'யை உச்ச நீதிமன்ற வழக்கறிஞர் ஒருவர் அனுப்பிவைத்திருந்தார். 65 பக்கங்களுக்கு மேல் நீளும் அந்த அறிக்கையில் அர்ஜுன் சிங்குக்கு எதிரான பல குற்றச்சாட்டுகள் இடம் பெற்றிருந்தன.

இதை வைத்து ராவ் எத்தகைய நடவடிக்கைகள் எடுத்தார் என்பது தெரியவில்லை. எது எப்படியோ, 1995 நடுப்பகுதிக்குப் பின்னர் ராவின் சீர்திருத்த நடவடிக்கைகளில் வேகம் குறைந்தது. கட்சியை ஒருங்கிணைப்பதில் கவனத்தைச் செலுத்தினார் என்பதை அவருக்கு வந்து சேர்ந்த கடிதங்களின் குவியலில் இருந்து தெரிய வருகிறது.

22 ஜுலை1995. கேரளாவின் முதல்வராக இருந்த ஏ.கே அந்தோனியிடமிருந்து ஒரு புகார் கடிதம் வந்தது. 'மரியாதைக்குரிய காங்கிரஸ் தலைவரும், தேசியச் செயலாளருமான மாதவ் சிங் சோலங்கி நேற்று கேரளா வந்திருந்தார். இரு கட்சிக்கூட்டங்களில் கலந்துகொண்டு நேற்றே டெல்லி திரும்பினார். அவரது வருகை குறித்து எனக்குத் தெரிவிக்கப்படவில்லை. இதை உங்களது கவனத்துக்குக் கொண்டுவர விரும்புகிறேன்' என்று எழுதியிருந்தார். மேற்கு வங்கத்திலிருந்து மம்தா பானர்ஜியும் கடிதம் எழுதியிருந்தார். மாநிலத்தலைமை, தன்னை ஓரங்கட்ட சதி செய்வதாகக் குறிப்பிட்டிருந்தார். காங்கிரஸ் கட்சியின் மூத்த தலைவரான எச்.கே. எல்.பகத் ஒரு கடிதம் எழுதியிருந்தார். 'டெல்லி காங்கிரஸ் கமிட்டி பாழடைந்த கட்டடமாக மாறிவிட்டது. தற்போதை தலைமை முற்றிலுமாகச் செயலிழந்துவிட்டது'[66] என்று எழுதியிருந்தார்.

நாட்டின் வெவ்வேறு பகுதிகளிலிருந்து வந்த கடிதங்களே உள்கட்சிப் பிரச்னையில் ராவின் கவனத்தைத் திருப்பியிருக்கவேண்டும். வந்து குவிந்த கடிதங்களில் ஒரு முக்கியமான கடிதமும் இருந்தது. மகேஷ்

- சன்ஸ், தேர்தல் பிரசாரத்துக்கான கொடி மற்றும் இதர பொருட்களைத் தயாரிப்பவர்களிடமிருந்து வந்திருந்தது. 'தேர்தல் பிரசாரத்துக்காக 1,95,000 ரூபாய் காங்கிரஸ் கட்சி தன்னிடம் தரவேண்டியுள்ளது. இது குறித்து மறைந்த ராஜீவ் காந்தியைச் சந்தித்திருந்தோம். 1991 பொதுத் தேர்தலுக்குப் பின்னர் அனைத்து நிலுவைத்தொகையையும் தந்துவிடுவதாக உறுதியளித்திருந்தார். எதிர்பாராதவிதமாக அவர் இறந்துபோனதால், அவரது உறுதிமொழி நிறைவேறாமலேயே போய்விட்டது' என்று கடிதத்தில் குறிப்பிடப் பட்டிருந்தது.

உள்கட்சி பிரச்னைகளில் பிரதமர், சிங்கமாகவோ, நரியாகவோ ஏன் எலிக்குட்டியாகக்கூட நடந்துகொள்ளவில்லை. கால் உடைந்த வாத்தாக மாறியிருந்தார். அரசின் அனைத்துப் பொருளாதார சீர்திருத் தங்களும், வெளியுறவுக் கொள்கை சார்ந்த நடவடிக்கைகளும் நிறுத்தப்பட்டுவிட்டன. ராவின் ஒட்டுமொத்த கவனமும் 1996 மே மாத தேர்தல் மீதே இருந்தன. கருத்துக் கணிப்புகள், பாஜக வலுவான இடங்களைப் பெறும் என்றும், காங்கிரஸ் கட்சிக்குப் பின்னடைவு என்பதைக் குறிப்பிட்டன. பதவியிலிருந்து ராவ் அமைதியாக விலகிவிடுவாரா கட்சியை வெற்றிப்பாதைக்கு அழைத்துச் செல்ல ஏதாவது தந்திரங்கள் கைவசம் வைத்திருக்கிறாரா என்பதே முக்கியமான கேள்வியாக இருந்தது.

•

16 ஜனவரி 1996. ஹவாலா மோசடி வழக்கு, பெரும் கவனத்தைப் பெற்றது. பொதுத்தேர்தலுக்கு நான்கு மாதங்களுக்கு முன்னர், சொலிசிட்டர் ஜெனரல் உச்சநீதிமன்றத்துக்கு வந்தார்.[67] மத்திய புலனாய்வுத்துறை, பிரதமர் அலுவலகத்தின் நேரடி கட்டுப்பாட்டில் இருந்தது. ஹவாலா மோசடியில் ஏராளமான அரசியல்வாதிகளும் மத்திய அமைச்சர்களும் சம்பந்தப்பட்டிருந்தார்கள். இதில் பாஜகவின் எல்.கே.அத்வானியும் அர்ஜுன் சிங் போன்றவர்களும் உள்ளடக்கம். நீதிமன்றத்தில் ஏராளமான கூச்சல் எழுந்தது. நாடு முழுவதும் அந்த விவகாரம் பரபரப்பாகவும் பேசப்பட்டது.

ஹவாலா மோசடி குறித்த சிபிஐ வழக்கு விசாரணை நீண்ட காலமாகவே நடைபெற்றுவந்தது. 1991ல் கைது செய்யப்பட்ட இரண்டு காஷ்மீர் தீவிரவாதிகளிடம் நடத்தப்பட்ட விசாரணையில், வெளிநாட்டுப் பணம், வங்கிகள் மூலம் ஹவாலா முறையில் மாற்றப்பட்டது தெரியவந்தது.[68] மேற்கொண்டு நடத்தப்பட்ட விசாரணையில் மிகப் பெரிய ஹவாலா வலைப்பின்னல் கண்டுபிடிக்கப்பட்டது.

தொழிலதிபர் எஸ்.கே.ஜெயின் இதில் சம்பந்தப்பட்டிருந்தார். டெல்லிக்கு ஒதுக்குப்புறமாக இருந்த அவரது பண்ணை வீட்டைச் சோதனையிட்டபோது, 90 லட்சம் ரூபாய் பணம் கைப்பற்றப்பட்டது. கூடவே கைப்பற்றப்பட்ட டைரியில், 60 கோடி ரூபாய் லஞ்சப்பணம் அரசியல்வாதிகளுக்கும், அதிகாரிகளுக்கும் தரப்பட்டிருந்தது தெரியவந்தது.[69] அதற்குப் பின்னர் சிபிஐயின் விசாரணையில் எந்த முன்னேற்றமும் இல்லை.

இரண்டு ஆண்டுகள் கழித்து ஹர்ஷத் மேத்தா மோசடி அம்பலமானது. அதைத் தொடர்ந்து அரசின் உயர்மட்டங்களில் லஞ்சம் மிகுதியாக இருப்பதாகப் பத்திரிகைகள் தொடர்ந்து எழுதிவந்தன. இந்நிலையில் வினீத் ஜெயின் என்னும் பத்திரிகையாளர், உச்ச நீதிமன்றத்தில் பொதுநல வழக்கு ஒன்றைத் தொடர்ந்தார். ஹவாலா மோசடி சம்பந்தமான விஷயங்களில் உச்ச நீதிமன்றம் நேரடியாகத் தலையிட வேண்டுமென்று கேட்டுக்கொண்டிருந்தார்.

மற்ற சில நாடுகளில் இப்படியான வழக்குகள் நேரடியாக உச்ச நீதிமன்றத்தால் விசாரணைக்கு எடுத்துக் கொள்ளப்பட்டுவிடும். ஆனால், உலகம் முழுவதிலும் நீதிமன்றச் சீர்திருத்தம் என்பது அரசியல் அதிகாரத்தின் வலுவிழப்புடன் நெருங்கிய தொடர்பு கொண்டது.[70] 1993களில் நாடாளுமன்றமானது பிளவுண்டு கிடந்ததால் நீதிமன்றத்தை எதிர்ப்பதில் தீவிரம் இருக்காது என்பதைப் புரிந்துகொண்ட உச்ச நீதிமன்றம் நீதித்துறையில் நியமனங்கள் செய்வதைத் தன்னுடைய நேரடிக் கட்டுப்பாட்டின் கீழ் எடுத்துக் கொண்டது. குடியரசுத் தலைவர் ஆட்சியை அமல்படுத்தும் மத்திய அரசின் முடிவுகள் நீதித்துறையின் மறு ஆய்வுக்கு உட்படுத்தப்படும் என்று சொன்னது. சிபிஐயின் ஹவாலா வழக்கு விசாரணையும் உச்ச நீதிமன்றம் தன் நேரடி கண்காணிப்புக்குக் கீழ் கொண்டுவந்தது.

நீதியமைப்பின் இந்தப் புரட்சியில் முக்கிய பங்காற்றியவர் நீதிபதி ஜே. எஸ்.வர்மா. ராவ் போல் சரியா தவறா என்று கணிக்கமுடியாத படியான செயல்களெல்லாம் செய்தவர் அல்ல. முழுக்க முழுக்க நேர்மையின் பக்கம் நின்றவர். தவறு செய்யும் அரசியல்வாதிகளைக் காப்பாற்றுவதாக அரசை விமர்சித்தார். மத்திய புலனாய்வுக் குழு தலைவரையும், அமலாக்கத்துறை அதிகாரிகளையும் நீதிமன்றத்துக்கு வந்து பதில் சொல்லவேண்டும் என்று உத்தரவிட்டார்.[71] 'ஆதாரம் போதுமானதா இல்லையா என்பதை முடிவு செய்ய நீங்கள் யார்? டைரியில் குறிப்பிட்டுள்ள சந்தேகப்படும்படியான நபர்கள் மீது குற்றப்பத்திரிகை தாக்கல் செய்வதுதான் உங்களது வேலை. அதை ஏன் நீங்கள் இன்னும் செய்யவில்லை?' என்று கேள்வி எழுப்பினார்.[72]

ஒரு வழியாக, ஜனவரி 1996ல் சிபிஐ குற்றப்பத்திரிகை தாக்கல் செய்தது.

எல்.கே.அத்வானி, யஷ்வந்த் சின்ஹா உள்ளிட்ட பாஜக தலைவர்களின் பெயர்கள் அதில் இடம் பெற்றிருந்தன. பாபர் மசூதி பற்றி அடுத்து விரிவாகப் பார்க்கப்போகிறோம். மசூதிக்கு எந்த ஆபத்தும் நேராது என்று ராவுக்கு அத்வானி வாக்கு கொடுத்திருந்தார். மசூதி வீழ்ந்த போது, அத்வானி தன்னை ஏமாற்றிவிட்டதாக ராவ் நினைத்தார். ஊழல் குற்றச்சாட்டுகளால் பாஜக தலைமை தடுமாறிப் போனது. வித்தியாசமான கட்சி என்று அதுவரை கொண்டிருந்த பிம்பம் காணாமல் போனது.[73]

அத்வானி தன்னுடைய நாடாளுமன்ற உறுப்பினர் பதவியை ராஜினாமா செய்தார். மற்றவர்கள் வேண்டாமென்று மறுத்தும் அத்வானி ராஜினாமா செய்யும் முடிவில் பிடிவாதமாக இருந்தார். அத்வானி 1996-ல் தன்னை பிரதமர் பதவிக்கு முன்னிறுத்தாதற்கு ஹவாலா வழக்கில் இடம் பெற்றிருந்ததும் ஒரு காரணமாக இருந்திருக்கக்கூடும். அவருக்குப் பதிலாக ராவின் நண்பரான பாஜகவின் மூத்த தலைவர் அடல் பிகாரி வாஜ்பாய் பிரதமராகப் பொறுப்பேற்றார்.

சிபிஐயின் குற்றப்பத்திரிகையில் காங்கிரஸ் கட்சியைச் சேர்ந்தவர்கள் ஏராளமானவர்கள். அர்ஜுன் சிங் பெயரும் அதில் இருந்தது. 'வழக்கை சட்டப்படி சந்திக்கப்போவதாக' கூறினார் அர்ஜுன் சிங்.[74] மத்திய அமைச்சர்களின் பெயர்களும் வழக்கில் சேர்க்கப் பட்டிருந்தது.

'ராவ், ஊழல்வாதிகளைப் பாதுகாப்பதாக இப்போது யாராலும் சொல்லமுடியாது. தேர்தலை நம்பிக்கையுடன் உறுதியாகச் சந்திக்க வசதியாக இருக்கும்' என்றார் ஒரு எதிர்க்கட்சித் தலைவர்.[75]

சிபிஐயின் தலைவரான விஜய ராமாராவை பிரதமர் அடிக்கடி சந்தித்து வந்தார். ராவின் தனிப்பட்ட டைரியில், பிப்ரவரி முதல் தேதி இரவு 9 மணிக்கு சிபிஐ இயக்குநரும், பி.வி.ஆர்.கே.பிரசாத்தும் பிரதமரைச் சந்தித்திருக்கிறார்கள். இருவரும் மறுபடியும் பிப்ரவரி 9 அன்று இரவு ஏழரை மணிக்கு சந்தித்தார்கள். பின்னர் பிப்ரவரி 18 அன்று 9 மணிக்கு சந்தித்தார்கள்.[76]

பிரதமர், சிபிஐ விசாரணைப் போக்கை உன்னிப்பாகக் கவனித்துக் கொண்டிருந்தது மட்டுமல்ல, வழக்கோடு சம்பந்தப்பட்டவர்களிடம் விசாரணை நடத்தவும், வீடுகளில் ரெய்டு நடத்தவும் அனுமதிகள் தந்ததாகவும் பத்திரிகைகள் செய்தி வெளியிட்டன.[77]

ஹவாலா மோசடி வழக்கு, பலரது அரசியல் வாழ்க்கையை இருட்டுக்குள் தள்ளியது. ஜோடிக்கப்பட்ட வழக்கு என்றே பின்னாளில் நீதிமன்றங்கள் தீர்ப்பு கூறியிருந்தன. சிபிஐயின் நோக்கம் என்னவாக இருந்தாலும், குற்றப்பத்திரிகை தாக்கல் செய்வதற்கு முன்னர் பிரதமரின் ஒப்புதலை நிச்சயம் பெற்றாகவேண்டும். பிரதமர்தான் சிபிஐயின் தலைவர், அவரது அனுமதியின்றி அரசியல் புள்ளிகள் இடம்பெற வாய்ப்பில்லை. தன்னுடைய அரசியல் எதிரிகள் மீதும், நண்பர்கள் மீதும் பலவீனமான ஆதாரங்களின் அடிப்படையில் வழக்குப் பதிவு செய்ய பிரதமர் ஒப்புக்கொண்டது ஏன் என்னும் கேள்வி எழுந்தது. அதற்கு இரண்டு பதில்கள் உள்ளன.

முதல் காரணம் உச்ச நீதிமன்றம் சி.பி.ஐ.யைக் கடுமையாக விமர்சித்திருந்தது. தேர்தல் நெருங்கும் நேரத்தில் ஊழல், லஞ்சம் போன்ற புகார்கள் மீது பிரதமர் கடுமையான நடவடிக்கை எடுக்க வேண்டியது அவசியமாக இருந்தது.[78] ராஜேஷ்வரா ராவ், பிரபாகர் ராவ், சந்திரா சாமி மற்றும் பி.வி.ஆர்.கே பிரசாத் என அனைவரும் பிரதமருக்கு அரசியல் அழுத்தம் தரப்பட்டதாகச் சொல்கிறார்கள். அது அவருக்குக் கிடைத்த வாய்ப்பு அல்ல; அவர் மீதான நெருக்கடியே என்று அவர்கள் சொல்கிறார்கள். 'சிபிஐ மீதான தன்னுடைய கட்டுப்பாட்டை பிரதமர் இழந்துவிட்டதாகத்தான் தெரிகிறது. அந்நேரத்தில் வழக்கை நடத்திக்கொண்டிருந்தது நீதிபதி வர்மாதான்' என்கிறார் பாஜகவின் ஜெட்லி.[79]

ஒரு பேட்டியில் ராவ், ஹவாலா வழக்கு என்பது என்னைக் கல்லுடன் கட்டிக் கடலில் போட்டதுபோல் ஆகிவிட்டது என்கிறார். 'என்னால் எதையும் செய்ய முடியாத நிலை. அந்த வழக்குகளை என்னால் முடக்கவும் முடியவில்லை. அதில் இருந்து என் சக அரசியல் வாதிகளைக் காப்பாற்றவும் முடிந்திருக்கவில்லை. என் கையில் எதுவும் இருந்திருக்கவில்லை. எல்லாவற்றையும் விதியிடம் விட்டு விட்டேன்' என்றார் ராவ்.[80]

இரண்டாவது காரணம் விதியை அதிகம் நம்பவில்லை. மிகவும் தந்திரமானதாகத் தோன்றுகிறது. தேர்தல் நெருங்கும் நேரத்தில் ஊழலுக்கு எதிரானவராகத் தன்னைக் காட்டிக்கொள்ள நினைத்தார் ராவ். பாபர் மசூதி விஷயத்தில் அத்வானியால் ஏமாற்றப்பட்டதாக உணர்ந்ததால் அவர் மீது கூடுதல் கோபம் வேறு இருந்தது. ஜெயின் டைரியில் தனது விரோதிகளின் பெயரை ராவ் எழுதிச் சேர்த்தார் என்று சொல்லமுடியாது. ஆனால், அந்தச் சிறிய ஆதாரத்தை வைத்துக் கொண்டு எதிரிகள் மேல் வழக்குகளைப் பாயவைத்தார் என்று வேண்டுமானால் சொல்லலாம். சிபிஐ இயக்குநர், ஆந்திரப் பிரதேசத்தைச் சேர்ந்தவர்; ராவால் நியமிக்கப்பட்டவர் என்பது இந்த யூகத்துக்கு வலு சேர்க்கிறது.

இந்த யூகங்களில் எதற்கும் ஆதாரம் இல்லை. ஆனால், இப்போது இத்தனை காலம் கழித்து நாம் பார்க்கும்போது அந்தச் செயல்கள் அவரையே திருப்பித் தாக்கியிருக்கிறது என்பது தெரிய வருகிறது. அவரின் நம்பிக்கைக்குரிய கட்சியினரையும் நெருங்கிய நண்பர் களையும் தேர்தல் நேரத்தில் இழக்க வேண்டியிருந்தது என்கிறார் பி.வி.ஆர்.கே.பிரசாத்.[81] சிபிஐயின் வளையத்தில் சிக்கியவர்கள், ராவ் மீது கடுமையான கோபத்தில் இருந்தார்கள். அவரது இறப்புக்குப் பின்னரும் கூட வெறுப்புத் தொடர்கிறது. காங்கிரஸ் கட்சியில் இன்று ராவின் பெயரைச் சொல்லவே யாருமில்லை.

'ஹவாலா வழக்கு, ஒரு மோசமான நடவடிக்கை. நீங்கள் ஒரு தரப்பிடம் மோதலாம். ஆனால் ஒரே நேரத்தில் கட்சிக்குள்ளேயும் கட்சிக்கு வெளியேயும் இருப்பவர்களிடம் மோதுவது ஆபத்தான விஷயம்' என்கிறார் ராவின் மகன் ராஜேஷ்வரா ராவ்.[82]

நரசிம்ம ராவின் அரசியல் வாழ்க்கையில் அதுவொரு மோசமான முடிவு.

•

1996 பொதுத் தேர்தலுக்கான அறிவிப்புகள் வெளியாகின. பாஜக, அதிக இடங்களைப் பெற்று முன்னிலையில் வரும் என்று தேர்தலுக்கு முந்தைய கருத்துக் கணிப்புகள் தெரிவித்தன.[83] தேர்தலுக்கு முன்னர் பலமான கூட்டணியொன்றை அமைப்பது ஒன்றுதான் காங்கிரஸ் கட்சிக்கு முன்னர் இருந்த ஒரே வழியாக இருந்தது.

தான் மீண்டும் ஆட்சியில் அமர ஒரு மாநிலத்தின் உதவி தனக்குத் தேவை என்பதை ராவ் விரைவில் புரிந்துகொண்டுவிட்டார். 39 நாடாளுமன்றத் தொகுதிகளைப் பெற்றிருக்கும் தமிழ்நாடுதான் அது. 1967 தொடங்கி, தமிழ்நாடு இரு பெரும் திராவிடக் கட்சிகளால் மட்டுமே ஆளப்பட்டு வந்தது. திரைப்பட நடிகையாக இருந்து அரசியலுக்கு வந்த, அஇஅதிமுகவின் முகமான ஜெயலலிதா ஒரு பக்கம்; திரைப்பட வசனகர்த்தாவாக வாழ்க்கையைத் தொடங்கி அரசியலுக்கு வந்து, திமுகவின் முகமான கருணாநிதி என செல்வாக்கான இரண்டு தலைமைகளின் கைப்பிடியில் தமிழ்நாட்டின் தலைவிதி இருந்தது. ஏதாவது ஒரு கட்சிக்குத் தங்களுடைய ஒட்டுமொத்த ஆதரவையும் தருவது தமிழ்நாட்டு வாக்காளர்களின் வழக்கமாகவும் இருந்தது. காங்கிரஸ் கட்சி யாருடன் கூட்டணி சேருகிறதோ, அந்தக் கட்சியால்'39 தொகுதிகளையும் வென்றெடுக்க முடியும். அதன் மூலம் தன்னால் மீண்டும் பிரதமராக முடியும் என்று நினைத்தார்.

காங்கிரஸ் கட்சியின் தேர்வு திமுக-வா அதிமுகவா? இரண்டு தேர்வுகளும் சிக்கலானவையாகவே இருந்தன. அஇஅதிமுக, ஆளுங்கட்சியாக இருந்தது. அதிமுக ஆட்சிக்கு மக்கள் மத்தியில் எதிரான நிலை இருந்தது. ஜெயலலிதாவின் அஇஅதிமுகவுக்கும் தமிழ்நாட்டு காங்கிரஸ் கமிட்டி தலைவர்களுக்கும் நடுவே சுமுகமான உறவும் இல்லை. தமிழ்நாட்டின் அரசியல் நிலையை ராவ் உன்னிப்பாக கவனித்து வந்தார் என்பதற்கு அவரிடம் உள்ள குறிப்புகளே ஆதாரமாக உள்ளன. ஜெயலலிதாவின் வங்கிக் கணக்குகள் ஆண்டுவாரியாக அவரிடம் இருந்தது. 'ஸ்ரீமதி சசிகலா' உள்ளிட்ட பிற அதிமுக தலைவர்களின் பெயரில் இருந்த சொத்துக்கள் பற்றிய விபரங்களும் அவரிடம் இருந்தன.

திமுகவுடன் கூட்டணி சேர்வதிலும் நிறைய சிக்கல்கள் இருந்தன. ராஜிவ் காந்தி படுகொலையில் சம்பந்தப்பட்ட விடுதலைப்புலிகளுடன் திமுகவுக்கு தொடர்பு இருப்பதாகப் பேசப்பட்டது. திமுகவுடன் கூட்டணி அமைப்பது என்பது ராஜிவ் காந்தியைப் படுகொலை செய்தவர்களை மன்னித்து, மறப்பதற்கு ஒப்பானது. ஆகவே, திமுகவுடன் கூட்டணி என்பது காங்கிரஸ் கட்சிக்கு அப்போது சாத்தியப்படவில்லை.

ஜெயலலிதா தலைமையிலான அதிமுகவுடன் கூட்டணி சேர்வது என்று ராவ் முடிவெடுத்தார். தமிழ்நட்டு மக்களின் அதிருப்தியைப் பெற்றிருக்கும் அதிமுகவுடனான கூட்டணி என்பது தவறான முடிவு. 'முன்னாள் நடிகையுடனான கூட்டணி பிரதமரைத் தோற்கடித்து விடக்கூடும்' என்று தொலைதூர நியூயார்க் டைம்ஸ்கூடக் கட்டுரை வெளியிட்டது.[84] தன்னுடைய முடிவைக் கட்சியினரிடம் நியாயப் படுத்திக்கொண்டிருந்தார் ராவ். 'நம்முடைய கட்சி நூறாண்டுகள் பழமை வாய்ந்தது. ஒரு சில குறுகிய கால லாபங்களுக்காகக் கட்சியின் கொள்கைகளை நாம் அடகு வைத்துவிடமுடியாது' என்றார்.[85] உள்ளூர் காங்கிரஸ் கட்சித் தலைவர்கள் கட்சியின் முடிவை ஏற்றுக்கொள்ளவில்லை.

'காங்கிரஸ் செயற்குழு கூட்டத்தில் தமிழ்நாடு காங்கிரஸ் கட்சித் தலைவர்கள் தமது தரப்பை வலியுறுத்தி படுகாட்டமாக வாதிட்டார்கள். அனைவருக்கும் தமது கருத்துகளைச் சொல்ல அனுமதி உண்டு. ஆனால், கட்சித் தலைமையின் முடிவே இறுதியானது என்றே தலைவர்கள் பேசுவது வழக்கம். அதன்படியே, கூட்டத்தில் அவர்கள் தமது ஆதங்கத்தைக் கொட்டிப் பேசும்போது நான் அவர்களைத் தடுக்கவில்லை. தாராளமாக அவர்களது கருத்துகளைப் பேசட்டும் என்று விட்டுவிட்டேன். இறுதியாக கட்சி செயற்குழுவின் முடிவே

இறுதியானதாக இருந்தது' என்று ராவ் தனது ஆவணச் சேகரிப்பில் எழுதி வைத்திருக்கிறார்.[86]

1996 மே மாதம் நடைபெற்ற பொதுத்தேர்தலில் நரசிம்ம ராவ், ஒரிசாவின் பெஹ்ரம்பூர் தொகுதியிலிருந்து போட்டியிட்டார். ஒரிய மொழியிலேயே பிரசாரம் செய்தார். முதல் இரண்டு வாரங்களில், 12 மாநிலங்களில் ஏறக்குறைய 50 தேர்தல் கூட்டங்களில் கலந்து கொண்டு பேசினார்.[87] பாஜகவின் பிரசாரங்களில் இந்துத்துவா முன்னிலை பெற்றது. தன்னுடைய பேச்சுகளில் பாஜகவுக்கு பதிலடி கொடுக்க ராவ் ஏனோ விரும்பவில்லை. அதே நேரத்தில் தன்னுடைய ஆட்சியின் சாதனையான பொருளாதார சீர்திருத்தங்களைக் கூட முன்னிலைப்படுத்தவில்லை. அதற்குப் பதிலாக நிலையான ஆட்சியைப் பற்றிப் பேசினார். ஒரு சில முறை தன்னுடைய ஆட்சியில் செயல்படுத்தப்பட்ட நலத்திட்டங்களைப் பற்றிக் குறிப்பிட்டார்.

ராவ் தலைமையிலான காங்கிரஸ், மாநில அளவில் பல்வேறு சவால்களை எதிர்கொண்டது. கோஷ்டி அரசியல் உச்சத்தில் இருந்தது. தலைமைக்கு எதிரான கலகக்காரர்களும் அதிகரித் திருந்தார்கள். கட்சியில் இருப்பவர்களைத் தக்கவைக்க அவர்களுடைய குடும்பத்தார்களுக்கும் அவர்களது உறவினர்களுக்கும் தேர்தலில் போட்டியிட வாய்ப்பளிக்கப்பட்டது.

இவை எதுவும் பலனளிக்கவில்லை. 10 மே 1996 அன்று தேர்தல் முடிவுகள் அறிவிக்கப்பட்டபோது, 161 இடங்களில் வெற்றி பெற்று தனிப்பெரும் கட்சியாக பாஜக உருவெடுத்திருந்தது. 140 இடங்களை மட்டுமே பெற்று, காங்கிரஸ் கட்சி அதுவரையில் பெற்ற தோல்விகளிலேயே மிக மோசமான தோல்வியை அடைந்திருந்தது. தமிழ்நாட்டில் காங்கிரஸ், அஇஅதிமுக கூட்டணி ஒரு இடம்கூடப் பெறமுடியாத அளவுக்கு மோசமான தோல்வி அது. அதுவே ராவின் ஆட்சிக்கு முடிவுரை எழுதிவிட்டது.

பாஜக, தனிப்பெரும் கட்சியாக வந்திருந்தாலும், ஆட்சியமைப் பதற்குத் தேவையான பெரும்பான்மையைப் பெற்றிருக்கவில்லை. என்.கே.சர்மா இதுபற்றிச் சொல்லும்போது, 'பாஜக தலைவர்கள் என்னைத் தொடர்புகொண்டு, அரசு அமைக்க ராவிடம் ஆதரவு கேட்கும்படிக் கேட்டுக்கொண்டார்கள். ராவிடம் பேசினேன். இதுபற்றி யோசிப்பதாகச் சொன்னார்' என்கிறார்.[88] ஆனால், ஐம்பது ஆண்டுகள் காங்கிரஸ் பேரியக்கத்தோடு வளர்ந்த ராவுக்கு கட்சியை விட்டு விலக மனமில்லை. யாரை ஆட்சியமைக்க அழைப்பது என்பதைக் குடியரசுத்தலைவர் ஆலோசித்துக் கொண்டிருந்த நேரத்தில், காங்கிரஸ் செயற்குழு தீர்மானத்தின் நகலைக் குடியரசுத்

| 264 |

தலைவருக்கு அனுப்பிவைத்தார். காங்கிரஸ் செயற்குழு எடுத்த முடிவின்படி, ஆட்சியமைப்பதில் பாஜகவுடன் நேரடியாகவோ அல்லது மறைமுகமாகவோ உறவோ, எந்தவித உடன்பாடோ வைத்துக் கொள்ளப்போவதில்லை என்று அதில் தெளிவாகக் குறிப்பிடப்பட்டிருந்தது.[89]

தேர்தல் முடிவுகள் வெளியாகி, நான்கு நாள்கள் கழித்து பாஜக ஆட்சியமைக்கும் உரிமையைப்பெற்றது. அடல் பிகாரி வாஜ்பாய் இந்தியாவின் பிரதமராகப் பொறுப்பேற்றுக்கொண்டார். ஐந்து வருடங்களுக்கு முன் ராவ் பிரதமராகப் பதவியேற்ற அதே அரங்கில் இப்போது முன்வரிசையில் அமர்ந்திருந்தார். வாஜ்பாயும் ராவும் ஒரேவிதமான உடையில் வந்திருந்தார்கள். வெள்ளை நிற குர்தாவும் வேஷ்டியும் அணிந்திருந்தார்கள்.[90] ஒரே ஒரு வித்தியாசம்தான் இருந்தது : புதிய பிரதமரின் தோள் மீது ஆரஞ்சு நிறத் துண்டு இருந்தது; அவரது நெற்றியில் காவித்திலகம் இருந்தது.

•

வாஜ்பாய் தலைமையிலான பாஜக அரசு, 13 நாள்கள் மட்டுமே நீடித்தது. அவருக்குப் பின்னர் வந்த மூன்று ஆட்சிகளும் ஓராண்டுகூட நீடிக்கவில்லை. ராவின் ஆட்சிக்கு முன்பாக இரண்டு சிறுபான்மை அரசுகள் சொற்ப ஆயுளில் முடிந்திருக்கின்றன. ராவுக்குப் பின்னர் நான்கு சிறுபான்மை அரசுகள் சொற்ப காலத்தில் முடிந்திருக்கின்றன. இப்படியான சூழலில் அதேபோல் சிறுபான்மையாக இருந்த போதிலும் முழு ஐந்து ஆண்டுகளையும் வெற்றிகரமாக முடித்ததே ராவின் பெரிய சாதனைதான்.

ஐந்தாண்டு காலத்தை வெறுமனே நிறைவு செய்தது மட்டுமல்லாமல் அதையும் தாண்டி, நன்கு செயல்படும் அரசாக இருந்தது அவரது பெரிய சாதனையே. ஐந்தாண்டு கால ஆட்சியில் பொருளாதாரக் கொள்கைகளிலும் வெளியுறவுக் கொள்கைகளிலும் நாட்டின் பாதுகாப்பு சம்பந்தப்பட்ட விஷயங்களிலும் பல புதிய மாற்றங்கள் கொண்டுவரப்பட்டன. நெருக்கடிகள் தந்துவந்த கட்சி, வருடாந்தர மாநிலச் சட்டமன்றத் தேர்தல்கள், பகைமை பாராட்டிய நாடாளுமன்றம், எதிலும் பெரிதாக அக்கறை காட்டாத பொதுமக்கள் என அனைத்தையும் சமாளிக்கவும் செய்தார். ராவ் போன்று குறைந்த வசதி வாய்ப்புகளை வைத்துக்கொண்டு நிறைவான சாதனைகளைச் செய்தவர்கள் உலக சரித்திரத்தில் வெகு சிலரே.

தொடர் சங்கிலி போன்ற அரசியல் நெருக்கடிகளுக்கு நடுவே, இன்னொரு முக்கிய நபரையும் ராவ் எதிர்கொள்ள வேண்டியிருந்தது. அவர், மக்களால் தேர்ந்தெடுக்கப்பட்டவரும் அல்ல; கட்சி

உறுப்பினரும் அல்ல. ஆனால், அவர் மட்டும், ஒரே ஒரு வார்த்தை ராவுக்கு எதிராகச் சொல்லியிருந்தால் ராவின் பதவி பறி போயிருக்கும். அந்த ஒற்றை நபர்: சோனியா காந்தி! அவரை நரசிம்ம ராவ் எவ்வாறு சமாளித்தார் என்பதே அவரது ஆட்சிக்காலத்தில் அவர் எதிர்கொண்ட முக்கியமான சவால்.

உருது அறிஞர் : 14 வயது நரசிம்ம ராவ் (இடது பக்கத்தில் இருந்து மூன்றாவதாக) உருது மொழிப் பள்ளியில், 1936. ஹைதராபாத் சமஸ்தானத்து உருது, பாரசீகம் படிக்கும் மாணவர்களிலேயே தலை சிறந்தவர்.

1944-ல் குடும்பத்தினருடன் : தனது மூத்த மகன் ரங்காவை கையில் பிடித்தபடி ராவ், மனைவி சத்தியம்மா அருகில் நிற்கிறார். இடது பக்கம் ராவின் இரண்டு சகோதரர்களுடன் ராவின் பெற்றோர்.

Courtesy the Rao family

வழிகாட்டி : ஆந்திர மாநில அமைச்சராக நரசிம்ம ராவ் தன் குரு ராமானந்த தீர்த்தாவுடன் (நடுவில்) 1962-ல். வலது பக்கம் மஹாராஷ்டிர முதல்வர் வொய்.பி.சவான்.

Courtesy Lakshmi Kantamma's family

துணைவி : ராவின் சொந்த மற்றும் அரசியல் வாழ்க்கையை வடிவமைத்த லட்சுமி காந்தம்மா

Courtesy the Rao family

அந்திர முதல்வராக குடும்பத்தினருடன்: ராவ், உடன் அம்மா (அமர்ந்திருப்பவர்), குழந்தைகள், பேரக் குழந்தைகள். அப்போதுதான் முதல்வராகியிருந்தார் ராவ்.

Courtesy the Rao family

முரட்டுக் காளை : 1972-ல் புரட்சிகர நிலச் சீர்திருத்த மசோதாவை அறிவிக்கிறார்.

Courtesy the Rao family

ஓரங்கட்டப்பட்டபோது : 1974-ல் நியூயார்க்கில். ராவின் முதல் அயல் நாட்டுப் பயணம். தீவிர சோஷலிசவாதியின் மனதில் மேற்குலகம் பற்றி மாற்றம் ஏற்படுத்திய பயணம்.

Courtesy the Rao family

நெருக்கடிநிலை குழு : 1975-ல் பிரதமர் இந்திரா காந்தி மூத்த காங்கிரஸ் தலைவர்களுடன். பொதுச் செயலர் ராவ் நடு நாயகமாக.

Courtesy the Rao family

மராத்திய தேர்தலில் : 1984 ராம் தேக் தொகுதியில் போட்டியிட்டபோது. சில மாதங்கள் முன்னதாகப் படுகொலை செய்யப்பட்டிருந்த இந்திரா காந்தியின் உருவப்படம் மாலையுடன் பின்னணியில்.

Courtesy the Rao family

இப்போதும் இரண்டாம் இடத்தில்: 1987-ல் ராஜிவ் காந்தியுடன் நரசிம்ம ராவ்.

Courtesy the Rao family

ஆருயிர் நண்பன் : 1986-ல் முதன் முதலாக கணினியைப் பயன்படுத்த ஆரம்பித்தார். சீக்கிரமே மூன்று கணினி மொழிகளைக் கற்றுத் தேர்ந்தார்.1990-ல் அரசியலில் இருந்து ஓய்வு பெற விரும்பியபோது, தனது ஆருயிர் நண்பரான கணினி பக்கம் நகர்ந்தார்.

Courtesy Indian Express

நரி : 1992 ஜனவரியில் பாலஸ்தீன யாசர் அராஃபத்தை வரவேற்கும் ராவ். இந்தப் புகைப்படம் விளம்பரப்படுத்தப்படவேண்டும் என்று ராவ் உத்தரவிட்டார். இதைத் தொடர்ந்து இஸ்ரேலுடன் முழுமையான அயலுறவை முன்னெடுத்தார்.

Courtesy the Rao family

எலி : ராஜிவ் காந்தி நினைவஞ்சலிக் கூட்டத்தில் சோனியா, ராகுலுடன் ராவ்.

Courtesy the Rao family

நெருக்கமானவர்களுடன் : ஏர் இந்தியா ஒன் -ல் பிரதமர் அயல் நாட்டுப் பயணத்தில் இருந்து திரும்புகையில், நம்பகமான முதன்மைச் செயலர் அமர் நாத் வர்மா (நிர்பவர் - வெள்ளை சட்டை). வர்மாவுக்கு வலது பக்கத்தில் ஜே.என்.தீட்சித், ராவின் தோழி கல்யாணி சங்கர்.

Courtesy the Rao family

பிரதமர் அலுவலகக் குழு : நரேஷ் சந்திரா (இடமிருந்து இரண்டாவதாக), ஆர்.கே.காந்தேகர் (இடமிருந்து மூன்றாவது), புவனேஷ் சதுர்வேதி (இடமிருந்து நான்காவது), மன்மோகன் சிங், அமர் நாத் வர்மா (மன்மோகன் சிங்குக்கு இடது பக்கம்) பி.வி.ஆர்.கே.பிரசாத் (வலமிருந்து இரண்டாவது).

Courtesy the Rao family

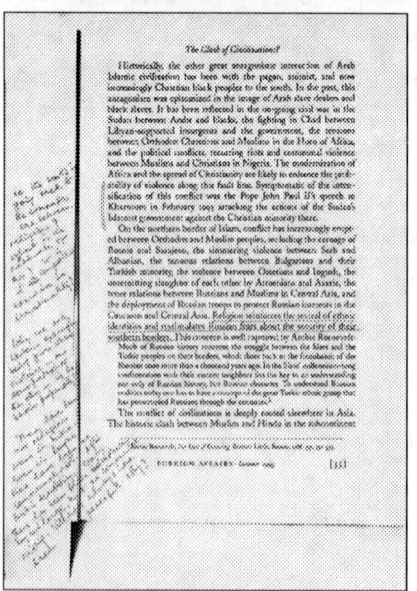

The Clash of Civilizations?

Historically, the other great antagonistic interaction of Arab Islamic civilization has been with the pagan, animist, and now increasingly Christian black peoples to the south. In the past, this antagonism was epitomized in the image of Arab slave dealers and black slaves. It has been reflected in the on-going civil war in the Sudan between Arabs and blacks, the fighting in Chad between Libyan-supported insurgents and the government, the tensions between Orthodox Christians and Muslims in the Horn of Africa, and the political conflicts, recurring riots and communal violence between Muslims and Christians in Nigeria. The modernization of Africa and the spread of Christianity are likely to enhance the probability of violence along this fault line. Symptomatic of the intensification of this conflict was the Pope John Paul II's speech in Khartoum in February 1993 attacking the actions of the Sudan's Islamist government against the Christian minority there.

On the northern border of Islam, conflict has increasingly erupted between Orthodox and Muslim peoples, including the carnage of Bosnia and Sarajevo, the simmering violence between Serb and Albanian, the tenuous relations between Bulgarians and their Turkish minority, the violence between Ossetians and Ingush, the unremitting slaughter of each other by Armenians and Azeris, the tense relations between Russians and Muslims in Central Asia, and the deployment of Russian troops to protect Russian interests in the Caucasus and Central Asia. Religion reinforces the revival of ethnic identities and restimulates Russian fears about the security of their southern borders. This concern is well captured by Archie Roosevelt:

> Much of Russian history concerns the struggle between the Slavs and the Turkic peoples on their borders, which dates back to the foundation of the Russian state more than a thousand years ago. In the Slavs' millennium-long confrontation with their eastern neighbors lies the key to an understanding not only of Russian history, but Russian character. To understand Russian realities today one has to have a concept of the great Turkic ethnic group that has preoccupied Russians through the centuries.[5]

The conflict of civilizations is deeply rooted elsewhere in Asia. The historic clash between Muslims and Hindus in the subcontinent

[5] Archie Roosevelt, *For Lust of Knowing*, Boston: Little, Brown, 1988, pp. 332-333.

FOREIGN AFFAIRS · Summer 1993 [35]

தத்துவமேதை - அரசன் : சாமுவேல் ஹண்டிங்டன் எழுதிய க்ளாஷ் ஆஃப் சிவிலைசேஷன்ஸ் புத்தகத்தில் ராவின் குறிப்புகள். அயலுறவுக் கொள்கைகள் தொடர்பான அறிவார்ந்த கட்டுரைகள், படைப்புகளை ராவ் தொடர்ந்து படித்து வந்திருக்கிறார்.

Courtesy the Rao family

கட்சிகளைக் கடந்து : தனது ஆருயிர் நண்பர் அடல் பிஹாரி வாஜ்பாயை ஆரத் தழுவியபடி. 1994-ல் ஜெனீவா மாநாட்டில் பாகிஸ்தானை எதிர்த்து வாஜ்பாய் பேசிமுடித்த பிறகு.

Taken from the book by Raj Chengappa, Weapons of Peace (HarperCollins)

அணு ஆயுத வழியில் : அதி ரகசிய அணு ஆயுத உற்பத்திக் குழுவின் சேர்மன் நரேஷ் சந்திரா, உறுப்பினர் ஏ.பி.ஜே.அப்துல் கலாம், பிரதமர் ராவ். ஹைதராபாத்தில் டி.ஆர்.டி.ஓ. ஆய்வகத்தில்.

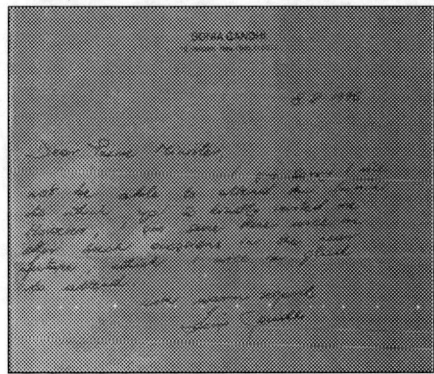

சோனியாவைச் சமாளித்தல் : 1995-ல் சோனியா காந்தி அனுப்பிய மறுப்புக் கடிதம். சில மாதங்கள் கழித்து பொதுக்கூட்டமொன்றில் ராஜீவ் காந்தி கொலை தொடர்பான வழக்கு மிக மெதுவாக நடப்பதாக பகிரங்கமாகக் குற்றம்சாட்டினார்.

Courtesy Indian Express

ஒற்றை விசுவாசி : நரசிம்ம ராவுக்கு 2011-ல் நடந்த நினைவஞ்சலிக் கூட்டத்தில் கலந்துகொண்ட ஒரு சில காங்கிரஸ் தலைவரகளில் மன்மோகன் சிங்கும் ஒருவர்.

11

சோனியாவைச் சமாளித்தல்

சோனியா மைனோ, 1946ல் இத்தாலியில் பிறந்தார். அப்போது ஹைதராபாத்தில், நிஜாமுக்கு எதிரான போராட்டங்களில் பங்கு கொண்டிருந்த நரசிம்ம ராவுக்கு 25 வயதிருக்கும். சோனியாவின் பெற்றோர் தீவிர கத்தோலிக்கர்கள். அவரது தந்தை ஒரு கட்டட ஒப்பந்ததாரராக இருந்தவர். இரண்டாம் உலகப் போரின்போது முசோலினியின் படையிலும் பணிபுரிந்திருக்கிறார். 1964ல் லண்டனில் உள்ள கேம்பிரிட்ஜ் கல்லூரியில் ஆங்கிலம் படிப்பதற்காக சோனியா வந்திருந்தார். அங்குதான் அவர் முதன் முதலாக ராஜிவ் காந்தியைச் சந்தித்தார். ராஜிவும் அதே கல்லூரியில் படித்துக்கொண்டிருந்தார். இருவருக்கும் இடையே காதல் மலர்ந்து, திருமணத்தில் முடிந்தது. 1968ல் திருமணமானதும் சோனியா, டெல்லிக்கு வந்துவிட்டார்.

ராஜிவுக்கு பரம்பரைத் தொழிலில் ஆர்வமில்லை. இந்தியன் ஏர்லைன்ஸில் பைலட்டாகப் பணிபுரிந்துகொண்டிருந்தார். சோனியாவும் ராஜிவும் தில்லியின் ஆங்கிலமய உலகில் சஞ்சரித்தனர்.[1] நரசிம்ம ராவுடைய உலகுக்கும் அந்த உலகுக்கும் இடையில் ஒளியாண்டுகள் இடைவெளி இருந்தது! ராஜிவ் காந்தி, 1981ல்தான் அரசியலுக்கு வந்தார். அந்நேரத்தில் அரசியலில் நாற்பது ஆண்டுகளைக் கடந்திருந்தார் ராவ். சட்டமன்ற உறுப்பினர், முதல்வர், கட்சியின் தேசியச் செயலர் எனப் பல்வேறு பதவிகளை வகித்துவிட்டு, 1981-ல் வெளியுறவுத்துறை அமைச்சராக இருந்தார்.

சோனியா காந்திக்கு ஆரம்பம் முதலே அரசியலில் விருப்பம் இருந்திருக்கவில்லை. 1984ல் துப்பாக்கி ரவைகளால் துளைக்கப்பட்ட தன்னுடைய மாமியாரை மருத்துவமனையில் கொண்டுசேர்த்தவர் அவர்தான். படுகொலையின் கொடூரத்தைப் பக்கத்திலிருந்து பார்த்த அவர், அரசியலில் ஈடுபட்டால் தன் கணவருக்கும் இரண்டு குழந்தைகளுக்கும் அப்படியான ஒரு நிலை வந்துவிடக்கூடுமென்று பயந்தார். இந்திரா காந்தியின் மறைவுக்குப் பின்னர் ராஜிவ் பிரதமராகிவிடக் கூடாது என்று வற்புறுத்தினார். 1991ல் ராஜிவும் வன்முறைக்கு பலியானபோது, அரசு கிரீடம் சோனியாவின் தலையில் சூட்டப் பட்டது. சோனியா மறுத்துவிட்டார்.

13 ஆண்டுகள் கழித்து, 2004ல் எதிர்பாராதவிதமாக காங்கிரஸ் வெற்றி பெற்றபோது கிடைத்த இன்னொரு வாய்ப்பையும் நிராகரித்தார். தன்னுடைய 'மனசாட்சி'யையோ[2] அல்லது ராகுலின் குரலையோ கேட்டு அப்படியொரு முடிவுக்கு வந்திருக்கலாம். நீங்கள் இதில் எதை வேண்டுமானாலும் உங்கள் விருப்பத்துக்கு ஏற்ப நம்பிக் கொள்ளலாம்.[3] எது எப்படியிருந்தாலும், உலகின் மிகப் பெரிய ஜனநாயக நாட்டின் தலைமைப் பதவியை சோனியா விரும்பவில்லை என்பது மட்டும் உண்மை.

ஆட்சிக்குப் பின்னணியில் இருந்து செயல்படுவதே அவரது விருப்பமாக இருந்தது. 2004-ல் மன்மோகன் சிங்கை சோனியா பிரதமராகத் தேர்ந்தெடுத்தார். மன்மோகன் சிங்குக்கு எந்தவித அரசியல் செல்வாக்கும் இல்லை என்பதே அதற்கு முக்கிய காரணம். 'இரட்டை அதிகாரமையம் என்பது இருக்கமுடியாது. கட்சித் தலைவர்தான் (சோனியாகாந்திதான்) உண்மையான அதிகாரம் கொண்டவர் என்பதை நான் ஏற்றுக்கொண்டுதான் ஆகவேண்டும்' என்று மன்மோகன் சிங் அவருடைய ஊடகச் செயலாளரான சஞ்சய் பாருவிடம் சொல்லியிருக்கிறார்.[4]

பி.என்.ஹஸ்கர், சதீஷ் சர்மா ஆகியோரின் ஆலோசனையின் பேரில் 1991ல் நரசிம்ம ராவை சோனியா பிரதமராகத் தேர்ந்தெடுக்கவும் அதுவே காரணமாக இருந்திருக்கக்கூடும். சோனியா காந்திக்கோ அவரது ஆதரவாளர்களுக்கோ கட்சியின் வேறு எந்தப் பிரிவுகளுக்கோ ராவினால் எந்தவொரு அச்சுறுத்தலும் இருந்திருக்க வில்லை. 1971ல் ஆந்திர முதல்வராக ராவ், இந்திரா காந்தியால் நியமிக்கப்பட்டதற்கும் அதுதான் காரணம். ராவுக்கு என்று எந்தவித அதிகார பலமும் கிடையாது என்பதால்தான் அந்தப் பதவிக்குத் தேர்ந்தெடுக்கப்பட்டார். ஆனால், இந்திரா காந்தியின் விருப்பத்தை நிறைவேற்ற வேண்டுமென்றால் அதற்கு ராவ் அதிகாரத்தைக்

கைக்கொண்டாகவும் வேண்டியிருந்தது. முதலமைச்சர் ராவினால் அந்தச் சிக்கலைச் சமாளிக்கமுடியாமல் போனது.

பிரதமர் நரசிம்ம ராவுக்கும் சோனியா காந்தியுடன் அப்படியான நெருக்கடி உருவானது. கர்ஜித்தால் வீட்டுக்கு அனுப்பிவிடுவார்கள்; அடங்கிப்போனால் பிரதமருக்கான அதிகாரத்தை இழந்து எதையும் சாதிக்க முடியாமல் போய்விடும். சோனியாவைச் சமாளிக்க தன்னுடைய பலவீனத்தையும் பலத்தையும் அவ்வப்போது ராவ் வெளிக்காட்டிக் கொள்ளவேண்டியிருந்தது.

•

தன்னுடைய அரசு கொண்டுவந்துள்ள பொருளாதாரச் சீர்திருத்த நடவடிக்கைகளெல்லாம் ராஜிவ் காந்தியால் ஏற்கனவே ஆரம்பித்து வைக்கப்பட்டவை என்பதைத் தொடர்ந்து முன்னிறுத்துவதன் மூலமாக சோனியா காந்தியின் மனதைக் குளிரவைத்தார். ஆகவே, ஆட்சிக்கு வந்ததும் ராவும் மன்மோகன்சிங்கும் கொண்டுவந்த அனைத்துப் பொருளாதாரச் சீர்திருத்த நடவடிக்கைகளுடனும் ராஜிவ் பெயரும் இணைத்தே சொல்லப்பட்டிருந்தது. அதேநேரம் இந்த சம்பிரதாயப் பெயர் உச்சரிப்புகள் சீர்திருத்த நடவடிக்கைகளை எந்தவகையிலும் பாதித்துவிடாமலும் பார்த்துகொண்டார்கள்.

ராஜிவ் ஆற்றிய உரைகளின் ஐந்தாவது தொகுப்பை 1991 ஆகஸ்ட் 22ல் ராவ் வெளியிட்டார். கூட்டத்தில் பேசும்போது அணு ஆயுதமில்லாத ஒரு உலகத்தை உருவாக்குவது ராஜிவின் கனவாக இருந்தது. மகாத்மா காந்திக்குப் பின்னர் அதைத் தொடர்ந்து முன்னெடுத்தது ராஜிவ்தான் என்று தேனொழுகப் புகழ்ந்தார்.[5] அதேநேரத்தில் வி.எஸ் அருணாச்சலம், நரேஷ் சந்திரா உள்ளிட்ட இந்திய அணுவியல் மையத்தின் அமைப்பாளர்களைச் சந்தித்து அணு ஆயுதத் தயாரிப்புக்கும் அனுமதி கொடுத்தார் (இதுபற்றி இந்த அத்தியாயத்தின் பிற்பகுதியில் விரிவாகப் பார்க்கப்போகிறோம்).

ராஜிவ் என்னும் பெயரில் சோனியா காந்தி எழுதிய புத்தகத்தை வெளியிட்டு பேசினார். 'ராஜிவ் காந்தியைச் சந்திக்கச் செல்லும் போதெல்லாம் பலமுறை சோனியாஜியையும் சந்தித்திருக்கிறேன். அவர்களுடைய உறவு மிகவும் தனித்தன்மை வாய்ந்தது... முழுமையானதும்கூட' என்று புகழ்ந்து பேசினார்.[6]

ராஜிவ் காந்திக்கு பாரத ரத்னா விருது அளித்து கௌரவிப்பதாக அறிவித்தார். இதெல்லாம் இந்தியாவை ஆள்வதற்குப் போதிய அனுபவமில்லாத 'புகழ் விரும்பி'யான[7] நபருக்கு அதிகப்படியான மரியாதை என்பது ராவுக்குத் தெரியும். புதிதாகத் தொடங்கப்பட்டு

சோனியா காந்தியால் நடத்தப்பட்ட ராஜிவ் காந்தி பவுண்டேஷனுக்கு[8] அரசு சார்பில் 100 கோடி ரூபாய் நிதியுதவி அளிக்கப்பட்டது என்பதை நாம் முன்னரே பார்த்திருக்கிறோம்.[9]

பொதுவெளிகளில் ராஜிவ் மீதான தன்னுடைய மரியாதையைத் தொடர்ந்து வெளிப்படுத்திய ராவ் கூடவே வாரம் இருமுறை தொலைபேசியில் சோனியா காந்தியைத் தொடர்பு கொள்வது முண்டு. சோனியாவின் உதவியாளர் ஒரு சில நிமிஷங்கள் தொலை பேசி அழைப்பில் ராவைக் காத்திருக்கவைத்ததும் உண்டு. இது குறித்து பி.ஆர்.கே பிரசாத்திடம் பேசிக்கொண்ருந்தபோது ராவ் சொன்னாராம்: 'தனிப்பட்ட முறையில் எனக்கு ஒன்றும் பிரச்னை யில்லை. ஆனால், எனக்குள் இருக்கும் பிரதமர் இதை விரும்ப வில்லை' என்றாராம்.[10]

வாரம் ஒருமுறை அல்லது இரண்டு வாரங்களுக்கு ஒருமுறையாவது சோனியாவை நேரில் சந்திப்பதுண்டு. பிரதமரின் உதவியாளரான ஆர்.கே.கண்டேகரும் சோனியாவின் உதவியாளர் வின்செண்ட் ஜார்ஜும் அதற்கான ஏற்பாடுகளை மேற்கொள்வார்கள். பின்னர், பிரதமர் 10 ஜன்பத் வீட்டில் சந்திப்பு நிகழும். '(சொந்த குடும்பத்தினரான) எங்களுடன் அடிக்கடி பேசுவாரோ இல்லையோ ராஜிவ் குடும்பத்தினரோடு அடிக்கடி தொடர்புகொள்வார்' என்கிறார் ராவின் மகன் ராஜேஷ்வரா.[11]

ராவுடனான தனிப்பட்ட சந்திப்புகளில் சோனியா அதிகம் பேசியதாகத் தெரியவில்லை. முதலாண்டு முழுவதும் உள்ளுக்குள் ஒடுங்கியவராக கணவரை இழந்த சோகத்தில் வாடியவராகவே இருந்தார்.[12] அவரைச் சந்திக்க வருபவர்களிடம் அரசியல் பேசுவதைத் தவிர்க்குமாறும் அறிவுறுத்தப்பட்டது.[13] 1991 அக்டோபரில் ராஜிவ் காந்தியின் மறைவினால் நடந்த இடைத்தேர்தலில் போட்டியிட சோனியா காந்தி மறுத்துவிட்டார். அதன் மூலம் இப்போதைக்கு எந்தவொரு அரசியல் செயல்பாடுகளையும் சோனியா மேற்கொள்ளப் போவதில்லை என்பது நரசிம்ம ராவின் எதிரிகளுக்குத் தெளிவாகி விட்டது.[14]

தன்னுடைய இரு பிள்ளைகள் மீதுதான் சோனியாவின் கவனமிருந்தது. பாதுகாப்பு சம்பந்தப்பட்ட தன்னுடைய கவலைகளை ராவிடம் தெரிவித்தபோது, விதிமுறைகளைத் திருத்தினார். பிரதமருக்கு மட்டுமே தரப்படக்கூடிய எஸ்பிஜி என்னும் சிறப்பு பாதுகாப்பு, சோனியாவின் குடும்பத்துக்குக் கிடைக்க வழிவகை செய்தார்.[15] டெல்லியில் வசித்த சோனியாவுக்கும் பிரியங்காவுக்கும் ராவுக்கு இணையான பாதுகாப்பு ஏற்பாடுகள் செய்யப்பட்டன. ஹார்வார்டில்

படித்துக்கொண்டிருந்த ராகுல் காந்தியின் பாதுகாப்பு குறித்த விஷயங்களிலும் ராவ் தனி கவனமெடுத்துக்கொண்டார்.

1991, செப்டெம்பர் 19ல் பிரதமர், அமெரிக்க அதிபர் ஜார்ஜ் புஷ்க்கு எழுதிய கடிதமொன்று ராவின் ஆவணத் தொகுப்பில் பத்திரமாக இருக்கிறது. அதில் மறைந்த பிரதமர் ராஜிவ் காந்தியின் மகனான ராகுல் காந்திக்குக் கூடுதல் பாதுகாப்பு அளிக்கப்படவேண்டியதன் அவசியம் குறித்து எழுதியிருக்கிறார். 'தற்போது அளிக்கப்பட்டு வரும் பாதுகாப்பு ஏற்பாடுகள் திருப்தியளிக்கின்றன. ஆனால், ராகுலைக் கொல்ல நீக்கியத் தீவிரவாதிகள் திட்டமிட்டிருப்பதாகப் பாதுகாப்புத்துறை தகவல் திரட்டியிருக்கிறது. இந்நிலையில் கூடுதல் பாதுகாப்பு அவசியமாகிறது. குறைந்தபட்சம், ஒரு பயிற்சி பெற்ற பாதுகாப்புக் காவலர் ராகுலுடன் எப்போதும் இருக்கவேண்டியது அவசியம். மேலும் அந்தக் காவலருக்குப் பல்வேறு உளவுத்துறையின் ஆதரவும் அவசியம்' என்று வலியுறுத்தியிருக்கிறார்.[16]

ராகுலுக்குக் கூடுதல் பாதுகாப்பு, சோனியாவுக்கும் பிரியங்காவுக்கும் பிரதமருக்கு இணையான பாதுகாப்பு, ராஜிவ் குடும்பத்தினரைச் சந்திக்க அடிக்கடி 10, ஜன்பத் இல்லத்துக்குச் சென்றது, பொது விடங்களில் ராஜிவ் புகழ் பாடியது போன்ற விஷயங்கள் எதிர்பார்த்த விளைவை ஏற்படுத்தின. 1992 ஆரம்பம்வரை, சோனியா காந்தி ராவ் மீது பெருமதிப்பும் நம்பிக்கையும் வைத்திருந்தார். 'எல்லோரும் என்னை அரசியலுக்கு வரச்சொல்லி அழைக்கிறார்கள். என்னை உங்கள் மகள்போல் நினைத்து, அறிவுரை சொல்லுங்கள்' என்று கேட்டாராம். அதற்குப் பதிலளித்த ராவ், 'நீங்கள் என்னுடைய மகள் என்று சொல்லிவிட்டதால் சொல்கிறேன்... அரசியலுக்கு வராதீர்கள்' என்றாராம்.

•

1992 ஏப்ரல் மாதம், கட்சித்தலைவராக காங்கிரஸ் மாநாட்டை திருப்பதியில் தலைமையேற்று நடத்தினார். 'குடும்பத்தைச்' சேராத பிரதமர் கூட்டிய முதல் கூட்டம். அச்சமயம் சோனியா காந்தி துக்கத்தில் இருந்து வெளியே வந்திருக்கவில்லையாதலால் ராவ், சுதந்தரமாக இயங்கமுடிந்தது. ஏற்கெனவே நாம் பார்த்தபடி, திருப்பதி மாநாடு ராவின் கரத்தை வலுப்படுத்தியது. கட்சியில் அவரது செல்வாக்கை உயர்த்தியது. எதிர்ப்பாளர்கள் மத்தியில் அவர் எலியல்ல, நரி என்பதை வெளிப்படுத்தியது.

ராவுக்கு எதிரான புகார்களை சோனியாவிடம் எடுத்துச் செல்ல ஆரம்பித்தார்கள். நேரு-காந்தி குடும்பத்துக்குச் சொந்தமான அரியணையை, பின்வாசல் வழியாக வந்து ராவ் பறித்துவிட்டதாகக்

கட்சியினர் நினைத்தார்கள். சோனியா பிரக்ஞைபூர்வமாக ஒதுங்கியிருந்தார். என்னதான் நீங்கள் பிரமாதமான, நல்ல முடிவுகளை எடுத்தாலும் குறை சொல்பவர்கள் இருக்கத்தான் செய்வார்கள். 10 ஜன்பத்துக்கு சரியான மரியாதை தரப்படவில்லை என்று சொல்லத் தான் செய்வார்கள் என்கிறார் அப்போது இளம் அமைச்சராக இருந்த சல்மான் குர்ஷித்.[17]

ஏராளமான கட்டுக்கதைகள் சோனியாவிடம் சொல்லப்பட்டுவருவது ராவுக்கும் தெரியும். சோனியா காந்தியுடனான சந்திப்புகளின் போதும், தொலைபேசி உரையாடல்களின்போதும் இத்தகைய கட்டுக் கதைகளால் பற்றியெறியும் நெருப்பைச் சமாளிப்பதில்தான் அவரது கவனம் இருந்தது. அதிகம் பேசாத சோனியாவின் சில கோரிக்கைகளுக்கு வழிமுறைகளை மீறி உதவிகள் செய்துதந்தார். ராஜிவின் புகழை உயர்த்திப் பிடித்தல், குடும்பத்தினருக்கு பாதுகாப்பு அளிப்பது - அப்பறம் போபார்ஸ் போன்ற விஷயங்களில் சோனியாவுக்கு ஆதரவாக ராவ் செயல்பட்டிருக்கிறார்.

போபார்ஸ் ஊழலில் ராஜிவ் சம்பந்தப்பட்டிருக்கவில்லை என்று சோனியா நம்பினாலும், புதிய அரசு ராஜிவ் மீதான களங்கத்தைத் துடைத்தழிக்கவேண்டும் என்று விரும்பினார் என்று மூத்த காங்கிரஸ் பிரமுகர் தெரிவித்தார். இவ்விஷயத்தில் ராவ் அரசு எத்தகைய நடவடிக்கையை மேற்கொண்டது என்பது 1992ஆம் ஆண்டின் ஆரம்ப மாதங்களில் தெரியவந்தது.

வெளியுறவுத்துறை அமைச்சராக இருந்த மாதவ் சிங் சோலங்கி, போபார்ஸ் பேர மோசடி மீதான விசாரணையை துரிதப்படுத்த உதவுமாறு ஸ்விட்சார்லாந்து வெளியுறவுத்துறை அமைச்சருக்குக் கடிதம் எழுதினார்.[18] சோனியா காந்தியின் மனதைத் திருப்திப்படுத்த விரும்பிய பிரதமரின் கவனத்துக்கு வராமல், சோலங்கி இப்படியொரு கடிதத்தை எழுதியிருக்க வாய்ப்பில்லை.

ஆட்சிக்கு வந்து ஒன்றரை ஆண்டுகள்வரை ராவுக்கும் திருமதி காந்திக்கும் இடைப்பட்ட உறவில் எந்தச் சிக்கலும் இல்லை. திருமதி காந்தி அரசியலில் குறுக்கிடாமல் விலகியிருந்தார். ராவ் திருமதி காந்தியின் சில கோரிக்கைகளை நிறைவேற்றிக் கொடுத்தார். ஆனால், 1992, டிசம்பர் 6-க்கு பின்னர் அனைத்துமே மாறிவிட்டன. பாபர் மசூதி இடிக்கப்பட்டது. அதைக் கண்டித்து சோனியா காந்தியிடமிருந்து அறிக்கை வெளியானது.[19] சோனியாவின் முதல் அரசியல் நடவடிக்கை அதுதான்.

சோனியாவின் அறிக்கை, ராவ் அரசைக் குறைகூறவில்லை என்றாலும், பிரதமர் அதைக் கவனத்தில் எடுத்துக்கொண்டார்.

உளவுத்துறை அமைப்புகளை 10 ஜன்பத்தைக் கண்காணிக்குமாறு ராவ் கேட்டுக்கொண்டார். 12 நாள்கள் கழித்து, உளவுத்துறை அறிக்கை அனுப்பியது. டிசம்பர் 7 முதல் சோனியா காந்தியைச் சந்திக்க வந்தவர்களின் பெயர்களை அதில் குறிப்பிட்டிருந்தது. அர்ஜுன் சிங், திக் விஜய் சிங், என். டி.திவாரி, மாதவராவ் சிந்தியா மற்றும் அகமது பட்டேல் ஆகியோரது பெயர்கள் அதில் இருந்தன. சோனியா காந்தியுடனான உரையாடலில் அர்ஜுன் சிங், திக் விஜய் சிங், ஏ.கே. ஜோகி, சலாமுதுல்லா மற்றும் அஹமது பட்டேல் ஆகியோர் பிரதமர் உள்ளிட்ட அரசுத் தரப்பினர் நிலைமையைச் சரியாகக் கையாள வில்லை என்று சோனியாவிடம் அதிருப்தி தெரிவித்ததாக உளவுத்துறை அறிக்கையில் தெரிவிக்கப்பட்டிருந்தது.

கட்சிக்குள் தனக்கு எதிராகக் கலகம் உருவாகியிருக்கிறது என்பதை ராவ் புரிந்துகொண்டார். முந்தைய அத்தியாயத்தில் குறிப்பிட்டது போல் நெருக்கடியைத் தன்னைப் பலப்படுத்திக் கொள்ளக் கிடைத்த வாய்ப்பாகப் பயன்படுத்திக் கொள்ளும் முயற்சிகளில் இறங்கினார். பாஜகவுக்கு எதிரான அனைத்து சக்திகளையும் ஒருங்கிணைத்தார். அமைச்சரவையை உடனடியாக மாற்றினார். அமைச்சரவைக்குள் இருந்தபடி தன்னை விமர்சித்தவர்களை வெளியேற்றினார்.

1993 ஜூலை மாதம் மூன்றாவதும் இறுதியானதுமான நம்பிக்கை யில்லாத் தீர்மானத்தை எதிர்கொண்டு தன்னடைய அரசைக் காப்பாற்றிக்0கொண்டார். இந்தியப் பொருளாதாரமும் மேம்பட்டிருந்தது. ஒருவழியாக அனைத்தும் தன்னுடைய கட்டுப் பாட்டுக்குள் வந்துவிட்டதாக பிரதமர் நினைத்தார். அடுத்த கட்ட வேலைகளை ஆரம்பித்தார்.

தன்னுடைய தவறுகளையும் பலவீனங்களையும் அறிந்திருப்பது மட்டுமல்லாமல் தனக்கு நேரப்போகும் ஆபத்துகளையும் கணிக்க முடிந்ததுதான் பிரதமரின் பெரிய பலம். ஆனால் 1993ம் ஆண்டில் கிடைத்த வெற்றிகள் அவருடைய கணிப்புகளைப் பிறழச் செய்தன. சோனியாவுடனான நட்புறவில் மிகப் பெரிய தவறைச் செய்யவைத்தன.

•

1993 வரை பிரதமர், சோனியா காந்தியை ஒவ்வொரு வாரமும் சந்தித்தார். அத்தகைய சந்திப்புகள் குறைந்த நேரங்களே நீடித்தாலும், அதிருப்தியுற்ற காங்கிரஸ் பிரமுகர்கள் சோனியாவிடம் சொன்ன அனைத்துக் குற்றச்சாட்டுகளுக்கும் பிரதமரால் பதிலளிக்க முடிந்தது. முறையாகத் தேர்ந்தெடுக்கப்பட்ட பிரதமர், எதற்காக ஒரு

தனிநபரிடம் அனைத்து விஷயங்களையும் சொல்லவேண்டும் என்று எதிர்க்கட்சிகள் விமர்சித்தன.[20]

முதல் இரண்டு ஆண்டுகள் வரை இத்தகைய விமர்சனங்கள் பற்றி ராவ் கண்டுகொள்ளவில்லை. ஆனால், தற்போது விமர்சனங் களுக்குக் காது கொடுக்க ஆரம்பித்தார். 1993 மத்தியிலிருந்து சோனியாவை அவரது இல்லத்துக்குச் சென்று சந்திப்பதை நிறுத்திக் கொண்டார்.

தன்னுடைய அரசியல் செல்வாக்கு அதிகரித்துவிட்டதாக நினைத்து, 10 ஜன்பத்துக்குச் செல்வதை ராவ் நிறுத்திக்கொண்டார் என்று சொல்லவேமுடியாது. அரசியல் வாழ்க்கையில் எந்நாளும் அவர் அப்படி நடந்துகொண்டதில்லை. நேரு தொடங்கி, இந்திரா, சஞ்ஜய், ராஜிவ் என அனைவரது தலைமையின் கீழ் நீண்ட காலம் பணியாற்றியிருக்கிறார். மற்ற கட்சிக்காரர்கள் போல் அல்லாமல், தன்னுடைய அரசியல் வாழ்க்கையில் ஒரு முறை கூட நேரு குடும்பத்தை எதிர்த்துக் கலகம் செய்ததே இல்லை. வலுக்கட்டாய மாக ஓய்வு கொடுக்கப்பட்டபோதும்கூட அதை மிகவும் சகஜமாகவே எடுத்துக்கொண்டார்.

ஆனால், முழு அதிகாரம் கைக்குக் கிடைக்கும் என்ற நிலைவரும் போது இரண்டாம் நிலையில் தங்களைச் சுருக்கிக்கொள்ள யாரும் தயாராக இருப்பதில்லை என்பது இயல்பான விஷயம்தான். ராவுக்கு, சோனியாவின் அரசியல் திறமைகள் மேல் நல்ல அபிப்பிராயம் இருந்ததில்லை. ராஜிவின் மறைவுக்குப் பின்னர் அவர் எழுதியிருக்கும் டைரிக்குறிப்புகளில்கூட சோனியா, கட்சிக்கும் ஆட்சிக்கும் தலைமையேற்பதை எதிர்த்திருக்கிறார். 1993க்கு பின்னர் உருவான சாதகமான சூழ்நிலையில் சாத்தியமில்லாத விஷயங்களை யெல்லாம் சாத்தியப்படுத்திவிடலாம் என்று அவர் நினைத் திருக்கூடும். ரயிலிலிருந்து இன்ஜினைக் கழட்டி விட்டுவிடமுடியும்; நேரு-காந்திகளிடமிருந்து தானும் கட்சியும் விடுதலை பெற்றுவிட முடியும் என்று நம்பியிருக்கலாம்.

சோனியாவைத் தவிர்க்க இதுதான் காரணமென்றால் அது ராவுக்கு பாதகமான விளைவுகளையே ஏற்படுத்தியது. ராவ் அமைதியாக இருந்ததை எதிர்ப்பாளர்கள் தங்களுக்கு சாதகமாக்கிக் கொண்டார்கள். அர்ஜுன் சிங், நட்வர் சிங், எம்.எல் பொதேதர், ஷீலா தீட்சித், வின்சென்ட் ஜார்ஜ் உள்ளிட்டவர்கள் ராவ் குறித்து சோனியாவிடம் இடைவிடாமல் புகார்களைத் தெரிவித்தார்கள். ராவ் தரப்பு நியாயங்களைச் சொல்ல யாரும் இருந்திருக்கவில்லை. சோனியா ஓரங்கட்டப்படுவதற்குப் பதிலாக அவர் படிப்படியாக

அதிகார மையமானார். சோனியா அதிகாரமையமாவதையும் சிலர் விரும்பினார்கள். அவர்கள் சந்தர்ப்பவாதிகள். 'சோனியாவும் ராவும் தொடர்ந்து சந்தித்துப் பேசிக்கொண்டிருந்தவரை அவர்களால் எந்தப் பிரச்னையையும் எழுப்ப முடியவில்லை. சந்திப்பு ரத்தானதும், இவர்களுக்குடையேயான இடைவெளியைத் திட்டமிட்டு உருவாக்கினார்கள்' என்கிறார் கல்யாணி சங்கர்.[21]

ராஜீவ் காந்திக்கு நெருக்கமாக இருந்த அதிகாரிகள், அரசியல் வாதிகள் ஆகியோரை ஒதுக்கிவைத்ததன் மூலம் இடைவெளியைப் பெரிதாக்கிக்கொண்டார் ராவ். 'விதிமுறைகளைச் சரியாகப் பின்பற்ற வேண்டும் என்பதில் பிரதமர் கவனமாக இருந்தார். அதே நேரத்தில் ராஜீவ் காந்திக்கு நெருக்கமாக இருந்த அதிகாரிகளுக்கு பதவி நீட்டிப்பு கிடைக்கக்கூடாது என்பதிலும் உறுதியாக இருந்தார்' என்கிறார் ஒரு மூத்த அதிகாரி. மணி சங்கர் ஐயர், ராஜீவின் பள்ளித்தோழர். கட்சியிலும் நெருக்கமாக இருந்தவர். ராவ், ஐயருடன் நல்ல நட்பில் இருந்தவர்தான், ஆனாலும் அவரை அமைச்சரவையில் சேர்த்துக்கொள்ளவில்லை. 'ராஜீவ் காந்திக்கு நெருக்கமான யாருக்கும் எந்தப் பதவியும் தராமல் ராவ் பார்த்துக் கொண்டார்' என்று காங்கிரஸ் பிரமுகர் ஒருவர் சொன்னார்.

கட்சிக்குள் கருத்து வேறுபாடுகள் அதிகரித்ததால், ராவின் அரசியல் எதிரிகள் அடிக்கடி சோனியா காந்தியை நாடிச் சென்றனர். அர்ஜுன் சிங், ஏராளமான கடிதங்கள் எழுதினார்.[22] ராஜீவ் படுகொலை விசாரணையை ராவ் வேண்டுமென்றே தாமதப்படுத்துவதாக சோனியா நம்ப ஆரம்பித்தார். கட்சிக்குள் தன்னுடைய குடும்பத்தின் ஆதிக்கத்தைப் படிப்படியாகக் குறைக்கும் முயற்சிகள் அரங்கேறுகிறதோ என்று கவலைப்பட ஆரம்பித்தார். 1995 ஆண்டு வாக்கில் தன் கருத்துகளை வெளிப்படையாகப் பேசுவதற்குத் தயாராகிவிட்டார்.[23]

●

1995 மே மாதம், நட்வர் சிங்கை ராவ் அழைத்தார். தன்னுடைய வருத்தங்களை அவருடன் பகிர்ந்துகொண்டார். ராஜீவ் படுகொலை விசாரணை குறித்து சோனியா கடுமையான முறையில் சில கடிதங்களை எழுதியிருந்தார். ராஜீவ் படுகொலை குறித்துச் சிறப்பு புலனாய்வுக்குழு விசாரணை மேற்கொண்டிருந்ததுடன், வர்மா மற்றும் ஜெயின் விசாரணைக் கமிஷன்களும் அமைக்கப்பட்டிருந்தன. அவையெல்லாம் போதாது என்பது சோனியாவின் எண்ணமாக இருந்தது.[24]

ராவ், சோனியாவைச் சந்தித்து விசாரணை குறித்து உண்மைகளைச் சொல்ல முயன்றார். ராக்ஸ் போனை (ஒட்டுக் கேட்கவியலா

தொலைபேசி) 10 ஜன்பத்தில் நிறுவி, தேவைப்பட்டால் சோனியா எந்த நேரமும் தொடர்புகொள்ளவும் ஆலோசனை கூறியிருந்தார். முதலில் சோனியா ஒப்புக்கொண்டாலும், பின்னர் ஏனோ மறுத்து விட்டார். 'அது என்னுடைய முகத்தில் அறைந்தார்போல் இருந்தது' என்று ராவ் நட்வர் சிங்கிடம் சொன்னாராம்.[23]

'என்னால் சோனியாவை எதிர்கொள்ளமுடியும். ஆனால், அப்படிச் செய்ய நான் விரும்பவில்லை. அவருடைய ஆதரவாளர்கள் சிலர் என்னைப்பற்றித் தொடர்ந்து குறைகூறிவருகிறார்கள். அவற்றை யெல்லாம் நான் கருத்தில் கொள்ளவில்லை. ஆனால் சோனியாவின் கடுமையான எதிர்ப்பு என்பது கவலைக்குரிய விஷயம். என்னுடைய உடல்நிலையைப் பாதிக்கிறது என்றார்.[24]

விசாரணை தாமதமாவதாக சோனியா நினைப்பது பற்றி நட்வர் சொன்னதும், ராவ் அதை மறுத்தார். 'ப.சிதம்பரத்தைத் தேவையான தகவல்களுடன் சோனியாவைச் சந்திக்க அனுப்பிவைத்தேன். உள்துறை அமைச்சர் எஸ்.பி. சவானையும் அனுப்பி, விசாரணை குறித்த விளக்கங்கள் தரச்சொன்னேன்' என்றார் ராவ். தேவையான கோப்புகளோடு தானும் சென்று சோனியா காந்தியைச் சந்தித்து, வழக்கில் உள்ள சட்டச் சிக்கல்களை விவரித்தாகவும் குறிப்பிட்டார். 'எல்லாவற்றையும் கேட்டுக்கொண்ட சோனியா, எதுவும் சொல்லவில்லை' என்றாராம் ராவ்.[25]

இந்திரா காந்தி படுகொலை வழக்கையும் ராஜிவ் காந்தி படுகொலை வழக்கையும் ஒப்பிட்டு சிபிஐயின் தலைவர் பிரதமருக்கு ஒரு குறிப்பு அனுப்பிவைத்தார். சோனியா காந்தியின் குற்றச்சாட்டுகளை ராவ் கூடுதல் கவனத்துடன் பரிசீலித்தார் என்பதற்கு அது ஓர் நல்ல உதாரணம். 22 மே 1995 அன்று அனுப்பப்பட்ட குறிப்பில், ராஜிவ் படுகொலை வழக்கில் ஏராளமான சிக்கல்களும் சவால்களும் இருந்த போதிலும் குற்றப்பத்திரிக்கை தாக்கல் செய்வதிலும், சந்தேகத்துக் குரியவர்களைக் கைது செய்ததிலும் எந்தவித தாமதமும் இல்லை. இந்திரா காந்தி படுகொலை விசாரணையைவிட அது வேகமாக நடைபெற்றது என்பதை அந்தக் குறிப்பு சுட்டிக்காட்டியது.

சோனியா காந்தி திருப்தியடையவில்லை. 1995, ஆகஸ்ட் 20 அன்று தனது இறந்த கணவரின் தொகுதியான அமேதியில் பத்தாயிரம் பேர் கூடியிருந்த கூட்டத்தில் பேசும்போது, 'நீங்கள் என்னுடைய வேதனையைப் புரிந்துகொள்வீர்கள் என்று நினைக்கிறேன். என்னுடைய கணவர் இறந்து நான்கு ஆண்டுகளும் மூன்று மாதங்களும் முடிந்துவிட்டது. விசாரணையோ மந்தகதியில் நடைபெறுகிறது' என்றார்.[26] தன்னுடைய கணவர் மறைந்ததைத் தொடர்ந்து தலைமைப் பதவியில் ஒரு 'வெற்றிடம்' உருவாகியிருப்பதாகவும் பேசினார்.[27]

அதுதான் சோனியாவின் முதல் அரசியல் மேடைப்பேச்சு. கூட்டமும் அவரது பேச்சை ஆமோதித்து, 'சோனியா ஆட்சிக்கு வரட்டும், ராவை நீக்குங்கள்' என கோஷமிட்டது.[28]

விசாரணை விஷயத்தில் ராவ் மீது குற்றம்சாட்டுவதில் உண்மை இருந்ததா? சதீஷ் சர்மா அதை மறுக்கிறார்: 'ஜெயின் கமிஷனும் வர்மா கமிஷனும் சிறப்பான முறையில் செயல்பட்டுக் கொண்டிருந்தன. சோனியாவின் ஆதரவாளர்கள் ராவுக்கு எதிராக அவதூறுகள் சொல்லி சோனியாவின் மனதைக் குழப்பிவிட்டார்கள்' என்கிறார்.[29] 'இந்தக் குற்றச்சாட்டுகள் எல்லாமே அபத்தமானவை. சோனியாவுக்கும் ராவுக்கும் இடையேயான நல்லுறவு சீர்குலைய அர்ஜுன் சிங் காரணமாக இருந்தார். உண்மையில், அவர்தான் முக்கியமான வில்லன்' என்கிறார் சோனியாவுக்கு நெருக்கமான மூத்த காவல்துறை அதிகாரி.

•

இதற்கிடையே காங்கிரஸ் கட்சியில் பிளவு ஏற்பட்டது. என்.டி. திவாரி, அர்ஜுன் சிங், கே.நட்வர் சிங், ஷீலா தீட்சித் உள்ளிட்டவர்கள் இணைந்து ஒரு புதிய கட்சியை உருவாக்கினார்கள். அது சோனியாவின் ஆதரவைப்பெற்ற பிரிவு. ஒட்டுமொத்த காங்கிரஸ் கட்சியினரும் அதில் இணையவேண்டும். பின்னர், ராவைத் தூக்கியெறியவேண்டும் என்பதுதான் அவர்களது திட்டம் என்று நினைத்தார்கள். ஆனால் ஷீலா தீட்சித் வேறு கருத்துக் கொண்டிருந்ததாக கல்யாணி சங்கர், இந்தியப் பெண் அரசியல் வாதிகள் பற்றிய தனது புத்தகத்தில் குறிப்பிட்டிருக்கிறார். 'அப்போ தெல்லாம் சோனியா அமைதியாக இருப்பார். அனைத்தையும் கேட்டுக்கொள்வார். எல்லாவற்றையும் புரிந்துகொள்வார், ஆனால் குறைவாகப் பேசுவார். கட்சியைப் பிளந்து இன்னொரு கட்சி ஆரம்பிக்க ஒப்புக்கொண்டிருப்பார் என்று நம்புவதற்கு இடமில்லை. அவர் என்னிடம் இது குறித்து எதுவும் சொன்னதில்லை. ஆனால், அவரது ஆசி இருப்பதாக இவர்கள் சொல்லிக்கொண்டார்கள். அதை என்னால் நம்பமுடியவில்லை' என்றாராம்.[30] நட்வர்சிங்கும், ஷீலா தீட்சித் சொல்வதை ஆமோதிக்கிறார். சோனியா, 'யாருக்கும் உடனே ஆதரவு தெரிவித்ததில்லை' என்கிறார்.[31]

நரசிம்ம ராவைப் பதவியிலிருந்து விலகுமாறு சோனியா கேட்டுக் கொண்டதாகவும் வதந்தி பரவியது. அந்நேரத்தில் டெல்லியிலிருந்து ஹைதராபாத் இல்லத்தில் இப்தார் விருந்து ஒன்று ஏற்பாடு செய்யப் பட்டிருந்தது. ராவுக்கு நெருக்கமான ஜோதிடரான என்.கே.சர்மாவும் அழைக்கப்பட்டிருந்தார்.

விருந்தில் கலந்துகொண்ட சோனியா, அமைதியாக ஒரு மூலையில் நின்றுகொண்டார். யாருடனும் பேசுவதற்கு விருப்பப்படவில்லை. 'நீங்கள் ராவ் பதவி விலகவேண்டும் என்று விரும்புகிறீர்களா' என்று நேரடியாக அவரிடம் கேட்டேன். 'இல்லை.. இல்லை.. உங்களிடம் யார் சொன்னார்கள்' என்றவர், 'ராவுக்குத் தொடர்ந்து உங்களது ஆதரவைத் தாருங்கள் என்று என்னிடம் கேட்டுக்கொண்டார்' என்கிறார் சர்மா.[32]

நடந்ததை பிரதமரிடம் சர்மா விவரித்தபோது, அவர் நம்பவில்லை. தன்னுடைய ஆட்சியைக் கலைப்பதற்கு சோனியா முயற்சி செய்து கொண்டிருந்ததாக ராவ் கவலையில் இருந்தார். சோனியாவின் குடியுரிமை சம்பந்தப்பட்ட தகவல்களை ராவ் திரட்டிக் கொண்டிருந்ததாக சுப்ரமணியசாமியும் கூறுகிறார்.[33] இதை உறுதிப் படுத்த எந்த ஆதாரமும் இல்லை. ராவின் ஆவணத் தொகுப்பிலும் இதுபற்றி எந்தக் குறிப்பும் இல்லை. ஆனால், 'வாட்டிகன்-தெரேசா-சோனியா' என்று தலைப்பில் பிரேம் தத் திவாரி 1995, மே 21 அன்று வெளியிட்ட புத்தகம் அந்தத் தொகுப்பில் இருந்தது. இந்தியாவை அழிப்பதற்கான கத்தோலிக்க சதித்திட்டத்தின் ஓர் அங்கமே சோனியா என்று அந்தப் புத்தகம் குறிப்பிடுகிறது.

•

அதேநேரத்தில், உளவுத்துறை ராவுக்கு ஒரு முக்கியமான குறிப்பை அனுப்பியது. அமைச்சரவையில் சேர விரும்புபவர்களாக 21 நபர்களின் பெயர்களைக் குறிப்பிட்டது. கட்சியின் மூத்த தலைவர்கள் 9 பேர் பற்றிய விவரங்களும் அதில் இருந்தன. அவர்களது பெயர்களுடன் சொந்த மாநிலம், ஜாதி, வயது போன்ற விபரங்களும் எழுதப்பட்டிருந்தன. 'தலைமைக்கு ஆதரவானவர்களா' (அதாவது ராவுக்கு ஆதரவானவர்களா) 10 ஜன்பத்துக்கு ஆதரவானவர்களா (சோனியாவுக்கு ஆதரவானவர்களா) என்கிற தகவலும் அதில் இடம் பெற்றிருந்தன. உதாரணத்துக்கு எம்.எஸ்.ஐயர்: தமிழ்நாடு, பிராமணர், 52, 10 ஜன்பத்துக்கு ஆதரவானவர். அயோத்தி விஷயத்தில் பிரதமரை விமர்சித்தவர். வங்கி ஊழலில் ஜே.பி.சி.யின் நலனைப் பாதுகாத்தவர் என்று மணி சங்கர் ஐயர் குறித்த அனைத்து விஷயங்களும் இடம்பெற்றிருந்தன.

இதே போன்று பவான் பன்சால்: சண்டிகர், பனியா இனத்தவர். 47 வயது, தலைமைக்கு ஆதரவாளர். நம்பிக்கைக்குரியவர் என்று குறிப்பிட்டது. அடுத்ததாக 'மார்கரெட் ஆல்வா: கர்நாடகா, கிறித்துவர். 53 வயது. தலைமைக்கு நெருக்கமானவர். மந்திரிசபையில் இருந்து நீக்கிவிடலாம். ஆனால், கட்சியில் நல்ல பதவி கொடுத்துவிட

வேண்டியிருக்கும். இல்லாவிட்டால் கர்நாடக கிறித்துவர்கள் மோசமாக எதிர்வினையாற்றுவார்கள்' என்று குறிப்பிடப்பட்டிருந்தது.

பட்டியலில் கட்சியின் மூத்த தலைவர்களும் இடம்பெற்றிருந்தார்கள். குறிப்பாக சரத் பவார் பெயர் இருந்தது. மகாராஷ்டிரா, மராத்தா, 54, சந்தேகத்துக்குரியவர், அனைவருடன் இணைந்து செயல்படக் கூடியவர். நேர்மையானவர் என்று சொல்லமுடியாது, ஆனால் உதவிகரமாக இருப்பார் என்று எழுதப்பட்டிருந்தது.

முன்னர், பொருளாதாரச் சீர்திருத்தங்களை முடுக்கிவிடுவதற்கு உளவுத்துறையைப் பயன்படுத்திக்கொண்ட ராவ், தற்போது சோனியா காந்தியின் அரசியல் எதிர்ப்பைச் சமாளிக்கப் பயன்படுத்திக் கொண்டார். 1995 இறுதிவாக்கில், சோனியா விஷயத்தில் பொறுமை இழந்துவிட்டார்.

அப்போது கோபால கிருஷ்ண காந்தி, லண்டனில் நேரு மையத்தின் தலைவராக இருந்தார். ஒரு நாள் மாலை, அவரைத் தொடர்பு கொண்ட ராவ், தென்னாப்பிரிக்காவுக்கான இந்தியாவின் தூதராகப் பணியாற்றவேண்டும் என்று கேட்டுக்கொண்டார். ஒரு ஐஏஎஸ் அதிகாரிக்குத் தரப்படும் அரிதான கௌரவம் அது. 1991-ல் ராஜிவ் காந்தியின் மரணச் செய்தி கிடைத்த சில மணிநேரங்களில் ராவ் தொடர்புகொண்டு பேசிய நபரான கோபால கிருஷ்ண காந்தி நேரு-காந்தி குடும்பத்தைவிட இந்திய சுதந்தரப் போராட்டத்தில் முக்கிய பங்கு வகித்த குடும்பத்தைச் சேர்ந்தவர். மோகன்தாஸ் காந்தி மற்றும் சி.ராஜகோபாலாச்சாரியின் பேரன்.

அந்த முக்கியத்துவத்தை மறக்காத ஒரு சிலரில் ராவும் ஒருவர். நேரு-காந்தி குடும்பத்தைச் சேராத அதே நேரம் அதைவிட மிக முக்கிய குடும்பத்தைச் சேர்ந்த ஒருவருக்கு இப்படியான கவுரவம் தரப்படுவது இதுவே முதல் தடவை' என்று கோபால கிருஷ்ண காந்தி சொன்னார்.[34]

பின்னாளில் கோபால கிருஷ்ண காந்தி, மேற்கு வங்கத்தின் ஆளுநராக நியமிக்கப்பட்டார். உடல்நிலை சரியில்லாத நிலையில் அவரை வாழ்த்தி காண்டேகர் மூலமாக வாழ்த்துச் செய்தி அனுப்பியிருந்தார் ராவ். 'அவரிடம் சில அரசியல் கணக்குகள் இருந்தன. என்னிடமிருந்து நிறைய எதிர்பார்த்தார். நேரு-காந்தி குடும்பத்தின் பிடியிலிருந்து காங்கிரஸ் கட்சியை விடுவிப்பதற்கு அவர் முயற்சி செய்து கொண்டிருந்தார் என்று சொல்ல வாய்ப்புண்டு' என்கிறார் கோபால கிருஷ்ண காந்தி.[35]

●

தனிப்பட்ட அளவில் சோனியாவுடனான உறவு கசந்துவிட்டாலும் அதைப் பொதுமேடைகளில் ராவ் பகிரங்கமாக வெளிப்படுத்தியதில்லை. 1995ல் நான்கு முறை இருவரும் பொதுமேடைகளில் சந்தித்துக்கொண்டார்கள். ஒவ்வொரு முறையும் ராவ், சோனியாவுக்கு மரியாதை கலந்த வணக்கத்தையே தெரிவித்தார். நவம்பர் 23 அன்று, இரண்டு ஆண்டு கால இடைவெளிக்குப் பின்னர் 10 ஜன்பத்துக்கு பிரதமர் தானே நேரில் சென்றார். சோனியாவை சந்தித்து 20 நிமிடங்கள் பேசிக்கொண்டிருந்தார்.[36] தன்னுடைய பேத்தியின் திருமணத்துக்கு அழைப்புவிடுக்க வந்திருந்தாலும், தன்னுடைய எதிர்ப்பாளர்களை அடக்க, அதை ஒரு வாய்ப்பாகப் பயன்படுத்திக் கொண்டார். சரத் பவார், கே. கருணாகரன், ராஜேஷ் பைலட், அஹமது படேல், பல்ராம் ஜாக்கர் உள்ளிட்டவர்கள் ராவ் பதவி விலக நெருக்கடி தருமாறு சோனியாவைத் தொடர்ந்து கேட்டுக் கொண்டிருந்தார்கள்.[37] தான் தொடர்ந்து சோனியாவுடன் நல்லுறவில் இருப்பதாக ராவ் காட்டிக்கொள்ள நினைத்தார்.

9 டிசம்பர் அன்று சோனியா காந்தியின் பிறந்த நாளன்று அவரை வாழ்த்தி, 'ராஜிவின் கனவுகளை நிறைவேற்றும் தங்களது அனைத்து முயற்சிகளும் வெற்றிபெறட்டும்' என்று கூறிக் கடிதம் ஒன்றை அனுப்பி வைத்தார் ராவ். இரண்டு நாள் கழித்து சோனியா, சம்பிரதாய நன்றிக் கடிதம் அனுப்பினார்.

1996 மே மாதம் தேர்தல் நடைபெறவிருந்தது. தமிழ்நாட்டில் யாருடன் கூட்டணி என்பது தேசிய அளவில் முக்கியமான விஷயமாக அலசப்பட்டது. தமிழ் நாட்டில் வெற்றி பெறுவது எவ்வளவு முக்கியமென்பது ராவுக்குத் தெரிந்திருந்தது. அதைப் பற்றி முந்திய அத்தியாயத்தில் பார்த்தோம். தேர்தல் முடிவுகள், திமுகவுக்கு சாதகமாக இருக்கும் என்று தெரிந்தது. ஆனால், திமுகவுடன் கூட்டணி வைக்கக்கூடாதென்று கடும் எதிர்ப்புகள் காங்கிரஸில் எழுந்தன. 'ராஜிவ் காந்தியைக் கொன்றவர்களுக்கு ராவ் உதவி செய்ய நினைக்கிறார்' என்றொரு குற்றச்சாட்டை (காங்கிரஸில் இருந்த ராவின் எதிரிகள்) எழுப்பினார்கள் என்கிறார் பிரபாகர் ராவ்.[38] அதைத் தவிர்ப்பதற்காகவே திமுகவைத் தவிர்த்து அதிமுகவுடன் கூட்டணி சேர்வது என்னும் முடிவெடுத்தார் ராவ். திமுகவுடன் கூட்டணி வைத்திருந்தால் நிச்சயம் 1996ல் மீண்டும் பதவிக்கு வந்திருப்பார். ஆனால், 'தனது கொள்கைகளுக்கு ஏற்ப நடந்துகொண்டார். அது அவருக்குத் தோல்வியைத் தந்தது' என்கிறார்.[39]

•

ஐந்தாண்டுகால ஆட்சி முழுவதும், சோனியாவுக்குப் பணிந்து நடந்துகொண்டார். அதேநேரத்தில் அரசின் கொள்கைகளை விட்டுக்

கொடுத்துவிடவில்லை. 1993 வாக்கில் இருவருக்குமிடையேயான நட்புறவு சீர்கேடு அடைந்தபோதுகூட, ராஜிவுக்கு நெருக்கமானவர்களை ஆட்சியிலிருந்து விலக்கிவைத்தார். சோனியாவை ஓரங்கட்டி விடலாமா என்றும் யோசித்தார். ஆனால், வெளிப்படையாக எதிர்க்கவில்லை. நேரு குடும்பத்தின் தலையீடில்லாத காங்கிரஸ் கட்சியை ஒருவேளை அவர் கனவாகக் கொண்டிருக்கலாம். ஆனால், அந்தக் கனவை நடைமுறைப்படுத்த முழு மூச்சுடன் எதுவும் செய்திருக்கவில்லை. எழுபதுகளில் இந்திரா காந்தியை சரியாகப் புரிந்துகொள்ளாமல் இருந்துவிட்ட முதலமைச்சர் ராவ் போல் பிரதமர் ராவ் இருக்கவில்லை. சோனியாவைக் கையாளும் விஷயத்தில் சிங்கமாகவும் எலியாகவும் நடந்துகொண்டார்.

ஆனால், பிரதமர் பதவி போன பிறகு சோனியாவைக் கையாளும் விஷயத்தில் நரசிம்ம ராவ் வெற்றிபெறவில்லை என்றுதான் சொல்ல வேண்டும். காங்கிரஸ் வரலாற்றிலேயே மிக மோசமான தோல்வியை (அன்றைய கணக்கின்படி) 1996 தேர்தலில் காங்கிரஸ் அடைந்தது. அதற்குப் பின்னர், நேரு குடும்பத்தின் தயவைக் கட்சியினர் மீண்டும் எதிர்நோக்க ஆரம்பித்தார்கள்.

1998ல் காங்கிரஸ் கட்சித் தலைவராக சோனியா காந்தி பொறுப்பேற்றபோது, கட்சியை விட்டு விலகியிருந்த ராவின் எதிர்ப்பாளர்கள் மீண்டும் கட்சியில் இணைந்துகொண்டார்கள். 1999 ல் நடைபெற்ற தேர்தலில் நரசிம்ம ராவ் போட்டியிடுவதற்கு இடம் தரப்படவில்லை. 9 மோதிலால் நேரு மார்க் இருப்பிடத்தில் உடல்நிலை சரியில்லாமல் ஓய்வில் இருந்தபோதும், ஒரு சில காங்கிரஸ் பிரமுகர்கள் மட்டுமே அவரைச் சந்திக்க வந்திருந்தார்கள். 'மேடம்' என்ன நினைப்பாரோ என்ற பயமே அதற்குக் காரணம்.

குடும்பத்தினரின் சாதனைகளுடன் ராவின் சாதனைகள் போட்டி போடும் என்ற பயம் எழுந்ததால் ராவின் உடல் தில்லியில் தகனம் செய்ய அனுமதிக்கப்படவில்லை. அவருடைய உடல் காங்கிரஸ் கட்சியின் தலைமையகத்துக்குள் காட்சிக்குக் கூட வைக்கப்படவில்லை. சோனியாவின் ஆலோசகர்களின் தூண்டுதலின் பேரில் காங்கிரஸ் கட்சியின் அதிகாரபூர்வ வரலாற்றிலும் ராவின் தலைமை குறித்த விபரங்கள் நீக்கப்பட்டிருந்தன. பொருளாதாரச் சீர்திருத்தங்கள் குறித்த கட்சியின் அதிகாரப்பூர்வ அறிக்கையில் அதை அமல்படுத்திய நரசிம்ம ராவின் பெயர் ஓர் இடத்தில்கூடக் குறிப்பிட்டப்படவில்லை.[40]

ராவுடனான சோனியா காந்தியின் நட்பு, சிக்கலான நிலையிலேயே இருந்திருக்கிறது. நேரு குடும்பத்தினரின் ஆதிக்கத்தைக் கட்சியிலிருந்து ஒழித்துக்கட்ட ராவ் முயற்சிகள் செய்தார். அது மிகவும்

பலவீனமாகவே இருந்தது என்றாலும், அதை சோனியாவைச் சுற்றியிருந்தவர்கள் பூதாகரப்படுத்தினார்கள். அவர்கள் இருவரிடையே இருந்த நட்புறவு சிதைந்ததற்கு இவர்களே முக்கியகாரணம்.

தன்னுடைய கணவர் இறந்ததைத் தொடர்ந்து சில வருடங்கள் சோனியா அரசியல் விஷயங்களில் ஆர்வம் காட்டாமலேயே இருந்தார். ராவ் தன்னுடைய பிரதமர் பதவிக்காலத்தை முடித்தபிறகே சோனியா அவருடைய சாதனைகளை அழிக்க ஆரம்பித்தார்.

ஒருவகை நாகரிகத்தைக் கடைப்பிடித்தபடியே ராவ் 'விரும்பத்தகாத நபர்' என்பதை அனைவருக்கும் தெளிவாக உணர்த்தினார் சோனியா. கட்சி அந்த செய்தியை நன்கு புரிந்துகொண்டது. தன் வாழ்நாளின் அறுபது ஆண்டுகளுக்கும் மேலாகக் கட்சிக்கு அர்ப்பணித்திருந்த ராவை அதன் பிறகு விரும்பத்தகாதவராகவே ஆக்கிவிட்டது.

12

பாபர் மசூதி வீழ்ந்தது

6 டிசம்பர் 1992. அன்று ஞாயிறுக்கிழமை என்பதால் வழக்கத்தைவிட சற்று தாமதமாகக் காலை 7 மணிக்குத்தான் எழுந்தார் ராவ். காலைக்கடன்களை முடித்துவிட்டு அன்றைய தினத்தின் செய்தித் தாள்களைப் படிக்க ஆரம்பித்தார். 2.25 லட்சத்துக்கும் மேற்பட்ட விஷ்வ இந்து பரிட்சத் அமைப்பைச் சேர்ந்த தொண்டர்கள், பாபர் மசூதிக்கு அருகில் பிரார்த்தனை செய்யக் குவிந்திருப்பதாக 'டைம்ஸ் ஆப் இந்தியா' செய்தி வெளியிட்டிருந்தது. கூடவே, 'வி.ஹெச்.பி. தொண்டர்கள், நீதிமன்ற உத்தரவை மீறமாட்டார்கள்' என்று வி.ஹெச்.பியின் செய்தித் தொடர்பாளர் குறிப்பிட்டதையும் கட்டம் கட்டி வெளியிட்டிருந்தது.[1]

அன்றைய தினத்தின் மற்ற செய்தித்தாள்களையும் படித்து முடித்து விட்டு பிரதமர் அவருக்கென்றே நிறுவப்பட்ட உடற்பயிற்சி நடை எந்திரத்தில் 30 நிமிடங்கள் நடைபயிற்சி மேற்கொண்டார். பின்னர் அவருடைய தனி மருத்துவர் ஸ்ரீநாத் ரெட்டி வந்ததும், வழக்கமான பரிசோதனைகள் ஆரம்பமாயின. சிறுநீர் மற்றும் ரத்த மாதிரிகள் எடுக்கப்பட்டன. அப்போது பிரதமர், மருத்துவரிடம் தெலுங்கிலும் ஆங்கிலத்திலும் சகஜமாகப் பேசிக்கொண்டிருந்தார்.[2]

ஏஐஐஎம்ஸ் மருத்துவமனையில் இதய நோய் நிபுணராகப் பணிபுரிந்து கொண்டிருந்தார் ரெட்டி. அன்று ஞாயிற்றுக்கிழமை என்பதால் பணிக்கு ஓய்வு. வீட்டில் தன்னுடைய குடும்பத்தாரோடு தொலைக்காட்சியில் நிகழ்ச்சிகளை ரசித்துக்கொண்டிருந்தார்.

அயோத்தியில் நடைபெறும் கரசேவை நேரலையாக ஒளிபரப்பாகிக் கொண்டிருந்தது. 12 மணிக்கு பார்த்தபோது மூன்று கும்மட்டங்களும் பத்திரமாக இருந்தன. சரியாக 12. 20 மணிக்கு முதல் கும்மட்டம் மீது தாக்குதல் ஆரம்பித்தது. மதியம் 1.55 வாக்கில் முதல் கும்மட்டம் தரைமட்டமானது.

ரெட்டி, உறைந்து போயிருந்தார். அவருடைய தந்தை கே.வி ரகுநாத ரெட்டி, தீவிரமான சோஷலிசவாதி. தந்தையின் தாக்கம், மகனிடமும் இருந்தது. 'அன்றைய தினத்தை என்னால் மறக்கவே முடியாது. இந்தியாவின் மதச்சார்பின்மைக்கு கிடைத்த பேரிடி அது' என்கிறார் ரெட்டி. அடுத்தடுத்த கும்மட்டங்கள் உடைந்து விழுந்து புழுதிமண்டலமாக மாறிக்கொண்டிருந்தபோதுதான் ரெட்டிக்கு பிரதமரின் நினைவு வந்தது.

பிரதமர், உயர் ரத்த அழுத்தக் குறைபாடுள்ள இதய நோயாளி. 1990ல் இதயமாற்று சிகிச்சைக்குப் பின்னர் நீண்ட காலம் ஓய்வெடுத்து, பின்னர் அரசியலிலிருந்து விலகியிருக்க முடிவு செய்திருந்த ராவ், இந்த அதிர்ச்சியை எப்படி தாங்கிக் கொள்ளப்போகிறார் என்பதே ரெட்டியின் மனதுக்குள் எழுந்த முதல் கேள்வி. உடனே பிரதமரின் உடல்நிலையைப் பரிசோதித்தாகவேண்டும் என்று ரெட்டி, அவரைச் சந்திக்கக் கிளம்பினார்.

பிரதமர் அலுவலகம். முக்கிய அமைச்சர்கள், மூத்த அதிகாரிகள், நெருங்கிய ஆதரவாளர்கள் புடைசூழ ராவ் அங்கே நின்று கொண்டிருந்தார். அந்த ஹாலில் இருந்தவர்கள் அனைவரும் கண்ணிமைக்காமல் டிவியைப் பார்த்துக்கொண்டிருந்தார்கள். அப்போது தான் மூன்றாவது கும்மட்டமும் இடிக்கப்பட்டு தரைமட்டமாகி யிருந்தது.

'ஏன் இப்போது வந்தீர்கள்?' என்று ராவ் கோபத்துடன் ரெட்டியிடம் கேட்டார். உங்கள் ரத்த அழுத்தத்தைப் பரிசோதிக்கவேண்டும் என்று ரெட்டி விளக்கினார். பிரதமரின் மனம் வேறு எதிலோ ஆழ்ந்திருந்தது. ஆனால், உடல் பரிசோதனைக்கு ஒப்புக்கொண்டார். அருகில் இருந்த அறையில் பரிசோதனை ஆரம்பமானது.

ரெட்டி எதிர்பார்த்ததுபோலவே, ராவின் இதயத்துடிப்பு சீராக இல்லை. ரத்த அழுத்தம் உயர்ந்துகொண்டே இருந்தது. வழக்கத்துக்கு மாறாக அவரது முகம் சிவந்திருந்தது. மிகுந்த கோபத்துடனும் எரிச்சலுடனும் இருந்தார். இதயத் துடிப்பு சீராக ராவுக்கு ரெட்டி பீட்டா பிளாக்கர் மாத்திரை கொடுத்தார். பிரதமர் இயல்பான நிலைக்கு வந்ததாகத் தெரிந்த பிறகே ரெட்டி கிளம்பினார்.

இதெல்லாம் நடந்து 23 ஆண்டுகள் ஆனாலும், ரெட்டியால் அன்றைய தினத்தை இன்றும் நினைவுகூரமுடிகிறது. 'பிரதமரின் உணர்ச்சிவசப் பட்ட நிலை, அன்றைய சம்பவத்தினால் ஏற்பட்ட விளைவு என்பதை என்னால் புரிந்துகொள்ள முடிந்தது. எதிர்பாராத அதிர்ச்சியால் ஏற்பட்ட விளைவு. முன்கூட்டியே திட்டமிட்டோ எதிர்பார்த்தோ இருந்த உணர்ச்சி நிலையல்ல என்பதை என்னால் நிச்சயமாகச் சொல்லமுடியும். ஏனென்றால், நம்முடைய உடல் எப்போதும் பொய் சொல்வதில்லை' என்கிறார்.

●

அயோத்தியில் இருந்த பாபர் மசூதி, 1528-ல் முகலாயப் பேரரசர் பாபருடைய அமைச்சரவையில் இருந்த ஒருவரால் கட்டப்பட்டது. தனது எஜமானரின் பெயரை அதற்கு அவர் சூட்டினார். மசூதி, இந்துக்களின் கடவுளான ராமர் பிறந்த இடமாக பூஜிக்கப்படும் அயோத்தியில் கட்டப்பட்டது.[3] மூன்று பெரிய குவிமாடங்களைக் கொண்ட மசூதியைச் சுற்றிலும் உட்புற மதில் இருக்கிறது. வெளிப்புறச் சுற்றுச்சுவருக்கு உள்ளே சிறிய அளவில் கட்டடங்களும் இந்துக்களின் வழிபாட்டுக்குரிய கோயில்களும் இருந்தன.[4] 19ஆம் நூற்றாண்டு தொடங்கி, மசூதியைச் சுற்றியுள்ள பகுதிகளில் வன்முறை வெடித்துவந்திருக்கின்றன. ராமர் பிறந்ததைக் கொண்டாடும் வகையில் கட்டப்பட்ட கோயிலை இடித்துத்தான் மசூதி கட்டப்பட்டிருப்பதாக இந்து அமைப்பினர் சொல்கிறார்கள்.[5]

1885ல் பிரச்னை நீதிமன்றத்துக்குச் சென்றது. மசூதியை அடுத்த வெளிப்பகுதியில், ராமர் கோயில் கட்டப்படவேண்டும் என்று உள்ளூர் கோவில் பூஜாரி கோரிக்கை விடுத்தார். மசூதிக்கு வெகு அருகில் ஒரு கோயில் கட்டப்படுமானால் அமைதிக்கு அச்சுறுத்தல் ஏற்படும் என்று பிரிட்டிஷ் அரசாங்கம் அதற்கு மறுத்துவிட்டது.[6] இந்திய சுதந்தரமடைந்த பின்னர், 1949ல் வழிபாட்டுக்காக ஒரு சில இந்து சிலைகள் ரகசியமாக மசூதிக்குள் வைக்கப்பட்டன.[7] சிலைகளை அகற்றினால் கலவரம் வரும் என்று பயந்துபோன காங்கிரஸ் அரசு, உள்ளிருந்த சிலைகளை அகற்றவில்லை.[8] உள்ளூர் நீதிமன்றம், இந்துக்கள் மசூதிக்குள் சென்று வழிபட அனுமதியளித்தது. அதே நேரத்தில் பக்தர்கள் யாரும் விக்ரகங்களுக்கு அருகில் செல்லாக்கூடாதென்றும் தொலைவில் இருந்து கம்பிக் கதவுக்குப் பின்னால் இருக்கும் சிலைகளை மட்டுமே வழிபடலாம் என்றும் சொன்னது.[9] இந்த நடைமுறை 40 ஆண்டுகள் வரை தொடர்ந்தது.

அயோத்தி, இந்தியாவிலேயே அதிகமான மக்கள் தொகையைக் கொண்ட மாநிலமான உத்திரபிரதேசத்தில் அமைந்திருக்கிறது.

அதிகமான நாடாளுமன்ற உறுப்பினர்களைப் பெற்றிருக்கும் உத்திரப்பிரதேசம், டெல்லி அதிகார மையத்துக்குச் செல்லும் வழியாகவும் அமைந்தது. வட இந்தியாவில் குறிப்பாக உத்திர பிரதேசத்தில் காங்கிரஸ் கட்சி செல்வாக்கோடு இருந்தது. மேல்தட்டு இந்துக்கள், முஸ்லீம்கள், தலித்துகள் எனப் பல வண்ணக் கலவையான வாக்கு வங்கி காங்கிரஸ் வசமிருந்தது. 1980 வாக்கில் இந்த நிலைமையில் மாற்றம் ஏற்பட்டது.

ஜனதா தளத்தின் முலாயம் சிங் யாதவ், உத்திர பிரதேசத்தில் 18 சதவீத முஸ்லீம்களின் ஆதரவைத் தன் பக்கம் இழுத்துக்கொண்டார். புதிதாகத் தொடங்கப்பட்டிருந்த பாஜக கட்சி, மேல்தட்டு மற்றும் பிற்படுத்தப்பட்ட இந்துக்களின் கணிசமான ஆதரவைப் பெற்று வளர்ந்து கொண்டிருந்தது. பல நூற்றாண்டுகளாக இஸ்லாமிய ஆதிக்கத்தினால் இந்துக்கள் பாதிக்கப்பட்டுவருகிறார்கள் என்ற வாதத்தை அடிப்படையாகக்கொண்டு பா.ஜ.க. தனது இயக்கத்தை முன்னெடுத்தது. இந்த இஸ்லாமிய ஒடுக்குதலுக்கு மிகச் சிறந்த உதாரணமாக அவர்களுக்கு பாபர் மசூதி தென்பட்டது.

1984ல், விஸ்வ இந்து பரிட்சத், பாஜகவுடன் இணைந்து கரசேவை இயக்கத்தை ஆரம்பித்தது. அயோத்தியில் உள்ள மசூதியை இடித்து விட்டு, அதே இடத்தில் ராமர் கோயில் எழுப்புவதுதான் அவர்களின் திட்டம்.[10] பாபர் மசூதிக்கு இப்போது வேறொரு முக்கியத்துவம் வந்து சேர்ந்தது: அது வெறும் மசூதி மட்டுமல்ல. இந்திய அரசியலமைப்புச் சட்டத்தின் அடிப்படையான பன்மைத் தன்மையின் அடையாளம்.

ராஜிவ் காந்தி தலைமையிலான காங்கிரஸ் அரசு, மதச்சார்பின்மை மீதான தன்னுடைய நம்பிக்கையைத் தெளிவாக்கும் வகையில் செயல்பட்டிருக்கலாம். ஆனால், அப்படிச் செய்யவில்லை. முந்தைய அத்தியாயத்தில் பார்த்ததுபோல், வாக்கு வங்கியைக் காப்பாற்றிக் கொள்வதற்காக முஸ்லீம் மற்றும் இந்து அடிப்படைவாதிகளைத் திருப்திப்படுத்தும் நடவடிக்கைகளை ராஜிவ் எடுத்தார். உச்ச நீதிமன்றம் ஷா பானு வழக்கில் வழங்கிய தீர்ப்பை ரத்துசெய்தார். சல்மான் ருஷ்டியின் 'சாத்தானின் வேதங்கள்' புத்தகத்தைத் தடைசெய்தார்.

கூடவே விஷ்வ இந்து பரிட்சத்தைவிட தன்னை அதி இந்துவாகக் காட்டிக்கொள்ள 1986-ல் பாபர் மசூதியின் 'கதவுகளைத் திறந்து' இந்து வழிபாடுகள் நடக்க வழிசெய்தார். மூன்றாண்டுகள் கழித்து மசூதிக்கு தொட்டடுத்த இடத்தில், ராமர் கோயில் கட்டுவதற்காக பூமி பூஜை செய்யவும் அனுமதியளிக்கப்பட்டது.[11]

ராஜிவ் முன்னெடுத்த இப்படியான மதவாத நடவடிக்கைகள் தேர்தலில் எதிர்பார்த்த பலன்களைத் தரவில்லை. முஸ்லிம்களில் கணிசமானவர்கள் முலாயம்சிங் யாதவ் கட்சிக்கு வாக்களித்ததால், உத்திர பிரதேசத்தில் காங்கிரஸ் கட்சி, 1989-ல் ஆட்சியை இழந்தது. அதே ஆண்டு மத்தியில் ராஜிவ் காந்தியும் தன்னுடைய ஆட்சியை இழந்தார்.

முன்பு இரண்டு இடங்களை மட்டுமே பெற்றிருந்த பாஜக, நாடாளுமன்றத்தில் 85 இடங்களைப் பெற்றது. தனக்கென சாதகமாக ஓர் அலை உருவாகியிருப்பதை அறிந்துகொண்ட பாஜகவின் எல்.கே அத்வானி, புதிய அரசியல் பிரசாரத்தில் இறங்கினார். அயோத்தியில் ராமர் கோயில் கட்டுவதற்கு, தன்னுடைய வேனை ரதமாக்கி, யாத்திரையை ஆரம்பித்தார். ரத யாத்திரை சென்ற இடமெல்லாம் முன்னெப்போதும் இல்லாத அளவுக்கு இந்துக்களுக்கும் முஸ்லீம் களுக்கும் இடையேயான இடைவெளியை அந்த யாத்திரை அதிகரித்தது.

1990 அக்டோபர். இந்து போராளிகள், மசூதியை ஆக்ரமிக்க முயன்றார்கள். இஸ்லாமியர்களின் வாக்குகளைப் பெற்று ஆட்சிக்கு வந்திருந்த முலாயம் சிங் யாதவ், துப்பாக்கிச் சூடு நடத்த உத்தர விட்டார். அரசியல்சாசனத்தின்படியாக காவல்துறையும் மத்திய படையும் முதலமைச்சருக்குக் கட்டுப்பட்டவையே. எனவே, முதல்வரது உத்தரவை அவை உடனடியாக அமல்படுத்தின. 16 இந்து போராளிகள் துப்பாக்கிச்சூட்டில் இறந்தார்கள். மசூதி மீட்கப்பட்டு, காப்பாற்றப்பட்டது. 'பாபர் மசூதி வளாகத்தில் ஒரு பறவைகூட தன்னுடைய சிறகுகளை அடிக்கமுடியாது' என்றார் முலாயம் சிங் யாதவ்.[12]

முலாயம் சிங் யாதவ் பின்னாளில் சொன்னதுபோல், துப்பாக்கிச் சூட்டினால் மசூதியைக் காப்பாற்ற முடிந்தாலும், இந்துக்களின் வாக்குகளை இழக்க நேரிட்டது.[13] ஒரு ஆண்டு கழித்து உத்திர பிரதேசத்தில் சட்டமன்றத் தேர்தல் நடைபெற்றது. பாபர் மசூதியை இடித்துவிட்டு ராமர் கோயில் கட்டுவது (கொல்லப்பட்டவர்களின் 'தியாக'த்தைப் போற்றுதல்), பிற்படுத்தப்பட்ட இந்துக்களின் உணர்வுகளைத் தன் பக்கம் திருப்புவது என்னும் இரு இலக்குகளை முன்வைத்து, பாஜகவினர் தேர்தலைச் சந்தித்தார்கள். மொத்த இடங்களில் பாதிக்கும் மேலான இடங்களைப் பெற்று, பெரிய அளவில் வெற்றி பெற்றனர்.[14] கல்யாண் சிங், முதல்வரானார். பிற்படுத்தப்பட்ட வகுப்பைச் சேர்ந்த கல்யாண் சிங், அயோத்தி இயக்கத்தில் தன்னை ஈடுபடுத்திக் கொண்டவர். அப்போது நடைபெற்ற நாடாளுமன்றத் தேர்தலிலும் உத்திர பிரதேசத்தில் பாஜக பெரிய வெற்றி பெற்றது.

'குறைந்த காலத்தில், மிகப் பெரிய வெற்றியைப் பெற்றிருந்த பாஜகவினரைக் குறைத்து மதிப்பிடமுடியாது என்பதை நரசிம்ம ராவ் உணர்ந்திருந்தார்' என்கிறார் ராமு தாமோதரன்.[15]

பாபர் மசூதி விஷயத்தில், நரசிம்ம ராவின் தீர்வு நேரிடையானது: இரு தரப்பும் பேச்சுவார்த்தைக்கு வரவேண்டும். மசூதியைப் பாதிக்காத வகையில் அதன் அருகிலேயே ராமர் கோயில் கட்டப்பட வேண்டும். இதற்கு இரு தரப்பும் ஒத்துக்கொள்ளவில்லையென்றால் நீதிமன்றத்தின் தீர்ப்பு எதுவோ, அதுவே இறுதியானது என்பதுதான் அவரது கருத்து.[16]

முஸ்லீம் அமைப்புகள் இதற்கு உடன்பட்டதுபோல் தெரிந்தது. ஆனால், பாஜகவும் அதன் கிளை அமைப்புகளும் நீதிமன்றத்துக்கு இதில் எந்த வேலையும் இல்லை; மசூதிக்குப் பக்கத்தில் அல்ல; அதை முற்றிலுமாக இடித்துவிட்டு அதன் மீது ராமர் கோயில் கட்டுவதுதான் ஒரே தீர்வு என்று விரும்பினார்கள்.

உத்திர பிரதேசத்தில் பாஜக ஆட்சிக்கு வந்தது ராவுக்குச் சுத்தமாகப் பிடிக்கவில்லை. இந்திய அரசியலமைப்புச் சட்டம், மாநிலங்களுக்கு சில சிறப்பு அதிகாரங்களை வழங்குகிறது. அதில் முக்கியமானது, மாநிலத்தின் 'சட்டம் ஒழுங்கை நிலைநாட்டுவது'. பாபர் மசூதியைப் பாதுகாக்கும் மாநில அரசின் காவல்துறை, சட்டப்படி அம்மாநில முதல்வருக்குத்தான் கட்டுப்பட்டவர்கள்; பிரதமருக்கு அல்ல. மத்திய அரசு தனது பாதுகாப்புப் படைகளை அனுப்பிவைத்தாலும், அவையும் மாநில அரசின் கட்டுப்பாட்டின் கீழ்தான் இயங்கமுடியும். ஒரே ஒரு விதிவிலக்கு உண்டு. மாநில அரசின் கட்டுப்பாட்டை மீறிச் சட்டம் ஒழுங்கு கெட்டுவிட்டால், 356-வது விதியைப் பயன்படுத்தி மாநில அரசைக் கலைத்துவிட்டு, 'குடியரசுத் தலைவரின் நேரடி ஆட்சி'யை பிரதமரால் கொண்டு வரமுடியும்.[17] மத்தியில் காங்கிரஸ் ஆட்சியில் இருந்தபோது பலமுறை மாநிலங்களின் ஆட்சி கலைக்கப்பட்டதுண்டு.[18] ஆனால், மாநிலங்களைத் தன்னுடைய கட்டுப்பாட்டில் வைத்திருக்க காங்கிரஸ் 356வது பிரிவை ஒரு ஆயுதமாகப் பயன்படுத்துவதாக 1992 வாக்கில் காங்கிரஸ் அல்லாத கட்சிகள் கண்டனம் தெரிவிக்க ஆரம்பித்திருந்தன.

உத்திர பிரதேசத்தில் காங்கிரஸ் ஆட்சியில் இருந்தபோதும், பின்னாளில் முலாயம் சிங் யாதவ் ஆட்சியில் இருந்தபோதும் மசூதியைப் பாதுகாக்க 356வது பிரிவைப் பயன்படுத்தவேண்டிய அவசியம் வரவில்லை. ஜூன் 1991க்கு பின்னர் உத்திர பிரதேசத்தில் அரசியல் நிலைமை மாறியது. எந்தக் கட்சி பாபர் மசூதியை இடிப்போம் என்று சொன்னதோ, அதே கட்சி பாபர் மசூதியைப் பாதுகாக்க வேண்டிய ஆட்சிப் பொறுப்பில் இருந்தது.

நரசிம்ம ராவைப் பொறுத்தவரை மூன்று விஷயங்களில் இக்கட்டான நிலையில் இருந்தார். முதலாவதாக இந்து, முஸ்லீம் இரு தரப்பினரும் திரும்பவும் காங்கிரஸ் பக்கம் திரும்பவேண்டும் என்று அவர் விரும்பியதால் யாரையும் விலக்கிவைக்க விரும்பவில்லை. இரண்டாவதாக, மசூதியை இடிக்கவேண்டும் என்ற பாஜகவின் கொள்கையை ராவ் எதிர்க்கவே செய்தார். ஆனால், அப்போது மத்தியில் ஒரு சிறுபான்மை அரசை ராவ் வழிநடத்திக் கொண்டிருந்தார். பாஜக, நம்பிக்கையில்லாத் தீர்மானத்தைக் கொண்டு வந்து, அதில் வெற்றிபெறும் பட்சத்தில், ராவ் ராஜினாமா செய்ய வேண்டியிருக்கும். மூன்றாவதாக, ராவ் முன்னால் இருந்த முக்கியமான விஷயம் : 356வது பிரிவைப் பயன்படுத்தி, உபி அரசைக் கலைக்க வேண்டுமா? சொந்தக் கொள்கைகளைத் தள்ளிவைத்து விட்டு, இந்திய அரசியலமைப்புச் சட்டத்தின் வழிமுறைகளை கல்யாண் சிங் பின்பற்றுவார் என்று நம்பலாமா கூடாதா?

•

கல்யாண் சிங்கின் ஆரம்பகால நடவடிக்கைகள் எதுவும் நம்பிக்கை தருவதாக இல்லை. ஜுன் 1991ல் உத்திரப் பிரதேச முதல்வராகப் பதவியேற்றவுடன் பாபர் மசூதியைச் சுற்றியிருந்த 2.77 ஏக்கர் நிலத்தை அரசு கையகப்படுத்திக்கொண்டது.[19] அங்கிருந்த பழங்காலக் கட்டடங்கள் இடித்துத் தள்ளப்பட்டன (மசூதியைத் தவிர).[20] உச்ச நீதிமன்றம் தலையிட்ட பின்புதான் கட்டடங்களை இடிப்பது நிறுத்தி வைக்கப்பட்டது. தேசிய ஒருமைப்பாட்டு கவுன்சிலிடம் (பல்வேறு கட்சிகளைச் சேர்ந்த மூத்த அரசியல்0 வாதிகளின் குழு) கல்யாண் சிங், 'சர்ச்சைக்குரிய கட்டடத்தைப் பாதுகாக்க வேண்டியது எங்கள் பொறுப்பு; நாங்கள் தீவிரமாகக் கண்காணிப்போம்' என்று நவம்பரில் உறுதியளித்தார்.[21]

இதற்கிடையே, 1991 செப்டெம்பர் மற்றும் நவம்பர் மாதங்களில் இந்து முஸ்லீம் குழுக்கள் பேச்சுவார்த்தை மேற்கொள்ள ராவ் ஏற்பாடு செய்திருந்தார். ஏறக்குறைய 90 முறை கூடிப் பேசினார்கள். பாஜக தலைமை மீது முஸ்லீம் குழுக்களுக்கு நம்பிக்கையில்லாத காரணத்தால் முன்னர் மூன்று முறை நடத்தப்பட்ட முக்கியமான பேச்சுவார்த்தைகள் தோல்வியில் முடிந்திருந்தன.[22] அவர்கள் அப்படி சந்தேகப்பட்டது சரியே.

6 ஜனவரி 1992. உளவுத்துறை, பிரதமருக்கு ஒரு குறிப்பு அனுப்பியது: 'ராம ஜென்ம பூமி -பாபர் மசூதி – நடந்ததும் நடக்கப்போவதும்' என்னும் தலைப்பில் அயோத்தி பிரச்னை பற்றி சில விஷயங்களைக் குறிப்பிட்டிருந்தது. 'சட்டரீதியிலான

தடைகளினால் அடுத்தகட்டத்துக்கு நகரமுடியாத நிலை இருக்கும் போதும் உபியின் பாஜக அரசு, ராமர் கோவில் கட்டத் தடையாக இருக்கும் அந்த விஷயங்களை எப்படியெல்லாம் தாண்ட முடியும் என்று யோசித்து வருகிறது' என்று விரிவாக எழுதியிருந்தது.

இதற்கிடையே ராவைப் பதவி விலகச் செய்வது சிரமம் என்பது 1992 ஏப்ரலில் நடைபெற்ற திருப்பதி காங்கிரஸ் மாநாட்டுக்குப் பிறகு காங்கிரஸில் இருந்த ராவின் எதிரிகளுக்குப் புரிந்துவிட்டிருந்தது. முந்தைய அத்தியாயத்தில் பார்த்ததுபோல், அயோத்தி பிரச்னையைப் பூதாகரமாக்கி, பிரதமரின் பதவியைப் பறிக்கவேண்டுமென்று அர்ஜுன் சிங் முடிவு செய்தார். மசூதிக்கு ஏற்படவிருக்கும் ஆபத்தைக் குறிப்பிட்டு 1992 ஆண்டு முழுவதும் பகிரங்கமாகவும் தனிப்பட்ட வகையிலும் ஏராளமான கடிதங்களை எழுதினார். கூடவே அயோத்தி விஷயத்தில் பாஜகவுக்கு எதிராக கடுமையான நிலைப்பாட்டை எடுத்திருந்தார்.[23]

ஜுலை மாதத்தில் பி.ஜே.பி. புதியதாக வேறு சில சர்ச்சைக்குரிய செயல்களைத் தொடங்கியது. பாபர் மசூதியைப் பாதிக்காதவகையில் வெளிப்புற மதிலுக்கு உள்ளே இருக்கும் இடத்தில் ராமர் கோயில் கட்டுவதற்கான ஏற்பாடுகளை ஆரம்பித்துவிட்டதாக பத்திரிக்கைச் செய்திகள் தெரிவித்தன. இது உச்சநீதிமன்றத்தின் வழிகாட்டுதலை மீறிய செயல்பாடுதான்.

பல காங்கிரஸ் தலைவர்கள் பதற்றமடைந்தனர். 1992, ஜுலை 9. மணி சங்கர் ஐயர், பிரித்விராஜ் சவான் உள்ளிட்ட 20 காங்கிரஸ் எம்பிக்கள், பிரதமரைச் சந்தித்து அயோத்தி விஷயத்தில் மத்திய அரசு உடனே தலையிடுமாறு கோரிக்கை விடுத்தார்கள். மசூதியையும் அதைச் சுற்றியுள்ள பகுதிகளையும் மத்திய அரசின் கட்டுப்பாட்டில் கொண்டுவந்து, அங்கு நடக்கும் கட்டுமானப்பணிகளை நிறுத்த வேண்டும்; மசூதியைப் பாதுகாக்கவேண்டும். தேவைப்பட்டால் ராணுவத்தை அங்கு காவலுக்கு நிறுத்தும்படி வேண்டுகோள் விடுத்து பிரதமரிடம் கடிதமும் அளித்தார்கள்.

சில நாட்கள் கழித்து அலகாபாத் உயர்நீதிமன்றம், கட்டுமானப் பணிகளை நிறுத்துமாறு உபி மாநில அரசுக்கு உத்தரவிட்டது.[24] ஆனால், அவை நிறுத்தப்படவில்லை. 23, ஜுலை 1992-ல் உச்சநீதிமன்றம் தலையிட்ட பின்னரே கட்டுமானப்பணிகள் நிறுத்தப் பட்டன.[25] மசூதிக்கு நேரவிருந்த ஆபத்து, உச்சநீதிமன்றத்தின் உதவியால் அப்போதைக்குத் தடுக்கப்பட்டது. கல்யாண் சிங், கொடுத்த வாக்கைக் காப்பாற்றக்கூடியவரல்ல என்பது நிரூபணமானது.

உபியின் பாஜக ஆட்சியைக் கலைக்கும் எண்ணம் பிரதமருக்கு அந்த ஜூலையில் இருந்ததில்லை. ஆனால், விரைவிலேயே அப்படி ஒரு நிலை வந்துவிடும்போல் இருந்தது. உள்துறைச் செயலாளராக மாதவ் காட்போலேவிடம் மசூதியைக் காப்பாற்ற மாற்றுத்திட்டங்கள் கண்டறியுமாறு கேட்டுக்கொண்டார்.

காட்போலே, மஹாராஷ்டிராவைச் சேர்ந்த ஐஏஎஸ் அதிகாரி. நேர்மையானவர். யாரிடமும் எந்தப் பாகுபாடும் காட்டாதவர். காட்போலே பேசும்போது கடவுளே பேசுவதுபோல் பேசுவார் என்பார்கள் (அதாவது காட் என்பதற்கு ஆங்கிலத்தில் கடவுள் என்று பொருள். போல் என்பதற்கு ஹிந்தியில் பேசுவது என்று பொருள்).

பின்னாளில், கோபத்துடன் தன்னுடைய பதவியை ராஜினாமா செய்த காட்போலே, ராவ் மற்றும் அவருடைய ஆதரவாளர்கள் பாபர் மசூதியைக் காப்பாற்றுவதில் தவறிவிட்டார்கள் என்றும் கடுமையாக விமர்சித்து எழுதியிருந்தார். ஆனால், 1992ல் அரசாங்க அதிகாரியாக இருந்தவர் தனக்கு இடப்பட்ட பணியைச் செய்தார். பாபர் மசூதியைக் காப்பாற்ற, ஒரு மாற்றுவழியைக் கண்டறிந்து ராவிடம் ஒரு ரகசிய அறிக்கையை சமர்ப்பித்திருந்தார்.

'356 வது பிரிவைப் பயன்படுத்தி ஆட்சியைக் கலைக்கவேண்டும். மத்திய ரிசர்வ் படைகள், பாபர் மசூதியைத் தன் கட்டுப்பாட்டில் எடுத்துக்கொள்ளவேண்டும். நடக்கும் விஷயங்களைப் பார்த்தால் இதைத் தவிர வேறு எந்த வழியும் இல்லை. ஒரு சில மணிநேர காவல் தவறு நடந்தாலே போதும், ரா.ஜெ.பூ - பா.ம. கட்டுமானம் உடைக்கப்பட்டுவிடக்கூடும்' என்று தெரிவித்திருந்தார்.[26] ஜூலை மாதத்தில், அத்திட்டத்தை அமல்படுத்த ராவ் எந்த முயற்சியும் எடுக்கவில்லை. 'அயோத்தி விஷயத்தில் மத்திய அரசு, முழுமையாகத் தலையிடவேண்டுமா வேண்டாமா என்பதில் ஒரு தெளிவான முடிவெடுக்கப்படாமல் இருந்தது' என்று காட்போலே குறிப்பிட்டிருக்கிறார்.[27]

ஜூலை 1992. அமைச்சரவைச் செயலாளர் நரேஷ் சந்திரா ஓய்வு பெற்றார். அரசு நிர்வாகத்தைத் திறம்பட நடத்தியதோடு, பொருளாதாரச் சீர்திருத்தங்களை அமல்படுத்துவதிலும் நரேஷ் சந்திரா நிறைய சாதித்திருந்தார். அணு சக்திச் செயல்திட்டம் தொடர்பாகவும் முக்கியப் பங்காற்றியிருந்தார். அதுபற்றிப் பின்னர் பார்க்க விருக்கிறோம். கட்டை பிரம்மச்சாரி. சவுத் பிளாக்கில் தனக்கென்று தனியிடத்தைப் பெற்றிருந்தார். அலுவலகமே வீடென்று இருந்தவர். மதிய சாப்பாடு, இரவு சாப்பாடு மட்டுமல்ல காலை உணவுகூட அங்குதான் அவருக்கு.

ராவ், அவரை இழக்க விரும்பவில்லை. பிரதமர் அலுவலகத்தில் 'அயோத்தி குழு' என தனியொரு அமைப்பை ஏற்படுத்துவதாக ராவ் நாடாளுமன்றத்தில் அறிவித்தார். அமைப்பின் தலைமை ஆலோசகராக நரேஷ் சந்திராவை நியமித்தார்.[28] அயோத்தி குறித்த சிறப்பு அமைப்பின் ஆலோசனை பிரதமரிடம் சமர்ப்பிக்கப்படும். பின்னர் அது பிரதமரின் ஒப்புதலோடு செயல்படுத்தப்படும். இவையெல்லாம் அயோத்தி விஷயத்தில் மத்திய அரசு நேரிடையாகத் தலையிட ஆரம்பித்திருக்கிறது என்கிற எண்ணத்தைத் தோற்றுவித்தன. ஆனால், உள்துறைச் செயலாளர், மாதவ் காட்போலே, 'இதுவொரு தவறான வழிமுறை, உள்துறை அமைச்சகத்தின் செயல்பாடுகளை முடக்கிவிடும்' என்று அதிருப்தி தெரிவித்திருந்தார்.[29]

நவம்பர் மாதம் முழுவதும் அயோத்தி பிரச்னை நாடு முழுவதும் பற்றியெரிய ஆரம்பித்தது. இந்துக்கள், முஸ்லீம்களுக்கு இடையே யான பேச்சுவார்த்தைகளை ராவ், கூர்ந்து கவனித்துக் கொண்டிருந்தார். பிரதமரின் சுதந்தர தின உரையில்கூட, 'ராமருக்காக ஒரு பெரிய கோயிலை அங்கு எழுப்பவேண்டும் என்பது நமது விருப்பம். ஆனால், மசூதிக்கு எந்தப் பாதிப்பும் வரக்கூடாது' என்று பேசியிருந்தார்.[30]

'பாதுகாக்கப்பட்ட மசூதி, பக்கத்திலேயே ராமர் கோயில்' என்பது 1991ல் காங்கிரஸ் தேர்தல் அறிக்கையிலேயே குறிப்பிடப் பட்டிருந்தது.[31] அதைத் தயாரித்திருந்தது ராவ்தான். இரு தரப்புக்கும் சாதகமாகச் செயல்படுவது என்ற அவருடைய வழிமுறை மற்ற பிரச்னைகளில் சுமூகமான தீர்வுகளைத் தந்திருந்தது. இந்த இடத்திலும் ராவின் பொறுமைக்கு நல்ல பதில் கிடைப்பதுபோல் இருந்தது. விஎச்பியும் முஸ்லீம் தலைவர்களும் மீண்டும் பேச்சு வார்த்தைகளை ஆரம்பித்தார்கள்.

•

1992, 30 அக்டோபர். விஎச்பி, மிகப் பெரிய வெடிகுண்டை வீசியது: டிசம்பர் 6 அன்று, மசூதிக்கு அருகே உள்ள சர்ச்சைக்குரிய பகுதியில் கரசேவையை மேற்கொள்ளப்போவதாக அறிவித்தது. உபி அரசுக்குச் சொந்தமான அந்த இடத்தில் புதிய கோயிலுக்கான பூமி பூஜை செய்வதாக முடிவெடுத்தது. மசூதியை எந்தவிதத்திலும் பாதிக்காத வகையில் மசூதியை ஒட்டிய வெளிப்புறத்தில் பூமி பூஜை நடைபெறும் என்றும் அறிவித்தது. அதன் பொருள் என்னவென்றால் 6 டிசம்பர் அன்று ஒரு லட்சம் இந்து கரசேவகர்கள் பாபர் மசூதிக்கு அருகில் ஒன்றுகூடுவார்கள்.[32]

சில நாட்கள் கழித்து வேறு ஏதாவது மாற்றுத் திட்டமுண்டா என்று மாதவ் காட்போலேவிடம் மறுபடியும் கேட்டார் ராவ். மத்திய ரிசர்வ்

படைகளை அதிகளவு குவிக்கவேண்டும் என்று 4 நவம்பர் அன்று பதில் அனுப்பியிருந்தார். சிஆர்பிஎப் 90 கம்பெனிகள், ஆர்பிஎப் 25, சிஐஎஸ்எப் 54, ஆக மொத்தம் 169 கம்பெனிகள் தேவைப்படும் என்று கூறியிருந்தார். மத்திய ரிசர்வ் படைகள், டெல்லி விமான நிலையத்துக்கு வரவழைக்கப்பட்டு, வான் வழியாக லக்னோ வரை சென்று, அங்கிருந்து தரை மார்க்கமாக அயோத்தி செல்லவேண்டும் என்றும் கூறியிருந்தார்.

காட்போலே தந்த அறிக்கை இரண்டு முக்கியமான அம்சங்களை அழுத்தமாகச் சொல்லியிருந்தது. முதலாவதாக, 'வேறெதுவும் செய்வதற்கு முன்பாக 356வது பிரிவைப் பயன்படுத்தி, குடியரசுத் தலைவர் ஆட்சியைக் கொண்டுவரவேண்டும்'. இரண்டாவதாக, மத்திய ரிசர்வ் படையின் உதவியோடு ஒட்டுமொத்த பகுதியையும் கட்டுப்பாட்டுக்குள் கொண்டுவர முயற்சிகள் எடுக்கும்போது மசூதிக்கு ஏதாவது ஆபத்து நேரக்கூடும்.

'1992 ஜூலையிலிருந்து நடந்துவரும் விஷயங்களைப் பார்க்கும் போது ராம ஜென்ம பூமி மற்றும் பாபர் மசூதியின் பாதுகாப்பை உறுதி செய்ய வேண்டும் என்பதுதான் முக்கியமான இலக்காக இருக்க வேண்டும்' என்று அவர் குறிப்பிட்டிருந்தார். 'டிசம்பர் 6 அன்று, மசூதியைச் சுற்றி குவியும் கரசேவர்களின் எண்ணிக்கை பத்து லட்சமாக உயரும்' என்று உள்துறை அமைச்சகம் எதிர்பார்த்தது. மசூதியைச் சுற்றி மத்திய பாதுகாப்புப் படையினரும் அதற்கு வெளியே கரசேவகர்களும் குவியும்போது 'ரத்தக்களறி ஏற்படவும் வாய்ப்பு உண்டு'. அதனால் மசூதிக்கு நிச்சயம் பாதிப்பு நேரலாம் என்றும் பேசப்பட்டது.

மேற்குறிப்பட்ட காரணங்களை மேற்கோள்காட்டி 'உத்திர பிரதேசத்தில் குடியரசுத்தலைவர் ஆட்சியைக் கொண்டுவருவ தென்றால் 6 டிசம்பர் வரை காத்திருக்காமல் அதற்கு முன்னதாகவே அமல்படுத்தவேண்டும்' என்றும் '24 நவம்பர் 1992 க்கு முன்னதாக ஏதேனும் ஒரு நாள் பொருத்தமான நாளாக இருக்கும்' என்றும் உள்துறை அமைச்சகம் குறிப்பிட்டது.

அதுவரை வெளியிடப்படாத இந்தக் குறிப்பு 1992, நவ, 24 வரை மட்டுமே ராவ் அரசுக்கு இந்த விஷயத்தில் இறுதி முடிவெடுக்க அவகாசம் இருந்ததாகத் தெரிவிக்கிறது.[33] அதாவது பிரதமர் அலுவலகம், முடிவெடுப்பதற்கு வெறும் 20 நாட்கள் மட்டுமே இருந்தன. அதற்குப் பின்னர் மசூதியை அரசு தன் கட்டுப்பாட்டில் கொண்டுவர முயன்றால் மசூதிக்கு ஆபத்து நிச்சயம் என்பது தெளிவாகத் தெரிந்தது.

இந்திரா காந்தியைப்போல் அல்லாமல், வன்முறையில்லாத் தீர்வில் நரசிம்ம ராவ் நம்பிக்கை வைத்திருந்தார். பொற்கோயிலுக்கும் இலங்கைக்கும் ராணுவத்தை அனுப்பிவைத்ததால் வந்த பின்விளைவு களை அவர் நேரிடையாகக் கண்டவர். அயோத்தி விஷயத்தில் 20 நாட்களுக்குள் நடவடிக்கை எடுத்தாகவேண்டும் என்னும் நெருக்கடி வந்ததும், பிரதமர் அரசியல் விவகாரங்களுக்கான கேபினெட் கமிட்டியைக் கூட்டினார்.

உள்துறை, வெளியுறவுத்துறை, ராணுவம், நிதித்துறை உள்ளிட்ட நான்கு முக்கியமான துறைகளைச் சேர்ந்த அமைச்சர்களும், அரசு உயரதிகாரிகளும் கலந்துகொண்டார்கள். மனித வளத்துறை அமைச்சராக இருந்த அர்ஜுன் சிங்கையும் கலந்து கொள்ளுமாறு பிரதமர் கேட்டுக்கொண்டார். தன்னை யாரும் கலந்தாலோசிக்க வில்லை என்று அவர் பின்னாளில் கூறிவிடக்கூடாது என்பதில் ராவ் கவனமாக இருந்தார்.

ஐந்துமுறை கூட்டம் கூடியது. ஒவ்வொருமுறை கூடும்போதும், 356வது பிரிவைப் பயன்படுத்துவது குறித்து ராவ் மீண்டும் மீண்டும் கேள்வியை எழுப்பினார்; ஆனால் '356 பற்றி தீர்மானமாக எந்தவொரு கருத்தும் முன்வைக்கப்படவில்லை' என்கிறார் மாதவ் காட்போலே.[34] கூட்டத்தில் கலந்துகொண்ட இரு மூத்த அதிகாரிகளும், ஒரு அமைச்சரும் (பெயர் சொல்ல விரும்பவில்லை) வேறுவிதமாகச் சொல்கிறார்கள். '356வது பிரிவை அதற்கான சம்பவங்கள் நடந்தால் மட்டுமே அமலுக்குக் கொண்டுவரவேண்டும். அப்படியான சம்பவங்கள் நடந்துவிடும் என்று பயந்துகொண்டு அமல்படுத்தக் கூடாது' என்று முடிவெடுக்கப்பட்டது என்கிறார்கள். இது குறித்து வெளிப்படையாகப் பேசியவர்களில் நரேஷ் சந்திராவும் ஒருவர்: 'அரசியல் சாசனப்படி, சட்டம் ஒழுங்கு கெட்டுவிடக்கூடும் என்று எதிர்பார்த்து ஆர்ட்டிகிள் 356ஐ அமல்படுத்த அனுமதி இல்லை என்பதுதான் அரசாங்கத்தில் இருந்த பொதுவான எண்ணமாக இருந்தது. சட்டத்துறைச் செயலர் பி.சி.ராவ் கூட இதையேதான் சொன்னார்'.

'ராவ் முடிவெடுக்க முடியாமல் தடுமாறினார். கடுமையான நடவடிக்கை எடுக்கப்படவேண்டும் என்று வற்புறுத்தினேன்' என்று அர்ஜுன் சிங் பின்னாளில் தெரிவித்தார்.[35] ஆனால், கூட்டம் தொடர்பான ஆவணப் பதிவில் அப்படி எதுவும் இடம்பெறவில்லை. அர்ஜுன் சிங் மட்டுமல்ல மன்மோகன் சிங், சரத் பவார் உள்ளிட்ட எவருமே கல்யாண் சிங் ஆட்சியைக் கலைப்பது பற்றிப் பரிந்துரைத்திருக்கவில்லை.

ஒரு கூட்டத்தில் பேசப்படும் அனைத்துமே ஆவணமாகப் பதிவு செய்யப்படுவதில்லை என்பது உண்மைதான். எனினும் அதில் பங்குபெற்றவர்களுடைய பேட்டியிலும் குடியரசுத் தலைவர் ஆட்சியை அமல்படுத்துவது பற்றி முக்கியமாக என்ன பேசப்பட்டது என்று தெளிவாகவே சொல்லப்பட்டிருக்கிறது. 'அரசியல் விவகாரங் களுக்கான கேபினெட் அமைச்சரவை குழு கூட்டத்தில், மசூதியை காப்பாற்றத் தேவையான அனைத்து நடவடிக்கைகளையும் மத்திய அரசு மேற்கொள்ள வேண்டும் என்று பேசப்பட்டதே தவிர, குடியரசுத் தலைவர் ஆட்சியைக் கொண்டு வரவேண்டும் என்று யாரும் முன்மொழியவில்லை' என்கிறார் நரேஷ் சந்திரா.

ராவ் அமைச்சரவை, உத்தரபிரதேசத்தில் குடியரசுத் தலைவர் ஆட்சியை அமல் செய்ய விரும்பியிருக்கவில்லை என்பதற்குத் தெளிவான ஆதாரம் 20, நவம்பர், 1992 வாக்கில் நடந்த சி.சி.பி.ஏ. கூட்டங்களில் இருந்து தெரியவருகிறது. அப்போது அரசுமுறைப் பயணமாக ராவ், செனகல் நாட்டுக்குப் போயிருந்தார். அர்ஜுன் சிங்கின் அலுவலகத்தில்கூட அந்தக் கூட்டம் ஒருநாள் நடந்தது. உத்திரப் பிரதேசத்தில் ஆட்சியைக் கலைப்பது என்கிற விஷயத்தில் நான் இல்லாவிட்டாலும்கூட நீங்கள் முடிவெடுக்கலாம் என்று எஸ்.பி. சவான், அர்ஜுன் சிங், சரத் பவார் உள்ளிட்டோர்களிடம் பிரதமர் கேட்டுக்கொண்டதாக காட்போலே குறிப்பிடுகிறார்.[36] ஆனால், யாரும் முடிவெடுக்கத் தயாராக இல்லை.

மசூதி இடிக்கப்பட்ட பின்னர் கூட்டப்பட்ட கூட்டத்தில் பிரணாப் முகர்ஜி பேசும்போது ராவை விமர்சனம் செய்த காங்கிரஸ்காரர் களைக் கடிந்துகொண்டார், 'நீங்கள் எல்லோரும் அமைச்சரவையில் இருக்கிறீர்கள். உங்களில் சிலர் சிசிபிஏவிலும் உறுப்பினர்களாக இருக்கிறீர்கள். முடிவுகள் எல்லாம் அனைவரும் கூடிக் கலந்து பேசி எடுக்கப்படுபவைதான். பிரதமர் அல்லது உள்துறை அமைச்சர் மட்டும் பொறுப்பு என்று சொல்லிவிடமுடியாது' என்றார்.[37]

குடியரசுத்தலைவர் ஆட்சியைக் கொண்டுவரவேண்டும் என்று இடதுசாரிகளும் இடது சாய்வு கொண்ட ஜனதா தளமும்கூடச் சொல்லியிருக்கவேண்டும். அடிப்படையில் பாஜகவின் கொள்கை களுக்கு எதிரானவர்களாக இருந்தவர்கள் இடதுசாரிகள். ஜனதா தளம் குழப்பமான நிலையில் இருந்தது. முன்னர் பாஜக ஆதரவில் ஆட்சிக்கு வந்திருந்த ஜனதா தள கட்சியினர், தற்போது பாஜகவின் எதிரிகளாகிவிட்டிருந்தனர்.

23 நவம்பர் 1992 அன்று பிரதமர், தேசிய ஒருமைப்பாட்டு கவுன்சிலைக் கூட்டினார். பாஜக அதில் கலந்து கொள்ளவில்லை. மற்ற அனைத்து

எதிர்க்கட்சிகளும் கலந்துகொண்டு அயோத்தி பிரச்னை குறித்துப் பேசினார்கள். கல்யாண் சிங் மீதான நம்பகத்தன்மை பறிபோயிருந்த நிலையில் இடதுசாரிகளும் ஜனதா தளமும் குடியரசுத் தலைவர் ஆட்சியைக் கொண்டு வரவேண்டும் என்று உறுதியாகச் சொல்லி யிருக்கலாம். ஆனால், அதை அவர்கள் செய்யவில்லை. தேசிய ஒருமைப்பாட்டு குழு, மசூதியைக் காப்பாற்றும் விஷயத்தில் அனைத்தையும் பிரதமரின் முடிவுக்கே விட்டுவிடுவதாக அறிவித்தது.[38]

'எங்களுக்கு ஆர்ட்டிகிள் 356யைப் பயன்படுத்துவதில் உடன்பாடில்லை. ஆனால், மசூதியைக் காப்பாற்ற வேறு வழியில்லாத நிலை ஏற்படுமானால், 356ஐப் பயன்படுத்தலாம் என்று நாங்கள் சொன்னோம்' என்று பின்னாளில் தெரிவித்தார் ஜோதி பாசு.[39] ஆனால், அந்த நேரத்தில் வேறு எந்த வழியும் இல்லை. எனவே, 356வது பிரிவை அமல்படுத்தியேயாகவேண்டும் என்று இடதுசாரிகள் தெளிவாகச் சொன்னார்களா இல்லையா என்று ஜோதிபாசு சொல்லவே இல்லை.

தன்னுடைய அமைச்சரவையினரும், எதிர்க்கட்சிகளும் எந்த முடிவும் எடுக்கத் தயாராக இல்லாதநிலையில் வேறு வழியின்றி உச்ச நீதிமன்றத்தை அணுகினார் ராவ். மசூதியின் பொறுப்பை உச்ச நீதிமன்றம் மத்திய அரசிடம் கொடுத்துவிடவேண்டும் என்று ராவ் பெரிதும் விரும்பினார்.[40] 'சட்டரீதியான செயல்பாடுகள் கல்யாண் சிங் அரசைக் கலைக்காமலேயே மசூதியின் பொறுப்பு ராவின் கைகளுக்கு வந்துசேர வழிவகுத்திருக்கும் என்று நம்பினார்' என்கிறார் கல்யாணி சங்கர்.

நவம்பர் இறுதியில் உச்சநீதிமன்றம் தன்னுடைய விசாரணையை ஆரம்பித்தது. விசாரணையின்போது, மசூதியின் பாதுகாப்பை உறுதி செய்வதாக உபி முதல்வர் கல்யாண் சிங் தன்னுடைய வழக்கறிஞர்கள் மூலம் மனு தாக்கல் செய்திருந்தார். உச்சநீதிமன்றமும் கல்யாண் சிங் மீது நம்பிக்கை வைத்து, மசூதியின் பொறுப்பை மத்திய அரசிடம் தரும்படிக் கேட்ட ராவின் கோரிக்கையைத் தள்ளுபடி செய்தது.[41]

உளவுத்துறை ராவின் கட்டுப்பாட்டில் இருந்தது. அது கிட்டத்தட்ட அவருடைய நிறுவனம் போலவே இருக்கவும் செய்தது. தன்னுடைய அமைச்சர்களையும், அரசியல் எதிரிகளையும் ஏன் சோனியா காந்தியையும் கூடக் கண்காணிக்க உளவுத் துறையைப் பயன்படுத்திக் கொண்ட ராவ், அயோத்தி விஷயத்திலும் உளவுத் துறையை நாடியதில் ஆச்சரியமில்லை. நவம்பர் மாதத்தில் உளவுத்துறை இரண்டு முக்கியமான அறிக்கைகளை அனுப்பியிருந்தது.

முதல் அறிக்கை, மசூதியின் பாதுகாப்பு கேள்விக்குறியாக இருப்பதாகக் குறிப்பிட்டது. ஆனால், குடியரசுத் தலைவர் ஆட்சியைக் கொண்டுவருவது குறித்து வலியுறுத்தவில்லை. இரண்டாவது அறிக்கை, டிசம்பர் மாத ஆரம்ப தினங்களில் வந்தது. இதில் ஏராளமான திடுக்கிடும் தகவல்கள் இருந்தன. விஎச்பி அமைப்பு, தற்கொலைத் தாக்குதல் படையொன்றைத் தயார் செய்து, பயிற்சி அளிப்பதாகவும், 6 டிசம்பர் அன்று மசூதி மீது வெடிகுண்டுத் தாக்குதல் தொடுக்கத் தயாராக இருப்பதாகவும் குறிப்பிட்டது. இது வேறு யாருமே சொல்லியிராத ஒரு தகவல். உளவுத்துறை அதோடு நில்லாமல் இந்தத் தகவலை உறுதிப்படுத்தும் ஆதாரங்கள் எதுவும் கிடைக்கவில்லையென்றும் குறிப்பிட்டிருந்தது. பொதுவாகவே உளவுத்துறையின் குறிப்புகள் இப்படித்தான் தெளிவில்லாமல் இருக்கும் என்கிறார் ராவின் ஆதரவாளர்: 'உளவுத்துறையின் அனைத்து அறிக்கைகளும் இருவிதமாகப் பேசும். மசூதி இடிக்கப் பட்டால், நாங்கள் ஏற்கனவே அது குறித்துச் சொல்லியிருந்தோம் என்றும், மசூதிக்கு ஆபத்து ஏதும் ஏற்படாவிட்டால், அதை நாங்கள் எதிர்பார்த்திருந்தோம் என்றும் சொல்லத் தோதாக அந்த அறிக்கைகள் இரட்டை நாக்குடன் பேசின'.

ராவுக்கு இன்னொரு சிக்கலும் இருந்தது. குடியரசுத் தலைவராக இருந்த சங்கர் தயாள் சர்மாவுடனான உறவு சீராக இல்லை என்பதை ஏற்கெனவே பார்த்தோம். ராவுடைய ஆவணத் தொகுப்பில் அவர்கள் இருவருக்கு இடையேயான காரசாரமான கடிதப் போக்குவரத்துக்கான ஆதாரங்கள் இருக்கின்றன. தன்னிடமிருந்து ஆலோசனைகள் கேட்க ராவ் தயாராக இல்லை என்று சர்மா வருந்தினார். ராவுக்கோ சர்மாவின் நீண்ட சலிப்பூட்டும் உரையாடல்களில் ஆர்வம் இருந்திருக்கவில்லை. முன்பொருமுறை ஒரு மாநில கவர்னரை நீக்கவேண்டும் என்பதற்காகக் குடியரசுத்தலைவரைத் தொடர்பு கொள்ள ராவ் முயற்சித்தபோது, தொலைபேசியில்கூடப் பேச அவர் தயாராக இல்லை.[42]

அரசியல் சட்டவிதிமுறைகளின்படி, குடியரசுத் தலைவர் ஆட்சியைக் கொண்டு வர மத்திய அமைச்சரவைக்கு குடியரசுத் தலைவரின் ஒப்புதல் வேண்டும். குடியரசுத் தலைவர்கள் பெரும்பாலும் பெயரளவிலான அதிகாரம் கொண்டவர்களாகவே இருந்தார்கள். அமைச்சரவையின் முடிவை எதிர்த்து யாரும் கேள்வி கேட்பதில்லை. ஆனால், சர்மா மற்றவர்களிடமிருந்து மாறுபட்டிருந்தார். ஒருமுறை அமைச்சரவை அனுப்பிய பரிந்துரையை மறு பரிசீலனை செய்யுமாறு திருப்பி அனுப்பியிருந்தார். அயோத்தி விஷயத்திலும், விதிமுறை களை மீறிச் செயல்படுவதாக குடியரசுத் தலைவரிடமிருந்து எதிர்வினை வந்தால் என்ன செய்வது என்று ராவ் பயந்திருந்தார்.

உபியின் ஆளுநர், மாநிலத்தில் சட்டம் ஒழுங்கு சரியாக இல்லை என்று மத்திய அரசுக்கு எழுதியிருந்தால்கூட அதை வைத்து 356வது சட்டப் பிரிவைப் பயன்படுத்துவது குறித்து ராவ் ஒரு முடிவுக்கு வந்திருக்கக்கூடும். ஆளுநர்களை மத்திய அரசுதான் நியமிக்கும். பெரும்பாலான ஆளுநர்கள் தன்னிச்சையான முடிவுகள் எடுப்பவர்களாக இருக்கமாட்டார்கள்; மத்திய அரசைச் சார்ந்திருப்பதே வழக்கம். ஆனால், ராவின் துரதிர்ஷ்டம் அப்போது உபியின் கவர்னராக இருந்தவர் பி.சத்தியநாராயண ரெட்டி. முன்னர் வி.பி.சிங் ஆட்சியிலிருந்தபோது நியமிக்கப்பட்டவர். ராவ் அரசின் மூலம் அவரைக் கட்டுப்படுத்துவது சிரமம். கரசேவைக்கு ஐந்து நாட்கள் முன்பாக, 1992, டிசம்பர் 1 அன்று ஆளுநர் ரெட்டி, குடியரசுத் தலைவர் ஆட்சியைக் கொண்டுவருவதற்கு எதிராகக் கடிதம் எழுதியிருந்தார். 'மாநிலத்தின் சட்டம் ஒழுங்கு நிலை குறிப்பாக மதவாத விஷயங்களில் திருப்திகரமாக இருப்பதாக' அதில் தெரிவித்திருந்தார்.[43]

நான்கு பக்கமும் கதவுகள் அடைபட்டதும், நரசிம்ம ராவ் இக்கட்டான நிலைக்குத் தள்ளப்பட்டார். நவம்பர் மாதம் முழுவதும் உபி முதல்வர் கல்யாண் சிங் எந்தவொரு சர்ச்சையில் சிக்காமலும், எந்தவொரு தவறான நடவடிக்கைகள் எடுத்துவிடாமலும் கவனமாக இருந்தார். சரத் பவார், அர்ஜுன் சிங் உள்ளிட்டவர்களும் கல்யாண் சிங்கின் உள்நோக்கத்தைக் கவலையோடு கவனித்துக் கொண்டிருந்தார்கள். ஆனால், அவரது ஆட்சியைக் கலைப்பது குறித்துப் பேசவில்லை. உச்சநீதிமன்றம், மாநில ஆளுநர், சட்டத்துறை மூத்த அதிகாரிகள் எனப் பெரும்பாலானவர்கள் உத்திர பிரதேசத்தில் குடியரசுத் தலைவர் ஆட்சியை அமல்படுத்துவதற்கு எதிராக இருந்தார்கள்.

ஒருவேளை ராவ், 356வது பிரிவைப் பயன்படுத்த முடிவு செய்திருந்தாலும், அதை உச்ச நீதிமன்றம் அனுமதித்திருக்காது. சட்டம் ஒழுங்கு நிலைமை சீர்கெடாத நிலையில் மாநில ஆட்சியைக் கலைப்பது சட்டவிரோதமானது என்று சொல்லித் தடுத்திருக்கும்.

'ஜனநாயக முறைப்படித் தேர்ந்தெடுக்கப்பட்ட ஒரு மாநில அரசை, முன்னெச்சரிக்கை நடவடிக்கை என்னும் பெயரில் எப்படிக் கலைக்க முடியும். அது சட்டத்துக்கு உட்பட்டதா? அரசியல் வெறுப்பின் காரணமாக, அரசியல் சட்டத்துக்கு முரணான, வெளிப்படையான விதிமீறல் என்று கருதப்படாதா' என்றெல்லாம் ராவ், பி.விஆர்.கே பிரசாத்திடம் கேட்டிருக்கிறார்.[44]

ஒருவேளை உபி ஆட்சி கலைக்கப்பட்டிருந்தால், பாஜக போராட்டத்தில் இறங்கியிருக்கும். மத்திய அரசின் கொடுங்கோல்

முடிவு என்று நாடாளுமன்றத்தில் அரசுக்கு எதிராக நம்பிக்கையில்லாத் தீர்மானத்தையும் கொண்டு வந்திருக்கும். அப்படியொரு நிலைமை ஏற்படுமானால், பாஜகவுக்கு எதிரான கட்சிகள் ராவுக்கு ஆதரவாக இருப்பார்கள் என்று சொல்வதற்கில்லை. சொந்தக் கட்சிகூட அவரை ஆதரிக்குமா என்பது சந்தேகம்தான்.

மாறாக, குடியரசுத் தலைவர் ஆட்சியை அமல்படுத்தாமல் இருப்பதும் ஆபத்தானதுதான். டிசம்பர் ஆறாம் தேதி பாபர் மசூதி இடிக்கப்படுவதற்கான அனைத்து சாத்தியங்களும் இருந்தன. கல்யாண் சிங் மசூதி இடிக்கப்படாது என்று பொதுவெளியிலும் நீதிமன்றத்திலும் உத்தரவாதம் தந்திருந்தார். ஆனால், அவரை நம்ப முடியாது என்பது அவருடைய முந்தைய நடவடிக்கைகளில் இருந்து தெரியவந்திருந்தன. ஒருவேளை, மசூதி இடிக்கப்பட்டால் ஏற்படும் அரசியல் குழப்பத்தில் ராவின் அரசும் வீழ்ந்துவிடும்.

அரசியல் அபாயங்கள் நிறைந்த இப்படியான இரண்டு வழிகளே முன்னால் இருந்தநிலையில் குடியரசுத் தலைவர் ஆட்சியை அமல்படுத்தவேண்டாம் என்று ராவ் முடிவெடுத்தார். செய்தாக வேண்டிய அவரச திட்டம் என்று காட்போலே அதையே அடிக்கடி நினைவூட்டியிருந்தாலும்,[45] உபி அரசைக் கலைக்காமல், மசூதியை எப்படிக் காப்பாற்றுவது என்பது பற்றி யோசிக்க ஆரம்பித்தார். அதன் மூலமே மசூதியையும் தன்னுடைய ஆட்சியையும் காப்பாற்றிக் கொள்ள முடியும். அவர் என்னென்ன முயற்சிகள் மேற்கொண்டார் என்பது பற்றி இதுவரையில் யாரும் சொன்னதில்லை. அந்தத் தனிப்பட்ட மாற்றுத் திட்டம் பற்றித் தெரிந்து கொள்வதற்கு முன்னர், அவர் எங்கிருந்து வந்தார்; இந்தியா குறித்த அவரது பார்வை என்னவென்பதைத் தெரிந்துகொள்வது அவசியம்.

•

நரசிம்ம ராவ், ஆசாரமான பிராமண குடும்பத்தைச் சேர்ந்தவர். சிறுவயதில் இந்து மகாசபா, ஆர்ய சமாஜம், கம்யூனிஸ்ட் கட்சி போன்ற அமைப்புகளுடன் சேர்ந்து ஹைதராபாத் சமஸ்தானத்தை முஸ்லீம்களின் கட்டுப்பாட்டிலிருந்து விடுவிக்க, களத்தில் இறங்கிப் போராடியவர். அவரது குருவான ராமனந்த தீர்த்தர் இந்த முரணான கோட்பாடுகளின் பேருருவமாக இருந்தார். அவர் இந்து சாமியார், கம்யூனிஸ்ட், காங்கிரஸ்காரர் என மூன்றும் கலந்த கலவையாக இருந்திருக்கிறார். ராவ் தன்னுடைய வாழ்நாள் முழுவதும் அன்றாட பூஜை புனஸ்காரங்கள், வருடாந்தர புனித யாத்திரைகள் என இருந்தவர். பிரதமராவதற்கு இரு மாதங்களுக்கு முன்னர் குற்றாலத்தைச் சேர்ந்த ஒரு இந்து மடத்தில் சாமியாராகிவிடலாம்

என்று முடிவெடுத்தவர். அவருடைய இந்தக் கடந்தகால வாழ்க்கையே அவர் முஸ்லீம்களுக்கு எதிரானவர் என்னும் விமர்சனங்களுக்கு அடிப்படையாக அமைந்திருக்கிறது.

இந்தக் குற்றச்சாட்டுகளில் எந்த நியாயமும் இல்லை. இந்து இயக்கங்களுடன் இணைந்து ஹைதராபாத்தை மீட்க ராவ் மட்டுமல்ல ஒட்டு மொத்த மாநில காங்கிரஸ் கட்சியுமே போராடியது. மற்ற எந்த இந்தியப் பிரதமரையும்விட நரசிம்ம ராவே அதிகமான இஸ்லாமியச் சுற்றுச்சூழலில் இருந்து வந்தவர். அவர் குரானை நன்கு வாசித்திருந்தார். சமஸ்கிருதத்தைவிட உருதுவில் அவரால் சரளமாகப் பேசமுடியும். பாரசீக மொழியிலும் அவருக்கு பரிச்சயமுண்டு. 'மனிதர்களுக்கிடையே எந்தப் பிரிவினையும் இல்லை என்று நினைத்தவர். மனதளவில் அவர் தூய்மையானவர்' என்கிறார் இஸ்லாமியரும் அவரது வெளியுறவுத்துறை செயலருமான சல்மான் ஹைதர்.[46]

மதச்சார்பின்மை என்பதற்கு ராவின் அகராதியில் இருந்த அர்த்தமே அவரை மற்றவர்களிடமிருந்து வேறுபடுத்தியது. 'இந்தியாவிலிருந்த வெவ்வேறு ஜாதி, மதக் கட்டமைப்புகளை அவர் நன்கறிந்தவர்.[47] மேற்கத்திய மனப்பான்மை கொண்டிருந்த நேருவைப்போல் இந்தியாவைத் தனி நபர் தேசமாக அல்லாமல் பல்வேறு இன, மத, ஜாதி குழுக்களின் ஒன்றுபட்ட அரசியலமைப்பாகவே பார்த்தார்.

நரசிம்ம ராவின் இந்து அடையாளம், மேலோட்டமாக பாஜகவோடு அவரை நெருக்கமாகவைத்துப் பார்க்கவைத்திருக்கிறது. தேர்தல் அரசியலில் வெற்றி பெறுவதற்காக வாழ்நாள் முழுவதும் இடது சாரிகளையே அவருக்கு எதிர்க்கவேண்டியிருந்தது. இந்து தேசியவாதிகளுடன் அவருக்கு மோதவேண்டியதே இருந்ததில்லை. இதற்கு நேர்மாறாக, ராவின் முக்கிய அரசியல் எதிரியான அர்ஜுன் சிங், மத்தியப் பிரதேசத்தில் பாஜகவுடன் மோதி, தோற்றுப்போய் ஆட்சியை இழந்திருந்தார். போபால் மருத்துவமனையில் கட்டிலில் படுத்திருந்தபோது, அந்த வழியாக வந்த அத்வானியின் ரதயாத்திரையில் எழுந்த கூச்சல்களைக் கேட்டு உறைந்து போயிருக்கிறார்.[48] ராவுக்கு அப்படிப்பட்ட கசப்பான அனுபவங்கள் எதுவுமில்லை. பாஜகவினரை அவர் தவறான வழிகாட்டியின் பின்னால் செல்லும் இந்துக்களாகவே பார்த்தார்; அபாயகரமான எதிரிகளாக அல்ல.

தனிப்பட்ட அரசியல் நட்புகளை ராவ் நம்பியிருந்தார். பாஜகவின் பல தலைவர்களோடு அவர் நெருங்கிய தொடர்பில் இருந்தார். குறிப்பாக அடல் பிகாரி வாஜ்பாய், முரளி மனோகர் ஜோஷி, பைரான்

சிங் ஷெகாவத் உள்ளிட்டவர்கள் அவரது நட்பு வட்டாரத்தில் இருந்தார்கள். பாஜகவின் அப்போதைய முக்கிய தலைவரான எல்.கே. அத்வானியிடம் ராவுக்கு நெருக்கம் இருந்ததில்லை. அத்வானி, பிரிவினையின்போது பாகிஸ்தானின் சிந்து பகுதியிலிருந்து உயிர் பிழைத்துவந்தவர். ராவ் போல் அன்றாட பூஜை புனஸ்காரங்களில் ஈடுபடுபவர் அல்ல. வாஜ்பாய் போல் அனைவரிடமும் நெருங்கிப் பழகி, கலகலப்பாகப் பேசக்கூடியவரல்ல. கறாரானவர். தேசிய அளவில் பாஜக ஒரு பெரும் கட்சியாக உருவெடுத்ததற்கு அத்வானியின் நிர்வாகத் திறமைகளே முக்கிய காரணம்.

பாஜகவின் எழுச்சியை மதச்சார்பின்மைக்கு விடுக்கப்படும் பெரிய சவால் என்று ராவ் கருதவில்லை; இதுவரை காங்கிரஸ் கட்சிக்குக் கிடைத்து வந்த இந்து ஓட்டு வங்கியைப் பாதிக்கக்கூடிய ஒன்றாகவே பார்த்தார். முஸ்லீம்கள், காங்கிரஸ் கட்சியை விட்டு விலகுவதைக் கவலையுடன் பார்த்ததுபோலவே உயர் வகுப்பு மற்றும் பிற்படுத்தப் பட்ட சமூகத்தைச் சேர்ந்த இந்துக்கள் பாஜகவை நோக்கிச் செல்வதையும் கவலையுடன் கவனித்தார். 'சிறுபான்மையினர் ஆதரவை மட்டும் தக்கவைத்துக்கொண்டு காங்கிரஸ் கட்சியால் எப்படி தேர்தலைச் சந்திக்க முடியும்? நம்முடைய இந்திய கலாசாரம், பழக்க வழக்கங்கள் மீதான நம்பிக்கையை அது எவ்வளவு அழுத்தமாக இருந்தாலும் மறைத்துக்கொள்ளவேண்டும். இல்லா விட்டால் 'மதவாதி' என்று காங்கிரஸ்காரர்கள் சொல்லிவிடுகிறார்கள். இதனால்தான், இந்து மக்களைக் காப்பாற்ற வந்த ஒரே கட்சி என்ற பெயரில் பாஜக வளர்ந்துவிட்டது' என்று அயோத்தி பற்றிய தனது புத்தகத்தில் காங்கிரஸ்காரர்களைப் பற்றிக் குறைபட்டிருக்கிறார்.[49]

'இந்தியா ஓர் இந்து நாடு என்பதை நீங்கள் புரிந்துகொள்ளத்தான் வேண்டும்' என்று மணி சங்கர் ஐயரிடம் ராவ் ஒருமுறை கூறியிருக்கிறார்.[50]

•

இந்தியாவின் மற்றும் தன்னுடைய இந்துத்துவ தன்மை மீதும் ராவ் வைத்திருந்த நம்பிக்கைதான், உபி ஆட்சியைக் கலைத்துவிடாமல் மசூதியைக் காப்பாற்றிவிடலாம் என்கிற முடிவுக்கு அவர் வரக் காரணமாக இருந்தது.

1980-களில் இந்திரா, ராஜிவ் ஆகியோரின் சார்பாக ஆயுதம் தாங்கிய குழுக்களோடு ரகசியப் பேச்சுவார்த்தைகளில் ராவ் ஈடுபட்டிருக்கிறார். பொதுவெளியின் எந்தவித மிகை கவனிப்புக்கும் உள்ளாகாமல் நடக்கும் அந்த மறைமுகப் பேச்சுவார்த்தைகள் பல முக்கிய முடிவுகளை எடுக்க உதவியிருக்கின்றன. 1992 நவம்பர் மாத மத்தியில்

இருந்து மசூதியைப் பாதுகாப்பது தொடர்பாக இந்து இயக்கங்களுடன் இப்படியான பின் அரங்கப் பேச்சுவார்த்தைகளில் ஈடுபட்டார்.

இந்தக் குழுக்கள் அனைத்துக்கும் ராமர் கோயில் கட்டியாகவேண்டும் என்ற பொது இலக்கு உண்டு என்றாலும், ஒவ்வொரு குழுவும் தமக்கெனத் தனித்தனியான தலைவர்கள், உறுப்பினர்களைக் கொண்டவை. பாஜக தான் அந்த இயக்கங்களின் அரசியல் முகமாக இருந்தது. ஆர்எஸ்எஸ், விஸ்வ இந்து பரிட்சத், பஜ்ரங் தள் போன்ற அமைப்புகளுக்கு அரசியல் இலக்குகள் கிடையாது. சிவ சேனா, எல்லோரிடமிருந்தும் விலகியிருக்கும் முக்கியமான அரசியல் கட்சி. இவை தவிர பல்வேறு இந்துக்குழுக்களும் மடாலயங்களும் தனக்கேயுரிய தலைமையைக் கொண்டிருந்தன. இந்து பண்டிதரான நரசிம்ம ராவ், இவர்கள் அனைவரிடமும் பேசிச் சம்மதிக்க வைத்துவிடலாம் என்று நினைத்தார்.

தனிப்பட்ட வகையில் ராவ் ஏராளமான சாமியார்களிடம் தொடர்பு வைத்திருந்தார். சிருங்கேரி சங்கராச்சாரியர் முதல் பெஜாவர் சுவாமி வரை ஏராளமான ஆன்மிகத் தலைவர்களின் அறிமுகம் உண்டு. இது தவிர தென்னிந்தியாவைச் சேர்ந்த சாமியார்களைத் தொடர்பு கொள்ளும் பணியை தமிழ்நாட்டைச்சேர்ந்த காங்கிரஸ் பிரமுகரான ஆர்.குமாரமங்கலத்திடம் தந்திருந்தார்.[51] ஆஸ்தான ஜோதிடர்களான என்.கே.சர்மாவும், சந்திரா சாமியும் வட இந்தியாவைச் சேர்ந்த சாமியார்களைத் தொடர்புகொண்டார்கள்.

நவம்பர் மாதம் முழுவதும் என்.கே.சர்மாவைத் தொடர்ந்து சந்தித்தது ராவின் டைரியிலிருந்து தெரிய வருகிறது. நவம்பர் 2 அன்று காலை ஒன்பதரை மணிக்கும், நவம்பர் 16 அன்று இரவு ஒன்பது மணிக்கும் சந்தித்திருக்கிறார்.[52] அதே மாதம் ராவுடன் பலமுறை சந்திப்புகள் நிகழ்ந்ததாக சந்திரா சாமியும் குறிப்பிடுகிறார். 'அயோத்தி விஷயமாக சங்கராச்சாரியாரையும், ஆச்சார்யா ராம் விலாஸ் வேதாந்தியையும் அழைத்துக்கொண்டு பிரதமரைச் சந்திக்கச் சென்றிருக்கிறேன்' என்கிறார் சந்திராசாமி.[53]

பாபர் மசூதிக்கு எந்தவித சேதமும் வந்துவிடக்கூடாது என்னும் உறுதிமொழியைப் பெறுவதில் ராவ் ஒவ்வொரு சந்திப்புகளின் போதும் உறுதியாக இருந்திருக்கிறார். சந்திப்புகளின்போது சமஸ்கிருதம், வேதங்களிலிருந்து மேற்கோள் காட்டிப் பேசுவார். 'இவர்களை நம்ப முடியாது. ஏமாற்றிவிடுவார்கள்' என்று ஒரு மூத்த அதிகாரி ராவிடம் சொன்னபோது, 'நான் பிராமணன், இவர்களை எப்படிக் கையாள்வது என்பது எனக்குத் தெரியும்' என்றாராம்.

நாக்பூரில் படித்திருந்த காரணத்தாலும், மராத்தி தெரியும் என்பதாலும் நாக்பூருக்கு அருகில் இருந்த ராம்தேக் தொகுதியில் இருந்து நாடாளுமன்றத்துக்குத் தேர்ந்தெடுக்கப்பட்டிருந்ததாலும் ராவுக்கு நிறைய ஆர்எஸ்எஸ் நிர்வாகிகளிடம் தொடர்புண்டு. 'ஆர்எஸ்எஸ் அமைப்பின் பெரும்பாலான தலைவர்கள் பிராமணர்கள் என்பதால், ஒரு பிராமணரான ராவுக்கு நல்ல மரியாதை இருந்தது' என்கிறார் என்.கே.சர்மா.[54] ராவின் இளவயது நண்பரான மதுக்கர் தத்தாத்ரேய 'பாலாசாஹேப்' தேவரஸ்தான் ஆர்எஸ்எஸ் அமைப்பின் தலைமைப் பதவியில் இருந்தார். நவம்பர் மாதம் முழுவதும் அவரோடு தொலைபேசி மூலம் பிரதமர் தொடர்புகொண்டிருந்தார். இன்னொரு தலைவரான ராஜு பைய்யா என்றழைக்கப்பட்ட ராஜேந்திர சிங்கையும் நேரில் சந்தித்துப் பேசினார். 'ராஜு பையா, தாக்கூர் இனத்தைச் சேர்ந்தவர், அதனால் ராவுக்கு எதிராக இருந்தார்' என்கிறார் என்.கே.சர்மா.[55]

அயோத்தி இயக்கத்தை வடிவமைத்த விஎச்பியின் தலைவரான அசோக் சிங்காலையும் ராவ் ரகசியமாகச் சந்தித்தார். அசோக் சிங்கால், அலகாபாத்தைச் சேர்ந்தவர். நேருவின் பூர்விக வீட்டுக்கு அருகில் பிறந்து, வளர்ந்தவர். ஒரே ஊரைச் சேர்ந்தவர்களாக இருந்தாலும், இந்தியாவைப் பற்றிய புரிதல் இருவருக்குமிடையே முற்றிலும் வேறுவிதமாக இருந்தது. டிசம்பர் 6 அன்று மசூதி இடிக்கப்படாமல் காக்குமாறு நரசிம்ம ராவ், அசோக் சிங்காலைக் கேட்டுக்கொண்டதை நரேஷ் சந்திரா உறுதிப்படுத்துகிறார். பாஜக தலைவரும், ராஜஸ்தான் மாநில முதல்வருமான பைரான் சிங் ஷெகாவத்தையும் தொடர்பு கொண்ட பிரதமர், விஎச்பி அமைப்பின் தலைமையுடன் பேசுமாறு கேட்டிருந்தபோது, தன்னுடைய பேச்சுவார்த்தை முயற்சிகள் பலனளிக்கவில்லை என்று ஷெகாவத், நரேஷ் சந்திராவிடம் தெரிவித்திருக்கிறார்.[56]

1992 நவம்பர் மாதம் முழுவதும், பாஜக தலைவர்களுடன் ரகசிய சந்திப்புகளில் மும்முரமாக இருந்தார் ராவ். வாஜ்பாய், அவரது நெருங்கிய நண்பராக இருந்தாலும் அயோத்தி இயக்கத்தில் அதிகமாகப் பங்கேற்கவில்லை என்பதால் ராவ் இதுகுறித்து அவருடன் பேசவில்லை. பாஜக தரப்பில் மசூதியைக் காப்பாற்றக் கூடியவர் என்று ஒருவர் இருந்தால், அது நிச்சயம் எல்.கே.அத்வானி தான் என்பது தெளிவாகத் தெரிந்தது. உளவுத்துறை அதிகாரியான பி.ராமனை அழைத்து அத்வானியை ரகசியமாகச் சந்திக்க 'பாதுகாப்பான இடம்' ஏற்பாடு செய்யுமாறு கேட்டுக்கொண்டார். டெல்லியில் புறநகர் பகுதியில் சகல பாதுகாப்பு வசதிகளுடனான ஒரு வீட்டில் சந்திக்க முடிவுசெய்யப்பட்டது.[57] 1984ல் ப்ளூ ஸ்டார்

நடவடிக்கைக்கு முன்னர் அந்த வீட்டில்தான் ராஜிவ் காந்தி, அகாலிதள தலைவர்களைச் சந்தித்துப் பேசியிருக்கிறார்.

18 நவம்பர் அன்று அத்வானியுடனான சந்திப்பு நடந்தது. அதே நேரத்தில் உள்துறை அமைச்சகமும் ராவுக்கு ஒரு குறிப்பு அனுப்பியிருந்தது. அதில் அத்வானியைத் தொடர்புகொண்டு, அயோத்தியில் டிசம்பர் 6 அன்று நடைபெறவிருக்கும் கரசேவை குறித்து விளக்கம் தருமாறு கேட்கலாம் என்று பிரதமருக்கு பரிந்துரை செய்திருந்தார்கள். உச்சநீதிமன்றத்தின் இடைக்காலத் தீர்ப்பு வரும் வரை கரசேவையை ஒத்திவைப்பது அல்லது சர்ச்சைக்குரிய இடத்தில் கட்டுமானப்பணிகளில் ஈடுபடப்போவதில்லை என்று பகிரங்கமாக அறிக்கை மூலம் அறிவிக்கவேண்டும் என்று அத்வானியிடம் ஒரு உறுதிமொழி பெறவும் ஆலோசனை சொல்லப்பட்டது.

அதே நாள் ராவ், கல்யாண் சிங்கையும் சந்தித்துப் பேசினார். 19ம் தேதி இன்னொரு முறையும் சந்தித்தார்.[58] ஒரு வார காலத்துக்குப் பின்பு, நவம்பர் 25 அன்று ஒட்டுமொத்த பாஜக தலைமையும் பிரதமரைச் சந்திக்க வந்திருந்தார்கள். 'பிரதமர் இல்லத்தில் நடந்த சந்திப்புக்கு அத்வானி, வாஜ்பாய், கல்யாண் சிங் ஆகியோர் வந்திருந்தார்கள். சந்திப்பு மிக ரகசியமாக நடந்தது. நான் சந்திப்பு நடந்தபோது உடன் இருந்தேன். டிசம்பர் 6 அன்று மசூதிக்கு எந்தவொரு பாதிப்பும் வராது என அவர்கள் பிரதமரிடம் உறுதிகூறினார்கள்' என்று பி.வி.ஆர்.கே.பிரசாத் நினைவுகூர்ந்தார்.[59]

இதற்கிடையே பைரன் சிங் ஷெகாவாத் மூலமாகவும் பேச்சு வார்த்தைகள் தொடர்ந்து நடைபெற்றன. முஸ்லீம்களுடனான பேச்சு வார்த்தையில் பாஜக சார்பாக, ராஜஸ்தான் முதலமைச்சரான ஷெகாவத் இடம்பெற்றிருந்தார்.[60] தைரியமான, நம்பிக்கைக்குரிய ராஜ்புத் இனத்தைச் சேர்ந்தவரான ஷெகாவத், கொடுத்த வாக்கைக் காப்பற்றுபவர் என்று பெயரெடுத்தவர். பிரதமருக்கும் ஷெகாவத்துக்கும் குடும்ப மருத்துவராக இருந்தவர் மூலமாக பேச்சுவார்த்தைகள் சுமுகமாக முடிந்தன. டிசம்பர் 2 அன்று பிரதமரின் அறைக்குள் நுழைந்த மருத்துவர் அங்கிருந்தவர்களின் காதில் விழும்படியாக, 'ஷெகாவத்துடன் பேசிவிட்டேன். எல்லாம் சரியாக இருக்கின்றன' என்று சொன்னார். சந்திராசாமியும் ஷெகாவத்துடன் தொடர்ந்து தொடர்பில் இருந்தார். 'மசூதிக்கு ஒன்றும் நேராது என்று ஷெகாவத் சொன்னார். நரசிம்ம ராவ் அவரை நம்பினார். மசூதிக்கு ஆபத்து நேராது என்று நானும் எதிர்பார்த்தேன்' என்றார் சந்திராசாமி.[61]

பாஜக தலைவர்களுடனான ராவின் சந்திப்புகள் ரகசியமாகவே வைக்கப்பட்டிருந்தன. பின்னாளில் அயோத்தி குறித்து ராவ் புத்தகம்

எழுதியபோதும் இத்தகைய சந்திப்புகள் குறித்து எதுவும் குறிப்பிட வில்லை. ஒரு சில சந்திப்புகள் பற்றி பத்திரிக்கைச் செய்திகளில் இடம்பெற்றிருந்தன. பிரதமர் ராவுக்கு பாஜகவுடன் ஒரு ரகசியப் 'புரிதல்' இருந்தது என்று இந்த சந்திப்புகளைப்பற்றித்தான் சட்ட ஆலோசகரான ஏ.ஜி.நூரானி குறிப்பிட்டிருக்கிறார்.[62] இங்கு நாம் பார்த்தவை அதற்கு முற்றிலும் நேர்மாறாக இருக்கின்றன. ராவ் உண்மையில் மசூதியை இடிப்பதற்கான சூழ்ச்சியில் பங்கு பெறவில்லை; மசூதியைக் காப்பாற்றுவதற்கான ரகசிய நடவடிக்கைகளில்தான் தொடர்ந்து ஈடுபட்டிருந்திருக்கிறார்.

இந்த சந்திப்புகள் பிரதமரின் கணக்குகள் தவறாக இருந்ததையும் காட்டுகின்றன. 'அவர் சந்தித்தவர்களெல்லாம் அயோத்தி விஷயத்தில் உண்மையில் அத்தனை முக்கியத்துவம் கொண்டவர்கள் அல்ல. ராவ் அதைக் கணிக்கத் தவறிவிட்டார்' என்கிறார் நரேஷ் சந்திரா.[63] உண்மையில் பஜ்ரங் தள், சிவ சேனா ஆகிய இரண்டு அமைப்புகள் தான் பிரச்னையைப் பெரிதாக்கிக் கொண்டிருந்தார்கள். ஆனால், அந்த இரு கட்சிகளையும் ஏனோ ராவ் தொடர்புகொண்டு பேசவில்லை. பாஜக, ஆர்எஸ்எஸ் மற்றும் ஓரளவுக்கு விஎச்பியில் இருக்கும் தனது நண்பர்கள் மூலம் பஜ்ரங் தள் மற்றும் சிவ சேனையைக் கட்டுக்குள் கொண்டுவந்துவிடலாம் என்று நினைத்து விட்டார் என்கிறார் ஓர் உள்துறை அமைச்சக அதிகாரி. 'என்னுடைய கணிப்பில், இந்துத்துவக் குழுக்களைக் கையாளும் விஷயத்தில் தன் மீது அதீத நம்பிக்கை வைத்துவிட்டார் ராவ்' என்கிறார் ஜெய்ராம் ரமேஷ்.[64]

•

மசூதி இடிக்கப்படாமல் தடுக்கப்பட, குடியரசுத் தலைவர் ஆட்சி அமலாக்கப்பட விதிக்கப்பட்ட காலக்கெடுவான நவம்பர் 24 வந்து போனது. இதற்குள் மசூதியைச் சுற்றியிருந்த கூட்டத்தின் எண்ணிக்கை நவம்பர் 25-ல் 500ல் ஆரம்பித்துப் படிப்படியாக உயர்ந்து நவ 30-ல் 1,75,000 ஆக உயர்ந்துவிட்டது. டிசம்பர் 5ம் தேதிக்குள் 2 லட்சத்தைத் தாண்டிவிட்டது.[65] எதிர்கட்சி ஆளும் மாநிலத்தில் லட்சக்கணக்கான மக்கள் கூடியிருக்கும்போது ராணுவ நடவடிக்கை மேற்கொள்வது மசூதியை மட்டுமல்ல, ஏராளமான மனித உயிர்களையும் பாதிக்கும் என்பதால் பிரதமரிடம் இருந்த மாற்று வழிகள் கணிசமாகக் குறைந்து போயின.

அயோத்தி, காவிப்படையால் நிரம்பி வழிந்தது. வன்முறை எதுவும் நிகழவில்லை என்றாலும், உத்திர பிரதேசத்தில் இந்துக்களுக்கும் முஸ்லீம்களுக்கும் இடையேயான இடைவெளி அதிகரித்தது.

உபியைச் சேர்ந்த என். டி. திவாரி, இளம் முஸ்லீம் எம்பியான சல்மான் குர்ஷித்திடம் சொன்னாராம், 'சில மாதங்களுக்கு முன்பு வரை உங்களது நம்பிக்கையைப் பெற்றிருந்த சக கட்சிக்காரரை கூடத் தற்போது நம்பமுடியாத நிலை ஏற்பட்டுவிட்டது. இதைக் கற்பனை கூடச் செய்திருக்கமாட்டீர்கள்' என்றாராம்.[66] டிசம்பர் முதல் வாரத்தில், லக்னோ விமானநிலையம் வந்து இறங்கிய சல்மான் குர்ஷித், நிலைமையின் தீவிரத்தை உணர்ந்துகொண்டார். 'பெரிய அளவில் மதக்கலவரம் வெடிக்கும் என்று கவலையில் இருந்தோம்' என்கிறார்.[67]

டிசம்பர் முதல்வாரத்தில் அர்ஜுன் சிங், உபி முதல்வர் கல்யாண் சிங்கை லக்னோவில் சந்தித்துப் பேசினார். உடனே பிரதமரை தொலைபேசியில் தொடர்புகொண்டு மாநிலத்தின் நிலைமையை விவரித்தார். அங்கிருந்து அயோத்தி போகவேண்டாம் என்று பிரதமர் கேட்டுக்கொண்ட காரணத்தால்தான் டெல்லி திரும்ப வேண்டி யிருந்தது என்று குறிப்பிட்டிருந்தார்.[68] ஆனால், உத்திரப் பிரதேசத்தைச் சேர்ந்த மூத்த காங்கிரஸ் பிரமுகரின் கருத்து வேறுவிதமாக உள்ளது. 'அர்ஜுன் சிங்குக்கு அயோத்தி செல்வதில் விருப்பமில்லை. உத்திர பிரதேசத்தில் இருந்த தன்னுடைய ஆதரவாளரான ஒரு இஸ்லாமிய எம்.பி.க்குப் பாதுகாப்பு அளிக்கவேண்டுமென்று கல்யாண் சிங்கைக் கேட்டுக்கொண்டவர், பாபர் மசூதி பற்றி எதுவும் பேசவில்லை' என்கிறார்.

டிசம்பர் 3. மயிலாடுதுறை தொகுதியைச் சேர்ந்த காங்கிரஸ் எம்பியான மணி சங்கர் ஐயரைத் தொலைபேசியில் தொடர்பு கொண்ட பிரதமர், அயோத்தியில் நீடிக்கும் பதற்றமான நிலை குறித்துத் தன்னுடைய கவலைகளைத் தெரிவித்திருக்கிறார். மதச்சார்பின்மை விஷயத்தில் உறுதியான கருத்துகளைக் கொண்டிருந்த மணி சங்கர் ஐயர், 'கட்சியின் அனைத்து நாடாளுமன்ற உறுப்பினர்களும் பைசாபாத் விமான நிலையம் போய் இறங்குவோம். அங்கே ஒரு நாள் தொடர் ஆர்ப்பாட்டம் நடத்துவோம். அதை டிவியிலும் ஒளிபரப்புவோம்' என்று ஆலோசனை சொன்னாராம். அதைக் கேட்டுக்கொண்ட ராவ், என்ன பேசவேண்டும் என்பது குறித்து ஒரு வரைவையும் தயார் செய்து அனுப்பிவைக்குமாறு மணி சங்கர் ஐயரைக் கேட்டுக்கொண்டார். 'உடனே தயார் செய்து, அன்றிரவே பிரதமருக்கு அனுப்பி வைத்தேன். ஆனால், அவர் அதைப் பயன்படுத்தவே இல்லை' என்கிறார் மணி சங்கர் ஐயர்.[69]

டிசம்பர் 4. அன்றைய தினம், உத்திர பிரதேசத்தில் குடியரசுத் தலைவர் ஆட்சியை அமல்படுத்துவதில் உள்ள சாதக பாதகங்களைப் பற்றித் தனது டைரியில் குறிப்பெழுதி, தனக்குத் தானே தெளிவுபடுத்திக்

கொண்டிருக்கிறார். அடித்தல் திருத்தல்களுடன் அவையெல்லாம் அவரது தனிப்பட்ட கோப்பில் அப்படியே இருக்கின்றன.

'முதல்வர் (கல்யாண் சிங்), தேசிய ஒருமைப்பாட்டுக் குழுவின் முன்பும் உச்சநீதிமன்றத்திலும் உறுதியளித்திருக்கிறார். உள்ளூர் விஎச்பி தலைமை, கரசேவை சம்பிரதாய நிகழ்ச்சியாக இருக்கும் என்று கூறியிருக்கிறது'. இவையெல்லாம் சாதகமான அம்சங்கள்.

பாதகமான அம்சமாக, 'இந்துத்துவ அமைப்புகளுக்கு எதிராகவும், கரசேவர்களுக்கு எதிராகவும் கல்யாண் சிங், தன்னுடைய காவல்துறையைப் பயன்படுத்தத் தயக்கம் காட்டியிருக்கிறார்' என்று டைரியில் எழுதியிருக்கிறார்.

நவம்பர் 17 அன்று கல்யாண் சிங் எழுதியிருந்த கடிதத்தில், மாநிலத்தின் பாதுகாப்பு ஏற்பாடுகள் குறித்து மத்திய அரசு கண்காணிக்கும் யோசனையை நிராகரித்தார். மாநிலத்தின் சட்டம் ஒழுங்கு சீராக இருப்பதாகவும், எத்தகைய நிலையையும் சமாளிக்க தான் தயாராக இருப்பதாகவும் தெரிவித்தார். உளவுத்துறை அறிக்கையோ, மசூதியைத் தகர்க்கும் பயிற்சி பெற்ற பலிதானி ஜாதாஸ் குழு (வீரத் தியாகிகள் குழு) அயோத்தியில் குழுமியிருப்பதாகக் குறிப்பிட்டது. மாநில அரசின் உறுதிமொழிக்கு மாறாக, அத்வானியும் முரளி மனோகர் ஜோஷியும் டிசம்பர் 6 தினத்துக்காக நாடு முழுவதிலுமிருந்தும் ஆட்களைத் திரட்டிக்கொண்டிருந்தார்கள்.[70]

அயோத்தி தொடர்பாக தான் எழுதியவற்றை மீண்டும் மீண்டும் படித்துப் பார்த்தபடியே அன்றைய நாளைக் கழித்திருப்பார் என்று தோன்றுகிறது. டிசம்பர் 5, வழக்கமான தினமாகவே இருந்திருக்கிறது. காலை பத்து மணிக்கு என்.கே.சர்மாவைச் சந்தித்திருக்கிறார்.

'மசூதி கட்டாயம் இடிக்கப்பட்டுவிடும் என்று எனக்குத் தகவல் கிடைத்தது. அதை பிரதமரிடம் தெரிவித்தேன். கூடவே, அயோத்தி விஷயத்தில் அர்ஜுன் சிங் மேற்கொண்டிருந்த நாடகம் குறித்தும் அவருக்குத் தெரிவித்தேன். நான் அர்ஜுன் சிங்கின் செயல்களைக் கண்காணித்தும் வந்தேன்' என்கிறார் என்.கே.சர்மா.[71] அன்று மாலை, பிரதமர் தன்னுடைய நெருங்கிய நண்பரிடம் பேசிக்கொண்டிருந்த போது, இந்திரா காந்தி மேற்கொண்ட ப்ளூ ஸ்டார் நடவடிக்கையின் பாதகம்பற்றிக் குறிப்பிட்டாராம். 'பெருந்திரளாக மக்கள் கூடியிருக்கும் வழிபாட்டுத்தலங்களுக்கு ராணுவத்தை அனுப்பி வைத்தால், பிரச்னை இன்னும் சிக்கலாகும்' என்று சொல்லியிருக்கிறார். தனக்குள் மிகவும் ஒடுங்கிப்போயிருந்தார் என்கிறார் அந்த நண்பர்.

அன்றைய தினம், இரவு ஏழரை மணிக்கு நரேஷ் சந்திராவைச் சந்தித்ததாகவும் ராவின் டைரி தெரிவிக்கிறது. சந்திராவும் அதை உறுதிப்படுத்தினார்: 'கேபினெட் செயலாளர் ராஜகோபால், உளவுத்துறை தலைவர் வி.ஜி. வைத்யா ஆகியோர் உடன் பிரதமரைச் சந்தித்தேன். அயோத்தியின் சட்டம் ஒழுங்கு நிலை குறித்து விவாதிக்கப்பட்டது. காட்போலே, கடுமையான உழைப்பாளி, அவருக்கு எல்லா விஷயங்களும் தெரியும். அயோத்தி பற்றிய அனைத்து விபரங்களையும் விரல்நுனியில் வைத்திருக்கக் கூடியவர். கல்யாண் சிங்கிடமிருந்து எங்களுக்கு ஒரு உறுதிமொழி கிடைத்திருந்தது. அதை நம்பி, நாங்கள் ஏமாந்து போனோம்' என்கிறார் நரேஷ் சந்திரா.[72]

ராவ், பிரதமர் அலுவலகத்திலிருந்து வீடு திரும்பினார். அவரது சமையல்காரரான ராஜய்யா அன்றிரவு எளிமையான உணவை ஏற்பாடு செய்திருந்தார்.[73] சாப்பிட்டுவிட்டு அறைக்குத் திரும்பி வந்தவர், படுக்கையில் சாய்ந்தபடி, தன்னுடைய வயிற்றின் மீது லாப்டாப்பை வைத்தபடி எழுத ஆரம்பித்தார். இந்துஸ்தானி இசை பின்னணியில் ஒலித்துக்கொண்டிருந்தது.

அயோத்தியில் சட்டம், ஒழுங்கு பிரச்னை எதுவும் ஏற்படாது. உபி முதல்வர் கல்யாண் சிங் உத்தரவாதம் தந்திருக்கிறார் என்று டைரியில் அவர் எழுதியிருந்த சாதக அம்சத்தை நம்பியபடியே உறங்கப்போனார்.

•

டிசம்பர் 6. அன்று காலை ராவ், டாக்டர் ஸ்ரீநாத் ரெட்டியையும் ஆஸ்தான ஜோசியர் என்.கே.சர்மாவையும் சந்தித்தார். 'அப்போது என்ன பேசப்பட்டது என்பதை வெளியே சொல்லமுடியாது' என்கிறார், சர்மா. அன்று ஞாயிற்றுக்கிழமை விடுமுறை தினம் என்பதால், அலுவலகம் செல்லாமல் பிரதமர் தன்னுடைய வீட்டிலேயே இருந்தார்.

காலை ஒன்பதரை மணிக்கு மாதவ் காட்போலே, அயோத்தியில் முகாமிட்டிருந்த மத்திய ரிசர்வ் படையின் தலைவரை தொலைபேசியில் தொடர்புகொண்டு, நிலைமையை அறிந்து கொண்டார். மாநில அரசு ஏதேனும் உதவி கேட்டால், மத்திய அரசின் ஒப்புதலுக்காகக் காத்திராமல் உடனே உதவி செய்யுமாறு அவரைக் கேட்டுக்கொண்டார். அன்றைய தினம் நடந்த விஷயங்கள் நேர வரிசைப்படி காட் போலே ராவுக்கு அனுப்பிய அரசாங்கக் குறிப்புகளில் இருந்து இங்கு தரப்படுகிறது.[74]

சரியாக காலை 11.30 மணிக்கு அயோத்தியில் கூட்டம் ஆரம்பமானது. விஎச்பி, பாஜக தலைவர்கள் அங்கே கூடியிருந்த ஆயிரக்கணக்கான

கரசேவகர்கள் மத்தியில் உரையாற்றினார்கள். கூட்டம், அமைதியாக அவர்களது பேச்சைக் கேட்டுக்கொண்டிருந்தது. மதியம் 12 மணிக்குச் சற்று முன்னர், அயோத்தியின் தலைமைக் காவல் ஆணையர் பாபர் மசூதியைச் சுற்றியிருந்த பகுதிகளில் நடந்து, பாதுகாப்பு ஏற்பாடுகளை மேற்பார்வையிட்டார். எல்லாம் சரியாக இருந்தது.

சற்று நேரத்தில், ஒரு கரசேவை இளைஞன் மசூதியைச் சுற்றியிருந்த தடுப்பைத் தாண்டிக் குதித்து, மசூதிக்குள் ஊடுருவி அதன் மேற்புறத்தில் ஏறிவிட்டான்.[75] உள்ளிருந்த காவல்துறையினர் கண்ணில் பட்டிருந்தாலும் யாரும் அவனைத் தடுக்கவில்லை. அவனைத் தொடர்ந்து ஏராளமானவர்கள் தடுப்பின் மீது ஏறிக் குதித்து, மசூதியின் மேற்கூரையில் ஏறிவிட்டார்கள். மசூதி வளாகத்துக்குள் கணிசமான கரசேவை தொண்டர்கள் குவிந்து விட்டார்கள். மேடையிலிருந்த பாஜக தலைவர்கள் அதிர்ந்து போனார்கள். கரசேவகர்களை இறங்கி, கீழே வருமாறு எல்.கே.அத்வானி அங்கிருந்த மைக்கில், பலமுறை கேட்டுக்கொண்டார். ஆனால், யாரும் அவரது பேச்சைக் கண்டுகொள்ளவில்லை.[76]

பிரதமரின் தொலைபேசி ஒலிக்க ஆரம்பித்தது. 'அயோத்தி சம்பவம் பற்றி கேள்விப்பட்டதும் உடனே நான் குமாரமங்கலத்தைத் தொடர்பு கொண்டேன். அவரும் பிரதமரைத் தொடர்புகொள்ள இயலவில்லை என்று தெரிவித்தார்' என்கிறார் ஜெய்ராம் ரமேஷ். இன்னொரு எம்பி, பிரதமரைத் தொடர்பு கொண்டபோது, மறுமுனையில் காண்டேகர்தான் இருந்தார். பிரதமர், அவருடைய தனியறையில் இருப்பதாகவும், யாரும் தொந்தரவு செய்யவேண்டாம் என்று கேட்டுக்கொண்டிருப்பதாகவும் கூறினார். பின்னாளில் அர்ஜுன் சிங்கும், அந்த இக்கட்டான நேரத்தில் பிரதமரை யாராலும் தொடர்பு கொள்ள முடியவில்லை என்று குறிப்பிட்டிருக்கிறார்.

தனியறைக்குள் சென்று பூட்டிக்கொண்டதாகவும், எந்தச் சூழ்நிலையிலும், யாரும் தன்னைத் தொந்தரவு செய்யவேண்டாம் என்று பிரதமர் முன்னரே உத்தரவிட்டிருந்ததாகவும் அர்ஜுன் சிங் பின்னாளில் குறிப்பிட்டிருந்தார்.[77] நிறைய தலைவர்கள் தொடர்பு கொள்ள முயற்சித்தும், பிரதமரைத் தொடர்பு கொள்ள முடியவில்லை. இதனால் பல்வேறு வதந்திகள் கிளம்பின. பாபர் மசூதி இடிக்கப்பட்டபோது பிரதமர் தூங்கிக்கொண்டிருந்தார் என்றார்கள். இன்னொரு மூத்த பத்திரிக்கையாளர், தனக்கு சோஷலிஸ்ட் அரசியல் தலைவர் ஒருவரிடமிருந்து ஒரு தகவல் கிடைத்தது. அந்தத் தகவல் அவருக்கு வேறொருவரிடமிருந்து கிடைத்தது. அந்த வேறொருவர் சம்பவ இடத்தில் இருந்திருக்கிறார்.

அந்தத் தகவல் என்னவென்றால்,: மசூதி இடிக்கப்படும்போது. ராவ், பூஜை செய்து கொண்டிருந்தார்.[78] பிரதமர் மீதான இத்தகைய குற்றச்சாட்டுகளில் உண்மையுண்டா?

ராவ், தூங்கிக்கொண்டிருந்தார் என்பது முற்றிலும் தவறான செய்தி. மதியம் 12.15 மணியளவில் பாபர் மசூதியின் முதல் பகுதி தாக்கப் பட்டது என்ற செய்தி கேட்டதும், பிரதமர் பல அதிகாரிகளைத் தொடர்புகொண்டார். நரேஷ் சந்திராவும், மாதவ் காட்போலேவும், உள்துறை அமைச்சக அலுவலகத்தில் இருந்தபடி, நிலைமையைக் கண்காணித்துக்கொண்டிருந்தார்கள். 'பிரதமருக்கு அயோத்தி சம்பந்தப்பட்ட தகவல்களை உடனுக்குடன் திரட்டி, தந்து கொண்டிருந்தோம்' என்கிறார் சந்திரா. கேபினெட் செயலாளரான எஸ்.ராஜகோபாலும் உடனிருந்தார்.[79] பிரதமரிடம் வி.ஜி.வைத்யா ஏற்கனவே பேசியிருந்ததாக காட்போலேவும் தன் அறிக்கையில் குறிப்பிட்டிருக்கிறார்.[80]

மதியம் 2 மணிக்கு பிரதமர், அதிகாரிகளைச் சந்தித்தார். அதில் பி.வி.ஆர்.கே பிரசாத்தும் சட்டத்துறைச் செயலாளர் பி.சி ராவும் இருந்தார்கள். பிரதமருடன் மூத்த அதிகாரிகள் ஆலோசனையில் இருந்தார்கள் என்பதோடு, யாரெல்லாம் அங்கு இருந்தார்கள் என்று அதிகாரிகளின் பெயர்களோடு குறிப்பிட்டிருந்தார்.[81]

12 மணி முதல் 2 மணி வரை ஏன் தனக்கு வந்த அழைப்புகளை பிரதமர் எடுத்துப் பேசவில்லை? ஏன் பூட்டிய அறைக்குள் இருந்தபடியே அதிகாரிகளுடன் மட்டும் தொலைபேசியில் பேசி வந்தார் என்பதெல்லாம் விடை தெரியாத கேள்விகளாகவே இருக்கின்றன.

ராவின் ஒரு நண்பர் அதற்கான பதிலைத் தருகிறார்: 'அந்த அறைக்குள் அவரோடு நானும் இருந்தேன். மதியம் 12 மணி வரை இயல்பாக இருந்தார். அயோத்தியில் நடந்ததை டிவியில் பார்த்ததும், உறைந்து போனார், சில நிமிஷங்கள் அவரால் பேசவே முடியவில்லை. எல்லோரும் தன்னைக் கைவிட்டுவிட்டதாக உணர்ந்தார்.

ஒரு சில நிமிஷங்களில் சுதாரித்துக்கொண்டு, உளவுத்துறை தலைவர் வைத்யாவைத் தொலைபேசியில் அழைத்தார். பின்னர், உள்துறை அமைச்சர் எஸ்.பி.சவானையும் அழைத்துப் பேசினார். அவர் தூங்கிக் கொண்டிருந்ததாகச் சொல்வதில் உண்மையில்லை.

ரோமாபுரி பற்றியெரிந்தபோது, அதன் அரசன் பிடில் வாசித்துக் கொண்டிருந்ததை நினைவூட்டும் செய்திகள் திட்டமிட்டுப் பரப்பப் பட்டன. நெருக்கடியான நேரத்தில் உடனிருந்த நண்பர் ஏன் பகிரங்க மாக இது குறித்து விளக்கமளிக்கவில்லை என்கிற கேள்வியும்

எழுகிறது. 'இதையெல்லாம் ரகசியமாக வைத்திருக்கவேண்டும் என்று ராவ் என்னிடம் உறுதிமொழி பெற்றிருந்தார்' என்கிறார் அந்த நண்பர்.

●

நடந்தவற்றையெல்லாம் டிவியில் பார்த்து அதிர்ச்சியானது பிரதமர் மட்டுமல்ல; வேறு பலரும்தான். 'இந்தியா பாகிஸ்தான் கிரிக்கெட் போட்டி பார்ப்பதுபோல் வெகு பதற்றமாக இருந்தது. பாகிஸ்தான் வெற்றிபெற வாய்ப்பு உண்டு என்பது உண்மைதான். அயோத்தியில் பாபர் மசூதி இடிக்கப்படலாம் என்று சிலர் நினைத்திருந்தார்கள். ஆனால், இவையெல்லாம் யூகம் மட்டுமே' என்கிறார் ஒரு மூத்த அதிகாரி. பெரும்பாலானவர்கள் மசூதிக்கு எந்தப் பிரச்னையும் நேராது என்றுதான் நினைத்திருந்தோம். 'மசூதி இடிக்கப்பட்டபோது, பலருக்கு ஆச்சரியமாகவும், அதிர்ச்சியாகவும் இருந்தது. அதை எதிர்கொள்ள நாங்கள் தயாராக இல்லை' என்கிறார் சல்மான் குர்ஷித்.[82]

மசூதி மீதான தாக்குதல்கள் ஆரம்பித்த உடனேயே மத்திய அரசு, கல்யாண்சிங்குக்கு அழுத்தம் தர ஆரம்பித்தது. முன்பே குறிப்பிட்ட படி, 25,000 துணை ராணுவப்படை தவிர 35 கம்பெனி பி.ஏ.சி., 4 சி.ஆர்.பி.எஃப்., 15 கண்ணீர் புகை குண்டு படை, 15 காவல் ஆய்வாளர்கள், 30 துணை ஆய்வாளர்கள், 2300 காவலர்கள் கொண்ட படை அயோத்தியில் தயாராக இருந்தது. இவையனைத்தும் மாவட்டக் காவல் ஆணையர் மற்றும் உள்ளூர் மாஜிஸ்திரேட் கட்டுப் பாட்டில் இருந்தன. சம்பந்தப்பட்டவர்கள், நொடிக்கு நொடி முதல்வரின் நேரடி உத்தரவின் கீழ் இயங்கிக்கொண்டிருந்தார்கள்.[83]

சரியாக இரண்டரை மணிக்கு, மத்திய துணை ராணுவத்தின் மூன்று பட்டாலியன்கள் மசூதிக்குள் நுழைந்தார்கள். மசூதி வளாகத்தில் அவர்களை எதிர்கொண்ட மாஜிஸ்திரேட், உடனே அங்கிருந்து வெளியேறுமாறு எழுத்துப்பூர்வமாகக் கேட்டுக்கொண்டார். அதையெடுத்து, வேறு வழியின்றித் துணை ராணுவம் வெளியேறியது. மாநில அரசின் உத்தரவுக்கு ஏற்ப செயல்படவேண்டும் என்பது விதிமுறை. இதற்கிடையே உபி முதல்வர் கல்யாண் சிங், எக்காரணம் கொண்டும் துப்பாக்கி சூடு நடத்தக்கூடாது என்று முன்னரே உத்தரவிட்டிருந்ததாக, உள்துறை அமைச்சகத்தின் குறிப்பில் தெரிகிறது. துப்பாக்கிச் சூடு மேற்கொள்ளப்படக்கூடாது என்பது முதல்வரின் உத்தரவில் எழுத்துப்பூர்வமாகவே இருந்தது.[84]

இதற்கிடையே ராவ், இல்லத்திலிருந்து கிளம்பி பிரதமர் அலுவலகத்துக்கு வந்திருந்தார். அங்கு ஏராளமான அதிகாரிகளும்,

அரசியல்வாதிகளும் சூழமியிருந்தார்கள். அந்த நேரத்தில்தான் டாக்டர் ஸ்ரீநாத் ரெட்டி, பிரதமரைப் பரிசோதிக்க வந்திருந்தார்.

மத்திய அமைச்சரவைக் கூட்டம் மாலை 6 மணிக்கு ஏற்பாடு செய்யப் பட்டிருந்தது. அர்ஜுன் சிங், டெல்லிக்கு வெளியே இருந்ததால் அவருக்காகக் காத்திருந்தார்கள். முடிவெடுக்கும்போது அவரும் உடனிருக்கவேண்டும் என்று ராவ் விரும்பினார். அமைச்சரவை கூடியபோது யாராலும் எதையும் பேசமுடியவில்லை. பாபர் மசூதி இடிக்கப்பட்ட அதிர்ச்சியில் இருந்தார்கள். பின்னர், ஷெரீப் பேச எழுந்தார். 'மிக மோசமானது நடந்திருக்கிறது' என்றார். அந்த அவையில் கனத்த மௌனம்.

நிறைய காங்கிரஸ்காரர்கள் பிரதமரைக் குறைசொல்லும் எண்ணத்தில் இருந்தார்கள். நேரு-காந்தி குடும்ப விசுவாசியான எம்.எல். பொதேதர், மசூதியைக் காப்பாற்றத் தவறியதாக ராவைக் கடுமையாகக் குற்றம்சாட்டினார். ராவ் எதுவும் பேசவில்லை. 'அவர் முகத்தில் இனி விழிக்கமாட்டேன்' என்று தன்னுடைய நண்பரிடம் பின்னர் சொன்னாராம். ஒருவழியாக, உபி மாநில ஆட்சியைக் கலைப்பதென கூட்டத்தில் 6.30க்கு முடிவு செய்யப்பட்டது.[85]

டெல்லியில் அமைச்சரவைக் கூட்டம் நடைபெற்றுக்கொண்டிருந்த அதே நேரத்தில் கல்யாண் சிங், ராஜினாமா செய்யப்போவதாக உத்தரபிரதேசத்தில் அறிவித்தார்.[86] சரியாக ஏழு மணிக்கு பிரதமர், ஷகாபுத்தீன் மற்றும் சிலரைச் சந்தித்ததாக அவரது டைரியில் குறிப்பிடப்பட்டிருக்கிறது. அதற்குள் நாடெங்கும் கலவரம் ஆரம்ப மாகிவிட்டது. அன்று மாலை ஜும்மா மசூதியில் தொழுகைக்காகத் திரண்ட ஆயிரக்கணக்கான முஸ்லீம்கள், இந்தியாவில் தமது அஸ்தமனம் ஆரம்பமாகிவிட்டதாக உணர்ந்தார்கள். ஜும்மா மசூதியின் ஷாஹி இமாம், முஸ்லீம்கள் அமைதியாக நடந்துகொள்ளுமாறு வேண்டு கோள் விடுத்தார். 'இது மிகப் பெரியதொரு துன்பியல் சம்பவம். நம்முடைய இதயங்கள் உடைந்திருக்கின்றன' என்றார்.[87]

அன்றிரவு, பிரதமர் நாட்டு மக்களிடையே அவசர உரையாற்றினார்.[88] எந்த அரசியல் நிர்ணயச் சட்டத்தின் அடிப்படையில் நம்முடைய அரசு அமைப்புகள், கொள்கைமுடிவுகள், முன்மாதிரிகள் அமைந் திருக்கின்றனவோ அவற்றுக்கு மிகப் பெரிய அச்சுறுத்தல் இன்று நிகழ்ந்திருக்கிறது. அயோத்தியில் பாபர் மசூதிக்கு இன்று நிகழ்ந்திருப்பது, ஒவ்வொரு இந்தியனுக்கும் அவமானகரமான விஷயம். மதவாத சக்திகளின் தந்திரங்களை நாம் இனியும் பொறுத்துக்கொள்ளமாட்டோம் என்பதைத் தெளிவாகச் சொல்ல விரும்புகிறேன் என்றவர், மசூதிக்கு எந்த பாதிப்பும் வராது என்று

மீண்டும் மீண்டும் வாக்குறுதி அளித்த கல்யாண் சிங் அரசு தனது தலையாய கடமையில் இருந்து தவறிவிட்டது என்று கூறினார்.

இறுதியில், 'இப்படியொரு கவலைக்கிடமான, நெருக்கடியான நிலையில் நாட்டு மக்கள் அனைவரும் அமைதி காக்குமாறு கேட்டுக் கொள்கிறேன்' என்று உரையை முடித்திருந்தார்.[89]

சரியாக இரவு ஒன்பது மணிக்குக் குடியரசுத் தலைவர், உபி அரசைக் கலைக்கும் அமைச்சரவையின் முடிவுக்கு ஒப்புதல் தந்தார். பத்து மணிக்குக் குடியரசுத் தலைவர் மாளிகைக்குச் சென்ற பிரதமர், உபி அரசியல் நிலைமையை விளக்கினார்.[90] மத்திய ரிசர்வ் படைகள், அது வரை பாபர் மசூதியைக் கையகப்படுத்தவில்லை. மறுநாள் காலை தான் அவர்களால் மசூதி வளாகத்துக்குள் செல்ல முடிந்தது. எந்த வொரு எதிர்ப்பும் இல்லை. வெற்றிப் பெருமிதத்தில் கரசேவகர்கள் இந்திய மதச்சார்பின்மையை உடைத்துப்போட்டுவிட்டு அங்கிருந்து கிளம்பிக்கொண்டிருந்தார்கள்.

●

மறுநாள், பிரதமர் சுறுசுறுப்பாகக் களத்தில் இறங்கினார். ஏராளமான முஸ்லீம் அமைப்புகளின் தலைவர்களைச் சந்தித்தார். மசூதியைக் காப்பாற்ற முடியாத ராவின் செயலற்ற ஆட்சியை அவர்கள் ஏற்கனவே விமர்சித்திருந்தார்கள்.[91] டிசம்பர் 8 அன்று ஜும்மா மசூதியின் நயிப் இமாம் மற்றும் எட்டு முஸ்லீம் அமைப்புத் தலைவர்களைச் சந்தித்தார்.[92] இரண்டு நாட்களுக்கு பிறகு உள்துறை அமைச்சகத்திலிருந்து முக்கிய அறிவிப்பு வெளியானது. விஎச்பி, ஆர்எஸ்எஸ், பஜ்ரங் தள் உள்ளிட்ட இந்துத்துவ அமைப்புகளை, 'சட்டத்துக்குப் புறம்பான' அமைப்புகளாகக் கூறி அரசு தடை செய்தது.

இடிக்கப்பட்ட மசூதியை அதே இடத்தில் கட்டித் தரவேண்டும் என்று பிரதமருக்கு ஏராளமான அழுத்தம் தரப்பட்டது. அப்படிச் செய்யப் போவதில்லை என்று ராவ் முடிவெடுத்தார்.[93] அது அவர் செய்த இன்னொரு தவறு. ஆனால், அவர் மட்டுமல்ல, ராணுவத்துறை அமைச்சராக இருந்த சரத் பவாரும் மீண்டும் மசூதி கட்டுவதைத் தவிர்க்குமாறு கடிதம் எழுதினார். அதே இடத்தில் மசூதி கட்டப் பட்டால் மீண்டும் சிக்கல் வரும். மீண்டும் இன்னொரு இயக்கம் வரும். இதனால் சிறுபான்மையினர் தொடர்ந்து கடுமையான நெருக்கடிக்கு உள்ளாவார்கள் என்றும் தெரிவித்திருந்தார்.[94]

15 டிசம்பர் அன்று, மத்தியப் பிரதேசம், ராஜஸ்தான், ஹிமாச்சலப் பிரதேசம் ஆகிய மூன்று மாநிலங்களின் ஆட்சியும் கலைக்கப்பட்டது.

அப்போதுதான் தடை செய்யப்பட்ட ஆர்எஸ்எஸ் இயக்கத்தில், பாஜகவைச் சேர்ந்த அந்த மூன்று மாநில முதல்வர்களும் உறுப்பினர் களாக இருந்தார்கள் என்பதுதான் அதற்கான காரணமாக இருந்திருக்கக்கூடும்.[95]

செய்தி நாளேடுகள், அரசின் நடவடிக்கையை விமர்சித்தன. 'அதீத எதிர்வினை' என்று டைம்ஸ் ஆப் இந்தியா இதைக் குறிப்பிட்டது. 'ராவ் அரசின் மிகப் பெரிய அரசியல் மடத்தனம்' என்று இந்துஸ்தான் டைம்ஸ் குறிப்பிட்டது.[96] மூன்று மாநில ஆட்சியைக் கலைத்தது சரியல்ல என்று உச்சநீதிமன்றத்தில் வழக்கு தொடரப்பட்டது. மதச்சார்பின்மை என்பது இந்திய அரசியல் சட்டத்தின் அடிப்படை யான விஷயம். மதச்சார்பின்மைக்கு எதிராக நடந்துகொள்ளும் அரசுகளை 356வது பிரிவைப் பயன்படுத்தி சட்டபூர்வமாகக் கலைக்கலாம் என்று உச்சநீதிமன்றம் சொன்னது. அதே நேத்தில் 356வது பிரிவைப் பயன்படுத்துவதில் சில புதிய கட்டுப்பாடுகளையும் நீதிமன்றம் பரிந்துரை செய்தது.[97] ஒருவேளை இத்தகைய கட்டுப் பாடுகள் முன்னரே அமலுக்கு வந்திருந்து, ஒருவேளை கல்யாண் சிங் ஆட்சியை டிசம்பர் 6க்கு முன்னர் பிரதமர் கலைக்க முடிவெடுத் திருந்தால், சட்டவிரோதமான செயலாகக் கருதப்பட்டிருக்கும்.

16 டிசம்பர் அன்று, நீதிபதி லிபரன் தலைமையில் விசாரணைக் கமிஷன் அமைக்கப்பட்டது. மசூதி இடிக்கப்பட்டதின் பின்னணியில் இருந்த சதி குறித்து அது விசாரணை மேற்கொள்ளும் என்று அறிவிக்கப்பட்டது. லிபரன் கமிஷன், நீண்டநெடும் பதினெட்டு ஆண்டுகள் கழித்துத் தன்னுடைய விசாரணை முடிவைச் சமர்ப்பித்தது. அதில் பாபர் மசூதி இடிப்பில் ராவுக்கு எந்தத் தொடர்பும் இல்லை என்று அவர் மீதான கறையைத் துடைத் திருந்தது. எல்.கே. அத்வானி, எம்.எம்.ஜோஷி உள்ளிட்ட பாஜக தலைவர்களும், விஎச்பி தலைவர்களும் சேர்ந்து செய்த சதி பற்றி விரிவாகக் குறிப்பிட்டிருந்தது.[98]

நாம் முந்தின அத்தியாயத்தில் பார்த்தது போலவே பாஜக, ராவ் அரசுக்கெதிராக நாடாளுமன்றத்தில் நம்பிக்கையில்லாத் தீர்மானத்தைக் கொண்டுவந்தது. ராவ் தன்னை நியாயப்படுத்தும் பொறுப்பை அர்ஜுன் சிங்கிடம் விட்டார். பிரதமர் பேசியபோது, கல்யாண் சிங்கின் உறுதிமொழியை தான் பெரிதும் நம்பியிருந்ததாகக் குறிப்பிட்டார். சட்டம் ஒழுங்கு சீர்கேடு அடையும் என்கிற யூகத்தின் அடிப்படையில் ஒரு மாநில அரசைக் கலைக்க, அரசியல் சட்டம் 356வது பிரிவில் இடமில்லை என்பதையும் தன்னுடைய பேச்சில் குறிப்பிட்டார்.[99]

பாஜக கொண்டுவந்த நம்பிக்கையில்லாத் தீர்மானம் தோல்வியுற்றது. பாஜகவுக்கு எதிராகத் திரண்ட மதச்சார்பற்ற எதிர்க்கட்சிகள் நரசிம்ம ராவ் அரசுக்கு ஆதரவளித்தன. மீண்டெழுந்த ராவ், தன்னுடைய அமைச்சரவையை மாற்றியமைத்தார். தன்னுடைய ஆதரவாளர் களைச் சேர்த்துக்கொண்டார். பொதேதாரை அமைச்சரவையிலிருந்து நீக்கினார்.

தன்னுடைய நீண்ட நெடிய அரசியல் வாழ்க்கையில் ஏராளமான பிரச்னைகளைச் சந்தித்து, வெற்றிகரமாகக் கடந்து வந்த ராவை அயோத்தி பிரச்னை சரிவில் தள்ளிவிட்டது. இந்து சாமியார்களும், இந்துத்துவ அரசியல்வாதிகளும் தன்னை ஏமாற்றிவிட்டதாக ராவ் நினைத்தார். ஒட்டுமொத்த சதித்திட்டமும் முன்கூட்டியே அத்வானிக்குத் தெரியுமென்றும், தன்னிடம் பொய்யான உறுதி மொழியளித்து, உண்மையை மறைத்துவிட்டார் என்றும் நம்பினார். அர்ஜுன் சிங், என்.டி.திவாரி உள்ளிட்ட கட்சிக்காரர்கள் அயோத்தி பிரச்னையில் ராவை வெளிப்படையாக விமர்சித்தனர். 'அவர்கள்மீது நீங்கள் நடவடிக்கை எடுக்கவேண்டும்' என்று ராவின் உதவியாளர் ஒருவர் சொன்னார். 'எனக்கெதிராக அத்வானி செய்ததைவிடவா அர்ஜுன் சிங் செய்துவிடப்போகிறார்?' என்றாராம் ராவ்.

24 அக்டோபர் 1994. டிசம்பர் 6 சம்பவம் குறித்து உச்சநீதிமன்றம் தன்னுடைய தீர்ப்பை அறிவித்தது. பிரதமர் மீது குற்றமில்லை என்றும் ஒட்டுமொத்த சம்பவத்துக்கும் உபியின் கல்யாண் சிங் அரசே காரணம் என்றும் கூறியிருந்தது. இதனிடையில் காங்கிரஸ் கட்சியினரேகூட நரசிம்ம ராவை வெளிப்படையாக ஆதரிக்கத் தொடங்கியிருந்தார்கள். அர்ஜுன் சிங் போன்றவர்கள் ஓரங்கட்டப் பட்டுவிட்டிருந்தனர். விதிவிலக்காக அரசுப் பள்ளியில் படித்து பிரிட்டிஷ் பாணிப் பேச்சுகளுக்குப் பெயர்போன மணி சங்கர் ஐயர், மசூதியைப் பாதுகாக்கத் தவறிய ராவ் பற்றி விமர்சனம் செய்திருந் தார். ராவின் செயலற்ற நிலையைக் குறித்து 'உயிர் போனால்தான் உடம்பு விறைத்துப் போகுமென்றில்லை' என்றார்.[100] இது ராவின் காதுக்குப் போனது. கடைசிவரை ராவ், அவரை அமைச்சரவையில் சேர்த்துக்கொள்ளவேயில்லை.

•

அர்ஜுன் சிங் டிசம்பர் 6-க்குப் பின்னர் பொதுமேடைகளில் பிரதமரை ஆதரித்தாலும், உள்ளுக்குள் அவரைக் கவிழ்ப்பதற்கான செயல்களில் ஈடுபட்டுவந்தார். 1993 பிப்ரவரி மாதம், மத்திய அரசு டிசம்பர் 6 சம்பவம் குறித்து 'அதிகாரபூர்வ ஆய்வறிக்கை' சமர்ப்பித்தது. 'அறிக்கைக்கு முழு வடிவம் கொடுப்பதற்குள் ஏராளமான

பிரச்னைகளைச் சந்திக்க வேண்டியிருந்தது. பிரதமருக்கு நெருக்கடி தரும்வகையிலான விஷயங்கள் இடம்பெறும்வகையில் அர்ஜுன் சிங் ஏராளமான மாற்றங்களை அவ்வப்போது சொல்லிக்கொண்டே யிருந்தார்' என்கிறார், அந்த அறிக்கையைத் தயார் செய்த நரேஷ் சந்திரா.

பின்னாளில் கட்சியைவிட்டு வெளியேறிய அர்ஜுன் சிங், நட்வர் சிங், என்.டி.திவாரி உள்ளிட்டவர்கள் ராவின் தலைமையை விமர்சித்தபோது, மசூதியை ராவ் காக்கத் தவறியதற்குக் காரணம் அவரது இந்து மதப்பற்று என்று குறிப்பிட்டார்கள்.

1998ல் சோனியா காந்தி, காங்கிரஸ் கட்சியில் இணைந்தபோது, இத்தகைய குற்றச்சாட்டுகள் ஊக்கம் பெற்றன. ராவினால் முன்பு ஓரங்கட்டப்பட்டவர்கள், ஹவாலா மோசடியில் சிக்கவைக்கப் பட்டவர்கள் எல்லாரும் காங்கிரஸில் திரும்பவும் சேர்ந்திருந்தார்கள். பாபர் மசூதி இடிக்கப்படுவதற்கு நரசிம்ம ராவைக் காரணமாகச் சொல்வதன் மூலம் ஒரே கல்லில் இரண்டு மாங்காய்களை வீழ்த்த முடிந்தது. சோனியா தலைமையிலான காங்கிரஸ் கட்சிக்கு டிசம்பர் 6 சம்பவத்தில் எந்தவிதத்திலும் பொறுப்பில்லை என்று சொல்ல முடியும். அதன் மூலம் கட்சியை விட்டு விலகிச் சென்ற இஸ்லாமியர் களைத் தன் பக்கம் திருப்ப முடியும். இரண்டாவதாக, நேரு-காந்தி குடும்பத்துக்கு அச்சுறுத்தலாக உருவாகிவந்த நரசிம்ம ராவைக் கட்சியிலிருந்து ஓரங்கட்ட முடியும்.

மசூதி இடிக்கப்படவேண்டும் என்று ராவ் விரும்பியதாகக் கட்சியில் கருத்துகள் வலுப்பெற ஆரம்பித்தன. 'பிராமணர்களான ராவும் ஜிதேந்திர பிரசாதாவும் (ராவின் அரசியல் ஆலோசகர்) ஒன்றாக இணைந்து நினைத்ததை நிறைவேற்றிவிட்டார்கள் என்று காங்கிரஸில் இருந்த அனைவரும் நம்புகிறார்கள்' என்று ஜெயராம் ரமேஷ் சொன்னார்.[101]

அப்போதெல்லாம் ராவுக்கு ஆதரவாகப் பேசுவதே பிரச்னைக்குரிய விஷயமாக இருந்தது. 'என்னுடைய தொகுதியில் ராவுக்கு ஆதரவாக ஏதேனும் பேசினால், நானும் மசூதி இடிப்பை ஆதரிப்பதாக முத்திரை குத்தப்படும் அபாயம் இருந்தது' என்கிறார் சல்மான் குர்ஷித்.[102] பின்னாளில் ராகுல் காந்தி, 'நேரு-காந்தி குடும்பத்தினர் அப்போது (1992-ல்) ஆட்சியில் இருந்திருந்தால், பாபர் மசூதி தகர்ப்பு சம்பவம் நிகழ்ந்திருக்காது' என்றார்.[103]

2002-ல் குஜராத்தில் முஸ்லீம்களுக்கு எதிராகக் கலவரம் வெடித்தது. 1272 பேர் கொல்லப்பட்டார்கள். அவர்களில் பெரும்பாலானவர்கள் முஸ்லீம்களாக இருந்தார்கள். காவல்துறையும் அரசு நிர்வாகமும் கலவரங்களை வேடிக்கை பார்த்தது. ஒரு சில இடங்களில் கலவரம்

செய்தவர்களுக்கு உதவி செய்ததாகவும் குற்றம்சாட்டப்பட்டது. இது பத்தாண்டுகளுக்கு முன்னர் அயோத்தியில் நடந்த சம்பவத்துக்கு ஒப்பானது.

கலவரத்துக்குக் காரணமானவராக குஜராத்தின் முதல்வராக இருந்த நரேந்திர மோதி குற்றம்சாட்டப்பட்டார். மாநில நிர்வாகத்தையும் காவல்துறையையும் கட்டுப்பாட்டில் வைத்திருந்த மோதி, அரசியல் சட்டவிதிமுறைகளைப் பின்பற்றவில்லை என்பதுதான் குற்றச்சாட்டு. அப்போது பிரதமராக இருந்த அடல் பிகாரி வாஜ்பாயியை யாரும் குறை கூறவில்லை. மோதியின் ஆட்சியைக் கலைத்துவிட்டு, குஜராத்தில் குடியரசுத் தலைவர் ஆட்சியை வாஜ்பாயால் கொண்டு வந்திருக்க முடியும். அல்லது நரேந்திர மோதியை நீக்கிவிட்டு வேறொருவரை முதலமைச்சராக்கியிருக்கவும் முடியும். ஆனால், அவ்வாறு செய்யவில்லை. நரசிம்ம ராவைக் குறை கூறியவர்கள் வாஜ்பாய் விஷயத்தில் அவ்வாறு செய்யவில்லை. குஜராத் கலவரம் பற்றிய விமர்சனங்களில் வாஜ்பாய் செய்திருச்-க வேண்டியவை குறித்துக் கேள்விகள் எழவே இல்லை.

2014ல் கோப்ராபோஸ்ட் என்னும் இணையத்தளம் களவுப் பதிவு (ஸ்டிங் ஆபரேஷன்) ஒன்றை நடத்தியது. பாஜக, விஎச்பி தலைவர் களிடம் பாபர் மசூதி இடிப்புக் குறித்த விபரங்களைத் திரட்டியது. ஒட்டுமொத்த சம்பவமும் திட்டமிட்ட சதி[104] என்றும், ராவ் 'ஆதரவாக இருந்தார்' என்றும் அவர்கள் சொன்னதாகச் சொன்னது.[105] சாட்சியமளித்த தலைவர்கள், ராவுடன் நேரடியாகத் தொடர்பில் இருந்ததாகவோ, ராவிடம் நேரடியாகப் பேசியதாகவோ யாரும் குறிப்பிடவில்லை. சம்பந்தப்பட்ட இணையதளமும் ராவின் பங்கு பற்றிய எந்த ஆதாரங்களையும் வெளியிடவில்லை. இத்தகைய குற்றச்சாட்டுகளுக்கு மறுப்பு எதுவும் தெரிவிக்கவும்படவில்லை. எது எப்படியிருந்தாலும் பாபர் மசூதி இடிப்பு ராவின் அரசியல் வாழ்க்கையில் பெரும் கறையாகவே ஆகிவிட்டது.

இதற்கிடையே, உச்சநீதிமன்ற உத்தரவை அவமதித்த குற்றத்துக்காக கல்யாண் சிங்குக்கு ஒரு நாள் சிறைத்தண்டனை விதிக்கப்பட்டது. பின்னாளில் அவர் மீண்டும் உத்திரப் பிரதேச முதல்வராகவும் தேர்ந்தெடுக்கப்பட்டார். அரசியல் நிர்ணய சட்டத்தை மதிக்காத அவருக்குப் பின்னாளில் அரசியல் நிர்ணய சட்டத்தின் உயர்ந்த பரிசும் கிடைத்தது. ஆம், 2014ல் கல்யாண் சிங், ராஜஸ்தான் கவர்னராக நியமிக்கப்பட்டார். எல்.கே.அத்வானி, துணைப் பிரதமரானார். ஆனால், அவரால் ராஜாவாக முடியவில்லை.

காங்கிரஸ் கட்சியிலிருந்து வெளியேறிய அர்ஜுன் சிங், மீண்டும் கட்சியில் இணைந்தார். 2004 முதல் 2009 வரை மத்திய

மனிதவளத்துறை அமைச்சராக இருந்தார். 1991ல் ராவ் அமைச்சரவையிலும் அதே அமைச்சகப் பணியில்தான் இருந்தார். அர்ஜுன் சிங், 2011ல் மறைந்தார். அவருடைய பிரதமர் கனவும் கரைந்துபோனது.

அலகாபாத் உயர்நீதிமன்றம், அயோத்தியின் சர்ச்சைக்குரிய நிலம் பற்றிய தன்னுடைய இறுதித் தீர்ப்பை அறிவித்தது: 'ஏற்கனவே இருந்த இந்துக் கோவில் மீது பாபர் மசூதி கட்டப்பட்டுள்ளது; சர்ச்சைக்குரிய இடம், ராமர் பிறந்த இடம் என்பதும் தெளிவாகிறது. சர்ச்சைக்குரிய இடம், மூன்று பிரிவாகப் பிரிக்கப்பட்டு ஒரு பங்கு முஸ்லீம்களுக்கும் இரண்டு பங்கு இந்துக்களுக்கும் வழங்கப்பட வேண்டும்' என்று தீர்ப்பில் குறிப்பிடப்பட்டிருந்தது.[106] பின்னர் தொடரப்பட்ட மேல்முறையீட்டு மனுவால் அலகாபாத் நீதிமன்றத் தீர்ப்பை, உச்சநீதிமன்றம் நிறுத்திவைத்தது. இன்றைய தேதி வரை, வழக்கில் எந்த முன்னேற்றமுமில்லை. பாபர் மசூதி இடிக்கப்பட்டு விட்டது; ராமர் கோயில் கட்டப்படவில்லை.

•

பாபர் மசூதி இடிக்கப்பட்ட விஷயத்தில் ராவ் தவறு செய்து விட்டிருக்கிறார் என்பதில் எந்த சந்தேகமும் இல்லை. 1992 நவம்பர் 1 முதல் 24 வரையிலான காலகட்டங்களில் உபி மாநில அரசைக் கலைத்துவிட்டு, குடியரசுத் தலைவர் ஆட்சியை அவர் அமல்படுத்தி யிருக்கவேண்டும். அவ்வாறு செய்திருந்தால் சட்ட ரீதியாகப் பல சந்தேகங்களை எழுப்பியிருக்கும். அரசியல்ரீதியாகப் பல சர்ச்சை களையும் ஏற்படுத்தியிருக்கும். மத்திய அரசின் நடவடிக்கை, அரசியல் சட்டத்துக்கு விரோதமானது என்று உச்சநீதிமன்றம் தீர்ப்பு எழுதியிருக்கும். பாஜகவும், ராவ் அரசை எதிர்த்து நம்பிக்கை யில்லாத் தீர்மானத்தை கொண்டுவந்திருக்கும். ராவ், தன்னுடைய பதவியை இழந்திருப்பார்.

ஆனால், அத்தகையதொரு சவாலை ராவ் எதிர்கொண்டிருக்க வேண்டும். மசூதி இடிப்பு போன்ற சுதந்தர இந்தியாவின் அஸ்திவாரத்தையே அசைத்த வேறு ஒரு நிகழ்ச்சி எதுவும் இல்லை என்றே சொல்லலாம். 7 டிசம்பர் விடிந்தபோது, வேறொரு இந்தியாவில் இருப்பதாகப் பெரும்பாலான மக்கள் உணர்ந்தார்கள். இன்றும் எல்லோரும் அன்றைய பிரதமரையே குறை கூறுகிறார்கள். வரலாறு, நரசிம்ம ராவைக் கொடூரமாகவே மதிப்பிட்டிருக்கிறது.

இத்தனை வருடங்கள் கழித்து இன்று நாம் அவர் செய்தது தவறு என்று சொல்கிறோம். டிசம்பர் ஆறுக்கு முன்பு அவர் செய்தவற்றை வைத்து மட்டும் பார்த்தால் அவர் மீது இப்படிப் பழி சுமத்தமுடியுமா?

மசூதி இடிப்பு என்பது நரசிம்ம ராவால் திட்டமிடப்பட்டது என்று சொல்வது பொய். அதை நிரூபிக்கப் போதுமான ஆதாரங்கள் கிடைக்காதவரை பொய்யாகவே அது இருக்கும். கடந்த 24 ஆண்டுகளில் எந்தவித உறுதியான ஆதாரங்களும் கிடைக்கப் பெறவுமில்லை. மசூதி இடிக்கப்பட்டதில் ராவ் சம்பந்தப்பட வில்லை என்பது மட்டுமல்ல; மசூதி இடிக்கப்படாமல் காப்பாற்றப் பல ரகசியப் பேச்சுவார்த்தைகளிலும் ராவ் ஈடுபட்டார் என்பது புலனாகிறது.

சரியான நேரத்தில், சரியான முடிவை ராவ் எடுப்பதில்லை என்பதும் தவறான கருத்து. பொருளாதாரச் சீர்திருத்தங்களை அமல்படுத்த முடிவு செய்ததுபோல், ஆரோக்கியமான அரசியலுக்குத் தேவை யான முடிவை அவரால் உடனடியாக எடுத்திருக்கமுடியும். டிசம்பர் 6 தினத்துக்கு முன்னர் பரிசீலிக்கப்பட்ட அனைத்து முடிவுகளும் அரசியல் ரீதியாக ராவ் அரசுக்கு சவாலானதாக இருந்தன. அவர் முன் இருந்த கடினமான தேர்வுகள்தான் அவரை யோசிக்க வைத்தன. எந்தவொரு இக்கட்டான நேரத்திலும், அவரால் முடிவெடுக்க முடிந்தது. அனைத்துத் தேர்வுகளை அலசி, ஆராய்ந்த பின்னரே உபி விஷயத்தில் ஒதுங்கியிருக்க முடிவு செய்திருந்தார். வேறு எவரும் உறுதியான நிலைப்பாட்டுடன், மாநில ஆட்சியைக் கலைத்து விடலாம் என்று யோசனை தெரிவிக்காத நேரத்தில் அப்படியொரு முடிவுக்குத்தான் அவர் வரவேண்டியிருந்தது. அமைச்சரவை சகாக்கள் தொடங்கி சட்ட ஆலோசகர்கள், உபி மாநில ஆளுநர், உச்சநீதிமன்றம் எவருமே குடியரசுத்தலைவர் ஆட்சியைக் கொண்டுவர பரிந்துரை செய்யவில்லை.

இதையும் மீறி மாநில அரசைக் கலைக்க வேண்டுமானால், மத்தியில் அறுதி பெரும்பான்மை பெற்ற ஆட்சியாக இருந்திருக்கவேண்டும். 'ஹப்சன் சாய்ஸ்' (ஒரே ஒரு முடிவை மட்டுமே தேர்ந்தெடுக்க முடிந்த சுதந்தரம்!) மட்டுமே பிரதமர் முன் இருந்தது என்கிறார் பிரணாப் முகர்ஜி. இத்தனைக்கும் அவர் ராவை பாபர் மசூதி விஷயத்தில் குறை சொல்லக்கூடியவரும் கூட. காங்கிரஸ், சிறுபான்மையாக இருந்த காரணத்தால், கல்யாண் சிங் அரசைக் கலைப்பதற்கு நாடாளு மன்றத்தின் ஆதரவு கிடைக்காமல் போயிருக்கலாம்.[107] 'தன்னுடைய குழந்தையைக் கடத்திக்கொண்டு போய்விட்டால் ஒரு தந்தை என்னவிதமான நெருக்கடியில் இருப்பாரோ அதுபோல்தான் மத்திய அரசின் நிலை இருந்தது' என்கிறார் ராவ், தன்னுடைய புத்தகத்தில்.[108] வேறு வழியின்றி, மசூதியைக் காப்பாற்ற, இந்துத்துவா குழுக்களிடம் பேசி, ஒரு ரகசிய ஒப்பந்தம் மேற்கொள்ளவும் முயற்சி செய்தார். 5 டிசம்பர் அன்று தூங்கச் சென்றபோது, 356வது பிரிவைப்

பயன்படுத்தாமலேயே மசூதியைக் காப்பாற்றியாகிவிட்டது என்கிற நம்பிக்கையில்தான் தூங்கச் சென்றார்.

பின்னர், எதற்காக ராவ் விமர்சிக்கப்பட்டாகவேண்டும்? தன்னுடைய அமைச்சரவை சகாக்களின் குரலுக்கு செவி சாய்க்காமல், குறிப்பாக அர்ஜுன் சிங் போன்றவர்களின் கருத்தை ஏற்றுக்கொள்ளாமல் விஎச்பி, ஆர்எஸ்எஸ், பாஜக போன்ற இந்து அடிப்படைவாத குழுக்கள் மீதும் அவருடைய சுவாமிஜிக்களின் மீதும் நம்பிக்கை வைத்ததுதான் அவரது மிகப் பெரிய தவறு. இதில் ராவை நாம் குறை சொல்லவும் முடியாதுதான். முறையான வழிகள் எதுவும் பெரிதாக இல்லை என்ற நிலை வந்த பிறகுதான் முறையற்ற ரகசியப் பேச்சுவார்த்தைகளை ராவ் மேற்கொண்டார்.

எல்.கே.அத்வானி உள்ளிட்ட தலைவர்கள் உண்மையிலேயே சதியின் அங்கத்தினர்கள் (லிபரான் கமிஷன் ஆம் என்றுதான் சொல்கிறது) என்பதையோ அல்லது புலிவால் பிடித்த கதையாக அவர்களாலும் கட்டுப்படுத்த முடியாத ஒரு நிலைமையாக அது இருந்தது என்பதையோ ராவ் யூகித்திருக்கவேண்டும். தன்னுடைய பலவீனங் களை நன்கறிந்த ஒரு ராஜதந்திரியான ராவ், இந்துத்துவக் குழுக்களைத் தன்னால் சமாளித்துவிடமுடியும் என்று அதீத நம்பிக்கையில் செயல்பட்டது தவறுதான்.

தன்னுடைய ஆட்சியை எப்படியாவது தக்கவைத்துக்கொள்ள வேண்டும் என்ற ஆசையும் அவருடைய உள்ளுணர்வுகளை முடக்கிப்போட்டிருக்கக்கூடும். 'ஒருமித்த கருத்து எடுக்கப்பட வேண்டும் என்ற ராவ் சாஹிபின் விருப்பம்தான் அவருக்கே ஆபத்தாக முடிந்தது' என்கிறார் சல்மான் குர்ஷித்.[109] ஒருமித்த தீர்வு என்று அவர் எதிர்பார்த்தது: 'மசூதியையும் காப்பாற்றவேண்டும், இந்துக்களின் உணர்வையும் பாதித்துவிடக்கூடாது, தன்னுடைய செல்வாக்குக்கும் எந்தவொரு பின்னடைவு வந்துவிடக்கூடாது என்பதுதான் அது'. ஆனால், இந்த மூன்றில் எதையுமே அவரால் நிறைவேற்ற முடியாமல் போனது. மசூதி இடிக்கப்பட்டது; கணிசமான இந்துக்கள் காங்கிரஸ் கட்சியை விட்டு விலகினார்கள். ராவ் மீதிருந்த நன்மதிப்பும் குறைந்து போனது. உண்மையில் மசூதி காப்பாற்றப் பட்டாகவேண்டும் என்பதில் மட்டுமே அவருடைய கவனம் குவிந்திருக்கவேண்டும்.

அயோத்தி விஷயத்தில் அவரது தோல்விக்கு இந்தியா கொடுத்த விலை, பயங்கரமானதாக இருந்தது. மசூதி இடிப்பைத் தொடர்ந்து நாடெங்கும் நடைபெற்ற கலவரங்களில் ஏராளமான அப்பாவிகள் பெரிதும் இஸ்லாமியர்கள், கொல்லப்பட்டனர். நேரு காலத்து மதச்சார்பின்மை ஒரு முடிவுக்கு வந்துவிட்டதாகக் கருதப்பட்டது.

அந்த இழப்புக்குத் தொழுகை நடக்காத ஒரு பழைய மசூதி இடிக்கப்பட்டது (அது ஒரு குறியீட்டு விஷயமாகவோ நோயின் வெளிப்பாடாகவோ எதுவானாலும்) காரணமல்ல. பி.ஜே.பி.யின் வளர்ச்சியினால்தான் மதச்சார்பின்மைக்குப் பின்னடைவு ஏற்பட்டது. பாபர் மசூதி அங்கே இருந்தவரை பாஜகவால் இந்துத்துவ உணர்வுகளைத் தட்டியெழுப்பி, ஓர் அடையாள அரசியலை வளர்த்தெடுக்க முடிந்தது. அதன் காரணமாக 1984 தேர்தலில் 2 இடங்களை மட்டுமே பெற்றிருந்த கட்சி, 1991 தேர்தலில் 120 இடங்களைப் பெற்று பெரிய கட்சியாக வளரவும் முடிந்தது. உண்மையில், பாபர் மசூதி சரிந்த பின்னர், பாஜகவின் அரசியல் வளர்ச்சிக்கான பாதையும் சரிந்துவிட்டது.

1996 தேர்தலின்போது, அயோத்தியில் ராமர் கோயில் கட்டுவது குறித்து எதுவும் இடம்பெறவில்லை. அடுத்து வந்த தேர்தல்களிலும் ராமர் கோயில் குறித்த விஷயங்கள் அதன் செயல்திட்டங்களில் இடம் பெறவில்லை. சல்மான் குர்ஷித் சொன்னதுபோல், 'பாபர் மசூதி இடிக்கப்பட்ட பின்னர், பாஜகவின் ஆள் சேர்க்கும் பலம் குறைந்து விட்டது. அந்தக் கட்டுமானத்துக்கு எதிரான உணர்ச்சிவேகமும் உத்வேகமும் முடிவுக்கு வந்துவிட்டன என்றே சொல்லலாம்' என்கிறார்.[110]

வட இந்தியாவில் காங்கிரஸ் கட்சியின் செல்வாக்கு வீழ்ந்ததற்கும் மசூதி இடிப்பு காரணமல்ல. உத்திரப் பிரதேசத்தைப் பொறுத்தவரை 1989ல் கட்சி, முஸ்லீம் வாக்குகளை இழந்திருந்தது. 1991ல் இந்துக்களின் வாக்கையும் இழந்துவிட்டிருந்தது. பாபர் மசூதி இடிக்கப்பட்ட சம்பவம், முஸ்லீம்களுக்குக் கோபத்தை வரவழைத்தாலும், வாக்கு வங்கிகளில் பெரிய பாதிப்பில்லை.

பாபர் மசூதி இடிக்கப்பட்டதால் அரசியல்ரீதியாகப் பலிகடா ஆக்கப் பட்டது ராவ் மட்டுமே. ஓரளவுக்கு அவருடைய செயல்கள் இதற்குக் காரணமென்றால் பெருமளவுக்கு சொந்தக் கட்சியின் திட்டமிட்ட அவதூறுகளே காரணம். டிசம்பர் 6 சம்பவம் குறித்துத் தன்னுடைய புத்தகத்தில் குறிப்பிடும் ராவ், தெளிவாக இதைச் சுட்டிக் காட்டுகிறார்: 'அந்த அடாவடிச் செயலில் ஈடுபட்டவர்கள் பாபர் மசூதியை வீழ்த்தியதோடு, என்னையும் சேர்த்து வீழ்த்துவதிலும் வெற்றிபெற்றார்கள்'.[111]

13

கிழக்கே பார்... மேற்கே பார்...

ராவுக்குக் கிடைத்த பிரதமர் நாற்காலி, அடியில் இரண்டு வெடிகுண்டுகள் பொருத்தப்பட்டதாகத்தான் இருந்தது: பாபர் மசூதி பிரச்னை, பொருளாதார நெருக்கடி.

1991-ல் ராவ் பிரதமராகப் பதவிக்கு வருவதற்கு சற்று முன்னர்தான் கல்யாண் சிங், உபியின் முதல்வராகியிருந்தார். நாட்டின் அந்நியச் செலாவணிக் கையிருப்பு இரண்டு வாரத்துக்கான இறக்குமதி அளவுக்குத்தான் இருந்தது.[1] ஆட்சிக்கு வந்த நாள் முதல் இரண்டு பிரச்னைகளிலும் பிரதமருக்குக் கடுமையான அரசியல் நெருக்குதல்கள் இருந்துவந்தன. எதிர்க்கட்சிகள் மட்டுமல்லாமல் காங்கிரஸ் கட்சியினரும்கூட இந்த இரண்டு விஷயங்களிலும் தத்தமது கொள்கை சார்ந்த கணக்குகளைக் கொண்டிருந்தனர். இதனால், சரியான தீர்வுகளைக் கண்டறிந்து முடிவெடுப்பதில் ராவுக்குப் பெரும் சிக்கல் ஏற்பட்டது. இந்தக் கடுமையான அரசியல் அழுத்தங்களின் பின்னணியில் பொருளாதார நெருக்கடிக்கு சரியான முடிவொன்றை எடுத்தார். ஆனால், டிசம்பர் 6 விஷயத்தில் தவறு செய்துவிட்டார்.

இந்தியாவின் வெளியுறவுக் கொள்கையை முடிவு செய்யும் இன்னொரு நெருக்கடியான பணியும் பிரதமருக்கு இருந்தது. ஆனால், பொருளாதாரம், பாபர் மசூதி ஆகியவற்றோடு ஒப்பிடுகையில் வெளியுறவு விஷயம் உள்நாட்டு அரசியலில் ஏற்படுத்தும் தாக்கம் குறைவு என்பது ஆறுதலான விஷயம். ஆனாலும், சவால்கள்

இருக்கத்தான் செய்தன. இஸ்ரேலுடனான உறவு என்பதை இந்தியாவில் முஸ்லீம் வாக்கு வங்கியின் கண்கொண்டே பார்த்தாக வேண்டியிருந்தது. அமெரிக்காவுடனான எந்தவொரு நெருக்கமும் இடதுசாரிகளை அதிருப்தியடைய வைக்கும். ஆனால் இவை நீங்கலாகப் பிற நாட்டு விவகாரங்களில் பிரதமரும் வெளியுறவுத்துறை அதிகாரிகளும் சாதிக்க வேண்டியது நிறைய இருந்தது. அந்தவகையில் உலக அரங்கு ராவ் தனது விருப்பத்துக்கு ஏற்பச் செயல்பட முடிந்த களமாக இருந்தது.

•

இந்தியா சுதந்தரமடைவதற்கு முன்பே, உலக நாடுகள் இரு தரப்பாகப் பிரிந்துகிடந்தன. அமெரிக்கா, சோவியத் யூனியன் என்னும் இரு ராணுவ முகாம்களுக்கு நடுவே கடும் பனிப்போர் நிலவியது. இந்தியா, சோவியத் யூனியனுடன் நெருங்கிய நட்புடன் இருந்தது. சோவியத் யூனியன் இந்தியாவுக்கு ஆயுதங்கள், கொள்கை (சோஷலிசம்) ஆகியவற்றைத் தந்து உதவியது. இது தவிர ஐ.நாவில் இந்தியாவுக்கு ஆதரவாகச் செயல்படும் நாடாகவும் இருந்தது. ராவ் பிரதமரானபோது, உலக அரசியலின் போக்கு மாறியிருந்தது. சோவியத் யூனியனில் ஏற்பட்ட மாற்றங்கள் இந்தியாவுக்கான உலகப் பாதுகாப்பு வலையை அறுக்கத் தொடங்கியிருந்தன. இது தவிர இந்தியாவுக்கு அப்போது அந்நியச் செலாவணி நெருக்கடியைச் சமாளிக்க எதிர் துருவத்தில் இருந்த அமெரிக்காவின் உதவி தேவையாக இருந்தது. அண்டை நாடுகளான சீனா, பாகிஸ்தானுடனும் பிரச்னைகள் இருந்தன. சீனாவுடன் இந்தியாவுக்கு மிக நீண்ட எல்லைப்பகுதி இருந்தது. ஏற்கெனவே ஒரு போர் நடந்து முடிந்திருந்தது. கடந்த பத்தாண்டுகளில், பொருளாதாரரீதியாக முக்கியமான அதிகார மையமாக சீனா மாறியிருந்தது.

இந்தியாவின் பரம விரோதியான பாகிஸ்தான், காஷ்மீர் பள்ளத்தாக்கில் வன்முறையைத் தூண்டிவந்ததோடு கூடவே மனித உரிமைகள் மீறல் தொடர்பான குற்றச்சாட்டுகளை இந்தியா மீது உலக அளவில் சுமத்திவந்தது. 'கோக்கோ கோலா அரசுகள்'[2] என்று நேரு சொன்ன கிழக்காசிய நாடுகள் 'முதல் உலக' வட்டத்துக்குள் நுழைந்திருந்தன. இதனால் மூன்றாம் உலக நாடுகளின் தலைமையைப் பிடித்துவிடலாம் என்று கற்பனை செய்து கொண்டிருந்த இந்தியாவின் கனவுகள் கலைந்துபோயின. மத்திய கிழக்கு நாடுகளின் மணல்வெளிகள் மேற்குக்கு சாதகமாக மாறத் தொடங்கி யிருந்தன. இவையெல்லாம் சேர்ந்து இந்தியா உலக அரங்கில் அந்தரத்தில் தொங்கும் நிலை ஏற்பட்டிருந்தது.

உலக அரங்கில் இந்தியாவின் இடமும் செல்வாக்கும் குறைந்து கொண்டே வந்தது. நேருவிய சித்தாந்தத்தின் உந்து சக்தியாக இருந்த லட்சியவாதமும் சுதந்தர சர்வ தேசியக் கனவுகளும் நமக்கு ஒவ்வாத அயல் உறவுக் கொள்கையாகிப் போயின. ஏற்கெனவே இந்தியாவில் இருந்த லைசென்ஸ் ராஜ் முறையால் ஏற்பட்ட பின்னடைவுகள் இந்திய அயலுறவுத் தொடர்புகளில் தாராள மனோபாவம் தேவை என்ற நிலையை உருவாக்கியிருந்தன.

பொருளாதாரம் போல் அல்லாமல் ராவுக்கு அயல் உறவுத்துறையில் நல்ல நிபுணத்துவம் இருந்தது. எண்பதுகளில் இந்திரா, ராஜீவ் என இருவருடைய அமைச்சரவையிலும் நரசிம்ம ராவ் வெளியுறவுத்துறை அமைச்சராகப் பணியாற்றியிருக்கிறார். அவருக்கு நன்கு தெரிந்த பத்து மொழிகளில் ஸ்பானிஷ், பாரசீகம், ஆங்கிலம் ஆகிய மூன்றும் அந்நிய மொழிகள். ராவின் சொந்த நூலகத்தில் ஏராளமான புத்தகங்கள் உண்டு. அதில் சர்வதேசத் தொடர்புகள் பற்றிய கருத்துருவாக்கத்தை முன்வைத்த ஹென்றி கிஸ்ஸிங்கரின் பல புத்தகங்கள் உண்டு. கூடவே சாமுவேல் ஹண்டிங்டன், பிக்நியூ ப்ரஸின்ஸ்கி[3] ஆகியோர் எழுதிய புத்தகங்களும் உண்டு. அந்தப் புத்தகங்களில் மிக முக்கியமான பத்திகளை ராவ் அடிக்கோடிட்டும் வைத்திருப்பார். ஒவ்வொரு வெளிநாட்டு பயணத்தின்போதும், பாதுகாப்புக் கெடுபிடிகளைப் புறந்தள்ளிவிட்டு, மாலை நேரங்களில் தெருக்களில் நடந்து சென்று அந்த நாட்டையும் மக்களையும் புரிந்துகொள்ள முயற்சி செய்வார். 'ஒரு வெளிநாட்டுக்குப் போகிறாயென்றால் அந்த நாட்டைப்பற்றி முழுவதுமாகத் தெரிந்து கொள்ளவேண்டும்' என்று தனது பேரன் ஷ்ரவணனுக்கு ஆலோசனை சொல்லியிருக்கிறார்.[4]

பொருளாதாரத்துறையைப் போலவே, வெளியுறவுக் கொள்கை களிலும் மாற்றம் கொண்டுவரவேண்டும் என்ற எண்ணம் சிறிது காலத்துக்கு முன்பாகவே வந்திருந்தது. ராஜீவ் காந்தி தன்னுடைய ஆட்சியின்போது, அமெரிக்கா, சீனா, இஸ்ரேல் போன்ற நாடுகளுடன் நட்புறவை ஏற்படுத்த முயற்சிகள் ஆரம்பித்திருந்தார்.[5] ஆனால் அவையெல்லாம் குழந்தை தத்தித் தத்தி நடக்க முயற்சி செய்வது போன்ற நடவடிக்கைகள். வெறும் பேச்சளவில் நின்று போன பணிகளை மறு ஆய்வுக்கு உட்படுத்தி, மேம்படுத்தி, அடுத்த கட்டத்துக்கு எடுத்துச்செல்லும் பணிகளை நரசிம்ம ராவ் ஆரம்பித்து வைத்தார்.

•

பொருளாதார நெருக்கடியைக் கையாள்வதில் ராவ் பதவியேற்ற சில மாதங்களில் முன்னெடுத்தவை எப்படி மிக முக்கியமானவையாக

இருந்தனவோ அதுபோலவே வெளியுறவுத்துறையிலும் சில முக்கியமான முடிவுகளை எடுத்தார். தெற்காசிய விவகாரங்களில் வல்லுநரான ஜே.என்.திட்சித்தை அயலுறவுச் செயலராக நியமித்தார். ராவுக்கு நெருக்கமானவரும், வெளியுறவுத்துறை அதிகாரியாக இருந்த சல்மான் ஹைதர் (பின்னாளில் 1995-ல் அவர் வெளியுறவுத்துறை செயலாளராகவும் ஆனார்), ராவுடைய செயல்பாடுகளில் தன்னம்பிக்கை அதிகரிப்பதை உணர்ந்துகொண்டார். 'நரசிம்ம ராவ், வெளியுறவுத்துறை அமைச்சராகப் பணியாற்றியபோது, முடிவுகளைத் தானே துணிந்து எடுத்து மற்றவர்களுக்கு அச்சுறுத்தல் தரும் நபராக இருந்திருக்கவில்லை. ஆனால் பிரதமரானதும், அவருடைய ஆளுமை வெகுவாக மாறியது.[6] அரசியலில் பரபரப்பாக இருந்த மாதவ் சிங் சோலங்கியை வெளியுறவுத்துறை அமைச்சராக நியமித்தார். பிரதமர் அலுவலகமே முழு அதிகாரத்துடன் செயல் பட்டது என்பதற்கான நல்ல எடுத்துக்காட்டு அது என்கிறார் சல்மான் ஹைதர்.

நல்ல அனுபவம் வாய்ந்த ஐ.எப்.எஸ். அதிகாரிகளைத்தான் பொதுவாக வெளிநாட்டுத் தூதுவர்களாக நியமிப்பார்கள். அந்த அதிகாரிகள், புடம் போடப்பட்டவர்களாகவும் அதிக ஆர்ப்பாட்ட மில்லாமல் வேலைகளைத் திறம்படச் செய்து முடிக்க முடிந்தவர் களாகவும் இருப்பார்கள். ஆனால், அடிப்படையில் நேருவிய கடந்த காலத்தைச் சேர்ந்தவர்களாகவே இருப்பார்கள். நேருவின் வெளியுறவுக் கொள்கை, மாறிவரும் உலகில் பொருந்தாததாகி யிருந்தது. எனவே, இந்தியாவும் மாறி வருகிறது என்பதை உலக நாடுகளுக்கு உணர்த்தவேண்டுமென்று பிரதமர் நினைத்தார்.

பாலிவுட் சினிமாக்காரர்கள் மீது தீவிரப் பற்று கொண்டிருந்த சோவியத் யூனியனுக்கு நடிகர் திலீப் குமாரையும், கிரிக்கெட் வீரர் பட்டோடியை லண்டனுக்கும், ஸுபின் மேத்தாவை அமெரிக்காவுக்கும், தொழிலதிபர் ரூஸ்ஸி மோடியை ஜெர்மனிக்கும் தூதுவர்களாக அனுப்பலாம் என்று எண்ணினார். ஆனால், தீட்சித் எதிர்த்தார். தொழில் நிபுணர்களால் மட்டுமே இப்படியான முக்கிய மான பதவிகளில் சிறப்பாகச் செயல்படமுடியும் என்று ஆலோசனை கூறினார். 'ஆனால், 'ஸுபின் மேத்தாவால் ஜெனரல் எலெக்ட்ரிக் நிறுவனத்தின் சிஇஓவிடம் எனக்கு மட்டுமல்ல அவருக்கும் ஒரு அப்பாயிண்ட்மெண்ட் வாங்கமுடியும்' என்று வேடிக்கையாகச் சொன்ன ராவ் இறுதியில் தீட்சித் சொன்னதை ஏற்றுக்கொண்டார்.[7]

தனது அரசின் அயலுறவுக் கொள்கைகளைப் பொருளாதார விஷயங்களே தீர்மானிக்கும் என்பதை வெளியுலகுக்குக் காட்ட,

தன்னுடைய முதல் அரசுமுறைப் பயணமாக ஐரோப்பாவின் முன்னணி பொருளாதார நாடான ஜெர்மனிக்குச் சென்றார். 'பயணத்துக்கு முன்னரே, ஜெர்மனி பற்றி அவரிடம் கொடுக்கப்பட்ட விபரங்களை முழுமையாகப் படித்துத் தெரிந்துகொண்டார். புறப்படுவதற்கு ஆறு வாரங்களுக்கு முன்னரே திட்டமிட்டுச் செய்துமுடித்தார்' என்கிறார் ராமு தாமோதரன்.[8]

ஜெர்மனிக்குச் சுற்றுப்பயணமாக வந்தவர், எந்தவொரு இந்திய பிரதமரும் அதுவரை செய்திராத பணியைச் செய்தார். செல்லு மிடங்களிலெல்லாம் இந்தியாவில் முதலீடு செய்ய முன்வர வேண்டியதன் அவசியம் பற்றிப் பேசினார். 'அவரது பேச்சு, ஒரு பன்னாட்டு நிறுவனத்தின் கைதேர்ந்த செயல் அதிகாரியின் பேச்சுப் போல் அமைந்திருந்தாக' அரங்கில் இருந்த ஒரு ஜெர்மானிய வர்த்தகர் வியந்து பாராட்டினார்.[9]

ஒவ்வொரு முறை வெளிநாட்டுப் பயணங்களை மேற்கொள்ளும் போதும், இந்தியவியலாளர்களைச் சந்தித்தார். 20 ஆண்டுகளுக்கு முன்னர், அமெரிக்காவின் விஸ்கோன்ஸின் பல்கலைக்கழகத்துக்குச் சென்றபோது, மேற்கத்திய இந்தியவியலாளர்கள் மத்தியில் இந்தியா பற்றிய இருந்த தவறான, பழமையான பார்வையைத் தெரிந்து கொண்டு அதிர்ச்சி அடைந்திருந்தார்.[10] 'இந்தியாவின் சந்தையை உலகுக்குத் திறந்துவிட்டபோது அயல் நாட்டு அரசுகள் முதலில் தமது பல்கலைகளில் இருக்கும் இந்தியவியலாளர்களை அழைத்துத்தான் பேசுவார்கள். எனவே, அவர்களுக்கு நவீன இந்தியா பற்றிய விஷயங்கள் தெரிந்தாகவேண்டும்' என்று விரும்பினார் என்கிறார் ராமு தாமோதரன்.[11]

வெளிநாட்டுப் பயணங்களின் போது தன்னுடன் சமையல்காரரான ராஜைய்யாவையும் அழைத்துச் சென்றார். ராஜைய்யா சமைத்துத் தரும் பருப்பு, கூட்டு, சாம்பார் என எளிமையான சாப்பாட்டையே உட்கொண்டார்.[12] அந்த வீட்டுச் சாப்பாடு முடிந்ததும், அதிகாரபூர்வ விருந்துக்குச் செல்வார். அங்கு அடுக்கிவைக்கப்பட்டிருக்கும் உணவுக் குவியலில் எதையும் தொடாமல் பழங்கள், பருப்புகள் மட்டும் சாப்பிட்டு விருந்தை முடித்துக்கொள்வார். சில நேரங்களில் இனிப்பு வகைகளை எடுத்துக்கொள்வார்.[13]

சோவியத் யூனியனில் அரசியல் நிலைமை குழப்பமாக இருந்த நேரத்திலும், ஜெர்மனிக்குப் பயணம் மேற்கொண்டார் ராவ். ஆகஸ்ட் 1991ல் சோவியத்தில் மிகெய்ல் கொர்பசேவ்வின் ஆட்சியைக் கவிழ்க்கும் முயற்சி நடந்தது. 23 ஆகஸ்ட் 1991 அன்று கொர்ப சேவ்வைத் தொடர்புகொண்ட ராவ், சோவியத் குறித்த தன்னுடைய

கவலைகளைப் பகிர்ந்துகொண்டார். 'மிஸ்டர் பிரஸிடெண்ட், கடவுளின் அருளாலும் சோவியத் மக்களின் மன உறுதியினாலும் கடந்த 72 மணி நேரத்தில் நடந்த நெருக்கடிகளைத் துணிச்சலுடன் எதிர்கொண்டு வெற்றி பெற்றிருக்கிறீர்கள். இத்தனை மோசமாகவும் மக்களின் எண்ணங்களுக்கு எதிராகவும் ரஷ்யாவில் இருந்து செயல் பட்ட சக்திகளுக்கு எதிரான உங்களுடைய போராட்டத்தில் இந்தியா உங்களுக்கு ஆதரவாக இருக்கும்' என்று தெரிவித்தார்.[14]

ராவ், 'சோவியத் மக்களின் உணர்வுகள்' என்னவென்பதைப் புரிந்து கொள்ளத் தவறிவிட்டார். டிசம்பர் 1991-ல் சோவியத் கூட்டமைப்பு கலைக்கப்பட்டது. அதன் காரணமாக சோவியத் யூனியனுடனான ஆயுத ஒப்பந்தங்கள் இப்போது ரஷ்யா, பல்கேரியா, உக்ரைன் போன்ற பல நாடுகளுடனான ஒப்பந்தங்களாகப் பிரிந்தன. இந்தியாவுக்கான சோவியத் யூனியன் தூதர், 'எல்லாம் மாறிவிட்டது. நாங்களும் மாறுவதற்குக் கற்றுக்கொண்டிருக்கிறோம்' என்று தன் அறிக்கையில் அடங்கிய தொனியில் அருமையாகக் குறிப்பிட்டிருந்தார்.[15]

சோவியத் யூனியன் மறைந்த காரணத்தால், எஞ்சியிருக்கும் வல்லரசான அமெரிக்காவுடன் இந்தியா தன்னுடைய உறவைப் புதுப்பித்துக்கொண்டாகவேண்டிய அவசியம் எழுந்தது. அதுவரை இந்திய-அமெரிக்க உறவுகள் அவநம்பிக்கைகள், சந்தேகங்கள் என குழப்பங்கள் மலிந்ததாகவே இருந்தது. இந்தியாவின் பார்வையில் ஏற்பட்டிருக்கும் மாற்றத்தை அமெரிக்காவுக்குத் தெரிவித்தாக வேண்டும். வளைகுடா நாடுகள் மூலமாக அதைத் தெரிவிக்க ராவ் முடிவெடுத்தார்.

•

பாலஸ்தீனம் உருவாவதற்கு இந்தியா முதலில் இருந்தே ஆதரவு தெரிவித்து வந்திருந்தது. இஸ்ரேலுடன் முழுமையான அயலுறவுத் தொடர்புகளை மேற்கொள்ளாமலும் இருந்தது. பாலஸ்தீன விடுதலையை ஆதரித்ததற்கு மூன்று காரணங்கள் இருந்தன: 1.வளைகுடா நாட்டு எண்ணெய் நமக்குத் தேவையாக இருந்தது. 2.இந்திய முஸ்லீம் வாக்கு வங்கி மீதான பயம்; 3.வெள்ளையர் அல்லாதோரின் நாடுகளில் வெள்ளையர்களின் குடியேற்றத்தை எதிர்க்கும் காலனி ஆதிக்க எதிர்ப்பு நிலைப்பாடு ஆகியவையே பாலஸ்தீனத்துக்கு ஆதரவாகவும், இஸ்ரேலுக்கு எதிராகவும் நிலைப்பாடு கொண்டிருக்கக் காரணமாக இருந்தன.

1986-ல் ராஜீவ் காந்தி, தனக்கு நெருக்கமான வெளியுறவு அதிகாரியான ரோனென் சென்னை அழைத்து, இஸ்ரேலுடன் ராஜ்ஜிய உறவுகளை வலுப்படுத்துவதற்கான புது வழிகளைப்

பட்டியலிடுமாறு கேட்டிருந்தார்.[16] 1987 முதல் எதிர்பாராதவிதமாக ஊழல் குற்றச்சாட்டுகளில் சிக்கியதால், ராஜிவ் காந்தியால் பொருளாதாரம், வெளியுறவு ஆகிய விஷயங்களில் கவனம் செலுத்த முடியவில்லை. 'இஸ்ரேலுக்கு ஆதரவாக நடந்துகொண்டால் இந்தியாவில் காங்கிரஸுக்கு இருக்கும் இஸ்லாமிய வாக்கு வங்கி பலவீனமாகிவிடும் என்று ராஜிவ் காந்தி பயந்தார். ஆனால், 'பாலஸ்தீனப் பிரச்னையை இந்திய முஸ்லிம் வாக்கு வங்கியுடன் மட்டுமே இணைத்துப் பார்ப்பது தவறு என்று தோன்றுகிறது. மேலும் இந்திய முஸ்லிம்கள் இந்தியாவின் பிற குடிமகன்களைப் போலவே தேச நலனுடன் சிந்திக்கமாட்டார்கள் என்ற யூகம் மிகவும் தவறானது' என்கிறார் ரோனென்சென்.[17]

1991-ல் ராவ் பிரதமரானபோது, வாஷிங்டனுக்கான சாலை, இஸ்ரேலின் வர்த்தகத் தலைநகரான டெல் அவி வழியாகச் செல்வதைப் புரிந்து கொண்டார். 'இஸ்ரேலுடன் நெருக்கமான அயலுறவு இல்லையென்றால் அமெரிக்காவுடன் நல்லுறவு தொடர்வது சாத்தியமில்லை என்று ராவ் கவலைப்பட்டார்' என்கிறார் 1994-ல் வெளியுறவுத்துறை செயலாளராக இருந்த கிருஷ்ணன் ஸ்ரீனிவாசன்.[18]

சோவியத் யூனியன் சிதைந்த 1991 டிசம்பரில் இந்தியாவுக்கு நல்லதொரு வாய்ப்புக் கிடைத்தது. ஜியோனிஸம் என்பதை இனவாதம் என்று வகைப்படுத்துவதை எதிர்த்து அமெரிக்கா, ஐநா சபையில் தீர்மானம் கொண்டுவந்தது. அதன் முக்கியத்துவத்தை உணர்ந்து கொண்ட ராவ், ஓய்வுபெற்ற வெளியுறவுத்துறை அதிகாரிகளை ஆலோசனைக்கு அழைத்தார்.[19] பெரும்பாலானவர்கள், இந்தியா இஸ்ரேலுடன் நல்லுறவை வளர்ப்பது அவசியமென்று சொன்னார்கள். 'முஸ்லீம்களிடமிருந்து எதிர்ப்பு வருமா' என்று பிரதமர் உளவுத்துறையைச் சேர்ந்த மூத்த அதிகாரியிடம் கேட்டிருந்தார். 'எந்தவொரு பாதிப்பும் இருக்காது' என்று அந்த அதிகாரி பதிலளித்தார். உடனே தன்னுடைய வெளியுறவு அதிகாரிகளை வரவழைத்த ராவ், அமெரிக்காவுக்கு ஆதரவாகத் தீர்மானத்தில் வாக்களிக்குமாறு உத்தரவிட்டார். அமெரிக்கா இதைக் கவனத்தில் எடுத்துக்கொண்டது.

அடுத்த மாதமே, பாலஸ்தீன விடுதலை இயக்கத் தலைவர் யாசர் அராஃபத்தை இந்தியா வருமாறு பிரதமர் அழைப்பு விடுத்தார். சதாம் ஹுசேனை ஆதரித்த காரணத்தால், வளைகுடாவில் யாசர் அராஃபாத் தனித்து விடப்பட்டிருந்தார். வளைகுடா அரசியல் வட்டாரத்தில் அவரது செல்வாக்கும் வெகுவாகக் குறைந்திருந்தது.[20]

அராஃபத்தின் இந்திய வருகைக்கு, வெகு நாட்களுக்கு முன்னரே பிரதமர் தயாராக இருந்தார். வரவேற்றுப் பேச வேண்டிய உரையைக் கிட்டத்தட்ட நான்கு முறை திருத்தி எழுதினார்: 'யாசர்

அராஃபத்துக்கு அறிமுகம் தேவையில்லை. அவர் மிகப் பெரிய சாதனைகளைப் படைத்திருக்கிறார். அரபு உலகில் அவருடைய பெயர் தெரியாதவர்களே இருக்கமுடியாது. நம் நாட்டிலும் ஏன் உலகம் முழுவதிலும் கூட அனைவருக்கும் தெரிந்த நபர் அவர்' என்று பெரும் புகழ்ச்சியுடன் ஆரம்பித்த உரையில் 'இஸ்ரேல், அனைத்து ஆக்ரமிப்புகளையும் கைவிடவேண்டும்' என்று ஒரு கோரிக்கையையும் கூட முன்வைத்திருந்தார் ராவ்.

1992 ஜனவரியில் அராஃபத் இந்தியா வந்தபோது, அவரை கட்டித் தழுவி வரவேற்றார். புன்னகையுடன் கூடிய முகத்துடன் நரசிம்ம ராவும் ஆலிவ் பச்சை ராணுவ உடையில் கறுப்பு வெள்ளை அரபுத் தலைப்பாகையுடன் அராஃபத்தும் ஆரத் தழுவிக்கொண்ட புகைப்படம் அனைத்து நாளிதழ்களிலும் வெளியானது. இந்தியா, தனது பழைய நண்பரைக் கைவிட்டுவிடவில்லை என்கிற செய்தி அழுத்தந்திருத்தமாகப் பதிவு செய்யப்பட்டது.

ஆனால், இருவரும் தனியாகப் பேசியபோது, 'இந்தியாவுக்கான வெளியுறவுத் தூதர், இஸ்ரேலின் டெல் அவிவில் இருந்தால் மட்டுமே இஸ்ரேல் மீது அழுத்தம் தரமுடியும்' என்று அராஃபத்திடம் ராவ் கூறினார். ராவ் போன்று அரசியலில் பழுத்த அனுபவமுள்ள அராஃபத், அவர் சொல்ல வந்த செய்தியைப் புரிந்துகொண்டார். டெல்லியில் நடைபெற்ற பத்திரிகையாளர் சந்திப்பில் பேசிய அராஃபத், 'ஒரு நாட்டுக்கு வெளியுறவுத் தூதர்களை நியமிப்பது, அந்நாட்டு தூதுவர்களைத் தன் நாட்டில் செயல்பட அனுமதிப்பது, வேறொரு நாட்டின் இருப்பை அங்கீகரிப்பது இவையெல்லாம் ஒரு நாட்டின் இறையாண்மை சம்பந்தப்பட்ட விஷயம். அதில் நான் தலையிடுவதற்கு எதுவுமில்லை. இந்திய அரசு எடுக்கும் எந்தவொரு முடிவையும் நான் மதிக்கிறேன்' என்றார்.[21]

29 ஜனவரி 1992 அன்று, இஸ்ரேலுடன் முழு அளவிலான அயலுறவுத் தொடர்புகளை முன்னெடுக்கப்போவதாக இந்தியா அறிவித்தது. 'இந்தியா, உலக நாடுகளுடன் இணைந்திருக்கிறது' என்கிற செய்தியை ஜெருசலேம் போஸ்ட், தலைப்புச் செய்தியாக்கியது.[22]

உள்நாட்டு பிரச்னைகளில் ராவ் கவனம் செலுத்த ஆரம்பித்தார். 22, மார்ச் 1992 அன்று நாடாளுமன்றத்தில் நடைபெற்ற விவாதத்தில் கலந்து கொண்ட பிரதமர், பொருளாதாரச் சீர்திருத்தங்கள் விஷயத்தில் செய்ததுபோலவே தன்னுடைய இந்தச் செயலை நேருவியக் கொள்கைகளின் நீட்சி என்று நியாயப்படுத்திப் பேசினார். 'இஸ்ரேல் நாட்டை அங்கீகரிப்பது குறித்து மாண்புமிகு உறுப்பினர்கள் கேள்வி எழுப்பினார்கள். அதற்கு என்ன அர்த்தம்

என்று எனக்குப் புரியவில்லை. நேரு காலத்திலேயே இஸ்ரேலை அங்கீகரித்திருக்கிறோம். இப்போது நாம் இஸ்ரேலுடனான ராஜதந்திர உறவுகளை உருவாக்கியிருக்கிறோம். ஏற்கெனவே, பம்பாயில் அவர்களுடைய தூதரகம் அமைக்கப்பட்டுள்ளது' என்றார்.[23]

இஸ்ரேல் உடனான வெளியுற ஒப்பந்தத்தால் நிலவிய சலசலப்புகளை சமாளிக்க ராவ் ஈரான் நாட்டுக்குப் பயணம் மேற்கொள்ள விரும்பினர்.[24] காஷ்மீரில் பாகிஸ்தானை எதிர்கொள்ள ஈரானின் உதவி தேவைப்பட்டிருந்தது. அது தவிர, பாபர் மசூதி இடிப்புக்குப் பின்னர் முஸ்லீம் நாடுகளுடன் ஏற்பட்டிருந்த இடைவெளியைப் போக்க வேண்டிய அவசியமும் இருந்தது.

ஈரான் பயணம், வேறு பல விமர்சனங்களை எழுப்பும் என்று ராவ் எதிர்பார்த்தார். குறிப்பாக எதிர்க்கட்சிகள் மத்தியிலிருந்து எதிர்ப்பு வருமென்பதைக் கணித்தவர், எம்.கே.பத்ர குமார் என்னும் அதிகாரியை அனுப்பி, பாஜக தலைவர் எல்.கே.அத்வானியிடம் விளக்கம் தருமாறு உத்தரவிட்டிருந்தார். பாபர் மசூதி இடிக்கப்பட்டது குறித்த கசப்பான சம்பவங்களுக்கு மத்தியிலும் பிரதமரின் இதுபோன்ற முயற்சிகள் யதார்த்தத்தைப் புரிந்துகொண்டு மேற்கொண்ட செயல்களாக இருந்தன. அத்வானியும் அந்தப் பயணத்தின் முக்கியத்துவத்தைப் புரிந்துகொண்டு நடந்துகொண்டார். பத்ர குமார் தந்த விளக்கங்களை அமைதியாகக் கேட்டுக்கொண்டவர், பிரதமரின் ஈரான் பயணம் வெற்றி பெற வாழ்த்துகளைத் தெரிவித்துக் கொண்டார்.[25]

நரசிம்ம ராவ் காலத்தைத் தொடர்ந்து இன்றுவரை இஸ்ரேலுடனான இந்திய உறவுகள் தொடர்ந்து பலப்பட்டுள்ளன. 2012ல் மட்டுமே 9 பில்லியன் டாலர்கள் மதிப்பிலான ராணுவ ஒப்பந்தங்கள் மேற்கொள்ளப்பட்டன.[26] ஐநா சபையில் எல்லா நேரங்களிலுமே இஸ்ரேலுக்கு எதிரான நிலைப்பாட்டையே எடுக்கும் என்ற நிலை மாறியது. இஸ்ரேலுடனான உறவுகள் மேலும் வலுப்பெற்று, அது எந்தவிதத்திலும் ஈரானியர்கள் மற்றும் பிற அரேபியர்கள் மீதான இந்தியாவின் உறவைப் பாதிக்காத வகையில் தொடர்கின்றன. அதற்கு, முந்தைய காலத் தீர்மானங்களின்படியே எல்லாம் முன்னெடுக்கப்படுகின்றன என்ற போர்வையில் புதிய முயற்சிகளை முன்னெடுத்த ராவின் அணுகுமுறையே முக்கிய காரணம்.

தாராளமயமாக்கலுக்குப் பின்னர், அந்நிய முதலீடு அதிகாரப்பூர்வமாக இந்தியாவுக்குள் அனுமதிக்கப்பட்டது. ஆனால், இந்தியாவில் நிலவும் அமைதியான வர்த்தகச் சூழலை முன்வைத்து, பிறநாடு

களையும், வெளிநாட்டு நிறுவனங்களையும் சம்மதிக்க வைக்க விதிமுறைகளில் மாற்றம் செய்தால் மட்டுமே போதாது. அதையும் தாண்டி நிறைய விஷயங்களைச் செய்ய வேண்டியிருந்தது.

●

பொருளாதார தாராளமயமாக்கல் நடவடிக்கைகள் எடுக்கப் பட்டதைத் தொடர்ந்து அந்நிய முதலீடுகள் அதிகாரபூர்வமாக இந்தியாவுக்குள் வரத் தொடங்கியிருந்தன. ஆனால், இன்னும் சந்தேகம் தீராத நாடுகளையும் கார்ப்பரேட்களையும் நம்பவைக்க வேண்டுமென்றால் வெறும் சட்டத் திருத்தங்கள் போதாது. பொருளாதார விஷயங்களுக்காகத் தனியான வெளியுறவுக் கொள்கைகள் வகுக்கப்பட வேண்டியிருந்தது. அதுவரை அப்படிப் பட்ட முயற்சிகள் எதுவும் மேற்கொள்ளப்பட்டதில்லை. இந்திய வெளியுறவுத்துறை அதிகாரிகள், மூன்றாம் உலக நாடுகளின் ஒற்றுமையைப்பற்றிப் பேசுவதிலோ மேற்கத்திய நாடுகளிடம் கோதுமையும் நிதியுதவியும் கேட்பதிலோ மட்டுமே ஈடுபட்டு வந்தார்கள். அந்நிய முதலீட்டாளர்களிடம் நம்முடைய பொருளாதாரத்தைப் பற்றியும் இந்தியாவில் முதலீடு செய்ய வேண்டியதன் அவசியம் பற்றியுமெல்லாம் பேசியிருக்கவில்லை.

பிரதமர், ஒரு பெரிய மாற்றத்தைக் கொண்டுவந்தார். பிரதமர் அலுவலகம், வெளிநாட்டில் உள்ள அனைத்து இந்தியத் தூதரகங் களுக்கும் ஒரு கடிதம் எழுதியது. அதில் இந்தியத் தூதர்கள், அங்குள்ள முதலீட்டாளர்களைத் தொடர்புகொண்டு, இந்தியாவில் முதலீடு செய்ய வரும்படி ஊக்குவிக்குமாறு கேட்டுக் கொள்ளப் பட்டிருந்தது.

வெளிநாட்டுப் பயணங்களின்போது, குறிப்பாக ஜெர்மனி, ஈரான் போன்ற நாடுகளுக்குச் சென்றபோது பிரதமர், கூடவே ஏராளமான தொழிலதிபர்களையும் அழைத்துச் சென்றார். தருண்தாஸையும் இந்திய தொழில்துறை சம்மேளனத்தையும் (சிஐஐ) அரசியல் அதிகார வட்டத்தில் எல்லாருக்கும் பிடித்திருந்தது. எப்போதும் பிரதமருடனான வெளிநாட்டுப் பயணங்களில் தருணும் இருப்பார். 'தொழிலதிபர்களும், அரசியல் சந்திப்புகளுக்கு அழைக்கப்பட்டிருந்த காரணத்தால் வெளிநாட்டு அரசியல் தலைவர்களைச் சந்திக்க அவர்களுக்கு வாய்ப்புக் கிடைத்தது. இல்லாவிட்டால் அது சாத்தியமாகியிருக்காது' என்கிறார் கிருஷ்ணன் ஸ்ரீனிவாசன்.[27]

இரண்டுமுறை தாவோஸில் நடைபெற்ற உலகப் பொருளாதார சம்மேளனத்தின் கூட்டத்தில் பங்கு கொண்டதிலிருந்தே ராவின் வெளிப்படையான பொருளாதார ராஜதந்திர நடவடிக்கைகளைப்

புரிந்து கொள்ளமுடியும். ஏற்கனவே நாம் குறிப்பிட்டபடி, இதுபோன்ற கூட்டங்களுக்கு ஒரு இந்திய பிரதமர் செல்வது அதுவே முதல்முறை.

தாவோஸ், உலகம் முழுவதுமுள்ள தொழிலதிபர்கள் வந்து கூடும் இடம். 1992 பிப்ரவரியில் அங்கு சென்றிருந்த ராவ், அவர்களுக்கு மத்தியில் பேசினார். 'நான் இங்கு வந்திருப்பது உங்களிடம் உரையாற்றுவதற்காக அல்ல. பொருளாதார உலகின் புனிதத்தலமாக மாறிவிட்ட இந்த இடத்தில் புதிய விஷயங்களைக் கற்றுக் கொள்வதற்காகத்தான் வந்திருக்கிறேன். வர்த்தகம் மற்றும் தொழில் துறையில் ஏதேனும் கொஞ்சம் போல சாதித்தவராக இருந்தாலும் அவர்கள் அனைவரையும் இங்கே சந்திக்க முடியும் என்று கேள்விப் பட்டேன். இங்கு வந்தது எனக்குப் புனித யாத்திரைக்கு வந்ததுபோல் தான். புனித யாத்திரைக்கு வரும் யாரும் மற்றவர்களுக்கு போதிக்கும் நோக்கில் வருவதில்லையே' என்றார்.[28]

பில் கிளிண்டன் போல் கைகளைக் குலுக்கி முதுகில் தட்டிக் கொடுத்து நவீன மனிதராகத் துடிப்புடன் செயல்பட முடியா விட்டாலும், எழுபதுகளில் இருந்த பிரதமர், எடுத்த வேலையை முடிப்பதில் கண்ணும் கருத்துமாக இருப்பேன் என்பதை அனைவருக்கும் அழுத்தமாக உணர்த்தினார். நரசிம்ம ராவ் காலத்தில் தொடங்கிய புதிய அணுகுமுறையால் புதிய இந்தியா வளர்ச்சி கண்டது. 2015ல் இந்தியாவின் சர்வதேச வர்த்தகமானது, இந்தியாவின் ஜி.டி.பி.யில் 40 சதவீதமாக இருந்தது.[29] 'ராவ் எப்போதும் தன்னை முன்னிறுத்துவதை விரும்பியதில்லை. இந்தியப் பொருளாதாரத்தை உலகச் சந்தையுடன் இணைப்பது தொடர்பான விஷயத்தில் அதனால் கிடைக்கப்போகும் வளர்ச்சியின் அடிப்படையில் தனது வெற்றி மதிப்பிடப்படும் என்பதில் ராவுக்குத் தெளிவு இருந்தது' என்கிறார் ரோனென் சென்.[30]

★

1993ல் இந்திய எல்லையைத் தாண்டி 3500 கிமீ தூரம் வரை பயணம் செய்ய முடிவு செய்தார்.[31] இந்தியாவுக்கும் சீனாவுக்கும் இடையேயான எல்லைப் பிரச்னை 1914 தொடங்கி, நிலுவையில் இருந்து வந்தது. பிரிட்டிஷார் வகுத்த அந்த எல்லைக்கோட்டை இந்தியா ஒப்புக் கொண்டாலும், சீனா ஒப்புக்கொள்ளத் தயாராக இல்லை. இரு நாடுகளுக்கு இடையேயான எல்லைப் பிரச்னை, 1962ல் யுத்தத்தில் முடிந்தது. இந்தியா பயங்கரமான தோல்வியை அடைந்தது. அது முதல் இரு தரப்பினருக்கும் இடையேயான உறவுகள் சீர்கெட்டிருந்தன.

இந்தியா, சீனாவுக்கு இடையே ஒரு பரஸ்பரப் புரிந்துணர்வைக் கொண்டு வர விரும்பிய ராஜீவ் 1988ல் சீனாவுக்குப் பயணம் மேற்கொள்ளத் தீர்மானித்தார். அப்போது வெளியுறவுத் துறை அமைச்சராக இருந்த நரசிம்ம ராவுக்கு அவரோடு அந்த விஷயத்தில் கருத்து வேறுபாடுகள் இருந்தன. பின்னர் தன் முடிவை மாற்றிக் கொண்டார். சீனாவுடனான உறவு குறித்த விஷயங்களில் ராஜீவ் காந்தியிடம் மூன்று செயல்திட்டங்கள் இருந்தன: எல்லைப் பிரச்னை, தொழில்நுட்ப பரிமாற்றம், பொருளாதாரம் என்னும் மூன்று விஷயங்களிலும் சீனாவுடன் பேச்சுவார்த்தை நடத்தி, முன்னேற்றம் காணமுடியும் என்று நினைத்தார்.[32] ஆனால், சீனாவுக்கு நேரில் சென்று வந்தது என்ற விஷயமே இரு நாட்டு உறவில் நல்ல முன்னேற்றத்துக்கு வழிவகுத்தது. 'ராஜீவ் காந்தியின் சீனப் பயணம், நிறைய மாற்றங்களைக் கொண்டுவந்தது என்பதை மறுக்கமுடியாது' என்கிறார், அப்போது உளவுத்துறை இயக்குநராக இருந்த எம்.கே.நாராயணன்.[33]

நரசிம்ம ராவ், 1988ல் வெளியுறவுத்துறை அமைச்சராக இருந்தபோது பெய்ஜிங் மாநாட்டில் இந்தியா சார்பாகக் கலந்து கொண்டிருக்கிறார். சீன அதிபரான மாவோவையும் அவருடைய கொள்கைகளையும் உதட்டளவில் புகழ்ந்து பேசியபடியே டெங் சந்தைப் பொருளாதாரத்தை நோக்கி நகர்ந்ததையும் பார்த்திருக்கிறார். இப்படி இரட்டை நாக்குடன் பேச டெங்கிடமிருந்து ராவ் நிறையக் கற்றுக் கொண்டிருக்கிறார். அந்த விஷயத்தில் தனது குரு போன்ற டெங்கைச் சந்திப்பதற்கும் ஆர்வமாக இருந்திருக்கிறார். ஆனால், நாம் ஏற்கனவே குறிப்பிட்டபடி, வெளியுறவுத்துறை அமைச்சகத்தைச் சேர்ந்தவர்களை அழைக்காமல் டெங்கைத் தனியாகச் சந்திப்பது என்று ராஜீவ் முடிவெடுத்திருந்தார். அவருடன் இரு ஜூனியர் அதிகாரிகளை மட்டுமே அழைத்துச் சென்றிருந்தார். அவர்களில் ஒருவர், ரோனென் சென். 'இச்சம்பவம், ராவை மிகப் பெரிய அளவில் பாதித்துவிட்டது. ராஜீவ், தன்னை ஒதுக்கிவிட்டதாக நினைத்தார்' என்கிறார் உடன் சென்ற ஓர் அதிகாரி.

டிசம்பர் 1991. ராவ் பிரதமரான சிறிது நாட்களிலேயே சீன அதிபர் லீ பெங், இந்தியாவுக்கு வருகை தந்தார். அதற்கான தயாரிப்புகளின் ஓர் அங்கமாக இந்தியாவுக்கான சீனத் தூதராக இருந்த ஒரு மூத்த அதிகாரி, 'இந்திய சீன உறவுகள் குறித்துத் தனிப்பட்ட குறிப்புகளை' ராவுக்கு அனுப்பிவைத்திருந்தார். 'பல கட்சி ஜனநாயகம், அரசியல் பன்முகத்தன்மை, மேற்கத்திய பாணியிலான மனித உரிமைகள், சமூகம் இளைஞர்களுக்குத் தரும் சுதந்தரம் இவையெல்லாம் சீன

அதிபரான லீ பெங்குக்கு அறவே பிடிக்காதவை' என்று அதில் குறிப்பிட்டிருந்தார்.[34] இந்த வார்த்தைகளை அடிக்கோடிட்டுவிட்டு, 'இருந்தும் இவரைப் போன்றவர்களிடம் சிறிது காலத்துக்காகவாவது நாம் அவசியம் வர்த்தக உறவு வைத்தாகவேண்டும்' என்றாராம் ராம்.

சர்வ தேச உறவுகளைப் பேணுவது மிகவும் சவாலான விஷயம். எனவே, பெரும்பாலான பிரதமர்கள் அந்தத் துறை சார்ந்த அதிகாரிகள் சொல்வதைக் கேட்டு அதன்படியே நடந்துகொண்டுவிடுவார்கள். ஆனால், ராவ் அப்படிப்பட்டவரல்ல.

'தெற்காசிய வளர்ச்சிக்காக இந்தியாவும் சீனாவும் இணைந்து செயல் பட்டாகவேண்டும். நேபாளத்திலும் பங்களாதேசத்திலும் சீன – இந்திய கூட்டுத் திட்டங்களை முன்னெடுக்கவேண்டும்' என்று வெளியுறவுத்துறையின் மூத்த அதிகாரி பிரதமரிடம் பரிந்துரை செய்திருந்தார். 'இதனால் நம்முடைய அண்டை நாடுகளில் சீனாவின் ஆதிக்கம் அதிகமாகும். அண்டை நாடுகள் நமக்கு எதிராக அணிவகுப்பது நமக்குத் தீங்கையே விளைவிக்கும். இதை இப்போது செய்யாமல் இருப்பது நல்லது' என்று பதிலெழுதினார்.

லீ பெங் வந்துபோனதற்கு இரண்டு ஆண்டுகளுக்குப் பின்னர் 1993 செப்டெம்பரில் ராவ், சீனா சென்றார். அதிபராக இருந்த ஜியாங் ஜிமினோடு கலாசார தொடர்புகள் குறித்துப் பேசினார்.[35] 'சீனாவும் இந்தியாவும் எதையெல்லாம் விற்கலாம் வாங்கலாம் என்ற மளிகைக் கடைப் பட்டியல் போன்ற வர்த்தக உறவுகளைத் தாண்டி, இன்னும் ஆழமான கலாசார தத்துவார்த்த தொடர்புகளால் பிணைக்கப் பட்டிருக்கின்றன' என்று ராவ் நம்பினார் என்கிறார் பிரதமர் அலுவலகத்தில் பணிபுரிந்த பிரபாகர் மேனன்.[36]

பிரதமரின் இந்தப் பயணத்தின் போதுதான், 'இந்திய சீன எல்லையில் அமைதியை நிலவச் செய்யும் ஒப்பந்தம்' கையெழுத்திடப்பட்டது. பிரச்னையைத் தீர்க்க வேறு வழிகளைக் கண்டடையும் அதே நேரத்தில் எல்லையில் படைகளைக் குறைப்பது உள்ளிட்ட பல்வேறு முடிவுகள் எடுக்கப்பட்டன.[37]

இந்த உடன்பாடு முழுக்க முழுக்க ராவின் முத்திரையைக் கொண்ட ஒப்பந்தம். எல்லைத் தகராறு என்பது தீர்க்கப்படவே முடியாததாகத் தெரிந்ததால் அதை இந்திய சீன உறவு தொடர்பான பிற விஷயங்களில் இருந்து சற்று தள்ளிவைத்தார். இந்த அணுகுமுறைக்கு நல்ல பலன் கிடைத்தது. வர்த்தகரீதியிலான உறவுகள் வெகுவாக மேம்பட்டன. 'உண்மையில், மற்ற அண்டை நாடுகளுடனான எல்லையில் நிலவும் பதற்றத்தோடு ஒப்பிடும்போது, இந்திய சீனா

எல்லையில் மிகுந்த அமைதி நிலவுகிறது. இதற்கு நாம் ராவுக்கு நன்றி சொல்ல வேண்டும்' என்கிறார் ரோனென் சென்.[38] 'சீனாவுடனான இந்தியாவின் அமைதி ஒப்பந்தம், ஒரு முக்கியமான திருப்புமுனை என்பது உண்மைதான். 'எல்லைப் பிரச்னைகளைத் தனிமைப் படுத்தியதன் மூலம் சீனாவுடனான மற்ற விஷயங்களைத் தொடர்ந்து பேச முடிந்தது' என்கிறார் எம்.கே நாராயணன்.[39]

அயலுறவு சார்ந்த விஷயங்களில் அந்தப் பயணம் ராவுக்கு வெற்றிகரமானதுதான். என்றாலும் தனிப்பட்ட அளவில் அவருக்குத் தோல்விகரமானதாகவே இருந்தது. ராஜீவ் காந்தி 1988-ல் தடுத்து விட்டதால் ராவால் தனக்குப் பிடித்த ஆளுமையான டெங்கை அன்று சந்திக்க முடியாமல் போய்விட்டிருந்தது. ஆனால், 1993களில் டெங் அரசியலிலிருந்து ஓய்வு பெற்றிருந்தார். அரசு முறைப்பயணமாக வந்திருந்த இந்திய பிரதமரைச் சந்திக்கவும் மறுத்துவிட்டார். ஒருவேளை, நேரு-காந்தி குடும்பத்திலிருந்து வந்திருந்தால் நிச்சயம் சந்தித்திருப்பார் என்று யூகங்கள் சொல்லப்பட்டன.[40] ராவ் அந்த அளவுக்கு முக்கியமானவராக மதிக்கப்பட்டிருக்கவில்லை.

•

ராவ் சென்றிருந்த ஏர் இந்தியா விமானம், 9 செப்டெம்பர் 1993 அன்று சீனாவிலிருந்து கிளம்பி, நேராக தென்கொரியாவுக்குச் சென்றது. சல்மான் ஹைதர், பிரதமரின் சுற்றுப்பயணத்தை வழிநடத்தினார். 'சீனாவின் கிழக்குப் பகுதியைச் சேர்ந்த நாடுகளுடன் இந்தியா மிக மெதுவாகவே உறவுகளை உருவாக்கிக்கொண்டது. அவற்றை யெல்லாம் அதுவரை சீனா மறைத்துக்கொண்டிருந்தது' என்கிறார் அவர்.[41]

'இளைஞர்களே, மேற்கைப் பாருங்கள் என்னும் கவர்ச்சியான வாசகங்களைச் சற்றே மாற்றி, கிழக்கைப் பாருங்கள் என்று பிரதமரிடம் கூறியிருந்தேன்' என்கிறார் சல்மான்.

தென்கொரியாவுக்குச் சென்ற முதல் இந்தியப் பிரதமர் நரசிம்ம ராவ் தான். ஐம்பதுகளிலும் அறுபதுகளிலும் காலனியாதிக்கத்திலிருந்து விடுபட்ட தென்கொரியா, இந்தோனேஷியா, தாய்லாந்து, சிங்கப்பூர், மலேஷியா போன்ற நாடுகள் ஏழ்மையிலும் பலவீனமாகவும் இருந்தன. ஆனால், ஆசியாவின் பெரிய காலனியாதிக்க நாடாக இருந்த இந்தியா, இவர்களோடு ஒப்பிடும்போது நல்ல நிலையில் இருந்தது. நேருவின் தலைமையில் இருந்த இந்தியா, நிலப்பரப்பில் பெரிதாகவும் முற்றிலும் ஜனநாயகம் தழைக்கும் இடமாகவும் இருந்தது.

காலனியாதிக்கத்திலிருந்து வெற்றிகரமாக வெளியே வந்த இந்தியா, உலகின் மிகப்பெரும் ஜனநாயகக் குடியரசாக மிளிர்ந்தது. ஆனால்,

கிழக்காசிய நாடுகளில் ஆரம்பத்தில் அமைதியான அரசியல் சூழ்நிலை இருந்ததில்லை. இத்தகைய நாடுகளுடன் இந்தியாவின் வெளியுறவு குழப்பமாக இருந்தது. பல விஷயங்களில் இந்தியா, பிரிட்டிஷ் காலத்தியப் பகட்டோடு நடந்துகொண்டிருந்தது.

1967ல் கிழக்காசியாவைச் சேர்ந்த குட்டி நாடுகள் ஒன்றிணைந்து, 'ஏசியான்' என்னும் அமைப்பை ஏற்படுத்தின. அதில் இணைந்து கொள்ளுமாறு இந்தியாவையும் அழைத்தனர். ஆனால், இந்தியா ஏனோ மறுத்துவிட்டது. எண்பதுகளின் ஆரம்பத்தில், கிழக்காசிய நாடுகளின் முகம் மாறிவிட்டது. 'கோக்கோ கோலா நாடுகள்' என்றழைக்கப்பட்ட இத்தகைய நாடுகளின் தனிநபர் வருமானம் இந்தியாவை மிஞ்சிவிட்டது. கல்வித் தரத்திலும் மருத்துவத் தரத்திலும் வெகுவாக வளர்ந்துவிட்டன. உலக அளவில் தமது செல்வாக்கைச் செலுத்தும் சக்தியையும் பெற்றுவிட்டன.

தென் கொரியாவுக்கு பிரதமரோடு அவரது மகளான வாணியும் உடன் சென்றிருந்தார். 'இதுவொரு சின்ன நாடு. அவர்களால் எப்படி இத்தகைய தரமான சாலைகளை அமைக்க முடிந்தது? ஏன் நம்மால் முடியவில்லை. இதற்கெல்லாம் கல்விதான் முக்கியமான காரணம். எல்லா விஷயங்களிலும் நாம் முப்பது ஆண்டுகள் பின்தங்கி இருக்கிறோம்' என்றாராம் ராவ்.[42]

10, செப், 1993-ல் ராவ், சியோலுக்குப் பயணம் மேற்கொண்டார். கொரிய பிரதமர் ஏற்பாடு செய்திருந்த கூட்டத்தில் ராவ் திறமையான விற்பனையாளராக நடந்துகொண்டார். 'இன்றைய இந்தியப் பொருளாதாரம், வளரும் நாடுகளிடையே இரண்டாமிடத்தை பெற்றுள்ளது. 250 மில்லியனுக்கும் மேலான நடுத்தர குடும்பங் களைச் சேர்ந்த மக்கள், உற்பத்திப் பொருட்களுக்கான ஒரு வலுவான சந்தையாக இருக்கிறார்கள். உலகிலேயே இந்தியாவில்தான் அப்படியான நுகர்வோர் மிக மிக அதிகம். தென் கொரியாவைச் சேர்ந்த நிறுவனங்கள், இந்தியாவில் தொழில் தொடங்க வருமாறு அழைக்கிறேன்' என்று வேண்டுகோள் விடுத்தார்.[43] தென்கொரியாவைச் சேர்ந்த தனியார் தொழில் முனைவோர்களையும் சந்தித்துப்பேசினார். கார் உற்பத்தியில் முன்னணியில் இருந்த டேவூ நிறுவனத்தின் தலைவர், ராவுடன் பேசுவதில் ஆர்வம் கொண்டிருந்தார். சியோலில் சந்தித்ததைத் தொடர்ந்து டெல்லிக்கு வந்தும் பிரதமரைச் சந்தித்தார். விரைவிலேயே டேவூ கார்களை இந்திய சாலைகளில் பார்க்க முடிந்தது.[44]

கிழக்காசியப் பயணங்களுக்குப் பிறகு இந்தியா திரும்பிய பிரதமர், சில மாதங்களில் பாங்காக் சென்றிருந்தார். அங்கே புத்தமத பிக்கு

களையும் தொழிலதிபர்களையும் சந்தித்தார். தாய்லாந்து மன்னரிடம் இரண்டு மணி நேரம் அரசியல் நிலவரம் குறித்துப் பேசிக் கொண்டிருந்தார்.[45] தாய்லாந்து அரசியலில் மன்னரின் தாக்கம் அதிகமென்பது அவருக்குத் தெரியும். 'ராவ் ஒரு 'நிஞ்சா ஆமை' போல் நடந்துகொண்டார் என்கிறார் ஒரு பத்திரிகையாளர். நிஞ்சா ஆமை உதடுகளை இறுக்கமாக மூடிக்கொண்டு இருக்கும். லேசாகக் குனிந்தபடி நடக்கும். தடங்கள் அனைத்தையும் அழித்துவிடும் படியான பெரிய பின்பக்கத்தைக் கொண்டது. குரு சொல்வதைக் கவனமாக, காது கொடுத்துக் கேட்கும், விறுவிறுவென்று நடந்து இலக்கைத் தாக்கி வீழ்த்தும். ராவும் அதுபோல் வந்த சுவடே தெரியாமல் காரியத்தைச் சாதித்து முடித்தார்' என்கிறார்.[46]

1994ல் அந்த ஆமை, ஆசியாவின் இன்னொரு புலியைச் சந்தித்தது. அப்போது கிழக்காசிய நாடுகளின் முக்கியமான நுழைவாயிலாக சிங்கப்பூர் இருந்தது. தருண் தாஸின் வார்த்தைகளில் சொல்வ தானால், பன்னாட்டு நிறுவனங்களுடன் தொடர்பு கொள்ளவும், ஒப்பந்தங்களை மேற்கொள்ளவுமான முக்கிய கேந்திரமாக சிங்கப்பூர் இருந்தது.[47] சிங்கப்பூர் பயணத்தை சம்பிரதாயமான உரையுடன் தொடங்கினார் ராவ். சிங்கப்பூரின் பிரதமர் லீ க்வான் யூவும் அரங்கில் இருந்தார். கருத்தரங்க உரை சம்பிரதாயமாக இருந்தபோதிலும் கேள்வி பதில் நிகழ்ச்சியில் ராவ் சமயோஜிதமாகப் பேசிக் கூட்டத்தினரின் மனம் கவர்ந்தார்.[48] இந்தியப் பொருளாதார வளர்ச்சி குறித்துக் கேள்வி எழுந்தபோது, 'லீ க்வான் யூ, மான்டேக் சிங் அலுவாலியா போன்ற ஆக்ஸ்போர்டு-கேம்பிரிட்ஜ் அறிவாளி களை மேடையில் வைத்துக்கொண்டு நான் பதிலளிப்பது சரியாக இருக்காது என்று நகைச்சுவையாகப் பதில் சொன்னார்.

கூட்டத்தில் இருந்த சிங்கப்பூருக்கான பாகிஸ்தான் ஹை கமிஷனர், காஷ்மீர் குறித்து தர்மசங்கடமான கேள்வியை யாரும் எதிர்பாராத நிலையில் எழுப்பினார்.[49] ராவ் சற்றும் அசராமல், 'சிங்கப்பூருக்கான இந்தியத் தூதர் அதற்கு பதிலளிப்பார்' என்றதும் கூட்டத்தில் கைதட்டல் எழுந்தது.

சிங்கப்பூரின் அதிபர் லீ க்வான் யூ, தலைமைப் பண்பில் சிறந்தவர் களை அடையாளம் காண்பதில் தேர்ந்தவர். 'ராவ் அளவுக்குத் தன்னை வசீகரித்த, மகிழ்வித்த அயல் நாட்டுத் தலைவர் வேறு யாருமே இல்லை' என்று புகழாரம் சூட்டினார்.[50] ஆனால், இந்திய சிங்கப்பூர் வர்த்தக உறவுகள் வலுப்பெற அவருடைய அரசியல் வாரிசான கோ சோக் டெங்தான் பெரும் பங்காற்றினார்.[51] 'இந்தியா தன் தேவைகளைப் பூர்த்தி செய்யக் கிழக்கை விழுந்து விழுந்து பார்க்கமுடியும். ஆனால், கிழக்கு இந்தியாவைத் திரும்பிப் பார்க்க

வேண்டுமே. அதற்கான முக்கியமான பணியை, கோ செய்திருந்தார்' என்கிறார் ஜெய்ராம் ரமேஷ்.[52]

1991ல் தாராளமயமாக்கல் அமலுக்கு வந்தபோது, அமெரிக்கா, ஐரோப்பா நாடுகளிலிருந்து ஏராளமான அந்நிய முதலீடு இந்தியாவுக்குக் கிடைக்கும் என்று பெரிதும் எதிர்பார்க்கப்பட்டது. ராவின் 'கிழக்கே பார்' கொள்கையினால், சிங்கப்பூர், மலேஷியா, கொரியா உள்ளிட்ட கிழக்காசிய நாடுகள் நிதியுதவி, கார்கள், தொழில்நுட்பம், நிபுணத்துவம் உள்ளிட்ட விஷயங்களை இந்தியாவோடு பகிர்ந்துகொள்ள முன்வந்தன. 2015 வரையிலான காலகட்டங்களில் இந்தியாவுக்குக் கிடைத்து வந்த பெரும்பாலான அந்நிய முதலீடுகள் சிங்கப்பூர் வழியாகவே வந்தன.[53]

கிழக்காசிய நாடுகளிடமிருந்து நிதியுதவி மட்டுமல்ல; மாற்றுப் பொருளாதார முன்மாதிரியும் இந்தியாவுக்குக் கிடைத்தது. அந்த நாடுகள் திறந்த சந்தையை அடிப்படையாகக் கொண்டவையல்ல; பிரின்ஸ்டன் அரசியல் நிபுணர் அதுல் கோலி சொல்வதுபோல் 'அரசின் வழிகாட்டுதலோடுகூடிய முதலாளித்துவம்' என்பதுதான் அவர்களுடைய கொள்கை. அதாவது, பெரும் தொழில் நிறுவனங்கள் வளர்ச்சியடைவதற்கு, அரசாங்கமே உதவி செய்யும்.[54] தனது வாழ்நாள் முழுவதும் அரசாங்கத்திடமே எல்லா அதிகாரமும் இருக்கவேண்டும் என்று பேசிவந்த ராவ் இந்தப் புதிய பொருளாதார முன்மாதிரியை உடனடியாக ஏற்றுக்கொண்டுவிட்டார்.

ஆனால், இன்னொரு விஷயத்தை பிரதமர் ஏற்கவில்லை. இந்தோனேஷியா சென்றபோது, லஷ்மி மிட்டலின் தந்தையான மோகன் லால் மிட்டலுடன் சைவ விருந்தில் கலந்துகொள்ள செயலாளர் பி.வி.ஆர்.கே பிரசாத்தை அனுப்பிவைத்தார். 'கிழக்காசிய நாடுகளில் அரசியல் தலைமையுடன் நல்ல புரிதலுடன் இருக்கிறோம். அதன் மூலம் எல்லா வேலைகளும் எளிதில் முடிந்துவிடுகின்றன. ஆனால், இந்தியாவில் நிலைமை வேறு. பிரதமர் சொல்கிறார் என்பதற்காக மற்றவர்களெல்லாம் உடனே ஒப்புக்கொண்டுவிடமாட்டார்கள்' என்று குறைபட்டாராம் மிட்டல். மிட்டலின் வருத்தத்தை பிரதமரிடம் தெரிவித்தபோது, 'அதுதான் ஜனநாயகத்துக்கு நாம் கொடுத்தாகவேண்டிய விலை' என்றாராம்.[55]

•

பாகிஸ்தானுடனான வெளியுறவு விஷயத்தில் முன்னேற்றம் காண்பதுதான் ராவுக்கு மிகப் பெரிய சவாலாக இருந்தது. இது ராவுக்கு மட்டுமேயான பிரச்னையல்ல. 'ஒவ்வொரு முறையும் இந்தியாவிலோ பாகிஸ்தானிலோ ஆட்சி மாற்றம் நிகழும்போதெல்லாம், இரு

நாடுகளுக்கான உறவு விஷயத்தில் புதிய நம்பிக்கைகள் பிறக்கின்றன. ஆனால், காலப்போக்கில் இத்தகைய நம்பிக்கைகள் சிதைந்து போகின்றன. கடந்த மூன்று மாதங்களில் எனக்கு நேர்ந்ததுவும் இதுதான்' என்று ராவ், ஒருமுறை நாடாளுமன்றத்தில் பேசினார்.[56]

பாகிஸ்தானுடன் தொடர்ந்து பேச்சுவார்த்தைகள் மேற்கொண்டு வரவேண்டும்; ஆனால், அவர்கள் சொல்வதை அப்படியே நம்பி விடக்கூடாது என்பதுதான் பிரதமர் ராவின் அணுகுமுறை. 'நல்லது மட்டுமே நடக்கும் என்று சொல்லமுடியாது. எது வேண்டுமானாலும் நடக்கக்கூடும் என்று அவர் திடமாக நம்பினார் என்றாலும் இரு நாட்டுத் தலைவர்களும் நேருக்கு நேர் சந்தித்துப் பேசிவரவேண்டும் என்று ராவ் சொன்னார்' என்கிறார் ராமு தாமோதரன்.[57]

ராவ், தன்னுடைய முதல் இரண்டாண்டு கால ஆட்சியில் பாகிஸ்தான் பிரதமர் நவாஸ் ஷெரீப்பை ஆறு முறை சந்தித்திருக்கிறார். பாகிஸ்தான் அதிபரையும் சந்தித்து அவரோடு உருதுவில் சரளமாக உரையாடியிருக்கிறார். அவற்றால் எந்தப் பயனும் இருந்திருக்க வில்லை. ஆனால், நிஜாமின் ஒட்டு மொத்த ஹைதராபாத்திலேயே உருது பேசுவதில் தலைசிறந்தவராக இருந்தவர்தான் அந்த இருவரிலும் உருது மொழியைச் சிறப்பாகப் பேசியிருப்பார்.[58]

எந்த முன்னேற்றமும் இருக்காது என்று ஒப்புக்காக முன்னெடுக்கப் பட்ட இந்தப் பேச்சுவார்த்தைகளில் எதிர்பாராதவிதமாக ஒரு விஷயத்துக்குத் தீர்வு கிட்டத்தட்டக் கிடைத்துவிட்டது என்றே சொல்லலாம். அதுதான் சியாச்சின் பிரச்னை.

சியாச்சின் உலகிலேயே உயரமான, போர்ச்சூழல் நிலவும் இடம். இந்திய-பாக் எல்லைப்பகுதியில் உறை பனியால் மூடப்பட்டஇடம். ராணுவரீதியாக எந்தப் பெரிய முக்கியத்துவமும் அந்த இடத்துக்குக் கிடையாது. ஆனால், இருநாடுகளுக்கிடையே பரஸ்பர நம்பிக்கை இல்லாத காரணத்தால் 1984 முதல் 2014 வரையிலான காலகட்டத்தில் ஏறக்குறைய 2700 இந்திய பாகிஸ்தான் ராணுவ வீரர்கள் அந்தப் பனி மலையைக் காக்கும் பணியில் உயிரிழந்திருக்கிறார்கள். 'சியாச்சின் எல்லையில் பாதுகாப்புப் பணிகளுக்காக ஒவ்வொரு நாளும் ஒரு மில்லியன் டாலர்களை இந்தியா செலவழிக்கிறது. இதை மிச்சப்படுத்தினால் நாட்டில் பாதிப்பேருக்கு நல்ல குடிநீரும் மின்சார வசதியும் வழங்கமுடியும்' என்கிறார் ஒரு மூத்த ராணுவ அதிகாரி.[59]

1992 நவம்பர். 2 முதல் 6ஆம் தேதிவரை சியாச்சின் குறித்து ஆறாம் கட்டப் பேச்சுவார்த்தைகள் டெல்லியில் நடைபெற்றன. இந்தியத் தரப்பிலிருந்து ராணுவச் செயலாளரான என்.என்.வோரா கலந்து

கொண்டார் (பின்னாளில் அவர் ஜம்மு காஷ்மீரின் கவர்னரானார்). இருநாடுகளுக்கும் இடையேயான இப்போதைய எல்லைக் கோட்டை அதுவும் இந்தியாவுக்கு சாதகமாகத் திட்டவட்டமாக வரையறுக்கவேண்டும். படைகளை விலக்கிக்கொள்வதுபற்றிப் பின்னர் பார்க்கலாம் என்ற இந்தியாவின் கோரிக்கையை பாகிஸ்தான் ஒப்புக்கொண்டது. 'இரவு பத்து மணிக்கு ஒப்பந்தத்தின் இறுதி வடிவம் தயாரானது. மறுநாள் காலை பத்து மணிக்கு ஒப்பந்தம் கையெழுத்திடுவதாகவும் இருந்தது' என்கிறார் என்.என்.வோரா.[60]

இருதரப்புப் பேச்சுவார்த்தைகள் நடைபெற்றுக்கொண்டிருந்தபோது, ஆலிவ் பச்சை நிற ராணுவ உடையணிந்தவர்களால் பிரதமர் அலுவலகம் நிறைந்து இருந்தது. தேநீர் இடைவேளைக்காக அனைவரும் வெளியே வந்தபோது, ராவ் அறையில் தனித்திருந்தார். துணைச் செயலாளராக இருந்த பிரபாகர் மேனன், ஒரு கோப்போடு உள்ளே வந்தார். அதை வாங்கி, படித்துப் பார்த்த ராவ், 'விஷயம் ரொம்பவும் முக்கியமானது. செய்வது சரிதானா என்பதை உறுதிப்படுத்திக்கொள்ளச் சொல்லுங்கள்' என்றார்.[61]

ராவுக்கு அந்த ஒப்பந்தத்தில் உடன்பாடில்லை. பாகிஸ்தானுக்கு ஏதேனும் விட்டுக்கொடுத்தால் பா.ஜ.க. அதைத் தனக்கு சாதகமாக்கிக்கொள்ளும். பாகிஸ்தான் ஏதோவொரு தந்திரம் செய்கிறது என்று ராவின் உள்ளுணர்வும் சொன்னது.[62] 'மேற்கொண்டு ஒப்பந்தத்தைத் தொடரவேண்டாமென்று அன்று இரவே உத்தரவு வந்தது' என்று என்.என்.வோரா நினைவுகூர்ந்தார்.[63]

சியாச்சின் விஷயத்தில் ஓர் உடன்பாட்டை எட்டிட, ஏராளமான முயற்சிகள் நடந்தன. ஆனால், அனைத்தும் தோல்வியில் முடிந்தன. இந்தியத் தரப்பிலிருந்து பொருட்சேதமும் உயிர்ச்சேதமும் தொடர்ந்தன. பாகிஸ்தானை நம்பக்கூடாது என்ற ராவின் உள்ளுணர்வு தந்த சமிக்ஞை பின்னாளில் உண்மையானது. 1999-ல் இந்தியத் தரப்பிலிருந்த கார்கிலை, பாகிஸ்தான் ராணுவம் ஆக்ரமித்துக் கொண்டது. இதனால் தன்னுடைய உரிமையை மீட்க, இந்தியா போருக்குச் செல்லவேண்டிய கட்டாயம் ஏற்பட்டது.

இரண்டு ஆண்டுகள் கழித்து மீண்டும் பிரச்னை வெடித்தது. 1987 காஷ்மீர் சட்டமன்றத் தேர்தலில் நடைபெற்றிருந்த முறைகேடுகளை பாகிஸ்தான் தனக்கு சாதகமாகப் பயன்படுத்திக்கொண்டது. எரியும் தீயில் எண்ணெய் ஊற்றியதுபோல், தீவிரவாதிகளுக்குப் பயிற்சி கொடுத்து, எல்லை தாண்டிய ஊடுருவலை நிகழ்த்தியது. மாநிலத்தில் அதிகரித்த தீவிரவாத வன்முறையையும் இந்திய ராணுவத்தின் மனித உரிமை மீறல்களையும் உலக அரங்கில் இந்தியாவை நெருக்கடிக்குள்

தள்ள பாகிஸ்தான் பயன்படுத்திக்கொண்டது. 1994ல் ஜெனீவாவில் நடைபெற்ற மனித உரிமைகளுக்கான ஐநா சபையின் கூட்டத்தில் காஷ்மீர் தொடர்பாக ஒரு தீர்மானத்தை பாகிஸ்தான் கொண்டுவந்தது. பாகிஸ்தானுக்கு ஆதரவான தீர்மானம் ஒருவேளை நிறைவேறி யிருந்தால், உலக அரங்கில் இந்தியாவுக்குப் பெரும் தலைகுனிவை ஏற்படுத்திவிட்டதாக ராவைக் குறை கூறியிருப்பார்கள்.

ஜெனீவா கூட்டத்தில் கலந்துகொள்ள வெளியுறவுத்துறை அமைச்சராக இருந்த சல்மான் குர்ஷித்துடன், பாஜகவின் அடல் பிகாரி வாஜ்பாயையும் ராவ் அனுப்பினார். வாஜ்பாயை அனுப்புவது ராவின் முடிவு. வாஜ்பாய்க்கு அதில் உடன்பாடு உண்டா என்பதை புவனேஷ் சதுர்வேதி மூலமாகத் தெரிந்துகொண்டிருப்பார் என்று நினைக்கிறேன். ராவின் அதிர்ஷ்டம் வாஜ்பாய் அந்த அழைப்பை ஏற்றுக்கொண்டார்' என்கிறார் சல்மான் குர்ஷித்.[64]

1994 மார்ச் மாதம். இந்தியாவை ஆதரித்து 7 நாடுகளும், பாகிஸ்தானை ஆதரித்து 4 நாடுகளும் வாக்களிக்கத் தயாராக இருந்தன. 'ராவ் பதற்றமாக இருந்தார். வேறு ஏதாவது வழிகள் இருக்கிறதா என்று அவ்வப்போது கேட்டபடி இருந்தார். ஜெனீவா வாக்கெடுப்பில் தோற்றுப்போனால், டெல்லியில் தன்னுடைய பதவி பறிபோகும் என்கிற கவலை இருந்தது. இந்தியாவுக்குப் போதுமான ஆதரவு கிடைத்திருக்கிறது என்று தகவல்கள் வந்த நிலையிலும், நம்பிக்கையில்லாமல் இருந்தார்' என்கிறார் ஸ்ரீனிவாசன்.[65]

ஸ்ரீனிவாசனின் கணிப்பு சரியானது. தோற்றுப்போய்விடுவோம் என்பது தெளிவானதும், பாகிஸ்தான் தன்னுடைய தீர்மானத்தைத் திரும்பப் பெற்றுக்கொண்டது. வெற்றிப் பெருமிதத்தில் வாஜ்பாயும் சல்மான் குர்ஷித்தும் கட்டித் தழுவுகிற படம், இந்தியா டுடேயின் அட்டையில் இடம்பெற்றது.[66] இஸ்லாமிய காங்கிரஸ்காரரும் இந்து பி.ஜே.பி.வாலாவும் டெல்லி திரும்பியபோது ஏராளமானவர்கள் உற்சாகமாக வரவேற்றார்கள்.

அடுத்த மாதமே, டெல்லியின் ஹைதராபாத் இல்லத்தில் ஜி-15 நாடுகள் பங்கேற்ற மாநாடு நடைபெற்றது. ஒரு டஜனுக்கும் மேற்பட்ட அதிபர்கள், சம்பந்தப்பட்ட நாடுகளின் வெளியுறவுத்துறை அதிகாரிகள் எல்லாரும் கலந்துகொண்டார்கள். பொதுவாகவே இப்படியான மாநாடுகள் சலிப்பூட்டுபவையாகவே இருக்கும். இந்த மாநாடோ மிக மிக சலுப்பூட்டுவதாக இருந்தது. மாநாட்டு இறுதியில் நடைபெற்ற விருந்துக்கு இரண்டு பத்திரிகையாளர்கள் மட்டும் அழைக்கப்பட்டிருந்தார்கள்.

இந்துஸ்தான் டைம்ஸிலிருந்து கல்யாணி சங்கரும், இப்போது டைம்ஸ் ஆப் இந்தியாவிலிருக்கும் சஞ்சய் பாருவும் கலந்து கொண்டிருந்தார்கள். ஜெனீவா சவாலை வெற்றிகரமாகக் கையாண்ட தன்னுடைய நண்பரும், அரசியல் எதிரியுமான அடல் பிகாரி வாஜ்பாயையும் விருந்துக்கு அழைத்திருந்தார் ராவ்.

விருந்துக்கு முன்னால் தலைவர்கள் குழுமி நின்றபடி பேசிக் கொண்டிருந்தார்கள். பெரும்பாலானவர்களின் கைகளில் பேரீச்சம் பழம் ஜூஸ் இருந்தது. மூத்த இந்திய குடிமக்கள் தமது விருந்து நிகழ்ச்சிகளில் மது பானங்கள் கூடாதென்று முடிவெடுத்திருந்தனர். சஞ்சய் பாரு அந்த அரங்கில் நுழைந்தார்.[67] ஒரு பக்கம் ராவ், உலகத் தலைவர்களுடன் அமர்ந்து ஜூஸ் குடித்துக்கொண்டிருந்தார். இன்னொருபுறம் அதிகாரிகளும் பத்திரிகையாளர்களும் தங்களுக்குள் பேசிக் கொண்டிருந்தார்கள். பாரு அந்தக் குழுவை நோக்கி நடந்தவர் கல்யாணி சங்கர், வாஜ்பாயுடன் உற்சாகமாகப் பேசிக்கொண்டிருப் பதைப் பார்த்தார். அவர்களோடு சஞ்சய் பாருவும் இணைந்து கொண்டார். எனினும் அறையைச் சுற்றி நோட்டமிட்டபடியே இருந்தார்.

இதைத் தூரத்திலிருந்து கவனித்துக் கொண்டிருந்த பிரதமர், சட்டென எழுந்து இவர்களை நோக்கி நடந்துவந்தார். வாஜ்பாயின் தோள் மீது கையைப் போட்டபடி, ‘என்னதான் இங்கே நடக்கிறது?’ என்று கேட்டதும், சட்டென்று சிரித்த வாஜ்பாய், ‘ராவ், நீங்கள் கவலைப் படும்படி ஒன்றுமில்லை’ என்றாராம்.

•

1994 மே மாதம். பிரதமர், அமெரிக்காவுக்குப் பயணம் மேற் கொண்டார். 20 ஆண்டுகளுக்கு முன்னர் தன்னுடைய மகள் சரஸ்வதியைப் பார்க்க அமெரிக்கா சென்றிருக்கிறார். அரசியலில் இருந்து ஒதுக்கப்பட்ட காலகட்டத்தில் அங்கு சென்ற ஆந்திர சோஷலிசவாதிக்கு அமெரிக்காவின் முதலாளித்துவம் மீது நம்பிக்கை ஏற்பட்டதை முன்பே பார்த்தோம்.

அப்போது பனிப்போர் காலம். இந்தியாவும் அமெரிக்காவும் எதிரெதிர் துருவங்களில் இருந்தார்கள். இந்தியா, சோவியத் யூனியனோடு நெருக்கம் காட்டியது. பாகிஸ்தான் அமெரிக்காவுடன் நெருங்கியது.

எண்பதுகளுக்குப் பின்னர் நிலைமை மாறியது. இந்தியா அமெரிக்கா நோக்கித் தவழ ஆரம்பித்தது.[68] இம்முறை நரசிம்ம ராவ் அமெரிக்காவுடன் கூடுதல் நெருக்கம் காட்டத் தயாராக இருந்தார். நியூயார்க் டைம்ஸ், ‘இந்தியாவின் டெங் ஜியாபிங்’ என்று ராவை வெகு உற்சாகமாகப் பாராட்டியிருந்தது.[69]

'அமெரிக்க அதிபர் பில் கிளிண்டனை எதிர்கொள்வதில் பிரதமருக்குச் சற்று தயக்கம் இருந்தது.[70] பாதுகாப்பு குறித்த விஷயங்களில் தேச நலனைப் பாதுகாக்கவேண்டும். கூடவே, அமெரிக்காவுடனான நட்பை வலுப்படுத்தவும் வேண்டும் என்றும் கவலைப்பட்டார்' என்கிறார் ஸ்ரீனிவாசன்.[71]

ஏர் இந்தியா விமானத்தில் ராவ், வாஷிங்டன் புறப்பட்டார். அவருடன் ஏஐஐஎம்ஸ் இதய நிபுணரான ஸ்ரீநாத் ரெட்டியும் உடன் சென்றார். அமெரிக்கா சென்றபோது ஒரு மாணவர்போல் பிரதமர் பதற்றமாகவே இருந்தார். விமானத்தில் செல்லும்போதும், தான் பேச வேண்டியவை குறித்து எழுதி, திருத்திப் பின்னர் ஏதோ எழுதிக் கொண்டிருந்தார். அனைவரையும் அசத்திவிடவேண்டும் என்ற துடிப்பில் இருந்தார். எப்போதும் அவரிடம் காணப்படும் நிதானம் அப்போது காணாமல் போயிருந்தது. மற்ற வெளிநாட்டு பயணங் களைவிட, அமெரிக்க பயணம் வித்தியாசமாக இருந்தது' என்கிறார் ஸ்ரீநாத் ரெட்டி.[72]

அமெரிக்க அதிபர் பில் கிளிண்டனுடனான சந்திப்பு, 15 நிமிடங் களுக்கு மட்டுமே ஏற்பாடு செய்யப்பட்டிருந்தது. அதிகாரிகள் எழுதிக் கொடுத்த தகவல்களில் திருப்தியடையாத ராவ் சிவப்பு மையால் தானாக நிறைய குறிப்புகள் எழுதிக்கொண்டிருந்தார்.[73] கிளிண்டன், எந்தவொரு விஷயத்திலும் அதிக நேரம் கவனத்துடன் இருக்க மாட்டார்; அடுத்தவர் பேசுவதைப் பொறுமையாக இருந்து கேட்கக் கூடியவர் அல்ல என்று வந்த தகவல்களால் ராவ், நிறையவே கவலைப்பட்டிருந்தார்.

அந்த சந்திப்பு குறித்து வேறு கதைகளும் சொல்லப்படுகின்றன. 'கிளிண்டனிடம் ராவ் தத்துவார்த்தமாக நிறையவே பேசி, அவரது பொறுமையைச் சோதித்து, அவருக்கு நீதிபோதனை வகுப்பெல்லாம் எடுத்தார்' என்று தனக்கு 'நம்பத் தகுந்த வட்டாரத்திலிருந்து' தகவல் கிடைத்ததாக கிருஷ்ணன் ஸ்ரீனிவாசன் சொன்னார்.[74] இது உண்மையாக இருந்திருக்கும் என்று நம்ப முகாந்திரம் உண்டு. சந்திப்புக்குப் பின்னர், கிளிண்டன் வழக்கத்துக்கு மாறாக மிகுந்த அமைதியாக இருந்தார். பேச்சுவார்த்தை முடிந்ததும் எடுத்த புகைப்படங்களில் இருவரும் ஆழ்ந்த சிந்தனையில் இருப்பதுபோல் நன்கு தெரிகிறது.

ஆனால், அந்த சந்திப்பு குறித்து உற்சாகமாகப் பேசுகிறார் ராவின் மகன் ராஜேஸ்வரராவ். 'கிளிண்டன் உடனான சந்திப்பு முதலில் 15 நிமிடங்களுக்கு மட்டுமே ஏற்பாடு செய்யப்பட்டிருந்தது. ஆனால், ஒன்றரை மணி நேரம் கழித்த பின்னரே வெளியே வந்தார்கள்.

அப்பாவின் ரசிகராக கிளிண்டன் மாறியிருந்ததையும் பார்க்க முடிந்தது' என்கிறார்.[75]

அமெரிக்காவின் முன்னணி தொழிலதிபர்களைச் சந்திக்க ராவ் ஆர்வமாக இருந்தார். வாஷிங்டனில் இருந்த இந்தியத் தூதரகத்திடம் சந்திப்புக்கு ஏற்பாடு செய்யுமாறு கேட்டுக்கொண்டார். ஆனால், சுமார் நாற்பது ஆண்டுகளாக முதலாளித்துவர்களிடமிருந்து இருந்து தன்னைத் துண்டித்துக்கொண்டிருந்த இந்தியத் தூதரகத்தினரால் அதற்கான ஏற்பாட்டைச் செய்யமுடியவில்லை. அங்கிருந்த வெளியுறவுத்துறை அதிகாரிகளைவிட அதிகமான தொடர்புகள் கொண்ட ஒருவரின் உதவியை நாடினார் ராவ். அந்த நபர் சந்திரா சாமி!

சந்திரா சாமிக்கு அமெரிக்காவில் ஏராளமான பக்தர்கள் இருந்தார்கள். அவர்களில் கார்ப்பரேட் கம்பெனி சி.இ.ஓக்களில் ஆரம்பித்து செனட்டர்கள் வரை பலர் உண்டு. ராவின் செயலாளரும், கார்ப்பரேட் உலகத் தூதுவருமான பி.வி.ஆர்.கே.பிரசாத், சந்திப்புகளை நிகழ்த்த உறுதுணையாக இருந்தவர் சந்திராசாமி என்று குறிப்பிடுகிறார்.[76] நரசிம்ம ராவால், அமெரிக்க தொழிலதிபர்களிடம் நேரடியாகத் தொடர்புகொண்டு இந்தியச் சந்தைக்கு ஆதரவு தேட முடிந்தது.

ஆக்ஸ்ஃபோர்டில் படிப்பது என்பது ராவின் இளமைக்காலக் கனவாக இருந்தது. அவரது முந்தைய அமெரிக்கப் பயணத்தில்கூட அந்தக் கனவை மறைமுகமாக வாழ முயன்றார். ஏராளமான பல்கலைக் கழகங்களுக்குச் சென்று உரையாற்றினார். நியூ யார்க் பல்கலைக் கழகத்தில் ரால்ஃப் பூல்டென்ஸ், விஸ்கான்ஸின் பல்கலையைச் சேர்ந்த வேல்சேரு நாராயண ராவ் ஆகியோரோடு நீண்ட நேரம் உரையாடினார். இம்முறை பிரதமராகச் சென்றபோது ஹார்வேர்டு பல்கலைக்கழகத்தில் உரை நிகழ்த்தினார். 'பெர்லின் சுவரைத் தாண்டிச் சிந்திக்கத் தொடங்கவேண்டும். ஒரு அமைப்பின் வீழ்ச்சிக் கொண்டாட்டமெல்லாம் முடிந்துவிட்டன. ஆனால், பனிப் போர் மனநிலை இன்னும் தொடர்கிறது. அது மாறவேண்டும்' என்று பேசினார்.[77] தமது அரசின் பொருளாதாரக் கோட்பாடு பற்றியும் பேசினார். 'இந்தியாவின் உள்கட்டமைப்பு மேம்பாட்டின் பெரும் பகுதியை உலகளாவிய தனியார் நிறுவனங்கள்வசம் ஒப்படைக் கவிருக்கிறோம். மனித வளத்தை மேம்படுத்துவதிலும் கிராமப்புற மேம்பாட்டிலும் எங்கள் அரசு கவனம் செலுத்தும்' என்று குறிப்பிட்டார்.[78]

ராவ், தாய்நாடு திரும்பினார். பெரிய வரவேற்பு எதுவும் கிடைக்க வில்லை. நல்ல செய்தி எதுவும் கொண்டு வரவில்லை என்று ஊடகங்கள் செய்தி வெளியிட்டன. அந்தப் பயணத்தின் நோக்கத்தை

ஏனோ ஊடகங்கள் உணரவில்லை. பல காலங்களாக முறுக்கிக் கொண்டிருந்த உறவில் நம்பிக்கையை ஊட்டும் பணியையே அவர் செய்ய முயன்றார். பொருளாதார, வர்த்தக உறவுகள் குறித்து ராவ் பேசியிருந்தவை அமெரிக்காவுடன் நீண்ட கால நட்புறவை இந்தியா விரும்புவதைச் சுட்டிக்காட்டியது. அதன் குறியீட்டு அடையாளமாக குடியரசு தினக் கொண்டாட்டங்களில் கலந்து கொள்ள டெல்லி வருமாறு பில் கிளிண்டனுக்கு அழைப்பு விடுக்கப்பட்டிருந்தது. ஆனால், கிளிண்டன் மறுத்துவிட்டார். ஆனால், இன்னொரு அமெரிக்க அதிபர், இந்தியாவின் அழைப்பை ஏற்றுக்கொண்டதுடன், 2015ல் குடியரசு தின கொண்டாட்டங்களில் கலந்துகொண்டார். கொட்டும் மழையில் ராஜ்பத்தில் அணிவகுத்த ஒட்டகங்களையும் பீரங்கி வரிசைகளையும் பல மணி நேரங்கள் அமர்ந்து ரசித்தார். காலப்போக்கில் அமெரிக்க, இந்திய உறவுகள் எந்தளவுக்கு மேம்பட்டிருந்தன என்பதற்கு இதுவொரு நல்ல உதாரணம்.

•

அமெரிக்காவிலிருந்து திரும்பிவந்த இரண்டு மாதங்களில் பிரதமர் மீண்டும் மேற்குக்குப் பயணம் மேற்கொண்டார். இம்முறை ரஷ்யாவுக்குப் பயணமானார். பயணத்துக்கு ஏற்பாடு செய்த அயலுறவுத்துறை அதிகாரிகள் அது தற்செயலாக அமைந்துவிட்டது என்றார்கள். ஆனால், அன்றைய நிலையில் அமெரிக்கப் பயணம் முடிந்ததுமே உடனடியாக மாஸ்கோவுக்குச் செல்வது ஒருவித சமநிலையைத் தக்கவைக்க உதவுவதோடு நல்ல பலன்களையும் தரக்கூடியதாகவே இருந்தது.

ரஷ்யப் பயணத்தின்போது பாதுகாப்புத் தேவைகள் குறித்துப் பேசுவதுதான் ராவின் முக்கியமான குறிக்கோளாக இருந்தது. 1991 வாக்கில் சோவியத் குடியரசில் ஏற்பட்ட குழப்பங்களைத் தொடர்ந்து இந்தியத் தளவாடங்களுக்கான உதிரி பாகங்களைப் பெறுவதில் நிறைய சிரமங்கள் இருந்தன.[79] இந்த விஷயத்தில் தீவிர அக்கறை காட்டிய பிரதமர் அப்போது இளம் அதிகாரியாக இருந்த ரோனென் சென்னை, ரஷ்யாவுக்கான இந்தியத் தூதராக நியமித்தார்.[80]

ஏற்கெனவே மாஸ்கோவில் கீழ்மட்டப் பதவியில் பணிபுரிந்த அனுபவம் சென்னுக்கு உண்டு. பாதுகாப்புத்துறை சார்ந்த அனுபவமும் உண்டு. இந்தியாவின் அணுசக்திக்கழகத்தில் பணிபுரிந்திருக்கிறார். இந்தியாவின் அணு திட்டத்தின் ஆரம்பகட்டத்தில் பணிபுரிந் திருக்கிறார். ராஜிவ் காந்தி ராவுக்கு மக்களவைத் தேர்தலில் போட்டியிட இடம் கொடுக்காத ஏப் 1991 நாட்களிலிருந்தே ராவுக்கு நெருக்கமானவர்.

ராவும் சென்னும் ரஷ்ய எழுத்தாளர்கள் பற்றி மணிக்கணக்கில் பேசியதுண்டு. ராவுக்கு அலெக்சாந்தர் புஷ்கினை மிகவும் பிடிக்கும். எடுத்த வேலையை முடிப்பதில் படு தீவிரமானவர் ரோனென் சென். இந்தியாவுடன் ரஷ்யாவுக்கு இருக்கும் நெருக்கடிகளைத் 'தீர்க்க' அவரே சிறந்த நபர் என்று ராவ் முடிவு செய்தார். 1994ல் ராவ், மாஸ்கோ சென்றபோது, ரஷ்யக் கண்ணிகளுக்கு போதிய எண்ணெய் விடப்பட்டு பழுது நீக்கப்பட்டிருந்தன. அதனால் புதிய ஒப்பந்தங் களை ராவால் கையெழுத்திட முடிந்தது. மிக் 29 ரக விமானங்களுக்கும் மிரஜ் 2000 ரக விமானங்களுக்கும் உள்ள வித்தியாசம் பற்றி பிரதமர் கேட்டுத் தெரிந்துகொண்டார் என்கிறார் அந்தப் பயணத்தில் உடன் சென்ற பாதுகாப்பு ஆராய்ச்சி மற்றும் வளர்ச்சித்துறையின் முன்னாள் தலைவரான டாக்டர்.வி.எஸ்.அருணாச்சலம்.[81]

இந்தியாவின் பாதுகாப்பு குறித்த தேவைகளுக்காகத்தான் ரஷ்யாவுடன் நட்புறவை மேற்கொண்டார். என்றாலும் கூடுதலாக அதன் மூலம் இன்னொரு விஷயத்தையும் அழுத்தமாக வெளிப்படுத்தினார். 'கடந்த காலத்தில் இந்திய சோவியத் உறவுகள் எந்தளவுக்கு நெருக்கமாக அமைந்திருந்தன என்பதை மறந்துவிட வேண்டாம். அதனால் நமக்குக் கிடைத்த உதவிகளை மறந்து, நன்றியில்லாமல் நடந்துவிடக்கூடாது. இன்று அவர்களின் பலம் குறைந்திருந்தாலும் அவர்களை மறந்துவிடாமல் அவர்களுக்கு ஆதரவாக நிற்கவேண்டும்' என்று சொன்னார்.[82]

இரு தரப்புடனும் நட்புறவு பாராட்டுதல் என்ற அணுகுமுறையை ராவ் அமெரிக்கா, ரஷ்யாவோடு மட்டும் நிறுத்திவிடவில்லை; முன்பு சோவியத் கூட்டமைப்பில் இருந்த நாடுகளுடன் நல்லுறவு வளர்ப்பதிலும் அதே அணுகுமுறையைப் பின்பற்றினார். புதிதாகப் பிறந்த கிழக்கு ஐரோப்பிய நாடுகளுடன் உடனடியாக அங்கீகரித்து அயலுறவு ஒப்பந்தங்களை மேற்கொண்டார். 2015ன் முடிவில், அமெரிக்கா, ரஷ்யா மற்றும் கிழக்கு ஆசிய நாடுகள் ஆகியவற்றுடன் சுமூகமான உறவைக் கொண்டுள்ள ஒரு சில நாடுகளில் இந்தியாவும் ஒன்று என்பது குறிப்பிடத்தக்கது.

●

அமெரிக்கா, இஸ்ரேல், கிழக்காசிய நாடுகளுடனான நட்புறவை முனைந்து எடுத்ததில் இருந்து உலகெங்கும் அதிகார மையங்கள் மாறி வருவதை ராவ் புரிந்துகொண்டது தெரிய வருகிறது. பிரச்னைக்குரிய விஷயங்களை ஒதுக்கிவைத்துவிட்டுப் பொதுவான நன்மை தரும் விஷயங்களில் கவனம் செலுத்தவேண்டும் என்பதை அவர் கற்றுக் கொண்டிருந்தார். சீனாவுடனான எல்லை ஒப்பந்தம் அதை நன்கு

எடுத்துக்காட்டியது. இப்படியான நடைமுறை யதார்த்தத்தைப் புரிந்துகொள்ளும் திறன் பாகிஸ்தானுடனான உறவிலும் வெளிப் பட்டது. பேச்சுவார்த்தைகளைத் தொடர்ந்து நடத்தியவண்ணம் இருந்ததோடு, அந்நாட்டை எப்போதும் சந்தேகத்தோடும் பார்த்து வந்தார்.

நேருவிய லட்சியவாதத்தில் இருந்து மெள்ள மெள்ள விலகி இந்தியாவின் அயல் உறவுக் கொள்கைகள் தேச நலனைக் காப்பதில் 'யதார்த்தத்தன்மை கொண்டதாகவும் நடைமுறைப் புரிதல் கொண்டதாகவும் ஆனது. சர்வதேச அமைப்பில் முக்கிய சுயாதீன இடம் தேடும் ஓர் அணிசேரா நாடாக மட்டுமே இருந்துவிடாமல், புறச்சூழலைத் தனக்கு சாதகமாக வளர்த்தெடுக்கும் செல்வாக்கு மிகுந்த நாடாகத் தன்னைக் கருத ஆரம்பித்தது.[83] உலகத்தோடு ஒருங்கிணைந்து செல்லவேண்டிய யதார்த்தப் புரிதல், எண்பதுகளில் தோன்ற ஆரம்பித்துவிட்டது. ஆனால், பொருளாதாரச் சீர்திருத்தங் களைப் போலவே, அதையும் ஒரு கொள்கை முடிவாக முன்னிறுத்தி, அமலுக்குக் கொண்டுவந்தது நரசிம்ம ராவ்தான்.

தன்னுடைய கொள்கைகளை, புத்தம் புது கண்டுபிடிப்புகளாக விளம்பரப்படுத்திக்கொள்ள ராவ் விரும்பவில்லை; பலவீனமான பிரதமராக இருந்ததால், நேரு காலத்துக் கொள்கைகளின் நீட்சியாகவே அவற்றைக் குறிப்பிட்டார். சரியாகச் சொல்வ தென்றால், நடைமுறை யதார்த்தத்தைப் புரிந்துகொண்டு அப்படிச் செய்தார் என்றுகூடச் சொல்லலாம்.[84] ஓய்வு காலத்தில் இருந்தபோது ராவ் வெளியுறவு வியூகங்களை வகுப்பதில் வல்லவரான சி. ராஜ மோகனைப் பலமுறை சந்தித்திருக்கிறார். தொண்ணூறுகளுக்குப் பிந்தைய இந்தியாவின் வெளியுறவுக் கொள்கையில் தென்படும் மாறுபட்ட அணுகுமுறை குறித்து அப்போது அவர் புத்தகம் எழுதிக் கொண்டிருந்தார். மாற்றம் ஏற்பட்டிருக்கிறது என்று எப்படிச் சொல்கிறீர்கள் என்று ராவ் ஏராளமான கேள்விகளை அவரிடம் கேட்டாராம்.[85] இந்தியாவின் கடந்த கால வெளியுறவுக் கொள்கைகளிலிருந்து தன்னுடையது முற்றிலும் வேறானதாகப் பார்க்கப்படுவதை அவர் விரும்பவில்லை.

அவரது பார்வையில் அது சரியானதாகவே இருந்தது. புதிய நண்பர்களை உருவாக்கிக் கொள்ளும்போது, பழைய நண்பர்களைக் கைவிடக்கூடாது என்பதில் உறுதியாக இருந்தார். 'தெளிவாகத் திட்டமிட்டுச் செய்த செயல்தான் என்றாலும் தொடர்ச்சியைத் தக்கவைக்கவேண்டும் என்று அவர் விரும்பினார்' என்கிறார் சல்மான் ஹைதர்.[86]

இந்தியாவில் இருகட்சி ஜனநாயகம் நிலவ, ராவ் முயற்சி செய்தார். ஈரான் பயணத்துக்கு முன்னர், எல்.கே.அத்வானியைச் சந்தித்தார். பாகிஸ்தானுக்கு எதிராக ஜெனீவா கூட்டத்தில் பேசுவதற்காக வாஜ்பாயை அனுப்பிவைத்தார். பொதுவாக அதிகம் பேசாத ராவ், ஒவ்வொரு முறை வெளிநாட்டுப் பயணங்களை மேற்கொள்ளும் போதும், அதுகுறித்துத் தன்னுடைய நாடாளுமன்ற உரையில் குறிப்பிடாமல் இருந்ததில்லை. இத்தகைய வெளிப்படையான அணுகுமுறையால், பன்னாட்டு உறவுகளை மேம்படுத்துவதில் ஒருமித்த கருத்தை எட்டமுடிந்தது. 'ராவுக்குப் பின்னர் நடைமுறை சாத்தியமான அனைத்துவகைக் கூட்டணிகளும் ஆட்சிக்கு வந்து போயிருக்கின்றன. ஆனால், வெளியுறவுக் கொள்கையைப் பொறுத்த வரையில் மிக அழுத்தமான தொடர்ச்சி இருந்து வருகிறது' என்கிறார் ராஜா மோகன்.[87]

அயலுறவு விஷயங்களில் வெளியுறவுத்துறை அதிகாரிகளைவிட, ராவுக்கு நிறைய விஷயங்கள் தெரியும். இது கொஞ்சம் அதிகப்படியாகத் தோன்றலாம். ஆனால், பெரும்பாலான இந்திய அரசியல்வாதிகளைவிட நிச்சயம் அவருக்கு அயலுறவுத் துறையில் கூடுதல் அறிவு உண்டு. உலகெங்கும் இருக்கும் அரசியல் நிபுணர்களுடன் அவருக்கு நட்புறவு இருந்தது என்பது அவர் சேகரித்து வைத்துள்ள கடிதங்களிலிருந்து தெரிய வருகிறது. நியூயார்க் பல்கலைக் கழகத்தைச் சேர்ந்த ரால்ஃப் பூட்ஜென்ஸ் அவர்களில் முக்கியமானவர். 'பெர்ஸென்ஸ்கியின் புதிய புத்தகமான 'கிராண்டு செஸ் போர்டு' குறித்த விமர்சனத்தை அனுப்பி வைத்திருக்கிறேன். கூடவே அந்தப் புத்தகத்தையும் கல்யாணி சங்கருக்கு அனுப்பிவைத்து, உங்களிடம் சேர்த்துவிடுமாறு கேட்டிருக்கிறேன்' என்று எழுதியிருக்கிறார்.[88]

வெளியுறவுத்துறை குறித்த விஷயங்கள் மீதான ராவின் விஷயஞானம், அயலுறவுத் துறை அதிகாரிகளுடனான உரையாடல்கள், விவாதங்களில் அவருக்குக் கைகொடுத்திருக்கிறது. லீ பெங் பற்றி முன்னாள் தூதர் ஒருவருடனான ராவின் கருத்துப் பரிமாற்றம் அதற்கு நல்ல எடுத்துக்காட்டு. (பிரதமராவதற்கு முன்புவரை தனக்கு எதுவும் தெரிந்திராத) பொருளாதாரத்தில் சீர்திருத்தங்களை அமல்படுத்தியதில் கிடைத்த வெற்றிக்கு ராவின் உள்ளுணர்வு காரணமாக இருக்கலாம். ஆனால், வெளியுறவுக் கொள்கை விஷயங்களில் அவருக்குக் கிடைத்த வெற்றிக்கு, அவர் கற்றுத் தேர்ந்த ஞானமே காரணம்.

வெளிநாட்டுப் பயணங்களின்போது ராவ், திறமையான தொழில் முனைவராகவும் - இந்தியவியலாளராகவும் இருந்திருக்கிறார்.

பொருளாதாரத்தில் மட்டுமல்ல கலாசார அயலுறவு விஷயங்களிலும் முன்னோடியாக இருந்திருக்கிறார். ஒரு சில நேரங்களில் சமயோசிதமாகச் செயல்படாமல், யாரிடம் என்ன பேசுகிறோம் என்பது தெரியாமல் செயல்பட்டிருக்கிறார். 'வெளிநாட்டினரிடம் அவர் நீண்டதொரு உரையை நிகழ்த்த ஆரம்பிப்பார். வரலாறு, தத்துவம் என்று நீண்டுகொண்டே செல்லும் அவரது பேச்சு, எதிராளியின் பொறுமையைச் சோதிக்கும்' என்கிறார் ஸ்ரீனிவாசன்.[89]

ராவ் பிரதமராகப் பொறுப்பேற்றபோது வெளியுறவுக் கொள்கை மிகப் பெரிய நெருக்கடியை நோக்கிப் போய்க்கொண்டிருந்தது. ராவ் பதவியில் இருந்த காலத்தில் இந்தியாவுக்குப் பல்வேறு நாடுகளுடனான புதிய நட்புறவுகள் உருவாகின. பொருளாதார வலிமையும் அதிகரித்தது. உலக அரங்கில் இன்னும் மதிப்பு அதிகரிக்கவேண்டுமென்றால் இந்தியா அணு ஆயுதத் தயாரிப்பு தொடர்பான தன்னுடைய நிலைப்பாட்டை மாற்றிக்கொள்ள வேண்டியிருந்தது. சோவியத் யூனியனின் மறைவுக்குப் பின்னர், அணு ஆயுதப் பரிசோதனைகளை இந்தியா தொடர்வதில் நிறைய சிக்கல்கள் எழுந்தன. பொருளாதார விஷயங்களில் மேற்குலக நாடுகளின் நம்பிக்கையைப் பெறவேண்டிய நிலையில் இருந்ததால், அணு ஆயுத குறித்த விஷயங்களில் அவர்கள் நம்மீது செலுத்திய கெடுபிடிகளைப் புறக்கணிக்கமுடியவில்லை. ஆனால், நாட்டின் பாதுகாப்புக்காக அணு ஆயுதங்கள் தேவைப்பட்டன. எனவே, அதைத் தயாரிக்காமல் இருக்கவும் முடியவில்லை. இன்று உலக அரங்கில் இந்தியாவின் இடம் என்னவாக இருக்கிறதோ அதற்கு அன்று அணு ஆயுதத் தயாரிப்புக்கு சர்வ தேசம் தந்த நெருக்கடிகளை ராவ் அரசு திறம்படச் சமாளித்ததே காரணம்.

14

அணு ஆயுத வழி

ராவின் இறுதிச்சடங்குகள் நடைபெற்று, இரண்டு நாட்கள் கழித்து, வாஜ்பாய் ஓர் உணர்ச்சிகரமான அஞ்சலியை நிகழ்த்தினார். வாஜ்பாய், ராவின் பழைய நண்பர். பெக்ரானில் அணு ஆயுத சோதனைகள் வாஜ்பாய்க்குப் பெருமை சேர்த்தாலும், உண்மையில் அணு ஆயுத சோதனைகளின் 'உண்மையான தந்தை' என்று ராவைத்தான் சொல்ல வேண்டும். 1996 மே மாதம், ராவுக்குப் பின்னர் பிரதமராகப் பதவியேற்றபோது, 'ராவ் அணுகுண்டு தயாராக இருக்கிறது என்றார். நான் வெடிக்க மட்டுமே செய்தேன்' என்றார் வாஜ்பாய்.[1]

'அணு குண்டு எல்லாம் தயார் நிலையில் இருக்கின்றன. நீங்கள் வெடிக்கலாம்' என்று சொல்லியிருக்கிறார் ராவ்.

பொதுவாகச் சொல்லப்படும் கதை என்னவென்றால் தன்னுடைய ஆட்சிக்காலத்திலேயே டிச 1995-ல் அணு ஆயுத சோதனையை நிகழ்த்தி முடிக்க ராவ், தயாராக இருந்தார். அமெரிக்கர்கள் மோப்பம் பிடித்துவிட்டனர். எனவே ராவ் பின்வாங்கிவிட்டார். ஒருவழியாக, மூன்று ஆண்டுகள் கழித்து, பாஜகவின் பிரதமர் வாஜ்பாய் தமது கட்சி கொடுத்த தேர்தல் வாக்குறுதியை நிறைவேற்றினார். ராஜஸ்தானின் வறண்ட பாலைவனத்தின் நடுவில் பொக்ரானில் ஐந்து முறை அணு வெடிப்பு சோதனை நிகழ்த்தப்பட்டது.

அணுகுண்டு சோதனைக்கு நரசிம்ம ராவின் பங்கை முன்னிறுத்தும் வாஜ்பாயின் பேச்சு, சில கேள்விகளை எழுப்புகிறது. இந்தியாவின் அணு ஆயுதத் திட்டத்தில் ராவின் உண்மையான பங்கு என்ன?

டிசம்பர் 1995ல் சோதனை செய்ய எதனால் முடிவெடுத்தார்? பின்னர் திடீரென்று பின்வாங்கியதற்குக் காரணம் என்ன? அமெரிக்காவின் அழுத்தமா அல்லது வேறு ஏதாவது நிர்பந்தமா? ஆறு மாதங்கள் வரை காத்திருந்து, பொறுப்பை ஏன் வாஜ்பாய் வசம் ஒப்படைத்தார்? ஏகப்பட்ட கேள்விகள்.

பின்னாளில், பத்திரிகையாளர் சேகர் குப்தா, ராவிடம் இந்தக் கேள்விகளை முன்வைத்தார். வயிற்றைத் தடவியபடியே எழுந்த ராவ், 'அர்ரே பாய்... சில ரகசியங்களை வெளியே சொல்லிவிட முடியாது. அது மண்ணோடு மண்ணாக, என்னோடு போய்விடட்டும்' என்றார்.[2]

அந்தக் கேள்விகளுக்கான பதிலாக இங்கு சொல்லப்போகும் விஷயங்கள் மிகவும் ரகசியமானவை. எனவே, இந்த நூலின் பிற அத்தியாயங்களில் இடம்பெற்றிருக்கும் அடிக்குறிப்புகள், யார் சொன்னது என்பதுபோன்ற விவரங்கள் எதுவும் இருக்காது. தேசத்தின் பாதுகாப்பைப் பாதிக்கும்படியான விஷயங்கள் எதுவும் சொல்லப்பட்டுவிடக்கூடாதென்ற அதி எச்சரிக்கையுடன் வாசகர்களை இந்திய தேசத்தின் அணு ஆயுதச் சுரங்கங் களினூடாகவும் ஏவுகணைக் கிடங்குகளினூடாகவும் கைப்பிடித்து அழைத்துச் செல்லப்போகிறது. இதோ ராவ் தனது சிதையோடு எரிந்து சாம்பலாகட்டும் என்று மறைத்துவைத்த ரகசியங்கள் முதல் முறையாக உலகத்தினரின் பார்வைக்கு வைக்கப்படுகிறது.

●

அணு ஆயுத சோதனைக்கு இரண்டு முக்கியமான விஷயங்கள் தேவை: அணுகுண்டுகளைத் தயாரிக்கும் தொழில்நுட்பம் மற்றும் அதை எதிரியின் மீது பாயச் செய்யும் ஏவுகணைத் தொழில்நுட்பம். இந்திய அணுசக்தி கழகம் (ஏ.இ.சி), அணுக்கரு தொழில்நுட்பம் குறித்த ஆராய்ச்சிகளிலும் தயாரிப்பிலும் ஈடுபட்டு வந்தது. மற்றொரு அமைப்பான பாதுகாப்பு ஆராய்ச்சி அபிவிருத்தி அமைப்பு (டி.ஆர்.டி.ஓ), ஏவுகணை தொழில்நுட்பம் தொடர்பான விஷயங் களைக் கவனித்துக்கொண்டது. அணு ஆயுத சோதனைக்கு இரண்டு அமைப்புகளும் இணைந்து செயல்படவேண்டிய அவசியம் இருந்தது.

அணுக்கரு ஆற்றல் சார்ந்த இந்திய ஆராய்ச்சி யுரேனியத்தையும் புளூட்டோனியத்தையும் பயன்படுத்தி அணு மின்சாரம் தயாரிப்பதில்தான் இருந்தது; அணு ஆயுதத் தயாரிப்பில் இல்லை. அந்த அணுசக்தி ஆராய்ச்சியானது மிகவும் ரகசியமாகவே மேற்கொள்ளப்பட்டது. அணுசக்திக் கழகமும் பாதுகாப்பு ஆராய்ச்சி

அபிவிருத்தி அமைப்பும் பிரதமருக்கு மட்டுமே பதில் சொல்லக் கடமைப்பட்டவை. பிரின்ஸ்டன் இயற்பியலாளர் பேராசிரியர் எம்.வி.ரமணா சொல்கிறார்: இந்திய அணுசக்தி ஆராய்ச்சிச் செயல்பாடுகள் பிரதமருக்கு மட்டுமே பதில் சொல்லக் கடமைப் பட்டவையாக மிகவும் ரகசியமான மேற்கொள்ளப்பட்டதால் நாட்டின் மின்சாரத் தேவையைப் பூர்த்திசெய்யும் அளவுக்குத் திறம்படச் செயல்படமுடிந்திருக்கவில்லை.[3] ஆனால், இந்த ரகசியத் தன்மை அணு குண்டு தயாரிக்கத் தேவையான புளூட்டோனியத்தை அணு ஆயுதத் தயாரிப்புக்கு ஏற்ப மாற்றியமைக்கும் விஷயத்தில் பிற நாட்டின் உதவி எதுவும் தேவைப்படாமல் நாமே செய்துகொள்ளும் அளவுக்குத் தேர்ச்சிபெற உதவியது.

1974, மே மாதம் ராஜஸ்தானின் பொக்ரானில் நிகழ்த்தப்பட்ட சோதனைகளிலிருந்து அணுக்கரு வெடிப்பு இந்தியாவால் சாத்தியம் என்பது உலகுக்குத் தெரியவந்தது. அப்போது நிகழ்த்தப்பட்ட சோதனை, 'சிரிக்கும் புத்தர்' என்னும் பெயரில், யாருக்கும் தீங்கிழைக்காத அமைதியான அணுக்கரு வெடிப்பு சோதனைதான்; இது இந்தியாவின் மின்சாரம் போன்ற தேவைகளுக்காக மட்டும் பயன்படுத்தப்படும் என்று அறிவிக்கப்பட்டது. இந்தியா அப்படிச் சொன்னதிலிருந்து வெடிக்கப்பட்ட அணுகுண்டின் அளவு பெரியது என்றும் அத்தகைய அணுகுண்டை வைத்து எதிரி நாடுகள் மீது தாக்குதல் செய்யும் அளவுக்கு ஏவுகணை அல்லது விமான வசதி இந்தியாவிடம் இல்லை என்றும் உலகம் நம்ப முகாந்திரம் இருந்தது.

அணு ஆயுதத் தொழில்நுட்பம் தெரியும்; ஆனால், அணு ஆயுதங்கள் தயாரித்து எதிரி நாடுகள் மீது தாக்கத் தேவையான ஏவுகணைகள் கிடையாது என்ற நிலையிலேயே இந்தியா 1970கள் 80களில் இருந்தது. 1974 அணு குண்டு சோதனையினால் மேற்கத்திய நாடுகள் இந்தியாமீது சில தடைகள் விதித்திருந்தன. எனவே, வெளிப்படையாக அணு ஆயுதங்கள் தயாரித்தால் நமது பொருளாதாரம் பாதிக்கப்படும் என்று இந்திய அரசியல்வர்க்கம் நினைத்தது.

இதனிடையில் இந்திய அணு விஞ்ஞானிகள் ஏவுகணை அல்லது விமானங்கள் மூலமாக ஏந்திச் சென்று தாக்க முடியும்படியான சிறு அளவிலான அணு குண்டுகளைத் தயாரிப்பதில் ஈடுபட்டார்கள். 1989-ல் பெரிய அளவிலான அணுகுண்டுகள், ஏவுகணைகள் மற்றும் விமானத்துறைகளை ஒருங்கிணைத்து இந்தியாவை அணு ஆயுத நாடாக ஆக்கவேண்டிய நேரம் வந்துவிட்டதாக அந்த விஞ்ஞானிகள் கருதினார்கள்.

அப்போது ஊழல் குற்றச்சாட்டுகளால் முடக்கிப்போடப்பட்டிருந்த பிரதமர் ராஜிவ் காந்தியை இரு தரப்பும் கூட்டாகச் சந்தித்தார்கள்.

டிஆர்டிஓவின் தலைவர் வி.எஸ்.அருணாச்சலமும் இக்கூட்டத்தில் பங்கேற்றார். ரகசியக் கூட்டம் என்பதால் அது குறித்த குறிப்புகள் இல்லை. அணு ஆயுத சோதனைக்கு என்னென்ன உதவிகள் தேவைப் படுகின்றன என்பது பற்றி அருணாச்சலம் ராஜிவிடம் விளக்கமாக எடுத்துக் கூறினார். அனைத்து உதவிகளையும் செய்து தருவதாக வாக்களித்த ராஜிவ் காந்தி, திட்டத்தின் ஒவ்வொரு நகர்வு குறித்தும் தன்னிடம் தெரியப்படுத்துமாறும் தன்னுடைய அனுமதி பெற்ற பிறகே அடுத்த கட்டத்துக்குச் செல்லுமாறும் கேட்டுக்கொண்டார்.

மகாத்மா காந்தி பிறந்த மண்ணில் அணு ஆயுதங்கள் தயாரிக்க முடிவு செய்யப்பட்டது.

அணு விஞ்ஞானிகள் அனைவரும் பிரதமர் அலுவலகம் இருந்த ரைசினா ஹாலை விட்டுச் சென்றதும், ராஜிவ் ஆழமாக யோசிக்க ஆரம்பித்தார். பிரதமர்கள் வந்துபோவார்கள். ஆனால், அணு ஆயுதத் திட்டம் தொய்வில்லாமல் நடக்கவேண்டும். அதற்கு ஒரு நிரந்தர அரசு அதிகாரி அந்த விஷயங்களை மேற்பார்வையிடவேண்டும் என்று விரும்பினார்.

அருணாச்சலத்துடன் கலந்தோலோசித்துவிட்டு, அப்போது ராணுவத்துறையில் பாதுகாப்புச் செயலாளராக இருந்த நரேஷ் சந்திராவை ராஜிவ் காந்தி அழைத்தார். நரேஷ் சந்திரா ரகசியம் காப்பதில் கை தேர்ந்தவர். 'வாயை மூடிக்கொண்டு இருப்பது எப்படி என்பது அவருக்கு நன்கு தெரியும்' என்கிறார் அவரது அலுவலகத் தோழர்.

அணு ஆயுத திட்டச் செயற்குழு ஆரம்பிக்கப்பட்டது. எந்தவித அதிகாரபூர்வ ஆவணங்களும் கிடையாது. எல்லாம் பரம ரகசியம். அதன் தலைவராக நரேஷ் சந்திரா, செயலராக ஏ.பி.ஜே. அப்துல்கலாம், உறுப்பினர்களாக வி.எஸ்.அருணாச்சலம், பி.கே. ஐய்யங்கார் ஆகியோரும் நியமிக்கப்பட்டார்கள். அணு சக்தி கழகத்தின் ஆர்.சிதம்பரமும் அணு ஆயுத விஞ்ஞானிகளான அணில் ககோட்கர், கே. சந்தானம், கே. சுப்ரமணியம் உள்ளிட்டவர்கள் செயற்குழுவின் வெளியிலிருந்து ஆலோசனை சொல்பவர்களாகவும் நியமிக்கப்பட்டார்கள். ரோனென் சென், அணு சக்தி குறித்து ராஜிவ் காந்தியிடம் பேசியிருக்கிறார். அன்றன்றைய பிரதமர்களுடன் அதுபற்றிப் பேசி வருவார்.

2005-ல் இந்தியாவுக்கும் அமெரிக்காவுக்கும் இடையேயான அணு சக்தி ஒப்பந்தத்தை நிறைவேற்றியவர்களில் சென் முக்கியமானவர். அமெரிக்காவின் பாதுகாப்பு ஆலோசகரான ஸ்டீபன் ஹாட்லி, ஜார்ஜ் புஷ்ஷிடம் இவரை அறிமுகப்படுத்தும்போது வேடிக்கையாக

இவரை 'பிகினி' என்று குறிப்பிட்டாராம். 'இவர் எதை வெளிக்காட்டுகிறார் என்பதைவிட எதை ஒளித்து வைத்திருக்கிறார் என்பதே நமக்கு முக்கியம்' என்றாராம்.

அணு ஆயுத கமிட்டியில் நரேஷ் சந்திராவைத் தவிர அனைவருமே அணு விஞ்ஞானிகள், தொழில்நுட்ப வல்லுநர்கள் என்பதுதான் அதன் சிறப்பு. 'ராணுவத்தைச் சேர்ந்தவர்களோ அரசு அதிகாரிகளோ நாட்டின் அணு ஆயுதத் திட்டங்களில் இடம் பெறுவதை அனுமதிக்கக்கூடாது என்று ஏற்கனவே கற்றுக்கொண்டிருந்தோம்' என்கிறார் முன்னாள் அணுக்கரு தொழில்நுட்ப வல்லுநர்.[4]

'அரசியல் தளத்தில் யாருக்கும் இது தெரியக்கூடாது' என்று ராஜிவ் காந்தி வலியுறுத்திக் கூறியிருந்தார்.[5] எனவே அரசியல்வாதி யாரையும் இதில் இடம்பெற அனுமதிக்கவில்லை. ஆனால், அணு ஆயுதக் குழுவின் உறுப்பினர்கள் வேறு இரண்டு அரசியல் நபர்களிடமும் இந்தச் செய்தியைப் பகிர்ந்துகொள்ள விரும்பினார்கள். ஒருவர், குடியரசுத்தலைவர் (அப்போது ஆர். வெங்கட்ராமன்). இன்னொருவர் மத்திய அமைச்சராகக் குறிப்பாக வெளியுறவு மற்றும் ராணுவ பாதுகாப்புத் துறை அமைச்சகத்தில் பல ஆண்டுகள் பணியில் இருந்திருக்கிறார். 1985-ல் அவர் ராணுவ அமைச்சராகப் பதவியில் இருந்தபோது, அருணாச்சலத்துடன் இணைந்து பணிபுரிந்திருக்கிறார். 'அணு ஆயுத உற்பத்தி தொடர்பாகத் தீர்மானம் எடுத்த சொற்ப நபர் குழுவில் இருந்திருக்கிறார்'[6] என்று அருணாச்சலம் அவரைக் குறிப்பிட்டிருக்கிறார். அணு ஆயுத சோதனை நடத்துவது என்று ராஜிவ் காந்தி முடிவெடுத்து, கமிட்டி உருவானபோது அந்த நபர்தான் வெளியுறவுத்துறை அமைச்சராகவும் இருந்தார். அவர் பெயர்: பி.வி நரசிம்ம ராவ்!

•

இதுதான் இறை சித்தம் என்பது. 'பார்சூனா' என்று மாக்கியவில்லி குறிப்பிடுவதும் இதைத்தான். 1991ல் ராவ் பிரதமராகும்போது, அணு ஆயுதத் திட்டங்கள் குறித்து அறிந்திருந்த சொற்ப அரசியல் பிரமுகர்களில் ஒருவராக இருந்தார். ராவுக்கு பதிலாக என்.டி.திவாரி, அர்ஜுன் சிங் அல்லது சரத் பவார் போன்ற யாராவது ஒருவர் பிரதமராகியிருந்தால் அணு ஆயுதத் திட்டங்கள் வேறுவிதமான விளைவுகளைச் சந்தித்திருக்கும்.

ராவ் பிரதமராகும்போது, அணு ஆயுதங்கள் குறித்த இந்தியாவின் வெளியுறவுக் கொள்கையும் அதன் தொழில்நுட்பத் திறமையும் கடுமையான அச்சுறுத்தலுக்கு ஆளாகியிருந்தன. ஒருபுறம், சீனாவின்

ஒத்துழைப்போடு பாகிஸ்தான் தனக்கான அணு ஆயுதங்களை உருவாக்கத் தொடங்கியிருந்தது. 1991ல் பத்து அணு குண்டுகளைத் தயாரிக்குமளவுக்கு பாகிஸ்தான் அணுத்தொழில்நுட்பத்தில் வளர்ச்சி பெற்றிருந்தது என்கிறார் அருணாச்சலம்.[7] பாஜகவின் தலைவராக இருந்த முரளி மனோகர் ஜோஷி, 'இனியும் நேரத்தை வீணாக்காமல், அணு ஆயுதத் தயாரிப்பில் இந்தியா இறங்கவேண்டும்' என்றார்.[8] ஒரு சிறுபான்மை அரசை இயக்கிக்கொண்டிருந்த ராவ், பாஜகவின் உரத்த குரலுக்குச் செவி சாய்க்காமல் இருக்கமுடியாது.

இன்னொரு பக்கம், அணு ஆயுதங்கள் தயாரிப்பதை உலக நாடுகள் கைவிடவேண்டும் என்னும் கோரிக்கை நாளுக்கு நாள் வலுப்பெற்று வந்தது. அணு ஆயுதத் தயாரிப்புகள் உலகின் அமைதிக்கும் பாதுகாப்புக்கும் அச்சுறுத்தலாக விளங்கிக் கொண்டிருப்பதாக 1992 ஜனவரியில், ஐ.நாவின் பாதுகாப்பு சபை சிறப்புத் தீர்மானம் இயற்றியது.[9] 1970ல் கொண்டுவரப்பட்ட, அணு ஆயுதப் பரவல் தடை உடன்படிக்கை அமெரிக்கா, சீனா, ரஷ்யா, பிரிட்டன் மற்றும் ஃபிரான்ஸ் போன்ற வளர்ந்த நாடுகள் ஏற்கெனவே தாங்கள் தயாரித்து வைத்திருக்கும் அணு ஆயுதங்களைக் கைவசம் வைத்துக்கொள்ள இடமளித்தது. ஆனால், இந்தியா உள்ளிட்ட மற்ற அனைத்து நாடுகளும் அணு ஆயுத தயாரிப்பில் ஈடுபடுவது தடை செய்யப் பட்டிருந்தது. 'அணு தீண்டாமை' என்று இந்தியா பல ஆண்டுகளாக அந்தத் தடையைக் கடுமையாக எதிர்த்து வந்திருக்கிறது.

சோவியத் யூனியன் சிதைந்ததும், ஒற்றை அதிகாரமையமாக ஆகிவிட்டிருந்த அமெரிக்கா அணு ஆயுத அச்சுறுத்தல் ஏதும் தனக்கு வந்துவிடக்கூடாதென்று முடிவுசெய்து ஆயுத பரவலைத் தடுப்பதற்காகக் களத்தில் இறங்கியது. அமெரிக்காவின் அழுத்தத்தை ராவால் அலட்சியப்படுத்த முடியவில்லை. தாராளமயமாக்கலை அமல்படுத்த இந்தியா, அமெரிக்காவைப் பெரிதும் நம்பியிருந்தது. சோவியத் யூனியனும் இல்லாத நிலை உலக அரங்கில் இந்தியாவின் நட்பு சக்திகள் வலுவிழந்துவிட்டிருந்தன.

அப்படியாக ராவ் பிரதமரானபோது இந்தியா அணு ஆயுதங்களைச் சோதிக்கும் நிலைக்குத் தயாராகியும் இருந்தது. உலகம் நெருக்கடிகள் தந்து அணு ஆயுதத் தயாரிப்பைக் கைவிடச் சொல்லும் நிலையும் உருவாகியிருந்தது. அணு ஆயுத தயாரிப்பு விஷயத்தில் மூர்க்கமாக இருக்கவேண்டிய அதே நேரத்தில் மற்ற விளைவுகளை எண்ணி, அடக்கமாகவும் இருக்க வேண்டியிருந்தது. முழு சிங்கமாக இருக்க முடியாமல் பாதி சிங்கமாக இருந்தாகவேண்டிய நிலை.

பிரதமரானதும், ராவ் அருணாச்சலத்தைச் சந்தித்தார் என ராவின் சந்திப்பு விவர டைரி குறிப்பிடுகிறது.[10] 'சில அடிப்படையான தொழில் நுட்ப விஷயங்களையும் கேட்டுத் தெரிந்து கொண்டார்' என்று நினைவுகூர்கிறார் அருணாச்சலம்.

'அணுக்கரு விளைவுகள் குறித்துப் படம் வரைந்து விளக்கியிருந்தேன். பார்த்து, உடனே புரிந்துகொண்டுவிட்டார். ஓ இங்குதான் வேதிவினைகள் நடக்கின்றனவா என்றார்' என்றார் அருணாச்சலம்.

அணுகுண்டு சோதனைக்குத் தயாராக இருக்கிறது என்கிற செய்தியை அருணாச்சலம், பிரதமரிடம் தெரிவித்திருக்கிறார். ஆனால், பொருளாதார நெருக்கடியில் இந்தியா சிக்கியிருந்த நேரம். நிலைமை சீரடையும் வரை காத்திருக்கலாம் என்று ராவ் முடிவு செய்தார்.[11]

மிகப்பெரும் ஆற்றல் கொண்ட அணுகுண்டுகளை இந்தியாவிலேயே தயாரிக்க முடிந்தது. ஆனாலும், அணுகுண்டை ஏந்திச் சென்று, சரியான இடத்தில் வெடிக்கச் செய்யும் ஏவுகணைத் தொழில் நுட்பத்தில் இந்தியா போதிய வளர்ச்சி பெற்றிருக்கவில்லை என்பதை ராவ் தெரிந்துகொண்டார். 1991 வாக்கில் இந்தியா அணு ஆயுத நாடாக நீண்ட தூரம் செல்லவேண்டியிருந்தது.[12] காலம் சாதகமாக இல்லை. கையில் போதுமான நிதியும் இல்லை.

சில நாட்கள் கழித்து, பிரதமர் தன்னுடைய கேபினெட் செயலாளருடன் பேசினார். அவர் வேறு யாருமல்ல... அணு ஆயுத கமிட்டித் தலைவருமான நரேஷ் சந்திரா!

பின்னர் நரேஷ் சந்திரா, மன்மோகன் சிங்கைத் தொடர்புகொண்டார். அப்போதுதான் இந்தியாவில் நாணய மதிப்பிறக்கம் செய்யப் பட்டிருந்தது. 1991 ஆண்டுக்கான பட்ஜெட் தயாரிப்பில் நிதியமைச்சர் மும்முரமாக இருந்தார். நிதியமைச்சரின் வாழ்வின் மிக முக்கியமான தருணம். நிதியமைச்சராவதற்கு முன்பு, அணு சக்தி கமிஷனின் நிதி விவகாரங்களைக் கவனிக்கும் உறுப்பினராகச் சிலகாலம் அவர் பணியாற்றியிருக்கிறார். அணு சக்திக் கழகத்தின் கணக்கு வழக்கு நிர்வாகம் குறித்து சிங்குக்கு நல்ல அபிப்ராயம் கிடையாது.[13]

மன்மோகனிடம், சந்திரா அணு ஆயுத திட்டங்கள் குறித்த விஷயத்தில் கூடுதல் நிதி ஒதுக்குமாறு கேட்டுக்கொண்டார். பொதுவாக இவை யெல்லாம் மறுக்க முடியாத செலவினம் என்ற வகையில் வரும்.

எதற்காகக் கூடுதல் நிதி என்று மன்மோகன் கேட்டிருக்கிறார்.

'அதுகுறித்து உங்களுக்கு அவசியம் தெரியப்படுத்தவேண்டும் என்று நான் நினைக்கவில்லை' என்றார் சந்திரா.

அணு ஆயுதத் திட்ட நடவடிக்கைகள் விறுவிறுப்பாக முன்னேற்றம் கண்டபோது, நரேஷ் சந்திரா அவ்வப்போது டெல்லியிலிருந்து 'மறைவு' விமானத்தைப் பிடித்து 'மறைவான' இடங்களுக்கு செல்வார். கள நிலவரத்தை அறிந்து கொண்டு பிரதமரிடம் நேரடியாக ரகசிய அறிக்கையை சமர்ப்பிப்பார். சந்திராவின் பயண விபரங்களைப் பதிவு செய்வது தடை செய்யப்பட்டிருந்தது. தார்ச்சாலையோரம் காத்திருக்கும் சந்திராவை அழைக்க, அடையாளம் தெரியாத வாகனம் வரும். அவரை நேரடியாக அணு ஆயுத பரிசோதனைகள் நடைபெறும் இடத்துக்கு அழைத்துச் செல்லும். ரகசியக் கிடங்குகளுக்கு இட்டுச் செல்லும் படிகளின் வழியாக இறங்கிச் சென்று அணு ஆயுதங்கள், வெடிகுண்டு தயாரிக்கத் தகுந்த நிலைக்குக் கொண்டுவரப்பட்டிருக்கும் புளூட்டோனியம் போன்றவற்றை மேற்பார்வையிடுவார். 'இவ்வளவு பெரிய தொப்பையோடு, குறுகிய இடைவெளிகளுக்கு நடுவே புகுந்து எப்படித்தான் வருகிறாரோ' என்று அங்கிருக்கும் தொழில்நுட்பப் பணியாளர்கள் நகைச்சுவையாகப் பேசுவார்கள்.

இதனிடையில் நரசிம்ம ராவ் மன்மோகன் சிங்குடன் இணைந்து பொருளாதார வளர்ச்சியில் கவனம் செலுத்தினார். இந்தியா, அணு ஆயுதத் தயாரிப்பில் தொடர்ந்து ஈடுபடும். அதே சமயம் உலக நாடுகளைப் பகைத்துக்கொள்ளாமல், ரகசியமான முறையில் நடவடிக்கைகள் மேற்கொள்ளப்படவேண்டும் என்பதில் ராவ் உறுதியாக இருந்தார். ஒன்றுக்கொன்று முரணான பிரதமரின் கோட்பாட்டையே மக்களும் கொண்டிருந்தனர். அப்போது எடுக்கப்பட்ட ஒரு சர்வேயின் படி 81 சதவீத மக்கள், பாதுகாப்பு நோக்கில் அணு ஆயுதத் தயாரிப்பில் அவசியம் ஈடுபடவேண்டும் என்று குறிப்பிட்டிருந்தார்கள். 50 சதவீதத்தினர், அணு ஆயுதத் தடை ஒப்பந்தத்தில் இந்தியா கையெழுத்திடவேண்டும் என்று குறிப்பிட்டிருந்தார்கள்.[14]

1992ல், டிஆர்டீஓவில் இருந்து அருணாச்சலம் விலக முடிவு செய்தார். அமெரிக்கா சென்று கல்விப்பணியை ஏற்கப்போவதாகத் தன்னுடைய கடிதத்தில் குறிப்பிட்டிருந்தார். உடனே அருணாச்சலத்துடன் நெருக்கமாக இருந்த அதிகாரியைத் தொடர்புகொண்ட ராவ், 'அருணாச்சலம் தன்னுடைய குழந்தைகளைப் படிக்க வைப்பதற்காக அமெரிக்கா செல்கிறாரா? அப்படியென்றால் அவருக்கு நான் உதவி செய்கிறேன்' என்றாராம். அதற்கு பதிலளித்த அவரது நண்பர், 'அதெல்லாம் காரணமில்லை. 11 ஆண்டுகள் ஒரே வேலையைத் திரும்பத் திரும்பச் செய்ததால் அவருக்குச் சலித்துவிட்டது. அவ்வளவுதான்' என்றாராம்.[15]

அருணாச்சலம் ஓய்வு பெற்றதால், டிஆர்டிஓவின் தலைமைப் பொறுப்பு, ஏ.பி.ஜே.அப்துல் கலாம் வசம் வந்தது. ராமேஸ்வரத்தில் பிறந்த இஸ்லாமியரான அப்துல் கலாமுக்கு, கர்நாடக இசையில் ஆர்வமுண்டு. அவர் எந்த முனைவர் பட்டமும் பெற்றவரல்ல; அணுக்கரு இயற்பியல் நிபுணரும் அல்ல. அவருக்கு ராக்கெட் தொழில்நுட்பம் தெரியும். அவருடன் பணி புரிவது எளிது. அவரது குழந்தைத்தனமான ஆர்வமும், நீளமாக வெட்டப்பட்ட வெள்ளை வெளேர் தலைமுடியும் மற்றவர்களிடமிருந்து அவரை வித்தியாசப் படுத்திக் காட்டியது. அனைவரிடம் அன்பு காட்டும் எளிமையும் பழகும்விதமும் அரசியல்வாதிகள் தொடங்கித் தொழில்நுட்ப வித்தகர்கள் வரை பலரது அன்பைப் பெறக் காரணமாக இருந்தது.

இன்னொரு முக்கியமான அமைப்பான அணு சக்தி கழகத்திலும் நிறைய மாற்றங்கள் ஏற்பட்டிருந்தன. நீண்டகாலமாக அதன் தலைமைப் பொறுப்பிலிருந்த பி.கே.ஐயங்காருக்குப் பதிலாக ஆர். சிதம்பரம் பொறுப்புக்கு வந்திருந்தார்.[16]

சிதம்பரம், இந்தியாவின் மூத்த அணுவியல் விஞ்ஞானி. தடித்த கண்ணாடி அணிந்தவர். ராக்கெட், ஏவுகணைத் தொழில்நுட்பம் தெரிந்த கலாமுடன் இணைந்து பணியாற்றினார். ஹைட்ரஜன் குண்டு உள்ளிட்ட சிறிய அளவிலான அணு ஆயுதங்கள் தயாரிப்பில் இவரது பங்களிப்பு இருந்தது. அப்துல் கலாம் தலைவராக இருந்த போது டிஆர்டிஓ, அணு ஆயுதங்களை ஏற்றிச்செல்லும் வகையிலான ஏவுகணைகளை உருவாக்குவதில் முன்னேற்றம் கண்டது.

ராவுக்கு எல்லா தகவல்களும் உடனுக்குடன் தெரிவிக்கப்பட்டன. 'ராவ் என்றதும் 'முடங்கிப் போகும்வரை மூளையைக் கசக்கிக் கொண்டிருப்பவர்' என்று கேலி செய்வார்கள். ஆனால், அவருடனான என்னுடைய அனுபவம் வேறுவிதமாக இருந்தது. என்னுடன் அமர்ந்து, நிறைய தொழில்நுட்ப விஷயங்களை அலசியிருக்கிறார். முடிவெடுத்ததும் அதை உடனே செயல் பாட்டுக்குக் கொண்டு வந்திருக்கிறார்' என்கிறார் டிஆர்டிஓவைச் சேர்ந்த ஒரு விஞ்ஞானி.

1993 பிப்ரவரியில், பிரித்வி-1 ஏவுகணை வெற்றிகரமாக பரிசோதிக்கப் பட்டது.[17] அணு ஆயுதங்களை ஏற்றிக்கொண்டு இஸ்லாமாபாத் மற்றும் பிற பாகிஸ்தான் ஊர்கள் மீது ஏவ முடியும். 'நாம் ஏற்கனவே அணு சக்தி சோதனையை செய்து முடித்திருந்தோம். 1993-ல் ஏவுகணை அமைப்பைப் பரிசோதித்தோம். அன்றைய தினமே, அணு ஆயுத சக்தியுள்ள நாடாக இந்தியா உருவெடுத்துவிட்டது' என்கிறார் ரோனென் சென்.[18]

பிரித்வி-1 சோதனைகளைத் தொடர்ந்து, அக்னி ஏவுகணையும் 1994 பிப்ரவரியில் வெற்றிகரமாகப் பரிசோதிக்கப்பட்டது.[19] அக்னி ஏவுகணையின் வீச்சு, முந்தைய பிரித்வி-1 ஏவுகணையைவிடப் பல மடங்கு ஆற்றல் பெற்றிருந்தது. அண்டை நாடான பாகிஸ்தான் மட்டுமல்ல சீனாவுக்கும் ஏவுகணைகள் மூலமாக அணு ஆயுத குண்டுகளை எறியுமளவுக்கு இந்தியா தொழில்நுட்பத்தில் முன்னேறியது.

1994ம் ஆண்டில் வேறொரு சோதனையும் செய்துமுடிக்கப்பட்டது. எண்பதுகளில் ஃபிரான்ஸிடமிருந்து இந்தியா மிராஜ் 2000 வகையைச் சேர்ந்த போர் விமானங்களை இந்தியா வாங்கியிருந்தது (அதன் இறுதிக்கட்டச் செயல்பாடுகளைக் கவனித்துக்கொண்டது அப்போதைய பாதுகாப்பு அமைச்சரான ராவ்தான்). 1994 மே மாதம், முதல் அணுக்கரு வெடிப்பு சோதனை நடைபெற்று சரியாக 20 ஆண்டுகள் கழிந்த நிலையில், ஒரு மிராஜ் விமானத்தில் அணு குண்டுகளை வெற்றிகரமாக எடுத்துச்சென்று தாக்கமுடியும் என்பது நிரூபிக்கப் பட்டது.[20] அதுவொரு அணு ஆயுதம். புளூட்டோனியம் மட்டும் வைக்கப்படாமல் பிற அனைத்து ஏற்பாடுகளுடனும் சென்று ஒரிஸாவின் பாலாசோரில் (இந்தியாவின் ஏவுகணைப் பரிசோதனை இடம்) வெற்றிகரமாக வெடிகுண்டை சோதனை இலக்கின் மீது குறிபார்த்து வீசியது.[21] ஆகாய விமானங்கள் மூலமாகவும் ஏவுகணைகள் மூலமாகவும் இந்தியாவால் இப்போது அணு ஆயுதத் தாக்குதலை நிகழ்த்த முடியும்.

டிஆர்டிஓ, இந்திய ராணுவத்தின் முகாம்களில் பிரித்வி ஏவுகணை களைக் களத்தில் கொண்டு வந்துவைக்கும் நடவடிக்கைகள் ஆரம்பமாகின. அமெரிக்கா தன்னுடைய எதிர்ப்பைத் தெரிவித்தது. மே 1994-ல் தன்னுடைய அமெரிக்கப் பயணம் முடியும்வரை திட்டத்தை ஒத்திவைக்குமாறு ராவ் உத்தரவிட்டார். அந்த அமெரிக்கப் பயணத்தின் போது, பொருளாதார விஷயங்கள் குறித்து மட்டுமே பேச முடிவெடுத்திருந்தார். ஆனால், அணு ஆயுதங்கள் குறித்துப் பேசிய பில் கிளிண்டன், அணு ஆயுத பரவல் தடை ஒப்பந்தத்தில் இந்தியா அவசியம் கையெழுத்திட வேண்டுமென்று கேட்டுக்கொண்டார்.

அணு ஆயுதங்களைப் பிற நாடுகள் வைத்துக்கொள்ள அனுமதிக்கும் எந்தவொரு ஒப்பந்தத்திலும் இந்தியா கையெழுத்திடாது என்கிற முந்தைய இந்திய அரசுகளின் முடிவையே ராவும் அவரிடம் சொன்னார். ஒரு மாதம் கழித்து, இந்திய ராணுவத்தில் பிரித்வி ஏவுகணையைச் சேர்த்துக்கொள்ள உத்தரவிட்டார்.

சர்வ தேசம் இந்தியாவை அணு விஷயத்தில் ஒதுக்கி வைத்திருக்கும் நிலை தொடர்ந்தது. 1995 மே மாதம், இந்தியாவின் அதிருப்திக்

குரலைத் தொடர்ந்து, அணு ஆயுதப் பரவல் தடை ஒப்பந்தத்தில் ஒரு முடிவு எடுக்கப்படாமல் இழுபறி நிலை நீடித்தது. ஒட்டுமொத்த அணு ஆயுத சோதனை தடை (சி.டி.பி.டி) பற்றிய விவாதங்கள் எழுந்தன. இதன் மூலம் எந்தவொரு நாடுமே அணு ஆயுத சோதனை களை மேற்கொள்வதைத் தடை செய்ய முடியும். முந்தைய ஒப்பந்தத்தைவிடப் புதிய ஒப்பந்தம், மேலோட்டமான சமத்துவத்தைக் கொண்டது. உலகில் இருக்கும் 5 அணு ஆயுத நாடுகளுக்கென்று எந்தவிதச் சிறப்புச் சலுகைகளையும் கொண்டிருக்காது. ஆனால், சம்பந்தபட்ட ஐந்து நாடுகளும், இரண்டாயிரத்துக்கும் அதிகமான அணு வெடிப்புச் சோதனைகளைச் செய்து முடிந்திருந்தன. எனவே தமது அணு ஆயுத சக்தியில் மிகுந்த தன்னம்பிக்கை கொண்டிருந்தன.[22] இந்தியா போன்ற பிற நாடுகள் அணு ஆயுதங்கள் கொண்ட நாடாக உருவெடுப்பதைத் தடுப்பதுதான் ஒப்பந்தத்தின் உண்மையான நோக்கமாக இருந்தது.

ஒப்பந்தத்தில் உடனே கையெழுத்திடுமாறு இந்தியாவை நிர்பந்தப் படுத்தியதுதான் பெரிய சோதனையாக இருந்தது. அணு ஆயுத வல்லமை பெற்ற நாடாகத் தன்னிறைவு பெற்றிருந்தால் இந்தியா கையெழுத்திடத் தயங்காது. ஆனால், இன்னும் பல சோதனைகளைச் செய்ய வேண்டியிருந்தது. சீனாவின் தொடர் அணு ஆயுத சோதனைகளும், அணு ஆயுத வசதி கொண்ட ஏவுகணைகளை சீனா, பாகிஸ்தானுக்குத் தரப்போவதாக வந்த உளவுத்துறை அறிக்கை களும் இந்தியாவைக் கவலைப்படவைத்தன.

அணு ஆயுதங்களை ரகசியமாக உற்பத்தி செய்து சோதனைகள் மேற்கொள்ளவேண்டும். அதே நேரம் மேற்குலகைக் கோபப்படுத்தி விடவும் கூடாது என்று ராவ் ஏற்கனவே முடிவெடுத்திருந்தார். இந்த முடிவை மாற்றிக்கொள்ள வேண்டிய நேரம் வந்துவிட்டது.

•

1995, செப்டம்பர் *18*. அணு ஆயுதப் பரவல் தடை ஒப்பந்தத்தில் கையெழுத்திடக் காலக்கெடு நீட்டிக்கப்பட்டதைத் தொடர்ந்து பில் கிளிண்டன், நரசிம்ம ராவுக்கு ஒரு கடிதமெழுதினார். 'ஒப்பந்தத்தின் சில முக்கிய அம்சங்களில் உங்கள் பிரதிநிதிகளுக்குச் சில கருத்து வேறுபாடுகள் இருப்பதை அறிந்தோம். உங்கள் பிரதிநிதிகளை இந்த விஷயங்களில் விட்டுக்கொடுத்து நடக்கும்படிக் கேட்டுக்கொள்ளுங் கள்' என்று பிரதமரைக் கேட்டுக்கொண்டிருந்தார்.

ராவ் அவருடைய நெருக்குதலுக்கு எந்தப் பதிலும் தெரிவிக்க வில்லை. ஒரு மாதம் கழித்து அணி சேரா நாடுகள் சார்பான ஒரு மாநாட்டுக்காக கொலம்பியா சென்றவர், அணு வலிமை பெற்ற ஒரு

குழு மற்ற நாடுகளை நெருக்குதலுக்கு உள்ளாக்குவதாகப் புகார் தெரிவித்தார்.[23]

டெல்லி திரும்பியவர், நரேஷ் சந்திரா, ஆர்.சிதம்பரம், அப்துல் கலாம் ஆகியோருக்கும் அவசரக் குறிப்பு ஒன்றை அனுப்பினார். அவர்களுடைய நடவடிக்கைகளை அமெரிக்காவின் செயற்கைக்கோள்கள் உளவு பார்க்கும் சாத்தியமிருப்பதைக் கவனத்தில் கொண்டு செயல்படுமாறு கேட்டுக்கொண்டிருந்தார். இந்தக் கடிதம் எழுதப்பட்டது உண்மை என்பதைப் பலர் உறுதிப்படுத்தியிருக்கிறார்கள். அதில் குறிப்பிடப்பட்டிருக்கும் 'நடவடிக்கைகள்' என்பவை ஒரே ஒரு விஷயத்தை மட்டுமே குறிக்கும்.

ஒரு சில வாரங்களில், ஏஇசி மற்றும் டிஆர்டிஓ அமைப்பு பிரதமருக்கு 'பிரதமரின் பார்வைக்கு மட்டும்' என்ற முத்திரையுடன் ஒரு ரகசியக் குறிப்பை அனுப்பிவைத்தது. டிசம்பர் 1995 முதல் பிப்ரவரி 1996 வரையிலான காலகட்டத்தில் 2 அல்லது 3 அணு ஆயுத சோதனைகளை நடத்தப் பரிந்துரைத்தது. முப்பது நாட்களுக்கு முன்னர் (T-30), ஏழு நாட்களுக்கு முன்னர் (T-7), மூன்று நாட்களுக்கு முன்னர் (T-3), ஒரு நாளுக்கு முன்னர் (T-1)என வெவ்வேறு கட்டங்களில் பிரதமரின் அனுமதி கேட்டுப் பெறப்படும் என்றும் தெரிவித்தது. T-7-ல் அணுகுண்டு, எல் வடிவ அமைப்பில் பொக்ரானில் தயார்நிலையில் வைக்கப்படும். அடுத்த ஏழு நாட்களில் இந்தியாவும் அணு ஆயுதமுள்ள நாடுகளின் பட்டியலில் இணையும் என்று தெரிவித்தது.

அந்தக் குறிப்பைப் படித்து முடித்த ராவ் சில செயல்களைச் செய்யத் தொடங்கினார். அவை அவருடைய மனதில் என்ன இருந்தது என்பதை வெளிப்படுத்துவதாக இருந்தன. அப்துல் கலாமை நேரில் சந்தித்ததாக ராவின் சந்திப்பு ஆவணம் தெரிவிக்கிறது. மாஸ்கோவுக்கான தூதரும் ராஜிவ் காலத்தில் அணு விஷயங்களில் தொடர்பு கொள்ளப்பட்டவருமான ரோனென் சென்னிடம் பேசினார்.

அணு ஆயுத சோதனையை மேற்கொண்டால் உலக நாடுகளின் எதிர்வினை எவ்வாறு இருக்கும் என்பதை ஆராய்ந்து தகவல் தருமாறு பிரதமர் அலுவலகத்தின் முதன்மைச் செயலராக இருந்த அமர்நாத் வர்மாவிடம் பிரதமர் கேட்டிருந்தார். வர்மா முன்பு அயல் உறவுத்துறை அதிகாரியாகவும் அப்போது இணைச் செயலராகவும் இருந்த பிரபாகர் மேனன், அயல் உறவுத் துறை அதிகாரி சுஜாதா மேத்தா ஆகியோரிடம் இதுபற்றி அதி ரகசிய அறிக்கை தரும்படிக் கேட்டார்.[24] 'அப்படியொரு முடிவெடுக்கப்படும் பட்சத்தில், ஏராளமான சிக்கல்களை எதிர்கொள்ளவேண்டியிருக்கும் என்பதே பிரதமர் அலுவலகத்தின் கருத்தாக இருந்தது' என்கிறார் மேனன்.[25]

பிரதமர், நிதியமைச்சகத்திடமும் தனது கேபினட் செயலர் மூலம் கருத்து கேட்டார். 'விளைவுகள், இந்தியாவுக்கு மிக எதிராக இருக்கும். நெருக்கடியிலிருந்து மீண்டிருந்தாலும், இந்தியப் பொருளாதாரம் அப்போதும் பலவீனமாகவே இருந்தது என்று சொன்னோம்' என்கிறார் அப்போது நிதித்துறை செயலாளராக இருந்த மான்டேக் சிங் அலுவாலியா.[26]

நவம்பர் மாத இறுதியில் 'T-21'-ல் நரேஷ் சந்திரா டெல்லிக்கு வருமாறு உத்திரவிடப்பட்டார். பணியிலிருந்து ஓய்வு பெற்றிருந்த சந்திரா, அப்போது குஜராத்தின் கவர்னராக நியமிக்கப்பட்டிருந்தார். ஆனாலும், அவரது முக்கியத்துவம் கருதி, அணு ஆயுத கமிட்டியின் தலைவராகவும் நீட்டிக்கப்பட்டிருந்தார். அவருடன் அப்துல் கலாம் அல்லது நரசிம்ம ராவ் உடனடியாகத் தொடர்புகொள்ள ஏதுவாக காந்தி நகரில் இருந்த அவரது வசிப்பிடத்தில் என்க்ரிப்ட் செய்யப்பட்ட சிவப்பு நிறத் தொலைபேசி வைக்கப்பட்டிருந்தது.

டிசம்பர் ஆரம்பத்தில், நரேஷ் சந்திரா அரசுமுறைப் பயணமாக பிளாஸ்மா இயற்பியல் கல்வி நிறுவனத்துக்குச் சென்றார். 'தற்செயலாக' அங்கே கே.சந்தானமும் அப்துல்கலாமும் வந்திருந்தார்கள். இந்தத் தற்செயல் சந்திப்பின் மூலம் மூவரும் ஓர் அறையில் சந்தித்துப் பேசினார்கள். எதிர்பாராதவிதமாக அந்த அறை உள்ளே பேசும் பேச்சு வெளியே கேட்காதவண்ணம் ஒலித்தடுப்பு செய்யப்பட்டதாக இருந்தது. பொக்ரானில் நடைபெற்றுவரும் முன்னேற்பாடுகள் குறித்துத் தணிந்த குரலில் பேசிக்கொண்டார்கள். சாதாரண அணுகுண்டா நியூக்ளியர் ஃபிஷன் அணுகுண்டா எது வெடிக்கப்படப்போகிறது. அதே நேரத்தில் ஆர்.சிதம்பரம் தலைமையிலான குழு, ஒட்டு மொத்த நகரத்தையும் தரைமட்டமாக்கக்கூடிய ஹைட்ரஜன் குண்டை வடிவமைக்கும் பணிகளில் மும்முரமாக இருந்தது. அதை உற்பத்தி செய்து முடிக்க இன்னும் ஆறு மாதகாலம் ஆகும்.

1995, நவம்பர் 30ல் அப்துல் கலாம், ராவுக்கு 'பிரதமரின் பார்வைக்கு மட்டும்' என்ற முத்திரையுடன் ஒரு ரகசிய கடிதம் எழுதியிருந்தார். புதிய அணு ஆயுத பரவல் தடை ஒப்பந்தம் குறித்து விமர்சித்திருந்தவர், அது குறித்த பேச்சுவார்த்தைகளில் ஈடுபடும் அதே நேரத்தில், இன்னொரு பக்கம் அணு ஆயுத சோதனைகளை மேற்கொள்ள வேண்டுமென்றும், சீனாவும் ஃபிரான்ஸும் அவ்வாறு நடந்து கொள்வதாகவும் குறிப்பிட்டார். சோதனைகளை முடித்து, அணு ஆயுத நாடாக அறிவித்துக்கொண்ட பின்னர், இந்தியா புதிய ஒப்பந்தத்தில் கையெழுத்திடலாம் என்றும் யோசனை தெரிவித்திருந்தார்.

12 டிசம்பரில் நரேஷ் சந்திரா மீண்டும் டெல்லிக்குப் பயணமானார். ஒரு வாரத்தில் அணு ஆயுத சோதனையை நடத்திவிட பிரதமர் T-7 ஒப்புதல் தந்திருந்தார். எல் வடிவ அமைப்பிலான துளையில் அணு குண்டைப் பொருத்துவதற்காக பொக்ரான் பகுதிகளில் ரகசிய ராணுவமொன்றினால் வேலைகள் ஆரம்பமாகின. செயற்கைக் கோள்கள் அந்தப் பகுதியைப் படமெடுக்கும்போது எந்த வித்தியாசமும் தெரியாதவண்ணம் துளைகளைத் தோண்டுவதில் இந்த ரகசிய ராணுவத்தினர் தேர்ச்சிபெற்றவர்கள். அந்த ரகசிய செயல்திட்டக் குழுவில் இடம்பெற்ற ஒருவர் இப்படி எல் வடிவ துளையை ஒட்டிய பகுதிகளில் இப்படித் தோண்டுவது அவசியமா என்று வியப்பைத் தெரிவித்தார்.

•

1995, டிசம்பர் 15. நியூயார்க் டைம்ஸ் ஒரு பரபரப்பான செய்தியை வெளியிட்டிருந்தது. இந்தியாவின் ராஜஸ்தான் பாலைவனத்தில் ஒரு சில விஞ்ஞான மற்றும் தொழில்நுட்பம் சார்ந்த ரகசிய நடவடிக்கைகள் நடைபெறுவதாக அமெரிக்க உளவு செயற்கைக் கோள்கள் கண்டுபிடித்திருக்கின்றன என்று கட்டுரையில் குறிப்பிட்டிருந்தது.[27] அமெரிக்க வெளியுறவுத்துறை அதிகாரிகளிடம் பேசியதில், '1974க்கு அடுத்ததாக இந்தியா அணு ஆயுத சோதனைக்குத் தயாராகி வருவதாகத் தங்களுக்கு சந்தேகம் ஏற்பட்டிருப்பதாகத் தெரிவித்தார்கள்' என்பதையும் டைம்ஸ் குறிப்பிட்டது.

செய்தி வெளியான சில நாட்களில், இந்தியாவுக்கான அமெரிக்க தூதர் பிராங்க் வைஸ்னர், டெல்லியில் பிரதமரின் முதன்மைச் செயலாளர் அமர்நாத் வர்மாவைச் சந்திக்க வந்திருந்தார். அவரது கையில் அமெரிக்க உளவு செயற்கைக்கோள்கள் எடுத்த பல்வேறு புகைப்படங்கள் இருந்தன.[28] தனக்கு இது பற்றி ஒன்றும் தெரியாதே என்று மறுத்த வர்மா, புகைப்படங்களை தன்னிடம் தந்தால் அதைக்காட்டி இந்திய விஞ்ஞானிகளிடம் விளக்கம் பெறமுடியும் என்றார். அதற்குக் கோபத்துடன் மறுத்துவிட்ட வைஸ்னர், 'இந்தப் புகைப்படங்கள் என் உடம்பைப் போன்றவை. இதை எடுத்துச் செல்லவேண்டுமென்றால் என் உடம்பையும் கொண்டு சென்றால்தான் முடியும்' என்றார்.[29]

1995, டிசம்பர் 19. அன்றுதான் அணு ஆயுத சோதனைக்கு நாள் குறிக்கப்பட்டிருந்தது. இது பற்றி எதுவும் அறிந்திராத அன்றைய வெளியுறவுத்துறை அமைச்சரான பிரணாப் முகர்ஜியை அழைத்த பிரதமர், அணு ஆயுத சோதனைகள் நடைபெறப்போவதாக வரும் செய்திகளில் உண்மையில்லை என்று மறுப்பு அறிக்கை

வெளியிடுமாறு அவரைக் கேட்டுக்கொண்டார். வெளிப்படையான அறிக்கை வெளிவந்தும் அமெரிக்காவுக்குத் திருப்தியில்லை.

பில் கிளிண்டன், டெல்லியைத் தொடர்புகொண்டார். அதற்கு முன்னதாக ராவ், தன்னுடைய நெருங்கிய அணு விவகார ஆலோசகரை அழைத்து, என்னவெல்லாம் கேள்விகள் கேட்கப்படும் என்பது குறித்து ஆலோசனை தரும்படிக் கேட்டுக் கொண்டிருந்தாராம்.

கிளிண்டன், தொலைபேசியில் பிரதமரைத் தொடர்புகொண்டார். அணு ஆயுத பரவல் தடை ஒப்பந்தம் குறித்துப் பொதுப்படையாகப் பேச ஆரம்பித்தவர் மெள்ள விஷயத்துக்கு வந்தார். 'அணு வெடிப்பு சோதனை எதுவும் மேற்கொள்ளப்போவதில்லை என்ற வெளியுறவுத்துறை அமைச்சரின் அறிக்கையைப் பார்த்து மகிழ்ச்சி யடைந்தோம்' என்றார். உடனே குறுக்கிட்ட ராவ், 'ஆம். பத்திரிகையில் வந்த செய்திகளைப் பார்த்தேன். ஆனால், அவை தவறானவை' என்றார். 'அப்படியென்றால் எங்களது செயற்கைக் கோள் எடுத்த புகைப்படங்கள் பற்றி என்ன சொல்லப் போகிறீர்கள்' என்றார் கிளிண்டன். 'அதெல்லாம் வழக்கமாக நடைபெறும் பராமரிப்புப் பணிகள்' என்று ராவ் பதிலளித்திருக்கிறார். அதன் பிறகு தனது இந்திய உச்சரிப்பு ஆங்கிலம் அமெரிக்கரான கிளிண்டனுக்கு நன்கு புரியவேண்டுமென்பதற்காக நிறுத்தி நிதானமாகச் சொன்னார்: இப்போதைக்கு சோதனை நடத்துவதாகத் திட்டமில்லை. ஆனால், நாங்கள் தயார். எங்களால் இப்போது அணு குண்டு வெடித்து சோதனை செய்ய முடியும்.

•

19 டிசம்பர் அன்றே சோதனை நடைபெற்றிருக்கவேண்டும். கிளிண்டனிடமிருந்த வந்த அழைப்புக்குப் பின்னர் பணிகள் தொய்வடையத் தொடங்கின. T-3-லா T-1 -லா எப்போது ராவ் நிறுத்தச் சொன்னார் என்பது தெரியவில்லை. 25 டிசம்பர் அன்று பிரதமருக்கு ஒரு ரகசிய கடிதம் வந்தது. அதில் சோதனையை இன்னும் நான்கு வாரங்கள் தள்ளிப்போட்டு அமெரிக்காவைக் குழப்பத்தில் ஆழ்த்த வேண்டும் என்று கேட்கப்பட்டிருந்தது. அதே நேரத்தில் 1996 பிப்ரவரி மாதத்துக்குள் 2 அல்லது 3 சோதனைகளை முடித்துவிடும்படி ஆலோசனை கூறப்பட்டிருந்தது. அந்த குறிப்பின் இறுதிவரிகள் கே.சுப்பிரமணியம் சொன்ன வார்த்தைகளை மேற்கோள் காட்டி முடித்திருந்தது: அணு ஆயுத ஒழிப்பு இவ்விவகாரத்தில் இந்தியாவின் வார்த்தைகளை யாரும் மதிக்கவில்லை. ஏனென்றால், அது திருமணமாகாமல் மூப்பெய்திய பெண் கற்பொழுக்கத்தைப் பின்பற்றுவதுபோல் இருக்கிறது.

நரசிம்ம ராவ் எல் வடிவ அமைப்பிலிருந்து அணுகுண்டை வெளியே எடுக்கச் சொன்னார். ஆனால், நரசிம்ம ராவ் அதோடு நிறுத்தி விடவில்லை.

1996, ஜனவரி 14 அன்று அப்துல் கலாம், அணு ஆயுத தடை ஒப்பந்தம் தொடர்பான பேச்சுவார்த்தைகளிலிருந்து விலகுமாறும், உடனடியாக அணு ஆயுத பரிசோதனை நடத்துமாறும் கேட்டுக் கொண்டிருந்தார். அணு ஆயுத ரகசியக் குழுவின் மற்ற உறுப்பினர் களைக் கலந்தாலோசித்த பின்னரே அக்கடிதம் எழுதப்பட்டிருந்தது. 19 ஜனவரி அன்று, அவசரக் கூட்டத்தைக் கூட்டிய ராவ், தன்னுடைய முதன்மைச் செயலாளருடன் வெளியுறவுத்துறை, அணு சக்தி மற்றும் ராணுவ பாதுகாப்புச் செயலாளர்களையும் அழைத்து, 'அணு ஆயுதப் பரவல் தடை ஒப்பந்தம் தொடர்பான நமது நிலைப்பாடு' குறித்து ஆலோசனை மேற்கொண்டார்.[30] ஒரு மாதம் கழித்து, அணு குண்டு சோதனையின் விளைவுகள் குறித்து நிதித்துறை அமைச்சகத்தின் கருத்தை பிரதமர் மீண்டும் நாடினார்.

மார்ச் மாத இறுதியில், பில் கிளிண்டனிடமிருந்து இரண்டாவது முறையாகத் தொலைபேசி அழைப்பு வந்தது. இம்முறையும் அணு ஆயுத சோதனையை இந்தியா தவிர்க்கும்படி அமெரிக்க அதிபர் வலியுறுத்தினார். கிளிண்டன் என்ன பேசினார் என்பது குறித்த மேலதிகத் தகவல்கள் கிடைக்கவில்லை. ஆனால், மார்ச் மாதத்தில் சோதனைகள் மேற்கொள்ளலாம் என்கிற முடிவில் ராவ் இருந்தார் என்பதை அந்த அழைப்பு உறுதிப்படுத்துகிறது.

1996 மே மாதம் பொதுத் தேர்தல்கள் நடக்கவிருப்பதாக அறிவிக்கப் பட்டன. மார்ச் முதல் மே வரை நடைபெற்ற தேர்தல் பிரசாரங்களில் ராவ், மும்முரமாக இருந்தார். மே 8 அன்று இரவு திடீரென்று அப்துல் கலாமை அழைத்த ராவ், அணு ஆயுத சோதனைக்குத் தயாராக இருக்கும்படியும், திருப்பதி சென்றுவிட்டுத் திரும்பிவந்தவுடன் சோதனைகளுக்கு ஒப்புதல் தர முடிவு செய்திருப்பதாகவும் தெரிவித்தார்.[31]

இரண்டு நாட்களில் பொதுத் தேர்தல் முடிவுகள் வர ஆரம்பித்து விட்டன. முடிவுகள், எதிர்பார்ப்புக்கு மாறாக அமைந்ததால், அணு ஆயுத சோதனையை மேற்கொள்ளவேண்டாம் என்று ராவ், தன்னைத் தொடர்புகொண்டு கூறியதாக கலாம் தெரிவித்தார்.[32]

1996, 16 மே அன்று வாஜ்பாய் பிரதமராகப் பதவியேற்றுக்கொண்டார். நரசிம்ம ராவ், அப்துல் கலாம் மற்றும் ஆர். சிதம்பரம் ஆகியோர் புதிய பிரதமரை சந்தித்துப் பேசினார்கள். 'நாட்டின் மிக முக்கியமான

திட்டத்தை சுமுகமான முறையில் கைமாற்றித் தரும் நோக்கில்' அந்த சந்திப்பு நடந்தது.[33] 2004-ல் வாஜ்பாய் சொன்னவற்றைப் பார்க்கும் போது என்ன பேசப்பட்டிருக்கும் என்பது நன்கு தெரிய வருகிறது. உடனே அணு குண்டு வெடிப்பு சோதனைக்கு உத்தரவிட்ட வாஜ்பாய் தன்னுடைய ஆட்சி அதிக நாட்கள் நீடிக்காது என்பது தெரிந்ததும் அந்த உத்தரவைத் திரும்பப்பெற்றிருக்கிறார். பின்னர் 1998ல் மீண்டும் பிரதமரான வாஜ்பாயால் திட்டத்தை வெற்றிகரமாக 'செய்து முடிக்க' முடிந்தது.

•

ராவ், அணு ஆயுத சோதனை சார்ந்து செய்த அனைத்துச் செயல்களுக்கும் ஏராளமான ஆதாரங்கள் இருக்கின்றன. T-30 உத்தரவை நவம்பர் 1995-ல் தந்திருக்கிறார். பின் விளைவுகள் குறித்து ராவ், நிறைய பேரிடம் ஆலோசனை நடத்தியிருக்கிறார். பொதுவாக ரகசியமாகவே செயல்படும் ராவ் இப்படிப் பலரிடம் ஒரு விஷயம் குறித்து ஆலோசித்தது வழக்கத்துக்கு மாறான விஷயமே. அமெரிக்க செயற்கைக்கோள்கள், பொக்ரான் பகுதியைத் தொடர்ந்து அலசி வந்ததும் அவருக்குத் தெரியும். அணு வெடிப்பு சோதனை கட்டாயம் நடத்தப்படப்போகிறது என்று அமெரிக்கா கண்டுபிடித்து விட்டிருந்தது. அமெரிக்காவிடமிருந்து தொடர்ந்து நிர்பந்தங்கள் வந்தன. அதன் காரணமாக சோதனையை ராவ் ரத்து செய்திருக்கிறார்.

அதே நேரத்தில், டிசம்பர் 1995 வரை இந்தியாவிடம் ஹைட்ரஜன் குண்டு அல்லது அணுக்கரு ஆற்றலை அளக்கும் கருவிகள் எதுவும் இல்லாததும் தெளிவாகிறது. இவையெல்லாம் மார்ச் 1996ல்தான் தயாராகின என்று அணு சக்திக் கழக உறுப்பினர் உறுதிப்படுத்துகிறார். 1996 ஏப்ரல் மற்றும் மே காலகட்டங்களில் சோதனையை நடத்தத் தயாராக ராவ் இருந்தார். தேர்தல் தோல்வியால் அவை ரத்து செய்யப்பட்டன.

நமக்குத் 'தெரியவந்திருக்கும்' இந்தத் தகவல்களில் இருந்து ராவின் நோக்கம் என்னவாக இருந்திருக்கும் என்பதை அலசிப் பார்க்கலாம். மூன்று சாத்தியக்கூறுகள் இருக்கின்றன.

முதலாவதாக, டிசம்பர் 1995ல் அணு வெடிப்பு சோதனை மேற்கொள்ள ராவ் தயாராக இருந்தார். அமெரிக்க உளவு செயற்கைக் கோள்கள் அதைக் கண்டுபிடித்துவிட்டது. அமெரிக்கத் தரப்பிலிருந்து அழுத்தம் அதிகரித்ததால், வேறு வழியின்றி சோதனையை ராவ் ஒத்திவைத்தார். இந்தியாவின் அணு ஆயுத திட்டங்கள் பற்றி ஜார்ஜ் பெர்கோவிச் எழுதியிருக்கும் புத்தகம் இந்த சாத்தியக்கூறோடு ஒத்துப்போகிறது.[34]

ஆனால், மீண்டும் சோதனையிட ராவ் ஏன் முடிவு செய்தார் என்கிற கேள்வி இங்கு எழுகிறது. டிசம்பர் 1995 -ல் இருந்த அமெரிக்க நெருக்குதலும் பொருளாதாரத் தடை குறித்த அச்சங்களும் ஏப்ரல் 1996-ல் இல்லாமல் போக அந்தக் காலகட்டத்தில் முக்கியமாக அப்படியெதுவும் நடந்திருக்கவில்லை.

இரண்டாவது சாத்தியக்கூறு : உண்மையில் டிசம்பர் 1995-ல் சோதனை நடத்த ராவ் தயாராக இல்லை. அமெரிக்கர்கள் தவறாக நினைத்துவிட்டனர். 'ராவ் ஒருபோதும் அணு குண்டு சோதனைக்கு உத்தரவிடவே இல்லை' என்று பத்திரிகையாளர் ராஜ் செங்கப்பா, அணு ஆயுதத் திட்டங்கள் குறித்து அற்புதமான தரவுகளுடன் தான் எழுதிய புத்தகத்தில் குறிப்பிட்டிருக்கிறார்.[35] இது பல கேள்வியை எழுப்புகிறது. அப்படியானால், ராவ் ஏன் டிசம்பர் 1995 வரை அதாவது T-7 வரையிலான உத்தரவுகளைத் தந்தார்? மீண்டும் நான்கு மாதங்கள் கழித்து சோதனையை மேற்கொள்ள விரும்பியதற்கு என்ன காரணம்? இதையெல்லாம் ஏன் செய்தார்?

மூன்றாவது சாத்தியக்கூற்றின்படிப் பார்க்கும்போது ஒரு நல்ல பதில் கிடைக்கிறது. சர்வதேசத் தடைகள் வருவதற்கு முன்பாக ராவினால் ஒரே ஒரு சோதனை மட்டுமே செய்யமுடிந்திருக்கும். அதாவது, 1995 டிசம்பரில், சாதாரண அணு வெடிப்பு சோதனையையும், ஏப்ரல் 1996-ல் ஹைட்ரஜன் குண்டையும் சோதிக்க நிச்சயம் முடிந்திருக்காது. ராவுடனும் அணு சக்திக் குழுவுடனும் நல்ல நட்புறவு கொண்ட சேகர் குப்தா சொல்வதை இங்கு பார்ப்போம்: 1995-ன் கடைசிப் பகுதி வாக்கில் அணு விஞ்ஞானிகள் ராவிடம் கூடுதலாக ஆறு மாதங்கள் தேவை என்று சொல்லியிருக்கிறார்கள். ஒரு சில ஆயுதங்களைச் சோதித்துப் பார்த்திருக்கமுடியும். ஆனால், ... செய்திருக்கவோ தெர்மோ நியூக்கிளியர் சோதனை ஆகியவற்றையோ செய்திருக்க முடியாது. எனவே, ராவ் அணு குண்டு சோதனை செய்யும் எந்த எண்ணமும் இல்லாமல் முன்னேற்பாடுகளை" மட்டும் செய்ய உத்தரவிட்டிருக்கிறார்.[36] பலருடன் அது பற்றிப் பேசியதன் மூலமும் பொக்ரான் பகுதியில் செயற்கைக்கோள்களால் கண்டுபிடிக்க முடிந்த வகையில் தோண்டுவதற்கு ஏற்பாடுகள் செய்ததன் மூலமும் 'வேண்டுமென்றே' சோதனை குறித்த தகவல்கள் வெளியே கசியச் செய்திருக்கிறார். அமெரிக்கா அதைக் கண்டுபிடித்ததும் (ராவின் விருப்பமும் அதுதானே) ராவ் சோதனையை நிறுத்தும்படி உத்தர விட்டிருக்கிறார்.

அப்படிச் செய்ததன் மூலம் அணு ஆயுத பரவல் தடைக்கான சி.டி.பி.டி ஒப்பந்தப் பேச்சுவார்த்தைகள் நடந்த நேரத்திலேயே இந்தியாவிடம் அணு வல்லமை இருப்பதைப் பிறருக்குப்

புரியவைத்தார். இந்திய விஞ்ஞானிகளுக்கு ஹைட்ரஜன் அணு குண்டு தயாரிக்கத் தேவையான கால அவகாசத்தையும் பெற்றுக்கொடுத்தார். ஏப்ரல் 1996-ல் ஹைட்ரஜன் குண்டுகள் தயாரானதும், ராவ் நிஜமாகவே அதைப் பரிசோதித்துப் பார்க்க முடிவு செய்தார். ஆனால், தேர்தலில் தோல்வியுற்றதால் அந்த முயற்சியைக் கைவிட்டார்.

கிட்டத்தட்ட நம்பிக்கைத் துரோகம் என்று சொல்லத் தகுந்தவகையில் மேற்கொண்ட இந்தத் தந்திரத்தை ராவ் முன்னெடுத்துச் சென்றிருந்தால் அதை மூன்று பேரிடம் மட்டுமே சொல்லியிருப்பார்: அப்துல் கலாம், ஆர்.சிதம்பரம், நரேஷ் சந்திரா. பின்னர் வந்த அரசாங்கங்கள் ஆர்.சிதம்பரத்துக்கும் நரேஷ் சந்திராவுக்கும் பத்ம விபூஷன் விருது கொடுத்து கௌரவித்தன. கலாமுக்கு பாரத ரத்னா விருது தரப்பட்டது. பின்னாளில் குடியரசுத் தலைவராகவும் ஆக்கப் பட்டார். இந்த மூவர் பற்றியும் பொதுமக்களுக்குத் தெரியாத சில விஷயங்களை பின்னால் வந்த ஆட்சியாளர்களிடம் ராவ் சொல்லியிருப்பாரோ?

•

இந்த மூன்று சாத்தியக்கூறுகளில் எது உண்மையாக இருந்தாலும், அணு ஆயுத சோதனை குறித்த திட்டங்களில் ராவ் துடிப்புடன் செயல்பட்டிருக்கிறார். எதையும் தள்ளிப்போடவில்லை என்பது மட்டும் தெளிவாகிறது. இதே செயல் வேகம்தான் பொருளாதாரச் சீர்திருத்தங்கள், மக்கள் நலத்திட்டங்கள், வெளியுறவுக் கொள்கை களிலும் வெளிப்பட்டிருக்கிறது. இவற்றிலிருந்து எடுத்த காரியத்தைத் தொடர்ந்து முன்னெடுத்துச் செல்லும் நபர் என்ற சித்திரமே ராவ் பற்றி உருவாகிறது. 'ஐந்து பிரதமர்களுடன் இணைந்து பணியாற்றி யிருக்கிறேன். அதில் மிகச் சிறப்பானவர் என்று நரசிம்ம ராவையே குறிப்பிடுவேன். நாட்டின் தேசியக் கொள்கைகளை உருவாக்குவதில் தொழில்நுட்பத்தின் பங்கைச் சரிவரப் புரிந்துகொண்ட ஒரு அபூர்வமான அரசியல்வாதி அவர்' என்கிறார் அருணாச்சலம்.[37]

அணுவெடிப்பு சோதனைக்கான பெருமையை (ஹைட்ரஜன் வெடிகுண்டு சோதனையையும் சேர்த்து) அடுத்து வந்த வாஜ்பாய்க்கு விட்டுக் கொடுத்ததில் இருந்து ராவின் பெருந்தன்மையைப் புரிந்து கொள்ளமுடிகிறது. 'இது அவரது பண்பட்ட குணத்தையும், அரசியல் நிபுணத்துவத்தையும் வெளிக்காட்டுகிறது. மேலும் அரசாங்கத்தை விட தேசம் பெரிது என்று நினைத்த உன்னத மனிதராகவும் அவரைக் காட்டுகிறது' என்றார் அப்துல் கலாம்.[38]

1998ல் வெற்றிகரமாக பொக்ரானில் அணு ஆயுத சோதனைகள் மேற்கொள்ளப்பட்டபோது, மேற்குலகின் கண்டனங்களையும்,

தடைகளையும் எதிர்கொள்ள வேண்டியிருந்தது. ஆனால், அவை எதுவும் இந்தியாவை நீண்டகால நோக்கில் பாதிக்கவில்லை (ஆனால், இந்தியாவின் பாதுகாப்பு விஷயத்தில் அதன் தாக்கம் பற்றி மாறுபட்ட கருத்துகளே உள்ளன).[39] அடுத்து வந்த பிரதமர்களும் சி.டி.பி.டி மற்றும் என்.பி.டி. முதலான அணு ஆயுத பரவல் தடை ஒப்பந்தத்தில் கையெழுத்திடாமலே இருக்கிறார்கள்.

2005ல் அமெரிக்க அதிபர் ஜார்ஜ் டபிள்யூ புஷ், அணு ஆயுத பரவல் ஒப்பந்தத்தில் சில விதிவிலக்குகளைக் கொண்டுவர முடிவு செய்தார். இந்திய-அமெரிக்க அணு ஆயுத ஒப்பந்தத்தின் படி, சர்வதேச அணு உலைக் கண்காணிப்புகள் இரண்டாகப் பிரிக்கப்பட்டன. ராணுவத் தேவைகளுக்கான அணு உலைகள் நீங்கலாக மின்சாரம் போன்ற விஷயங்களுக்குப் பயன்படுத்தப்படும் அணு உலைகள் மட்டுமே சர்வ தேசக் கண்காணிப்பின் கீழ் கொண்டுவரப்பட்டன. அமெரிக்கா இந்தியாவின் மின்சார உற்பத்திக்கான அணுச் செயல்பாடுகளுக்கு உதவும். அணு ஆயுத பரவல் தடை ஒப்பந்தத்தில் கையெழுத்திடாத போதும், மற்ற நாடுகளுடன் அணு வர்த்தகத்தில் ஈடுபட அனுமதிக்கப்பட்டிருக்கும் ஒரே நாடு நம் நாடுமட்டுமே.

அணு ஆயுத நாடு என்ற அங்கீகாரமும் பொருளாதார வளர்ச்சி பெற்றுவரும் நாடு என்ற மரியாதையும் கிடைத்திருக்காவிட்டால் இந்திய அமெரிக்க அணு ஒப்பந்தம் கையெழுத்தாகியிருக்கமுடியாது.

நரசிம்ம ராவின் முன்னேற்பாடுகளினாலும் வாஜ்பாயின் ஒப்புதலாலும் மேற்கொள்ளப்பட்ட 1998 அணு ஆயுத சோதனை களுக்குப் பின்னர், இந்தியா ஒருபோதும் தனது அணு ஆயுதச் செயல் திட்டங்களை நிறுத்தப்போவதில்லை என்பதை மேற்குலக நாடுகள் புரிந்து கொண்டன. இதனால் இந்தியாவை ஈரான், வடகொரியா, ஒரு எல்லைவரை பாகிஸ்தான் போன்ற நாடுகளின் வரிசையில் சேர்த்து நம்ப முடியாத நாடாக உலக நாடுகள் சந்தேகக்கண்ணோடு நடத்த வாய்ப்பு இருந்தது. ஆனாலும், 1991-க்குப் பிந்தைய இந்தியாவின் பொருளாதார வலிமை (இதற்கான பெருமையில் பெருமளவு ராவுக்கே தரப்படவேண்டும்), உலக அரங்கில் தவிர்க்க முடியாத சக்தியாக இந்தியாவை மாற்றியிருக்கிறது. பொருளாதார பலமும் வளைந்து கொடுக்காத அணு ஆயுதச் செயல்திட்டங்களும் சேர்ந்து தான் இந்தியாவுக்கு உலக அரங்கில் புதிய அந்தஸ்தைப் பெற்றுத் தந்திருக்கின்றன.

இந்தக் கோணத்தில் பார்க்கும்போது, நரசிம்ம ராவ் '1998 அணு ஆயுத சோதனைகளின் உண்மையான தந்தை' மட்டுமல்ல; சர்வதேச அளவில் இந்தியாவுக்குப் புதிய அடையாளத்தை உருவாக்கிக்

கொடுத்தவரும் கூட. இந்தப் புதிய முகம், நேருவிய லட்சியவாதங் களோடு பொருந்தாதது.[40] ஒரு பக்கம் பொருளாதார வளர்ச்சியோடு, இன்னொரு பக்கம் ராணுவப் பாதுகாப்பைப் பலப்படுத்தி, அணு ஆயுத திட்டங்களை ஊக்கப்படுத்துவது என்பதை அடிப்படையாகக் கொண்டது. இந்த அணுகுமுறைமீது பல்வேறு விமர்சனங்கள் உண்டு என்பதில் சந்தேகமில்லை.[41] நல்லதோ கெட்டதோ, இந்தக் கோணத்தில்தான் இந்தியா இனி வரும் காலங்களில் தன்னை முன்னெடுக்கப்போகிறது.

15

சிங்கம், நரி, எலி

நரசிம்ம ராவின் முடிவு மலை உச்சியில் இருந்து பள்ளத்தில் சட்டென்று கீழே விழுந்ததுபோல் நிகழ்ந்துவிட்டது. 1996 மே மாதம் தேர்தல் தோல்விகளுக்குப் பின்னர், பிரதமர் பதவியிலிருந்து விலகினார். அதைத் தொடர்ந்து ஏராளமான நீதிமன்ற வழக்குகளில் சிக்கி அலைக்கழிக்கப்பட்டார். லண்டனைச் சேர்ந்த ஊறுகாய் வியாபாரியான லக்குபாய் பதக் தொடர்ந்த ஊழல் வழக்கில், ராவுக்கு நீதிமன்றம் சம்மன் அனுப்பியது.[1] காங்கிரஸ் கட்சியின் தலைவராகத் தொடர்ந்து நீடித்த அவர், எந்நேரமும் கைது செய்யப்படலாம் என்கிற சூழல் நிலவியது. ஏராளமான ஊழல் குற்றச்சாட்டுகள், வதந்திகள் தொடர்ந்தன. 'முடிவின் தொடக்கம்' என்று ராவின் அரசியல் வாழ்க்கை குறித்து நாளேடுகள் எழுதின.[2] கட்சித் தலைவர் பதவியிலிருந்து விலக ராவ் முடிவு செய்தார்.

'பதவியிலிருந்து விலகினால், இன்று உங்களை வணங்குபவர்கள் கூட, நாளை உங்களை மரியாதையில்லாமல் நடத்தக்கூடும்' என்றார் அவரது ஆஸ்தான ஜோதிடரான என்.கே.சர்மா. அதைக் கேட்டுப் புன்னகைத்த ராவ், 'ஒருவேளை நான் கைது செய்யப்பட்டால், 'காங்கிரஸ் கட்சியின் தலைவர் கைது செய்யப்பட்டு, சிறைக்கு அனுப்பப்பட்டார்' என்று தலைப்புச் செய்தி வருவதை நான் விரும்பவில்லை' என்றாராம்.[3]

சர்மாவின் கணிப்பு, உடனேயே பலித்தது. கட்சித்தலைவர் பதவியை ராஜினாமா செய்தவர் சிறிது நாட்களில் அதாவது 25 செப்டெம்பர்

1996 அன்று தனது கட்சிப் பிரமுகர்களுக்கு தேநீர் விருந்து ஏற்பாடு செய்தார். ஆனால், யாரும் வர விரும்பாத காரணத்தால் தேநீர் விருந்தை ரத்து செய்யவேண்டியிருந்தது.[4]

சில ஆண்டுகள் கழித்து, உடல்நிலை சரியில்லாத, அனைவராலும் புறக்கணிக்கப்பட்ட ராவைச் சந்திக்க காங்கிரஸ் தலைவர்களில் ஒருவரான சல்மான் குர்ஷித் தன் மனைவியோடு வந்திருந்தார். ‘சல்மான், உங்களுக்கு ஒரு விஷயம் தெரியுமா? பொதுவாக நான் எந்தவொரு விஷயம் பற்றியும் சட்டென்று முடிவெடுப்பதில்லை என்று என்னை விமர்சிக்கிறார்கள். என்னுடைய வாழ்க்கையில் அவசர அவசரமாக நான் எடுத்த ஒரே முடிவு, கட்சித்தலைவர் பதவியை ராஜினாமா செய்ததுதான். அதனால் வந்திருக்கும் விளைவுகளைப் பாருங்கள்’ என்றாராம்.[5]

லக்குபாய் பதக்கின் ஊழல் வழக்கோடு, செயின்ட் கிட்ஸ் வழக்கு, பங்குச்சந்தை தரகர் ஹர்ஷத் மேத்தாவிடம் லஞ்சம் வாங்கியது, நம்பிக்கையில்லாத் தீர்மானத்தில் வெற்றி பெறுவதற்காக ஜார்கண்ட் முக்தி மோர்ச்சா எம்பிக்களுக்கு லஞ்சம் கொடுத்த வழக்கு என அடுத்தடுத்த சோதனைகள் தொடர்ந்தன. அவற்றில் எம்பிக்களுக்கு லஞ்சம் கொடுத்த வழக்கில்மட்டும், குற்றம் சாட்டப்பட்டார். அதிலிருந்தும் பின்னர் அதைவிட உயர்ந்த நீதிமன்றத்தால் விடுவிக்கவும்பட்டார். அவரது மகனான பிரபாகரா ராவ், யூரியா வாங்கியதில் முறைகேடு செய்ததாகக் குற்றம் சாட்டப்பட்டுக் கைது செய்யப்பட்டார். பின்னர் போதுமான ஆதாரங்கள் இல்லாத காரணத்தால் அவரும் அந்த வழக்கிலிருந்து விடுவிக்கப்பட்டார். வழக்குகள் தொடர்ந்து துரத்தின. ஒருகட்டத்தில் வழக்கறிஞர் களுக்குத் தரவேண்டிய 23 லட்சம் ரூபாய் கட்டணத்துக்காக ஹைதராபாதில் இருந்த சொந்த வீட்டை விற்றுவிடலாமா என்று யோசிக்கவேண்டிய நிலைகூட வந்தது.[6]

ராவ் அவருடைய இயல்புக்கு ஏற்ப இந்த வழக்கு விவகாரங் களைக்கூடப் புதிய விஷயங்களைக் கற்றுக்கொள்ளக் கிடைத்த வாய்ப்பாகவே பார்த்தார். சட்ட ஆவணங்களில் ஏராளமான குறிப்புகளை எழுதிவைத்திருக்கிறார். அவருடைய அறையில் அவர் மீதான வழக்குகள் சம்பந்தப்பட்ட ஆவணங்கள் குவிந்து கிடக்கின்றன. ‘ஒரு கட்டத்தில் அவரே சட்டப் புத்தகங்களைத் தேடிப் படிக்க ஆரம்பித்தார். சட்டம் குறித்த ஆழ்ந்த அறிவும் அவரிடம் இருந்தது’ என்கிறார் அவரது வழக்கறிஞரான ஆர்.கே.ஆனந்த்.[7] இதற்கிடையே அரசியல் களத்தில் ஓரங்கட்டப் பட்டிருந்த கட்சியை மீட்டெடுக்க நேரு-காந்தி குடும்பத்தின் உதவியை காங்கிரஸ்காரர்கள் நாடிவிட்டிருந்தனர். 1998ல் சோனியா

காந்தி கட்சிப் பொறுப்பை ஏற்றபோது கட்சி வரலாற்றிலிருந்து ராவின் பெயரை அழித்துவிடவேண்டும் என்ற முடிவை எடுத்து விட்டிருந்தார். 'அந்த மனுஷர், ஒரு காங்கிரஸ்காரரே அல்ல. அவரால்தான் நாம் உத்திரப் பிரதேசத்தை என்றென்றைக்குமாக இழந்துவிட்டோம்' என்று ஒரு மூத்த காங்கிரஸ் தலைவரிடம் ராகுல் காந்தி சொன்னாராம். 'சோனியா காந்தியைக் கடந்த பத்து ஆண்டுகளாகச் சந்திக்க முயற்சி செய்து கொண்டிருக்கிறேன். சந்திக்க மறுக்கிறார்' என்கிறார் ராவின் மகனான ராஜேஸ்வர ராவ்.[8]

நரசிம்ம ராவால் கட்சியை விட்டு விலகியவர்கள், ஒதுக்கப் பட்டவர்கள், அவரால் தவறாகப் புரிந்து கொள்ளப்பட்டவர் களெல்லாம் கட்சிக்குள் மீண்டும் சோனியாவால் இணைத்துக் கொள்ளப்பட்டார்கள். அவர்களெல்லாம் ராவைப் பழிவாங்கக் காத்துக்கொண்டிருந்தார்கள்.

வழக்குகளைச் சந்திக்க ராவ் நீதிமன்றப்படிகளில் ஏறி இறங்கியபோது ஒருவர்கூட அவருடன் உடன் வரவில்லை. அவரோடு தொடர்பு கொண்டிருந்த ராஜ்ய சபா எம்பியான சச்சிதானந்த ஸ்வாமி போன்றவர்களும் காங்கிரஸ் கட்சித் தலைமையால் தண்டிக்கப் பட்டார்கள்.[9] 'அவர் மிகவும் சோகமாக இருந்தார். மன்மோகன் சிங், பிரணாப் முகர்ஜி. எம்.எஸ் பிட்டா என அவரைச் சந்திக்க ஒரு சில கட்சிக்காரர்களே வந்தார்கள்' என்கிறார் ஸ்வாமி.[10]

கட்சியில் ஓரங்கட்டப்படுவது ராவுக்குப் புதிதல்ல. 1973ல் இந்திரா காந்தியும், 1991ல் ராஜிவ் காந்தியும் கட்சிப் பொறுப்புகளிலிருந்து ஒதுக்கிவைத்திருக்கிறார்கள். அரசியலிலிருந்து விலகியிருந்தபோது, புத்தகம் எழுதும் வேலைகளில் ஈடுபட்டிருந்தார். தி அதர் ஹாஃப் (மறுபாதி) என்னும் தலைப்பில் ஆந்திரா அரசியல் சார்ந்த தன்னுடைய அனுபவங்களை புனைவு கலந்து எழுதிவந்தார். ஒவ்வொரு அரசியல் மறுபிரவேசமும் எழுத்துப் பணிகளை தற்காலிகமாக முடக்கின. இப்போது மீண்டும் ஓய்வு கிடைத்ததும் அந்தப் புத்தகத்தை எழுதி முடித்தார். இன்சைடர் என்னும் அவரது புத்தகம், நண்பரான அடல் பிகாரி வாஜ்பாயால் 1998-ல் வெளியிடப் பட்டது.

வயதான முன்னாள் பிரதமரால் எழுதப்பட்ட அந்தப் புத்தகம் அதில் இடம்பெற்ற அதிர்ச்சியூட்டும்வகையிலான பாலியல் விவரணை களுக்காக அதிகம் பேசப்பட்டது. 1973-ல் அவர் முதலில் எழுதத் தொடங்கியபோது, முடக்கப்பட்ட அவருடைய அரசியல் வாழ்க்கையின் மறைமுகச் சித்திரமாகவே இருந்தது. மெதுவான நடையில் இலக்கில்லாமல் விவரணைகள் அலைந்தன. நான்கு

நூற்றாண்டுகளுக்கு முன்பாக நிக்காலோ மாக்கியவெல்லி எதிர்கொண்ட கேள்வியையே அந்த நாவலின் நாயகனும் எதிர்கொண்டான்: தீமைகள் செய்துதான் அதிகாரத்தைக் கைப்பற்றவும் தக்கவைக்கவும் முடியுமென்றால் அதைவைத்து ஒருவன் எப்படி நன்மைகள் செய்ய முடியும்?

ஓய்வு நேரங்களில் ஸ்பானிஷ் மொழிப்புலமையை மேம்படுத்திக் கொண்டார். அவர் சரளமாகப் பேசக் கற்றுக்கொண்ட பத்து மொழிகளில் கடைசி மொழி அது. புதிதாக பியானோ வாசிக்கக் கற்றுக்கொண்டார். விரல்களின் வேகமான இயக்கம் ஆர்த்ரைட்டிஸில் இருந்து அவரைக் காப்பாற்றியதாகத் தன் மருமகனிடம் சொல்லியிருக்கிறார்.[11] புனைகதைகள் படிக்க ஆரம்பித்தார். தனக்குப் பிடித்த எழுத்தாளர்களுக்கு அவர்களுடைய படைப்புகள் குறித்து விமர்சனமும் எழுதினார். 'காட் ஆப் ஸ்மால் திங்க்ஸ்' வெளியானதும் படித்துவிட்டு அருந்ததி ராய்க்கு ராவ் கடிதம் எழுதியிருக்கிறார். 'நீங்கள் எனக்குக் கடிதம் எழுதியதைப் பார்க்கும் போது மகிழ்ச்சியாக இருக்கிறது; கடிதம் எழுதுவதற்கு முன் என் புத்தகத்தைப் படித்திருக்கிறீர்கள் என்பது அந்த மகிழ்ச்சியை மேலும் அதிகரிக்கச் செய்திருக்கிறது'[12] என்று அருந்ததி ராய் அனுப்பிய பதில் கடிதம் ராவின் தனிப்பட்ட ஆவணத் தொகுப்பில் இன்னும் பத்திரமாக இருக்கிறது.

•

2004 மே மாதம் பொதுத் தேர்தல்கள் நடைபெற்றன. ஆட்சியில் இருந்த பாஜக தனது பொருளாதாரச் சாதனைகளை முன்வைத்துத் தீவிர பிரசாரம் செய்தது. அந்தச் சாதனைகள் அடிப்படையில் ராவின் தாராளமயமாக்கல் கொள்கைகளை மேலும் தீவிரமாக அமல்படுத்தியதன் மூலமே சாத்தியமாகியிருந்தன. சோனியா தலைமையில் இருந்த காங்கிரஸ் கட்சி தேர்தலில் தோற்றுப்போகும் நிலையில் இருந்தது. யாரும் நரசிம்ம ராவின் உதவியை நாடியிருக்கவில்லை.

எதிர்பார்ப்புகளுக்கு மாறாக, காங்கிரஸ் கட்சி பெரிய வெற்றியைப் பெற்றது. தன்னைத் தேடி வந்த, தேசத்தின் அதி சக்தி மிகுந்த பதவியை மறுத்த சோனியா காந்தி, ராவின் நிதியமைச்சரான மன்மோகன் சிங்கை பிரதமராக நியமித்தார்.

சிறிது நாட்களில் உடல்நலக்குறைவால் ராவ், மருத்துவமனையில் அனுமதிக்கப்பட்டார். அவரது இதயம், நுரையீரல், சிறுநீரகம் போன்ற உறுப்புகள் கடுமையாகப் பாதிக்கப்பட்டிருந்தன. ஏஐஎம்ஸ் மருத்துவமனையில் சேர்க்கப்பட்டிருந்த ராவ், சிறப்பு வார்டுக்கு

மாற்றப்பட்டார். 1977 முதல் அவரது வீட்டு வேலைகளைக் கவனித்து வரும் ரோஸி, கடைசிவரை கூடவே இருந்து கவனித்துக் கொண்டார். உடல்நிலை சரியில்லாத ராவைச் சந்திக்க வந்தவர்கள் மன்மோகன் சிங், சஞ்சய் பாரு மற்றும் ராவின் ஆதரவாளரான எம்.எஸ் பிட்டா மட்டுமே.[13] 'அவரது குடும்பத்தினரைத் தவிர, ஒரு சிலர் மட்டுமே அவரைச் சந்திக்க வந்திருந்தார்கள்' என்கிறார் டாக்டர் ஸ்ரீநாத் ரெட்டி.

பன்னாட்டு நிறுவனத்தின் அதிகாரியான சுப்ரான்சு சிங்கின் தாய், ராவ் இருந்த அறைக்கு அடுத்த அறையில் சிகிச்சைக்கு அனுமதிக்கப் பட்டிருந்தார். 'ஒருமுறை மருத்துவமனையின் லிப்ட் கதவுகள் திறந்த போது, நான் நரசிம்ம ராவை நேருக்கு நேர் பார்த்தேன். சோளக் கொல்லை பொம்மைபோல் மிகவும் தளர்ந்துபோய் காணப்பட்டார்.'

நான் மருத்துவமனையிலேயே இருந்ததால் நட்பார்ந்த முறையில் பின்னர், அவரது அறையில் சந்திக்கச் சென்றிருந்தபோது, லுங்கியோடு படுக்கையில் உட்கார்ந்திருந்தார். தன்னந்தனியாக இருந்தார்' என்கிறார் சுப்ரான்சு சிங்.[14]

நவம்பர் 2004ல் தன்னுடைய நெருங்கிய நண்பரும் முன்னாள் தலைமைச் செயலாளருமான அமர் நாத் வர்மாவின் உடலுக்கு இறுதி அஞ்சலி செலுத்த வந்திருந்தார். அவரைப் போன்றவர்களை இப்போது அவர்கள் வளர்த்தெடுப்பதில்லை என்றார் வழியும் கண்ணீரைத் துடைத்தபடியே.[15]

சிறிது நாட்கள் கழித்து நவ 24, 2004-ல் சிறுநீரகத் தொற்றுக்கான சிகிச்சைகள் தரப்பட்டன. தொடர்ந்து மருந்துகள் உட்கொண்டதால் ஏற்பட்ட பக்க விளைவுகளால் பாதிக்கப்பட்டிருந்தார். 'அவர் ஒரு ஸிதப்பிரக்ஞ்யர்' என்றார் அவரது மகளான வாணி தேவி. பகவத் கீதையில் இடம்பெற்றிருக்கும் அந்த வார்த்தைக்கு 'எந்தச் சூழ்நிலைக்கும் கலங்காதவர்; ஆசாபாசங்களுக்கு அப்பாற்பட்டவர்' என்று அர்த்தம்.[16] ஆனால், அந்த நவம்பரில் ராவ் தன்னுடைய பொறுமையை இழந்தார். அவருடைய குழந்தைகள் அவரை அதற்கு முன் அப்படி ஒருபோதும் உணர்ச்சிவசப்பட்ட நிலையில் பார்த்ததில்லை. உணவு உட்கொள்வதை நிறுத்திக்கொண்டார்.

'நான் எதையும் சாப்பிட விரும்பவில்லை. இப்படி வாழ்வதில் என்ன அர்த்தம் இருக்கிறது. நான் இன்னும் வாழ வேண்டும் என்று ஏன் வற்புறுத்துகிறீர்கள்?'

24 மணி நேரமும், தன்னுடைய படுக்கையிலேயே உட்கார்ந்தபடி இருந்தார். உணவு மட்டுமல்ல தண்ணீர் குடிக்கவும் மறுத்துவிட்டார்.

விஷயம் வெளியே தெரிந்ததும், ஷிவ்ராஜ் பாட்டீல் தொலைபேசியில் தொடர்புகொண்டார். 'நாங்கள் வந்து அவரைப் பார்க்கலாமா? மேடமும் அவரை சந்திக்க விரும்புகிறார்கள்' என்றார்.[17]

சரியாக இரவு பத்தரை மணிக்கு சோனியா காந்தி, ஷிவ்ராஜ் பட்டேல், அகமது பட்டேலுடன் மருத்துவமனைக்கு வந்திருந்தார். ராவின் அறையில் சோனியா அமைதியாக அவரைப் பார்த்தபடி உட்கார்ந்திருந்தார். அகமது பட்டேல், ராவை தண்ணீர் குடிக்கும்படிக் கேட்டுக்கொண்டார். அதை மறுத்த ராவ், 'மசூதி இடிக்கப்பட்டதற்கு நீங்களெல்லாம் என்னைக் குறைகூறுகிறீர்கள்' என்று ஆரம்பித்தவர், காங்கிரஸ் கட்சி தன்னை நடத்தும் விதம் குறித்து மனதில் இருந்த குறைகளையெல்லாம் கொட்டிவிட்டார். 'யார்தான் தவறு செய்ய வில்லை? நான் செய்யாத ஒரு தவறுக்காக நான் ஏன் தண்டிக்கப் படுகிறேன்?' என்றெல்லாம் கேட்டிருக்கிறார்.[18] யாரும் எதுவும் பேசவில்லை. சோனியாவும் அவருடன் வந்தவர்களும் மருத்துவ மனையை விட்டு வெளியேறும்போது நடு இரவு மணி 2.30. அதன் பிறகு ராவுக்கு தூக்க மருந்து கொடுத்துத் தூங்கவைத்தார்கள்.

மறுநாள் காலை எழுந்தவர், உற்சாகத்தோடு உணவு உட்கொள்ள ஆரம்பித்தார். அங்கிருந்த தன்னுடைய பிள்ளைகளிடம், நேற்றிரவு அதிகமாகப் பேசிவிட்டோனோ என்றும் கேட்டிருக்கிறார்.[19]

டிசம்பர் 10. ராவின் உடல்நிலை மோசமடையத் தொடங்கியது. சோனியா காந்தியின் உதவியாளர் ஒருவர், மருத்துவமனைக்கு வந்து, இறுதிச் சடங்குகளை எங்கே வைத்துக்கொள்ளலாம் என்று கேட்டிருக்கிறார். அதைக் கேட்டு அதிர்ந்து போனார்கள் அவரது குடும்பத்தினர். அவர் இன்னும் உயிரோடுதான் இருக்கிறார் என்று கோபத்தோடு சொல்லியனுப்பினார்கள்.[20]

2004, டிசம்பர் 20 அன்று பிரதமர் மன்மோகன் சிங்கும், ஏ.பி.ஜே அப்துல் கலாமும் மருத்துவமனைக்கு வந்து பார்த்தார்கள். அன்று வந்த இன்னொருவர் அர்ஜுன் சிங். நரசிம்ம ராவை மிக மோசமாக அவர் அளவுக்கு அவதூறு செய்தவர்கள் வேறு யாருமில்லை.

அர்ஜுன் சிங், அறைக்குள் நுழைந்ததும், ராவ் படுக்கையிலிருந்து எழுந்தார். 'சிரமப்படாதீர்கள். உடம்பைக் கவனித்துக்கொள்ளுங்கள். நீங்கள் சீக்கிரம் குணமடையவேண்டும் என்று வாழ்த்தவே வந்தேன்' என்று அர்ஜுன் சிங் சொன்னதும், நரசிம்ம ராவின் கண்களில் கண்ணீர் முட்டிக்கொண்டு வந்தது. 'உடல்நலம் சரியானதும், உங்களைச் சந்திக்க, வீடு தேடி வருவேன்' என்று வாக்களித்தார்.[21]

மறுநாள், ராவின் உடல்நிலை மோசமடைந்து, நினைவிழந்தார். அவரது கண்கள் மூடியிருந்தன. சுற்றிவர ஒரே குழாய்கள், வயர்கள். 'திடீரென்று கண்களைத் திறந்து பார்த்தவர், என்னை உற்றுப் பார்த்தார். நான் எங்கே இருக்கிறேன் என்று கேட்டார். பின்னர் அவரே தனக்குள் முணுமுணுத்துக்கொண்டார். 'ஆம்... நான் வாங்கராவில் இருக்கிறேன், என்னுடைய அம்மாவின் அறையில் இருக்கிறேன் என்றார்' என்கிறார் அவரது மகன் ராஜேஸ்வர ராவ்.[22] அதுதான் அவர் கடைசியாகப் பேசியது.

நினைவு திரும்பாமலே, 23 டிசம்பர் அன்று மறைந்தார்.

•

அடுத்த பத்தாண்டுகளில் நரசிம்ம ராவின் சகாப்தம் எப்படித் திட்டமிட்டுச் சிதைக்கப்பட்டதோ அதை முன்கூட்டியே சொல்லும் விதமாக அவருடைய கடைசிக்காலம் இருந்தது. காங்கிரஸ் தலைவர்களின் வரிசையில் திட்டமிட்டு ஓரங்கட்டப்பட்டார். இந்திராவின் மறைவுக்குப் பின்னர் நடந்த சீக்கியர் கலவரத்துக்கு அவரே காரணமாக விமர்சிக்கப்பட்டார். போபால் விஷ வாயு விபத்தில் குற்றவாளியைத் தப்பிக்கவிட்டார் எனவும் விமர்சிக்கப் பட்டார். அனைத்துக்கும் மேலாக பாபர் மசூதி இடிக்கப்பட உடந்தை யாக இருந்தார் என்றும் குற்றம் சாட்டப்பட்டார். ஊழல்வாதி யாகவும், மதவாதியாகவும் குழப்பவாதியாகவும் கொடூரமான வராகவும் தூற்றப்பட்டார்.

ராவ் மீதான அரசியல்ரீதியான குற்றச்சாட்டுகளுக்கு ஆதாரபூர்வமான பதில் இதுவரை தரப்படவில்லை. இப்படியான அறிவுலக ஓரங்கட்டலுக்கு பல காரணங்கள் சொல்லமுடியும். முக்கியமான காரணம் என்னவென்றால், வரலாற்றைக் கட்டமைப்பதில் தனியான தலைவர்களின் பங்கை அறிவுஜீவிகள் சமூகம் ஏற்றுக் கொள்வதில்லை.

வாழ்க்கை வரலாற்றாளர் நிஜெல் ஹேமில்டன் சொல்வதுபோல், வாழ்க்கை வரலாறு என்பது அறிவுலகம் புறக்கணிக்கும் அநாதை போன்றது'.[23] வரலாற்று சக்திகள் நிர்பந்தித்த, தவிர்க்கமுடியாத விஷயங்களை ஒரு தலைவர் செய்துமுடித்திருந்தால், அந்தத் 'தனி நபர்' முக்கியமல்ல. கால வெளியில் அந்தத் 'தருணமே' முக்கியமானது. இந்தக் கோணத்தில் பார்க்கும்போது, நரசிம்ம ராவ் சரியான நேரத்தில், சரியான இடத்தில் இருந்திருக்கிறார். அவ்வளவே. எனவே, அவரது செயல்பாடுகள் அல்ல; அந்த சரித்திரச் சூழலே சீர்தூக்கிப் பார்க்கப்படவேண்டியது.

இந்த வாதம் நிச்சயம் பொருட்படுத்திப் பார்க்கப்படவேண்டியது தான். 1991 காலகட்டம், இந்தியாவுக்கு சோதனைக்காலம். சோவியத் குடியரசு சிதைந்துபோயிருந்தது. நம் தேசம் அந்நியச் செலாவணி நெருக்கடியில் தத்தளித்தது. மக்கள் நலத் திட்டங்கள் எத்தகைய பயன்களையும் தரவில்லை. மக்களின் வாழ்க்கைத் தரம் உயரவில்லை. நேரு-காந்தி பரம்பரையில் ஒருவர் படுகொலை செய்யப்பட்டிருந்தார். காஷ்மீர், பஞ்சாப், அஸ்ஸாம் போன்ற மாநிலங்களின் பிரிவினைவாத வன்முறை தேச ஒற்றுமைக்கு அச்சுறுத்தலாக விளங்கியது.

ஆனால், ராவ் ஆட்சிக்கு வருவதற்குப் பத்தாண்டுகளுக்கு முன்பிருந்தே இந்தியாவுக்கு இந்த நெருக்கடிகள் இருக்கத்தான் செய்தன. 1981-82களில் உலக வங்கியிடம் கையேந்த வேண்டியிருந்தது. ஆனால், இந்திரா தாராளமயமாக்கலுக்கு வழிவகுத்திருக்கவில்லை. 1985 வாக்கிலிருந்தே சோவியத் யூனியன் உடையப் போவது அயலுறவுத்துறை அதிகாரிகளுக்குத் தெரிந்துதான் இருந்தது.[24] ராவ் பிரதமராவதற்குப் பத்தாண்டுகளுக்கு முன்பிருந்தே அமெரிக்காவுடனான இடைவெளியைக் குறைக்கும் முயற்சிகள் ஆரம்பித்து விட்டிருந்தன.[25] அரசின் சமூக நலத்திட்டங்கள் நலிவடைந்த பிரிவினரைச் சென்று சேர்வதில்லை என்பது 1980களிலேயே செயல் திட்டத்தை வகுப்பவர்களுக்குத் தெரியவந்திருந்தது. இந்தியாவின் அணு ஆயுதச் செயல்திட்டங்கள் நிதானமாக முன்னேறித்தான் வந்தது. அந்தப் பத்தாண்டுகளில் இரண்டு நேரு-காந்தி தலைவர்கள் படுகொலை செய்யப்பட்டிருந்தார்கள். பஞ்சாப், அஸ்ஸாம், பகுதிகளில் வன்முறை தலைவிரித்தாடியது. 1991-க்கு சில வருடங்களுக்கு முன்பாகவே பொருளாதாரச் சீர்திருத்தங்கள் தொடர்பான செயல்திட்டங்கள் வடிவமைக்கப்பட்டு வெறும் காகிதத்தில் மட்டுமே இருந்து வந்திருந்தன.

நரசிம்ம ராவுக்கு முந்தைய நான்கு பிரதமர்களுக்கும் இந்த சரியான 'தருணம்' வாய்க்கத்தான் செய்தது. இந்தியாவை மறுமலர்ச்சி அடையச் செய்யச் சாதகமான வெளியுலக சக்திகள், செயல் திறம் மிகுந்த உள்நாட்டு ஆலோசனைகள், சந்தர்ப்பவாத சூழல்கள் என எல்லாமே அவர்களுக்கும் இருக்கத்தான் செய்தன. அந்த வாய்ப்பு களை அவர்களால் சரிவரப் பயன்படுத்திக்கொள்ள முடியவில்லை. நிலையான ஆட்சிக்குத் தலைமையேற்றிருந்தாலும், புதிய மாற்றங் களைக் கொண்டு வருவதற்கான மனமில்லை.

அந்த மறுமலர்ச்சி எப்படியிருந்தாலும் அமலாகியிருக்கும் என்று சொல்லமுடியாதென்பதற்கு வேறு சாத்தியக்கூறுகளைப் பார்ப்போம். ஒருவேளை ராஜீவ் காந்தி மீண்டும் ஆட்சிக்கு வந்திருந்தால்

என்னவாயிருக்கும்? ஒன்றும் நடந்திருக்காது. 1985-ல் இருந்த லட்சியவாத சீர்திருத்தவாதி தவறுகள் செய்து 1987ல் சந்தர்ப்பவாத அரசியல்வாதியாக மாறிப்போயிருந்தார். 1991ல் வெற்றிபெற்று, ஆட்சிக்கு வந்திருந்தால் பெருமளவில் மாற்றங்களைக் கொண்டு வந்திருப்பார் என்பதை நம்புவதற்கில்லை.

ஒருவேளை, அர்ஜுன் சிங் அல்லது என்.டி.திவாரி போன்றவர்கள் பிரதமராக வந்திருந்தால் தற்காலிகமாகப் பொருளாதாரச் சீர்திருத்தங் களைக் கொண்டுவந்து நெருக்கடியைத் தீர்த்திருப்பார்கள். ஆனால், அவர்களுடைய உள்ளுணர்வுகள், வெளிப்படையான அறிவிப்புகள் எல்லாமே பொருளாதாரச் சீர்திருத்தங்களுக்கும் அயலுறவுக் கொள்கை மாற்றங்களுக்கும் முற்றிலும் மாறுபட்டதாகவே இருந்திருக்கின்றன. எனவே, 1992 பிப்ரவரியில் நிலைமை சீரானதும், அனைத்தையும் திரும்பப் பெற்றிருப்பார்கள். ராவ் கொண்டுவந்த சீர்திருத்தங்கள் எல்லாம் தவிர்க்க முடியாமல் கொண்டுவந்தவற்றையும்விட மிக மிக அதிகமானவை.

ராவ் அந்தச் சீர்திருத்தங்களை முன்னெடுத்தபோது பல அம்சங்கள் அவருக்கு எதிராக இருந்தன.

ஜனநாயக அமைப்பில் ஒரு சிறுபான்மை அரசை வழிநடத்த வேண்டியிருந்தது. அவருடைய ஆட்சிக்கு முன்பாக இரண்டு சிறுபான்மை ஆட்சிகளும் அவருக்குப்பின் நான்கு சிறுபான்மை ஆட்சிகளும் ஒரு வருடம்கூட ஆட்சி செய்ய முடியாமல் கவிழ்ந்து விட்டன. நேரு-காந்தி அரியணையில் அமர நேர்ந்த அந்நியரான அவருக்குக் கட்சி மீது முழு கட்டுப்பாடு இருந்திருக்கவில்லை. மக்களிடம் செல்வாக்குப் பெறுமளவுக்கு அரசியல் வசீகரமும் அவரிடம் இருந்திருக்கவில்லை.

ராவ் அளவுக்குச் சாதித்த எந்தவொரு சர்வதேசத் தலைவரும் ராவ் அளவுக்குப் பலவீனமான நிலையில் இருந்திருக்கவில்லை. ஜவாஹர்லால் நேருவுக்குப் பின்னர், மிகத் திறமையான பிரதமராக நரசிம்ம ராவை மட்டுமே சொல்லமுடியும். உலக அளவில் டென் ஜியாபிங்குக்கு இணையாகச் சொல்லத் தகுந்த இந்தியர் அவர் மட்டுமே.

வரலாற்று சக்திகள் அல்ல; ஒரு தனித் தலைவரின் ஆளுமையே இந்தியாவின் மறுமலர்ச்சிக்குக் காரணமாக அமைந்திருக்கிறது என்பதையே அது காட்டுகிறது. 'வாழ்க்கை வரலாறுகளை வைத்து அரசியல் அதிகாரத்தை நிச்சயம் எடைபோடமுடியும். ஆனால், அதற்கு நீங்கள் சரியான நபருடைய வாழ்க்கை வரலாறைத்

தேர்ந்தெடுத்திருக்கவேண்டும்' என்கிறார் வாழ்க்கை வரலாற்று மன்னரான ராபார்ட் கேரோ.[26]

•

பிரச்னைகளுக்குத் தீர்வுகாண்பது ராவுக்கு ரத்தத்திலேயே ஊறிய விஷயமாக இருந்தது. எதையும் அலசி ஆராய்ந்து, என்ன தவறு என்பதைக் கண்டறிந்து சிறிய மாறுதல்களைச் செய்து பிரச்னைகளைத் தீர்ப்பதில் வல்லவராக இருந்தார். 1957-ல் தன்னுடைய கிராமத்துத் தோட்டத்து மோட்டார் பம்ப் பழுதடைந்திருப்பதைப் பார்த்தார். அதைப் பிரித்தார். ஆராய்ந்து பார்த்தார். சிறிய மாற்றங்கள் செய்தார். மோட்டார் பம்ப் நிறுவனத்துக்குக் கடிதம் எழுதினார். 1971-ல் தான் ஆர்வத்துடன் கொண்டுவந்த நிலச் சீர்திருத்த மசோதாவைப் பலர் ஏய்ப்பது தெரிந்தது. சட்டத்தில் உரிய மாற்றங்களைச் செய்து ஓட்டைகளை அடைத்தார்.

இரண்டு வருடங்கள் கழித்து நெல் பயிரிடுவதில் தொடர்ந்து நஷ்டம் வருவதைப் பார்த்தவர் உடனே குஜராத்திலிருந்து உயர் ரகப் பருத்தி விதைகளை வாங்கிப் பயிரிடச் சொன்னார். தன் மகரந்தச் சேர்க்கை மூலம் பருத்தியின் தரம் குறைய வாய்ப்பு இருந்ததைப் பார்த்ததும் ஒரு வைக்கோல் தடுப்பைச் செடியில் கட்டி அயல் மகரந்தச் சேர்க்கைகள் நடக்க வழிசெய்தார். 'நம்மிடம் இருந்த சொற்ப விஷயங்களை வைத்து என்னவெல்லாம் சாதிக்க முடியுமோ அதை அவர் செய்துகாட்டினார்' என்கிறார் ராமு தாமோதரன்.[27]

எந்தவொரு சீர்திருத்தத்தை அமல்படுத்த முயலும்போதும் நெருக்கடிகள் இருக்கத்தான் செய்யும். பல்வேறு தரப்புகளிடமிருந்து எதிர்ப்புகள் வரத்தான் செய்யும் என்பதை ராவ் தன்னுடைய அரசியல் வாழ்க்கையின் ஆரம்பகட்டத்தில் புரிந்துகொள்ளத் தவறிவிட்டார்.

அதனால், ஆந்திர பிரதேச முதல்வர் பதவியை இழக்க நேர்ந்தது. ஒரே நேரத்தில் பல எதிரிகளை எதிர்க்க முற்பட்டார். காரசாரமான வார்த்தைகளைப் பயன்படுத்தினார். சீர்திருத்தம் செய்யவேண்டும் என்ற தன் விருப்பத்தை வெளிப்படையாக அழுத்தமாகத் தெரிவிக்க விரும்பினார். அவரிடமிருந்து என்ன எதிர்பார்க்கப்பட்டது என்பதை அவர் புரிந்துகொள்ளத் தவறியும்விட்டிருந்தார் : தனக்குக் கீழ் இருக்கும் நபர் அரசியல் செல்வாக்கு இல்லாதவராக இருக்க வேண்டும். அதே நேரம் தான் சொல்வதைச் செய்து முடிக்கும் அதிகாரம் மிகுந்தவராகவும் இருக்கவேண்டும் என்று இந்திரா காந்தி விரும்பியிருந்தார். ராவினால் அப்படி ஒருபோதும் இருக்க முடியவில்லை.

அரசியலில் ஓரங்கட்டப்பட்ட நேரங்களில், தன்னுடைய தவறுகளி லிருந்து பாடம் கற்றுக்கொண்டார். இப்படி தன் வாழ்க்கையைப் பரிசீலனை செய்து பார்க்கும் குணமே அவரை மற்ற அரசியல் வாதிகளிடமிருந்து தனித்துக் காட்டியது. மாற்றங்களைக் கொண்டுவருவதென்றால், ஆர்ப்பாட்டமில்லாமல் செயல்பட வேண்டும். எதிரிகளைத் தனித்தனியாக எதிர்கொள்ளவேண்டும் என்பதை அவர் புரிந்துகொண்டார். தீவிர சோஷலிசவாதியான ராவ், அரசு மட்டுமே அனைத்து சமூக நலச் செயல்பாடுகளையும் முன்னெடுத்தாகவேண்டிய அவசியமில்லை என்பதைப் புரிந்து கொண்டார்.

தில்லி அதிகாரமையத்தில் அவர் கழித்த வருடங்கள் இந்த அனுபவப் பாடங்களை அவருக்குக் கற்றுத் தந்திருந்தன. அவர் தனக்கென ஆதரவாளர் வட்டத்தை உருவாக்கிக் கொண்டதில்லை. சாதி பார்த்தோ சொந்த பந்தங்களுக்கு சலுகைகள் கொடுத்தோ நடந்து கொண்டதில்லை. அதன் காரணமாகவே ஆந்திராவின் முதலமைச்சராக முடிந்தது. இந்திரா மற்றும் ராஜிவ் காந்தி உள்ளிட்டவர்களின் நன்மதிப்பைப் பெறமுடிந்தது.

டெல்லி தர்பார், அவருக்கு நிறைய பாடங்களைக் கற்றுக்கொடுத்தது. மாற்றத்தை எதிர்த்த சக்திகளைச் சமாளிக்க முடியாமல் ராஜிவ் காந்தி படுதோல்வி அடைந்ததை தில்லியில் இருந்ததன் மூலம் ராவால் அருகில் இருந்து பார்க்கமுடிந்தது. அடிப்படையில் தாராளமயத்துக்கு ஆதரவாளராக இருந்த ராஜிவ் காந்தியால் சீர்திருத்த அரசியலைச் சரிவர முன்னெடுக்கமுடியாமல் போய்விட்டிருந்தது.

பிரதமரான ராவுக்கும் இதே எதிர்ப்புகள் அப்படியே இருக்கத்தான் செய்தன. ஏகபோக அதிகாரத்தின் மூலம் பலனடைந்திருந்த நிறுவனங்கள் லைசன்ஸ் ராஜைத் தூக்கிப் பிடித்தன. இடதுசாரி அறிவுஜீவுகளும் காங்கிரஸ்காரர்களும் தொழிற்சங்கங்களும் அதிகாரவர்க்கத்தினரும் தமது நலன் பாதிக்கப்பட்டுவிடும் என்று பயந்தனர். இஸ்ரேலுடனான இந்தியாவின் நட்புறவைத் தடுத்தது காலனியாதிக்க எதிர்ப்பு மனநிலை மட்டுமல்ல. இந்திய முஸ்லிம்கள் அதை விரும்பமாட்டார்கள் என்ற ஆதாரமற்ற நம்பிக்கையே இந்தியா பாலஸ்தீனத்துடன் மட்டுமே நட்புறவுடன் இருக்கக் காரணமாக இருந்தது. ஏழைகளுக்கான நலத்திட்டங்களின் பணம் முழுவதையும் பண்ணையார்களும், தரகர்களும் ஊழல் அதிகாரவர்க்கமும் முழுங்கிவந்தன. அவர்களுடைய மானியங்கள், சலுகைகள் பறிக்கப்பட்டால் கடும் எதிர்ப்பைத் தெரிவிப்பார்கள்.

இப்படியான எதிரிகள் அனைவரையும் ராவால் சமாளிக்க முடிந்ததற்கு முக்கிய காரணம் தன்னுடைய பலம் பலவீனம், தன்னுடைய

எதிரிகளின் பலம் பலவீனம் இவற்றோடு இந்தியாவின் பலம் பலவீனம் அனைத்தையும் ராவ் நன்கு அறிந்துவைத்திருந்தார். பிரதமராவதற்கு இரண்டு மாதங்களுக்கு முன்னர் மடாலயத்தின் தலைவராக ஆவதற்குத் தயாராகியிருந்தார். அரசியல் அதிகாரத்தி லிருந்து மனதளவில் அவர் முழுவதும் விலகியே இருந்தார் என்பது இதிலிருந்து உறுதியாகிறது. அந்த மன விலகல் அவருக்கு அதிகாரத்துக்கான தடைகளையும் வாய்ப்புகளையும் தெளிவாகப் பார்த்துப் புரிந்துகொள்ள உதவியது. இந்தியாவை மறுமலர்ச்சி அடையச் செய்யும் விசேஷ திறமையையும் அவருக்குத் தந்தது.

•

அரசியலை அனைத்துக் கோணங்களில் இருந்தும் பார்க்கும் திறமை அவருக்கு இருந்தது. இதன் அர்த்தம் எந்தவொரு சீர்திருத்தத்தைத் தொடங்குவதற்கு முன்பாகவும் அதற்கு வரக்கூடிய எதிர்ப்புகள் பற்றி அவருக்கு நன்கு தெரிந்திருந்தது.

அரபு உலகைப் பகைத்துக்கொள்ளாமலேயே இஸ்ரேலுடன் இந்தியா அயலுறவுத் தொடர்புகளை உருவாக்கவேண்டும் என்ற புரிதல் ராவுக்கு இருந்தது. அதனால்தான், ஜன 1992-ல் பாலஸ்தீனத் தலைவர் யாசர் அராஃபத்தை இந்தியாவுக்கு அதிகாரபூர்வ சந்திப்புக்கு அழைத்தார். வளைகுடா யுத்தத்தில் சதாம் ஹுசேனை ஆதரித்த அராஃபத் அரசியல்ரீதியாக அப்போது பலவீனமான நிலையில் இருந்தார் என்பதும் ராவுக்குத் தெரியும்.

தொழில்துறையில் சீர்திருத்தங்களைக் கொண்டுவர முற்பட்டபோது அதற்கான எதிர்ப்புகள் சொந்தக் கட்சியில் இருந்தே எழும் என்பது அவருக்குத் தெரிந்திருந்தது. நாட்டின் பாதுகாப்பைப் பலப்படுத்தும் நோக்கில் அணு ஆயுத சோதனைகளை முன்னெடுத்தபோது, மேற்குலகைப் பகைத்துக்கொண்டுவிடக்கூடாது (ஏனென்றால் பொருளாதார வளர்ச்சிக்கு அவர்களுடைய உதவி நமக்குத் தேவை) என்ற புரிதல் ராவுக்கு இருந்தது.

நாடாளுமன்றப் பிரச்னைகளை எடுத்துக்கொண்டால், வலதுசாரி பா.ஜ.கவும் இடதுசாரி-தேசிய முன்னணிக் கட்சிகளும் ஒன்றுசேர்ந்து விட்டால் தன்னுடைய ஆட்சிக்கு ஆபத்துவந்துவிடும் என்பது அவருக்கு நன்கு புரிந்திருந்தது. விமானத்துறையில் தனியாரை அனுமதிக்கும்போது ஏர் இந்தியாவைத் தனியாருக்குக் கொடுத்தால் ஆழமாக வேரூன்றியிருக்கும் தொழிற்சங்கங்கள் ஒட்டுமொத்த தாராளமயமாக்கல் கொள்கையையே முடக்கிவிடுவார்கள் என்பது அவருக்குத் தெரிந்திருந்தது. பொது விநியோகத் துறையில் சீர்திருத்தங்களைக் கொண்டுவந்தால் பணக்கார விவசாயிகள் தமது

நலனைப் பாதுகாக்கப் போராட்டத்தில் இறங்கிவிடுவார்கள் என்பது அவருக்குத் தெரியும். இப்படிப் பட்டியல் தொடர்கின்றன.

இப்படித் தன்னுடைய எதிரிகளையும் எதிர்ப்புகளையும் நன்கு புரிந்து கொண்டிருந்ததால், அவர்கள் கண்ணில் மண்ணைத் தூவிவிட்டுச் செயல்களை முன்னெடுக்கும் சாமர்த்தியம் அவருக்குக் கைவந்து விட்டிருந்தது. எதிர்ப்புகள் வந்தபோது, அந்தந்தச் சூழலுக்கு ஏற்றபடி எதிர்வினையாற்றியிருக்கிறார். சிலநேரங்களில் சண்டையிட்டும், சில நேரங்களில் பதுங்கியிருந்தும் பெரும்பாலான நேரங்களில் ஏய்த்தும் சாதுரியமாகப் பிரச்னைகளைக் கையாண்டிருக்கிறார். இப்படிச் சூழலுக்கு ஏற்ப சிங்கமாகவும் நரியாகவும் எலியாகவும் நடந்து கொள்ள அவரால் முடிந்தது. இதுதான் ராவின் வெற்றிக்கு மிக முக்கியமான காரணம்.

ராவின் மிகப் பெரிய சாதனையான தாராளமயமாக்கல் கொள்கை களை அறிமுகப்படுத்தியபோது கட்சியினரின் மனநிலையை அவரால் நன்கு புரிந்துகொள்ளமுடிந்திருந்தது. எனவே, தந்திரமான நரியாகச் செயல்பட்டு அவற்றையெல்லாம் நேரு பின்பற்றிய கொள்கைகளின் தொடர்ச்சி என்று முன்னிறுத்திக் கட்சியின் ஆதரவைப் பெற்றார்.

இஸ்ரேலுடன் நட்புறவைத் தொடங்குவதற்கு முன்பாக அராஃபத்தை வானளாவப் புகழ்ந்தார். அவருடைய சம்மதத்தைப் பெற்று இஸ்ரேல் உடனான அயலுறவை அற்புதமாகத் தொடங்கிவைத்தார்.

விமானத்துறை போன்றவற்றைத் தனியாருக்குத் திறந்துவிட்டபோது சிங்கமாகக் கர்ஜித்தார். அதேநேரம் உள்நாட்டுத் தொழில் விஷயத்தில் ஆட்குறைப்புக்குத் துணைபோகாமல் தொழிற்சங்கங்கள் முன் எலி போல் நடந்துகொண்டார். பொது விநியோகத்துறையில் விவசாயிகளுக்கும் நுகர்வோருக்கும் கொடுத்த தொகையை அதிகரித்தார். அதன்மூலம் மறைமுகமாக அந்த அமைப்பை வலுவிழக்கச் செய்தார்.

அரசியல் சூழலை அவர் நன்கு புரிந்துகொண்டிருந்ததன் மூலம் தன்னுடைய பங்களிப்பு பற்றிய புரிதல் மட்டுமல்ல காலம் தனக்கு சாதகமாக இருப்பதையும் நன்கு புரிந்துகொண்டுவிட்டிருந்தார்.

ராஜிவ் இறந்த செய்தியைக் கேட்டதும் அதிர்ச்சியில் உறைந்து போனார். ஆனால், அப்படி நிலைகுலைந்திருந்த நேரத்தில்கூட, தனக்கான நல்ல காலம் பிறந்திருப்பதைப் புரிந்துகொள்ளவும் செய்திருந்தார். பாபர் மசூதி இடிக்கப்பட்டதற்குப் பிந்தைய குழப்பமான அரசியல் சூழ்நிலையையும் தனக்கு சாதகமாக்கிக்

கொண்டார். 'மதச்சார்பற்ற' சக்திகளைத் தன் பின்னால் அணி திரளவைத்து அதிகாரத்தை உறுதிப்படுத்திக்கொண்டார். இவைஎல்லாவற்றுக்கும் மேலாக, வாழ்நாள் முழுவதும் பொருளாதார விஷயங்களில் அரசக் கட்டுப்பாடுகளை ஆதரித்து வந்த சோஷலிசவாதியான ராவுக்கு 19, ஜூன், 1991-ல் தாராளமயமாக்கலின் கதவுகளைத் திறந்துவிட வேண்டிய நேரம் வந்துவிட்டது என்பதைப் புரிந்துகொள்ள ஒரு சில மணி நேரங்களே போதுமானதாக இருந்தது.

எந்தவொரு முடிவையும் எடுக்கமாட்டார் என்று கேலி பேசப்படும் ராவ் சரியான நேரம் வந்துவிட்டது என்று கருதினால் விரைந்து செயல்படுவார். வாழ்நாள் முழுவதும் நம்பிய கொள்கைகளுக்கு எதிரான முடிவைக்கூட எடுப்பார். அவர் எங்கெல்லாம் தயங்கி யிருக்கிறாரோ அங்கெல்லாம் சரியான தீர்மானத்தை எடுப்பதற்கான அரசியல்ரீதியான சூழல் இருக்கவில்லை என்பதை அவர் உணர்ந்திருக்கிறார் என்றே அர்த்தம்.

இந்தப் புரிதலினால்தான் சில சீர்திருத்தங்கள் தேவைதான் என்றாலும் அதற்கான அரசியல் சூழல் உருவாகியிருக்கவில்லை என்று செய்யாமல் விட்டிருக்கிறார். விவசாயம், தொழிலாளர் நலன், அதிகாரவர்க்க நிர்வாகச் சீர்திருத்தம், சமூக நலத்திட்டங்கள் போன்ற விஷயங்களில் சீர்திருத்தங்கள் எதையும் செய்யவேண்டாம் என்று முடிவெடுத்தார். மீறிச் செய்தால், தனது சிறுபான்மை அரசு கவிழ்ந்து விடும் என்று அவர் நம்பினார். அவருக்குப் பின்னர் வந்த பிரதமர்களும் அந்த சீர்திருத்தங்களைச் செய்ய எந்த நடவடிக்கையும் எடுக்கவில்லை என்பதில் இருந்து ராவ் அந்த விஷயங்களில் அடக்கி வாசித்தது சரி என்பதே உறுதியாகியிருக்கிறது.

வெகு சொற்ப நேரங்களில் மட்டுமே ராவ் தன்னுடைய பங்கைச் சரிவரச் செய்யாமல் பிழையான முடிவை எடுத்திருக்கிறார். அவருடைய எதையும் ஆராய்ந்து பார்க்கும் மனமும் கூர்மையான கண்களும் அவரை அரிதாகவே கைவிட்டிருக்கின்றன. பாபர் மசூதியைக் காப்பாற்ற, உத்திர பிரதேசத்தில் குடியரசுத் தலைவர் ஆட்சியை அமல்படுத்தத் தேவையில்லை என்கிற அவரது முடிவு, தவறாகிப்போனது. இந்து இயக்கத்தினரைக் கையாள்வதில் அவர் தன்னுடைய திறமை மீது அதிக நம்பிக்கை வைத்துவிட்டார். அயோத்தி பிரச்னையில் சிங்கம்போல் கர்ஜித்திருக்கவேண்டிய நேரத்தில் நரி போல் செயல்பட்டுவிட்டார். 1993க்குப் பிறகு சோனியாவைப் புறக்கணித்துக் கட்சியின் மீது தனக்கு மிகுந்த செல்வாக்கு இருப்பதாகத் தவறாக நினைத்து சிங்கம்போல் நடந்து கொண்டுவிட்டார். நரிபோல் செயல்பட்டு அரசியல் எதிரிகளை மட்டுமல்லாது நீண்டகால நண்பர்களையும் ஹவாலா வழக்கில் சிக்க

வைத்தார். தேர்தலில் அது தனக்கு அதிக வாக்குகளைப் பெற்றுத் தரும் என்று நம்பினார். ஆனால், நிறைய அரசியல் எதிரிகளையே அது உருவாக்கியது.

இத்தகைய தவறான செயல்பாடுகள் பிரதமர் ராவின் வாழ்க்கையில் கறையாகப் படிந்திருக்கின்றன. ஆனால், அவர் சரியாகச் செய்த செயல்கள் இவற்றைவிட மிக மிக அதிகம். பெரும்பாலானதடவை சரியான நேரத்தில் சரியான செயலையே செய்திருக்கிறார்.

•

நரசிம்ம ராவுக்கு இந்தத் திறமை எப்படி வந்தது? இந்தக் கேள்விக்குப் பதில் சொல்லவே இந்தப் புத்தகம் அவருடைய அரசியல் வாழ்வில் நடந்தவை, தகவல் மூலாதாரங்கள், அவருடைய தனிப்பட்ட ஆளுமை இவைபற்றி விரிவாக அலசி ஆராய்ந்திருக்கிறது.

ராவ் பிரதமராவதற்கு முன்பே காங்கிரஸில் 50 வருடங்கள் இருந்து முடித்திருந்தார். மன்மோகன் சிங் போலல்லாமல் பிரதமராவதற்கு முன்பாகத் தொடர்ந்து எட்டு பொதுத் தேர்தல்களில் வெற்றி கண்டிருக்கிறார். மூன்று மாநிலங்களில் போட்டிபோட்டு மூன்று மாநில மொழிகளில் சரளமாகப் பேசி வெற்றிபெற்றிருக்கிறார். சாதாரண மக்களுடன் அவருக்கு இருந்த நெருக்கத்தை இதுவே எடுத்துக்காட்டும்.

ராஜீவ் காந்தியைப் போல் மாநில அரசுகள் செயல்படும் விதம் பற்றித் தெரியாமல் டெல்லி அரசியலில் மட்டும் தேர்ச்சி பெற்றவர் அல்ல. தேவ கௌடா போல் டெல்லி அரசியல் தெரியாமல் மாநில நிர்வாகத்தில் மட்டும் கெட்டிக்காரராக இருந்தவர் அல்ல. மாநில முதலமைச்சராக இருந்திருக்கிறார். மத்திய அமைச்சராகவும் இருந்திருக்கிறார். மாநில அரசும் மத்திய அரசும் எப்படி இயங்கும் என்பது அவருக்கு நன்கு தெரியும். அயலுறவுத்துறை, பாதுகாப்பு, உள்துறை, கல்வி, சுகாதாரம், சட்டம் என ஏராளமான துறைகளின் அமைச்சராக இருந்திருக்கிறார். அதன் மூலம் கிடைத்த அனுபவங்களே, பிரதமராக இருந்த நேரத்தில் பெரிதும் கைகொடுத்தன.

அவருக்குப் பல மட்டங்களில் நெருங்கிய நண்பர்கள் இருந்தனர். அவர்கள் மூலம் அவருக்கு எல்லா ரகசியத் தகவல்களும் உடனுக்குடன் கிடைத்தன. அவற்றை அலசி, ஆராய்ந்து சிங்கமாக, நரியாக, எலியாக எப்போது செயல்படுவது என்பதைக் கணித்து, அதற்கேற்ப நடந்துகொண்டார். நண்பர்கள், எதிரிகள், எதிர்தரப்பினர் என அனைவர்பற்றியும் தகவல் களஞ்சியத்தைத் தொகுத்து வைத்திருந்தார். முதலமைச்சராக இருந்தபோது தனிப்பட்டமுறையில்

லட்சுமி காந்தம்மாவையும் சந்திராசாமியையும் ரகசியத் தகவல்களுக்கு நம்பியிருந்தார். பிரதமரானதும் ஏராளமான ஜோதிடர்கள், சாமியார்கள், புரோக்கர்கள், பத்திரிகையாளர்கள், அரசியல் நட்புகள், எதிர்க்கட்சி பிரமுகர்கள் என ராவின் ரகசியத் தகவலாளர்களின் வட்டாரம் நீண்டு கொண்டே சென்றது. அவருடைய மனதில் ஒவ்வொருவரைப்பற்றிய மதிப்பீடும் வரிசைக்கிரம மாக, அழுத்தமாகப் பதிந்துவைக்கப்பட்டிருக்கும்: 'அ' எனும் கேபினட் அமைச்சர் - எதிரியின் எதிரி என அடையாளப்படுத்தப்பட்டிருக்கும். சரியான நேரத்தில் அவர்களைப் பயன்படுத்திக்கொள்ள ராவ் தவறுவதுமில்லை."

ராவிடம் மூன்றாவதாக இன்னொரு குணமும் இருந்தது. அது அரசியல் சூழல்களைச் சரியாக மதிப்பிட உதவியது. பரந்துபட்ட அனுபவங்களில் இருந்து கற்றுக்கொள்பவற்றோடு, தனக்கான தகவல்களைத் தந்திரமாகச் சேகரிப்பதுவரையில் அவர் அதீதமும் குழப்பமும் கலந்த மனிதராக இருந்தார். அவருடைய ஆளுமை முரண்பாடுகளின் கலவையாகவே இருந்தது.

•

1860-ல் இவான் துர்கனேவ் எழுதிய ஒரு கட்டுரையில் மேற்குலகின் புகழ் பெற்ற கதாபாத்திரங்களான ஷேக்ஸ்பியரின் ஹேம்லெட்டையும் செவாண்ட்டேயின் டான் க்விசாட்டையும்[28] ஒப்பிட்டிருந்தார். இந்த ஒன்றுக்கொன்று முரணான ஆளுமைகளே 'உலகில் இருக்கும் அனைத்தின் ஆதார சக்திகள்' என்று குறிப்பிட்டிருந்தார்.[29] ஹேம்லெட் கற்றுத் தேர்ந்தவர். நுட்பமான உணர்வுகள் கொண்டவர். செயல்படாமல் போகும் அளவுக்கு நிறைய சிந்திப்பார். உள்ளொடுங்கியவர். சுய நலமியும் கூட. தன்னைச் சுற்றி நடக்கும் அனைத்தையும் சந்தேகக் கண்கொண்டு பார்ப்பார். டான் க்விசாட் இதற்கு நேர்மாறானவர். லட்சியவாதங்களில் மிக எளிமையானவற்றைக்கூட வெகுளித்தனத்துடன் நம்பக்கூடியவர். சுயநலமற்றவர். அந்த லட்சியங்களை அடையத் துணிந்து செயலில் இறங்கக்கூடியவர். ஹேம்லெட் ஆழ்ந்த சிந்தனையுடன் முடங்கி நிற்பவர்... க்விசாட்டோ எதைப் பற்றியும் யோசிக்காமல் அதிரடியாகச் செயல்படக்கூடியவர்.[30]

இளவயதிலேயே ராவின் ஆளுமை இந்த இரண்டு நபர்களின் கலவையாகவே இருந்தது. சிறு வயதிலேயே தத்துக் கொடுக்கப் பட்டது, பெற்றோர் நிச்சயித்த திருமணம், குடும்பத்தில் இருந்து பிரிக்கப்பட்டது என இருந்த சிறுவயது தனிமை பெரியவரான பிறகும் தொடர்ந்தது. அறிவுஜீவியான அவர் நிஜ மனிதர்களுக்குப்

பதிலாகப் புத்தகங்களையே நண்பராகக் கொண்டிருந்தார். விசுவாசிகளுக்கு பதிலாக ரகசிய டைரிகளையே நம்பினார். உறவினர்கள், அமைச்சரவை சகாக்கள், கட்சி பிரமுகர்கள், பால்ய நண்பர்கள் என அனைவரிடமிருந்தும் சற்று விலகியே இருந்தார். எட்டு குழந்தைகளையும், வீடு, நிலங்களையும் கவனித்துக் கொள்ளும்பொறுப்பை மனைவி சத்யம்மாவிடமே விட்டுவிட்டார். உணர்வுரீதியில் அவர் ஒரு தனிமையானவராகவே இருந்தார்.

அவர் முரண்பட்ட ஆளுமையைக் கொண்டவராக இருந்தார் என்பதற்கான உதாரணம் என்னவென்றால், இப்படி உள்ளொடுங்கியவராக இருந்த நரசிம்ம ராவ்தான் லட்சியவாதப் புரட்சிகர சிந்தனை கொண்டவராகவும் இருந்தார். 1960களில் இளம் சோஷலிச வாதியாகத் துடிப்புடன் செயல்பட்டார். தான் மந்திரி பதவி வகித்த துறைகளைக் கிடு கிடுங்கச் செய்தார். முதல்வராக இருந்தபோது, நிலச்சீர்திருத்தக் காற்றாலையைத் தனது ஆட்சி பறிபோகும் என்ற பயமெல்லாம் இல்லாமல் எதிர்த்துப் போரிட்டார்.

பின்னாளில் அவருடைய இந்த முரண்பட்ட ஆளுமைகள் எல்லாம் மிக அழகாக ஒன்று கலந்தன. அவர் அதிக நேரம் யோசிப்பவராகவும் அதேநேரம் செயல் வீரராகவும் ஆனார். எதையும் சந்தேகத்துடன் பார்க்கும் அதே நேரத்தில் லட்சியவாதத்துடனும் செயல்பட்டார். அணு ஆயுதச் செயல்திட்டத்தில் கால தாமதம் செய்தார். பொருளாதார சீர்திருத்தங்களில் அதி விரைவாக ஒரே நாளில் முடிவெடுக்கவும் செய்தார். சோனியா அவரை பிரதமராகத் தேர்ந்தெடுத்தபோது அதிகாரச் செல்வாக்கு இல்லாதவராகத் தன்னைக் காட்டிக்கொண்டார். 1993க்குப் பிறகு தன் அதிகாரத்தை வெளிக்காட்டவும் செய்தார்.

தன்னிடமிருந்த இந்த இரு வேறு ஆளுமைகளை அவர் முரணானவை யாகப் பார்க்கவில்லை. அதை இந்துப் பாரம்பரியத்தின் ஓர் அம்சமாகப் பார்த்தார். இடத்துக்குத் தகுந்தாற்போல் ராமாயணமாகவும் மகாபாரதமாகவும் படிக்க முடிந்த ராகவ பாண்டவீயம் என்ற 16-ம் நூற்றாண்டு தெலுங்கு செய்யுளை ராவுக்கு மிகவும் பிடிக்கும். ஆண் பாதி பெண் பாதியான அர்த்தநாரீஸ்வரர் பற்றி ஒரு புத்தகத்தையும் மொழிபெயர்த்திருக்கிறார்.

ராவின் இப்படியான இருவிதமான மனோபாவம் அவரை கொள்கை வாதியாகவும், சில நேரங்களில் அதை மீறுபவராகவும் செயல்பட வைத்திருக்கிறது. தனிப்பட்ட அளவில் நேர்மையானவர். ஆனால், லஞ்ச முறைகேடுகளில் சம்பந்தப்படாதவரல்ல. ஜேஎம்எம் எம்பிக்களுக்கு லஞ்சம் கொடுத்த வழக்கிலிருந்து அவர் விடுவிக்கப்

பட்டாலும், அந்த சதியில் ராவுக்கும் பங்கு உண்டு என்பது இந்தப் புத்தகத்தின் ஆசிரியருக்குக் கிடைத்த ஆதாரங்களில் இருந்து தெரியவந்திருக்கிறது. தான் நேசித்தவர்களின் உணர்வுகளைப் புரிந்து கொண்டு நடந்தார். ஆனால், தன்னுடைய உதவியாளர்களிடம் பண்புடன் நடந்துகொள்ளவில்லை. குடும்பத்திடமிருந்து விலகியே இருந்தார். நண்பர்களுடன் காரியவாத நட்பையே கொண்டிருந்தார். எதிரிகளிடம் கடுமையாக நடந்துகொண்டார்.

பெண்களுடனான அவருடைய தொடர்புகளில்கூட ஒருவிதப் புதிர்த் தன்மையே இருந்தது. மனைவி சத்தியம்மாவிடமிருந்து விலகியே இருந்தார். லட்சுமி காந்தம்மாவுடன் பத்தாண்டுகளுக்கும் மேலாக நெருங்கிய நட்பு இருந்தது. 1976 முதல் அவரது கடைசிக்காலம் வரை, கல்யாணி சங்கரிடம் நெருங்கிய நட்பில் இருந்தார். 'இந்தத் தொடர்புகள் பற்றி அவரைச் சுற்றியிருப்பவர்களுக்குச் சரியாகக் கணிக்கமுடியாமல் இருந்தது. ராவ் அந்தத் தொடர்புகளை அவ்வண்ணமாக முன்னெடுக்கவே விரும்பினார்' என்கிறார் அவரது நெருங்கிய நண்பர். 'அந்தப் புதிர்தன்மையை அவர் விரும்பினார்'.

ராவின் பன்முக ஆளுமை அவர் அரசியலில் இருந்து ஓரங்கட்டப் பட்ட காலங்களில் பல நல்ல பொழுதுபோக்கு வாய்ப்புகளைத் தந்தது. 1973, 1976-ல் இந்திராவினாலும் 1991-ல் ராஜிவினாலும் 98-ல் சோனியா காந்தியினாலும் அவர் ஓரங்கட்டப்பட்டிருந்தார். உலகம் முழுவதிலுமிருக்கும் அரசியல்வாதிகளின் பெரிய பிரச்னை என்னவென்றால் கவுரவமாக ஒதுங்கி நிற்பது எப்படி என்பது அவர்களுக்குத் தெரியாது.[31] ராவுக்கு அது கைவந்த கலையாக இருந்தது. அவரால் அதிகாரத்தில் இருந்து அற்புதமாகத் தன்னை விலக்கிக்கொள்ளமுடியும். அதிகாரம் குறித்த அவரது விசேஷமான உள்ளுணர்வுக்கு அதுவே காரணமாகவும் அமைந்தது.

•

ராவ் தன்னுடைய இந்தத் திறமைகளை மறைமுகமாகப் பயன்படுத்தியவிதங்கள் உரிய வகையில் மதிப்பிடப்படவில்லை. பொருளாதார சீர்திருத்தங்கள், சமூக நலத்திட்டங்கள், புதிய வெளியுறவுக் கொள்கை, அணு ஆயுதத் திட்டம் போன்றவற்றைப் போலல்லாமல் பிரிவினைவாத வன்முறைகளைக் கட்டுப் படுத்துவதில் ராவ் மறைமுகப் பங்கையே வகித்திருக்கிறார். ஆனால், காஷ்மீர், பஞ்சாப் மற்றும் வட கிழக்கு மாநிலங்களில் அவருடைய குறுக்கீடுகள் எல்லாம் சிங்கமாகவும் நரியாகவும் எலியாகவும் அவரால் செயல்பட முடியும் என்பதை மிகத் துல்லியமாக எடுத்துக்காட்டுகின்றன.

ராவ் பிரதமராகப் பொறுப்பேற்றபோது காஷ்மீரும் பஞ்சாபிலும் கவர்னர் ஆட்சியே இருந்தது. அஸ்ஸாமில் காங்கிரஸ் ஆட்சி இருந்தது.ராவ் முதல் வேலையாகத் தன்னுடைய ஆட்களை நியமிக்க ஆரம்பித்தார். காஷ்மீரின் அப்போதைய ஆளுநரை மாற்றினார். உள்துறைச் செயலாளராக இருந்த கே. பத்மனாபய்யாவின் நேரடிக் கட்டுப்பாட்டில் காஷ்மீரைக் கொண்டுவந்தார்.

'அதுவொரு முக்கியமான முடிவு. கே.பத்மனாபய்யா எல்லா விஷயங்களையும் உடனுக்குடன் பிரதமர் அலுவலகத்துக்கு நேரடியாகத் தெரிவித்தார்' என்கிறார் ரா உளவுத்துறையின் தலைவரும், காஷ்மீர் பிரச்னையைத் தொடர்ந்து கவனித்து வருபவரு மான ஏ.எஸ் தௌலத். காஷ்மீர் பிரச்னை குறித்த விஷயங்களில் பேச்சுவார்த்தைகள் நடத்த சோனியாவுக்கு நெருக்கமான வஜ்ஹத் ஹபிபுல்லாவை நியமித்தார்.

பஞ்சாபுக்குப் புதிய ஆளுநரை நியமித்தார். குற்றச்சாட்டுகளில் சிக்கினாலும், கே.பி.எஸ் கில்லை காவல்துறைத் தலைவர் பதவியில் தொடர்ந்து நீடிக்கவைத்தார். அஸ்ஸாமில் உல்பா தீவிரவாதிகளின் அச்சுறுத்தலோடு, சொந்தக் கட்சியினராலும் தனிமைப்படுத்தப்பட்ட முதல்வர் ஹிதேஸ்வர் சைக்கியாவுக்கு முழு ஆதரவைத் தந்தார். உதாரணமாக, 1991 நவம்பரில், அஸ்ஸாம் காங்கிரஸ் கட்சியினர் சிலர் ஹிதேஸ்வர் சைக்கியாவை முதலமைச்சர் பதவியில் இருந்து நீக்க முயற்சிகள் மேற்கொண்டார்கள். அது தொடர்பான கடிதத்தை ஹிதேஸ்வர் ராவுக்கு அனுப்பியிருக்கிறார். அது ராவின் ஆவணத் தொகுப்பில் இப்போதும் இருக்கிறது. ராவ் ஹிதேஸ்வருக்கு ஆதரவாகவே நடந்துகொண்டார்.[32]

தனது ஆதரவாளர்களை நியமித்ததோடு நிறுத்தாமல், தீவிரவாதிகள் மீது கடுமையான தாக்குதல்களை மேற்கொள்ளவும் அனுமதி தந்தார். ராணுவமும் காவல் துறையும் மேற்கொண்ட தாக்குதல்களினால் உல்பா மற்றும் காலிஸ்தான் அமைப்புகளின் முன்னணித் தீவிரவாதத் தலைவர்கள் அழித்தொழிக்கப்பட்டனர். 'ராவுக்கு அனைத்துத் தாக்குதல்களும் முழுவதுமாகத் தெரியும். தீவிரவாதிகளின் குடும்பத்தைக் குறிவைத்ததுகூட அவருக்குத் தெரியும்' என்கிறார் அந்தத் தாக்குதல்களை ஒருங்கிணைத்த உளவுத்துறை அதிகாரி.

மனித உரிமை மீறல் செயல்பாடுகளை ராவ் பெரிதாகப் பொருட் படுத்தவில்லை. இந்தியாவின் ஒற்றுமையைப் பாதுகாப்பதற்காக அவற்றையெல்லாம் செய்தாகவேண்டும் என்பதில் கருணையற்ற அரசியல் தலைவராக இருந்திருக்கிறார். அவர் இப்படி முரண் பாடுகளின் கலவையாக இருந்ததற்கு என்ன காரணமென்றால்,

ஜனநாயகத்தின் மீதும் சுதந்தரத்தின் மீதும் அவருக்கு மிகுந்த நம்பிக்கை இருக்கவும் செய்தது.

அதிகாரவர்க்கத்தின் முழு எதிர்ப்பையும் மீறி பஞ்சாபில் 1992-ல் தேர்தல் நடத்த உத்தரவிட்டார்.[33] அகாலி தளம் தேர்தலைப் புறக்கணித்தது. தேர்ந்தெடுக்கப்பட்ட முதலமைச்சர் 1995-ல் கொல்லப்பட்டார். என்றாலும் மிதமாகவும் கண்டிப்புடனும் நடந்து கொண்ட ராவின் அணுகுமுறைக்கு நல்ல பலன் இருந்தது. 1996ல் அவர் பிரதமர் பதவி விலகியபோது, பஞ்சாபில் இயல்புநிலை திரும்பியிருந்தது.

பஞ்சாப் போன்று காஷ்மீரிலும் 1995-ல் தேர்தல் நடத்தும் முடிவில் உறுதியாக இருந்தார். 1987 சட்டமன்றத் தேர்தலின்போது நடந்த வன்முறைகளே அதற்குப் பிந்தைய நெருக்கடிகளுக்குக் காரணம் என்பது ராவுக்குத் தெரிந்திருந்தது. ராவ் அதைச் சரி செய்ய விரும்பினார் என்கிறார் ஒரு காஷ்மீர அதிகாரி. தீவிரவாதிகள், பல அடுக்கு சுதந்தரப் போராளிகளென அனைவருடனும் தேர்தலில் நிற்கச் சொல்லி ரகசியப் பேச்சுவார்த்தைகளில் ஈடுபட்டார்.[34] ராவின் ஆவணத் தொகுப்பில் அதற்கான ஆதாரங்கள் மிகுதியாக இருக்கின்றன.

காஷ்மீரின் வளர்ச்சிக்காக வழக்கத்துக்கு மாறான ஏராளமான திட்டங்களை அறிவித்தார். இந்த வளர்ச்சித் திட்டங்களுக்கு வழிகாட்டவும் மேற்பார்வையிடவும் பிரதமர் அலுவலகத்தில் இருந்து என்னை நியமித்தார் என்கிறார் சோஷலிசவாதியான கே.ஆர்.வேணுகோபால்.[35] 'கலாசாரரீதியாக தாங்கள் வேறானவர்கள் என்ற காஷ்மீர் மக்களின் உணர்வுகளை தெலங்கானா மக்களின் உணர்வுகளோடு ஒப்பிட முடியும். பிரச்னை என்னவென்றால், அந்த எல்லைப்பகுதியில் எதிரிகள் உட்கார்ந்துகொண்டு செயல்பட்டுவருகிறார்கள்' என்று ஒருமுறை காஷ்மீர் கிராமத்துக்குச் சென்றுவிட்டுத் திரும்பிய வேணுகோபால் பிரதமரிடம் தெரிவித்தாராம்.

தன்னுடைய ஐந்தாண்டு கால ஆட்சிக்குள், காஷ்மீரில் தேர்தலை நடத்தமுடியாவிட்டாலும், அதற்கான பூர்வாங்க ஏற்பாடுகளைத் திறம்படச் செய்திருந்தார். அதன் காரணமாகவே 1996ல் தேர்தலை வெற்றிகரமாக நடத்தமுடிந்தது. ராவின் செயல்திட்டங்களினால், காஷ்மீர் மக்கள் இந்தியாவின் மீதான வெறுப்பைக் கைவிட்டு விட்டார்கள் என்று சொல்லமுடியாதுதான். ஆனால், அவை அந்த பிரச்னைக்குரிய மாநிலத்தில் இயல்பு நிலையையும் ஜனநாயகத்தையும் கொண்டுவந்தது என்பதை மறுக்க முடியாது.

'பொருளாதாரச் சீர்திருத்தங்களை அமலுக்குக் கொண்டு வந்தது போலவே, காஷ்மீர் பிரச்னையிலும் தொலைநோக்குப் பார்வையோடு செயல்பட்டார். அவர் பிரதமரானபோது காஷ்மீரின் நிலைமை மிக மோசமாக இருந்தது. அந்த முதியவர் ராணுவத்தின் ஆட்சி ஒரு எல்லைவரைதான் உதவும் என்பதைப் புரிந்துகொண்டிருந்தார். காஷ்மீர் மக்களின் தேவைகளைக் கருத்தில் கொண்டு செயல்பட்டு, அவர்களின் மனதைக் கவரவேண்டும். அதுவே பிரச்னைக்குத் தீர்வைக் கொண்டுவரும் என்று நம்பினார்' என்கிறார் எ.எஸ்.தௌலத்.[36]

வடகிழக்கு மாநிலங்களில் அமைதி திரும்பப் பேச்சுவார்த்தைகளில் ஈடுபட்டிருக்கிறார். போடோலாந்து ஆட்சி மன்றக்குழு அமைக்கப் பட்டு, அனைத்து பிரிவினைவாதக் குழுக்களையும் அழைத்து, ரேஸ் கோர்ஸ் ரோடு இருப்பிடத்திலேயே பேச்சு வார்த்தைகளை நடத்தியிருக்கிறார். அவர்களை வழிக்குக் கொண்டுவந்துவிடமுடியும் என்றுதான் தோன்றியது. ஆனால், ராவ் தன் உதவியாளரிடம் சொன்னார்: பிரதமர் அலுவலகத்தில் வந்து பேசும்போது எல்லாம் சரியாகத்தான் இருக்கும். திரும்பிப் போன பிறகு எப்படி நடந்துகொள்வார்கள் என்பதுதான் முக்கியம்'.

1995-ல் பாரிஸில் வைத்து நாகாலாந்து பிரிவினைவாத இயக்கத் தலைவர்களை ரகசியமாக ராவ் சந்தித்தார். 20 வருடங்கள் கழித்து நரேந்திர மோதி முன்னெடுத்த பேச்சுவார்த்தைகளுக்கு ராவ் நடத்திய பேச்சுவார்த்தையே அடித்தளமாக இருந்தது என்று அதிகாரிகள் சொல்கிறார்கள்.[37]

கட்சி பேதமின்றி அனைத்து மாநில முதல்வர்களுடன் சுமுகமான உறவு கொண்டிருந்தார். இந்திரா, ராஜிவ் காந்தியால்கூட சாத்தியமாகாத விஷயம் அது. ஒவ்வொருவரையும் ராவுக்கு தனிப்பட்ட முறையில் நன்கு தெரியும். அவருடைய இரட்டை ஆளுமையானது பிரச்னைகளின் தன்மைக்கேற்ப நடந்துகொள்ள உதவியது.

காஷ்மீர், பஞ்சாப், வட கிழக்கு மாநிலங்களில் வன்முறை குறைந்ததற்கு ஒரே ஒரு பிரதமரைக் காரணமாகச் சொல்வது மிகைதான். புறச் சூழல்களில் ஏற்பட்ட மாற்றங்கள், வன்முறையினால் மனம் வெறுத்த உள்ளூர் மக்கள், கலகங்களைத் திறம்பட ஒடுக்கியது, மேம்படுத்தப்பட்ட மாநில நிர்வாகம் எனப் பல விஷயங்களின் பங்கும் அதில் உண்டு. ஆனால், ராவின் எதிர்வினைகள் சுமுக நிலை உருவாக உதவின. பிரச்னையைப் பெரிதாக்கிவிடவில்லை என்பதை நிச்சயம் சொல்லித்தான் ஆகவேண்டும். 'சாம, பேத, தான, தண்டம் என அனைத்து வழிகளையும் பயன்படுத்த அவர் தயாராக இருந்தார்' என்கிறார் சேகர் குப்தா.[38] இது மிகவும் சிக்கலான விஷயம். ஆனால்,

தேசத்தின் பூகோள ஒருமைப்பாட்டை நிலை நிறுத்தும் பணியில் அது பெரிதும் உதவியது. ராவின் இந்த சாதனை உரியவகையில் மதிக்கப்படவில்லை.

•

நவீன இந்தியாவைக் கட்டமைக்க அவர் செய்த முதல் பணி, சரியான நபர்களைத் தேர்ந்தெடுத்து குழுவாகச் செயல்பட்டு வெற்றி கண்டதுதான். பஞ்சாபிலும் காஷ்மீரிலும் தனக்கு சாதகமான ஆளுநர்கள், முதலமைச்சர்கள், பேச்சுவார்த்தைப் பிரதிநிதிகள் ஆகியோரை நியமித்தார். வெளியுறவைப் பொறுத்தவரை, பேச்சை விடச் செயலில் நம்பிக்கை வைத்தவர்களையே பணியில் அமர்த்தினார். அணு ஆயுதத் திட்டத்தில் பழைய குழுவை அப்படியே தக்கவைத்துக்கொண்டார். சந்தைக்கு ஆதரவான எண்ணம் கொண்டவர்களைப் பொருளாதாரக் கொள்கை முடிவுகளில் ஈடுபடுத்தினார். சோஷலிசவாதிகளைச் சமூக நலத் திட்டங்களில் நியமித்தார். இவர்களில் பலர் ஒருவருக்கு ஒருவர் முகம் கொடுத்துப் பேசவே மாட்டார்கள். இருந்தும் இவர்கள் அனைவரையும் தனது குழுவில் இடம்பெறச் செய்தார். அவர்களுடைய மோதலைப் பொறுத்துக்கொண்டார். சிலநேரங்கள் அதை ஊக்குவிக்கவும் செய்தார். முகஸ்துதி செய்யும் ஆதரவாளர்கள் கூட்டத்தைக் கொண்டிருந்த இந்திரா காந்தியைப் போலவோ, தன்னுடைய பால்ய கால தோழர்களைப் பதவியில் நியமித்த ராஜிவ் காந்தியைப் போலவோ ராவ் இருந்திருக்கவில்லை. வெற்றுப் புகழுரைகள், உற்சாகமூட்டும் வகையில் பேசுவது எல்லாம் செயல் திறமைக்கு ஈடாகாது என்று ராவ் நம்பினார்.

ராவ் திறமைசாலிகளிடம் பொறுப்புகளை ஒப்படைத்ததற்கு ஒரு முக்கிய காரணம் தன்னுடைய திறமை பற்றி அவருக்கு நன்கு தெரியும். உளவுத்துறையைச் சேர்ந்த ஒருவரை ஆலோசனைக்கு வரவழைத்துப் பேசிக்கொண்டிருந்தபோது, நேரடியாகவே சொன்னாராம், 'உங்களை எனக்குப் பிடிக்கவில்லை. ஆனால், உங்களிடம் எனக்குத் தேவையான விபரங்கள் இருக்கின்றன'. ராவுடன் பணியாற்றிய திறமையான அதிகாரிகளைப் போலவே ராவுக்கும் எல்லா கோப்புகளும் விதிகளும் நன்கு தெரிந்திருந்தன. 'அவர் எல்லாரிடமும் கருத்துக் கேட்பார். விபரங்களைப் பெற்றுக்கொள்வார். ஆனால், இறுதி முடிவை அவரே எடுப்பார்'[39] என்கிறார் நெருங்கிய நண்பரான கல்யாணி சங்கர்.

அவரது குழுவில் மிக முக்கியமானவர் மன்மோகன் சிங். பின்னாளில் அவர் பிரதமர் ஆனார். சந்தைப் பொருளாதாரச் சீர்திருத்தங்களுக்கு

என்று ராவ் தேர்ந்தெடுத்தது மன்மோகனை மட்டுமே அல்ல. ராவின் தலைமைச் செயலரான அமர் நாத் வர்மா தாராளமயமாக்கல் வெற்றிக்கு முக்கிய பங்காற்றியிருக்கிறார். மேலும் நிதியமைச்சராக ராவின் முதல் விருப்பம் மன்மோகன் சிங்காக இருந்திருக்கவும் இல்லை. சந்தைப் பொருளாதாரத்துக்கு ஆதரவான பொருளாதார நிபுணரான ஐ.ஜி.பட்டேல் தான் ராவின் முதல் தேர்வு. ஆனால், ராவ் நினைத்ததை மன்மோகன் சாதித்துக் காட்டினார். மிகவும் நேர்மை யான பொருளாதார நிபுணர். ராவ் மீது பழி வராமல் காப்பாற்றுவதோடு ராவ் ஏதேனும் தவறு செய்தால் சரிப்படுத்தவும் செய்தார். மற்ற காங்கிரஸ் கட்சிக்காரர்கள்போல், தன்னுடைய பழைய எஜமானை ஒருபோதும் விட்டுக்கொடுத்ததில்லை. ராவ் ஓய்வில் இருந்தபோது மரியாதையுடன் நடத்தியிருக்கிறார்; இறுதிச் சடங்கில் பங்கெடுத்திருக்கிறார்; அதன் பிறகு நடந்த நினைவு நாள் விழாக்கள் அனைத்திலும் சிறப்பு விருந்தினராகப் பங்கெடுத்திருக்கிறார். தாராளமயமாக்கலில் ராவின் பங்கை மன்மோகன் ஒருபோதும் குறைத்து மதிப்பிட்டதில்லை.

அந்தச் சிறுமையைப் பிற காங்கிரஸ்காரர்கள் செய்தனர். ராவுமே தன்னைச் சிறுமைப்படுத்திக்கொண்டார். தொண்ணூறுகளில் தாராளமய மாக்கல் என்பது அரசியல்ரீதியாக அபாயகரமான விஷயமாகவே இருந்தது. அதன் காரணமாகவே ராஜிவ் காந்தியையும் மன்மோகன் சிங்கையுமே அந்தப் 'பழியை' ஏற்கவைத்தார். இந்தியாவின் பொருளாதாரச் சீர்திருத்தங்களை வடிவமைத்த பிதாமகராக இருந்தும், தன்னுடைய பங்களிப்பைத் தானே சிறுமைப்படுத்திக் கொண்டார். பின்னாளில் அது, அவருக்கே எதிராகவும் முடிந்தது. இந்தப் புத்தகம் சொல்வதுபோல் இந்திய பொருளாதாரச் சீர்திருத்தத்தின் தலைமைச் சிற்பியாக ராவை வெகு சிலரே மதிக்கிறார்கள்.

ராவின் பொருளாதாரச் சீர்திருத்த வெற்றிக்கு மன்மோகன் முக்கிய காரணம்தான். ஆனால், அவர் இல்லாவிட்டால் அது நடந்திருக்காது என்று நிச்சயம் சொல்லமுடியாது. ஒருவேளை மன்மோகன் சிங்குக்கு பதிலாக ஐ.ஜி.பட்டேல் நிதியமைச்சராக வந்திருந்தால், சீர்திருத்தங்கள் முன்னெடுக்கவேபட்டிருக்கும். ஆனால், ராவ் பிரதமராகாமல் இருந்திருந்தால், இந்தியா வேறொரு நாடாகத்தான் ஆகியிருக்கும்.

●

1974-ல் முன்னாள் முதல்வர் தனது பூர்விக வீட்டுக்குத் திரும்பியபோது அந்தப் பழைய வீட்டில் சில மாற்றங்கள் செய்யவேண்டும் என்று விரும்பினார். அதை இடித்து செங்கல், சிமெண்டு கொண்டு புதிதாக ஒரு வீடு கட்ட விரும்பினார். நாம் முந்தைய அத்தியாயத்தில்

பார்த்ததுபோல், பழைய வீட்டின் அளவுகளை அப்படியே தக்கவைத்துக்கொண்டார். வாஸ்து முறைப்படி அந்த வீட்டைக் கட்டினார். நவீனமாகும்போதும் பாரம்பரியத்துக்கான மரியாதையைக் கைவிடவில்லை.

இந்தச் சிறியதொரு செயல் ராவின் மனோபாவத்தை நன்கு வெளிப்படுத்துகிறது. 1980களில் ராவ் அயலுறவுத்துறை அமைச்சராக இருந்த போது, சீனாவின் டெங் ஜியாபிங் மாவோவின் விருப்பத்தை நிறைவேற்றுவதாகச் சொல்லிக்கொண்டே சந்தைப் பொருளாதாரத்தை நோக்கி சீனாவைக் கொண்டு சென்றதைப் பார்த்தார். சீனா போன்ற பிரமாண்ட, சிக்கலான தேசத்தைப் பழமையில் இருந்து முற்றாகத் துண்டிப்பதென்பது பெரும் அழிவையே கொண்டுவந்திருக்கும்.

ராவ் பிரதமரானதும், அவர் முன்னெடுத்த பொருளாதாரச் சீர்திருத்தங்களும் அயலுறவுக் கொள்கைகளும் முந்தையகாலச் செயல்பாடுகளின் நீட்சியே என்றுதான் சொன்னார். அமெரிக்கா, இஸ்ரேல், கிழக்கு ஆசிய என நகரத் தொடங்கியபோதும் பழைய நண்பரான ரஷ்யாவைக் கைவிட்டுவிடவில்லை.

காலத்தின் தேவைகளுக்கு ஏற்பச் செய்யப்பட வேண்டிய மாற்றங்களுக்கு முன்னுரிமை கொடுத்தார். புதிய தொழில்நுட்பத்தை ஆராதிப்பதில் முன்னணியில் இருந்தார். கம்ப்யூட்டர், சாட்டிலைட் டிவி, மொபைல் போன் என நவீன தொழில்நுட்பங்களை அனுமதித்தார். 1992 ஆண்டுக்கான புத்தாண்டு வாழ்த்து அட்டையில் நூல் நூற்கும் சக்கரம் ஒன்று படிப்படியாக எந்திரமாக மாறும் ஸ்கெட்ச் ஒன்று இடம் பெற்றிருந்தது. அதற்குக் கீழே அந்த பிரபலமான வாசகம் இடம்பெற்றிருந்தது: 'மாற்றம் ஒன்றுதான் மாறாதது'.[40]

"U-வளைவில் திரும்புவதே தெரியாமல் திரும்புவது எப்படி? அது நரசிம்ம ராவின் புதிய கண்டுபிடிப்பா?' என்று ஒருமுறை ராவிடம், சேகர் குப்தா கேட்டிருந்தார். 'நீங்கள் நிற்கும் இடமே நகர்ந்து கொண்டுதான் இருக்கிறது என்னும் உண்மையை புரிந்து கொண்டால், திரும்புவது எளிது' என்று ராவ் பதிலளித்தார்.[41]

ஆஷிஸ் நந்தி சொல்கிறார்: 'புதிய பாதை என்பது பழமையின் ஓர் அங்கமே' என்று சொல்லியபடி ஆதிக்க கலாசாரத்தை உள்ளிருந்தே மாற்றுவதே இந்தியாவின் பாரம்பரியம்.[42]

பத்து மொழிகளில் (அவற்றில் ஏழு இந்திய மொழிகள்) புலமை கொண்டவராக இருந்ததோடு, மொழிபெயர்ப்பிலும் தேர்ச்சி பெற்றிருந்தார். அவருடைய பரந்துபட்ட உலக அறிவை அது வெளிக்காட்டுகிறது. 'பாஷ்யக்காரா (உரையாசிரியர்) என்னும் பாரம்பரியம் நம்மிடையே இருந்து வந்திருக்கிறது. காந்திஜி சொன்ன

செய்தியை உள்வாங்கிக்கொண்டு, உரையாசிரியர் நேரு அதை மெருகேற்றி, அதன் தொடர்ச்சியாகச் செயல்படுவதாகச் சொல்லிய படியே புதிய வழியில் செயல்பட்டார். நேருவை உள்வாங்கிக் கொண்டு செயல்படுபவர்களே நமக்குத் தேவை; ஒற்றி எடுப்பவர்கள் அல்ல' என்கிறார் ராவ்.[43]

நவீனத்தோடு பழைமையை இணைத்தல், தொடர்ச்சியையும் மாற்றத்தையும் இணைத்தல் என்ற இந்தக் கலவையானது ராவை 18-ம் நூற்றாண்டு அயர்லாந்து தாராளவாதி எட்மண்ட் பர்கேயுடன் இணைத்துப் பேசவைக்கிறது. பர்கே அரசியல் சீர்திருத்தவாதி. பிரிட்டிஷாரின் ஆதிக்கத்தைக் கட்டுக்குள்கொண்டுவந்தார். அமெரிக்கப் புரட்சியை ஊக்குவித்தார். காலனிய இந்தியாவில் பிரிட்டிஷாரின் முறைகேடுகளை விமர்சித்தார். ஆனால், பர்கே உள்ளூர் பழக்க வழக்கங்களை மதித்தார்; அதிரடி மாற்றங்களை அவர் சந்தேகத்துடன் பார்த்தார். இந்த அம்சங்களில் அவர் முற்போக்கு வாதியாக இருந்திருக்கவில்லை. பர்கேயின் பார்வையில் நவீன மறுமலர்ச்சி என்பது பழமையை உதாசீனப்படுத்துவது அல்ல; பாரம்பரியங்கள் காலப்போக்கில் இயல்பாக அடையும் மாற்றமே. சீர்திருத்தம் என்பது பழமையின் சிறந்த அம்சங்களை தக்கவைத்துக் கொண்டு அதை மேம்படுத்துவதாக இருக்கவேண்டும். படிப்படி யான முன்னேற்றமாக இருக்கவேண்டும்.[44]

பொ.மு. நான்காம் நூற்றாண்டைச் சேர்ந்த இந்திய மாக்கிய வில்லியான சாணக்கியர் சொல்பவை ராவின் அரசியல் திறமையை விளக்க உதவுகின்றன என்றால் பர்கே சொல்பவை ராவின் மனோபாவத்தை விளக்குகிறது.

•

இத்தகைய புதிய அரசியல் பார்வையும் திறமையும்தான் இந்தியாவின் பொருளாதாரம், வெளியுறவு, மக்கள்நலன், அணு ஆயுதத் திட்டம், கூட்டாட்சி முறை சார்ந்த கொள்கைகளில் புதிய மாற்றங்களை அறிமுகப்படுத்த வழிவகுத்தன. ராவின் பார்வையில் இந்தியா என்பது தடையற்ற வர்த்தகத்துக்கு வழிவகுக்கக்கூடியது; உலக ஒழுங்கை மாற்றியமைக்கக்கூடியது; மென்மையாகவும் வன்மையாகவும் நடந்துகொள்ளக்கூடியது; மத்தியில் அதிகாரம் குவிக்கப்பட்டது; அதே நேரம் மாநிலங்களின் நலன்களின் அக்கறை கொண்டது; பிரமாண்ட நலத் திட்டங்களை முன்னெடுத்து நலிவடைந்த பிரிவினரின் வாழ்க்கையை மேம்படுத்தக்கூடியது. சாத்தியமான அனைத்து கொள்கைக் கலப்புகளுடனும் உருவான பின்னால் வந்த அரசாங்கங்கள் ராவ் தேசத்தை அழைத்துச் சென்ற திசையிலேயே செல்கின்றன. அந்தக் கொள்கைகளின் மேலேயே

தமது செயல் திட்டங்களைக் கட்டி எழுப்புகின்றன. சில கொள்கை களை மேம்படுத்தவும் செய்திருக்கின்றன என்றாலும் இந்தியாவைப் புதிய திசைக்கு முதலில் அழைத்துச் சென்ற பெருமை நிச்சயம் ராவுக்கே தரவேண்டும்.

நரசிம்ம ராவின் கொள்கைகளின் தாக்கம், கோடிக்கணக்கான இந்தியர்களின் அன்றாட வாழ்க்கையில் எதிரொலிக்கிறது. கடந்த இருபது ஆண்டுகளில் தனி நபர் வருமானம் அதிகரித்திருக்கிறது. ஏழையோ, நடுத்தர வர்க்கமோ ராவ் ஆட்சிக்கு வந்த பின்னர் ஏராளமான மாற்றங்களைச் சந்தித்தார்கள். முன்பைவிட அவர்களது வாழ்க்கை முறை உயர்வான நிலையை எட்டியுள்ளது. ஒவ்வொரு இந்தியரும் செல்பேசியை உபயோகிக்கும்போதெல்லாம் ராவுக்கு நன்றி சொல்லவேண்டும்.

கார்ப்பரேட் வேலை வாய்ப்புகள், தனியார் விமானம், சுங்கக் கட்டண நெடுஞ்சாலைகள் எனத் தனியார் துறைகளில் ஏற்பட்ட அசுர வளர்ச்சிக்கும் அவரே காரணம். ஊரக வேலை வாய்ப்பு உத்தரவாதம், மேம்படுத்தப்பட்ட பொது விநியோக உணவு மானியங்கள் போன்ற சமூக நலத் திட்டங்கள் எல்லாம் ராவின் முன்னெடுப்புகளில் புதிய தொழில்நுட்பங்களைப் பயன்படுத்தியதன் விளைவுகளே. அரசியல் குறித்த மக்களின் பார்வையும் மாறியிருக்கிறது. ஆட்சியாளர்களின் செயல்பாடும் மக்களுக்கான வேலை வாய்ப்பும் முக்கியமானதாக மாறியிருக்கிறது. முன்பைப்போல் வெறும் மானியங்கள், சலுகைகளினால் அவர் திருப்திப்பட்டுவிடுவதில்லை.[45]

கோடிக்கணக்கான இந்தியர்களின் வாழ்க்கை மாற்றங்களிலும் இந்தியா பற்றிய புதிய பார்வையிலும் மட்டுமே ராவின் சகாப்தம் நின்றுவிடவில்லை. எதிர்கால பிரதமர்கள், வெற்றிபெற வேண்டு மென்றால், அவர் முன்னெடுத்த வியூகங்களையே பின்பற்றியாக வேண்டியிருக்கும். ஏனென்றால் ராவை நெருக்கடிக்குள் தள்ளிய அதே விஷயங்கள்தான் பின்னால் வரும் தலைவர்களையும் கட்டிப் போடுகின்றன. ஏனென்றால் அவர்களும் முரண்பாடுகளின் கலவையே.

இந்திய வாக்காளன்தான் உண்மையில் பாதி சிங்கம்.

நாம் நம் தலைவர்கள் சர்வ வல்லமை படைத்தவர்களாக இருக்க வேண்டுமென்று விரும்புகிறோம். ஆனால், அவர்களுக்கு அறுதிப் பெரும்பான்மை தரமாட்டோம். ராவுக்கு அடுத்து வந்த ஐந்து பிரதமர்களுக்கு நாம் நாடாளுமன்றத்தில் பெரும்பான்மை அதிகாரத்தைக் கொடுக்கவில்லை. ராவ் பதவியில் இருந்து விலகி சுமார் 20 ஆண்டுகள் கழித்து 2014-ல்தான் ஒரு பிரதமருக்குப்

பெரும்பான்மை பலம் தந்திருக்கிறோம். அவருக்கும் கூட மூன்றில் ஒரு பங்கினரின் வாக்கு மட்டுமே கிடைத்திருக்கிறது.

அதிகாரத்தை மையத்தில் குவிப்பதா வேண்டாமா என்பதில் இந்திய வாக்காளருக்குத் தெளிவில்லை. மாநிலங்கள் தவறு செய்தால் மத்திய அரசு தலையிடவேண்டும் என்று எதிர்பார்க்கப்படுகிறது. ஆனால், அப்படிச் செய்தால் கூட்டாட்சி தத்துவத்துக்கு அச்சுறுத்தல் ஏற்பட்டதாகச் சொல்லவும்படும்.

மிகப் பெரிய அரசுத் திட்டங்கள், நுகர்வு வாய்ப்புகள், வருமான உயர்வு போன்றவற்றுக்காக தாராளமயமாக்கலின் ஆதாயங்களை விரும்பி ஏற்றுக்கொள்வார்கள். ஆனால், அப்படியான வளர்ச்சியைக் கொண்டுவந்த கட்சிகளுக்கு வாக்களிக்கமாட்டார்கள். அதிகாரவர்க்கம் செயல்படுவதே இல்லை. ஒரு காவல் துறை அதிகாரியைவிடத் தனியார் மொபைல் போன் நிறுவனம் வேகமாகச் செயல்படுவதாகக் குறை சொல்வார்கள். ஆனால், அரசு வேலைகளில் தீவிர மாறுதல்கள் கொண்டு வந்தாலோ சரிவரப் பணி செய்யாதவர்களை வேலையில் இருந்து நீக்கினாலோ அதற்கு சொற்ப இந்தியர்களே ஆதரவு தருவார்கள். அரசாங்கத் திட்டங்கள் மூலம் தமக்குக் கிடைக்க வேண்டிய பலன்கள் எல்லாம் வேறு நபர்களால் விழுங்கப்பட்டுவிடுவது குறித்து எல்லாருக்கும் நன்கு தெரியும். இருந்தும் அதைச் சரி செய்ய ஏதேனும் நடவடிக்கை எடுத்தால் அதை ஏற்றுக்கொள்வதில்லை.

நம் அரசியல்வாதிகள் நேர்மையாகவும் நாணயமாகவும் நடந்து கொள்ளவேண்டும் என்று விரும்புவோம். ஆனால், கறுப்புப் பணத்தைச் செலவிடாமல் அவர்களால் வெல்லமுடியாது என்ற நிலையையும் நாமே உருவாக்கி வைத்திருக்கிறோம். ஒவ்வொரு முறை ஊழல் குற்றச்சாட்டு வரும்போதும் தெருவில் இறங்கிப் போராடுவோம். ஆனால், அந்த எழுச்சியை முறையாக முன்னெடுத்து ஓர் இயக்கமாகக் கொண்டுசெல்ல நமக்கு விருப்பம் இல்லை.

நரசிம்ம ராவின் மேதைமை என்னவென்றால், தனது தேசத்து மக்களைப் போல் பிளவுண்ட நிலையிலேயே அவரும் இருந்தார். 'எப்போதும் கத்திமுனையில் நடக்கவேண்டும் என்பது இந்தியாவின் தலைவிதி' என்று அவர் அடிக்கடிச் சொல்வார். அந்த இந்தியா மாறவில்லை. அந்த வாக்காளர் மாறவில்லை. உலகின் மிகப் பெரிய ஜனநாயக நாடு இப்போதும் அதே குழப்ப நிலையிலேயே இருக்கிறது. ஒவ்வொரு பிரதமரும் அவர் எந்தக் கட்சியைச் சேர்ந்தவராக இருந்தாலும் ராவிடம் கற்றுக்கொண்டாகவேண்டும். ஏனென்றால் ஒவ்வொரு இந்தியனும் பாதி சிங்கமாக இருக்கும்வரையில், அவர்களது பிரதிநிதிகளும் அப்படித்தான் இருந்தாகவேண்டும்.

நரசிம்ம ராவுக்கு தேசத்தின் தலைநகரில் இறுதிச் சடங்குகள் நடத்தப் படாமல் போயிருக்கலாம். அவரது பூத உடல், கட்சித் தலைமை யகத்தில் அனுமதிக்கப்படாமல் போயிருக்கலாம். எரியூட்டப்பட்ட இடத்திலும் அந்த உடல் கைவிடப்பட்டுமிருக்கலாம். ஆனால் அவருடைய சகாப்தம் அழியாது.

அவரது பாதி எரிந்த உடல், எந்நாளும் சுடர்விட்டு ஒளிர்ந்தபடியே இருக்கும்.

நன்றியுரை

நரசிம்ம ராவின் வாழ்க்கையில் ஏதேனும் ஒரு மையச் சரடு ஓடியதாகச் சொல்வதென்றால் அது விதி என்ற அம்சம்தான். இந்தப் புத்தகத்துக்கும் அதுவே உதவியிருக்கிறது. எனது நாயகர் அன்றாட விஷயங்களை டைரிக் குறிப்புகளாக எழுதி வைத்திருந்தார். பல்வேறு குறிப்புகள், கடிதங்கள் என எல்லாவற்றையும் சேர்த்து வைத்திருந்தார். வெகு சொற்பமான இந்திய அரசியல் தலைவர்களே இதுபோல் ஆவணங்களைச் சேகரித்து வைத்திருப்பார்கள். 2015 ஆரம்ப வாக்கில் ராவ் பற்றி எழுத ஆரம்பித்தபோது, இப்படி ஒரு தொகுப்பு இருக்கும் என்று நினைத்துப் பார்த்திருக்கவில்லை. அவரை நேசித்தவர்களிலும் வெறுத்தவர்களிலும் உயிருடன் இருந்தவர்கள் என்னிடம் வெளிப்படையாகப் பேசத் தயாராக இருந்தார்கள். விதி எனக்கு சாதகமாக இருந்தது.

ஆனால், அதிர்ஷ்டம் மட்டுமே ஒருவருக்கு வெற்றியைத் தந்துவிடாது. நிக்கோலோ மாக்கியவில்லி சொன்னதுபோல் அதிர்ஷ்டத்தைப் பயன்படுத்திக்கொள்ளும் சாமர்த்தியமும் ஒருவருக்கு இருக்கவேண்டும். ராவிடம் அவருக்கான சாமர்த்தியங்கள் இருந்தன. என் விஷயத்தில் என்னுடைய வழிகாட்டிகள், சக பணியாளர்கள், நண்பர்கள் எனப் பலர் என் அதிர்ஷ்டத்தைச் சரியாகப் பயன்படுத்தி நீங்கள் இப்போது படிக்கும் புத்தகமாக ஆக்கிவிட்டிருக்கிறார்கள்.

நான் எழுதிய அத்தியாயங்களை வேறு யாருக்கும் காட்டும் தைரியம் எனக்கு வருவதற்கு முன்பாக அதை அதிதி ஸ்ரீராமிடம்தான் படிக்கக் கொடுப்பேன். அவருடைய ரசனையுணர்வும் உள்ளொளிகளும் இந்த நூலின் ஒவ்வொரு பக்கத்திலும் கலந்திருக்கின்றன. என் சகோதரரும் மார்க்கெட்டிங் நிபுணருமான சுதிர் சீதாபதி ஒவ்வொரு வாக்கியத்தையும் திருத்தியமைத்தார். ஒரு தகவலோ விவரணையோ சொல்லவந்த விஷயத்தைச் சிதைத்துவிடக்கூடாது என்பதில் மிகுந்த அக்கறை எடுத்துக்கொண்டார். அரசியல், பொருளாதாரம் போன்ற பல்வேறு

துறை சார்ந்த கலைச் சொற்களின் இடையூறுகள் இல்லாமலும் வாசிப்பதற்கு எளிதாகவும் இந்தப் புத்தகம் இருக்கிறதென்றால் அதற்கு அவருக்குத்தான் நன்றி சொல்லவேண்டும்.

ஒவ்வொரு கருத்தாக்கத்தையும் நன்கு அலசி ஆராய ராமு தாமோதரன் உதவினார். மாற்றுக் கருத்துகளை நான் சொல்லும் போதும் பொறுமையாக விளக்கினார். அவருடைய தாக்கம் ஒவ்வொரு பக்கத்திலும் நிறைந்து காணப்படுகிறது. இந்தப் புத்தகத்துக்கான கரு உருவானபோது நீல் மைத்ரா உடனிருந்தார். 2014-ல் நியூ ஜெர்ஸியில் ஒரு ரயில் பயணத்தின்போதுதான் ராவ் பற்றி ஒரு புத்தகம் எழுதலாமே என்ற எண்ணம் எங்களுக்கு உருவானது. ஒவ்வொரு சிந்தனையையும் அறிவார்ந்தமுறையில் வளர்த்தெடுத்தார். ஒவ்வொரு வார்த்தையையும் வழக்கறிஞரின் கண்கொண்டு அலசினார்.

ஸ்ரீநாத் ராகவன் ஒரு வரலாற்றாய்வாளரின் கண்கொண்டு படித்துப் பார்த்தார். கூடுதல் தரவுகளைச் சேர்க்கச் சொன்னார். மற்றவர்களும் அவரைப் போலவே துல்லியமாகவும் கடினமாகவும் உழைப்பார்கள் என்று நினைப்பார். அதுதான் அவரிடம் இருக்கும் ஒரு குறை. தேவேஷ் கபூருக்கு நேரடியான அடிப்படையான புள்ளிவிவரங்களில் மிகுந்த ஆர்வம் உண்டு. அவர் வரிக்கு வரி சொன்ன ஆலோசனைகள் இந்தப் புத்தகத்தின் வடிவத்தையே மாற்றி அமைத்திருக்கின்றன.

பல்கலைக்கழகங்கள் மூலம் அரசியல் படித்திராமலேயே அரசியல் பற்றித் துணிந்து எழுத முற்படுபவர்களுக்கு ராமசந்திர குஹாவே மிகச் சிறந்த வழிகாட்டி. அவருடைய கருத்துகளும் ஆலோசனை களும் இந்தப் புத்தகத்துக்கு ஒரு கனத்தைத் தந்துள்ளன. இந்தப் புத்தகத்தில் சொல்லப்பட்டிருக்கும் தகவல்களுக்குக் கூடுதல் உறுதிப் பாட்டையும் தந்துள்ளன. வெளிப்பார்வைக்கு சந்தை ஆராய்ச்சியாள ராகவும் உண்மையில் ஆழ்ந்த சிந்தனையாளராகவும் இருக்கும் சத்யம் விஸ்வநாதன் இந்தப் புத்தகத்தின் ஆகச் சிறந்த வாசகனாக இருந்தார். அரசியலில் மிகுந்த ஈடுபாடு உண்டு; ஆனால், துணைச் செயலருக்கும் இணைச் செயலருக்குமான வித்தியாசத்தைத் தெரிந்துகொள்வதில் ஆர்வம் கிடையாது.

ஆதித்ய ஐயருக்கு ஒரு எழுத்தாளருக்கான விசேஷ குணங்கள் உண்டு. அடுத்த பத்தியில் என்ன வரப்போகிறது என்பதை முந்தின பத்தியின் இறுதியில் கோடிகாட்டும் வித்தையை அவர் எனக்குக் கற்றுத் தந்தார்.

நரசிம்ம ராவின் மகன்களான பிரபாகர ராவும் ராஜேஸ்வர ராவும் என் மீது நம்பிக்கை வைத்து ராவின் ஆவணத் தொகுப்பையும் தனிப்பட்ட கடிதங்களையும் பார்வையிட அனுமதி தந்தார்கள்.

அவையெல்லாம் இதுவரை வெளியில் ஒருபோதும் வந்திராதவை. பிரபாகர ராவ் மிக அரிதான புகைப்படங்களைக்கூட என்னிடம் பெருந்தன்மையுடன் பகிர்ந்துகொண்டார். தந்தையைப் புகழ்ந்து ஒரு புத்தகம் எழுதப்பட்டால் நன்றாக இருக்கும் என்ற எதிர்பார்ப்புகள் எதுவும் இல்லாமலேயே அந்த உதவிகளைச் செய்தார்கள். அமர்நாத் வர்மா தொடர்பான ஆவணங்களை பிரமாத் ராஜ் சின்ஹா அன்புடன் பகிர்ந்துகொண்டார். தமக்கு நேரவிருக்கும் அபாயங்கள் பற்றி யெல்லாம் பயப்படாமல் ராவ் பற்றிய தகவல்களை என்னுடன் பகிர்ந்துகொண்ட அநாமதேயர்களுக்கு நன்றிகள் பல. உங்கள் பெயரை எந்நிலையிலும் வெளியிடமாட்டேன்.

பாண்டித்தியம் மிகுந்த கவுஸிக் வைத்யா சரியான வார்த்தைகள் கிடைக்கும்வரை விடவில்லை. வழக்கறிஞர் கே.வைத்யா ரெட்டி தனது நீதிமன்ற மணி நேரங்களையெல்லாம் விட்டுவிட்டு 'தெலுங்கு தேச மகனுக்கு' உரிய மரியாதை கிடைக்க உதவினார். 'இந்த இடத்தில் ஒரு கமா வரவேண்டும்... இந்த இடத்தில் கொஞ்சம் விளக்கம் தேவை' என பிரியா கிருஷ்ணன் வரிக்கு வரி சொன்ன திருத்தங்கள் புத்தகத்தைச் செறிவானதாக ஆக்கியிருக்கின்றன. அமன் அலுவாலியா உபயோகிக்கும் வார்த்தைகள் வெடி குண்டு போல் வெடிக்கக்கூடியவை. ஒருமுறை நான் ராவுக்கு நெருக்கமான ஸ்வாமிஜி மனித உயிரை பலி கொடுத்தாராம் என்று சொன்னபோது, தணிந்த குரலில் இடைமறித்து 'என்ன சொல்கிறீர்கள்... கொலை செய்தார்களா' என்றார்.

என் அரசியல் புரிதலைப் பலர் வடிவமைத்திருக்கிறார்கள். அவர்களில் மூவர் குறிப்பிடத் தகுந்தவர்கள் : பிரதாப் பானு மேத்தா, சேகர் குப்தா, அதுல் கோலி. அற்புதமான வழிகாட்டியான பிரதாப் இந்தப் புத்தகத்தின் குழந்தை நிலையில் இருந்து அது வளர்ந்து பெரியாளானது வரை சிந்தனைத்தளத்தில் உதவினார். உத்வேக மூட்டுவதே தெரியாவண்ணம் உத்வேகமூட்டவும் விமர்சிப்பதே தெரியாமல் விமர்சிக்கவும் அவருக்குத் தெரியும். இந்தப் புத்தகத்தின் மீது அவர் செலுத்திய தாக்கம் மிக மிக அதிகம்.

அற்புதமான மேற்கோள்களை பேட்டியாளர் போல் விரும்பிக் கேட்பவராகவும் நுட்பமான தகவல்களை நிருபர் போல் தேடிக் கண்டுபிடிப்பவருமான சேகர் குப்தா அரசியலை வியந்து அண்ணாந்து பார்க்கும் மனதை மதிக்கக் கற்றுத் தந்தார். பிரின்ஸ்டன் பேராசிரியரான அதுல் கோலி, அதிகாரத்தை வென்றெடுக்கும் சக்திகளையும் அதைத் தக்கவைக்கும் சக்திகளையும் கூர்ந்து கவனித்துவந்தவர். இந்திய அரசியல் பொருளாதாரத்தில் அவருக்கு

இருந்த நிபுணத்துவம் ராவின் செயல்பாடுகளைப் புரிந்துகொள்ள உதவின. அவருடைய உதவிமட்டும் இல்லையென்றால் இந்தப் புத்தகம் எழுதப்பட்டிருக்கவே முடியாது.

பிரின்ஸ்டனில் பணி புரியும் கிம் ஷெப்பெலே, எஸ்ரா சுலெய்மன் ஆகியோரும் இதேபோல் ஆலோசனை வழங்கி உதவினர். துறை சார்ந்த இறுக்கமான அணுகுமுறைகளில் இருந்து விட்டுவிடுதலை யாக வேண்டுமென்ற எண்ணம் கொண்டவர்களுக்கு கிம்மின் பரந்துபட்ட அறிவுத்துறைத் தேடல் ஒரு முக்கிய உந்துதலைத் தரும். இளம் ஆராய்ச்சியாளர்களிடையே ஆர்வத்தையும் உற்சாகத்தையும் கொண்டுவருவதில் எஸ்ரா கை தேர்ந்தவர். படி நிலை அதிகாரம் கோலோச்சும் பல்கலைக்கழகங்களில் அவரைப் போன்றவர்களைப் பார்ப்பது மிக அரிது.

வளர்ச்சியின் அரசியல் தொடர்பான ஜெனிஃபர் விட்னரின் ஆலோசனைகள் இந்தப் புத்தகத்தின் கட்டமைப்புக்கு மிகவும் உதவியது. கிறிஸ்டோஃபி ஜேஃப்ரிலாட் அனுபவ அறிவுக்கு மிகுந்த முக்கியத்துவம் தரவேண்டும் என்று கற்றுத் தந்தார். ஒரு விஷயத்தின் இடம் பொருள் ஏவலைக் கூடுதல் கவனத்துடன் பார்க்கவேண்டும் என்றும் கற்றுத் தந்தார். மார்க் ஆர்.பெஸ்ஸிங்கர் உறவினர்போல் அன்பானவர். அதே நேரம் கறாரானவரும் கூட. நிதி உதவி செய்வதில் தாராளம் காட்டினார்.

கனடாவைச் சேர்ந்த தத்துவ அறிஞரான ஜெஃப்ரி சிகாலே இந்தியரல்லாத ஒருவரின் பார்வையில் விஷயங்களை விளக்கினார். மாக்கியவில்லி, எட்மண்ட் பர்கே, தாமஸ் ஹாப்ஸ் ஆகியோர்பற்றி அவருடனான என் உரையாடல்கள் இந்தப் புத்தகத்தில் பல கோட்பாட்டு ரீதியான வாதங்களுக்கு வழியமைத்துக் கொடுத்திருக்கின்றன.

அருகிவரும் சுயநலமற்ற அரசியல் பணியாளர்கள் வரிசையில் இடம்பெற்றிருக்கும் பி.சந்திரசென் ராவ் தனது சேவையை இந்தப் புத்தக உருவாக்கத்திலும் நல்கியிருக்கிறார். அன்றாட அரசியல் தளத்தில் இருக்கும் முறைகேடுகளால் துளியும் கறைபடாமல் இருந்துவருகிறார். விவேக் 'போங்கோ' திரிலோகநாத் ஒரு பொருளாதார நிபுணர்போல் புள்ளி விவர ஆய்வு மனமும் ரசனை உணர்வு மிகுந்த படைப்பூக்கமும் ஒருங்கே பெற்றவர்.

உள்கட்டுமானத் துறை தொடர்பான புரிதலை பானு ஜோஷி மேம்படுத்தினார். நலின் மேத்தா தொலைகாட்சித்துறை சார்ந்த புரிதலையும் கே.என்.வைத்தியநாதன் முதலீட்டுச் சந்தை பற்றிய புரிதலையும் மேம்படுத்த உதவினார்கள். ஐ.ஐ.டி. பட்டம்பெற்றவர்

ஆய்வு உதவியாளராகக் கிடைப்பது பெரும் ஆடம்பரமே. விக்ரம் ஸ்ரீனிவாஸ் அதற்கு உங்களுக்கு நன்றி.

ராவுக்குக் கண்ணாகவும் காதாகவும் உதவ ஆட்கள் இருந்தனர். அதுபோல் எனக்கு விஷ்ணு சங்கர், மாதவ் கோஸ்லா, பிபின் ஆஸ்பத்வர் அப்படி இருந்து உதவினர். அயலுறவுத்துறை மற்றும் அணுக்கொள்கை தொடர்பான விஷ்ணுவின் ஆர்வத்தைப் பார்க்கும் போது அவர் அந்தத் துறையில் பெரும் நிபுணராக வந்திருக்க வேண்டியவர் என்றே தோன்றும். அறிவுசார் எழுத்துகளின் புரிதல் மாதவ் கோஸ்லாவுக்கு மிகவும் அதிகம். புதிர் நாவல்களின் ரசிகரான பிபின் எந்தவொரு விஷயத்திலும் இருக்கும் கதையம்சத்தை உள்வாங்குவதில் தேர்ந்தவர். ஒரு முழு வருடமும் தொடர்ந்து ராவ் பற்றிய நினைவுகள், தகவல்களால் முழுவதுமாக ஆக்கிரமிக்கப் பட்டிருந்தார்கள். இந்த நன்றியறிவித்தல் அதற்கான பிராயச்சித்தம்.

பி.வி.ஆர்.கே.பிரசாத் தனது நெருக்கடியான வாழ்க்கைச் சூழலின் நடுவிலும் எனக்காக நேரம் ஒதுக்கிக்கொடுத்து உதவினார். மிகுந்த உற்சாகமும் தந்தார். சஞ்சய் பாரு மிகுந்த பெருந்தன்மையுடன் தன்னிடமிருந்த நண்பர்கள் பட்டியலைத் தந்தும் தனக்குத் தெரிந்த நிகழ்வுகளைச் சொல்லியும் உதவினார். ஜெய்ராம் ரமேஷ் ராவின் மீது கொண்டிருந்த மரியாதை இந்தப் புத்தகத்துக்கு அவர் செய்த உதவிகளாக வெளிப்பட்டது. பெரும்பாலான அரசியல்வாதிகளைப் போல் ஜெயராம் அதிகார மமதை கொண்டவரல்ல. லூட்யன்ஸ் தில்லியின் அதிகாரப் புதர்காடுகளில் எல்லாருமே கொடூரமானவர்களோ மோசமானவர்களோ அல்ல என்பதற்கு அவருடைய பெருந்தன்மை நல்லதொரு எடுத்துக்காட்டு.

பெரியதொரு பொருளாதார நிபுணர் குழு எனக்கு உதவியது. பொருளாதாரக் கோட்பாடுகளுக்கும் வரையறைகளுக்கும் அதிக முக்கியத்துவம் தர ரோஹித் லம்பா பெரிதும் உதவினார். கறார்த்தனமும் அதி துல்லியமும் மிகுந்த சுமித்ரோ சட்டர்ஜி எனது தீர்மானங்களை மிகைப்படுத்திச் சொல்லிவிடாமல் தடுத்துக் காப்பாற்றினார். பார்த்தா முகோபாத்யாய தனது நிபுணத்துவத்தை கனிவுடன் பகிர்ந்து உதவினார். அதுபோலவே நட்பார்ந்தமுறையில் பழகியதோடு உத்வேகமும் ஊட்டினார் அரவிந்த் சுப்ரமணியன்.

எனக்கு அயலுறவுத் துறை சார்ந்த விஷயங்களிலும் நிபுணர்களின் உதவிகள் கிடைத்தன. ராவ் அரசின் சர்வதேச நட்புறவுச் செயல் பாடுகள் குறித்து பிரபாகர் மேனன் இரண்டு அருமையான கட்டுரைகள் எழுதியிருக்கிறார். ஷிவ்சங்கர் மேனன் மூலமாக நான் பிரபாகர் மேனனிடம் ஆற்றுப்படுத்தப்பட்டேன். அயலுறவுத் துறை

சார்ந்த விஷயங்களில் மிகுந்த அனுபவம் பெற்ற கே.ராஜா மோகன் அந்த அத்தியாயத்தை வடிவமைக்க உதவினார். பிரதமர் ராவின் காலத்தில் பணியாற்றிய அயலுறவுத்துறைச் செயலர்களான சல்மான் ஹைதர், கிருஷ்ணன் ஸ்ரீனிவாசன் ஆகியோரும் உதவி புரிந்தனர்.

கவுதமும் கவுரவ் சபர்வாலும் பேட்டிகள் தொடர்பாக உதவினர். அவர்களுக்குத் தெரிந்த பலருடன் எனக்காகப் பேசி பேட்டிக்கு ஏற்பாடு செய்து தந்தனர். தனது மணிக்கட்டைக் கிள்ளிக்காட்டிய படியே இந்தியாவைப் பற்றிப் புரிந்துகொள்ளவேண்டுமென்றால் அதற்கென்று தனியானதொரு மரபணு தேவை' என்றார் கவுதம். காங்கிரஸைச் சேர்ந்த கொப்புல ராஜு பிரதமர் ராவின் குடும்பத்திருக்கு என்னை அன்புடன் அறிமுகம் செய்துவைத்தார். நந்தன் நிலேகனி, கே.நட்வர் சிங்கில் ஆரம்பித்து மாண்டேக் சிங் அலுவாலியாவரை மற்றும் யாமினி அய்யர் எனப் பலரும் தமக்குத் தெரிந்த அதிகாரிகள், நண்பர்களை எனக்கு அறிமுகம் செய்து வைத்தனர். இந்தப் புத்தகத்தில் இடம்பெற்றிருக்கும் கருத்துகளுக்கும் அவர்களுக்கும் எந்தப் பொறுப்பும் கிடையாது.

நூற்றுக்கு மேற்பட்டவர்களைப் பேட்டி கண்டிருக்கிறேன். அவர்கள் அனைவருமே 1990களில் சம்பவங்கள் நடந்தபோது அதில் பங்கெடுத்தவர்கள். 25 வருடங்கள் கழித்து அவர்கள் எல்லாரும் பல்லெல்லாம் விழுந்து அல்லது மரணத்தை எதிர்கொண்ட நிலையில் இருந்தனர். அந்த சம்பவங்களையெல்லாம் கால இடைவெளியில் தள்ளி நின்று பார்க்கும் நிலையில் இருந்தனர். இதனால் அந்த சம்பவங்கள் குறித்த தெளிவான பார்வை அவர்களுக்குக் கிடைத்திருந்தது.

எனது இடதுசாரி நண்பர்கள் என்னில் இருந்த சில கரடு முரணான அம்சங்களை மிதமாக்கினர். என்னைப் போலவே மாற்றுக் கருத்துகளைத் தீவிரமாக முன்வைக்கும் காந்தா முரளி வர்த்தக-அரசியல் தொடர்புகள் பற்றிய என் புரிதலை மேம்படுத்தினார். தனிப்பட்ட அளவிலும் அரசியல் விவகாரங்களிலும் நல்லெண்ணம் மிகுந்த தின்ஷா மிஸ்த்ரீ ஓர் உற்சாக ஊற்று. சம கால இந்தியா குறித்த கூர்மையான பார்வை கொண்ட சஞ்சய் ரூபாலரியா வாதப் பிரதிவாதங்களுக்கு ஏற்ற தோழர். அதுபோலவேதான் என் மார்க்ஸிய நண்பர்களான சந்திப்தோ தாஸ் குப்தாவும் அர்ஜுன் சென் குப்தாவும் குரல் உயர்த்தி மறுத்துப் பேசும் போதும் அடி ஆழத்தில் இருக்கும் நட்பு சிதையாமல் பேசுவார்கள்.

ஜார்ஜ் ஆர்வல், வி.எஸ்.நைப்பால் ஆகியோரைப் படித்து எழுதக் கற்றுக்கொண்டவன் நான். நான் படித்ததிலேயே மிகவும்

உணர்வுபூர்வமான வரிகளை எழுதியது அலியா அலானாதான். அவர் பித்து மனதையும் கலையையும் இணைத்து எழுதுவார். ஒவ்வொரு அத்தியாயத்தின் முதல் வாக்கியமும் சிறப்பாக இருந்தாகவேண்டும் என்ற சின்கி சின்ஹாவின் பேரார்வம் ஒவ்வொரு அத்தியாயம் தொடங்கும்போதும் எனக்குள்ளும் எழுந்தது. நான் படித்தவற்றி லேயே மிகச் சிறந்த வாழ்க்கை வரலாறு நைப்பாலின் வாழ்க்கை வரலாறுதான். அதை எழுதிய பேட்ரிக் ஃப்ரெஞ்ச் எழுத்துக் கலையின் பல நுணுக்கங்களை எனக்குப் பெருந்தன்மையுடன் கற்றுத் தந்தார். தாதாபாய் நவ்ரோஜியின் வாழ்க்கை வரலாறை எழுதிய தின்யார் படேலும் அதுபோலவே உதவினார்.

பத்திரிகையியல் தொடர்பாக எனக்குத் தெரிந்திருக்கும் அனைத்தையும் கற்றுத் தந்தது இந்தியன் எக்ஸ்பிரஸ்தான். சீமா சிஸ்டி, வந்திதா மிஸ்ரா ஆகியோரிடமிருந்து வட இந்திய அரசியல் பற்றித் தெரிந்துகொண்டேன். உன்னி ராஜன் சங்கர் எதைக் கேட்டும் அதிர்ச்சியடையக்கூடாது என்று கற்றுக்கொடுத்தார். எனது முதல் கட்ட எழுத்துப் பிரதிகளை விமர்சித்து அடுத்த கட்டத்துக்குக் கொண்டு சென்றார் சபிக் சக்கரவர்த்தி. மினி கபூர் என் மீது செல்வாக்கு செலுத்திய முதல் மேலதிகாரி. நீரஜ் பிரியதர்ஷி புகைப்படங்கள் தந்து உதவினார். பார்த் மெஹ்ரோத்ரா தார்மிக ஒழுங்கின் அடையாளமாகத் திகழ்பவர். எக்ஸ்பிரஸ் பத்திரிகை அதிரடியாக ஒரு விஷயத்தை முன்வைக்கவும் இதமாக முன்வைக்கவும் கற்றுத் தந்தது. இந்த விஷயத்தில் கை தேர்ந்தவர் ராஜ் கமல் ஜா. எக்ஸ்பிரஸில் வெளியாகும் ஒவ்வொரு செய்தியும் இவருடைய கைவண்ணத்தில் மிளிர்பவையே. செய்திக் கட்டுரை எழுதும்போது 'நான்' என்ற வார்த்தையே வரக்கூடாது என்று சொல்வார். இந்தப் புத்தகத்தில் தன்னிலை வரிகள் இல்லாமல் இருப்பதற்கு அவரே முக்கிய காரணம்.

சிசிரா ருத்ரப்பா, எஸ்தர் இருவரும் பெங்களூரில் நான் தங்கியிருந்த போது என்னைப் பரிவுடன் கவனித்துக்கொண்டார்கள். ஹரீஷ் கோஸ்லா, ராஜிவ் கோஸ்லா, அமிதா கோஸ்லா, நான் பார்த்ததிலேயே மிகச் சிறந்த சமையல்காரரான சுனிதா ரங்கஸ்வாமி ஆகியோர் தில்லியில் நான் இருந்தபோது நன்கு கவனித்துக் கொண்டனர். எம்.ஆர்.மாதவன், ஷியாம் பாலகணேஷ், ருஷபா சங்கவி, அபு மாதென் ஜார்ஜ், சதன் ஃபராசத், தர்ஸனா நாராயணன், அஸுதோஷ் சலில், கார்த்திக் மஹேஸ்வரி, ஆவேரி பானர்ஜி, ரயீஸா வகில், மோஹித் ஆப்ரஹாம், ராசேல் இஸ்ரேல், ஜெயதேவ் கலாமர் இவர்கள் அனைவருமே உணர்வுபூர்வமான உதவிகள் செய்து தந்தனர். ஹைதராபாத்தில் கே.பவன் குமார் மிகவும் உதவிகரமாக இருந்தார். அதுபோலவே ஈ.எம்.ஈ.எஸ்.சி.ஓ. புக்ஸின் விஜய்

குமாரும் உதவிபுரிந்தார். தில்லி ஐ.ஐ.சி. பணியாளர்களான சந்தீப் பிஸ்வாஸ் அக்கறையுடன் உதவிபுரிந்தார்.

நந்தினி மேத்தா, சிக்கி சர்க்கார் ஆகியோரின் குழந்தைபோல் இந்தப் புத்தகம் கருக்கொண்டது. பெங்குயின் ராண்டம் ஹவுஸ் நிறுவனத்தின் மேரு கோகலே மற்றும் அவருடைய குழுவின் (விஷய கனம் மிகுந்த தரிணி உப்பல், கழுகுக்கண்கொண்ட வி.சி.ஷானுஜ் ஆகியோர் உள்ளடங்கிய குழு) கைகளைச் சென்றடைந்தது. மேரு பிரதியை மிகுந்த அக்கறையுடன் படித்துப் பார்த்தார். ஆரம்பகட்ட அத்தியாயங்களில் துணை கதாபாத்திரங்களை நன்கு சித்திரிப்பதில் ஆரம்பித்து புத்தகத்தில் சுவாரசியம் அதிகரிக்கவைப்பதுவரை அனைத்தையும் செய்து தொடக்க அத்தியாயங்களை மேம்படுத்தினார்.

சந்திரலேகாவும் சதானந்த் மேனனும் என்னில் ஆரம்பகட்ட உற்சாகத்தை ஏற்படுத்தினர். பி.என்.கிருஷ்ணா பொதுச் சேவை செய்ய வேறெதைவிடவும் முதுகெலும்பே மிக முக்கியம் என்பதை எனக்கு உணர்த்தினார். பணம் கிடைக்கும் வேலையைவிட மனதுக்குப் பிடித்த வேலையைச் செய்யும் உத்வேகத்தை லாரன்ஸ் லியாக் எனக்குள் ஊட்டினார். டென்னில் விளையாட்டில் மட்டுமல்ல வாழ்க்கையிலுமே எனக்கு குருவாக இருப்பவர் சத்யஜித் பானர்ஜி.

ராதிகா ஹெர்பெர்கர், அலோக் மாத்தூர், ஏ.குமாரஸ்வாமி, சைலேஷ் ஷிராலி, எம் நந்தகுமார் போன்ற ரிஷிவேலி பள்ளி நண்பர்களும் என் மனதுக்குப் பிடித்ததைச் செய்யும் உந்துதலைத் தந்தனர். எனது சகபயணிகளான கோவிந்த் நாயுடு, பிரணவ் உல்லால், சவுரப் சேத், ராசேல் இமானுவேல், தீபிகா மஹிதரா, மலாய் துகார் போன்றோரும் அதையே பின்பற்றியுமிருக்கின்றனர்.

எனக்கு உற்சாகம் தந்த மாமாக்கள் அத்தைகள் : டென்னிஸ் கிருஷ்ணன், லலிதா கிருஷ்ணன், டி.எஸ்.ஆர்., லலிதா சுப்பிரமணியன், ஜானகிராம், விஜயா, வெங்கடேஷ் மன்னார், ஸ்ரீனிவாசன், உமா, கிருஷ்ணன், ஷோபா. அதுபோலவே ஏ.வி.கிருஷ்ணன், லலிதா ஆகியோரும் அவர்களுடைய மகன் ராஜேஷ். டி.எஸ்.ஆர். சுப்ரமணியன், ஆர் ஸ்ரீனிவாசன் ஆகியோரும் இந்தப் புத்தகத்தில் ஆர்வமுடன் பங்களித்துள்ளனர்.

கமலா, கணேஷ் ஆகிய இருவர்தான் இந்த புத்தகத்தின் ஆசிரியர் மீதான பழிகளுக்கு எல்லாம் முக்கிய காரணம். கருத்துகள், விவாதம் மீதான ஆர்வம், பிடிவாதம் என எல்லா குணங்களும் அவர்களிட மிருந்தே பரம்பரைவழியாக எனக்குக் கிடைத்திருக்கின்றன. என்னை ஒழுங்குபடுத்திய அவர்கள் இந்தப் புத்தகத்தின் ஒவ்வொரு

வார்த்தையையும் ஒழுங்குபடுத்தியிருக்கிறார்கள். கேட்கி, சுதிர், அதிதி, சஹானா ஆகியோரே எனது கோட்டையின் அடித்தளம். கன்வால், சுஷ்மா சச்தேவ் ஆகியோரே அதன் தூண்கள். இந்தக் கடைசி வருடத்தில் ஸ்ரீராம், ருக்மினி, அபராஜித், அனுஷா என எனக்கு ஒரு புதிய குடும்பம் உருவாகியிருக்கிறது. மதுரம் கிருஷ்ணா இந்தப் புத்தகம் எழுதிய காலத்தில் எனக்கு முழு மகிழ்ச்சியையும் கிடைக்கச் செய்தார். இந்தப் பணியை முன்னெடுக்கும் முன் எனக்கு ஆசி வழங்கினார்.

என்னை வடிவமைத்த என் மூன்று கொள்ளுப் பெற்றோருக்கு இந்தப் புத்தகத்தை சமர்ப்பணம் செய்கிறேன். ராமனாதன் அறிவுச் சேகரம் மீதான தன்னுடைய ஆர்வம் மூலம் என்னை வடிவமைத்தார். செல்லம் சக மனிதர்கள் மீதான பேரன்பின் மூலம் வடிவமைத்தார். சுயம் தாண்டி சிந்திக்க பத்மாவதி கற்றுத் தந்தார்.

குறிப்புகள்

நூன்முகம்

1. There is some dispute on the date of the Bhagvata Purana (though the myths themselves predate the books). Some scholars date it to 900 AD (see, for example, Ithamar Theodor, 'The Parināma Aesthetics as Underlying the Bhâgavatapurâna', Asian Philosophy 17, no. 2, 109–25, 2007, 109). The Encyclopaedia Britannica dates it to around 1000 AD (see http://www.britannica.com/topic/ Bhagavata-purana). Some Hindu scholars say it dates even earlier, to 6th century AD or before (see https://www.jiva.org/dating-of-the- bhagavat-purana/).

1. பாதி எரிந்த உடல்

1. Interview with P.V. Prabhakara Rao in Hyderabad, 2015.
2. Interview with Chandraswami in Delhi, 2015.
3. Interviews with P.V. Rajeshwara Rao and P.V. Prabhakara Rao in Hyderabad, 2015.
4. Interview with Sanjaya Baru in New Delhi, 2015.
5. Interview with S. Vani Devi in Hyderabad, 2015.
6. Interview with P.V. Prabhakara Rao in Hyderabad, 2015.
7. 'Leaders pay last respects to Rao', *The Hindu*, 25 December 2004, http://www.thehindu.com/2004/12/25/stories/2004122504721200.htm.
8. Ibid.
9. 'Rao fails to get resting place in Delhi', the *Times of India*, 25 December 2004, 1.
10. Interview with Manmohan Singh in New Delhi, 2015.
11. 'Rao fails to get resting place in Delhi', the *Times of India*, 25 December 2004, 1.
12. 'Cortege carrying PV's body arrives', *The Hindu*, 25 December 2004, http://www.thehindu.com/2004/12/25/stories/2004122509320400. htm.
13. Ibid.
14. 'Homage paid to Rao', *The Hindu*, 25 December 2004, 1, http://www.thehindu.com/2004/12/25/stories/2004122512810102.htm.
15. 'Manmohan to lead mourners at Narasimha Rao's funeral', *The Hindu*, 25 December 2004, http://www.thehindu.com/2004/12/25/ stories/2004122503310600.htm.
16. Interview with K. Natwar Singh in New Delhi, 2016.

17. 'Nation bids adieu to Narasimha Rao', *The Hindu*, 26 December 2004, 1, http://www.thehindu.com/2004/12/26/ stories/2004122605320100.htm.
18. Ibid.
19. 'Family revives Rao's funeral pyre', the *Tribune*, 26 December 2004, http://www.tribuneindia.com/2004/20041227/nation.htm#4.
20. Interview with P.V.R.K. Prasad in Hyderabad, 2015.
21. Interview with P.V. Prabhakara Rao in Hyderabad, 2015.
22. Interview with Sanjaya Baru in New Delhi, 2015.
23. Interview with Manmohan Singh in New Delhi, 2015.
24. Interview with Captain V. Lakshmikantha Rao in Warangal (now in Telangana state), 2015.
25. Interview with K. Natwar Singh in New Delhi, 2016.
26. Ramachandra Guha, 'The Great Unmentionable', the *Telegraph*, Kolkata, 27 March 2010, http://www.telegraphindia.com/1100327/ jsp/opinion/story_12252417.jsp.
27. Interview with Jairam Ramesh in New Delhi, 2015.
28. 'Babri wouldn'thave fallen if a Gandhi was PM: Rahul', the *Times of India*, 20 March 2007, http://timesofindia.indiatimes. com/india/Babri-wouldnt-have-fallen-if-a-Gandhi-was-PM-Rahul/ articleshow/1781018.cms .
29. Arjun Singh (with Ashok Chopra), *A Grain of Sand in the Hourglass of Time: An Autobiography* (New Delhi: Hay House India, 2012), 179.
30. Zoya Hasan, *Congress after Indira: Policy, Power, Political Change (1984–2009)*, (New Delhi: OUP India, 2012), 2.
31. Interview with Salman Khurshid in New Delhi, 2015.
32. Somnath Chatterjee, *Keeping the Faith: Memoirs of a Parliamentarian* (New Delhi: HarperCollins, 2010), 111.
33. 'Former Prime Minister PV Narasimha Rao's Life History to Be Taught in Telangana Schools', NDTV, 28 June 2015, http://www. ndtv.com/telangana-news/former-prime-minister-narasimha-rao-s- life-history-to-be-taught-in-telangana-schools-776083.
34. 'KCR bats for Bharat Ratna to P V Narasimha Rao on his 93rd birth anniversary; Naidu calls ex-PM a "legend"', the *Indian Express*, 28 June 2014, http://indianexpress.com/article/india/ india-others/kcr-bats-for-bharat-ratna-to-p-v-narasimha-rao-on- his-93rd-birth-anniversary-naidu-calls-ex-pm-a-legend/.
35. Interview with Arun Jaitley in New Delhi, 2015.
36. 'Award Bharat Ratna to Rao: Swamy', *The Hindu*, 24 December 2004, http://www.thehindu.com/news/national/karnataka/bharat- ratna-for-pv-narasimha-rao-swamy/article7489611.ece.
37. Radhika Saraf, 'The myth of the great Indian Middle class: Roughly 30 per cent of India's population still lives below the poverty line', *Daily Mail*, 19 May 2013, http://www.dailymail.co.uk/indiahome/ indianews/article-2327182/The-myth-great-Indian-Middle-class- Roughly-30-Indias-population-lives-poverty-line.html.
38. This is only one estimate, by the Asian Development Bank. But many other estimates place it at least over 120 million. See Sambuddha Mitra Mustafi, 'India's Middle Class: Growth Engine or Loose Wheel?', the *New York Times*, 13 May 2013, http://

india.blogs. nytimes.com/2013/05/13/indias-middle-class-growth-engine-or- loose-wheel/?_r=0.
39. 'From 1947 to 2014: How the Indian economy has changed since independence', Firstpost, 15 August 2004, http://www.firstpost. com/business/data-business/from-1947-to-2014-how-the-indian-economy-has-changed-since-independence-1983853.html.
40. World Bank data, available at http://data.worldbank.org/indicator/ IS.AIR.PSGR.
42. Data from Department of Telecommunications and Telecommunications Regulatory Authority of India. Sunil Mani, 'India's Telecommunications Industry', available at http://www. nistads.res.in/indiasnt2008/t4industry/t4ind14.htm.
43. 'India Has 100.69 Crore Total Telephone Subscribers', NDTV, 1 September 2015, http://www.ndtv.com/india-news/india-has-100-69-crore-total-telephone-subscribers-1213248.
44. See http://telecomtalk.info/total-number-tv-channels-india/139844/.
45. Email exchange with Ramachandra Guha, 2016.
46. Interview with P.V. Rajeshwara Rao in Hyderabad, 2015.

2. ஆந்திரத்தின் சோஷலிஸவாதி : 1921-71

1. V.R. Adiraju, *The Right Prime Minister: A Political Biography of P.V. Narasimha Rao* (Hyderabad: Satya Publications, 1992), 23.
2. A 'peer' is a Sufi master. Story from an interview with Venkat Kishen Rao in Hyderabad, 2015.
3. Adiraju, *The Right Prime Minister: A Political Biography of P.V. Narasimha Rao*, 24.
4. Convocation address at Telugu University, Hyderabad, on 7 July 1991. Available in *P.V. Narasimha Rao Selected Speeches 1991–1992*, Ministry of Information and Broadcasting, 1993, p. 239.
5. While Narasimha Rao had some knowledge of more than thirteen languages, the ones he could speak well were English, Telugu, Marathi, Tamil, Urdu, Sanskrit, Persian, Spanish, Hindi and Oriya.
6. Ramachandra Guha, *India After Gandhi: The History of the World's Largest Democracy* (New Delhi: HarperCollins, 2007), 53.
7. Milton W. Meyer, *Asia: A Concise History* (Maryland: Rowman & Littlefield, 1997), 218.
8. Ramachandra Guha, *India After Gandhi: The History of the World's Largest Democracy*, 66.
9. Quoting Smith in Lucien D. Benichou, *From Autocracy To Integration* (New Delhi: Orient Blackswan, Kindle edition, 2014),
10. N. Purendra Prasad, 'Agrarian Class and Caste Relations in 'United Andhra 1956–2014', *Economic&Political Weekly*, L(16), 18 April 2015, 78.
11. Interview with P.V. Prabhakara Rao (on phone) in 2016.
12. Adiraju, *The Right Prime Minister: A Political Biography of P.V. Narasimha Rao*, 24.

13. Benichou, *From Autocracy To Integration*, 752.
14. Author's visit to Vangara village, 2015.
15. P.V. Narasimha Rao, *The Insider* (New Delhi: Viking, 1998), 15.
16. Benichou, *From Autocracy To Integration*, 462–66.
17. Rao, *The Insider*, 13.
18. Interview with Venkat Kishen Rao in Hyderabad, 2015.
19. Ibid.
20. Interview with P.V. Prabhakara Rao in Hyderabad, 2015.
21. Rao, *The Insider*, 8–9.
22. Interview with P.V. Prabhakara Rao in Hyderabad, 2015.
23. Adiraju, *The Right Prime Minister: A Political Biography of P.V. Narasimha Rao*, 24–25.
24. Rao, *The Insider*, 51.
25. Ibid., 15.
26. Adiraju, *The Right Prime Minister: A Political Biography of P.V. Narasimha Rao*, 29.
27. Ibid., 28.
28. Narendra Reddy et al., *P.V. Narasimha Rao: Years of Power* (New Delhi: Har Anand Publications, 1993), 37.
29. Adiraju, *The Right Prime Minister: A Political Biography of P.V. Narasimha Rao*, 36.
30. Ibid., 37–39.
31. Benichou, *From Autocracy To Integration*, 1070.
32. Ibid.
33. Rao, *The Insider*, 426.
34. Interview with P.V. Prabhakara Rao (on phone), 2016.
35. Interview with P.V. Prabhakara Rao in Hyderabad, 2015.
37. Sunil Purushotham, 'Internal Violence: The "Police Action" in Hyderabad', *Comparative Studies in Society and History* 57, no. 2 (2015): 437.
38. Official Congress party history, available at http://aicc.org.in/web.php/history/detail/16#.VvlaTxFN10c.
39. P.V. Narasimha Rao, 'Swami Ramananda Tirtha A Sacred Memory', *New Swatantra Times* (special annual number), 2014, 12.
40. Interview with Satchidananda Swamy in Bangalore, 2015.
41. Adiraju, *The Right Prime Minister: A Political Biography of P.V. Narasimha Rao*, 80.
42. Purushotham, 'Internal Violence: The "Police Action" in Hyderabad', *Comparative Studies in Society and History*, 442.
43. Ibid., 452.
44. Rao, *The Insider*, 105.
45. Rajni Kothari, 'The Congress "System" in India', *Asian Survey*, 4, no. 12 (December 1964): 1161–73.
46. Interview with S. Vani Devi in Hyderabad, 2015.

47. Ramachandra Guha, *India After Gandhi: The History of the World's Largest Democracy*, 143.
48. Ibid., 144.
49. Official Election Commission results of the 1951–52 General Election, available at http://eci.nic.in/eci_main/StatisticalReports/ LS_1951/VOL_1_51_LS.PDF.
50. Rao, 'Swami Ramananda Tirtha A Sacred Memory', 14.
51. Interview with Venkat Kishen Rao in Hyderabad, 2015.
52. Ibid.
53. Ibid.
54. Interview with P.V. Prabhakara Rao (on phone), 2016.
55. Interview with villagers in Vangara (in 2015) and with Venkat Kishen Rao in Hyderabad, 2015.
56. These regions had formed Andhra state in 1953, which became Andhra Pradesh in 1956 after the merger of Telangana.
57. Rao, *The Insider*, 115.
58. Ibid., 243.
59. Adiraju, *The Right Prime Minister: A Political Biography of P.V. Narasimha Rao*, 92.
60. Interview with P.V. Prabhakara Rao (on phone), 2016.
61. Interview with M. Narayan Reddy in Hyderabad, 2015.
62. Narendra Reddy et al., *P.V. Narasimha Rao: Years of Power*, 46.
63. Ibid., 47.
64. J. Vengala Rao, *Naa Jeevitha Katha (My Life's Story)*. English translation provided to the author by Jairam Ramesh in 2016.
65. Interview with Narsa Reddy in Hyderabad, 2015.
66. Interview with Venkat Kishen Rao in Hyderabad, 2015.
67. The phrase was used by Ram Manohar Lohia. See Shekhar Gupta, 'Turning Lohiaji on his head', the *Indian Express*, 1 March 2012, http://archive.indianexpress.com/news/turning-lohiaji-on-his-head/917582/.
68. Interview with Rakesh Mohan in Washington, D.C., 2015.
69. Ibid.
70. Atul Kohli, *State-Directed Development: Political Power and Industrialization in the Global Periphery* (New Delhi: Cambridge University Press, 2004).
71. Samanth Subramanian, 'Nostalgia sets in as time runs out for India's beloved watch', the *National*, 28 March 2016, http://www.thenational.ae/world/india/nostalgia-sets-in-as-time-runs-out-for-indias-beloved-watch.
72. Shankkar Aiyar, *Accidental India: A History of the Nation's Passage through Crisis and Change* (New Delhi: Aleph Books, Kindle edition, 2013), 478.
73. Ibid., 657.
74. Daman Singh, *Strictly Personal: Manmohan & Gursharan* (New Delhi: HarperCollins, 2014), 353.
75. The phrase was first coined by the economist Raj Krishna. See Meera Siva, 'What's a "Hindu" rate of growth', *The Hindu BusinessLine*, 8 June 2013, http://

www.thehindubusinessline.com/portfolio/technically/whats-a-hindu-rate-of-growth/article4795173.ece.

76. Aiyar, *Accidental India: A History of the Nation's Passage through Crisis and Change*, 651.
77. This is dealt with in detail in chapter 9 ('A Welfare State?') of this book.
78. 'Poll manifesto: A.P. chief minister firm', the *Times of India*, 7 May 1972, 11.

3. பொம்மை முதல்வர் : 1971-73

1. 'Implementation of land reforms: A Review by the Land Reforms Implementation Committee of the National Development Council 1966', 275, http://planningcommission.nic.in/reports/publications/pub1966land.pdf.
2. Ibid.
3. Interview with Atul Kohli in Princeton, 2015.
4. K. Srinivasulu, 'Caste, Class and Social Articulation in Andhra Pradesh' (2002), cited in N. Purendra Prasad, 'Agrarian Class and Caste Relations in "United" Andhra 1956–2014', *Economic&Political Weekly*, L(16), 18 April 2015, 78.
5. Interview with Captain V. Lakshmikantha Rao in Warangal, 2015.
6. Narendra Reddy et al., *P.V. Narasimha Rao: Years of Power*, 58.
7. P.V. Narasimha Rao, 'Change with stability: The Chief Minister's Burden', ed., B.N. Pandey, *Leadership in South Asia* (Noida: Vikas Publishing, 1977), 9–12.
8. 'Brahmananda has the last word', the *Times of India*, 26 September 1971, 1.
9. Interview with Narsa Reddy in Hyderabad, 2015.
10. Ibid.
11. Interview with K. Vivek Reddy in Hyderabad, 2015.
12. 'Biggest Ever Andhra Cabinet Sworn in', the *Times of India*, 21 March 1972, 12.
13. P.V.R.K. Prasad, *Wheels behind the Veil: PMs, CMs and beyond* (Hyderabad: Emesco Books, 2012), 19.
14. Ibid.
15. Interview with Narsa Reddy in Hyderabad, 2015.
16. Prasad, *Wheels behind the Veil: PMs, CMs and beyond*, 36.
17. 'Ramanand Tirth is Dead', the *Times of India*, 23 January 1972, 1.
18. Interview with P.V. Prabhakara Rao (on phone), 2016.
19. Interview with B.P.R. Vithal in Hyderabad, 2015.
20. Interview with P.V.R.K. Prasad in Hyderabad, 2015.
21. Interview with M. Narayan Reddy in Hyderabad, 2015.
22. Interview with Chandraswami in Delhi, 2015.
23. Ibid.
24. Ibid.
25. Transcript of interview of P.V. Narasimha Rao with the journalist Neerja Chowdhary; copy found among Narasimha Rao's private papers in 2015.
26. Interview with M. Narayan Reddy in Hyderabad, 2015.

27. Ibid.
28. 'Land Bill Introduced in Assembly: STATE LEGISLATURES', the *Times of India*, 1 August 1972, 6.
29. Interview with M. Narayan Reddy in Hyderabad, 2015.
30. Interview with P.V. Prabhakara Rao in Hyderabad, 2015.
31. Interview with Narsa Reddy in Hyderabad, 2015.
32. 'Choice of C.M.s', the *Times of India*, 15 March 1972, 1.
33. Narendra Reddy et al., *P.V. Narasimha Rao: Years of Power*, 61.
34. Interview with P.V. Prabhakara Rao in Hyderabad, 2015.
35. Interview with Captain V. Lakshmikantha Rao in Warangal, 2015.
36. Narendra Reddy et al., *P.V. Narasimha Rao: Years of Power*, 64.
37. Interview with Narsa Reddy in Hyderabad, 2015.
38. Narendra Reddy et al., *P.V. Narasimha Rao: Years of Power*, 66.
39. 'Narasimha Rao welcomes court ruling', the *Times of India*, 4 October 1972, 6.
40. Narendra Reddy et al., *P.V. Narasimha Rao: Years of Power*, 66.
41. Prasad, *Wheels behind the Veil: PMs, CMs and beyond*, 37–38.
42. Ibid., 39.
43. 'President's Rule to be Imposed on A.P.', the *Times of India*, 17 January 1973, 1.
44. Prasad, *Wheels behind the Veil: PMs, CMs and beyond*, 41.

4. ஓரங்கட்டப்பட்ட காலம் : 1973-74

1. Ezra F. Vogel, *Deng Xiaoping and the Transformation of China* (Massachusetts: Harvard University Press, 2011), 50.
2. Ibid., p. 53.
3. Interview with Narsa Reddy in Hyderabad, 2015.
4. 'Plea for government in AP under Narasimha', the *Times of India*, 29 October 1973, 7.
5. Interview with P.V. Sharath Babu, nephew of P.V. Narasimha Rao, in Vangara, 2015.
6. Vengala Rao, *Naa Jeevitha Katha (My Life's Story)*.
7. Amarnath K. Menon, 'Revealing Rao', *India Today*, 30 September 1996, http://indiatoday.intoday.in/story/former-andhra-pradesh-cm-vengala-raos-autobiography-rips-apart-narasimha-rao/1/282385.html.
8. Interview with Narsa Reddy in Hyderabad, 2015.
9. Interview with P.V. Rajeshwara Rao in Hyderabad, 2015.
10. Ibid.
11. Interview with S. Vani Devi in Hyderabad, 2015.
12. Interview with M. Narayan Reddy in Hyderabad, 2015.
13. Ibid.
14. Interview with S. Vani Devi in Hyderabad, 2015.
15. Interview with Gopalkrishna Gandhi in Chennai, 2015.
16. Transcript of interview of P.V. Narasimha Rao with the journalist Neerja Chowdhary;

copy found among Narasimha Rao's private papers in 2015.
17. Interview with M. Narayan Reddy in Hyderabad, 2015.
18. Interview with M. Narayan Reddy in Hyderabad, 2015.
19. P.V. Narasimha Rao, 'Change with Stability: The Chief Minister's Burden', 24–26.
20. Ibid.
21. Sanjay Chakravorty, Devesh Kapur and Nirvikar Singh, *The Other One Percent: Indians in America* (forthcoming).
22. Interview with P.V. Rajeshwara Rao in Hyderabad, 2015.
23. Ibid.
24. Interview with Saraswathi Kalvakota (on phone) in the United States, 2015.
25. Interview with Velcheru Narayana Rao (on phone) in Atlanta, 2015.
26. Ibid.
27. Interview with P.V. Prabhakara Rao in Hyderabad, 2015.
28. Interview with Narasimha Rao's eldest daughter in Hyderabad, 2015.
29. K. Natwar Singh, 'How PV became PM', *The Hindu*, 6 July 2012, http://www.thehindu.com/opinion/op-ed/how-pv-became-pm/ article3592050.ece.
30. Sanjay Chakravorty, Devesh Kapur and Nirvikar Singh, *The Other One Percent: Indians in America* (forthcoming).
31. Devesh Kapur, *Diaspora, Development, and Democracy: The Domestic Impact of International Migration from India* (New Jersey: Princeton University Press, 2010).
32. Interview with Montek Singh Ahluwalia in Delhi, 2015.
33. Adiraju, *The Right Prime Minister: A Political Biography of P.V. Narasimha Rao*, 141.
34. Interview with the manager of Rao's ancestral house in Vangara village, 2015.
35. Interview with P.V. Sharath Babu, nephew of P.V. Narasimha Rao, in Vangara, 2015.
36. Interview with villagers in Vangara (now in Telangana state), 2015.
37. Interview with Captain V. Lakshmikantha Rao in Warangal, 2015.
38. Interview with Mallaiah in Vangara village (now in Telangana state), 2015.
39. Interview with Kalyani Shankar in New Delhi, 2015.
40. Interview with Jairam Ramesh in New Delhi, 2016; confirmed by Kalyani Shankar via email, 2016.
41. Interview with K. Natwar Singh in New Delhi, 2016.

5. தில்லி தர்பார் : 1975-91

1. Draft chapter on the Emergency, found amongst Rao's private papers in 2015.
2. Ramachandra Guha, *India After Gandhi: The History of the World's Largest Democracy*, 467.
3. Adiraju, *The Right Prime Minister: A Political Biography of P.V.Narasimha Rao*, 143.
4. Interview with M. Narayan Reddy in Hyderabad, 2015.

5. Adiraju, *The Right Prime Minister: A Political Biography of P.V. Narasimha Rao*, 144.
6. Transcript of interview of P.V. Narasimha Rao with the journalist Neerja Chowdhary; copy found among Narasimha Rao's private papers in 2015.
7. Interview with Satchidananda Swamy in Bangalore, 2015.
8. Interview with Narsa Reddy in Hyderabad, 2015.
9. Adiraju, *The Right Prime Minister: A Political Biography of P.V. Narasimha Rao*, 151.
10. Ibid., 151–52.
11. Ramachandra Guha, *India After Gandhi: The History of the World's Largest Democracy*, 492.
12. Official Election Commission results of the 1977 General Election, available at http://eci.nic.in/eci_main/StatisticalReports/ LS_1977/Vol_I_LS_77.pdf.
13. Francine Frankel, *India's Political Economy 1947–2004* (New Delhi: Oxford University Press, second edition, 2006), 571.
14. Adiraju, *The Right Prime Minister: A Political Biography of P.V. Narasimha Rao*, 153.
15. Interview with K.L.N. Rao in Hyderabad, 2015.
16. 1980 General Election results data available at http://www.elections.in/parliamentary-constituencies/1980-election-results.html.
17. Interview with P.V. Prabhakara Rao in Hyderabad, 2015.
18. Ibid.
19. Ibid.
20. Interview with Ronen Sen in New Delhi, 2015.
21. Ministry of Home Affairs data, available at http://www.mha.nic.in/hindi/sites/upload_files/mhahindi/files/pdf/BM_Intro_E_.pdf.
22. Transcript of interview of P.V. Narasimha Rao with the journalist Neerja Chowdhary; copy found among Narasimha Rao's private papers in 2015.
23. Interview with Captain V. Lakshmikantha Rao in Warangal, 2015.
24. Voice recording of interview with Pranab Mukherjee (likely in the early 1990s) found in Rao's archives in 2015.
25. Interview with Ramu Damodaran in New York, 2015.
26. P.C. Alexander, *Through the Corridors of Power: An Insider's Story* (New Delhi: HarperCollins, 2004), 167–70.
27. Maya Chadda, *Ethnicity, Security, and Separatism in India* (New York: Columbia University Press, 1996), 135.
28. Pranab Mukherjee, *The Turbulent Years: 1980–1996* (New Delhi: Rupa Publications, 2016), 34.
29. Natwar Singh, *One Life Is Not Enough* (New Delhi: Rupa Publications, 2014), 232.
30. Rao's deposition to the Ranganath Mishra commission of inquiry; copy found amidst Rao's private papers in 2015.
31. Ibid. In Pranab Mukherjee's biography, he states that Rao was already in Delhi by the afternoon of 31 October.

32. Manoj Mitta and H.S. Phoolka, *When a Tree Shook Delhi* (New Delhi: Roli Books, Kindle edition, 2008), 492.
33. Ibid.
34. Tacitus, *Annales*, 1.7, available at http://perseus.uchicago.edu/ perseus-cgi/ citequery3.pl?dbname=PerseusLatinTexts&query=T ac.%20Ann.%201.7&getid=1. Quote suggested by Neel Maitra, 2016.
35. Rashid Kidwai, *24 Akbar Road* (Gurgaon: Hachette India, 2011), 160.
36. Mitta and Phoolka, *When a Tree Shook Delhi*.
37. Ibid., 198.
38. 'Bhopal's deadly legacy', the *New York Times*, 4 December 2014, http://www.nytimes.com/2014/12/05/opinion/bhopals-deadly- legacy.html.
39. Alan Taylor, 'Bhopal: The World's Worst Industrial Disaster, 30 Years Later', the *Atlantic*, 2 December 2014, http://www.theatlantic. com/photo/2014/12/bhopal-the-worlds-worst-industrial-disaster-30-years-later/100864/.
40. Singh (with Chopra), *A Grain of Sand in the Hourglass of Time: An Autobiography*, 176.
41. Ibid., 179.
42. Hasan, *Congress after Indira: Policy, Power, Political Change (1984–2009)*, 13.
43. Interview with Captain V. Lakshmikantha Rao in Warangal, 2015.
44. Photograph given to the author by P.V. Prabhakara Rao in Hyderabad, 2015.
45. Interview with P.V. Prabhakara Rao in Hyderabad, 2015.
46. Voice recording of interview with Pranab Mukherjee (likely in the early 1990s) found in Rao's archives in 2015.
47. Singh, *One Life Is Not Enough*, 240.
48. Interview with Dr V.S. Arunachalam in Bangalore, 2015.
49. Interview with Ramu Damodaran in New York, 2016.
50. Ibid.
51. Jairam Ramesh, *To the Brink and Back: India's 1991 Story* (New Delhi: Rupa Publications, 2015), 137.
52. Akshay Mangla, 'Bureaucratic Politics and Universal Primary Education in India', unpublished draft, September 2015, 8.
53. Ibid., 9.
54. Ibid.
55. Interview with Sadanand Menon in Chennai, 2014.
56. Ibid.
57. P.V. Narasimha Rao, *Ayodhya: 6 December 1992* (New Delhi: Penguin Books, 2006), 49.
58. Singh, *One Life Is Not Enough*, 261–62.
59. Ibid., 262.
60. Sanjoy Hazarika, 'Indian army agrees to leave Sri Lanka', the *New York Times*, 19 September 1989, http://www.nytimes. com/1989/09/19/world/indian-army-agrees-to-leave-sri-lanka.html.

61. Arvind Panagariya, 'India in the 1980s and 1990s: A Triumph of Reform', IMF seminar paper, 6 November 2003, https://www.imf. org/external/np/apd/seminars/2003/newdelhi/pana.pdf.
62. 'These included the P. C. Alexander Committee Report on Import and Export Policies of 1978, the Vadilal Dagli Report of the Committee on Controls and Subsidies of 1978, the Abid Hussain Committee Report on Trade Policy of 1984 and the M. Narasimham Report on Industrial Licensing of 1985.' Shankkar Aiyar, *Accidental India: A History of The Nation's Passage through Crisis and Change*, 696.
63. Atul Kohli, 'Politics of Liberalization in India', *World Development* 17, no. 3 (1989): 308–11.
64. Hasan, *Congress after Indira: Policy, Power, Political Change (1984–2009)*, 48.
65. Kohli, 'Politics of Liberalization in India', *World Development*, 312.
66. Sumantra Ghoshal et al., *World Class in India: A Casebook of Companies in Transformation* (New Delhi: Penguin Books, 2001), 167.
67. Dani Rodrik and Arvind Subramanian, 'From "Hindu Growth" to Productivity Surge: The Mystery of the Indian Growth Transition', IMF working paper (May 2004), 5.
68. Arvind Panagariya, 'India in the 1980s and 1990s: A Triumph of Reform', IMF seminar paper, 6 November 2003, https://www.imf. org/external/np/apd/seminars/2003/newdelhi/pana.pdf.
69. There is considerable debate between those who argue that this deficit-led growth of the 1980s was its primary problem (e.g. Montek Ahluwalia, T.N. Srinivasan) and those who disagree (e.g. Dani Rodrik and Arvind Subramanian). See Dani Rodrik and Arvind Subramanian, 'From "Hindu Growth" to Productivity Surge: The Mystery of the Indian Growth Transition', 17.
70. Kohli, 'Politics of Liberalization in India', *World Development*, 318–22.
71. Hasan, *Congress after Indira: Policy, Power, Political Change (1984–2009)*, 50.
72. Frankel, *India's Political Economy 1947–2004*, 587–88.
73. Interview with P.V. Prabhakara Rao in Hyderabad, 2015.
74. Ramesh, *To the Brink and Back: India's 1991 Story*, 5.
75. Letter dated 13 December 1990 to commerce minister Subramanian Swamy, found amidst Rao's private papers in 2015.
76. Interview with Prabhakar Menon in Delhi, 2015.
77. Printed diary entry dated 22 June 1991, found amidst Rao's private papers in 2015.
78. Television interview of Kiran Kumar Reddy, available at http://youtu.be/4FDcVeyvgIA.
79. K. Natwar Singh, 'Thatcher, Chandraswami and I', *The Hindu*, 9 April 2013, http://www.thehindu.com/opinion/op-ed/thatcher-chandraswami-and-i/article4595546.ece.
80. Interview with Chandraswami in Delhi, 2015.
81. Interview with Srinath Raghavan in Delhi, 2015.
82. Interview with Shravan, grandson of Narasimha Rao, in Hyderabad, 2015.
83. Interview with R. Srinivasan in Chennai, 2015. Full disclosure: He is the author's uncle.
84. Interview with Velcheru Narayana Rao (on phone) in Atlanta, 2015.

85. 1989 manifesto of the Congress party, 40–41.
86. Letter found amidst Rao's private papers in 2015.
87. Ibid.
88. Ibid.
89. Note found amidst Rao's private papers in 2015.
90. Interview with Shekhar Gupta in Delhi, 2015.
91. Ramesh, *To the Brink and Back: India's 1991 Story*, 142.
92. Congressman, 'The Great Suicide', *Mainstream*, 27 January 1990, http://www.mainstreamweekly.net/article5438.html.
93. Interview with Dr Srinath Reddy in Delhi, 2015.
94. Interview with P.V. Rajeshwara Rao in Hyderabad, 2015.
95. Official website of Siddheshwari Peetham, http://www.siddheswaripeetham.org/peethadhipathi-parampara/.
96. Interview with P.V. Prabhakara Rao in Hyderabad, 2015, and Satchidananda Swamy in Bangalore, 2015.

6. துறவி அரசனான கதை

1. Interview with P.V.R.K. Prasad in Hyderabad, 2015.
2. Letter found amidst Rao's private papers in 2015.
3. Interview with P.V. Prabhakara Rao in Hyderabad, 2015.
4. Printed diary entry dated 22 June 1991, found amidst Rao's private papers in 2015.
5. Interview with Subramanian Swamy in New Delhi, 2015.
6. Interview with Kalyani Shankar in New Delhi, 2015.
7. Interview with Ronen Sen in New Delhi, 2015.
8. P.V. Prabhakara Rao says that his father got membership of IIC, Delhi in 1990–91; confirmed by Salman Haidar in New Delhi, 2015.
9. Appointment Diary 1991, written by Rao's secretary, Khandekar, and found amidst his private papers in 2015.
10. Printed diary entry found amidst Rao's private papers in 2015.
11. Interview with Ronen Sen in New Delhi, 2015.
12. Interview with P.V. Rajeshwara Rao in Hyderabad, 2015.
13. Interview with Gopalkrishna Gandhi in Chennai, 2015.
14. Interview with Rajeshwara Rao in Hyderabad, 2015.
15. Confirmed in interviews with Prabhakara Rao, Rajeshwara Rao, P.V.R.K. Prasad (all in Hyderabad) and Satchidananda Swamy (in Bengaluru) in 2015.
16. 11 May 1991 entry in his 1991 Appointment Diary, maintained by Rao's secretary, R.K. Khandekar, and found amidst his private papers in 2015.
17. Official Election Commission results data of the 1991 General Election, available at http://eci.nic.in/eci_main/StatisticalReports/ LS_1991/VOL_I_91.pdf.

18. 22 May 1991 entry in Rao's 1991 Appointment Diary, found amidst his private papers in 2015.
19. K.M.H.C.B. Kulatunga, 'When Tigers Killed Rajiv Gandhi 22 Years Ago', *Sunday Observer*, Colombo, 19 May 2013,http://www.sundayobserver.lk/2013/05/19/fea05.asp
20. Printed diary entry found amidst Rao's private papers in 2015.
21. Interview with Gopalkrishna Gandhi in Chennai, 2015.
22. 22 May 1991 entry in Rao's 1991 Appointment Diary, found amidst his private papers in 2015.
23. Ibid.
24. Ibid.
25. Singh (with Chopra), *A Grain of Sand in the Hourglass of Time: An Autobiography*, 240.
26. 22 May 1991 entry in Rao's 1991 Appointment Diary, found amidst his private papers in 2015.
27. Kidwai, *24 Akbar Road*, 151.
28. Alexander, *Through the Corridors of Power: An Insider's Story*, 402.
29. Ibid., pp. 402–03.
30. Robert Benjamin, 'Thousands mourn as Gandhi's body is cremated', *Baltimore Sun*, 25 May 1991, http://articles.baltimoresun.com/1991-05-25/news/1991145017_1_gandhi-rajiv-india.
31. Mukherjee, *The Turbulent Years: 1980–1996*, 131.
32. Robert Benjamin, 'Thousands mourn as Gandhi's body is cremated'.
33. Kidwai, *24 Akbar Road*, 156.
34. K. Natwar Singh, 'How PV became PM', *The Hindu*, 6 July 2012, http://www.thehindu.com/opinion/op-ed/how-pv-became-pm/ article3592050.ece.
35. Ibid.
36. Interview with Satish Sharma in New Delhi, 2015.
37. Ibid.
38. Ibid.
39. Kalyani Shankar, *Pandora's Daughters* (New Delhi: Bloomsbury India, 2013), 45. Confirmed in an interview, 2015.
40. Interview with Subramanian Swamy in New Delhi, 2015.
41. Letter found amidst Rao's private papers in 2015.
42. Adiraju, *The Right Prime Minister: A Political Biography of P.V. Narasimha Rao*, 189.
43. Interview with Jairam Ramesh in New Delhi, 2015.
44. Interview with Salman Khurshid in New Delhi, 2015.
45. Kidwai, *24 Akbar Road*, 161.
46. Alexander, *Through the Corridors of Power: An Insider's Story*, 406.
47. Ibid., 405.
48. Interview with Subramanian Swamy in New Delhi, 2015.
49. Interview with N.K. Sharma in New Delhi, 2015.

50. 17 June 1991 entry in Rao's 1991 Appointment Diary, found amidst his private papers in 2015.
51. George Perkovich, *India's Nuclear Bomb: The Impact of Global Proliferation* (New Delhi: Oxford University Press, 1999), 320.
52. R.D. Pradhan, *My Years with Rajiv and Sonia* (New Delhi: Hay House India, 2014), 170–71.
53. Alexander, *Through the Corridors of Power: An Insider's Story*, 407.
54. 'Pawar declares his candidature', the *Times of India*, 20 June 1991, 1.
55. Singh (with Chopra), *A Grain of Sand in the Hourglass of Time: An Autobiography*, 329.
56. Interview with Kalyani Shankar in New Delhi, 2015.
57. Interview with M.K. Narayanan in Chennai, 2015.
58. R. Venkataraman, *My Presidential Years* (New Delhi: Harper Collins, 1994): Jairam Ramesh, *To the Brink and Back: India's 1991 Story*, 23.
59. Ramesh, *To the Brink and Back: India's 1991 Story*, 6.
60. Interview with Jairam Ramesh in New Delhi, 2015.
61. Interview with Naresh Chandra in New Delhi, 2015.
62. Interview with Manmohan Singh in New Delhi, 2015.
63. Ibid.
64. Interview with Montek Singh Ahluwalia in New Delhi, 2015.
65. Ibid.
66. 'Narasimha sworn in ninth PM', the *Times of India*, 22 June 1991, 1.
67. Cover, *India Today*, 15 July 1991.
68. Zafar Agha, 'New government: Back to the old guard', *India Today*, 15 July 1991, http://indiatoday.intoday.in/story/narasimha- rao-election-as-prime-minister-heralds-return-of-the-old-congress- guard/1/318487.html.
69. *P.V. Narasimha Rao Selected Speeches 1991–1992*, 3–4.
70. Interview with Naresh Chandra in New Delhi, 2015.

7. பொருளாதாரத்தை மீட்டெடுத்தல் : 1991-92

1. Aiyar, *Accidental India: A History of the Nation's Passage through Crisis and Change*, 1081–87.
2. The flight was caught by enterprising journalists of the *Indian Express*, led by Shankkar Aiyar.
3. Ramesh, *To the Brink and Back: India's 1991 Story*, 16.
4. Ibid., 11.
5. Quoted directly from Daman Singh, *Strictly Personal: Manmohan & Gursharan* (New Delhi: HarperCollins, 2014), 373.
6. Aiyar, *Accidental India: A History of the Nation's Passage through Crisis and Change*, 1048.
7. *P.V. Narasimha Rao Selected Speeches 1991–1992*, 106
8. Ramesh, *To the Brink and Back: India's 1991 Story*, 31.

9. Singh, *Strictly Personal: Manmohan & Gursharan*, 353.
10. Ibid., pp. 359–60.
11. Interview with Montek Singh Ahluwalia in Delhi, 2015.
12. Singh, *Strictly Personal: Manmohan & Gursharan*, 355.
13. Rob Jenkins, *Democratic Politics and Economic Reform in India* (Cambridge: Cambridge University Press, 1999), 41.
14. 1991 General Election manifesto of the Indian National Congress(I), 22.
15. Ibid., 24.
16. Mancur Olson, *The Logic of Collective Action: Public Goods and the Theory of Groups* (Harvard Economic Studies, revised edition, 1971).
17. Interview with Naresh Chandra in Delhi, 2015.
18. Interview with Subramanian Swamy in New Delhi, 2015.
19. Interview with Jairam Ramesh in New Delhi, 2015.
20. Interview with Sanjaya Baru in New Delhi, 2015.
21. Interview with Manmohan Singh in New Delhi, 2015.
22. Ramesh, *To the Brink and Back: India's 1991 Story*, 18–19.
23. *Report of the South Commission: The Challenge to the South* (Oxford: Oxford University Press, 1990), http://www.southcentre.int/ wp-content/uploads/2013/02/The-Challenge-to-the-South_EN.pdf.
24. Singh, *Strictly Personal: Manmohan & Gursharan*, 349–50.
25. Story narrated to the author by an official who had worked with Rao at the time, and who wishes to remain anonymous.
26. Interview with G.V. Ramakrishna in Chennai, 2015.
27. Full disclosure: Ahluwalia's second son is a friend of the author.
28. Yashwant Sinha, *Confessions of a Swadeshi Reformer: My Years as Finance Minister* (New Delhi: Viking, 2007), 40.
29. Interview with Rakesh Mohan in Washington, D.C., 2015.
30. Interview with Jairam Ramesh in New Delhi, 2015.
31. Sinha, *Confessions of a Swadeshi Reformer: My Years as Finance Minister*, 26.
32. Interview with Naresh Chandra in Delhi, 2015.
33. Interview with Rakesh Mohan in Washington, D.C., 2015.
34. *P.V. Narasimha Rao Selected Speeches 1991–1992*, 7.
35. Singh, *Strictly Personal: Manmohan & Gursharan*, 354.
36. Interview with Manmohan Singh in New Delhi, 2015.
37. *P.V. Narasimha Rao Selected Speeches 1991–1992*, 8.
38. T.N. Ninan, 'Story of Two Devaluations', *Business Standard*, 16 August 2013, http://www.business-standard.com/article/opinion/story-of-two-devaluations-113081601231_1.html.
39. Ramesh, *To the Brink and Back: India's 1991 Story*, 36.
40. Note found amidst his private papers in 2015.
41. 'Step in Haste: Opposition', *Times of India*, 2 July 1991, 1.
42. Ibid.

43. Note found amidst his private papers in 2015.
44. Interview with Manmohan Singh in New Delhi, 2015.
45. Ibid.
46. Letter found amidst Rao's private papers in 2015.
47. His book, first published in 1993, gives some sense of his detailed rage at the licence raj. See Ashok V. Desai, *My Economic Affair* (New Delhi: Wiley Eastern Limited, second edition, 1994).
48. Shaji Vikraman, 'Commitment, quick decisions in making of new trade policy', the *Indian Express*, 13 August 2015, http:// indianexpress.com/article/explained/express-economic-history- series-commitment-quick-decisions-in-making-of-new-trade-policy.
49. Ibid.
50. *P.V. Narasimha Rao Selected Speeches 1991–1992*, 155.
51. Ibid., 156.
52. Interview with Rakesh Mohan in Washington, D.C., 2015.
53. Aiyar, *Accidental India: A History of the Nation's Passage through Crisis and Change*, 849.
54. Interview with Rakesh Mohan in Washington, D.C., 2015.
55. Ramesh, *To the Brink and Back: India's 1991 Story*, 77.
56. Interview with P.V.R.K. Prasad in Hyderabad, 2015.
57. Ramesh, *To the Brink and Back: India's 1991 Story*, 83.
58. Kalyani Shankar, 'Industrial Licensing to go', *Hindustan Times*, 12 July 1991.
59. Ramesh, *To the Brink and Back: India's 1991 Story*, 87.
60. *P.V. Narasimha Rao Selected Speeches 1991–1992*, 9.
61. Entry on 16 July 1991 in Appointment Diary 1991, written by Rao's secretary, Khandekar; found amidst his private papers in 2015.
62. Interview with Rakesh Mohan in Washington D.C., 2015.
63. Shaji Vikraman, 'Industrial policy and the importance of political context', the *Indian Express*, 24 June 2015, http://indianexpress. com/article/explained/express-economic-history-series-industrial- policy-and-the-importance-of-political-context.
64. Tapan Dasgupta, 'Cabinet okays industrial policy', the *Times of India*, 24 July 1991,1.
65. Interview with Manmohan Singh in New Delhi, 2015.
66. Interview with Rakesh Mohan in Washington, D.C., 2015.
67. Sinha, *Confessions of a Swadeshi Reformer: My Years as Finance Minister*, 42.
68. Interview with T.S.R. Subramanian in Noida, 2015. Full disclosure: he is my uncle.
69. Sinha, *Confessions of a Swadeshi Reformer: My Years as Finance Minister*, 44.
70. *P.V. Narasimha Rao Selected Speeches 1991–1992*, 155–56.
71. Ramesh, *To the Brink and Back: India's 1991 Story*, 104.
72. Entry on 20 July 1991 in Appointment Diary 1991, written by Rao's secretary, Khandekar; found amidst Rao's private papers in 2015.
73. Letter found amidst Rao's private papers in 2015.

74. Interview with Manmohan Singh in New Delhi, 2015.
75. Swaminathan S. Anklesaria Aiyar, 'Unsung Hero of the India Story', 26 June, 2011, http://swaminomics.org/unsung-hero-of-the- india-story/.
76. Ramesh, *To the Brink and Back: India's 1991 Story*, 98.
77. Ibid.
78. 'A budget, a briefcase and expectations: Finance ministers on budget day', http://www.livemint.com/Multimedia/GyTLM3rV W8wPCsVA89j36H/A-budget-a-briefcase-and- expectationsFinance-ministers-on.html.
79. 1991–92 Union Budget, para 1. Available at http://indiabudget.nic. in/bspeech/bs199192.pdf.
80. Ibid., para 2.
81. Ibid., para 16.
82. Puja Mehra, 'Liberalisation (1991–92)', *The Hindu,* 7 July 2014, http://www.thehindu.com/business/budget/liberalisation-199192/ article6186027.ece.
83. 1991–1992 Union Budget, para 153. Available at http://indiabudget. nic.in/bspeech/bs199192.pdf.
84. Entry on 24 July 1991 in Appointment Diary 1991; found amidst Rao's private papers in 2015.
85. Editorial, the *Times of India*, 25 July 1991.
86. 'Singh's new song', *The Economist,* 27 July 1991, 52.
87. Cover, *India Today*, 31 July 1991.
88. 'Anti-people, says opposition', *Times of India*, 25 July 1991, 1.
89. *P.V. Narasimha Rao Selected Speeches 1991–1992*, 16.
90. Ibid.
91. *P.V. Narasimha Rao Selected Speeches 1991–1992*, 164.
92. Ibid., 158–59.
93. Interview with Rakesh Mohan in Washington, D.C., 2015.
94. Ramesh, *To the Brink and Back: India's 1991 Story*, 72.
95. Interview with Manmohan Singh in New Delhi, 2015.
96. Ramesh, *To the Brink and Back: India's 1991 Story*, 110.
97. Ibid., 60.
98. Ibid., annexure 6.
99. Hasan, *Congress after Indira: Policy, Power, Political Change (1984–2009)*, 53.
100. Ibid.
101. Interview with Sanjaya Baru in New Delhi, 2015.
102. Singh, *Strictly Personal: Manmohan & Gursharan*, 382.
103. Interview with P.V. Prabhakara Rao in Hyderabad, 2015.
104. Ramesh, *To the Brink and Back: India's 1991 Story*, 103.
105. Ibid.
106. Interview with P.V.R.K. Prasad in Hyderabad, 2015.

107. Kapil Komireddi, 'PV Narasimha Rao reinvented India—so why is he the forgotten man?', the *National*, 19 May 2012, http://www. thenational.ae/lifestyle/pv-narasimha-rao-reinvented-india-so-why- is-he-the-forgotten-man.
108. Ramesh, *To the Brink and Back: India's 1991 Story*, 108.
109. Interview with Mani Shankar Aiyar in New Delhi, 2015.
110. Singh, *Strictly Personal: Manmohan & Gursharan*, 366.
111. Jenkins, *Democratic Politics and Economic Reform in India*, 14.
112. Ramesh, *To the Brink and Back: India's 1991 Story*, 123.
113. Interview with Naresh Chandra in Delhi, 2015.
114. James Manor, 'The Congress party and the "Great Transformation"', in Sanjay Ruparelia et al., *Understanding India's New Political Economy: A Great Transformation?* (Abingdon: Routledge, 2011), 204–21.
115. Singh, *Strictly Personal: Manmohan & Gursharan* (New Delhi: HarperCollins, 2014), 384.
116. Devengshu Datta, 'The Budgets That Shaped India', *Huffington Post*, 28 February 2015, http://www.huffingtonpost.in/devangshu- datta/budgets-that-shaped-india_b_6773966.html.
117. From the Reserve Bank of India's database on the Indian Economy, available at dbie.rbi.org.in.
118. Interview with S. Rajgopal in Mumbai, 2015.
119. P.V. *Narasimha Rao Selected Speeches 1992–1993*, 161.
120. Jeremy Adelman, *Worldly Philosopher: The Odyssey of Albert O. Hirschman* (New Jersey: Princeton University Press, 2013), 262.
121. 'At a Glance—India and the IMF', available at https://www.imf. org/external/country/IND/rr/glance.htm.
122. Interview with Tarun Das in New Delhi, 2015.

8. பொருளாதாரத்தை வளர்த்தெடுத்தல் : 1992-96

1. Roger Boesche, 'Moderate Machiavelli? Contrasting The Prince with the Arthashastra of Kautilya', *Critical Horizons* 3, no. 2 (2002): 257–58.
2. There is controversy on the date. Some scholars believe that it was more likely written in the 3rd century AD.
3. For a discussion on these techniques, see Rashed Uz Zaman, 'Kautilya: The Indian Strategic Thinker and Indian Strategic Culture', *Comparative Strategy* 25:3, 231–47 (2006), 238.
4. Akhilesh Pillalamarri, 'Chanakya: India's Truly Radical Machiavelli", *The National Interest*, 29 January 2015, http://nationalinterest.org/ feature/chanakya-indias-truly-radical-machiavelli-12146.
5. Boesche, 'Moderate Machiavelli? Contrasting The Prince with the Arthashastra of Kautilya', 260.
6. Hasan, *Congress after Indira: Policy, Power, Political Change (1984–2009)*.

7. Interview with Kalyani Shankar in New Delhi, 201.
8. Note from P.C. Alexander dated 27 March 1992, found amongst Rao's private papers in 2015.
9. Note from V.N. Gadgil, found amongst Rao's private papers in 2015.
10. Interview with Montek Singh Ahluwalia in New Delhi, 2015.
11. Singh, *Strictly Personal: Manmohan & Gursharan*, 380.
12. Janak Singh, 'Rao Swears by Nehru', the *Times of India*, 17 April 1992, 1.
13. A. Devarajan, 'Tirupati Plenary—down memory lane', *The Hindu*, 21 January 2006, http://www.thehindu.com/todays-paper/tp- national/tp-andhrapradesh/tirupati-plenary-down-the-memory- lane/article3242772.ece.
14. 'Congress Economics', the *Times of India*, 17 April 1992, 10.
15. Interview with G.V. Ramakrishna in Chennai, 2015.
16. Sucheta Dalal, 'Harshad Mehta scam broke 20 years ago. What has changed?' *Moneylife*, 3 May 2012.
17. Chapter 25 of Niccolò Machiavelli (translator: Harvey Mansfield), *The Prince* (Chicago: University of Chicago Press, second edition, 1998).
18. Dalal,'Harshad Mehta scam broke 20 years ago. What has changed?', 3 May 2012.
19. Edward A. Gargan, 'Huge Financial Scandal Shakes Indian Politics', the *New York Times*, 9 June 1992, http://www.nytimes. com/1992/06/09/business/huge-financial-scandal-shakes-indian- politics.html.
20. Ibid.
21. Note found amongst Rao's private papers in 2015.
22. Gargan, 'Huge Financial Scandal Shakes Indian Politics'.
23. Dalal, 'Harshad Mehta scam broke 20 years ago. What has changed?'.
24. Interview with G.V. Ramakrishna in Chennai, 2015.
25. Ibid.
26. 'Foreign Institutional Investors in India', *Indian Securities Market, A Review*, November 2009, http://www.nseindia.com/content/us/ ismr2009ch8.pdf.
27. Deepak Korgaonkar and Puneet Wadhwa, 'FIIs' net investment in equities set to cross Rs 1 lakh cr in 2014', *Business Standard*, 4 December 2014, http://www.business-standard.com/article/ markets/fiis-net-investment-in-equities-set-to-cross-rs-1-trillion- in-2014-1_114120400151_1.html.
28. Interview with Pratap Mehta in New Delhi, 2015.
29. Letter found amongst Rao's private papers in 2015.
30. Interview with P.V. Prabhakara Rao in Hyderabad, 2015.
31. Interviews with Manmohan Singh and Montek Singh Ahluwalia in New Delhi, 2015.
32. Interview with P.V. Prabhakara Rao in Hyderabad, 2015.
33. Interview with Sanjaya Baru in New Delhi, 2015.
34. Interview with Manmohan Singh in New Delhi, 2015.
35. Interview with Prabhakar Menon in Delhi, 2015.
36. 'India deploys 200,000 police as it braces for Hindu-Muslim race riots over 16th-

century mosque ownership', *Daily Mail*, 30 September 2010, http://www.dailymail.co.uk/news/ article-1316466/Ayodhya-verdict-India-braces-Hindu-Muslim- riots-Babri-mosque-ownership.html

37. *P.V. Narasimha Rao Selected Speeches 1992–1993*, 302.
38. Jenkins, *Democratic Politics and Economic Reform in India*, 201.
39. Hasan, *Congress after Indira: Policy, Power, Political Change (1984–2009)*, 58.
40. 'IDFC and Bandhan make the cut for banking licences', *Business Standard*, 3 April 2014, http://www.business- standard.com/article/specials/rbi-grants-bank-licence-to-idfc- bandhan-114040200963_1.html.
41. Prasad, *Wheels behind the Veil: PMs, CMs and beyond*, 120.
42. Infosys website, available at http://www.infosys.com/investors/investor-services/Pages/FAQs.aspx.
43. Data available at *https://ycharts.com/companies/INFY/market_cap*.
44. Interview with Devesh Kapur (on phone) in the United States, 2015.
45. Interview with Nandan Nilekani in Bangalore, 2015.
46. Ibid.
47. *P.V. Narasimha Rao Selected Speeches 1993–1994*, 237.
48. Ibid., 282.
49. Adiraju, *The Right Prime Minister: A Political Biography of P.V. Narasimha Rao*.
50. *P.V. Narasimha Rao Selected Speeches 1993–1994*, 422.
51. Interview with Montek Singh Ahluwalia in New Delhi, 2015.
52. *P.V. Narasimha Rao Selected Speeches 1993–1994*, 24.
53. Interview with Montek Singh Ahluwalia in New Delhi, 2015.
54. *P.V. Narasimha Rao Selected Speeches 1993–1994*, 131.
55. *P.V. Narasimha Rao Selected Speeches 1991–1992*, 185.
56. See generally, Kohli, 'Politics of Liberalization in India'.
57. CII website, available at http://www.cii.in/about_us_History.aspx?enc=ns9fJzmNKJnsoQCyKqUmaQ==.
58. Interview with Montek Singh Ahluwalia in New Delhi, 2015.
59. Montek S. Ahluwalia, 'Infrastructure Development in India's Reforms', 5, http://planningcommission.gov.in/aboutus/speech/ spemsa/new/msa29.pdf.
60. Ibid., 2.
61. Ibid., 4.
62. T.S. Ramakrishnan and T. Raghuram, 'Evolution of Model Concession Agreement for National Highways of India', Indian Institute of Management, Ahmedabad, July2012, 4. Available at: http://www.iimahd.ernet.in/assets/snippets/workingpaperpdf/5564292122012-07-01.pdf.
63. Montek S. Ahluwalia, 'Infrastructure Development in India's Reforms', 5.
64. Data available at http://www.tradingeconomics.com/india/electricity- production-from-coal-sources-percent-of-total-wb-data.html.
65. Jenkins, *Democratic Politics and Economic Reform in India*, 189.

66. Ibid., 190.
67. *P.V. Narasimha Rao Selected Speeches 1992–1993*, 235.
68. Waquar Ahmed, 'From Militant Particularism to Anti-neoliberalism? The Anti-Enron Movement in India', *Antipode* 44, no. 4, (2012): 1059–80.
69. Singh (with Chopra), *A Grain of Sand in the Hourglass of Time: An Autobiography*, 306.
70. Ibid., 307.
71. Dilip Bobb, 'Fact or Fiction?', *India Today*, 15 July 1993, http:// indiatoday.intoday.in/story/securities-scam-harshad-mehta-claims- to-have-paid-rs-1-crore-to-narasimha-rao/1/303698.html.
72. Singh, *Strictly Personal: Manmohan & Gursharan*, 389.
73. Interview with Montek Singh Ahluwalia in New Delhi, 2015.
74. Ibid.
75. Singh, *Strictly Personal: Manmohan & Gursharan*, 386.
76. Prasad, *Wheels behind the Veil: PMs, CMs and beyond*, 123.
77. Interview with P.V.R.K. Prasad in Hyderabad, 2015.
78. Interview with Sanjaya Baru in New Delhi, 2015.
79. Ibid.
80. Prasad, *Wheels behind the Veil: PMs, CMs and beyond*, 123.
81. Shanti Kumar, *Gandhi Meets Primetime: Globalization and Nationalism in Indian Television* (Champaign: University of Illinois Press, 2005), 4.
82. Ibid., 4–5.
83. Interview with P.V.R.K. Prasad in Hyderabad, 2015.
84. Interview with Nalin Mehta in New Delhi, 2015.
85. *The Secretary, Ministry of Information and Broadcasting* vs *Cricket Association of Bengal*, 1995, SCC (2) 161.
86. Data available at http://telecomtalk.info/total-number-tv-channels- india/139844/.
87. World Bank data, available at http://data.worldbank.org/indicator/ IS.AIR.PSGR.
88. 'Narasimha Rao govt asked Tata to start airline, then backed out', the *Times of India*, 31 January 2015, http://timesofindia.indiatimes. com/india/Narasimha-Rao-govt-asked-Tata-to-start-airline-then- backed-out/articleshow/46073074.cms.
89. Document found amongst Rao's private papers in 2015.
90. 'Sukh Ram, Vittal duel stalls Telecom reforms', *Economic Times*, 17 April 1994.
91. Letter from Sukh Ram dated April 20 1994, found amongst Rao's private papers in 2015.
92. Sinha, *Confessions of a Swadeshi Reformer: My Years as Finance Minister*, 161.
93. Data sourced from 'Highlights of Telecom Subscription Data as on 31st March, 2015', Telecom Regulatory Authority of India, available at http://www.trai.gov.in/WriteReadData/WhatsNew/ Documents/PR-34-TSD-Mar-12052015.pdf.
94. Rohit Saran, '1995: Cell phones arrives', *India Today*, 26 December 2005, http://indiatoday.intoday.in/story/bengal-cm- jyoti-basu-made-indias-first-cell-phone-call-to-telecom-minister- sukh-ram-in-1995/1/192421.html.

95. Interview with Sanjaya Baru in New Delhi, 2015.
96. Interview with Tarun Das in New Delhi, 2015.
97. Interview with Manmohan Singh in New Delhi, 2015.
98. 'Defend GATT Aggressively', *India Today*, 15 May 1994, http:// indiatoday.intoday.in/ story/defend-gatt-aggressively/1/295403. html.
99. Resolution of 2 April 1994, found amongst Rao's private papers in 2015.
100. *P.V. Narasimha Rao Selected Speeches 1993–1994*, 234.
101. John F. Burns, 'Unlikely Reformer Coaxes India Towards a Market Economy', the *New York Times*, 8 May 1994, http://www.nytimes.com/1994/05/08/business/unlikely-reformer-coaxes-india-toward- a-market-economy.html?pagewanted=all.
102. Sunil Jain, 'Slow Pace, Long Road', *India Today*, 15 October 1994, http:// indiatoday.intoday.in/story/slow-pace-long-road/1/294199. html.
103. Daksesh Parekh, 'Basically Different', *India Today*, 30 September 1994, http:// indiatoday.intoday.in/story/two-and-a-half-years-of- sulking-sensex-hits-new-high-with-cheery-nonchalance/1/294111. html.
104. *P.V. Narasimha Rao Selected Speeches 1994–1995*, 22.
105. Rachel Dwyer, '"Indian values" and the diaspora: Yash Chopra's films of the 1990s', *West Coast Line*, 32–34 (2, Autumn 2000), 6–27.
106. Singh (with Chopra), *A Grain of Sand in the Hourglass of Time: An Autobiography*, 310.
107. Inderjit Badhwar and Zafar Agha, 'Rao's actions are anti-secular', *India Today*, 15 June 1995, http://indiatoday.intoday.in/story/raos- actions-are-anti-secular/1/ 288952.html.
108. Zafar Agha, 'Fighting for survival', *India Today*, 15 June 1995, http:// indiatoday.intoday.in/story/divided-denied-its-traditional-vote-banks- congress-turns-to-populism-and-regional-players/1/290438.html.
109. Jenkins, *Democratic Politics and Economic Reform in India*, 13.
110. Interview with Montek Singh Ahluwalia in New Delhi, 2015.
111. *P.V. Narasimha Rao Selected Speeches 1993–1994*, 468.
112. Kanta Murali, *Economic liberalization, electoral coalitions and private investment in India* (PhD dissertation, Department of Politics, Princeton University, 2013).
113. Interview with Devesh Kapur (on phone) in the United States, 2016.

9. மக்கள் நல அரசு?

1. Chatterjee, *Keeping the Faith: Memoirs of a Parliamentarian*, 99.
2. Manor, 'The Congress party and the "Great Transformation"', 204–20.
3. Hindi phrase that means 'Remove Poverty'.
4. Satish Y. Deodhar, *Day to Day Economics* (IIM Ahmedabad Business Books, Random House India, 2012), 41.
5. Ibid., 41.

6. Mihir Shah et al., 'Rural Credit in 20th century India: An Overview of History and Perspectives', 17, http://www1.ximb.ac.in/users/fac/ shambu/sprasad.nsf/0/ e78490ff090249d06525730c0030abf9/$FI LE/Mihir%20Shah_rural_credit April_2007_epw.pdf.
7. Jagdish Bhagwati and Arvind Panagariya, *Why Growth Matters: How Economic Growth in India Reduced Poverty and the Lessons for Other Developing Countries* (Public Affairs, Kindle edition, 2013), 33–35.
8. Census of India 1991 literacy rates, available at http://infochangeindia.org/education/ statistics/literacy-rates-in-india-1951-2001.html.
9. 'Global Nutrition Report: India Country Profile', available at http:// globalnutritionreport.org/files/2014/11/gnr14_cp_india.pdf.
10. Jenkins, *Democratic Politics and Economic Reform in India*, 23.
11. Interview with Sanjaya Baru in New Delhi, 2015.
12. Deodhar, *Day to Day Economics*, 41.
13. In terms of tax and non-tax receipts.
14. Figures computed by Vikram Srinivas. Data sourced from 'Handbook of Statistics on the Indian economy', Reserve Bank of India, available at http://dbie.rbi.org.in/DBIE/ dbie.rbi?site=publications. Srinivas has used the year 1982 as base, and CPI for industrial workers as the deflator to calculate in real terms.
15. Ibid.
16. Notes and letters found amidst Rao's private papers in 2015.
17. Jenkins, *Democratic Politics and Economic Reform in India*, 178.
18. Interview with Prabhakar Menon in Delhi, 2015.
19. Interview with Jairam Ramesh in New Delhi, 2015.
20. Interview with Ramu Damodaran in New York, 2015.
21. '"People's IAS officer" S.R. Sankaran no more', *The Hindu*, 8 October 2010, http:/ /www.thehindu.com/todays-paper/tp-national/ tp-andhrapradesh/peoples-ias-officer-sr-sankaran-no-more/ article818981.ece.
22. C.R. Sukumar, 'Satya Nadella's father a high achiever himself; has strong left leanings', *Economic Times*, 3 February 2014, http://articles.economictimes.indiatimes. com/2014-02-03/ news/46963079_1_satya-nadella-yugandhar-rural-development.
24. Jenkins, *Democratic Politics and Economic Reform in India*, 181.
25. Ibid., 182.
26. *P.V. Narasimha Rao Selected Speeches 1991–1992*, 412.
27. Note found amidst Rao's private papers in 2015.
28. Swaminathan S. Anklesaria Aiyar, 'The real path to social justice', 27 April 997, http://swaminomics.org/the-real-path-to- social-justice/.
29. Jairam Ramesh, 'New subsidy raj', *India Today*, 15 February 1999, http:// indiatoday.intoday.in/story/the-pds-has-been-reformed-but- problems-remain/1/ 253199.html.
30. Jenkins, *Democratic Politics and Economic Reform in India*, 24.
31. Interview with K.R. Venugopal in Hyderabad, 2016.

32. Interview with Ramu Damodaran in New York, 2015.
33. Jenkins, *Democratic Politics and Economic Reform in India*, 185.
34. *P.V. Narasimha Rao Selected Speeches 1993–1994*, 54.
35. Sudipta Sengupta, 'When former PM PV Narasimha Rao "gatecrashed" Satya Nadella's wedding', the *Times of India*, 7 February 2014, http://timesofindia.indiatimes.com/india/When- former-PM-PV-Narasimha-Rao-gatecrashed-Satya-Nadellas- wedding/articleshow/29965083.cms.
36. Interview with Ramu Damodaran in New York, 2015.
37. Interview with Sanjaya Baru in New Delhi, 2015.
38. The budget also included spending on youth and culture.
39. *P.V. Narasimha Rao Selected Speeches 1994–1995*, 100.
40. Interview with Akshay Mangla (on the phone) in US, 2015.
41. Interview with Keshav Desiraju in New Delhi, 2015.
42. Jean Drèze and Amartya Sen, *An Uncertain Glory: India and its Contradictions* (Princeton: Princeton University Press, Kindle edition, 2013), 118.
43. Ibid., 118–19.
44. Ibid., 122.
45. Interview with Baladevan Rangaraju in Delhi, 2015.
46. This has been a smaller increase compared to the increase in absolute amounts.
47. This includes the budget for health and family welfare. See
48. Devesh Kapur and Prakirti Nangia, 'Social Protection in India: A Welfare State Sans Public Goods?', *India Review* 14, no. 1, 73–90 (2015): 77.
49. Ibid., 83.
50. Bhagwati and Panagariya, *Why Growth Matters: How Economic Growth in India Reduced Poverty and the Lessons for Other Developing Countries*, 33–34.
51. Ibid., 33–35.
52. Pranjul Bhandari and Rohit Lamba, *On Twenty-five Years of Economic Liberalisation* (unpublished paper, 2016).
53. Devesh Kapur, D. Shyam Babu and Chandra Bhan Prasad, *Defying the Odds: The Rise of Dalit Entrepreneurs* (Gurgaon: Random House India, 2014).
54. See, for example, Pravin Krishna and Guru Sethupathy, 'Trade and Inequality in India', in Jagdish Bhagwati and Arvind Panagariya, eds, *India's Reform: How They Produced Inclusive Growth* (New Delhi: Oxford University Press, 2012), 247–78. There is, however, a debate on the quality of the data, and other metrics, such as malnutrition.
55. Drèze and Sen, *An Uncertain Glory: India and its Contradictions*.
56. Devesh Kapur and Prakirti Nangia, 'Social Protection in India: A Welfare State Sans Public Goods?'.
57. World Bank estimates, available at http://www.worldbank.org/en/ news/feature/2013/05/13/helping-india-combat-persistently-high- rates-of-malnutrition.
58. *P.V. Narasimha Rao Selected Speeches 1991–1992*, 63.

59. Hasan, *Congress after Indira: Policy, Power, Political Change (1984–2009)*, 14.
60. Interview with Devesh Kapur in Philadelphia, 2015.

10. கட்சியையும் நாடாளுமன்றத்தையும் சமாளித்தல்

1. Interview with Dr Srinath Reddy in Delhi, 2015.
2. Interview with Rajaiah in Vangara village (now in Telangana state), 2015.
3. Manor, 'The Congress party and the "Great Transformation"', 204–21.
4. Atul Kohli, *Democracy and Discontent: India's Growing Crisis of Governability* (Cambridge: Cambridge University Press, 1991).
5. Rajni Kothari, 'The Congress "System" in India', 1161–73.
6. Interview with Salman Khurshid in New Delhi, 2015.
7. 'Narasimha Sworn in ninth PM', the *Times of India*, 22 June 1991, 1.
8. Ibid.
9. Interview with N.K. Sharma in New Delhi, 2015.
10. *P.V. Narasimha Rao Selected Speeches 1991–1992*, 11.
11. 'Rao wins trust vote', the *Times of India*, 16 July 1991, 1.
12. Interview with Subramanian Swamy in New Delhi, 2015.
13. Note found amidst Rao's private papers in 2015.
14. Gollapudi Srinivasa Rao, 'Seventh Highest Margin', *The Hindu*, 26 November 2015, http://www.thehindu.com/todays-paper/tp-national/tp-telangana/seventh-highest-margin/article7914610.ece.
15. While Vajpayee accepted the honour, Namboodiripad refused.
16. V. Krishna Ananth, *India Since Independence: Making Sense of Indian Politics* (New Delhi: Pearson Education India, 2010), 391.
17. The *Times of India*, 10 March 1992, 1.
18. Prasad, *Wheels behind the Veil: PMs, CMs and beyond*, 101–02.
19. Zafar Agha, 'The favourite five', *India Today*, 31 May 1993, http://indiatoday.intoday.in/story/five-trusted-aides-who-help-pm-narasimha-rao-run-the-party-and-the-government/1/302316.html.
20. Singh, *One Life Is Not Enough*, 290.
21. Interview with N.K. Sharma in New Delhi, 2015
22. Interview with Ramu Damodaran in New York, 2015.
23. Interview with Dr Srinath Reddy in Delhi, 2015.
24. Interview with Ramu Damodaran in New York, 2015.
25. *P.V. Narasimha Rao Selected Speeches 1991–1992*, 434.
26. Singh (with Chopra), *A Grain of Sand in the Hourglass of Time: An Autobiography*, 310.
27. Prasad, *Wheels behind the Veil: PMs, CMs and beyond*, 107.
28. 'NF-left plans no-trust move', the *Times of India*, 30 June 1992, 1.

29. 'Narasimha Rao wins trust vote', the *Times of India*, 18 July 1992, 1.
30. Akshaya Mukul, 'How Shukla saved Rao govt in 1992', the *Times of India*, 23 September 2012, http://timesofindia.indiatimes.com/india/How-Shukla-saved-Rao-govt-in-1992/articleshow/16509278.cms.
31. Letters found amidst Rao's private papers in 2015; confirmed in interview with Sanjaya Baru in New Delhi, 2015.
32. Interview with Ramu Damodaran in New York, 2015.
33. Javed M. Ansari, 'Splitting endlessly', *India Today*, http://indiatoday.intoday.in/story/latest-defections-shock-v.p.-singh-but-could-bring-solace-to-narasimha-rao/1/307575.html.
34. Interview with Subramanian Swamy in New Delhi, 2015.
35. Interview with Chandraswami in Delhi, 2015.
36. Prasad, *Wheels behind the Veil: PMs, CMs and beyond*, 113–14.
37. Interview with Ramu Damodaran in New York, 2015.
38. Singh (with Chopra), *A Grain of Sand in the Hourglass of Time: An Autobiography*.
39. 'No-trust Motion Defeated', the *Times of India*, 22 December 1992, 1.
40. Ibid.
41. Interview with Satish Sharma in New Delhi, 2015.
42. Ibid.
43. Draft found amidst Rao's private papers, 2015.
44. Interview with Ramu Damodaran in New York, 2015.
45. Ibid.
46. Interview with N.K. Sharma in New Delhi, 2015.
47. 'I gave Rs 1 cr. to Rao, says Harshad', the *Times of India*, 17 June 1993, 1.
48. 'Ajit Singh faction to vote against government', the *Times of India*, 28 July, 1993, 1.
49. Edward A. Gargan, 'India's Prime Minister Faces a No-Confidence Vote', the *New York Times*, 28 July 1993.
50. Interview with P.V.R.K. Prasad in Hyderabad, 2015.
51. Prasad, *Wheels behind the Veil: PMs, CMs and beyond*, 41.
52. Interview with Subramanian Swamy in New Delhi, 2015.
53. 'Ajit Singh faction to vote against government', the *Times of India*, 28 July 1993, 1.
54. *P.V. Narasimha Rao Selected Speeches 1993–1994*, 17–30.
55. Interview with P.V. Prabhakara Rao in Hyderabad, 2015.
56. 'Rao survives no-confidence move', the *Times of India*, 29 July 1993, 1.
57. 'Moral victory, says opposition', the *Times of India*, 29 July 1993, 1.
58. *Shri P.V. Narasimha Rao vs State Through CBI*, 2002, CriLJ 2401.
59. 'Moral victory, says opposition', the *Times of India*, 1.
60. Inderjit Badhwar, 'Rao's revival', *India Today*, 31 December 1993, http://indiatoday.intoday.in/story/raos-revival/1/303568.html.
61. Interview with Dr Srinath Reddy in Delhi, 2015.

62. Interview with P.V. Prabhakara Rao in Hyderabad, 2015.
63. Singh (with Chopra), *A Grain of Sand in the Hourglass of Time: An Autobiography*, 349.
64. Ibid.
65. Letter found amidst Rao's private papers in 2015.
66. Letters addressed to the Congress president, found amidst Rao's private papers in 2015.
67. 'CBI chargesheets Advani, Arjun, 5 others', the *Times of India*, 17 January 1996, 1.
68. US Department of Treasury document, available at https://www.treasury.gov/resource-center/terrorist-illicit-finance/Documents/ FinCEN-Hawala-rpt.pdf.
69. 'Chronology of Hawala Case', the *Times of India*, 17 January 1991, 1.
70. Julio Ríos-Figueroa, 'Fragmentation of Power and the Emergence of an Effective Judiciary in Mexico, 1994–2002', *Latin American Politics and Society* 49, no. 1, 31–57 (2007); Tom Ginsburg, *Judicial Review in New Democracies: Constitutional Courts in Asian Cases* (New York: Cambridge University Press, 2003); Gretchen Helmke, *Courts under Constraints: Judges, Generals, and Presidents in Argentina* (New York: Cambridge University Press, 2005).
71. Prasad, *Wheels behind the Veil: PMs, CMs and beyond*, 190.
72. Ibid., 191.
73. N.K.Singh, 'Tarred with the same brush', *India Today*, 15 February 1996, http://indiatoday.intoday.in/story/tarred-with- the-same-brush/1/280827.html.
74. Mahendra Ved, 'Indicted ministers may resign', the *Times of India*, 17 January 1996, 1.
75. Janak Singh, 'Rao's hand seen in Hawala drama', the *Times of India*, 17 January 1996, 1.
76. Entries in Appointment Diary 1991, written by Rao's secretary, R.K. Khandekar; found amidst his private papers in 2015.
77. Janak Singh, 'Rao's hand seen in Hawala drama', 1.
78. Interview with P.V.R.K. Prasad in Hyderabad, 2015.
79. Interview with Arun Jaitley in New Delhi, 2015.
80. Note found amidst Rao's private papers in 2015.
81. Prasad, *Wheels behind the Veil: PMs, CMs and beyond*, 194.
82. Interview with Rajeshwara Rao in Hyderabad, 2015.
83. 'BJP gaining an edge', *India Today*, 15 May 1996, http://indiatoday.intoday.in/story/elections-1996-bjp-will-add-substantially-to-its-1991-lok-sabha-tally-opinion-poll-shows/1/281179.html.
84. John F. Burns, 'Political Pact With Ex-Film Star May Bring Down India's Premier', the *New York Times*, 3 May 1996, http://www.nytimes.com/1996/05/03/world/political-pact-with-ex-film-star- may-bring-down-india-s-premier.html.
85. Interview with P.V.R.K. Prasad in Hyderabad, 2015.
86. Diary entry found amidst Rao's private papers in 2015.

87. Raj Chengappa, 'Selling the Optimism Dream', *India Today*, 15 May 1996, http://indiatoday.intoday.in/story/selling-the-optimism- dream/1/281153.html.
88. Interview with N.K. Sharma in New Delhi, 2015.
89. Letter to the President of India, copy found amidst Rao's private papers in 2015.
90. Janak Singh, 'Vajpayee Sworn in as P.M.', the *Times of India*, 17 May 1996, 1.

11. சோனியாவைச் சமாளித்தல்

1. See generally Tavleen Singh, *Durbar* (Gurgaon: Hachette India, 2012).
2. George Wright, 'Sonia Gandhi declines Indian prime ministership', *Guardian*, 18 May 2004, http://www.theguardian.com/world/2004/ may/18/india.georgewright.
3. K. Natwar Singh says that he was present when Sonia decided not to become prime minister in 2004, at the insistence of Rahul gandhi-prime-minister-shankar-dayal-sharma-pv-narasimha- rao/1/374821.html.
4. Sanjaya Baru, *The Accidental Prime Minister: The Making and Unmaking of Manmohan Singh* (New Delhi: Penguin Books, 2014).
5. P.V. *Narasimha Rao Selected Speeches 1991–1992*, 24.
6. P.V. *Narasimha Rao Selected Speeches 1992–1993*, 33.
7. Congressman, 'The Great Suicide', *Mainstream*, 27 January 1990, http://www.mainstreamweekly.net/article5438.html.
8. Ramesh, *To the Brink and Back: India's 1991 Story*, 110.
9. Facing political opposition, she eventually rejected the donation.
10. Interview with P.V.R.K. Prasad in Hyderabad, 2015.
11. Interview with Rajeshwara Rao in Hyderabad, 2015.
12. Kalyani Shankar, *Pandora's Daughters*, 46.
13. Inderjit Badhwar and Zafar Agha, 'The Sonia factor', *India Today*, 31 August 1991, http://indiatoday.intoday.in/story/congressmen- push-sonia-gandhi-into-politics-for-their-own-political- survival/1/318730.html.
14. Prakash Joshi and Rajdeep Sardesai, 'Sonia's "no" disheartens dissidents', the *Times of India*, 15 October1991, 1.
15. Sanjay Singh, 'Lessons from Rajiv: Congress must amend Modi's security', *Firstpost*, 7 November 2013, http://www.firstpost. com/politics/lessons-from-rajiv-congress-must-amend-modis- security-1215771.html.
16. Letter found amongst Rao's private papers in 2015.
17. Interview with Salman Khurshid in New Delhi, 2015.
18. 'Ex-minister to be tried for scuttling Bofors probe', Rediff, 7 July 2008, http://www.rediff.com/news/2008/jul/07bofors.htm.
19. Kidwai, *24 Akbar Road*,180.
20. Interview with Rajeshwara Rao in Hyderabad, 2015.
21. Interview with Kalyani Shankar in New Delhi, 2015.
22. Singh (with Chopra), *A Grain of Sand in the Hourglass of Time: An Autobiography*,

247.
23. Singh, *One Life Is Not Enough*, 310.
24. Ibid., 309–10.
25. Ibid., 310.
26. Shankar, *Pandora's Daughters*, 48.
27. John F. Burns, 'Speech Stirs Speculation of a Gandhi's Return', the *New York Times*, 25 August 1995, http://www.nytimes.com/1995/08/25/ world/speech-stirs-speculation-of-a-gandhi-s-return.html.
28. Ibid.
29. Interview with Satish Sharma in New Delhi, 2015.
30. Shankar, *Pandora's Daughters*,47.
31. Interview with K. Natwar Singh in New Delhi, 2016.
32. Interview with N.K. Sharma in New Delhi, 2015
33. Interview with Subramanian Swamy in New Delhi, 2015.
34. Interview with Gopalkrishna Gandhi in Chennai, 2015.
35. Ibid.
36. Zafar Agha, 'Damage control exercise', *India Today*, 15 December 1995, http://indiatoday.intoday.in/story/in-deft- move-rao-reaches-out-to-sonia-while-consolidating-position-in- congressi-in-disarray/1/289719.html.
37. Ibid.
38. Interview with Prabhakara Rao in Hyderabad, 2015.
39. Interview with P.V.R.K. Prasad in Hyderabad, 2015.
40. For details on economic reforms as recorded in the official Congress website, see http://www.inc.in/about-congress/history/literature/5- Journey-of-a-Nation/13-A-New-Political-Reality.

12. பாபர் மசூதி வீழ்ந்தது

1. 'Sadhus call for kar seva', the *Times of India*, 6 December 1992, 1.
2. Interview with Dr Srinath Reddy in Delhi, 2015.
3. *Commission of Inquiry Report of the Liberhan Ayodhya Commission of Inquiry, 2009* (New Delhi: Akalank Publications, 2010), 9.
4. Ibid., 27.
5. Rao, *Ayodhya: 6 December 1992*, 4.
6. Ibid.
7. Krishna Jha and Dhiren K. Jha, *Ayodhya: The Dark Night, The Secret History of Rama's Appearance in Babri Masjid* (New Delhi: HarperCollins, 2012).
8. Rao, *Ayodhya: 6 December 1992*, 21–22.
9. Ibid., 9, 24.
10. Hasan, *Congress after Indira: Policy, Power, Political Change (1984–2009)*, 19.
11. Ibid., 19–20.

12. Sharat Pradhan, 'Mulayam and the Muslim vote', *Tehelka*, 2 September 2013, http://www.tehelka.com/2013/09/mulayam-and-the-muslim-vote/.
13. Piyush Srivastava, 'Mulayam admits 1990 Ayodhya shooting lost him Hindu vote bank', *Daily Mail*, 23 March 2015, http://www.dailymail.co.uk/indiahome/indianews/article-3008147/Mulayam-admits-1990-Ayodhya-shooting-lost-Hindu-votebank.html.
14. Official Election Commission results of the 1991 Uttar Pradesh assembly election, available at http://eci.nic.in/eci_main/StatisticalReports/SE_1991/Stat_Rep_UP_91.pdf.
15. Interview with Ramu Damodaran in New York, 2015.
16. Rao, *Ayodhya: 6 December 1992*, 89.
17. Article 356 of the Constitution of India, 1950.
18. Harbir Singh Kathuria, *President's rule in India, 1967–89* (New Delhi: Uppal Publishing House, 1990).
19. Commission of Inquiry Report of the Liberhan Ayodhya Commission of Inquiry, 2009, para 30.11, 58.
20. Ibid., para 30.14, 59.
21. Rao, *Ayodhya: 6 December 1992*, 90.
22. Interview with P.V.R.K. Prasad in Hyderabad, 2015.
23. Singh (with Chopra), *A Grain of Sand in the Hourglass of Time: An Autobiography*, 251–69.
24. P.V. Narasimha Rao Selected Speeches 1992–1993, 8.
25. Ibid., 10.
26. Note found amidst Rao's private papers in 2015.
27. Madhav Godbole, *Unfinished Innings: Recollections and Reflections of a Civil Servant* (New Delhi: Orient Longman, 1996), 347.
28. Interview with Naresh Chandra in Delhi, 2015.
29. Godbole, *Unfinished Innings: Recollections and Reflections of a Civil Servant*, 351.
30. P.V. Narasimha Rao Selected Speeches 1992–1993, 30.
31. Godbole, *Unfinished Innings: Recollections and Reflections of a Civil Servant*, 334.
32. Rao, *Ayodhya: 6 December 1992*, 99.
33. Godbole describes part of the contingency note in his memoir, though the entire note has not been made public elsewhere. Godbole, *Unfinished Innings: Recollections and Reflections of a Civil Servant*, 363–65.
34. Ibid., 396.
35. Singh (with Chopra), *A Grain of Sand in the Hourglass of Time: An Autobiography*, 249–50.
36. Godbole, *Unfinished Innings: Recollections and Reflections of a Civil Servant*, 368.
37. Mukherjee, *The Turbulent Years: 1980–1996*, 155.
38. Commission of Inquiry Report of the Liberhan Ayodhya Commission of Inquiry, 2009, 98.

39. 'Jyoti Basu's Deposition before Liberhan Commission', *People's Democracy* 36, no. 49 (9 December 2012).
40. Interview with Kalyani Shankar in New Delhi, 2015.
41. Rao, *Ayodhya: 6 December 1992*, 120.
42. Story told to the author by one of Rao's close aides, who demanded anonymity.
43. Girish Kuber, 'Narasimha Rao's book gives new twist to demolition', *Economic Times*, 28 April 2008, http://articles.economictimes. indiatimes.com/2006-04-27/news/27459247_1_kar-sevaks-central- rule-ayodhya.
44. Prasad, *Wheels behind the Veil: PMs, CMs and beyond*, 164.
45. Godbole, *Unfinished Innings: Recollections and Reflections of a Civil Servant*, 364-65.
46. Interview with Salman Haidar in New Delhi, 2015.
47. Ibid.
48. Singh (with Chopra), *A Grain of Sand in the Hourglass of Time: An Autobiography*, 228.
49. Rao, *Ayodhya: 6 December 1992*, 48.
50. Interview with Mani Shankar Aiyar in New Delhi, 2015.
51. Interview with P.V.R.K. Prasad in Hyderabad, 2015.
52. Entries in Appointment Diary 1992, written by Rao's secretary, Khandekar; found amidst Rao's private papers in 2015.
53. Interview with Chandraswami in Delhi, 2015.
54. Interview with N.K. Sharma in New Delhi, 2015.
55. Ibid.
56. Interview with Naresh Chandra in Delhi, 2015.
57. Kidwai, *24 Akbar Road*, 175.
58. Rao, *Ayodhya: 6 December 1992*, 100.
59. Interview with P.V.R.K. Prasad in Hyderabad, 2015.
60. Godbole, *Unfinished Innings: Recollections and Reflections of a Civil Servant*, 352.
61. Interview with Chandraswami in New Delhi, 2015.
62. A.G. Noorani, 'Silent Spectator', *Frontline* 23, no. 10 (20 May–2 June 2006), http://www.frontline.in/static/html/fl2310/stories/20060602000707900.htm.
63. Interview with Naresh Chandra in Delhi, 2015.
64. Interview with Jairam Ramesh in New Delhi, 2015.
65. Hasan, *Congress after Indira: Policy, Power, Political Change (1984–2009)*, 26.
66. Interview with Salman Khurshid in New Delhi, 2015.
67. Ibid.
68. Singh (with Chopra), *A Grain of Sand in the Hourglass of Time: An Autobiography*, 272–75.
69. Interview with Mani Shankar Aiyar in New Delhi, 2015.
70. Note found amidst Rao's private papers in 2015.
71. Interview with N.K. Sharma in New Delhi, 2015.

72. Interview with Naresh Chandra in Delhi, 2015.
73. Interview with Rajaiah in Vangara village (now in Telangana), 2015.
74. Note found amidst Rao's private papers in 2015.
75. *Commission of Inquiry Report of the Liberhan Ayodhya Commission of Inquiry*, 2009, para 44.18, 119.
76. Ibid., para 44.24, 120.
77. Singh (with Chopra), *A Grain of Sand in the Hourglass of Time: An Autobiography*, 277.
78. The claim was made by the journalist Kuldip Nayar, who said that he was told by the socialist leader Madhu Limaye, who, in turn, claimed he heard it from someone present. See 'Narasimha Rao performed puja during demolition of Babri Masjid: Book', the *Times of India*, 5 July 2012, http://timesofindia.indiatimes.com/ india/ Narasimha-Rao-performed-puja-during-demolition-of-Babri- Masjid-Book/articleshow/14687884.cms.
79. Interview with S. Rajgopal in Mumbai, 2015.
80. Godbole, *Unfinished Innings: Recollections and Reflections of a Civil Servant*, 383.
81. 'Absurd to say PV was incommunicado during Ayodhya demolition', Rediff, 9 July 2012, http://www.rediff.com/news/report/slide- show-1-arjun-singhs-story-on-ayodhya-demolition-cock-and- bull/20120709.htm.
82. Interview with Salman Khurshid in New Delhi, 2015.
83. *Commission of Inquiry Report of the Liberhan Ayodhya Commission of Inquiry*, 2009, paras 44.6–44.7, 117–18.
84. Ibid., para 44.42, 122.
85. Ibid., para 44.31, 121.
86. Ibid., para 44.30, 121.
87. M.G. Gupta and Vijay Jung Thapa, 'Kar Sevaks Destroyed Babri Masjid', the *Times of India*, 7 December, 1992, 1.
88. *P.V. Narasimha Rao Selected Speeches 1992–1993*, 63–65.
89. Ibid.
90. Entry in Appointment Diary 1992, found amidst Rao's private papers in 2015.
91. Interview with N.K. Sharma in New Delhi, 2015.
92. Appointment Diary 1992, written by Rao's secretary, R.K. Khandekar; found amidst his private papers in 2015.
93. Hasan, *Congress after Indira: Policy, Power, Political Change (1984–2009)*, 35.
94. Note found amidst Rao's private papers in 2015.
95. Edward A. Gargan, 'India, Acting on Militants, Ousts Local Rulers', the *New York Times*, 16 December 1992, http://www.nytimes.com/1992/12/16/world/india-acting-on-militants-ousts-local-rulers.html.
96. Quotes accessible at http://www.ucanews.com/story-archive/?post_name=/1992/12/23/experts-deplore-rao-governments-dismissal-of-prohinduministries&post_id=42523.
97. *S.R. Bommai vs Union of India*, AIR, 1994, SC 1918.

98. *Commission of Inquiry Report of the Liberhan Ayodhya Commission of Inquiry, 2009*, ch. 14.
99. 'No-trust Motion Defeated', the *Times of India*, 22 December 1993, 1.
100. Interview with Mani Shankar Aiyar in New Delhi, 2015.
101. Interview with Jairam Ramesh in New Delhi, 2015.
102. Interview with Salman Khurshid in New Delhi, 2015.
103. 'Babri wouldn'thave fallen if a Gandhi was PM: Rahul', the *Times of India*, 20 March 2007, http://timesofindia.indiatimes. com/india/Babri-wouldnt-have-fallen-if-a-Gandhi-was-PM-Rahul/ articleshow/1781018.cms.
104. 'Babri demolition planned; Advani, P V Narasimha Rao knew of plot: Cobrapost sting, the *Times of India*, 4 April 2014, http:// timesofindia.indiatimes.com/india/ Babri-demolition-planned- Advani-P-V-Narasimha-Rao-knew-of-plot-Cobrapost-sting/ articleshow/33202922.cms.
105. Ibid.
106. For the official judgments, see http://elegalix.allahabadhighcourt.in/elegalix/ DisplayAyodhyaBenchLandingPage.do.
107. Mukherjee, *The Turbulent Years: 1980–1996*, 154.
108. Godbole, *Unfinished Innings: Recollections and Reflections of a Civil Servant*, 337.
109. Interview with Salman Khurshid in New Delhi, 2015.
110. Ibid.
111. Rao, *Ayodhya: 6 December 1992*, 181.

13. கிழக்கே பார்... மேற்கே பார்...

1. Ramesh, *To the Brink and Back: India's 1991 Story*, 11.
2. Sunanda K. Datta-Ray, *Looking East to Looking West: Lee Kuan Yew's Mission India* (New Delhi: Penguin Books, 2009), 78.
3. Letters found among Narasimha Rao's private papers in 2015.
4. Interview with Shravan, grandson of Narasimha Rao, in Hyderabad, 2015.
5. See Srinath Raghavan, 'At the Cusp of Transformation: The Rajiv Gandhi Years, 1984–89', in David M. Malone, C. Raja Mohan and Srinath Raghavan, eds, *The Oxford Handbook of Indian Foreign Policy* (New Delhi: Oxford University Press, 2015, first edition).
6. Interview with Salman Haidar in New Delhi, 2015.
7. Interview with Ramu Damodaran in New York, 2015.
8. Ibid.
9. Raj Chengappa, 'PM in Germany: Striking the right note', *India Today*, 30 September 1991, http://indiatoday.intoday. in/story/narasimha- rao-candid-approach-makes-an-impact-in- germany/1/318862.html.
10. Interview with Velcheru Narayana Rao (on phone) in Atlanta, 2015.
11. Interview with Ramu Damodaran in New York, 2015.

12. Interview with Rajaiah in Vangara village (now in Telangana), 2015.
13. Interview with P.V.R.K. Prasad in Hyderabad, 2015.
14. Transcript of conversation found among Narasimha Rao's private papers in 2015.
15. Shekhar Gupta, 'Indo-Soviet ties: cooling of an affair', *India Today*, 15 September 1991, http://indiatoday.intoday.in/story/balmy-days-over-indo-soviet-treaty-a-mere-ceremonial-document/1/318757.html.
16. Interview with Ronen Sen in New Delhi, 2015.
17. Ibid.
18. Interview with Krishnan Srinivasan (on phone) in Kolkata, 2015.
19. Prabhakar Menon, 'The Quiet Innovator: Foreign Policy under P.V. Narasimha Rao', in K.V. Rajan, ed., *The Ambassador's Club: The Indian Diplomat at Large* (New Delhi: HarperCollins, 2012), 302.
20. Nicolas Blarel, *The Evolution of India's Israel Policy: Continuity, Change, and Compromise since 1922* (New Delhi: Oxford University Press, 2014), 236.
21. Shubhajit Roy, '24 years on, why India looks set to finally come out of the closet on Israel', the *Indian Express*, 14 January 2016, http://indianexpress.com/article/explained/in-fcat-why-india-looks-set-to-finally-come-out-of-the-closet-on-israel.
22. Shekhar Gupta, 'A pragmatic peace', *India Today*, 21 June 2013, http://indiatoday.intoday.in/story/india-israel-to-establish-full-diplomatic-relations/1/306258.html/.
23. *P.V. Narasimha Rao Selected Speeches 1991–1992*, 111.
24. J.N. Dixit, *My South Block Years: Memoirs of a Foreign Secretary* (New Delhi: UBS Publishers Distributors, 1997), 143.
25. M.K. Bhadrakumar, 'As shadow of terror hangs over talks with Pakistan, Narasimha Rao has a lesson for Modi', Scroll.in, 4 January 2016, http://scroll.in/article/801319/as-shadow-of-terror-hangs-over-talks-with-pakistan-narasimha-rao-has-a-lesson-for-modi.
26. S. Samuel C. Rajiv, 'The Delicate Balance: Israel and India's Foreign Policy Practice', *Strategic Analysis* 36, no. 1, 128–44, 128.
27. Interview with Krishnan Srinivasan (on phone) in Kolkata, 2015.
28. *P.V. Narasimha Rao Selected Speeches 1991–1992*, 362.
29. Email interview with C. Raja Mohan, 2016.
30. Interview with Ronen Sen in New Delhi, 2015.
31. Ministry of Home Affairs data, available at http://www.mha.nic.in/hindi/sites/upload_files/mhahindi/files/pdf/BM_Intro_E_.pdf.
32. Srinath Raghavan, 'At the Cusp of Transformation: The Rajiv Gandhi Years, 1984–89', 125 (uncorrected proofs), in Malone, Mohan and Raghavan, eds, *The Oxford Handbook of Indian Foreign Policy*.
33. Interview with M.K. Narayanan in Chennai, 2015.
34. Note found among Narasimha Rao's private papers in 2015.
35. Prabhakar Menon, 'The Quiet Innovator: Foreign Policy under P.V. Narasimha Rao', in *K.V. Rajan*, ed., *The Ambassador's Club: The Indian Diplomat at Large*, 296–97.

36. Interview with Prabhakar Menon in Delhi, 2015.
37. Full text of agreement available at http://peacemaker.un.org/sites/ peacemaker.un.org/files/CN%20IN_930907_Agreement%20on%20India-China%20Border%20Areas.pdf.
38. Interview with Ronen Sen in New Delhi, 2015.
39. Interview with M.K. Narayanan in Chennai, 2015.
40. Kidwai, *24 Akbar Road*, 179.
41. Interview with Salman Haidar in New Delhi, 2015.
42. Interview with S. Vani Devi in Hyderabad, 2015.
43. *P.V. Narasimha Rao Selected Speeches 1993–1994*, 402–403.
44. Interview with Salman Haidar in New Delhi, 2015.
45. Menon, 'The Quiet Innovator: Foreign Policy under P.V. Narasimha Rao', 301.
46. Sudeep Chakravarti, 'Rao's roadshow', *India Today*, 30 August 1993, http://indiatoday.intoday.in/story/pm-narasimha-rao-emerges- as-a-competent-diplomat-abroad/1/302131.html.
47. Salil Tripathi, 'Rediscovering the East', *India Today*, 30 September 1993, http://indiatoday.intoday.in/story/rao-trip-opens-up-investment- opportunities-for-india-with-economic-tigers-of-east/1/294152.html.
48. Menon, 'The Quiet Innovator: Foreign Policy under P.V. Narasimha Rao', 302.
49. Interview with Prabhakar Menon in Delhi, 2015.
50. Menon, 'The Quiet Innovator: Foreign Policy under P.V. Narasimha Rao', 302.
51. Sanjaya Baru, 'Strongman who took Singapore to the first world', *The Hindu*, 24 March 2015, http://www.thehindu.com/ opinion/op-ed/strongman-who-took-singapore-to-the-first-world/ article7024865.ece.
52. Interview with Jairam Ramesh in New Delhi, 2015.
53. 'Singapore knocks off Mauritius as top FDI source into India in current fiscal, *Economic Times*, 6 December 2015, http://articles. economictimes.indiatimes.com/2015-12-06/news/68809344_1_ india-singapore-mauritius-double-taxation-avoidance-agreement.
54. Kohli, *State-Directed Development: Political Power and Industrialization in the Global Periphery*.
55. Interview with P.V.R.K. Prasad in Hyderabad, 2015.
56. *P.V. Narasimha Rao Selected Speeches 1991–1992*, 323.
57. Interview with Ramu Damodaran in New York, 2015.
58. Menon, 'The Quiet Innovator: Foreign Policy under P.V. Narasimha Rao', 291.
59. Andrew North, 'Siachen dispute: India and Pakistan's glacial fight', BBC News, 12 April 2014, http://www.bbc.com/news/world-asia- india-26967340.
60. 'Siachen was almost a done deal in 1992', *The Hindu*, 10 June 2012, http://www.thehindu.com/news/national/siachen-was-almost-a- done-deal-in-1992/article3509787.ece.
61. Interview with Prabhakar Menon in Delhi, 2015.
62. Ibid.

63. 'Siachen was almost a done deal in 1992', The Hindu, http://www.thehindu.com/news/national/siachen-was-almost-a-done-deal-in-1992/article3509787.ece.
64. Interview with Salman Khurshid in New Delhi, 2015.
65. Krishnan Srinivasan, *Diplomatic Channels* (New Delhi: Manohar Publishers, 2012), 36–37.
66. Cover, *India Today*, 31 March 1994.
67. Interview with Sanjaya Baru in New Delhi, 2015. This story has also been confirmed via email by Kalyani Shankar.
68. See Raghavan, 'At the Cusp of Transformation: The Rajiv Gandhi Years, 1984–89'.
69. Burns, 'Unlikely Reformer Coaxes India Towards a Market Economy.
70. Srinivasan, *Diplomatic Channels*, 18.
71. Ibid.
72. Interview with Dr Srinath Reddy in Delhi, 2015.
73. Interview with Prabhakar Menon in Delhi, 2015.
74. Srinivasan, *Diplomatic Channels*, 20.
75. Interview with P.V. Rajeshwara Rao in Hyderabad, 2015.
76. Prasad, *Wheels behind the Veil: PMs, CMs and beyond*, 132–34.
77. P.V. *Narasimha Rao Selected Speeches 1993–1994*, 479.
78. Ibid., 472.
79. Interview with Ronen Sen in New Delhi, 2015.
80. Ibid.
81. Interview with Dr V.S. Arunachalam in Bangalore, 2015.
82. Prabhakar Menon, 'Reminiscences of a Fly on the Wall: Oral History', *Indian Foreign Affairs Journal* 8, no. 3, 317–36 (July-September 2013): 330.
83. Email interview with C. Raja Mohan, 2016.
84. P.V. *Narasimha Rao Selected Speeches 1991–1992*, 318.
85. Interview with C. Raja Mohan in New Delhi, 2015.
86. Interview with Salman Haidar in New Delhi, 2015.
87. Interview with C. Raja Mohan in New Delhi, 2015.
88. Letter found among Narasimha Rao's private papers in 2015.
89. Interview with Krishnan Srinivasan (on phone) in Kolkata, 2015.

14. அணு ஆயுத வழி

1. 'Rao was "true father" of Indian bomb, says Vajpayee', *Daily Times*, http://archives.dailytimes.com.pk/national/28-Dec-2004/rao-was-true-father-of-indian-bomb-says-vajpayee.
2. Interview with Shekhar Gupta in New Delhi, 2015.
3. M.V. Ramana, *The Power of Promise: Examining Nuclear Energy in India* (New Delhi: Viking, 2013).
4. Perkovich, *India's Nuclear Bomb: The Impact of Global Proliferation*, 331.

5. Interview with Dr V.S. Arunachalam in Bangalore, 2015.
6. K. Subrahmanyam, 'Narasimha Rao and the Bomb', Institute for Defence Studies and Analysis, October 2004, http:// www.idsa.in/strategicanalysis NarasimhaRaoand theBomb_ ksubramanyam_1004.
7. Perkovich, *India's Nuclear Bomb: The Impact of Global Proliferation*, 324.
8. Ibid., 326.
9. Available at http://www.un.org/en/sc/repertoire/89-92/Chapter%208/ GENERAL%20ISSUES/Item%2028_SC%20respons%20in%20 maint%20IPS.pdf.
10. Entries in Appointment Diary 1991, written by Rao's secretary, Khandekar; found amidst his private papers in 2015.
11. Interview with Dr V.S. Arunachalam in Bangalore, 2015.
12. Raj Chengappa, *Weapons of Peace: The Secret Story of India's Quest to be a Nuclear Power* (New Delhi: HarperCollins, 2000), 370.
13. Perkovich, *India's Nuclear Bomb: The Impact of Global Proliferation*, 322.
14. Ibid.
15. Interview with Dr V.S. Arunachalam in Bangalore, 2015.
16. Chengappa, *Weapons of Peace: The Secret Story of India's Quest to be a Nuclear Power*, 381.
17. Data available at http://www.globalsecurity.org/wmd/world/india/prithvi.htm.
18. Interview with Ronen Sen in New Delhi, 2015.
19. Chengappa, *Weapons of Peace: The Secret Story of India's Quest to be a Nuclear Power*, 384.
20. Ibid, 382–84.
21. Ibid.
22. Ibid., 371.
23. Menon, 'The Quiet Innovator: Foreign Policy under P.V. Narasimha Rao', 303.
24. Menon, Reminiscences of a 'Fly on the Wall': Oral History', 334–35.
25. Interview with Prabhakar Menon in Delhi, 2015.
26. Interview with Montek Singh Ahluwalia in Delhi, 2015.
27. Tim Weiner, 'U.S. Suspects India Prepares To Conduct Nuclear Test', the *New York Times*, 15 December 1995, http://www. nytimes.com/1995/12/15/world/us-suspects-india-prepares-to- conduct-nuclear-test.html.
28. Information corroborated from declassified US State Department documents. See http://nsarchive.gwu.edu/nukevault/ebb412/docs/ doc%201.pdf.
29. Interview with Shekhar Gupta in New Delhi, 2015.
30. Entries in Appointment Diary 1996, written by Rao's secretary, Khandekar, found amidst his private papers in 2015.
31. Bharti Jain, 'Narasimha Rao had asked Kalam to be ready for nuclear test', the *Times of India*, 25 January 2013, http://timesofindia. indiatimes.com/india/Narasimha-Rao-had-asked-Kalam-to-be- ready-for-nuclear-test/articleshow/18173888.cms.
32. Ibid.
33. Ibid.
34. Perkovich, *India's Nuclear Bomb: The Impact of Global Proliferation*, 353–77.

35. Chengappa, *Weapons of Peace: The Secret Story of India's Quest to be a Nuclear Power*, 395.
36. Interview with Shekhar Gupta in New Delhi, 2015.
37. Interview with Dr V.S. Arunachalam in Bangalore, 2015.
38. Jain, 'Narasimha Rao had asked Kalam to be ready for nuclear test'.
39. See, for example, Praful Bidwai and Achin Vanaik, *South Asia on a Short Fuse: Nuclear Politics and the Future of Global Disarmament* (New Delhi: Oxford University Press, 1999).
40. See generally C. Raja Mohan, *Crossing the Rubicon: The Shaping of India's New Foreign Policy* (New Delhi: Palgrave Macmillan, 2004).
41. See, for example, Praful Bidwai and Achin Vanaik, *South Asia on a Short Fuse: Nuclear Politics and the Future of Global Disarmament*.

15. சிங்கம், நரி, எலி

1. 'Chronology of Lakhubhai Pathak case', Rediff, http://www.rediff.com/news/2003/dec/22rao2.htm.
2. Rakesh Bhatnagar, 'The beginning of the end for Rao', the *Times of India*, 22 September 1996, 1.
3. Interview with N.K. Sharma in New Delhi, 2015.
4. Janak Singh, 'Rao isn't their cup of tea anymore', the *Times of India*, 25 September 1996, 1.
5. Interview with Salman Khurshid in New Delhi, 2015.
6. Prasad, *Wheels behind the Veil: PMs, CMs and beyond*, 205.
7. Man Mohan, 'Honourable acquittals satisfied Rao', the *Times of India*, 25 December 2004, 7.
8. Interview with P.V. Rajeshwara Rao in Hyderabad, 2015.
9. Interview with Satchidananda Swamy in Bengaluru, 2015.
10. Ibid.
11. Interview with Venkat Kishen Rao in Hyderabad, 2015.
12. Letter found amidst Rao's private papers in 2016.
13. Interview with Sanjaya Baru in New Delhi, 2015.
14. Interview with Shubhranshu Singh in Mumbai, 2014.
15. Email conversation with Pramath Raj Sinha, son-in-law of A.N. Varma, 2016.
16. Parkash Satti, *Futuristic Version of Geeta: The Ultimate Theory of Fate* (New Delhi: Partridge India, 2015).
17. Interviews with P.V. Prabhakara Rao and Rajeshwara Rao in Hyderabad, 2015.
18. Interview with P.V. Prabhakara Rao in Hyderabad, 2015.
19. Ibid.
20. Interview with P.V. Rajeshwara Rao in Hyderabad, 2015.
21. Arjun (with Chopra), *A Grain of Sand in the Hourglass of Time: An Autobiography*, 351–52.

22. Interview with P.V. Rajeshwara Rao in Hyderabad, 2015.
23. Nigel Hamilton, 'On biography', http://www.huffingtonpost.com/nigel-hamilton/on-biography_b_780976.html.
24. Interview with Ronen Sen in New Delhi, 2015.
25. See Raghavan, 'At the Cusp of Transformation: The Rajiv Gandhi Years, 1984–89'.
26. Brian Bulduc, 'Robert Caro: Political Power—How to Get It and Use It', *Wall Street Journal*, 4 May 2012, http://www.wsj.com/articles/SB10001424052702304743704577382450285971364.
27. Interview with Ramu Damodaran in New York, 2015.
28. Ivan Turgenev and Moshe Spiegel, 'Hamlet and Don Quixote', *Chicago Review* 17, no. 4 (1965): 92–109.
29. Gay Saul Morson, 'The intolerable dream', *New Criterion*, November 2015.
30. Ibid.
31. Devesh Kapur, 'Exit', *Seminar*, http://www.india-seminar.com/2016/677/677_devesh_kapur.htm.
32. Note found among Narasimha Rao's private papers in 2015.
33. Interview with Rajeshwara Rao in Hyderabad, 2015; also, interview with another bureaucrat in the PMO who wanted to remain anonymous.
34. Notes found among Narasimha Rao's private papers in 2015.
35. The amount was Rs 950 crore. Interview with K.R. Venugopal in Hyderabad, 2015.
36. Interview with A.S. Dulat in Delhi, 2015.
37. V. Balachandran, 'The Rao breakthrough', the *Indian Express*, 20 August 2015, http://indianexpress.com/article/opinion/columns/the-rao-breakthrough/.
38. Interview with Shekhar Gupta in New Delhi, 2015.
39. Interview with Kalyani Shankar in New Delhi, 2015.
40. Card given to the author by Ramu Damodaran in New York, 2016.
41. *Walk the Talk*, NDTV, http://www.ndtv.com/video/player/walk-the-talk/walk-the-talk-p-v-narasimha-rao/296375.
42. Jenkins, *Democratic Politics and Economic Reform in India*, 176.
43. *P.V. Narasimha Rao Selected Speeches 1991–1992*, 197.
44. Yuval Levin, *The Great Debate: Edmund Burke, Thomas Paine, and the Birth of Right and Left* (New York: Basic Books, 2013).
45. See Vinay Sitapati, 'What Anna Hazare and the Indian Middle-Classes Say About Each Other', *Economic & Political Weekly* 46, no. 30 (2011).